ഞാൻ എങ്ങനെ കമ്യൂണിസ്റ്റായി

njan engane communistayi

•

t k hamza

•

first edition
november 2011

•

second edition
december 2014

•

published & typesetting
chinthapublishers, thiruvananthapuram

•

•

cover
vinod

•

വിതരണം

ദേശാഭിമാനി ബുക്ക് ഹൗസ്
H O തിരുവനന്തപുരം–695 035
phone: 0471-2303026, 6063026
www.chinthapublishers.com
chinthapublishers@gmail.com

ബ്രാഞ്ചുകൾ

ഹെഡ്ഡാഫീസ് ബ്രാഞ്ച് കുന്നുകുഴി • സ്റ്റാച്യു തിരുവനന്തപുരം • കെ എസ് ആർ ടി സി ബസ് സ്റ്റേഷൻ ആലപ്പുഴ • കെ എസ് ആർ ടി സി ബസ് സ്റ്റേഷൻ എറണാകുളം • ചിറ്റൂർ റോഡ് എറണാകുളം • മച്ചിങ്ങൽ ലെയ്ൻ തൃശൂർ • ഐ ജി റോഡ് കോഴിക്കോട് • മാവൂർ റോഡ് കോഴിക്കോട് • എൻ ജി ഒ യൂണിയൻ ബിൽഡിങ് കണ്ണൂർ • സെൻട്രൽ ബസ് ടെർമിനൽ കോംപ്ലക്സ് താവക്കര കണ്ണൂർ

CR - 1424 / 3595

ഞാൻ എങ്ങനെ കമ്യൂണിസ്റ്റായി

ടി കെ ഹംസ

ചിന്ത പബ്ലിഷേഴ്സ്
തിരുവനന്തപുരം-695 035

ടി കെ ഹംസ

1937 ൽ മലപ്പുറം ജില്ലയിലെ വണ്ടൂർ പഞ്ചായത്തിൽ കൂരാട് എന്ന സ്ഥലത്ത് ജനിച്ചു. വണ്ടൂർ വി എം സി ഗവൺമെന്റ് ഹൈസ്കൂളിൽനിന്നു എസ് എസ് എൽ സി പാസായി, ഫാറൂഖ് കോളേജിൽ ചേർന്നു. ഡൽഹി സർവകലാശാല യിൽനിന്നു ബി എ ബിരുദവും എറണാകുളം മഹാരാജാസ് ലോ കോളേജിൽനിന്നു ബി എൽ ബിരുദവും നേടി. 1968 ൽ മഞ്ചേരി ബാറിൽ അഭിഭാഷകനായി. 1982 മുതൽ 2001 വരെ എം എൽ എ. 1987 ൽ പൊതുമരാമത്തുമന്ത്രി. 1996 ൽ ഗവൺമെന്റ് ചീഫ് വിപ്പ്. 2004 ൽ മഞ്ചേരി മണ്ഡലത്തിൽ നിന്നു പാർലമെന്റിലേക്ക് തിരഞ്ഞെടുക്കപ്പെട്ടു, അഞ്ച് കൊല്ലം എം പി ആയിരുന്നു.

2009 ൽ പ്രവാസി ക്ഷേമബോർഡിന്റെ ചെയർമാനായി ഒന്നര കൊല്ലം പ്രവർത്തിച്ചു. 2005 മുതൽ മഹാകവി മോയിൻ കുട്ടി വൈദ്യർ സ്മാരക കമ്മിറ്റിയുടെ ചെയർമാനായി പ്രവർ ത്തിക്കുന്നു. ആദ്യ പുസ്തകമായ *മാപ്പിളപ്പാട്ടിന്റെ മാധുര്യം* എന്ന കൃതിക്ക് 2006 ലെ എസ് കെ പൊറ്റക്കാട് സാഹിത്യ അവാർഡ് ലഭിച്ചിട്ടുണ്ട്.

ഭാര്യ	:	മൈമുന
മക്കൾ	:	നജീബ്, നദീറ, റഫീഖ്, ഷബീർ, സാറ
വിലാസം	:	"ആരാമം" മുള്ളംപാറ മഞ്ചേരി പി ഒ മലപ്പുറം ജില്ല
ഫോൺ	:	0483-2760260 9495940260

ഉള്ളടക്കം

പ്രസാധകക്കുറിപ്പ്

ടി കെ ഹംസ എന്ന പേരു കേൾക്കുമ്പോൾ ഏവർക്കും സുപരിചിതമായ ആ ചിരിയായിരിക്കും മനസിൽ തെളിയുക. ഏറനാടൻ ജീവിതത്തിന്റെ സൗന്ദര്യമാകെ ആ ചിരിയിലുണ്ട്. കലയും സാഹിത്യവും ടി കെ ഹംസയുടെ ബോധരൂപീകരണത്തിൽ പ്രധാന പങ്കുവഹിച്ചിട്ടുണ്ട്. ജന്മി–നാടുവാഴിത്ത വാഴ്ച മനുഷ്യനെ എങ്ങനെ അധഃപതിപ്പിക്കുമെന്ന് കുട്ടിക്കാലത്തുതന്നെ ഹംസ കണ്ടറിഞ്ഞു. ബ്രിട്ടീഷ് ഭരണത്തിന്റെ അന്ത്യനാളുകളിലായിരുന്നു ഹംസയുടെ ബാല്യകാലം. സ്വാതന്ത്ര്യ സമരത്തിന്റെ അലയൊലികൾ ഹംസയുടെ രാഷ്ട്രീയ ആഭിമുഖ്യത്തെ നിർണ്ണയിച്ചു. ഇന്ത്യൻ നാഷണൽ കോൺഗ്രസിന്റെ പ്രവർത്തകൻ എന്ന നിലയിൽനിന്നും കമ്യൂണിസ്റ്റ് പ്രസ്ഥാനത്തിന്റെ നേതാവായി വളർന്ന സ്വന്തം കഥയാണ് *ഞാൻ എങ്ങനെ കമ്യൂണിസ്റ്റായി* എന്ന ഗ്രന്ഥത്തിൽ ടി കെ ഹംസ വിവരിക്കുന്നത്. കേവലം ഒരു വ്യക്തിയുടെ കഥയല്ലിത്. ഒരു കാലഘട്ടത്തിന്റെ രാഷ്ട്രീയവും സാംസ്കാരികവുമായ ചരിത്രത്തിന്റെ നേർചിത്രം കൂടി ഇതിൽനിന്നും വായിച്ചെടുക്കാം. ഏറനാടൻ ജീവിതത്തിന്റെ സവിശേഷതകൾ ടി കെ ഹംസ എന്ന പോരാളിയെ എങ്ങനെ വാർത്തെടുത്തു എന്ന് നമുക്കിതിലൂടെ അടുത്തറിയാൻ കഴിയും. പരക്കെ സ്വീകരിക്കപ്പെട്ട ഈ പുസ്തകത്തിന്റെ രണ്ടാം പതിപ്പിനും അതേ സ്വീകരണം ലഭിക്കുമെന്ന് പ്രതീക്ഷിക്കുന്നു.

ചിന്ത പബ്ലിഷേഴ്സ്

ആമുഖം

ഞാൻ എങ്ങനെ കമ്യൂണിസ്റ്റായി? അതുപറയുമ്പോൾ ഞാൻ ഒരു ആത്മകഥാകഥനം നടത്താനല്ല ശ്രമിച്ചത്. ഞാൻ ജനിച്ച ദേശത്തിന്റെ സാഹചര്യങ്ങളും അവിടെ ജീവിച്ചു വന്നിരുന്ന ജനങ്ങളുടെ ചുറ്റുപാടുകളും എന്നിൽ ഉണ്ടാക്കിയ പ്രതികരണങ്ങളാണ് ഇതിൽ പ്രതിപാദിച്ചിട്ടുള്ളത്. ബാല്യകാല ജീവിതത്തിലെ അനുഭവങ്ങൾ, അതിൽ കൃഷിപ്പണിക്കാരും റോഡ് പണിക്കാരായ തൊഴിലാളികളും മരപ്പണിക്കാരും ബീഡിതെറുപ്പുകാരും എല്ലാം എന്നിൽ ഉളവാക്കിയ വികാരവിചാരങ്ങൾ, എന്റെ വീടിന്റെ ചുറ്റുപാടും കാണുന്ന ഭൗതിക സാഹചര്യങ്ങളും പ്രകൃതിശാലീനതയും അവയെല്ലാം എന്റെ മനസിലുയർത്തിയ ഓളങ്ങൾ എല്ലാം പുസ്തകത്തിന്റെ ഇതിവൃത്തത്തിൽ ഉൾപ്പെടുന്നു.

മേൽ ഉദ്ധരിച്ച സാഹചര്യങ്ങളും വസ്തുതകളും എന്റെ സ്വഭാവരൂപീകരണത്തിലും വ്യക്തിത്വ വളർച്ചയിലും വലിയ സ്വാധീനം ചെലുത്തിയിട്ടുണ്ടെന്നു ഞാൻ കരുതുന്നു. ഞാൻ ഒരു എഴുത്തുകാരനോ, കലാകാരനോ അല്ല, എന്നാൽ കലയോടും സാഹിത്യത്തോടും ചെറുപ്പം മുതലേ ആഭിമുഖ്യം പുലർത്തിയിരുന്ന ഒരു മനസാണ് എന്റേത്. ആ വഴിയിലാണ് എന്റെ വായനാശീലം വികസിച്ചത്.

അങ്ങനെ ഞാൻ നേടിയ അറിവും അനുഭവങ്ങളും പലപ്പോഴും പ്രസംഗവേദികളിൽ പ്രത്യക്ഷപ്പെടാറുണ്ട്. അതിനാൽ എന്റെ പല സുഹൃത്തുക്കളും എനിക്കറിവുള്ള കാര്യങ്ങൾ പുസ്തകരൂപത്തിലാക്കണമെന്നു സ്നേഹത്തോടെ നിർബന്ധിച്ചതിന്റെ ഫലമാണ് ഞാൻ ആദ്യം എഴുതിയ *മാപ്പിളപ്പാട്ടിന്റെ മാധുര്യം* എന്ന പുസ്തകം.

ആ പുസ്തകത്തിനു വായനക്കാരിൽനിന്നു കിട്ടിയ പ്രോത്സാഹനവും അംഗീകാരങ്ങളും ഇങ്ങനെ ഒരു പുസ്തകം എഴുതാൻ എനിക്ക്

പ്രേരണയായി. എന്റെ ഈ ആത്മകഥ *ദേശാഭിമാനി* വാരികയിൽ നാൽപ്പത് ലക്കങ്ങളിലായി പ്രസിദ്ധീകരിക്കുകയുണ്ടായി. അപ്പോൾ വായനക്കാരിൽനിന്നു നേരിട്ടും കത്തുകളിലൂടെയും കിട്ടിയ അഭിനന്ദനങ്ങളും പ്രോത്സാഹജനകമായ ഉപദേശങ്ങളും ഈ അക്ഷരക്കൂട്ടങ്ങളെ പുസ്തകരൂപത്തിലേക്കെത്തിക്കുകയാണുണ്ടായത്.

ഒരുപാട് പേരോട് നന്ദിയുണ്ട്, വിശേഷിച്ചു *ദേശാഭിമാനി* വാരികയിലെ സുഹൃത്തുക്കളോടും ഇപ്പോൾ ഇത് പുസ്തകരൂപത്തിലാക്കിയ ചിന്ത പബ്ലിഷേഴ്സിനോടും.

ടി കെ ഹംസ

കൂരാട് തറവാട് വീട്

1 ഞാൻ എങ്ങനെ കമ്യൂണിസ്റ്റായി

ഗ്രാമീണജീവിതം

കിഴക്കനേറനാടിന്റെ കിഴക്കേഅറ്റത്ത് നിലകൊള്ളുന്ന കുഗ്രാമം, ഇപ്പോഴത്തെ വണ്ടൂർ പഞ്ചായത്തിന്റെ ഒന്നാം വാർഡ്; കൂരാട്. അതൊരു ഓണംകേറാമൂലയായിരുന്നു. അവിടേക്ക് റോഡുകൾ ഉണ്ടായിരുന്നില്ല. വാഹനങ്ങളും വരുമായിരുന്നില്ല. നടവഴിയും, കഷ്ടിച്ച് കാളവണ്ടിവരുന്ന ഇടവഴിയും മാത്രമായിരുന്നു ഗതാഗതമാർഗം.

ആ ഗ്രാമത്തിന്റെ കിഴക്കുഭാഗത്ത് കോട്ടമലയും, തൊട്ടുപിന്നിൽ കോഴിപ്രമലയും തോളുരുമ്മി നിൽക്കുന്നു. ആ മലകളിൽനിന്നുത്ഭവിച്ച് പടിഞ്ഞാറോട്ട് ഒഴുകുന്ന ചോക്കാടൻപുഴയും കോട്ടപ്പുഴയും സംഗമിച്ച് ഈ ഗ്രാമത്തിന്റെ വടക്കുഭാഗത്തുകൂടെ ഒഴുകുന്നു. തെക്കുഭാഗത്ത് പരിയങ്ങാടൻ പുഴയും. രണ്ടുംകൂടി ഗ്രാമത്തിന്റെ പടിഞ്ഞാറുഭാഗത്ത് അമരമ്പലത്തുവെച്ച് കൂടിച്ചേർന്ന് ഒന്നായിപ്പോകുന്നു.

ചുരുക്കത്തിൽ കൂരാട് ഗ്രാമത്തിൽനിന്ന് പുഴ മുറിച്ചുകടക്കാതെ ഒരു ഭാഗത്തേക്കും പോകാൻ കഴിയുമായിരുന്നില്ല. ഈ പുഴകളായിരുന്നു കൂരാടിന്റെ പുരോഗതിക്ക് തടസമായിരുന്നത്. എന്നാൽ അവതന്നെയായിരുന്നു ആ നാടിന്റെ സൗന്ദര്യവും അനുഗ്രഹവും.

എനിക്ക് ഓർമവെച്ചകാലം, ഏതാണ്ട് നാല് വയസുള്ളപ്പോൾ ജന്മസ്ഥലമായ കൂരാടുനിന്നും എന്റെ കുടുംബം ഏതാണ്ട് നാല് കിലോമീറ്റർ കിഴക്ക്ഭാഗത്തുള്ള ചോക്കാട് എന്ന സ്ഥലത്തേക്ക് താമസംമാറ്റി. അവിടെ എന്റെ വീട് നിന്നിരുന്ന സ്ഥലത്തിന് ആനക്കല്ല് എന്നായിരുന്നു പേര്.

വീടിൻെറ മുൻവശത്ത് വിശാലമായി നീണ്ടുകിടക്കുന്ന നെൽപ്പാടം. ആ പാടത്ത് ദൂരത്തുനിന്ന് നോക്കിയാൽ ഒരു ആന കിടക്കുന്നതുപോലെ തോന്നിക്കുന്ന കൂറ്റൻ പാറക്കല്ല് കാണാം. അതാണ് ആ സ്ഥലത്തിന് ആനക്കല്ല് എന്ന് പേര് വന്നത്. ആ നെൽപ്പാടവും തുടർന്ന് ഇടതൂർന്നുനിന്നിരുന്ന കുറ്റിക്കാടുകളും ആദ്യം പറഞ്ഞ മലകളുടെ അടിവാരത്തെത്തിനിൽക്കുന്നു.

എന്റെ വീടിന്റെ മുൻഭാഗത്ത് കോലായിൽ ഇരുന്ന് കിഴക്കോട്ടുനോക്കിയാൽ പ്രകൃതി കൈയയച്ച് സംഭാവനനൽകിയ സൗന്ദര്യം അത്യാകർഷകമായിരുന്നു. രാത്രികാലങ്ങളിൽ, മലകളിൽ ഇരുൾ മുറ്റിനിൽക്കുന്ന സമയത്ത് മലയിലെ കാട്ടാളന്മാർ മരക്കഷണങ്ങളും കൊമ്പും ചില്ലകളും കൂട്ടിയിട്ടു അങ്ങിങ്ങായി തീയിട്ടു കത്തിക്കും. ആകാശത്ത് നക്ഷത്രങ്ങൾ പോലെ മലകളിലെ, ഇരുളിൽ ചിതറിക്കിടക്കുന്ന ചെറിയ ചെറിയ തീജ്വാലകൾ കാണാൻ എന്തൊരു കൗതുകമായിരുന്നു. ആ കാട്ടാളന്മാരെ 'അറനാടന്മാർ' എന്നാണ് വിളിച്ചിരുന്നത്.

കോഴിപ്ര മലവാരം എന്റെ കുടുംബവക ആയിരുന്നതിനാൽ ആ കാട്ടാളന്മാർ ഞങ്ങളുമായി അടുപ്പത്തിലായിരുന്നു. അവരുടെ കൂട്ടത്തിലെ പ്രധാനി 'അറനാടൻ മന്നി'യും കുടുംബവും എപ്പോഴും വീട്ടിൽ വരുമായിരുന്നു. അവർ വീട്ടിലും വളപ്പിലും ജോലിചെയ്യുമായിരുന്നു. അന്ന് രസകരമായ, എന്നാൽ പിന്നീട് സങ്കടംതോന്നിയ ഒരു സംഭവം ഉണ്ടായി. എന്റെ ഉമ്മ ഒരാളോട് ചക്ക ഇട്ടുതരാൻ പറഞ്ഞു. ഉടനെ പോയി ഒരാൾ പിലാവിൽ കേറി, മറ്റൊരാൾ താഴെ നിന്നു. ചക്ക ഇടുമ്പോൾ നിലത്തുവീണ് പൊട്ടിപ്പോകാതിരിക്കാൻ, വീഴുമ്പോൾ പിടിക്കാനാണ് ഒരാൾ താഴെ നിൽക്കുന്നതെന്ന് പിന്നീടാണ് മനസിലാകുന്നത്. വീഴുന്ന ചക്ക രണ്ടാമൻ നിലത്തുവീഴാൻ സമ്മതിക്കാതെ കെട്ടിപ്പിടിച്ചു. അയാളുടെ മൂക്ക് മുതൽ നെഞ്ഞത്ത് കൂടി ചോരവാർന്ന് ഒഴുകി. ഒരു പ്രശ്നവുമില്ലാത്തവിധം പാവം അതു മുണ്ടുകൊണ്ട് തുടച്ചു.

അറനാടന്മാർ മലയിലെ നോട്ടക്കാരും നടത്തിപ്പുകാരുമായിരുന്നു. അവർ മലയിൽനിന്ന് പന്തം, തേൻ, ചീനിക്ക, ഈങ്ങാതാളി എന്നിവ ശേഖരിച്ചു കൊണ്ടുവരും. തേനീച്ചകൾ തേൻ സംഭരിക്കുന്ന പലകയോടു കൂടിയാണ് കൊണ്ടുവരിക. അതിനെ ചെറുതേൻ എന്നാണ് പറഞ്ഞിരുന്നത്. ആ പലകകളിലെ തേൻ ഒരു പാത്രത്തിലേക്ക് പിഴിഞ്ഞ് ചെറുതേൻ എടുത്ത്, വെള്ളം ചേർത്ത് തിളപ്പിക്കും. അങ്ങനെയാണ് നമ്മൾ ഉപയോഗിക്കുന്ന തേനാക്കി മാറ്റുന്നത്. ഈ കൃത്യം വീട്ടിൽവെച്ച് നടത്തിയിരുന്നത് എന്റെ ഉമ്മതന്നെയായിരുന്നു.

പിഴിഞ്ഞ് തേൻ എടുത്ത് ഒഴിവാക്കുന്ന പലകകളിൽ അവശേഷിക്കുന്ന തേൻ ഊമ്പാനും കൈയിട്ടുവാരി നൊട്ടിനുണയാനും ഞങ്ങൾ, കുട്ടികൾ വട്ടംകൂടുമായിരുന്നു. കുട്ടിക്കാലത്തിന്റെ കുളിർമയുള്ള ഓർമ, ഗ്രാമീണജീവിതത്തിലെ ബാലചാപല്യങ്ങൾ അയവിറക്കുമ്പോൾ ഉണ്ടാകുന്ന മധുരാനുഭൂതികൾ കടലാസിൽ പകർത്താൻ കഴിയുന്നതല്ല. ഞാ

ടി കെ ഹംസ
സ്കൂൾവിദ്യാഭ്യാസ കാലത്തെ ചിത്രം

നും ജ്യേഷ്ഠൻ കുഞ്ഞാമുട്ടിയും, സഹോദരി പാത്തുണ്ണിയും പിന്നെ അയൽപക്കത്തെ ചില കുട്ടികളും-അതായിരുന്നു ഞങ്ങളുടെ സംഘം. എന്റെ തൊട്ടുതാഴെ ഒരു അനിയൻ ഉണ്ടായിരുന്നു; കുഞ്ഞിമുഹമ്മദ്. ഒരു വയസിന്റെ വ്യത്യാസം മാത്രം. ഞങ്ങൾ ഒരുമിച്ചു കളിച്ചും ഇണങ്ങിയും പിണങ്ങിയും കഴിഞ്ഞുവന്നു. ഒരു ദിവസം അവന് ഒരു പനി. പിറ്റേ ദിവസം രാവിലെ അവൻ അനങ്ങുന്നില്ല. കൂട്ടക്കരച്ചിൽ കേട്ട് ഞാൻ പേടിച്ചു. അവൻ മരിച്ചതാണെന്ന് പിന്നെ ഞാൻ മനസിലാക്കി. എനിക്ക് പത്ത് വയസ്സ് പ്രായമാകുമ്പോൾ ഒരു സഹോദരികൂടി ഉണ്ടായി. അതാണ് നഫീസ.

ഞാൻ പറഞ്ഞുവന്നത് അറനാടന്മാരുടെ കഥയാണ്. അവരുടെയിടയിലെ രസകരമായ പല സംഭവങ്ങളും ഹരംപിടിപ്പിക്കുന്നതും അതിശയിപ്പിക്കുന്നവയുമാണ്. ഒരിക്കൽ അവർ കാട്ടിലൂടെ സഞ്ചരിക്കുമ്പോൾ അവർക്ക് നേരെ ഒരു നരി ചാടി. വ്യാഘ്രം പല്ലിളിച്ചു നഖമുള്ള കൈകൾ ഉയർത്തി. മന്നിയും മക്കളും പേടിച്ച് ഓടിയില്ല. സാധാരണ കൊണ്ടുനടക്കുന്ന ആയുധമാണ് കോടാലി. അതുകൊണ്ട് അവർ നരിയെ വെട്ടി. വേദനകൊണ്ട് പുളഞ്ഞ് നരി അവർക്ക് നേരെ വീണ്ടും ചാടി, മാന്തിയും കടിക്കാൻ ശ്രമിച്ചും ശക്തമായി ആക്രമിച്ചു. അറനാടന്മാരും നരിയുംകൂടി കാട്ടിൽ ഒരു യുദ്ധം തന്നെ നടത്തി. ഒടുവിൽ നരിയെ അവർ വെട്ടിക്കൊന്നു. പക്ഷേ, അവർക്കും മാരകമായ മുറിവുകൾ പറ്റി, ചോരവാർന്നു. അവരെ എന്റെ ഉപ്പയും മറ്റും ചേർന്ന് കാളവണ്ടിയിൽ നിലമ്പൂർ ആശുപത്രിയിൽ എത്തിച്ചു. പരിക്കുപറ്റി ചോരയിൽ മുഴുകി വണ്ടിയിൽ കിടക്കുന്ന അവരെക്കണ്ട ഞങ്ങൾ കുട്ടികൾ അന്തം വിട്ടു. എന്നാൽ അവർക്ക് യാതൊരു കൂസലും ഉണ്ടായിരുന്നില്ല. മലകളിൽ സ്ഥിരമായി ജീവിക്കുന്ന അവർക്ക് ഇത്തരം സന്ദർഭങ്ങൾ പലപ്പോഴും നേരിടേണ്ടതായി വരാറുണ്ട്.

ഒരിക്കൽ മന്നിയുടെ കുടുംബവും മലയിൽത്തന്നെ മറ്റൊരു കുന്നിൽ താമസിക്കുന്ന വേറെ ഒരു അറനാടൻ കുടുംബവും തമ്മിൽ വഴക്കായി.

അത് സംഘട്ടനത്തിന്റെ വക്കത്തെത്തിയപ്പോൾ എന്റെ ഉപ്പ രണ്ടുകൂട്ട രെയും വിളിച്ചുവരുത്തി. പ്രശ്നം മധ്യസ്ഥം പറഞ്ഞുതീർക്കാൻ ശ്രമിച്ചു. അത് ഒരു രാത്രി ആയിരുന്നു. ഏതാണ്ട് പത്തുമണിവരെ പറഞ്ഞിട്ടും തർക്കം തീരുന്നില്ല.

രണ്ടുകൂട്ടരും അന്യോന്യം അടിച്ചുതീർക്കും എന്നതാണ് നില. മദ്യ പാനം അവരുടെ സ്ഥിരം ശീലവുമാണ്. അവസാനം അവരുടെ ഇരുകൂ ട്ടരുടെയും കൈകളിൽനിന്ന് കോടാലി, കത്തി, വടി എന്നീ ആയുധങ്ങൾ പിടിച്ചുവാങ്ങി. രണ്ടുകൂട്ടരെയും മുറ്റത്ത് ഇറക്കി അന്യോന്യം അടിക്കാൻ തീരുമാനമായി. പിന്നെ ഒന്നരമണിക്കൂർ നേരം നടന്ന അടിയും ഇടിയും കുത്തും ചവിട്ടും ഭയാനകരംഗമായിരുന്നു.

അവസാനം ഇരുകൂട്ടരെയും പിടിച്ചുമാറ്റി പ്രശ്നങ്ങൾ തീർന്നതായി സമ്മതിച്ച് ഇരുകൂട്ടരും അന്യോന്യം കൈകൊടുത്തു സൗഹാർദത്തോടെ മലയിലേക്ക് പോയി. ഇതായിരുന്നു അവരുടെ സ്വഭാവം. ഇനി അറനാ ടന്മാരെ വിട്ട് എന്റെ വീട്ടുമുറ്റത്തേക്ക് വരാം.

പുലർകാലങ്ങളിൽ വീട്ടുമുറ്റത്തിറങ്ങി കിഴക്കോട്ട് നോക്കിനിൽക്കാൻ എന്തൊരു രസമായിരുന്നു. മലവാരത്തിലെ ശിഖരങ്ങൾക്കിടയിലൂടെ പ്രഭാ തസൂര്യന്റെ കിരണങ്ങൾ ചക്രവാളത്തിൽ ശോഭപരത്തി മെല്ലെ, മെല്ലെ പൊങ്ങിവരുന്ന മനോഹരമായ കാഴ്ച ഹൃദയാവർജകമായിരുന്നു. "നാട്ടിൻപുറം നന്മകളാൽ സമൃദ്ധം" എന്ന് കവി പാടിയതിന്റെ പൊരുൾ പിന്നീടാണ് മനസിലാകുന്നത്.

വീട്ടുവളപ്പിന്റെ പുറകിൽ ഇടതൂർന്ന് മരങ്ങൾ നിൽക്കുന്ന കാട്. അധി കവും തേക്കുമരങ്ങൾ തന്നെ. ഏതാണ്ട് പന്ത്രണ്ട് ഏക്കറോളം വിസ് തീർണമുണ്ട്. ആ കാടിന് കൂട്ടുപുരപ്പൊട്ടി എന്നായിരുന്നു പേര്. അതി ന്റെ വടക്ക്ഭാഗം ചുറ്റി മുക്കാൽ ഭാഗവും ചോക്കാടൻ പുഴ ഒഴുകുന്നു. കാട്ടിൽ മാൻ, മുയൽ, മുള്ളൻ, കൂരൻ എന്നീ കാട്ടുമൃഗങ്ങൾ കാണുക പതിവായിരുന്നു. മരങ്ങളിൽ കാവൽപുര കെട്ടി രാത്രിയിൽ അതിൽ പതി യിരുന്ന് ഇത്തരം മൃഗങ്ങളെ വെടിവെച്ചുകൊണ്ടുവരുന്നത് എന്റെ പിതാ വിന്റെ വിനോദവും ഞങ്ങൾ, കുട്ടികൾക്ക് തിന്നാൻ രസവുമായിരുന്നു.

കുട്ടികൾ, ഞാനും ജ്യേഷ്ഠനും ഒരു പെങ്ങളുമായി പിന്നെ അയൽ പക്കത്തെ കുട്ടികളും കൂടുമ്പോൾ ബാലലീലകളുടെ വേലിയേറ്റമായി. തൊ ട്ടുകളി, അമ്മായിയും മൂതരക്കല്ലുംകളി, കെട്ടുപന്തുണ്ടാക്കി ഒരുതരം തല മക്കളി, കക്ക്കളി അങ്ങനെ പോകുന്നു വിനോദങ്ങൾ. പട്ടണത്തിന്റെ പച്ചപ്പരിഷ്കാരങ്ങൾ അറിയാതെ ഞങ്ങളുടെ ബാല്യം തികച്ചും ഗ്രാമീണജീ വിതത്തിന്റെ തനിമയിൽ കഴിഞ്ഞുപോയി. ഞാൻ 1937 ജൂലൈ 14ന് ബു ധനാഴ്ച ആദ്യം പറഞ്ഞ കൂരാട് ഗ്രാമത്തിലാണ് ജനിച്ചത്. എന്നാൽ ബാ ല്യകാലം കഴിച്ചത് ചോക്കാട് എന്ന സ്ഥലത്താണെന്ന് പറഞ്ഞല്ലോ. എന്റെ തൊട്ടുതാഴെയുണ്ടായിരുന്ന അനിയൻ കുഞ്ഞിമുഹമ്മദ് പനിവന്നു മരിച്ചത് മുമ്പ് സൂചിപ്പിച്ചല്ലോ. ഒരു ജ്യേഷ്ഠനും പെങ്ങളുംകൂടി എനിക്ക് ഓർമവെക്കു ന്നതിന് മുമ്പ് ചോക്കാട്ട്വെച്ചുതന്നെ മരിച്ചിട്ടുണ്ട്.

ചോക്കാട് മലകൾക്ക് അടുത്ത് താഴ്‌വാരത്തിൽ കിടക്കുന്നതുകൊണ്ട് ആ കാലത്ത് മലമ്പനി സാധാരണമായിരുന്നു. ശീതക്കാറ്റടിച്ചാൽ പനി വരും. പിറ്റേന്ന് കുലുക്കിപ്പനി, പെട്ടെന്ന് മരണം. അന്ന് ഫലപ്രദമായി ചികിത്സ ഉണ്ടായിരുന്നില്ല. ഡോക്ടർമാരുടെ സേവനവും അന്നുണ്ടായിരുന്നില്ല. സ്കൂളിലൂടെ വിതരണം ചെയ്യുന്ന 'കൊയിനാവിന്റെ' ഗുളികകൾ മാത്രമാണ് കഴിച്ചിരുന്നത്. എട്ടു നാഴിക ദൂരം പോയി നിലമ്പൂർ ആശുപത്രിയിൽചെന്ന് വിവരം പറഞ്ഞാൽ ഒരു കൈപ്പുള്ള മിക്സ്ചർ തരും. വയറിളക്കാനും വയറിളക്കം നിർത്താനും അതുതന്നെയാണ് മരുന്ന്. സാധാരണ കിട്ടാറുള്ളത് കുഞ്ഞൻ വൈദ്യരുടെ കഷായവും ഗുളികയും. പിന്നെ മൊല്ലാക്ക വന്ന് മന്ത്രിച്ചു ഊതി, ചരട് കെട്ടും. ഈ തരത്തിലാണ് അന്നത്തെ ചികിത്സാരീതി.

പലതരത്തിലുള്ള ക്ലേശങ്ങൾ അനുഭവിച്ചും പ്രകൃതിദുരന്തങ്ങളോട് മല്ലടിച്ചുംകൊണ്ടായിരുന്നു നമ്മുടെ പിതാമഹന്മാർ ജീവിതമാർഗങ്ങൾ കണ്ടെത്തിയിരുന്നതും സ്വത്തുക്കൾ സമ്പാദിച്ചിരുന്നതും. മുൻപറഞ്ഞ കൂരാട് തറവാടു മുതൽ ചോക്കാട് മലവാരംവരെയുള്ള സ്വത്തുക്കൾ എന്റെ പിതാമഹൻ കുഞ്ഞാമുട്ടിഹാജിയുടേതായിരുന്നു. അദ്ദേഹത്തിന്റെ ഏഴ് മക്കളിൽ രണ്ടാമത്തെ ആൾ മുഹമ്മദ്കുട്ടിഹാജിയായിരുന്നു എന്റെ പിതാവ്.

ഞാൻ ഒന്നാംതരം മുതൽ സ്കൂളിൽ പഠിച്ചുതുടങ്ങിയത് ചോക്കാട് ഗവൺമെന്റ് എലിമെന്ററി സ്കൂളിലായിരുന്നു. മതപഠനത്തിനുള്ള ഓത്ത് പള്ളിയും അതേ സ്കൂൾ തന്നെ. രാവിലെ പത്ത് മണിവരെ ഓത്തും പിന്നെ സ്കൂളും. സ്കൂളിൽ മലയാളം, കണക്ക്, ചരിത്രം, ഭൂമിശാസ്ത്രം എന്നീ ബാലപാഠങ്ങൾ പഠിപ്പിച്ചിരുന്നു. മൂന്നാംതരം വരെ ഞാൻ അവിടെ പഠിച്ചു. പിന്നീട് നിലമ്പൂർ മാനവേദൻ ഹൈസ്കൂളിൽ അഞ്ചാംതരത്തിൽ കുറച്ചുകാലവും പഠിച്ചിട്ടുണ്ട്. അഞ്ചാംതരം പൂർത്തിയാവാതെ പഠിപ്പ് നിർത്തി. കുടുംബത്തിലെ പലേ രോഗങ്ങൾ കാരണം ചോക്കാട്ടെ താമസം പഴയ കൂരാട് ഗ്രാമത്തിലേക്ക് മാറ്റുകയും ചെയ്തു. അതിനുശേഷം പിന്നത്തെ ജീവിതം തനി നാട്ടിൻപുറത്തായി, പച്ച ഗ്രാമീണൻ. നേരം അസ്തമിച്ചു കഴിഞ്ഞാൽ രാത്രി ഭക്ഷണം കഴിക്കുന്നതുവരെ മണ്ണെണ്ണ വിളക്കാണ്. ഓത്ത് പള്ളിയിൽനിന്ന് പഠിച്ച പാഠങ്ങൾ *ഖുർ-ആൻ, ദീനിയ്യാത്ത്, അമലിയ്യാത്ത്* എന്നിവ പഠിക്കണമായിരുന്നു. പഠിപ്പിക്കാൻ ഒരു മൊല്ലാക്കയും വരും. അദ്ദേഹം വളരെ ദൂരത്തുനിന്നാണ് വന്നിരുന്നത്. ഇരുട്ടാകുംമുമ്പ് തിരക്കു പിടിച്ച് ഓടിക്കിതച്ചാണ് അദ്ദേഹം വന്നിരുന്നത്. അദ്ദേഹത്തിന്റെ വരവ് മാവിന്മേലും മറ്റും ഉണ്ടാവാറുള്ള ഒരുതരം മഞ്ഞനിറത്തിലുള്ള വലിയ ഉറുമ്പ് ഓടുംപോലെയാണ്. ആ ഉറുമ്പിനെ 'പുളിയുറുമ്പ്' എന്നാണ് പറയുക. അതിനാൽ ഞങ്ങൾ "പുളിയുറുമ്പ് മൊല്ലാക്ക" എന്നാണ്, അദ്ദേഹം കേൾക്കാതെ വിളിച്ചിരുന്നത്. ചിലപ്പോൾ "മണ്ടിക്കുത്തിമൊല്ലാക്ക" എന്നും പറഞ്ഞിരുന്നു. കുട്ടികൾക്കുള്ള ബാലപാഠങ്ങൾ കഴിഞ്ഞവർക്ക് അഥവാ കുറച്ചു മുതിർന്നവർക്ക് പഠനത്തിൽ

കയറ്റം കൊടുക്കും. അപ്പോഴാണ് സബീന പഠിപ്പിക്കൽ. അതിൽ മൗലൂദും, മാലപ്പാട്ടും പാടി പറഞ്ഞുതരും. നല്ല ഈണത്തിൽ, മണി മണിച്ച് മൊല്ലാക്ക മാലപ്പാട്ടുപാടിത്തരുമ്പോൾ ഞങ്ങൾ അറിയാതെ അവ മനപ്പാഠമാക്കും.

മൊല്ലാക്ക ഭക്ഷണം കഴിച്ചുപോയാൽ പിന്നെ കുറച്ചുനേരം ഉമ്മ ഈ ജോലി ഏറ്റെടുക്കും. മാലപ്പാട്ടുകൾ ഇമ്പമാർന്ന ഈണത്തിൽ പാടുന്നത് ഉമ്മാക്ക് ഹരമായിരുന്നു. ഞങ്ങൾ കുട്ടികൾ ശാന്തരായി ഇരുന്ന് കാത് കൂർപ്പിച്ചു കേൾക്കും. മുഹിയദ്ദീൻമാല, രിഫായിമാല, ബദർമാല, നഫീസത്ത്മാല അങ്ങനെ നീണ്ടുപോകുന്നു പാട്ടുകൾ. അതിൽ ശ്രവണസുന്ദരമായ പാട്ട് നഫീസത്ത് മാലയാണ്. രണ്ടുവരി താഴെ ചേർക്കാം:

"ബിസ്മിയും ഹംദും സ്വാലത്തും നൽസലാമും മുന്നെ
ബില്ലി നെഫീസത്ത് മാല ഞാൻ തുടങ്ങീടുന്നെ
മുശ്ഫി ഹുൻ മുഫള്ളലും മുഖദ്ദമുന്നൂറള്ളാ
മൂസിലും മുഹൈമിനും മൂബല്ലി ഹുൻസ അദുള്ള"

അതിമനോഹരമായ ഈണത്തിൽ ഉമ്മ ഈ മാലപ്പാട്ടു മുഴുവൻ പാടി അർഥം പറഞ്ഞുതന്നിരുന്നു. ഈ പാട്ടിന്റെ ഈണത്തിലാണ് പിന്നീട് സുന്ദരവും പ്രശസ്തവുമായ ഒരു മാപ്പിളപ്പാട്ട് ഉണ്ടായത്. അത് താഴെ ഉദ്ധരിക്കാം.

"താമരപ്പൂങ്കാവനത്തില് താമസിക്കുന്നോളെ
പഞ്ചവർണ്ണ പൈങ്കിളിയില് പങ്ക് റങ്കുള്ളോളെ"

ഇവയെല്ലാം കണ്ടും കേട്ടും ആസ്വാദിക്കാൻ കുട്ടിക്കാലത്തുതന്നെ കിട്ടിയ അവസരങ്ങളാണ് പിൽക്കാലത്ത് എനിക്ക് മാപ്പിളപ്പാട്ടിൽ ഉണ്ടായ കമ്പത്തിനിടവന്നത്.

ചോക്കാട് താമസിച്ചിരുന്ന കാലത്ത് എന്റെ പിതാവിന്, നിലമ്പൂർ കേന്ദ്രമാക്കി മരക്കച്ചവടം ഉണ്ടായിരുന്നു. റെയിൽപ്പാളങ്ങൾക്കടിയിൽ ഇടുന്ന 'സ്ലീപ്പർ' മലവാരത്തിൽനിന്നു വെട്ടിയുണ്ടാക്കി, കാലികളെക്കൊണ്ടും, മനുഷ്യർ നേരിട്ടും കെട്ടിവലിച്ച് മലയുടെ താഴെ എത്തിക്കും. അവിടെനിന്ന് ലോറിയിൽ ലോഡ് ചെയ്ത് കേറ്റിക്കൊണ്ടുപോകും. ലോറികൾ എന്റെ വീടിൻെറ മുൻഭാഗത്തുള്ള റോഡിലൂടെയാണ് മരം കൊണ്ടുപോയിരുന്നത്. ലോഡിങ്ങുകാരായ തൊഴിലാളികൾ ലോഡ് ചെയ്ത മരത്തിന്റെ മുകളിൽ ഇരുന്നുകൊണ്ട് നല്ല ഈണത്തിൽ പാട്ടുപാടുമായിരുന്നു. ചിലപ്പോൾ അവർ തന്നെ സ്വന്തമായി കെട്ടിയുണ്ടാക്കുന്ന പാട്ടുകളായിരിക്കും. എന്റെ പിതാവിനെ കൂട്ടിച്ചേർത്ത് അവർ പാടിയിരുന്ന ഒരു പാട്ടിന്റെ ആദ്യവരികൾ എനിക്ക് ഇന്നും ഓർമയുണ്ട്:

"ചോക്കാട്ടുമരക്കച്ചവടക്കാര് വലിയെ
ശ്രീമന്യരം താണ്ടാറയിൽ മുഹമ്മതലിയെ
ബഹുമാനപുലിയെ........."

എന്റെ വീടിന്റെ മുൻഭാഗത്തുകൂടെയാണ് കാളികാവ് - നിലമ്പൂർ റോഡ് പോകുന്നത്. റോഡിൽ ഇന്നത്തെപ്പോലെ ടാർ ഇടുന്ന പതിവ്

ആ കാലത്തില്ല. റോഡിന് "ചെത്ത്‌വഴി" എന്നാണ് പറഞ്ഞിരുന്നത്. കരിങ്കല്ല് ഉടച്ച് രണ്ട് ഇഞ്ച് വലിപ്പത്തിലാക്കി റോഡിൽ നിരത്തും. അതിന്മേൽ മണ്ണിട്ട്, വെള്ളംപാറ്റി അമ്മിക്കുട്ടിപോലെയുള്ള വലിയ ഒരു ഉരുളുകൊണ്ട് അമർത്തുകയാണ് ചെയ്തിരുന്നത്. അതിനാലാവാം ചെത്തുവഴിക്ക് "നെരത്ത്" എന്നുംകൂടി പേര് പറഞ്ഞിരുന്നത്.

മരപ്പണിക്കാരായ ലോഡിങ്ങുകാരെപ്പോലെ ചെത്ത്‌വഴി പണിക്കാരും അമ്മിക്കുട്ടി ഉരുള് വലിക്കുമ്പോൾ ആയാസം കുറയ്ക്കാൻ വേണ്ടിയാവാം കൂട്ടായി ഇമ്പമാർന്ന പാട്ടുകൾ പാടുമായിരുന്നു. ചെത്തുവഴി പണി കാണാനും ഈ പാട്ടുകൾ കേൾക്കാനും ഞങ്ങൾ കുട്ടികൾ കൂട്ടംകൂടി നിൽക്കുമായിരുന്നു. "അബ്തേരെ ശിവ, കോനുമെര, കൃഷ്ണകിനയ്യാ" എന്ന ഹിന്ദിപ്പാട്ടിന്റെ രീതിയിൽ അവർ പാടിയിരുന്ന ഒരു പാട്ട് ഞാൻ ഒമ്പത് വയസിൽ കേട്ടത് ഇന്നും മറന്നിട്ടില്ല.

"കുറച്ചോലക്കൊടി തന്നിടണെ ചൂട്ടുകെട്ടുവാൻ
ഒരു കണ്ടം നാരും തന്നിടണെ കൂട്ടിക്കെട്ടുവാൻ
ഒരു കുണ്ടം വടിതന്നിടണെ കാൽക്കെതെട്ടുവാൻ
ഒരു തുണ്ടം തുണി തന്നിടണെ നാണം മാറ്റുവാൻ"

ഇങ്ങനെ പണിയാളരുടെ ജീവിതവുമായി ബന്ധപ്പെടാൻ കുട്ടിക്കാലത്തു തന്നെ കിട്ടിയ അവസരങ്ങളായിരുന്നു ഇതെല്ലാം. ലോഡിങ്ങുകാരും, ചെത്ത് വഴിപ്പണിക്കാരും മാത്രമല്ല പാടത്ത് പണിയെടുക്കുന്ന തൊഴിലാളികൾ, പ്രത്യേകിച്ച് ഹരിജനങ്ങൾ ഞാറ് പറിക്കുമ്പോഴും, നടീൽ നടത്തുമ്പോഴും ഇമ്പമാർന്ന പാട്ടുകളാണ് പാടിയിരുന്നത്. അവരുടെ പാട്ടുകൾ ആരെങ്കിലും എഴുതിവെച്ചതോ പഠിപ്പിച്ചതോ ആയിരുന്നില്ല. വായയിൽ വരുന്നതൊക്കെ അവർക്ക് പാട്ടാണ്. പക്ഷേ, ഏകസ്വരവും ഇമ്പമാർന്ന ഈണവും കേൾക്കാൻ നല്ല ഹരംതന്നെയായിരുന്നു. അവരുടെ പാട്ടുകൾ ചിലത് പിൽക്കാലത്ത് നാടകത്തിലും വന്നിരുന്നു.

"എല്ലാരും പറക്ണ് പറക്ണ്
ചക്കിപ്പെണ്ണും നന്നന്നെ
കല്ലീം കാറേം കെട്ട്യോക്കുമ്പം
ഇക്കും തോന്നുണ് നന്നന്നെ."
'ഏലില്ലൊ, മാലില്ലൊ, ലില്ലാലില്ലൊ..."

മേൽപ്പറഞ്ഞ കാര്യങ്ങളെല്ലാം ചെറുപ്പത്തിലെ ഗ്രാമീണജീവിതത്തിന്റെ പച്ചയായ വ്യവഹാരങ്ങളാണ്. കണ്ണിനും കാതിനും കുളിർമയേകുന്ന അനുഭവങ്ങൾതന്നെ. തൊഴിലെടുത്ത് അധ്വാനിക്കുന്നവരുടെയും പാടത്ത് പണിയെടുക്കുന്നവരുടെയും തനിമയാർന്ന ജീവിതത്തിന്റെ ഗന്ധം ഉൾക്കൊണ്ട അനുഭവങ്ങളും സ്മരണകളും എന്റെ വ്യക്തിത്വത്തിൽ വലിയ സ്വാധീനംചെലുത്തീട്ടുണ്ടെന്ന് ഞാൻ കരുതുന്നു.

നിലമ്പൂർ കോവിലകം

2 വ്യവഹാരങ്ങളുടെ ബാല്യവും ബീച്ചി കൊലക്കേസും

ബ്രിട്ടീഷ് ഭരണത്തിന്റെ അവസാന നാളുകളായിരുന്നു എന്റെ ബാല്യകാലം. 1942 മുതൽ 47 വരെയുള്ള കാലം. അവ്യക്തമായ ഓർമ മാത്രമാണ് ആ കാലഘട്ടം എന്നിൽ അവശേഷിപ്പിക്കുന്നത്. ജന്മി–മുതലാളി –കുടിയാൻ വ്യവസ്ഥ അന്യൂനമായി നിലനിന്നിരുന്ന കാലമായിരുന്നു അത്. പാടം, കാട്, മലവാരം തുടങ്ങിയ എല്ലാത്തിന്റെയും ഉടമ ജന്മി ആയിരുന്നു, കോവിലകത്തെ തമ്പുരാക്കന്മാർ. സാമൂതിരി കോവിലകം, ദേശമംഗലം, കോവിലകം, നിലമ്പൂർ, മഞ്ചേരി, കോട്ടക്കൽ കോവിലകങ്ങൾ, അങ്ങനെ പോകുന്നു നാടുവാഴി നിര.

ജന്മിമാരിൽനിന്ന് പാടങ്ങളും, കാടുകളും മുതലാളിമാർക്ക് കാണം ചാർത്തിക്കൊടുക്കുന്നു. മുതലാളി അവ കുടിയാന്മാർക്ക് പാട്ടത്തിനു കൊടുക്കും. കർഷകക്കുടിയാനും കർഷകത്തൊഴിലാളികളുംകൂടി അവ കൃഷി ചെയ്ത് നെല്ലുണ്ടാക്കുകയാണ് അന്നത്തെ സമ്പ്രദായം. കർഷകക്കുടിയാൻ മുതലാളിക്ക് പാട്ടം കൊടുക്കണം. പത്തുപറ വിത്ത് ഉപയോഗിച്ചുണ്ടാകുന്ന നെല്ലിൽനിന്ന് നൂറുപറ നെല്ല് പാട്ടം കൊടുക്കുകയാണ് വ്യവസ്ഥ. ബാക്കിവരുന്നതും വൈക്കോലും കുടിയാനുള്ളത്. കർഷകത്തൊഴിലാളിക്ക് പ്രഭാതം മുതൽ പ്രദോഷംവരെ പണിയെടുത്താൽ പുരുഷന് രണ്ട് ഇടങ്ങഴി, പെണ്ണിന് ഒരു ഇടങ്ങഴി നെല്ല് – അതാണ് കൂലി.

നൂറുപറ പാട്ടം കിട്ടുന്നതിൽനിന്ന് മുതലാളി ഏതാണ്ട് മൂന്നിൽ ഒന്നു

ജന്മിക്ക് പാട്ടം (മിച്ചവാരം എന്നാണ് സാങ്കേതികമായി പറയുക) കൊടുക്കണം, ബാക്കി മുതലാളിക്കാണ്. ഭൂമിയുടെ മേൽനോട്ടവും സംരക്ഷണവും നിർവഹിക്കേണ്ടത് മുതലാളിയാണ്. ജന്മിയുടെയും കുടിയാന്റെയും മധ്യത്തിലാണ് മുതലാളി, അതുകൊണ്ട് അയാളെ എടത്തട്ടുകാരൻ അഥവാ 'മധ്യവർത്തി' എന്നു പറഞ്ഞുവന്നിരുന്നു.

ഈ മധ്യവർത്തി കുടുംബത്തിലാണ് ഞാൻ പിറന്നത്. അതിന്റെ ഗുണഫലങ്ങളും, പ്രത്യേക അവകാശങ്ങളും അനുഭവിച്ചുകൊണ്ടാണ് ഞാൻ വളർന്നുവന്നതും. ജന്മി-മുതലാളി-കുടിയാൻ വ്യവസ്ഥയുടെ അനിവാര്യമായ സംഭവങ്ങളാണ് അതിര് തർക്കം, ഭൂമികൈയേറ്റം, അതിനാലുണ്ടാകുന്ന അടിപിടി, അത് കുത്തും കൊലയുംവരെ എത്തിയിരുന്നു. അതിനെ തുടർന്ന് കേസും കൂട്ടവുംതന്നെ. സിവിലും, ക്രിമിനലുമായ കേസുകൾ നിരവധി. വക്കീലന്മാരും ഗുമസ്തന്മാരും ബന്ധപ്പെട്ട ഓഫീസുകളും-അതൊരു പ്രസ്ഥാനംതന്നെയായിരുന്നു.

വ്യവഹാര വിഷയങ്ങളിൽ ചിലർക്ക് വലിയ താൽപ്പര്യമായിരുന്നു. അവർ സ്വന്തമായി കേസുകൾ നടത്തുകയും കേസുകൂടാൻ മറ്റുള്ളവരെ സഹായിക്കുകയും ചെയ്തിരുന്നു. അവരെ വ്യവഹാരി എന്നാണ് പറഞ്ഞിരുന്നത്. എന്റെ പിതാമഹൻ വ്യവഹാര കാര്യങ്ങളിൽ അതീവ തൽപ്പരനായിരുന്നു. ആ പൈതൃകം ബാപ്പയും തുടർന്നുപോന്നു.

ബാപ്പ കേസു കഴിഞ്ഞുവന്ന് വീട്ടിൽവെച്ചു സുഹൃത്തുക്കളുമായി നടത്തുന്ന സംഭാഷണങ്ങളും ചർച്ചകളും ഹരംപിടിപ്പിക്കുന്ന മട്ടിലായിരുന്നു. അഡ്വ. രാമസ്വാമിഅയ്യർ ആയിരുന്നു ബാപ്പയുടെ ഇഷ്ടപ്പെട്ട വക്കീൽ. രാമസ്വാമിഅയ്യരും വക്കീൽ കേശവൻനായരും അന്യോന്യം കൊമ്പുകോർക്കുന്ന വാദപ്രതിവാദങ്ങൾ-ബാപ്പയുടെ ദൃക്സാക്ഷിവിവരണം ആവേശഭരിതവും ഹരംപിടിപ്പിക്കുന്നതുമായിരുന്നു. ബാപ്പയുടെ അനുഭവത്തിൽപ്പെട്ട ഒരു കേസിനെ സംബന്ധിച്ച വിവരണം അദ്ദേഹം പറഞ്ഞത് ഞാൻ ഓർക്കുന്നു.

ബീച്ചി കൊലക്കേസ്

ബീച്ചി കൊലക്കേസിനെപ്പറ്റി ബാപ്പ പറഞ്ഞുതന്ന വിവരണം എന്റെ ഹൃദയത്തിൽ ആഴത്തിൽ വേരൂന്നിപ്പിടിച്ചിരിക്കണം. ഞാൻ ഇന്നും അത് ഓർക്കുന്നു.

മഞ്ചേരി കച്ചേരിപ്പടി ഭാഗത്ത് 'ബീച്ചി' എന്ന യുവതിയാണ് കഥാനായിക. അവൾ വഴിവിട്ടു സഞ്ചരിക്കുകയായിരുന്നു. ആധുനിക രീതിയിൽ വസ്ത്രംധരിച്ച്, കൂളിങ്ഗ്ലാസ് കണ്ണടവെച്ച്, സദാ സൈക്കിളിൽ സഞ്ചരിക്കുമായിരുന്നു അവൾ. സമൂഹത്തിലെ പ്രമാണിമാരിൽ ചിലരും, ചില ഉയർന്ന ഉദ്യോഗസ്ഥന്മാരും, പൊലീസ് ഓഫീസർമാർ ഉൾപ്പെടെ അവളുടെ സഹവാസത്തിൽ ഉണ്ടായിരുന്നു. അതിനാൽ അവളെ നിയന്ത്രിക്കാൻ വീട്ടുകാർക്കും നാട്ടുകാർക്കും കഴിഞ്ഞില്ല. അവസാനം അവളുടെ ദുഷ്ചെയ്തികളിൽ പൊറുതിമുട്ടിയ സമൂഹത്തിലെ ഉന്നതരിൽ

ടി കെ ഹംസയുടെ ബാപ്പ മുഹമ്മദ് കുട്ടി ഹാജിയും ഉമ്മ പാത്തുമ്മയും

ചിലരും, മറ്റ് ചില ധൈര്യശാലികളുംകൂടി ആലോചിച്ചു, ബീച്ചിയുടെ കഥ കഴിക്കാൻതന്നെ തീരുമാനിച്ചു.

മുള്ളമ്പാറ പരിസരത്ത് എവിടെയോ ഒരു കല്ല്വെട്ടിക്കുഴിയിൽ കൊണ്ടുപോയി അവളെ കൊലപ്പെടുത്തി, കഷണം നുറുക്കി, മൃതശരീരം നശിപ്പിച്ച്, തെളിവുകൾ ഇല്ലാതാക്കി.

എത്ര വലിയ രഹസ്യവും അറിയാതെ ഒരുവേള പരസ്യമാകും എന്നത് ഇതിലും സംഭവിച്ചു. പൊലീസിലെ ചില ഉന്നതന്മാർക്കും അവളിൽ താൽപ്പര്യം ഉണ്ടായിരുന്നതിനാൽ കേസു രജിസ്റ്റർ ചെയ്ത് ഊർജിതമായി അന്വേഷണം ആരംഭിച്ചു. തികച്ചും സാഹചര്യത്തെളിവുകൾ മാത്രമേ പൊലീസിനു കണ്ടെത്താൻ കഴിഞ്ഞുള്ളൂ. ബീച്ചിയുടേതെന്നു കരുതുന്ന വസ്ത്രത്തിന്റെ ചില കഷണങ്ങളും കൂളിങ്ഗ്ലാസ് കണ്ണടയുടെ ചില ഭാഗങ്ങളും സംഭവസ്ഥലമെന്നു കരുതുന്നേടത്തുനിന്ന് കണ്ടുകിട്ടിയത് തെളിവുകൾക്ക് ബലം നൽകി. ഉന്നത ഉദ്യോഗസ്ഥരുടെ താൽപ്പര്യം കാരണം കേസ് കോടതിയിലെത്തി. നെച്ചിക്കുണ്ടിലെ ഡ്രൈവർ കുഞ്ഞീൻകാക്ക ഈ കേസിലെ ഒരു പ്രതിയായിരുന്നു എന്നു കേട്ടിട്ടുണ്ട്.

സെഷൻസ് കോടതി വിചാരണ ചെയ്തു പ്രതികളിൽ ചിലരെ കുറ്റക്കാരാണെന്നുകണ്ട് തൂക്കിക്കൊല്ലാൻ ശിക്ഷ വിധിച്ചു. തുടർന്ന്, കേസ് നടത്താൻ സഹായിക്കുന്ന പ്രമാണിമാർ ഒത്തുകൂടി അപ്പീൽകൊടുക്കാൻ തീരുമാനിച്ചു. അപ്പീൽകേസിൽ വാദം നടത്താൻ നിയമജ്ഞനായ ഒരു സായിപ്പിനെത്തന്നെ കൊണ്ടുവന്നു. അദ്ദേഹം നടത്തിയ വാഗ്വാദത്തിന്റെ അവസാനം ജഡ്ജിയുടെ മുമ്പാകെ ഒരു പ്രസ്താവന നടത്തി.

“ഈ കേസിൽ പ്രധാനപ്പെട്ട ഏക തെളിവ് ബീച്ചിയുടേതാണെന്ന് പറയപ്പെടുന്ന ചില തുണിക്കഷണങ്ങളും കണ്ണടയുടെ ഭാഗങ്ങളും മാത്രമാണ്. ഒരു ശീലയുടെ കെട്ടിൽനിന്ന് എത്രയോ ആളുകൾ വസ്ത്ര

ങ്ങൾക്കുവേണ്ടി മുറിച്ചു വാങ്ങും, ഒരു കമ്പനിയിൽനിന്നു ഒരേ പോലെത്തെ എത്രയോ കണ്ണടകൾ ഉണ്ടാക്കും. ഈ തുണിക്കഷണവും കണ്ണടയും ബീച്ചി ധരിച്ചിരുന്നതാണെന്ന് ബോധ്യപ്പെടാൻ പ്രത്യേക അടയാളങ്ങളൊന്നുമില്ല. ബീച്ചി മരിച്ചു എന്നു കരുതാൻ മറ്റു യാതൊരു തെളിവുമില്ല. അതുകൊണ്ട് ഈ തുണിക്കഷണവും കണ്ണടഭാഗങ്ങളും അടിസ്ഥാനപ്പെടുത്തി ബീച്ചിയെ കൊന്നതാണെന്ന നിഗമനത്തിൽ എത്തിച്ചേരുകയും ആ അടിസ്ഥാനത്തിൽ പ്രതികൾ കുറ്റക്കാരാണെന്നു കണ്ട് അവരെ തൂക്കിക്കൊല്ലുകയും ചെയ്താൽ, ബീച്ചി ഇഷ്ടപ്രകാരം പല സ്ഥലത്തും സഞ്ചരിക്കുന്ന ആളാണ്, ഏതെങ്കിലും സമയത്ത് അവൾ മടങ്ങിവന്നാൽ അന്നു എന്റെ പ്രതികളെ ജീവനോടെ മടക്കിത്തരും എന്ന് ബഹുമാനപ്പെട്ട കോടതി ഉറപ്പ് തരണം. കോടതിക്ക് അങ്ങനെ ഉറപ്പ് തരാൻ കഴിയില്ല. കാരണം ബീച്ചി മരിച്ചു എന്നതിനു ഉറപ്പായ തെളിവില്ല. നിസ്സാരമായ തെളിവിന്റെ അടിസ്ഥാനത്തിൽ ഒരു സംശയം മാത്രമേ ഉള്ളൂ. പ്രതികൾ കുറ്റകൃത്യം ചെയ്തു എന്നതും സംശയം മാത്രമാണ്. അതുകൊണ്ട് സംശയത്തിന്റെ ആനുകൂല്യം പ്രതികൾക്കാണ് എന്ന നിയമം സ്വീകരിച്ചു പ്രതികളെ വെറുതെ വിടണം–'' ഇതായിരുന്നു വക്കീൽ സായിപ്പിന്റെ വാദം. ആ വാദം സ്വീകരിച്ചു പ്രതികളെ കുറ്റവിമുക്തരാക്കി വെറുതെ വിട്ടു.

ഇതേ പോലുള്ള കേസുവിസ്താരങ്ങളുടെ പൊടിപ്പും തൊങ്ങലും വെച്ച, ഹരംപിടിപ്പിക്കുന്ന ചർച്ചകൾ വീട്ടിൽവെച്ച് ബാപ്പയും മറ്റും നടത്തുന്നത് തുടർച്ചയായി കേൾക്കാനിടവന്ന എന്റെ ഹൃദയത്തിൽ ചെറുപ്പത്തിൽതന്നെ കോടതി, കേസ്, വക്കീൽ, വാദം എന്നിവ വലിയ തോതിൽ ആവേശവും അഭിനിവേശവും ഉളവാക്കിയിരുന്നു. അങ്ങനെ കുട്ടിക്കാലത്തുതന്നെ ഒരു വക്കീലായി പ്രശസ്തനാവണം എന്ന വിചാരം എന്റെ ഹൃദയത്തിൽ വേരൂന്നി എന്നു ഞാൻ കരുതുന്നു. ആ ഉൾപ്രേരണ കൊണ്ടാവണം പിൽക്കാലത്ത് വലിയ പ്രയാസങ്ങൾ നേരിട്ടും പ്രതിബന്ധങ്ങൾ മറികടന്നും പഠനം പൂർത്തിയാക്കി 1968 ൽ അഡ്വക്കേറ്റായി മഞ്ചേരിയിൽ പ്രാക്ടീസ് തുടങ്ങിയത്.

എന്നാൽ 1946 ൽ സ്കൂൾപഠനം നിർത്തി, തികച്ചും ഗ്രാമീണ അന്തരീക്ഷത്തിൽ ഒരു മതവിദ്യാർഥിയായി കഴിഞ്ഞ എനിക്ക് അങ്ങനെ ഒരു സ്ഥിതിയിലെത്താൻ കഴിയുമെന്ന് ആലോചിക്കാൻപോലും കഴിയുമായിരുന്നില്ല. കുറേക്കാലം കാളപൂട്ടും നായാട്ടും മീൻപിടുത്തവും സമകാലികർക്കിടയിൽകൂടി പലതരം കളിവിനോദങ്ങളുമായി നടന്ന ഒരു ഗ്രാമീണൻ, അതായിരുന്നു അന്നത്തെ സ്ഥിതി. പിന്നീടാണ് ഞാൻ പള്ളിദർസിൽ കിത്താബ് ഓതാൻ പോയി കുടിമുസ്ല്യാരായത്.

കൂരാട് വലിയ പള്ളി

3 മതപഠനം-ഒരനുഭവം

സ്കൂൾ വിദ്യാഭ്യാസം ഇനി ഇല്ലെന്ന് ഉറപ്പായി. എന്റെ മനസിൽ ഒരു പുതിയ ചിന്ത കടന്നുകൂടി. പള്ളിയിൽ പോയി മതപഠനം നടത്തി ഒരു മുസ്ലിയാർ ആയാലെന്താ? അങ്ങനെ ചിന്തിക്കാൻ ഒരു കാരണവും ഉണ്ടായിരുന്നു. എന്റെ പിതൃസഹോദരൻ (എളാപ്പ) മൂസ്സക്കുട്ടി ഉൽപ്പതിഷ്ണുവായ ഒരു മുസ്ലിയാരായിരുന്നു. അക്കാലത്ത് മുസ്ല്യാക്കന്മാർ മതപ്രസംഗം നടത്തിയിരുന്നത് ഗാനാത്മകമായ ഒരു പരമ്പരാഗത ശൈലിയിലായിരുന്നു. അതിന് “വഴള്” എന്നാണ് പറഞ്ഞിരുന്നത്. അതിന്റെ ഭാഷയും പഴഞ്ചനായിരുന്നു.

എന്നാൽ എളാപ്പ അതിൽനിന്ന് വ്യത്യസ്തമായി, നല്ല വടിവുള്ള മലയാളത്തിൽ ആധുനികഭാഷയിൽ ആയിരുന്നു മതപ്രസംഗം നടത്തിയിരുന്നത്. അത് പള്ളിയിൽവെച്ചും, പുറത്ത് നബിദിനയോഗങ്ങളിലും അദ്ദേഹം നിർവഹിക്കുന്നത് മനോഹരവും അത്യാകർഷകവും ആയിരുന്നു. അങ്ങനെ പ്രസംഗിക്കാനെങ്ങനെ കഴിയും? എന്നു ഞാനും ചിന്തിച്ചുതുടങ്ങി. അതൊരു അടങ്ങാത്ത ആഗ്രഹമായി മാറി. പ്രസംഗകനാകാനുള്ള ഉൾവിളി എന്നെ ആവേശഭരിതനാക്കി.

എളാപ്പയെപ്പോലെ പ്രസംഗിക്കാൻ മതപഠനം ആവശ്യമാണെന്ന തിരിച്ചറിവ്, പള്ളിയിൽപ്പോയി മതപഠനം നടത്താനുള്ള തീരുമാനത്തിൽ എന്നെ എത്തിച്ചു. ഇംഗിതം വീട്ടുകാരെ അറിയിച്ചു. അങ്ങനെ ഞാൻ പള്ളി ‘ദർസിൽ’ കിത്താബ് ഓതുന്ന ഒരു കുട്ടിമുസ്ല്യാരായി. 1947 ലാണ് അതാരംഭിച്ചത്. കൂരാട പള്ളിയിലെ കാസി ഏരുകുന്നൻ അഹമ്മത്

മുസ്ല്യാർ ആയിരുന്നു എന്റെ ഉസ്താദ്. അദ്ദേഹത്തിന്റെ കീഴിൽ നാലു കൊല്ലം പള്ളിദർസിലെ ഒരു മുഴുവൻ സമയ വിദ്യാർഥിയായി ഞാൻ മതപഠനം നടത്തി.

പത്ത് കിത്താബാണ് ആദ്യം തുടങ്ങിയത്. മുതഫരിദ്, അജനാസ്, അർബ ഈനഹദീസ്, മിർഖാത്തുൽ ഖുലൂബ്, നൂറുൽ അബ്സാർ എന്നീ അധ്യായങ്ങളിലൂടെ പഠനം കടന്നുപോയത് ഇന്നും എന്റെ മനസിൽ പച്ചയായ ഓർമകളായി തങ്ങിനിൽക്കുന്നു. ഒരു കൊല്ലം കഴിഞ്ഞ് ഉസ്താദ് എന്നോട് ചോദിച്ചു: "ഉറച്ചുനിന്ന് പഠനം തുടരാൻ കഴിയുമോ" എന്ന്. ഞാൻ "അതെ" എന്ന് മറുപടി പറഞ്ഞു.

തുടർന്ന് മതഗ്രന്ഥങ്ങൾ ഗഹനമായി പഠിക്കാൻ അടിസ്ഥാനമായി ആവശ്യമായ അറബിഭാഷാ വ്യാകരണം പഠിക്കാൻ തുടങ്ങി. അങ്ങനെ 'നഹവ്' ന്റെ കിത്താബ് പഠനം തുടങ്ങി. മീസാൻ, സഞ്ചാൻ, ഖതർണത എന്നീ അധ്യായങ്ങൾ അനായാസകരമായി ഞാൻ പഠിക്കുന്നത് ഉസ്താദിന് തന്നെ വലിയ മതിപ്പുളവാക്കിയതായി ഞാൻതന്നെ മനസിലാക്കിയിരുന്നു. സഞ്ചാൻ ഓതിയാൽ 'തഞ്ചാര'മെടുക്കും എന്ന ഒരു ചൊല്ല് ഉണ്ടായിരുന്നതുതന്നെ ആ അധ്യായത്തിന്റെ കാഠിന്യം സൂചിപ്പിക്കുന്നതായിരുന്നു. കൂട്ടത്തിൽ മതപഠന വിദ്യാർഥികൾ പഠിച്ചിരിക്കേണ്ട മറ്റൊരു കിത്താബ് "തഹ്ലീമുൽ മതഹല്ലിമ്" എന്ന ഗ്രന്ഥവും ഞാൻ പഠിക്കുകയുണ്ടായി. അതിലെ ഒരു ബൈത്ത് ഞാൻ ഇന്നും ഓർക്കുന്നു.

'ത അല്ലം ഫ ഇന്നൽ ഇൽ മുസൈനും ലി അഹ്ലിഹി
വഫളും വളൻവാനും ലികുല്ലീ മുജാഹിദീ"

അറിയുക, വിജ്ഞാനം സമ്പാദിക്കുന്നവരെ ആ അറിവ് ശോഭയാർന്നവരാക്കി മാറ്റും, വിജ്ഞാന സമ്പാദനത്തിനുവേണ്ടി സമരം ചെയ്യുന്നവർ സമൂഹത്തിൽ അറിയപ്പെടുകയും ആദരിക്കപ്പെടുകയും ചെയ്യുന്നതാണ്.

മതവിദ്യാർഥി എന്ന നിലയിൽ പള്ളിയിലെ അന്തേവാസിയായി കഴിഞ്ഞിരുന്ന കാലത്തെ അനുഭവങ്ങൾ ഓർക്കുമ്പോൾ വലിയ സന്തോഷം തോന്നാറുണ്ട്. പഠിക്കുന്നവരും പഠിപ്പ് ഏതാണ്ട് കഴിഞ്ഞവരും എപ്പോഴും പള്ളിയിൽതന്നെ ഉണ്ടാവും. മിക്കവരും താമസവും പള്ളിയിൽത്തന്നെ. അവരിൽ കുട നന്നാക്കുന്നവർ, കീറിപ്പറിഞ്ഞ ഗ്രന്ഥങ്ങൾ ബൈന്റ് (ജിൽദ്കെട്ടൽ) ചെയ്യുന്നവർ, മാപ്പിളപ്പാട്ട് എഴുതുന്നവരും പാടുന്നവരും എല്ലാം ഉണ്ടായിരുന്നു. അവർക്കെല്ലാം ഇടയിൽ ഞാനും കൂടിക്കലർന്നു കഴിഞ്ഞുപോന്നു.

അക്ഷരശ്ലോകമത്സരംപോലെ അറബിബൈത്ത് ചൊല്ലി മത്സരിക്കുക സാധാരണയായിരുന്നു. കൂട്ടത്തിൽ മാപ്പിളപ്പാട്ടും മത്സരവിഷയമാകാറുണ്ട്. ഇങ്ങനെ കഴിഞ്ഞ് കടന്ന നാലുവർഷത്തെ ജീവിതാനുഭവങ്ങൾ ഉളവാക്കിയ അനുഭൂതി ഒളിമങ്ങാത്ത ഓർമകളാണ്.

ചിലപ്പോൾ മാപ്പിളക്കവികളെ സംബന്ധിച്ചും മാപ്പിളപ്പാട്ടുകളെപ്പറ്റിയും നടന്നിരുന്ന ചർച്ചകൾ എന്നെ ഹരംപിടിപ്പിച്ചിരുന്നു എന്ന് പറയുന്നതിൽ തെറ്റില്ല. അറബി, തമിഴ്, ഉറുദു പദങ്ങൾ കൂടിക്കലർന്ന സങ്കര മലയാളഭാഷയിൽ അറബി ലിപിയിൽ മലയാള ലേഖനങ്ങളും പാട്ടുകളും എഴുതിവന്നിരുന്ന കാലമായിരുന്നു അത്. അതിനെ അറബി

മലയാളം എന്നാണ് പറഞ്ഞിരുന്നത്.

അറബി മലയാളത്തിൽ തന്നെ, സങ്കരഭാഷയിൽനിന്നു മാറി ശുദ്ധ മലയാളത്തിൽ മാപ്പിളപ്പാട്ടുകൾ ഉണ്ടാവാൻ തുടങ്ങിയതും ആ കാലത്താ യിരുന്നു. എന്നാൽ ചാക്കീരി മൊയ്തീൻകുട്ടി വളരെ മുമ്പുതന്നെ ഈ പുതിയ ശൈലി സ്വീകരിച്ചതായി കാണുന്നുണ്ട്. അദ്ദേഹം മഹാകവി മോയിൻകുട്ടി വൈദ്യരുടെ സമകാലികനായിരുന്നെങ്കിലും തന്റെ പുതിയ ശൈലിയിലാണ് *ചാക്കീരിബദർ* എന്ന പേരിൽ അറിയപ്പെട്ട പടപ്പാട്ട് എഴുതിയത്. അതിന്റെ തുടക്കം തന്നെ ഉപയോഗിച്ചതിലെ ഭാഷാശുദ്ധി കാണുക:

"ബദറിൽ നിന്നുണ്ടായ അഭിയോഗം മൂന്നാം,
ബദറുൽ ഉലായെന്നടരാതിലൊന്നാം,
ബദറുൽ ഖുബ്റ അതിൽനിന്നുമദ്ധ്യം,
ബദറുൽ അഖീറ അവസാന യുദ്ധം,
ബദറിൻ നടുവായ വാർത്തകൾ കോർത്ത്,
ഭാഷയിൽ സംഗീതമാക്കി ഞാൻ ചേർത്ത്."

ലളിതമായ ഭാഷ, സാധാരണക്കാർക്ക് എളുപ്പത്തിൽ ഗ്രഹിക്കാൻ കഴിയുന്ന അവതരണരീതി. എല്ലാംകൊണ്ടും മികച്ച കൃതിയാണ് *ചാക്കിരിബദർ*. പുതിയ തലമുറയിൽ ശുദ്ധ മലയാളത്തിൽ സംസ്കൃത ചുവയോടുകൂടി ഗൗരവത്തോടെ മാപ്പിളപ്പാട്ട് എഴുതിയിരുന്ന കവിയായിരുന്നു എന്റെ കുടുംബത്തിൽപ്പെട്ട ടി കെ കമ്മുമൗലവി. അദ്ദേഹം നബിയുടെ ജനനം മുതൽ മരണംവരെയുള്ള ചരിത്രം *ഹിജ്റ* എന്ന പേരിൽ ഒരു പാട്ട് സമാഹാരം രചിക്കുകയുണ്ടായി. അതിലെ വിശുദ്ധ *ഖുർ-ആന്റെ* അവതരണത്തെ പ്രതിപാദിക്കുന്ന ഭാഗത്തുനിന്ന് ചില വരികൾ താഴെ ഉദ്ധരിക്കാം.

ഇശൽ: "മുഹിബ്ബനൂർ"
"ജഗൽപതി ലോകത്തവതരിപ്പിച്ചെവക
അകില യുക്തികൾ അന്ത്യംവരെ നിക്ഷേപിത്തെ
സമുദ്രഗ്രന്ഥമിൽ അമർന്ന് ദന്തമിനുൽ മുതൽ
മുഴിന്തലങ്ക
രക്കുറിയും- സകല സൽക്രമമിലും സദാചാര
സ്വരവുമായ്- തൊടുത്ത അഭിതകവി-
തയിൽ മുന്നം-കൊടുത്ത അഹംബടിവിൽ.
മികച്ചെ കാലസ്വരൂപതിൽ സ്തോത്രമതും ചൊല്ലി
പകച്ചെ മഹൽ പിതൃവ്യന്റെ കണ്ഠാത്തൂമ്മൽനിന്നും
ബിടുത്തി അനൽവാദം ഗുസത്തിൽവരെയാക്കി
കൊടുത്തവരെ മേലിലും -സിനഹോർകൾ-
മിത്രരിലും അനുഗ്രഹം പരനെനൽകിട്സദാ
നിനക്കുൾ സഹകരണം -വിശേഷിച്ചും - എനിക്കുമിതിൽ തരണം."

അങ്ങനെ കവികളെയും പാട്ടുകളെയും സംബന്ധിച്ച ചർച്ചകൾ, ചിലപ്പോൾ പാട്ടുപാടി വ്യാഖ്യാനം പറയുന്ന സദസുകൾ ഇതെല്ലാം കാണുകയും കേൾക്കുകയും ചിലപ്പോൾ സജീവ പങ്കാളിത്തം വഹിക്കു

കയും ചെയ്ത് വന്നതിൽനിന്ന് ഇത്തരം വിഷയങ്ങളിൽ എനിക്കുള്ള ബന്ധത്തിന് വലിയ തോതിൽ പിരിമുറുക്കം കൂടാനിടയായിട്ടുണ്ട്.

പള്ളിദർസിലെ നാലുകൊല്ലത്തെ മതപഠനം ഇസ്ലാമിക കർമശാസ്ത്രത്തിന്റെ ബാലപാഠങ്ങളും അറബിവ്യാകരണത്തിന്റെ ചെറിയ ഒരറിവും സമ്പാദിക്കാനിടയാക്കി. ആ പഠനം പിൽക്കാലത്ത് അത്തരം വിഷയങ്ങൾ പഠിക്കാനും വായിച്ചു മനസിലാക്കാനും വലിയ തോതിൽ സഹായകമായിട്ടുണ്ട്.

അങ്ങനെ മതവിദ്യാർഥിയായി കഴിയുന്ന കാലത്ത് ഒരുദിവസം ഒരു നബിദിനയോഗത്തിൽ പ്രസംഗിക്കാനുള്ള അവസരമുണ്ടായി. അത് എന്റെ ജീവിതത്തിലെ ഏറ്റവും വലിയ ഒരനുഭവമായിരുന്നു. പ്രസംഗിക്കാനുള്ള ആവേശമായിരുന്നല്ലോ, പള്ളിദർസിലെ മതപഠനത്തിലേക്കു തന്നെ എന്നെ എത്തിച്ചത്. അതിനുള്ള അവസരം കൈവന്നത് എത്ര ആനന്ദകരമായിരിക്കും എന്ന് പറയേണ്ടതില്ലല്ലോ. പ്രസംഗം പരിശീലിക്കാൻ എന്നെ സഹായിച്ചത് സ്കൂൾ അധ്യാപകനായിരുന്ന അബ്ദുൽ ഖാദർ മാസ്റ്ററായിരുന്നു.അദ്ദേഹം പ്രസംഗത്തിന് കുറിപ്പുകൾ തയാറാക്കിത്തന്നു. ഞാൻ അത് മനഃപാഠമാക്കുകയുംചെയ്തു.

എന്നാൽ പ്രസംഗം തുടങ്ങിയപ്പോൾ ആവേശം മൂത്ത്, കുറിപ്പുകളിൽ നിന്നെല്ലാം വ്യതിചലിച്ച് പോയി. സ്വന്തമായ ചില പുതിയ ആശയങ്ങളും കൂട്ടിച്ചേർത്ത് ഒരു ഉഗ്രൻ പ്രകടനം കാഴ്ചവെച്ചു. മോശമല്ലാതെ ഭംഗിയായി പ്രസംഗിച്ചു എന്ന് മാസ്റ്ററും, കേട്ടിരുന്നവരും അഭിപ്രായപ്പെട്ടു. ആ യോഗത്തിൽ എന്റെ എളാപ്പ മൂസക്കുട്ടിയും പ്രസംഗിച്ചിരുന്നു. അദ്ദേഹവും എന്നെ അഭിനന്ദിച്ചു. ആകപ്പാടെ എനിക്ക് ഹരം തോന്നി. അന്ന് എനിക്ക് പതിമൂന്ന് വയസ് പ്രായമുണ്ടാകും. അത് എന്റെ ജീവിതത്തിലെ ആദ്യത്തെ പ്രസംഗമായിരുന്നു.

ആ പ്രസംഗത്തിന് മാറ്റ് കൂട്ടിയത് അബ്ദുൾഖാദർ മാസ്റ്റർ എന്നെ പഠിപ്പിച്ച ഒരു ഹദീസ് (നബിവചനം) ഞാൻ ഉദ്ധരിച്ചതായിരുന്നു. ഭൗതിക വിദ്യാഭ്യാസത്തിന്റെ ആവശ്യകത ഊന്നിപ്പറഞ്ഞുകൊണ്ടാണ് ഞാൻ ഹദീസ് ഓതുന്നത്. അത് ഇങ്ങനെ:

“ഇഹ്മൽ ലി ദുനിയക്ക ക അന്ന ക്തഹീശു
ഫീഹാ അബദൻ, വഹ്മൽ ലിആ ഖറ
ത്തിക്ക ക അന്ന ത മൂത്ത ഒ ദാ.”

അർഥം: ഈ ലോകത്ത് ജീവിക്കാൻവേണ്ടി പഠിക്കുകയും പണിയെടുക്കുകയും ചെയ്യുമ്പോൾ നാം ഇവിടെ എന്നെന്നും കഴിയേണ്ടവരാണ് എന്നും പരലോക മോക്ഷത്തിനുവേണ്ടി സൽകർമങ്ങൾ അനുഷ്ഠിക്കുമ്പോൾ നാളെത്തന്നെ മരിച്ചുപോകേണ്ടവരാണ് എന്നും നാം കരുതണം.

ഹദീസിന്റെ മേൽപ്പറഞ്ഞ അർഥം വ്യാഖ്യാനിച്ചുകൊണ്ട് ആവേശകരമായി പറഞ്ഞു എന്ന് കേൾവിക്കാർ അഭിപ്രായപ്പെട്ടപ്പോൾ ഞാൻ അഭിമാനംകൊണ്ട് ഉള്ളിൽ സന്തോഷിച്ചു. അങ്ങനെ എന്നിലൊളിഞ്ഞു കിടന്നിരുന്ന പ്രസംഗകനെ പുറത്തേക്ക് കൊണ്ടുവരാൻ ഈ സംഭവം കാരണമായി.

നീലക്കുയിലിൽ സത്യൻ, മിസ് കുമാരി

4 സ്കൂൾ പഠനം വീണ്ടും, രാഷ്ട്രീയവും

ആയിരത്തിത്തൊള്ളായിരത്തി അൻപത് എന്റെ ജീവിതത്തിലെ മറ്റൊരു വഴിത്തിരിവിന്റെ തുടക്കം കുറിച്ചു. അതിന്റെ കാരണക്കാരൻ മുൻപറഞ്ഞ അബ്ദുൽഖാദർമാസ്റ്റർ തന്നെ. അദ്ദേഹം ബാപ്പയുടെ ഒരു ബന്ധുകൂടിയായിരുന്നു. ഇന്ത്യാ വിഭജനകാലത്ത് അദ്ദേഹം പാകിസ്ഥാനിൽ പെട്ടുപോയി എന്ന് ഞാൻ കേട്ടിട്ടുണ്ട്. ആദ്യകാലത്ത് ഇന്ത്യൻ പട്ടാളത്തിലും അദ്ദേഹം സേവനം ചെയ്തിട്ടുണ്ട്. ഒരു നല്ല അധ്യാപകനായിരുന്നു. കേരളത്തിൽ പല സ്ഥലത്തും ലക്ഷദ്വീപിലും അദ്ദേഹം അധ്യാപകനായി പ്രവർത്തിച്ചിട്ടുണ്ട്. ലോകം ചുറ്റി സഞ്ചരിക്കൽ അദ്ദേഹത്തിന്റെ ഹോബിയായിരുന്നു.

പാകിസ്ഥാനിൽനിന്നു മടങ്ങിവന്ന് ഒരു രാത്രിയിൽ എന്റെ വീട്ടിൽ എത്തി ബാപ്പയുമായി സംസാരിച്ചിരിക്കുന്നതാണ് ഞാനാദ്യമായി കാണുന്നത്. ബാപ്പയുടെ മാനേജ്മെന്റിലുള്ള പനമ്പൊയിൽ എൽ പി സ്കൂളിൽ അധ്യാപകനാവണം എന്നതായിരുന്നു സംസാരവിഷയം. അങ്ങനെ അദ്ദേഹം സ്കൂളിൽ അധ്യാപകനായി ചേർന്നു. അദ്ദേഹം കുശാഗ്രബുദ്ധിയുള്ളവനും നല്ല അറിവും തന്റേടവും ഉള്ള ആളുമായിരുന്നു. അനായാസേന ഇംഗ്ലീഷ് സംസാരിക്കാനും അറബിയും ഉറുദുവും കൈകാര്യം ചെയ്യാനും അദ്ദേഹത്തിന് കഴിവുണ്ടായിരുന്നു. കവിതകളും പാട്ടുകളും എഴുതി ഞങ്ങളെ ചൊല്ലിക്കേൾപ്പിക്കും. എല്ലാംകൂടി എനിക്ക് അദ്ദേഹത്തിൽ വലിയ മതിപ്പ് ഉളവാക്കി.

അദ്ദേഹവുമായുള്ള അടുപ്പം എന്നിലും ചില ചലനങ്ങൾ ഉണ്ടാക്കി. എന്നെ ആദ്യമായി പ്രസംഗിക്കാൻ പരിശീലിപ്പിച്ചതും ധൈര്യം തന്ന് സ്റ്റേജിൽ കേറ്റിയതും അദ്ദേഹമായിരുന്നു. അന്ന് അപൂർവമായിരുന്ന മൈക്കിന്റെ മുമ്പിൽനിന്നപ്പോൾ അഭിമാനം തോന്നി. പ്രസംഗകലയിൽ പിന്നീട് എനിക്കുണ്ടായ എല്ലാ നേട്ടങ്ങളുടെയും കാരണം ഈ അനുഭവമായിരുന്നു. രാഷ്ട്രീയ, സാമൂഹ്യ വേദികളിലൊക്കെ പ്രസംഗിക്കുമ്പോൾ, അദ്ദേഹത്തെ കൃതജ്ഞതയോടെ അന്നും ഇന്നും ഞാനോർക്കും.

ഒരു ദിവസം, ക്ലാസില്ലാത്ത ദിവസം അദ്ദേഹം എന്നെ സ്കൂളിലേക്ക് വിളിച്ചു, എന്നോട് പറഞ്ഞു: "ഹംസ ഇങ്ങനെ നടന്നാൽ പോര, നിന്നിൽ ഭാവിയിൽ ഒരു നല്ല കാലം ഞാൻ കാണുന്നുണ്ട്. നീ ഭൗതികവിദ്യാഭ്യാസം കൂടുതൽ നേടണം. അത് ഒരു പ്രായം കഴിഞ്ഞാൽ സമ്പാദിക്കാൻ സാധ്യമല്ല." സ്നേഹവാത്സല്യത്തോടെ അദ്ദേഹം ഉപദേശിക്കുകയും പഠനം തുടരാൻ നിർബന്ധിക്കുകയും ചെയ്തു. അത് എന്റെ മനസിൽ വലിയതോതിൽ സ്വാധീനിച്ചു.

അദ്ദേഹത്തിന്റെ ഉപദേശം സ്വീകരിച്ചുകൊണ്ട് പഠനം പുനരാരംഭിക്കാൻ തന്നെ ഞാൻ തീരുമാനിച്ചു. അദ്ദേഹം, എന്നെ താൻ പഠിപ്പിക്കുന്ന അഞ്ചാംതരത്തിൽ ചേർക്കാതെ ഇരുത്തി, മറ്റ് വിദ്യാർഥികളുടെ കൂട്ടത്തിലും, വേറിട്ട് പ്രത്യേകം ക്ലാസെടുത്തും പഠിപ്പിച്ചു. കുറച്ചു ഉയർന്ന ക്ലാസിൽ പഠിക്കാൻ സജ്ജമാക്കി. അങ്ങനെ സ്വകാര്യപഠനത്തിന്റെ അടിസ്ഥാനത്തിൽ, എന്റെ പ്രായം കണക്കിലെടുത്ത് വണ്ടൂർ വി എം സി ബോർഡ് ഹൈസ്കൂളിൽ സെക്കൻഡ് ഫോറത്തിൽ അഥവാ ഏഴാംതരത്തിൽ എന്നെ ചേർത്തു. അതിന്റെ അർഥം നാല്, അഞ്ച്, ആറ് എന്നീ ക്ലാസുകളിൽ ഞാൻ ചേർന്ന് പഠിച്ചിട്ടില്ല.

ഏഴാംതരത്തിൽ ചേർന്ന ഞാൻ മറ്റ് കുട്ടികളുടെ ഒപ്പമെത്താൻ കൂടുതൽ ബുദ്ധിമുട്ടി പഠിക്കേണ്ടതുണ്ടായിരുന്നു. വളരെ വിഷമിച്ചും അധ്വാനിച്ചും പഠിച്ച് ആ കൊല്ലം ഏഴാംതരത്തിൽ ഞാൻ വിജയം കരസ്ഥമാക്കി എട്ടാംതരത്തിൽ എത്തി. മോശമല്ലാത്തവിധത്തിൽ പഠനം തുടർന്നു.

വണ്ടൂർ ഹൈസ്കൂൾ വീട്ടിൽനിന്നും എട്ടു കിലോമീറ്റർ ദൂരത്താണ്. പാടവും തോടും ഒരു പുഴയും താണ്ടി ഇത്രയും ദൂരം നടന്നെത്താൻ വളരെ പ്രയാസമായിരുന്നു. അതിനാൽ ഞാനും എന്റെ പിതൃവ്യന്റെ മക്കളായ കുഞ്ഞാമുട്ടി, കസ്സാലി എന്നിവരുംകൂടി സ്കൂളിനടുത്ത് ഒരു വാടകവീട്ടിൽ താമസിച്ചാണ് സ്കൂളിൽ പോയിരുന്നത്.

ഞാൻ എട്ടാംതരത്തിൽ എത്തിയതോടുകൂടി അയൽപക്കത്തും അങ്ങാടിയിലും എനിക്ക് കൂട്ടുകാരും സ്നേഹിതന്മാരും വർധിച്ചു. മരപ്പണിക്കാരും ചെത്ത്വഴിപണിക്കാരും കർഷകത്തൊഴിലാളികളുമായി ഉണ്ടായിരുന്ന കുട്ടിക്കാലത്തെ അടുപ്പവും താൽപ്പര്യവുമാവാം, അങ്ങാടിയിൽ ബീഡിത്തൊഴിലാളികളുമായിട്ടായിരുന്നു ബന്ധവും കൂട്ടും. വാഴമാർക്ക് ബീഡി, എളാപ്പ ബീഡി എന്നിവയുടെ കമ്പനികൾ ഞാൻ താമസിക്കു

ദിലീപ് കുമാർ

ന്നതിനടുത്തായിരുന്നു. സ്കൂൾ വിട്ടു വന്നാൽ ഈ ബീഡിക്കമ്പനികളിലെ തൊഴിലാളികളുമായിട്ടായിരുന്നു സഹവാസം. പന്ത് കളിക്കാനും സിനിമ കാണാനും അവരായിരുന്നു കൂട്ടുകാർ. അന്ന് ഞങ്ങൾക്ക് ഏറ്റവും അടുത്ത സിനിമാ ടാക്കീസ് പന്ത്രണ്ട് കിലോമീറ്റർ ദൂരത്ത് നിലമ്പൂരിലായിരുന്നു. ഒരു സൈക്കിളിൽ രണ്ടാൾ വീതമാണ് യാത്ര. സൈക്കിൾ ചവിട്ടുന്ന ആളെ പിന്നിൽ ഇരിക്കുന്ന ആളും പെടലിൽ ചവിട്ടി സഹായിക്കുകയാണ് ആയാസമില്ലാതാക്കാൻവേണ്ടി ചെയ്തിരുന്നത്. സൈക്കിളിൽ ലൈറ്റ് ഉണ്ടാവാറില്ല. ഓടക്കുറ്റി മണ്ണെണ്ണ ഒഴിച്ചു തുറുവയിട്ട് കത്തിച്ചു സൈക്കിളിന്റെ ഹാൻലിന് കൂട്ടിപ്പിടിച്ച് മുന്നിൽ പോകുന്ന സൈക്കിളിനെ പിന്നിലുള്ളവർ അനുഗമിക്കുകയാണ് പതിവ്. ചിലപ്പോൾ രാത്രി ബീറ്റ് പോകുന്ന പൊലീസിന്റെ കണ്ണിൽപ്പെടാറുണ്ട്. പേരും വീടും പറഞ്ഞ് രക്ഷപ്പെടും.

അന്നൊക്കെ സിനിമ, മിക്കവാറും ഹിന്ദി സിനിമകളായിരിക്കും. *അൻമോൽഘടി, ജുകുനു, മേല, ബദൽ ദി ദൂനി* അങ്ങനെ പോകുന്നു സിനിമകൾ. അതിൽ ഞാനാദ്യം കണ്ട സിനിമ *ബദൽ ദി ദൂനി* ആയിരുന്നു. നിലമ്പൂരിൽ രാജേശ്വരി എന്ന പേരിലാണ് ആ ടാക്കീസ്. ഞാൻ കണ്ട ഹിന്ദി സിനിമയിൽ ഏറ്റവും ആകർഷിക്കപ്പെട്ടതും ഇഷ്ടപ്പെട്ടതുമായ സിനിമ *മേല* അഥവാ ഉത്സവം എന്ന സിനിമയായിരുന്നു. അതിലെ അതിമനോഹരമായ പാട്ട്:

"മേര ജീവനു സാഥി ബിചഢ് ഗയാ- ലോ
ഖത്തമ് കഹാനി ഹോ ഗയാ"

എന്നതായിരുന്നു. എന്റെ ജീവിത കൂട്ടുകാരി നഷ്ടപ്പെട്ടുപോയി, എന്റെ കഥ കഴിഞ്ഞുപോയി എന്നാണ് അതിന്റെ അർഥം. തന്റെ പ്രേമഭാജനത്തെ മറ്റൊരാൾ വിവാഹം കഴിച്ചുകൊണ്ടുപോകുന്ന ഘോഷയാത്ര ദൂരെ ഒരു പാറക്കല്ലിൽ കേറിനിന്ന് നോക്കിക്കാണുന്ന നിരാശനായ കാമുകന്റെ ഹൃദയാവർജകമായ ദീനരോദനമായിരുന്നു ആ പാട്ട്. എന്റെ ഇഷ്ടപ്പെട്ട ഹിന്ദിനടൻ ദിലീപ്കുമാറും ഇഷ്ടഗായകൻ മുഹമ്മദ് റഫിയും തന്നെ. റഫിയുടെ,

"തു – ഗംഗാ കി മോജ്മെ യമുനാ ക താരഹെ ഹോ
ഗാ മിലൻ —യേ ഹമാര —യേ ഹമാര തുമാര..."

എന്ന മനോഹരമായ പാട്ട് ഇന്നും എന്റെ കർണപുടങ്ങളിൽ പ്രതിധ്വനിക്കുന്നതായി തോന്നുന്നു. പിന്നെ കുറെ കഴിഞ്ഞാണ് വണ്ടൂരിൽ ഒരു സിനിമാശാല വന്നത്. ആ സിനിമാശാല ഓലകൊണ്ടുള്ള 'കൊട്ടകം' ആയിരുന്നു. അതിൽ തറ, ബെഞ്ച് പിന്നെ ഒരു വരി കസേര ഇതായിരു

മുഹമ്മദ് റാഫി

ന്നു സീറ്റുകൾ. ഞങ്ങൾ രണ്ടണകൊണ്ട് ബെഞ്ചിനാണ് ടിക്കറ്റ്. കൂടുതലും തമിഴ് സിനിമകളാണ് കണ്ടിരുന്നത്. തമിഴിൽ ഞാനിഷ്ടപ്പെട്ട നടൻ നാഗേശ്വരറാവുവും ശിവാജി ഗണേശനും ആയിരുന്നു. 1954–55 ആകുമ്പോഴേക്കും മലയാള സിനിമ വരാൻ തുടങ്ങി. ഞാൻ ആദ്യം കണ്ട സിനിമ *സ്ത്രീ* ആയിരുന്നു. പിന്നെ *ജീവിതനൗക*. രണ്ടിലും നായകൻ തിക്കുറുശ്ശി സുകുമാരൻനായർ. പിന്നെ പ്രേംനസീർ അഭിനയിച്ച വിശപ്പിന്റെ വിളി കാണാനിടയായി. ശേഷം മലയാള സിനിമയിലെ വേലിയേറ്റം തന്നെ. മലയാള സിനിമകളിൽ ഞങ്ങളെ ഏറ്റവും ആകർഷിച്ചത് *നീലക്കുയിൽ* എന്ന ചിത്രമായിരുന്നു. മാപ്പിളപ്പാട്ടിന്റെ ഇശൽ സിനിമയിലേക്ക് കടന്നുവരാൻ തുടങ്ങിയ കാലമായിരുന്നു അത്. സിനിമാപ്രേമികളുടെ നാക്കിന്റെ തുമ്പത്ത് ഊഞ്ഞാലാടിയിരുന്ന പാട്ടായിരുന്നു അതിലെ:

“കായലരികത്ത് വലയെറിഞ്ഞപ്പോൾ
വള കിലുക്കിയ സുന്ദരി,
പെണ്ണ്കെട്ടിന് കുറിയെടുക്കുമ്പോൾ
ഒരു നറുക്കിന് ചേർക്കണേ..” എന്ന പാട്ട്.

ഈ പാട്ടിന്റെ രീതി അഥവാ ഇശൽ മഹാകവി മോയിൻകുട്ടി വൈദ്യരുടെ പ്രസിദ്ധ കാവ്യം ബദർപടപ്പാട്ടിലെ,

“ആനപോത് അസദുൽ ഇലാഹരി
ഹംസ ചാടി അടുത്തുടൻ
ആരെടാ സുജഹത്തുരത്തവർ
ഹൗളുൽനിന്ന് കുടിപ്പവൻ”

എന്നതിനോട് തുല്യമാണെന്ന് പിന്നീടാണ് എനിക്ക് മനസിലാകുന്നത്. അന്ന് സിനിമയേക്കാൾ ഭ്രാന്ത് പന്തുകളിയിലായിലുന്നു. പന്തുകളി മറ്റെല്ലാ വിനോദങ്ങളേക്കാൾ ഏറെ ഞാൻ ഇഷ്ടപ്പെട്ടു. വണ്ടൂരും നിലമ്പൂരും ടൂർണമെന്റുകൾ നടക്കും. കളി കാണാനും ചിലപ്പോൾ കളിക്കാനും വലിയ കമ്പമായിരുന്നു. വണ്ടൂർ ടൂർണമെന്റിൽ റഫറി നിൽക്കാൻ കോഴിക്കോട്ടുനിന്ന് കൊണ്ടുവന്നിരുന്ന കളിക്കാരനായിരുന്നു ടി അബ്ദുറഹ്മാൻ. അദ്ദേഹം പിന്നീട് കൽക്കത്താ ടീമുകളിൽ ചേർന്ന്, ഇന്റർ നാഷണൽ ടൂർണമെന്റിൽ മെൽബോണിൽ കളിക്കുകയുണ്ടായി. കോഴിക്കോട് നാഗ്ജി ടൂർണമെന്റിൽ മിക്ക കളികളും ഞങ്ങൾ കാണാൻ പോകുമായിരുന്നു. ഹൈദരാബാദ് പൊലീസ് ടീമാണ് മികച്ചുനിന്നിരുന്നത്. മുയിൻ, ലിയിക്ക്, കെമ്പച്ച, സുൽഫിക്കർ എന്നീ ഹൈദരാബാദ് കളിക്കാരെ ഞാൻ ഇന്നും ഓർക്കുന്നു.

ശിവാജി ഗണേശൻ

1955 ൽ എറണാകുളത്തുവെച്ച് നടന്ന സന്തോഷ് ട്രോഫി മത്സരമായിരുന്നു എന്റെ ഫുട്ബോൾ ജീവിതത്തിലെ വലിയ സംഭവം. ഒരു ഭാഗത്ത് ബംഗാൾ, മറുവശത്ത് സർവീസസ്. ബംഗാൾ ടീമിലാണ് ടി അബ്ദുറഹ്മാൻ. അദ്ദേഹം സെൻട്രൽ ബാക്ക് സ്ഥാനത്താണ്. സർവീസസിന്റെ സെൻട്രൽ ഫോർവേഡ് ആണ് ഇന്റർ നാഷണൽ കളിക്കാരനായ പുരൺ ബഹദൂർ. അയാളൊരു അത്ഭുത പ്രതിഭാസംതന്നെ. പുരൺ ബഹദൂറിന്റെ തന്ത്രപരമായ മുന്നേറ്റവും അതിനെ പ്രതിരോധിക്കുന്ന അബ്ദുറഹ്മാന്റെ ചെറുത്തുനിൽപ്പും ഞാൻ ഇന്നും മറന്നിട്ടില്ല. സർവീസസിന്റെ ഗോളി തങ്കരാജ് ഇന്ത്യയിലെ ഏറ്റവും നല്ല ഗോളി. രണ്ടുതവണ 'ഡ്രോ' ആയി. മൂന്നാം തവണ കളി ബംഗാളിനനുകൂലമായി കിട്ടിയ ഒരു പെനാൽടി അബ്ദുറഹ്മാൻ അടിച്ചു. ഒരു ഗോളിന് ജയിച്ചു.

ഞാൻ പറഞ്ഞുവന്നത് ബീഡിത്തൊഴിലാളികളുമായുള്ള ബന്ധത്തിന്റെ കഥകളാണ്. പന്ത് കളിച്ചും സിനിമാ കണ്ടും പാട്ടുപാടിയും ബീഡിത്തൊഴിലാളികളുമായുള്ള സൗഹൃദം വളർന്നു. അവർക്കിടയിലെ തൊഴിലാളിരാഷ്ട്രീയം ക്രമേണ എന്റെ തലയിലും വേരുപിടിച്ചു തുടങ്ങി. ഒഴിവ് സമയങ്ങളിൽ ഞാൻ ബീഡിക്കമ്പനികളിൽ എത്തും. *ദേശാഭിമാനി, നവയുഗം ആഴ്ചപ്പതിപ്പ്* എന്നിവ ഉറക്കെ വായിച്ചു കേൾപ്പിക്കും. ഇടയ്ക്ക് ചായയും പരിപ്പുവടയും വരും. കൈകൊണ്ട് ബീഡി തെരക്കുമ്പോൾ നാവുകൊണ്ട് ഉഗ്രൻ ചർച്ച നടക്കും. തൊഴിലാളികളുടെ അവകാശസമരങ്ങൾ, എ കെ ജി, ഇ എം എസ് എന്നീ നേതാക്കളുടെ വീരസാഹസിക കഥകൾ എല്ലാം കമ്പനി തൊഴിലാളികൾ വാചാലമായി ചർച്ച ചെയ്യും. ഒക്ടോബർ വിപ്ലവവും, ലോകതൊഴിലാളിവർഗം ആദ്യമായി സ്ഥാപിച്ച രാഷ്ട്രം സോവിയറ്റ് റഷ്യയും മുഖ്യ വിഷയമായിരുന്നു. 1949 ൽ തൊഴിലാളിവർഗത്തിന്റെ ആവേശമായിരുന്ന ചൈന സ്വാതന്ത്ര്യം നേടി വിപ്ലവഗവൺമെന്റ് രൂപീകരിച്ചത് തൊഴിലാളികളുടെ വികാരപരമായ അനുഭവമായി. അവർ പാടി:

"ഓ, ഹോ, മധുര മനോഹര മനോജ്ഞ ചൈന
ആ... നവ ജീവിതമുണർന്നു ചൈനാ – ഓ, ഹോ"

ലോകത്തിലെ ഏറ്റവും അധികം ജനസംഖ്യയുള്ള രാജ്യമാണ് ചൈന. സോഷ്യലിസ്റ്റ് ചൈനയുടെ പിറവി കേരളത്തിലെ വിപ്ലവ പ്രസ്ഥാനത്തിന് ആവേശം നൽകി. കേരളത്തിലാണെങ്കിൽ കർഷകപ്രസ്ഥാനങ്ങളും തൊഴിലാളി സംഘടനകളുടെ മുന്നേറ്റവും വരാനിരിക്കുന്ന ഒരു മാറ്റത്തിൻെറ കാറ്റ് അടിച്ചുവീശിക്കൊണ്ടിരിക്കുന്ന കാലമാ

യിരുന്നു അത്. നിരവധി വിപ്ലവഗാനങ്ങൾക്ക് ജന്മം നൽകിയ നിലമ്പൂരിലെ കെ ജി ഉണ്ണീൻ ഭാരതത്തിന്റെ വടക്ക് ഹിമാലയപർവതത്തിനപ്പുറത്ത് ചുകന്ന ചൈനയുടെ ജന്മത്തെപ്പറ്റി ആവേശകരമായി പാടി:

"കേരള പൂങ്കാവനത്തിൽ പൂങ്കുയിലുകൾ പാട്ടുപാടി
കേരവൃക്ഷങ്ങൾ തലയാട്ടി താളമിട്ടാടി- പുഞ്ചിരി
തൂകിടുന്നു ഏറനാട്ടിൻ മാമല കൂടി.
ഇമ്മിണി ദൂരത്ത് കാണുന്നമ്മല നെറുകിലാരോ
ചിമ്മിണി കത്തിച്ചു ചെന്നിണ ചെങ്കതിർ കാട്ടി- പാട്ടിന്
ചേലിലങ്ങനെ മോടികൂട്ടി വീണകൾ മീട്ടി."

പർവതത്തിനപ്പുറത്ത് ചെന്നിണ ചെങ്കതിർ ചിമ്മിണിയുടെ പ്രഭ ഉയരുമ്പോൾ കേരളമാകുന്ന പൂങ്കാവനത്തിലെ പൂങ്കുയിലുകൾ പാട്ടു പാടുന്നു, തെങ്ങിൻതൈകൾ നൃത്തം വെക്കുന്നു, ഏറനാട്ടിലെ മലനിരകൾ തല ഉയർത്തി പുഞ്ചിരി തൂകി ആഹ്ലാദം പ്രകടിപ്പിച്ചു സ്വാഗതം ചെയ്യുന്നു. എന്തൊരു മനോഹരമായ അവതരണം?

"കേരളം വളരുന്നു പശ്ചിമഘട്ടങ്ങളെ കേറിയും
കടന്നും ചെന്നന്യമാം രാജ്യങ്ങളിൽ"

എന്ന് പാലാ നാരായണൻനായർ പാടിയപോലെ.

മേൽപ്പറഞ്ഞ സാഹചര്യങ്ങളിൽ അനിവാര്യമായും ഞാൻ ഒരു കമ്യൂണിസ്റ്റ് അനുഭാവിയായി മാറി. അനുഭാവം ക്രമേണ വളർന്നു പരസ്യമായിത്തന്നെ പ്രവർത്തനരംഗത്തിറങ്ങാൻ ഇടയായി. ചെറിയ യോഗങ്ങളിൽ പ്രസംഗിക്കാനും തുടങ്ങി. നബിദിനയോഗങ്ങളിൽനിന്ന് അഭ്യസിച്ച പ്രസംഗകല രാഷ്ട്രീയരംഗത്ത് പ്രയോഗിക്കാൻ അവസരമായി. കമ്യൂണിസ്റ്റ് യുവജനസംഘത്തിലാണ് പ്രവർത്തിച്ചുതുടങ്ങിയത്.

രാത്രികളിൽ മിക്ക ദിവസങ്ങളിലും പാർട്ടി ഓഫീസിലായിരുന്നു കിടത്തം. പിന്നോക്ക വിഭാഗങ്ങളിൽപെട്ട കുട്ടികൾക്ക് രാത്രി മലയാളം പഠിപ്പിക്കുകയും ആഴ്ചയിലൊരുദിവസം എല്ലാവർക്കുംവേണ്ടി പ്രസംഗപരിശീലന ക്ലാസ് നടത്തുകയും ചെയ്തിരുന്നു. പ്രസംഗത്തിൽ താൽപ്പര്യമുള്ള എല്ലാ വിഭാഗത്തെയും അതിൽ പങ്കാളികളാക്കും. എനിക്ക് പ്രസംഗത്തിൽ വലിയ താൽപ്പര്യമായിരുന്നു, ഇന്നും. കിട്ടുന്ന ഒരവസരവും പാഴാക്കിയിരുന്നില്ല. അന്ന് ആഴ്ചതോറും ക്ലാസിൽ നടത്തിയിരുന്ന സാഹിത്യസമാജങ്ങളിൽ സജീവമായി പങ്കെടുത്തുവന്നു. കമ്യൂണിസ്റ്റ് പാർട്ടി പൊതുയോഗങ്ങളിൽ പ്രസംഗിക്കാൻ കഴിവ് നേടുകയായിരുന്നു മനസിലെ ഉദ്ദേശ്യം. അന്ന് പാർട്ടി പ്രസിദ്ധീകരണങ്ങളായിരുന്ന *കമ്യൂണിസ്റ്റ് മാസിക*യും, വാരിക *നവയുഗവും* മനസ്സിരുത്തി

നാഗേശ്വരറാവു

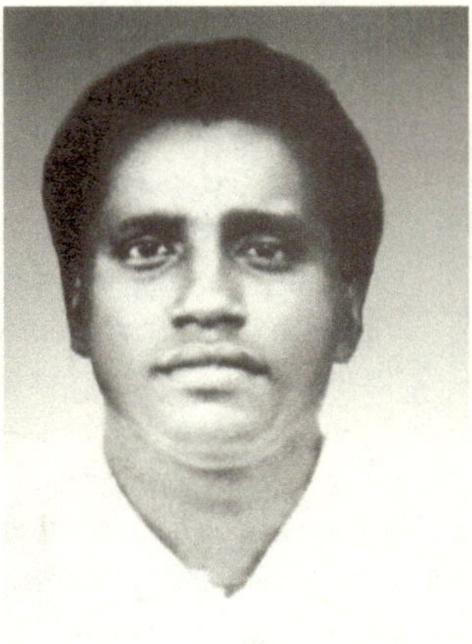

ഇ എം എസ്
യുവാവായിരുന്നപ്പോൾ

വായിക്കും. അവയിലെ ഇ എം എസ്, കെ ദാമോദരൻ എന്നീ നേതാക്കളുടെ ഉഗ്രൻ ലേഖനങ്ങൾ വായിച്ച് മനഃപാഠമാക്കിയിരുന്നു. അതിന്റെ ചുവടുപിടിച്ചാണ് പ്രസംഗിച്ചിരുന്നത്.

1954 ൽ മലബാർ ഡിസ്ട്രിക്ട് ബോർഡിലേക്കുള്ള തിരഞ്ഞെടുപ്പു വന്നു. ഞാൻ അഞ്ചാം (10–ാം ക്ലാസ്) ഫോറത്തിലായിരുന്നു പഠിച്ചിരുന്നത്. തിരഞ്ഞെടുപ്പ് വന്നപ്പോൾ പഠനത്തേക്കാൾ പ്രാധാന്യം രാഷ്ട്രീയത്തിനായി. ഞാൻ നേരിട്ട് പ്രവർത്തിച്ച ആദ്യത്തെ തിരഞ്ഞെടുപ്പും അതായിരുന്നു. വണ്ടൂർ ഫർക്ക (മണ്ഡലം) യിലെ കമ്യൂണിസ്റ്റ് സ്ഥാനാർഥി സ. കെ കുഞ്ഞാലി ആയിരുന്നു. കോൺഗ്രസിന്റേത് പാലാട്ട് കുഞ്ഞിക്കോയ, ലീഗ് പി ടി ബീരാൻകുട്ടി മൗലവിയും. അന്ന് മുന്നണി ഒന്നും ഉണ്ടായിരുന്നില്ല.

തിരഞ്ഞെടുപ്പ് പ്രവർത്തനത്തിൽ ഞാൻ സജീവമായി പങ്കെടുത്തു. ഇന്നത്തെപ്പോലെ വോട്ടർലിസ്റ്റ് അന്ന് താലൂക്ക് ആപ്പീസിൽനിന്ന് കിട്ടിയിരുന്നില്ല. ഒരു പാർട്ടിക്ക് ഒരു കോപ്പി തരും. അത് വെള്ളക്കടലാസിൽ എഴുതി കോപ്പിയെടുക്കലാണ് പതിവ്. ഞാൻ ആ ജോലിയിൽ ഏർപ്പെട്ടു. വോട്ടർലിസ്റ്റ് കൈയിൽപ്പിടിച്ച് സ്ഥാനാർഥിയുടെ കത്ത് കൊടുക്കാൻ വീടുകളിൽ കേറി എറങ്ങും. വൈകുന്നേരമായാൽ പ്രസംഗവും.

ആ തിരഞ്ഞെടുപ്പ് പോരാട്ടത്തിൽ സ. കുഞ്ഞാലി പരാജയപ്പെട്ടു. അതായിരുന്നു എന്റെ രാഷ്ട്രീയത്തിലെ ആദ്യത്തെ തോൽവി. പാലാട്ട് കുഞ്ഞിക്കോയയാണ് ജയിച്ചത്. ലീഗിന് മൂന്നാംസ്ഥാനം മാത്രം. അന്ന് വണ്ടൂർ മണ്ഡലത്തിൽപ്പെട്ടതായിരുന്നു നിലമ്പൂർ, ചുങ്കത്തറ, എടക്കര, വഴിക്കടവ്, മൂത്തേടം, ചാലിയാർ എന്നീ പ്രദേശങ്ങൾ. ഇതെല്ലാം നിലമ്പൂർ പഞ്ചായത്തിന്റെ ഭാഗങ്ങളായിരുന്നു. അവിടെയൊന്നും അധികം ജനവാസമുണ്ടായിരുന്നില്ല. മുഴുവൻ നിലമ്പൂർ കാടുകൾതന്നെ.

രാഷ്ട്രീയരംഗത്ത് അതും കമ്യൂണിസ്റ്റുപാർട്ടിയുടെ വേദികളിൽ ഞാൻ സജീവമായി പ്രവർത്തിക്കുന്നത് എന്റെ ബാപ്പയും കുടുംബത്തിലെ മറ്റ് പ്രധാനികളും നോക്കിക്കാണുന്നുണ്ടായിരുന്നു. എന്റെ കുടുംബം മധ്യവർത്തി മുതലാളി കുടുംബമാണെന്ന് മുമ്പ് പറഞ്ഞുവല്ലോ. കമ്യൂണിസ്റ്റുപാർട്ടി കാർഷികരംഗത്ത് കേന്ദ്രീകരിച്ചാണല്ലോ ആ കാലത്ത് പ്രവർത്തിച്ചുവന്നത്. ജന്മി, മുതലാളി, കുടിയാൻ വ്യവസ്ഥ മാറ്റിമറിക്കണം, കൃഷിഭൂമി കൃഷിക്കാരന്, പാട്ടം കൊടുക്കേണ്ടതില്ല, സ്ഥിതിസമത്വം നടപ്പാക്കണം എന്നീ മുദ്രാവാക്യങ്ങൾ ഉയർത്തിപ്പിടിച്ചുകൊണ്ടാണ് പാർട്ടി പ്രവർത്തനവും പ്രസംഗങ്ങളും.

കർഷകജനതയെ അവകാശബോധമുള്ളവരാക്കുകയും ആവേശം കൊള്ളിക്കുകയും ചെയ്യുന്ന നാടകങ്ങളും അതിമനോഹരമായ ഗാനങ്ങളും. അതിൽ ഏറ്റവും ജനകീയ നാടകമാണ് ഇ കെ അയമു രചിക്കുകയും ഡോ. എം ഉസ്മാൻ നേതൃത്വം നൽകുകയും ചെയ്ത *ഇജ്ജ് നല്ല ഒരു മനിസനാകാൻ നോക്ക്* എന്ന നാടകം. പേരുതന്നെ ഒരു നാടൻ മാപ്പിള കർഷകന്റെ വിയർപ്പിന്റെ ഗന്ധമുള്ളതാണ്.

നാടകത്തിന്റെ തിരശ്ശീല വീഴുന്നതിനുമുമ്പ് പ്രധാന കഥാപാത്രമായ മൊയ്തുകാക്കയെ കൊണ്ട് കെ ജി ഉണ്ണീൻ രചിച്ച ഒരു പാട്ട് പാടിക്കുന്നുണ്ട്. അത്:

“അള്ള പടച്ചെ ഭൂമിയെ ഇന്നൊരു കൂട്ടര്
കുത്തകയാക്കി നിറുത്തി.
അതിനുടെ അളവും അതിരുമെ ഇതുവരെ
കണ്ടിടുകാത്തെ –ജന്മി.
അകലെയിരുന്ന് അതിൽ വിളയുന്നത്
തിന്നുകയാണെ (അള്ള)
ഉടനെയിതിന്നൊററുതിവരുത്താൻ
ഉണരുകയാണ് കർഷകരകിലം
പടപൊരുതി ചെങ്കൊടിയുമെടുത്ത്
ഉയരുകയായി – കപട
കുടില മനസ്കരെ കെണിവല തച്ചുതകർക്കുകയായി (അള്ള)
രാപകൽ മണ്ണിൽ പണിയെടുത്തിട്ടും
അരവയറായിക്കഴിയുന്നെ
രാമനും രായനും കുരിയനുമൊത്ത്
അണിനിരക്കുന്നേ–നമ്മുടെ
മൊയ്തുകാക്കയും അവരുടെ കൂടെ
വന്നിരിക്കുന്നെ...” (അള്ള)

ഈ ഗാനം കർഷകന്റെ ഹൃദയത്തിലേക്ക് കൂരമ്പുപോലെ തുളച്ചുകേറുന്നതാണ്. ആ നാടകത്തിന്റെ മറ്റൊരു പ്രത്യേകത, നാടകവേദിയിൽ ആദ്യമായി ഒരു മുസ്ലീംവനിത രംഗത്ത്വന്നു എന്നതാണ്. യാഥാസ്ഥിതികത്വം കൊടികുത്തിവാഴുന്ന കാലം. ജന്മി–മുതലാളി വ്യവസ്ഥ യാഥാസ്ഥിതികത്വത്തിന്റെ മറക്കുടയ്ക്കുള്ളിൽ നൃത്തംവെക്കുന്ന കാലം. മുസ്ലീം സ്ത്രീകൾ പുറത്തിറങ്ങി മറയില്ലാതെ നടക്കാത്ത കാലം. അന്നാണ് നിലമ്പൂർ ആയിഷ എന്ന പേരിൽ പിന്നീട് പ്രശസ്തി നേടിയ ആയിഷ നാടകത്തിൽ അഭിനയിക്കുന്നത്. അഭിനയം മാത്രമല്ല പാടുകയും ചെയ്തിരുന്നു. പിന്നണിയില്ലാതെ നേരിൽ അഭിനയിച്ചു പാടുകയാണ് പതിവ്.

“ആശിച്ചപോലെ നടക്കൂല– ഇമ്പ
പൂമധുവണ്ടു കുടിക്കൂല
കീരിയും പാമ്പുമിണങ്ങൂല– തളിരായെ
ഖൽബതറിയൂല.

തലമറന്നെണ്ണ നീ തേക്കണ്ട–ആപ
ത്തിനെ മാടി വിളിക്കണ്ട.''

മുതലാളിയുടെ മകൾ സാബിറായും തൊഴിലാളിപ്രവർത്തകനായ മുഹമ്മതും തമ്മിൽ പ്രേമബദ്ധരാണ്. അത് നടപ്പുള്ള കാര്യമല്ല എന്നാണ് പാട്ടിലുള്ള ഉപദേശം. ഈ പാട്ടു നല്ല ഈണത്തിൽ ആയിഷ, സാബിറാക്ക് പാടിക്കൊടുക്കുന്ന രംഗം അതിമനോഹരമായിരുന്നു. ആയിഷ പിന്നീട് സിനിമാരംഗത്തും പ്രതിഷ്ഠ നേടുകയുണ്ടായി. ഈ നാടകം ഏറനാട്ടിൽനിന്നു വളർന്ന് നാട്ടിലുടനീളം പ്രശസ്തമായി, തൊഴിലാളി രാഷ്ട്രീയത്തിൽ വലിയ സ്വാധീനം ചെലുത്തി. കർഷകപ്രസ്ഥാനവും തൊഴിലാളിസമരങ്ങളും സാധാരണ ജനങ്ങളുടെ ഹൃദയത്തിൽ ചലനങ്ങളുണ്ടാക്കുന്നതായി അനുഭവപ്പെട്ടു. ഇതിലെല്ലാം ഞാൻ സജീവമായി പങ്കെടുത്തു. അതെല്ലാം ശ്രദ്ധിക്കുന്ന ബാപ്പയുടെയും കുടുംബങ്ങളുടെയും മനോഭാവം പറയേണ്ടതില്ലല്ലോ. ആ ഗൗരവം ഞാൻ മനസിലാക്കിയിരുന്നില്ല.

അങ്ങനെയിരിക്കെ, ഒരു ദിവസം വൈകുന്നേരം എന്റെ വീടിന്റെ മുൻവശത്ത് ഒരു പാർട്ടി പൊതുയോഗം. വിശാലമായ ഞാറ്റുപൊയില്. മൈക്കൊന്നുമില്ല. ഞാനും സി മുഹമ്മദും കരുമാര മുഹമ്മദ്കുട്ടിയുമാണ് പ്രസംഗകർ. എന്റെ വീട്ടിന്റെ മുറ്റത്ത്നിന്നാൽ പ്രസംഗം കേൾക്കാം. ഞങ്ങളുടെ പ്രസംഗങ്ങൾ ബാപ്പ ശ്രദ്ധിക്കുന്നുണ്ടായിരുന്നു. എന്റെ പ്രസംഗത്തിൽ *നവയുഗ*ത്തിൽ വന്ന കെ ദാമോദരന്റെ ലേഖനത്തിലെ പരാമർശങ്ങൾ ഉദ്ധരിച്ചത് ഞാൻ ഇന്നും ഓർക്കുന്നു:

> ജന്മി മുതലാളിത്ത പൗരോഹിത്യ കൂട്ടുകെട്ടു മനുഷ്യസ്നേഹത്തിന്റെ അർഥം മാറ്റി എഴുതിയിരിക്കുന്നു. സാമ്പത്തിക ബന്ധങ്ങൾ പൊളിച്ചെഴുതിയാലേ, മനുഷ്യബന്ധങ്ങൾ നന്നായിത്തീരുകയുള്ളൂ.

ഈ പ്രസ്താവന ഞാൻ ആവേശത്തിൽ പ്രസംഗിക്കുന്നതിനിടയിൽ ഉദ്ധരിച്ചത് ബാപ്പയുടെ ഹൃദയത്തിൽ തട്ടാൻ ഇടയായിട്ടുണ്ടാകും എന്ന് പിന്നീട് എനിക്ക് തോന്നി. അതിന്റെ ചില സൂചനകളും പിന്നെ ബോധ്യമായി. ആ കാലത്ത് എന്റേതുപോലുള്ള ഒരു കുടുംബത്തിൽ ഒരാൾ കമ്യൂണിസ്റ്റാവുന്നത് വലിയ വിഷമം ഉണ്ടാക്കുന്നതായിരുന്നു. എനിക്ക്നേരെ മുറുമുറുപ്പും എതിർപ്പും വരുന്നത് ചില ഒളിയമ്പുകളിൽനിന്നും കുത്തുവാക്കുകളിൽനിന്നും തിരിച്ചറിയാമായിരുന്നു. ഒരുകൊല്ലം ഏതാണ്ട് ഇങ്ങനെ കഴിഞ്ഞുപോയി. അതിനിടയ്ക്ക് ബാപ്പ നേരിട്ട് ഒന്നും പറഞ്ഞിരുന്നില്ല.

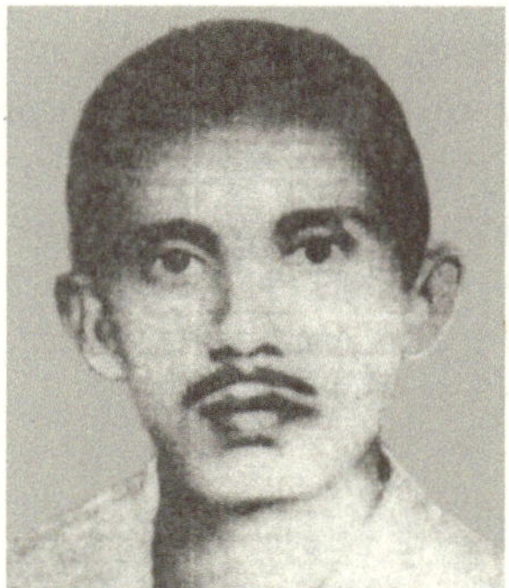
ഇ കെ അയ്മു

കെ ജി ഉണ്ണീൻ

എന്റെ പ്രവർത്തനങ്ങളിലും, പ്രസംഗങ്ങളിലും ബാപ്പയ്ക്ക് മതിപ്പുണ്ടെങ്കിലും, വേദി കമ്യൂണിസ്റ്റും ആശയങ്ങൾ മുതലാളിത്ത വിരുദ്ധവും ആയതിനാൽ മനംമടുപ്പ് ഉണ്ടായിരുന്നു എന്ന് കുറെ കഴിഞ്ഞാണ് ഞാൻ മനസിലാക്കുന്നത്.

രാഷ്ട്രീയത്തിലും പന്ത് കളിയിലും എന്നപോലെതന്നെ സാഹിത്യത്തിലും കലകളിലും താൽപ്പര്യം ഉണ്ടായിരുന്നു. *രമണൻ, വാഴക്കുല, മഗ്ദലനമറിയം, നളിനി, വീണപൂവ്, കൊച്ചുസീത* തുടങ്ങിയ ഖണ്ഡകാവ്യങ്ങളും *മൂടുപടം, പ്രേമശിക്ഷ, നാടൻപ്രേമം, കണ്ണുകൾ, കണ്ണീരുംപുഞ്ചിരിയും* എന്നീ നോവലുകളും മറ്റും അക്കാലത്ത് ഞാൻ വായിച്ചുതീർത്തു. ചില ഭാഗങ്ങൾ ഹൃദിസ്ഥമാക്കുന്നത് വലിയ കമ്പമാണ്. *നളനും ദമയന്തി*യുമാണ് ഞാൻ ആദ്യം വായിച്ച കഥ.

പുരോഗമന കലാസാഹിത്യം ഏറെ മുന്നേറിയ ഒരു കാലമായിരുന്നു അത്. ക്ഷേത്രകലകളും, നാലുകെട്ടിനകത്തെ സാഹിത്യവും തെരുവിലും മൈതാനങ്ങളിലും ഇറങ്ങിവന്ന് സാധാരണ ജനങ്ങളുടെ ജീവിതത്തിൽ കടന്നുകയറി പരിവർത്തനത്തിന്റെ ചലനങ്ങൾ സൃഷ്ടിക്കുന്ന കാലം. എനിക്ക് ഏറെ ഇഷ്ടം തോന്നിയ കവിയാണ് വള്ളത്തോൾ. പടിഞ്ഞാറൻ തീരത്ത് ഭാരതമാതാവിന്റെ കാൽക്കൽ കേറിയും ഇറങ്ങിയും തന്റെ തൊഴിൽ അനസ്യൂതം നിർവഹിക്കുന്ന തിരമാലകളെ നോക്കി വള്ളത്തോൾ പാടി:

"ആഴിവീചികൾ അനുവേലം
വെൺനുരകളാൽ
തോഴികൾ പോലവെ തവ ചാരുതൃപ്പദങ്ങളിൽ
തൂവെള്ളിച്ചിലമ്പുകൾ ഇടുവിക്കുന്നു
തൃപ്തിവരാഞ്ഞഴിക്കുന്നു
പിന്നെയും തുടരുന്നു."

ആ പ്രകൃതിവർണനയിലെ ആലങ്കാരികത കുട്ടിക്കാലത്തുതന്നെ എന്റെ ഉള്ളിൽ തട്ടി. പിന്നീട് *മഗ്ദലനമറിയ*ത്തിൽ തൂവെള്ള നിലാവുള്ള രാത്രിയിൽ, വെള്ള വസ്ത്രം ധരിച്ച് കൈയിൽ മട്ടിപ്പശയേന്തി, പശ്ചാത്താപനിരതയായ മറിയം യേശുവിന്റെ സന്നിധിയിലേക്ക് ഏകാകിനിയായി പോകുന്നതിനെ നോക്കി അദ്ദേഹം പാടി:

"താഴത്തേക്കെന്തിത്ര സൂക്ഷിച്ചുനോക്കുന്നു
താരകളെ നിങ്ങൾ നിശ്ചലരായ്
നിങ്ങൾതൻ കൂട്ടത്തിൽ നിന്നിപ്പോഴാരാനും
ഭംഗമാർന്നൂഴിയിൽ വീണുപോയോ."

ഈ പോകുന്ന തരുണീമണി, ആകാശത്തിലെ നക്ഷത്രങ്ങളിൽനിന്ന് ഒന്നു കൊഴിഞ്ഞു വീണതാണോ എന്ന് കവി നക്ഷത്ര സമൂഹത്തോട് ചോദിക്കുന്നു. അതിലെ ഭാവനാ സൗന്ദര്യം കുട്ടിക്കാലത്തുതന്നെ എന്റെ ഉള്ളിൽ കവിതകളോട് അടുപ്പം തോന്നാനിടയാക്കി.

എന്നാൽ മർദിതന്റെ വിയർപ്പ് ഗന്ധം സിരകളിൽ ഉയർത്തിയ *വാഴക്കുല* എന്റെ ഹൃദയശ്രീകോവിലിലെ ആരാധനാമൂർത്തിയാണ്. മലയപ്പുലയന്റെയും, പുലയപ്പെണ്ണിന്റെയും കണ്ണീരിൽ കുതിർന്ന അഭ്യർഥന പുറംകാലുകൊണ്ടു തട്ടിമാറ്റി, വാഴക്കുല വെട്ടിക്കൊണ്ടുപോകുന്ന കോവിലകം കാര്യസ്ഥന്റെ മുഖത്തുനോക്കി പുലയൻ നടത്തിയ ഗർജനം:

"ഇതിനൊക്കെ പ്രതികാരം ചെയ്യാതടങ്ങുമോ
പതിതരെ നിങ്ങൾതൻ പിൻമുറക്കാർ"

ആ വാക്കുകൾ കാലഘട്ടത്തിന്റെ സമരകാഹളമാണ്. വിപ്ലവാശയങ്ങളുടെ പ്രതീകം. കല കലയ്ക്കുവേണ്ടി മാത്രമല്ല, മാനുഷികബന്ധങ്ങളെ മാറ്റിമറിക്കാനുള്ള പരിവർത്തനത്തിന്റെ പടവാളുകൂടിയാണെന്ന ആദർശം മഹാകവി ചങ്ങമ്പുഴയിലൂടെ ഞങ്ങൾ പഠിച്ചു. അദ്ദേഹത്തോട് ഒരു വീരാരാധന തോന്നി. അദ്ദേഹത്തിന്റെ മറ്റു ഗ്രന്ഥങ്ങൾ അന്വേഷിച്ചുതുടങ്ങി. അങ്ങനെയാണ് *രമണൻ* കൈയിൽ കിട്ടുന്നത്. അത് എത്ര തവണ വായിച്ചു എന്ന് ഓർമയില്ല. അതിലെ പ്രതിപാദ്യവും ഞങ്ങളുടെ ബാല്യകാലത്തെ ആകർഷിക്കുന്നതാണല്ലോ. അനുരാഗത്തിന്റെ അതിർവരമ്പുകൾ വ്യാഖ്യാനിക്കപ്പെടുന്ന അതിമനോഹരമായ കഥ. സാധാരണക്കാർക്ക് എളുപ്പത്തിൽ വായിക്കാൻ പറ്റിയ ലളിതമായ ഭാഷ. ഹൃദയത്തിലിട്ട് തട്ടിക്കളിക്കാൻ പറ്റിയ പദങ്ങളുടെ വിന്യാസം. അതിലെ ആദ്യവരികൾ തന്നെ എനിക്ക് വലിയ സന്തോഷം നൽകി.

"മലരണിക്കാടുകൾ തിങ്ങിവിങ്ങി
മരതകക്കാന്തിയിൽ മുങ്ങിമുങ്ങി.
കരളുംമിഴിയും കവർന്നുമിന്നി
കറയറ്റൊരാലസൽ ഗ്രാമഭംഗി"

പ്രാസഭംഗിയും ശബ്ദാലങ്കാരവും ഒത്തിണങ്ങിയ വരികൾ. അത് മാത്രമല്ല എന്നെ ആകർഷിക്കാൻ വേറെ ഒരു കാരണവും കൂടിയുണ്ട്. ഞാൻ അക്കാലത്ത് പാടി പഠിച്ച, മഹാകവി മോയിൻകുട്ടിവൈദ്യരുടെ *ഹുസ്നുൽ ജമാൽ* എന്ന പ്രേമകാവ്യത്തിലെ ജമാലിനെ വർണിക്കുന്ന വരികളിലെ 'ആരംഭ' എന്ന ഇശലിനോട് തുല്യമാണ് മേൽ ഉദ്ധരിച്ച ഭാഗം.

"പൂമകളാണെ ഹുസുനുൽ ജമാൽ
പുന്നാര താളം മികന്തെ ബീവി
ഹേമങ്ങൾ വെത്തെ പണിച്ചിത്തിരം
ആഭരണക്കോവയണിഞ്ഞെ ബീവി."

ചങ്ങമ്പുഴയുടെയും വൈദ്യരുടെയും മേൽപ്പറഞ്ഞ കവിതകൾ ഒരേ രീതിയിൽ പാടാവുന്നതാണ്. ലളിതമായ ഭാഷയും. മാപ്പിളപ്പാട്ടുകളിൽ കുട്ടിക്കാലത്തുതന്നെ ഉണ്ടായിരുന്ന കമ്പം അവ തേടിപ്പിടിക്കുന്നതിലും

നിലമ്പൂർ ആയിഷ

പാടി പഠിക്കുന്നതിലും പ്രകടമായിരുന്നു. പുലിക്കോട്ട്ൽ ഹൈദർ, തലാപ്പിൽ അഹമ്മദ്കുട്ടിയുടെ ചായപ്പീടികയിൽ ഇരുന്നു പാട്ടുണ്ടാക്കുന്നത് ഞാൻ കൗതുകത്തോടെ നോക്കിനിന്നിട്ടുണ്ട്. ഒരു തീപ്പെട്ടിക്കൊള്ളി എടുത്ത് തീപ്പെട്ടിയുടെ ഇരുഭാഗത്തും കുത്തിക്കൊണ്ട് പാട്ടുമൊല്ലാക്കയ്ക്ക് പറഞ്ഞുകൊടുക്കും. പോക്കാവിൽ അഹമ്മദുകുട്ടിമൊല്ല അത് ശ്രദ്ധിച്ചു എഴുതി എടുക്കും. മൊല്ലാക്ക അത് അച്ചടിച്ച് അങ്ങാടിയിൽ പാടി പ്രചരിപ്പിച്ച്, വിറ്റ് കാശാക്കും. ആ കാലത്ത് മൊല്ലാക്ക അങ്ങാടിയിൽനിന്നു പാടുമ്പോൾ ഞാൻ കേട്ട പുലിക്കോട്ട്ൽ ഹൈദർ എഴുതിയ ഒരു പാട്ട് ഞാനോർക്കുന്നു. അന്ന് ജനങ്ങൾ അനുഭവിച്ച ക്ഷാമത്തെപ്പറ്റിയാണ് പാട്ട്. നോക്കൂ; കെസ്: രീതി

"അയ്യയ്യോ നമുക്ക് വന്നണഞ്ഞുള്ളെ വ്യസനങ്ങൾ
മൊയ്യുന്ന തീയിൽ കുറച്ചാനെ–ജനം
അന്തിപ്പകലും കഷ്ടപ്പെട്ടും പട്ടിണികിടന്നും
ഇഞ്ഞെന്ത് ചെയ്യാനാ പടച്ചോനെ.
അയ്യായിരത്തിന് മീതെ നെല്ലുമറക്കിട്ടടച്ചും
അഞ്ചിനും വിലതാത്തി വിൽപ്പന ചെയ്യാനാശിച്ചും
കണ്ണിച്ചോരല്ലാത്ത പ്രമാണികളും സംഘടിച്ചും
നിക്കുന്നെ –നെല്ലിന് ചാക്കുംകൊണ്ടു നടക്കുന്നെ
ഇല്ലൊരുലേശം എന്ന് പറഞ്ഞ് മടക്കുന്നെ–
നോട്ടും കൈവശം വെച്ച് –വീട്ടിൽ ചെന്നിട്ടടച്ച്–
കെട്ടിയ വീടർ, കുട്ടികൾ മക്കൾ,
ചട്ടംപട്ടിണിയാണ് കിടക്കൽ..." (അയ്യയ്യോ)

മാപ്പിളപ്പാട്ടിന്റെ ലക്ഷണമൊത്ത വരികൾ. ദാരിദ്ര്യത്തിന്റെ കാഠിന്യം കടലാസിൽ ഒപ്പിയെടുത്ത ചിത്രം. ഇങ്ങനെ വെള്ളപ്പൊക്കമാല, നായാട്ടുപാട്ട് എന്നിവയെല്ലാം കേൾക്കാം.

പി കേശവദേവിന്റെ *എതിർപ്പുകൾ* എന്ന പുസ്തകം വായിച്ചപ്പോഴാണ് ഗദ്യസാഹിത്യത്തിൽ താൽപ്പര്യം വന്നത്. പിന്നെ എസ് കെ പൊറ്റെക്കാട്ടിന്റെ മിക്ക നോവലുകളും സഞ്ചാരസാഹിത്യവും വായിക്കാൻ തുടങ്ങി. ഉറൂബിന്റെ *ഉമ്മാച്ചു* അങ്ങനെയാണ് വായിക്കാൻ ഇടവന്നത്. എഴുത്തുകാരിൽ ഏറെ ഇഷ്ടം പൊറ്റെക്കാട്ട് തന്നെ. എന്നാൽ എന്റെ ഇഷ്ടഗായകൻ കോഴിക്കോട് അബ്ദുൽഖാദറാണ്. അദ്ദേഹം *നീലക്കുയിൽ* എന്ന ചിത്രത്തിൽ പാടിയ "എങ്ങനെ നീ മറക്കും കുയിലെ" എന്ന ശോകഗാനം അന്ന് ഹിറ്റ് ആയിരുന്നു. ശോകഗാനം ആലപിക്കുന്നതിൽ അബ്ദുൽഖാദറിന്റെ കഴിവ് മികവുറ്റതാണ്. അന്നും ഇന്നും ആ പാട്ട്

എന്റെ മനസിൽനിന്ന് മായുകയില്ല.

അക്കാലത്ത് കമ്യൂണിസ്റ്റുപാർട്ടിയുടെ ആഭിമുഖ്യത്തിൽ തോട്ടം തൊഴിലാളി സമ്മേളനങ്ങൾ, തരിശുസമരയോഗങ്ങൾ എന്നിവ നടത്തിയിരുന്നു. സമ്മേളനങ്ങളിൽ അബ്ദുൽഖാദറും ശാന്താദേവിയും വന്ന് മനോഹരമായി പാടിയിരുന്നത് ജനക്കൂട്ടത്തിന് ഹരം പകർന്നു. അദ്ദേഹം അന്നു പാടിയ ഒരു ശോകാത്മകഗാനം ഞാൻ ഇന്നും ഓർക്കുന്നു:

(രീതി: ആനത്തലയോളം വെണ്ണ തരാമെടാ)
"ആലപ്പുഴയോളം കണ്ണയച്ചീടുമോ
കേരളം കണ്ടിടാം കൂട്ടുകാരെ.
ഭക്ഷണം കിട്ടാതെ ചാവുന്നു സ്വാതന്ത്ര്യം
കിട്ടിയ നമ്മുടെ നാട്ടുകാരൻ.
നാലഞ്ചു കാശിന്ന് ചാരിത്ര്യം വിൽക്കുന്ന
നാരികളുണ്ടിന്ന് ചേർത്തലയിൽ
പട്ടിണി തിന്നുമ്പോൾ കുഞ്ഞിമോൻ കേഴുമ്പോൾ
മറ്റെന്ത് ചെയ്യുവാനുണ്ടവിടെ."

ഈ പാട്ട് അബ്ദുൽഖാദർ വികാരനിർഭരമായി പാടുമ്പോൾ കേൾവിക്കാർ രോമാഞ്ചമണിഞ്ഞിരുന്നു. അവസാനം നാടകത്തോടെയാണ് സമ്മേളന പരിപാടികൾ തീരുന്നത്.

മേൽപ്പറഞ്ഞ എല്ലാ മേഖലകളിലും എന്റെ പങ്കാളിത്തം കാരണം മുഖ്യവിഷയമായ സ്കൂൾ പഠനത്തിൽനിന്ന് ശ്രദ്ധ തിരിഞ്ഞുപോയി. കളിയും കലയും രാഷ്ട്രീയവും അധികമായപ്പോൾ സ്വാഭാവികമായും പഠിപ്പിൽ അലസതയും വീഴ്ചയും വന്നു. അതൊരു വലിയ പാളിച്ചയായെന്ന് എനിക്ക് ബോധ്യമായി. ഈ കാര്യങ്ങളെല്ലാം ബാപ്പയുടെ ശ്രദ്ധയിലും പെട്ടു.

അങ്ങനെയിരിക്കെ ഒരു ദിവസം വൈകുന്നേരം ഞാൻ താമസിക്കുന്ന മുറിയിൽ എന്റെ ജ്യേഷ്ഠൻ കുഞ്ഞാമുട്ടി കടന്നുവന്ന് ഒരു കവർ എന്നെ ഏൽപ്പിച്ചു ഒന്നും മിണ്ടാതെ ഇറങ്ങിപ്പോയി. പോക്കിന്റെ ഗൗരവം കണ്ടപ്പോൾ എന്തോ പിശകുണ്ടെന്ന് എനിക്കും തോന്നി, ഞാൻ കവർ പൊട്ടിച്ചു വായിച്ചു. അത് ബാപ്പയുടെ ഒരു കുറിപ്പായിരുന്നു. അതിൽ ബാപ്പ എഴുതിയത്: "സ്കൂളിൽ പഠിക്കുന്ന കാലത്തുതന്നെ രാഷ്ട്രീയത്തിൽ എടപെട്ട് സമയം കളയുന്നത് ഭാവിക്ക് ഗുണമല്ല. ഇപ്പോൾ തന്നെ രാഷ്ട്രീയകാര്യങ്ങളിൽ ഒരഭിപ്രായത്തിൽ എത്തുന്നതും ശരിയല്ല. അതിനാൽ സജീവ രാഷ്ട്രീയത്തിൽനിന്ന് മാറിനിൽക്കണം" എന്നായിരുന്നു ഉള്ളടക്കം.

ഈ ഉപദേശം നിരസിക്കാനും, ആജ്ഞ ലംഘിക്കാനും ഞാൻ അശക്തനായിരുന്നു. കുറേനേരം ഒറ്റയ്ക്കിരുന്ന് ആലോചിച്ചു. ആശയസംഘട്ടനം ഹൃദയത്തിൽ ഇടിമിന്നലുപോലെ കടന്നുവന്നു. ഞാൻ ക്രമേണ മൗനിയായി. എന്റെ നിസ്സഹായാവസ്ഥ പാർട്ടിയിലെ പ്രാദേശിക നേതാക്കളെ അറിയിച്ചു. അങ്ങനെ ഞാൻ സജീവ രാഷ്ട്രീയപ്രവർത്തനങ്ങളിൽ നിന്നു മാറിനിന്നു. എങ്കിലും സിനിമ, പാട്ട്, പന്തുകളി എന്നിവയിൽ സജീവംതന്നെ. ഏതാണ്ട് ഒരു കൊല്ലം അങ്ങനെ കഴിഞ്ഞുപോയി.

കെ ദാമോദരൻ

ഹൈസ്കൂൾ വിദ്യാഭ്യാസത്തിനുശേഷം പഠിക്കുന്നതിനെപ്പറ്റി അന്ന് ആലോചിച്ചിരുന്നില്ല. കോളേജിൽ പോയി പഠിക്കണം എന്ന ഒരു പ്രതീക്ഷയും അന്നില്ല.

1956 മാർച്ചിലാണ് എസ് എസ് എൽ സി പരീക്ഷയ്ക്ക് എഴുതിയത്. മേൽപ്പറഞ്ഞ കാരണങ്ങളാൽ പരീക്ഷയിൽ പരാജയപ്പെട്ടു. കൂടെ പഠിച്ചിരുന്ന കുട്ടികളിൽ വിജയിച്ചവർ കോളേജിൽപോയി ചേർന്നു എന്നറിഞ്ഞപ്പോഴാണ് ഞാൻ പഠനത്തിൽ അശ്രദ്ധ കാണിച്ചതുകൊണ്ടാണല്ലോ പരാജയപ്പെട്ടത് എന്ന ചിന്ത മനസിനെ വ്യാകുലപ്പെടുത്തിയത്. കുറ്റബോധം വലിയ പശ്ചാത്താപത്തിനിടയാക്കി.

എനിക്ക് പറ്റിയ തെറ്റ് ഞാൻ ബാപ്പയോട് ഏറ്റുപറഞ്ഞു. എന്തും സഹിച്ച് പഠനം തുടരാനാണാഗ്രഹം എന്നും ഞാൻ പറഞ്ഞു. സ്നേഹസമ്പന്നനും, വിശാലമനസ്കനുമായ ബാപ്പ എന്നെ ഒരുതരത്തിലും കുറ്റപ്പെടുത്തിയില്ല. പരാജയം താൽക്കാലികമാണെന്നും ശ്രദ്ധിച്ച് പഠിച്ചാൽ വിജയിക്കുമെന്നും അദ്ദേഹം എന്നെ സമാധാനിപ്പിച്ചു. പഠിപ്പ്തുടരാൻ എന്നെ പ്രോത്സാഹിപ്പിച്ചു. അങ്ങനെ ഞാൻ പാലക്കാട് എം ബി ട്യൂട്ടോറിയൽ കോളേജിൽ പോയി ചേർന്നു.

മൂസത് ബ്രദേഴ്സ് ട്യൂട്ടോറിയൽ കോളേജ് എന്നാണ് ആ സ്ഥാപനത്തിന്റെ പേര്. മൂസത്മാർ മൂന്നു ജ്യേഷ്ഠാനുജന്മാരായിരുന്നു. കുമാരൻ, കൃഷ്ണൻ, ബാലരാമൻ. അവർ മൂന്നാളും ക്ലാസെടുക്കുന്നതിൽ വലിയ കഴിവുള്ളവരായിരുന്നു. സുബ്രഹ്മണ്യയ്യർ എന്ന ഒരു പട്ടര് ക്ലാസെടുത്തിരുന്നു. അദ്ദേഹം ഇംഗ്ലീഷാണ് പഠിപ്പിച്ചിരുന്നത്. അസാമാന്യമായ അധ്യയനപാടവം ഈ പറഞ്ഞ എല്ലാ അധ്യാപകരും കാണിച്ചിരുന്നു.

എന്റെ കൂടെ പാലക്കാട് വന്നവരിൽ വണ്ടൂർ ഹൈസ്കൂളിൽ പഠിച്ചിരുന്ന ഞാനല്ലാതെ ആരുംതന്നെയില്ല. എല്ലാം നിലമ്പൂർകാരായിരുന്നു. എന്റെ മച്ചൂനിയൻ ടി കെ അബ്ദുള്ളക്കുട്ടി, മൂച്ചിക്കാടൻ മുഹമ്മദ്, ടി എം മുഹമ്മദാലി, അബ്ദുള്ളക്കോയ തുടങ്ങിയവർ. ആ കൂട്ടത്തിൽപ്പെട്ട ആളായിരുന്നു ആര്യാടൻ മുഹമ്മദ്. അദ്ദേഹം പഠനം തുടരാൻ കഴിയാതെ നിർത്തി. പഠിക്കുന്ന കാലത്തുതന്നെ അദ്ദേഹം ഒരു കോൺഗ്രസ് അനുഭാവിയായിരുന്നു. പഠനം നിർത്തിയപ്പോൾ ആര്യാടൻ മുഴുവൻസമയ പ്രവർത്തകനായി മാറി. പ്രധാനമായും അദ്ദേഹം ഐ എൻ ടി യു സിയിലാണ് പ്രവർത്തിച്ചിരുന്നത്. പഠിക്കുന്നകാലത്ത് ആര്യാടനും പന്തുകളിക്കാരനായിരുന്നു. പ്രസംഗത്തിലും കഴിവ് തെളിയിച്ചിരുന്നു.

പാലക്കാട് ട്യൂട്ടോറിയൽ കോളേജിൽ ചേർന്ന ഞങ്ങളെല്ലാവരും നല്ല മാർക്കോടെതന്നെ വിജയിച്ചു. 1956 ഒക്ടോബറിലായിരുന്നു പരീക്ഷ.

1957 ലെ ഇ എം എസ് മന്ത്രിസഭാംഗങ്ങൾ

5 രാഷ്ട്രീയ നിലപാട് മാറുന്നു

പത്താം ക്ലാസ് പാസായി, അടുത്ത അധ്യയന വർഷം 1957 ജൂൺ മാസത്തിൽ കോളേജിൽ ചേരാനുള്ള തീരുമാനത്തിലായിരുന്നു.

ആയിടയ്ക്ക് ലോകരാഷ്ട്രീയത്തിൽ വലിയ കോളിളക്കം സൃഷ്ടിച്ച ഒരു സംഭവം ഉണ്ടായി. 1956 ൽ സോവിയറ്റ് റഷ്യയിലെ കമ്യൂണിസ്റ്റുപാർട്ടിയുടെ ഇരുപതാം പാർട്ടി കോൺഗ്രസ് നടന്നു. അന്ന് നികിത ക്രൂഷ്ചേവ് പാർട്ടി സെക്രട്ടറിയും ബുൾഗാനിൻ പ്രധാനമന്ത്രിയും ആയിരുന്നു. പാർട്ടി കോൺഗ്രസിന്റെ സമ്പൂർണ സമ്മേളനത്തിൽ ക്രൂഷ്ചേവ് ചെയ്ത പ്രസംഗത്തിൽ അത്ഭുതകരമായ, ഞെട്ടിപ്പിക്കുന്ന ഒരു വാർത്ത പുറത്തുവിട്ടു. വിപ്ലവാനന്തരം സോവിയറ്റ് റഷ്യയെ നയിക്കുകയും ഭരിക്കുകയും ചെയ്ത ജോസഫ് സ്റ്റാലിൻ ക്രൂരനും അക്രമിയും ആയിരുന്നു എന്നും ശുദ്ധീകരണ നടപടിയുടെ ഭാഗമായി എണ്ണമറ്റ സഖാക്കളെ കൊലചെയ്തിട്ടുണ്ടെന്നും അദ്ദേഹം തുറന്നടിച്ചു. നിരവധി ആളുകളെ കൊടും തണുപ്പുള്ള സൈബീരിയയിലേക്ക് നാടുകടത്തിയിട്ടുണ്ടെന്നും പറയുകയുണ്ടായി.

ഈ പ്രസ്താവന കേട്ട് സഖാക്കൾ സ്വാഭാവികമായും ഞെട്ടിപ്പോയി, കിടുകിട വിറച്ചു. ഒക്ടോബർ വിപ്ലവം നയിച്ച ലെനിന്റെ കൂട്ടുകാരനും ശക്തനായ നേതാവുമാണ് സ്റ്റാലിൻ എന്ന ലോക കമ്യൂണിസ്റ്റുകാരുടെ ധാരണയ്ക്കാണ് ഈ അടിയേറ്റത്. കൂട്ടത്തിൽ റഷ്യയിലെ സാഹിത്യകാരനായിരുന്ന ബോറിസ് പാസ്റ്റർനാക്ക് അനുഭവിക്കേണ്ടിവന്ന യാതനകളുടെ കഥകളും പത്രമാധ്യമങ്ങളിൽ നിറഞ്ഞുനിന്നിരുന്നു. കേരളത്തിലെ കമ്യൂണിസ്റ്റ് പ്രവർത്തകർക്കിടയിൽ ഇതെല്ലാം വലിയ നിരാശയ്ക്കിടയാക്കി എന്നു പറയേണ്ടതില്ല. ചുമരിൽ തൂക്കിയ സ്റ്റാലിന്റെ

പടങ്ങൾ എടുത്തുമാറ്റി ചിലർ. ബൂർഷ്വാ പത്രങ്ങൾക്കും നേതാക്കൾക്കും നല്ല കൊയ്ത്തുകാലമായി.

ലോക തൊഴിലാളിവർഗം ആദ്യമായി സ്ഥാപിച്ച രാഷ്ട്രം സോവിയറ്റ് റഷ്യ, മുഴുവൻ ഇടതുപക്ഷ ചിന്താഗതിക്കാരും പുരോഗമനവാദികളും ഉറ്റുനോക്കുന്ന ലക്ഷ്യം. അവിടെ ഉണ്ടായ ഈ പൊട്ടിത്തെറിയുടെ അലകൾ ലോകത്തെമ്പാടും ആഞ്ഞടിച്ചു. സോവിയറ്റ് റഷ്യയിൽ ജനാധിപത്യം ഇല്ല, അവിടെ ഏകാധിപത്യം നിലനിൽക്കുന്നു എന്ന പ്രചാരണം കമ്യൂണിസ്റ്റ് വിരുദ്ധ ശക്തികൾ ഉയർത്തിക്കൊണ്ട് ആക്രമണം നടത്തി.

ആ ആക്രമണത്തിന്റെ കുന്തമുന ഏറ്റ് കുറച്ചെങ്കിലും കമ്യൂണിസ്റ്റുകാർ അങ്കലാപ്പിലായി. അവർ പതറിപ്പോയി. ആ കൂട്ടത്തിൽ എന്റെ ഉള്ളിലും കോളിളക്കം ഉണ്ടാകാതിരുന്നില്ല.

അതിനിടയിലാണ് 1957 ലെ കേരള അസംബ്ലിയിലേക്കുള്ള ആദ്യത്തെ തിരഞ്ഞെടുപ്പ് വന്നത്. അന്ന് ഇന്നത്തെപ്പോലെ മുന്നണി രാഷ്ട്രീയം വളർന്നിട്ടില്ല. ഓരോ പാർട്ടിയും ഒറ്റയ്ക്കാണ് മത്സരരംഗത്ത് വരുന്നത്. കോൺഗ്രസിന്റെ സ്ഥാനാർഥി പി പി ഉമ്മർകോയ, കമ്യൂണിസ്റ്റുപാർട്ടിയുടേത് ഡോ. എം ഉസ്മാൻ (സ്വതന്ത്രൻ), ലീഗ് സ്ഥാനാർഥി നീലാമ്പ്ര മരക്കാർ. ഇന്നത്തെ നിലമ്പൂർ മണ്ഡലം വണ്ടൂർ മണ്ഡലവും മഞ്ചേരി മണ്ഡലവും കൂടിച്ചേർന്ന ദ്വയാംഗ മണ്ഡലമായിരുന്നു. ഓരോ പാർട്ടിക്കും ഓരോ ഹരിജൻ സ്ഥാനാർഥിയും ഉണ്ടാകും. യഥാക്രമം കാരിക്കുടി, ഉത്തമൻ, ചടയൻ എന്നിവരായിരുന്നു ഹരിജൻ സ്ഥാനാർഥികൾ. ഞങ്ങളുടെ മണ്ഡലത്തിൽ യഥാർഥ മത്സരം കോൺഗ്രസും ലീഗും തമ്മിലാണ്. കമ്യൂണിസ്റ്റുപാർട്ടി മൂന്നാം സ്ഥാനത്താണ്.

ഞാൻ അന്ന് രാഷ്ട്രീയരംഗത്തുനിന്ന് വിട്ടുനിൽക്കുന്ന കാലമായിരുന്നു. എന്നാൽ കോൺഗ്രസ് സ്ഥാനാർഥിയുടെ പ്രചാരണപ്രവർത്തനത്തിന്റെ ഭാഗമായി വ്യക്തികളെയും കുടുംബങ്ങളെയും സന്ദർശിക്കുന്ന കൂട്ടത്തിൽ ഉമ്മർകോയ എന്റെ വീട്ടിലെത്തി. കൂടെ വണ്ടൂരിലെ പ്രാദേശിക നേതാക്കളും ഉണ്ടായിരുന്നു. മണ്ഡലം പ്രസിഡന്റ് നെടുംകുളവൻ അബ്ദുറഹിമാൻ, കാരപുറത്ത് ടി കെ മുഹമ്മദ്, കെ ടി മുഹമ്മദ് എന്നിവരായിരുന്നു കൂടെ. സത്യത്തിൽ എന്റെ ബാപ്പയും ഒരു കോൺഗ്രസ് അനുകൂലിയായിരുന്നു.

ഉമ്മർകോയ ഉന്നത വിദ്യാഭ്യാസമുള്ള ഒരു യുവാവ്, മിതഭാഷി, ആകർഷണീയമായ സംഭാഷണ ശൈലി, എല്ലാംകൊണ്ടും യോഗ്യൻ. അദ്ദേഹത്തിന്റെ പ്രസംഗം ഒരു കൊല്ലം മുമ്പുതന്നെ ഞാൻ കേട്ടിരുന്നു. അതിമനോഹരമായ ശൈലി, ചെറിയ ചെറിയ വാചകങ്ങൾ, ലളിതമായ ഭാഷ, ആരോഹണവും അവരോഹണവും ഇല്ലാത്ത അനുസ്യൂതമായ ഒഴുക്ക്. അദ്ദേഹത്തെ കണ്ടാലും മതിപ്പുളവാക്കുന്ന ശരീരഭാഷ.

ഉമ്മർകോയയെ കാണാൻ എന്റെ വീട്ടുമുറ്റത്ത് ആൾക്കാർ തടിച്ചുകൂടി. അദ്ദേഹം ജനങ്ങളോട് പ്രസംഗിക്കണം എന്ന ആവശ്യമുയർന്നു.

പി എ ഉമ്മർകോയ

മുറ്റത്ത് പെട്ടെന്ന് ഒരു യോഗത്തിന്റെ മട്ടുണ്ടാക്കി. അദ്ദേഹത്തിന്റെ കൂടെയുണ്ടായിരുന്നവർ ആ യോഗത്തിന് സ്വാഗതം പറയാൻ എന്നോട് ആവശ്യപ്പെട്ടു. ഞാൻ മടികാണിച്ചപ്പോൾ ബാപ്പ സ്നേഹപൂർവം എന്നെ നിർബന്ധിച്ചു. ഒരു കൊല്ലം മുമ്പ് രാഷ്ട്രീയം ഉപേക്ഷിക്കാൻ ഉപദേശിച്ച ബാപ്പ ഇപ്പോൾ നിർബന്ധിക്കുന്നതിന്റെ പൊരുൾ മനസിലാക്കാവുന്നതേയുള്ളൂ. അവസാനം ഞാൻ വഴങ്ങി, സ്വാഗതം പറഞ്ഞു.

സ്റ്റാലിൻ പ്രശ്നം ഉളവാക്കിയ പ്രത്യേക സാഹചര്യം എന്നെയും ബാധിച്ച കാലം. സ്ഥാനാർഥിയുടെയും ബാപ്പയുടെയും നിർബന്ധവും എന്റെ വ്യക്തിപരമായ ദൗർബല്യവും പ്രായക്കുറവും എല്ലാംകൂടി ചേർന്നപ്പോൾ ഞാൻ അവരുടെ വലയിൽ വീണുപോയി എന്നതാണ് സത്യം. അങ്ങനെ സ്വാഗതം പറഞ്ഞുണ്ടായ ബന്ധം കോൺഗ്രസുമായി സഹകരിച്ച് പ്രവർത്തിക്കാൻ ഇടയായി. അതിനുശേഷം കമ്യൂണിസ്റ്റുപാർട്ടി പ്രവർത്തകരുമായി ഉണ്ടായിരുന്ന ബന്ധം മുറിഞ്ഞുപോയി. ഞാൻ പൂർണമായും ഒരു കോൺഗ്രസ് പ്രവർത്തകനായി മാറി.

കോൺഗ്രസിന്റെ തിരഞ്ഞെടുപ്പ് പ്രചാരണയോഗങ്ങളിൽ ഒരു യുവപ്രഭാഷകനായി ഞാൻ നല്ല പ്രകടനം നടത്തി. ലോക കമ്യൂണിസ്റ്റുകാരുടെ അഭിമാനമായിരുന്ന സോവിയറ്റ് റഷ്യയിൽ ജനാധിപത്യ അവകാശങ്ങളില്ലെന്ന വാദം ഉയർത്തിപ്പിടിച്ചാണ് കമ്യൂണിസ്റ്റുപാർട്ടിക്കെതിരെയുള്ള വിമർശനങ്ങൾ. മുസ്ലിംലീഗ് വർഗീയ കക്ഷിയാണെന്നും രാഷ്ട്രീയത്തിൽ വർഗീയതയും ജാതിവികാരവും വളർത്തുന്നത് സാമുദായിക ചേരിതിരിവുണ്ടാക്കുമെന്നും രാജ്യതാൽപ്പര്യത്തിന് അത് ഗുണകരമല്ലെന്നും വാദിച്ചുകൊണ്ടാണ് ലീഗിനെ ആക്രമിച്ചത്. ഭാരതത്തിലെ ആബാലവൃദ്ധം ജനങ്ങൾ മഹാത്മാഗാന്ധിയുടെ നേതൃത്വത്തിൽ ഇന്ത്യയുടെ സ്വാതന്ത്ര്യത്തിനുവേണ്ടി പോരാടിയപ്പോൾ മുസ്ലിംലീഗ് പാകിസ്താന്റെ രൂപീകരണത്തിനുവേണ്ടി ശബ്ദമുയർത്തുകയായിരുന്നെന്നും അവർ ദേശീയ ബോധമില്ലാത്തവരാണെന്നും ആയിരുന്നു ഞങ്ങളുടെ പ്രസംഗങ്ങളിലെ പ്രതിപാദ്യം. ഈ ആശയങ്ങളുടെ ശിൽപ്പിയും മാതൃകയും ഉമ്മർകോയ തന്നെ.

രണ്ടാമതായി അനുകരണീയമായ പ്രസംഗം ചെയ്തിരുന്നത് കൊരമ്പയിൽ അഹമ്മദ് ഹാജി ആയിരുന്നു. അദ്ദേഹം അക്കാലത്ത് കേരള പ്രദേശ് കോൺഗ്രസ് കമ്മിറ്റി നിർവാഹകസമിതി അംഗം കൂടിയായിരുന്നു. മനോഹരമായ ഭാഷയിൽ ശ്രവണസുന്ദരമായ ശൈലിയിൽ

അദ്ദേഹം പ്രസംഗിച്ചിരുന്നത് ജനങ്ങൾക്കിടയിൽ വലിയ മതിപ്പുളവാക്കി. ഈ രണ്ടു നേതാക്കളുടെയും പ്രസംഗശൈലിയും വാഗ്ധോരണിയും എന്റെ പ്രസംഗത്തിലും വലിയ സ്വാധീനം ചെലുത്തിയിട്ടുണ്ടെന്ന് കുറെ കഴിഞ്ഞാണ് ഞാൻ തന്നെ മനസിലാക്കിയത്.

ആ തിരഞ്ഞെടുപ്പിൽ ഉമ്മർകോയ മൂവായിരത്തി എണ്ണൂറ് വോട്ടിന്റെ ഭൂരിപക്ഷത്തിന് മുസ്ലിംലീഗിലെ നീലാമ്പ്ര മരക്കാരെ പരാജയപ്പെടുത്തി. ദ്വയാംഗ മണ്ഡലമായതിനാൽ കൂടെ ഒരു ഹരിജൻ സ്ഥാനാർഥികൂടെയുണ്ടാകും. ആ സഹസ്ഥാനാർഥി കാരിക്കുട്ടി പരാജയപ്പെട്ടു. സംവരണ സീറ്റിൽ ലീഗിലെ ചടയൻ ജയിക്കുകയുണ്ടായി. ലീഗിന്റെ നരിമടയിൽ നിന്ന് ഉമ്മർകോയ ജയിച്ചുകേറിയത് അദ്ദേഹത്തിന്റെ വ്യക്തിത്വം ഒന്നുകൊണ്ടുമാത്രമായിരുന്നു. ഏറനാടിന്റെ രാഷ്ട്രീയ ചരിത്രത്തിൽ മുസ്ലിം ലീഗിനെതിരെ പൊട്ടിയ ആദ്യത്തെ ബോംബായിരുന്നു അത്.

മഞ്ചേരിയിൽനിന്ന് ഉമ്മർകോയ വിജയിച്ചെങ്കിലും മൊത്തത്തിൽ കേരളത്തിൽ കോൺഗ്രസ് പരാജയം ഏറ്റുവാങ്ങി. ഇന്ത്യൻ കമ്യൂണിസ്റ്റുപാർട്ടി ഒറ്റയ്ക്ക് ഭൂരിപക്ഷം നേടി കേരളത്തിൽ അധികാരത്തിൽ വന്നു. ലോകത്ത് ആദ്യമായി ബാലറ്റിലൂടെ അധികാരത്തിൽ കമ്യൂണിസ്റ്റുപാർട്ടി വരുന്നത് രാഷ്ട്രീയനിരീക്ഷകരിൽ കൗതുകമുളവാക്കി. ഉമ്മർകോയ പ്രതിപക്ഷ ഉപനേതാവായി; പി ടി ചാക്കോ നേതാവും.

1957 ഏപ്രിൽ 5ന് ഇ എം എസ് മുഖ്യമന്ത്രിയായി കമ്യൂണിസ്റ്റു മന്ത്രിസഭ സത്യപ്രതിജ്ഞ ചെയ്തു, പ്രഗത്ഭരായ മന്ത്രിമാരും. അച്യുതമേനോൻ, ടി വി തോമസ്, കെ ആർ ഗൗരിയമ്മ, വി ആർ കൃഷ്ണയ്യർ അങ്ങനെ പതിനൊന്ന് അംഗ മന്ത്രിസഭ. സത്യപ്രതിജ്ഞയും മുഖ്യമന്ത്രിയുടെ നയപ്രഖ്യാപന പ്രസംഗവും കേരള രാഷ്ട്രീയത്തിലെ ഇടിയും മിന്നലുമായി. കേരളത്തിന്റെ സാമൂഹികഘടനയിൽ അടിസ്ഥാനപരമായ മാറ്റം വരും എന്ന പ്രതീതി നാട്ടിലുളവായി.

തിരഞ്ഞെടുപ്പു കോലാഹലങ്ങൾ അവസാനിക്കുകയും രാഷ്ട്രീയ ഭരണരംഗത്ത് വലിയ മാറ്റം വരികയും ചെയ്ത സാഹചര്യം ഒരു പുതിയ സാമൂഹ്യ സ്ഥിതിയുടെ തുടക്കമായിരുന്നു. അതിൽനിന്നെല്ലാം വിട്ടൊഴിഞ്ഞു ഞാൻ ഫാറൂഖ് കോളേജിൽ പ്രീ-യൂണിവേഴ്സിറ്റി കോഴ്സിന് ചേർന്ന് പഠനം ആരംഭിച്ചു. 1957-58 കാലം. അതായിരുന്നു കേരള രൂപീകരണത്തിനുശേഷം ആദ്യം വന്ന പി യു സി കോഴ്സ്.

ഫാറൂഖ് കോളേജ് അക്കാലത്ത് ബാലാരിഷ്ടതകൾ തരണം ചെയ്ത് വളർന്നുവരുന്ന കാലമായിരുന്നു. കോളേജ് തുടങ്ങിയത് തന്നെ ഫസ്റ്റ് ഗ്രേഡ് കോളേജായിട്ടായിരുന്നു. പി യു സിക്ക് അമ്പത് വിദ്യാർഥികൾ വീതമുള്ള നാല് ബാച്ചുകളും മറ്റെല്ലാ ഡിഗ്രി ക്ലാസുകളിലുംകൂടി മൊത്തം 400 വിദ്യാർഥികൾ മാത്രമാണ് കോളേജിൽ ഉണ്ടായിരുന്നത്. ഞാൻ ചേർന്ന കൊല്ലം മുതൽ പ്രൊഫ. കെ എ ജലീൽ ആയിരുന്നു പ്രിൻസിപ്പൽ. അദ്ദേഹത്തിന്റെ കഴിവുറ്റ നേതൃത്വത്തിൽ കോളേജ് നല്ല അച്ചടക്കത്തോടെ പ്രവർത്തിക്കുന്ന കാലമായിരുന്നു അത്. മെയിൻ ഹോസ്റ്റൽ,

ന്യൂ ഹോസ്റ്റൽ, ഫാറൂഖ് ഹോസ്റ്റൽ എന്നിവ നോൺ വെജിറ്റേറിയനുകളും നോർത്ത് ഈസ്റ്റ് ഹോസ്റ്റൽ വെജിറ്റേറിയനുമായിരുന്നു.

അക്കാലത്ത് കോളേജിലും ഹോസ്റ്റലുകളിലും വൈദ്യുതി വെളിച്ചവും പൈപ്പ് വെള്ളവും ഉണ്ടായിരുന്നില്ല. വിദ്യാർഥികൾ ഹോസ്റ്റലുകളിൽ മണ്ണെണ്ണ കത്തിക്കുന്ന ചിമ്മിണിവിളക്കുകളായിരുന്നു ഉപയോഗിച്ചിരുന്നത്. വൈദ്യുതി വരുന്നതിന്റെ പ്രാരംഭ നടപടികൾപോലും ആയിരുന്നില്ല. ഏറനാട് താലൂക്കിന്റെ തലസ്ഥാനമായ മഞ്ചേരി അങ്ങാടിയിൽ വൈദ്യുതി വരാനുള്ള ലൈൻ വലിക്കുവാൻ തുടങ്ങിയത് അക്കാലത്തായിരുന്നു. കോഴിക്കോട് പട്ടണം ഒഴികെ അക്കാലത്ത് മറ്റെല്ലാ അങ്ങാടികളിലും പെട്രോമാക്സ് ആണ് ഉപയോഗിച്ചിരുന്നത്.

ഫെബ്രുവരി, മാർച്ച് മാസം പരീക്ഷ അടുക്കുന്ന സമയം കോളേജ് ഹോസ്റ്റലുകളിൽ വെള്ളം തീരെ ഇല്ലാതാവും. എല്ലാ കിണറുകളും വറ്റിപ്പോകും. ഒരു വലിയ കിണർ "മെയിൻ വെൽ"ലിൽ മാത്രം അടിയിൽ കുറച്ചുവെള്ളമുണ്ടാകും. അതിൽനിന്ന് കോരിക്കുളിക്കുന്ന കാഴ്ച വളരെ രസകരമായിരുന്നു. വലിയ കുട്ടികൾ ബക്കറ്റുകൊണ്ട് വെള്ളം മുക്കി തലയിൽ ഒഴിക്കുമ്പോൾ ചെറിയകുട്ടികൾ പിന്നിൽ കെട്ടിപ്പിടിച്ച് പുറത്തേക്ക് പോകുന്ന വെള്ളം അവരുടെ മേൽ ആക്കും. പിന്നെ സോപ്പ് തേച്ച് ഉരയ്ക്കും, അവസാനം ഒരു ബക്കറ്റ് മുക്കി മേൽ ഒഴിച്ചു ശുദ്ധമാക്കും, അതാണ് കുളി മാഹാത്മ്യം. വെള്ളത്തിനുള്ള ക്ഷാമം ഇന്നും ഫാറൂഖ് കോളേജിൽ തുടരുന്നുണ്ട്. അത് ഓർമിച്ചുകൊണ്ട് 2004 ൽ ഞാൻ പാർലമെന്റ് അംഗമായപ്പോൾ എം പി ഫണ്ടിൽനിന്ന് "മഴവെള്ള സംഭരണി" പദ്ധതി നടപ്പാക്കാൻ പത്ത് ലക്ഷം ഉറുപ്പിക അനുവദിച്ചു. ഫാറൂഖ് കോളേജിൽ ആ ഒരു വർഷം മാത്രമേ എനിക്ക് പഠിക്കാൻ കഴിഞ്ഞിട്ടുള്ളൂ.

1957–58 അധ്യയനവർഷം കഴിഞ്ഞ് ഫാറൂഖ് കോളേജ് വിട്ടു. 1958 ൽ കോഴിക്കോട് കേരള ഗവ. പൊളിടെക്നിക്കിൽ സിവിൽ എൻജിനീയറിങ് ഡിപ്ലോമയ്ക്ക് ചേർന്നു. അത് എന്റെ വിദ്യാർഥിജീവിതത്തിലെ അനാവശ്യമായ ഒരു വ്യതിയാനമായിരുന്നു. കണക്കും ഫിസിക്സുമായി ബന്ധമുള്ള എൻജിനിയറിങ് വിഷയം ഒരു നിലയ്ക്കും ഞാനുമായി ഒത്തുപോകുന്നതല്ലെന്ന് എനിക്ക് കുറേ കഴിഞ്ഞപ്പോൾ ബോധ്യമായി. വെസ്റ്റ്ഹില്ലിലാണല്ലോ പോളിടെക്നിക് സ്ഥിതിചെയ്യുന്നത്. തലയുയർത്തി റോഡിനരികെ നിൽക്കുന്ന കൂറ്റൻ കെട്ടിടം, അതിനോട് ചേർന്ന ഹോസ്റ്റൽ, റോഡിന് മറുഭാഗത്ത് വിശാലമായ മൈതാനം, ആകെക്കൂടി അതിമനോഹരമായ പശ്ചാത്തലം. കോമൻനായരായിരുന്നു പ്രിൻസിപ്പൽ.

പോളിയിൽ ചേർന്നതോടെ എന്റെ താമസം കോഴിക്കോട് പട്ടണത്തിലായി. താഴെ പാളയത്തിൽ എന്റെ നാട്ടുകാരനായ തൊടികപ്പുലം മുഹമ്മദാലി മൗലവി താമസിച്ചിരുന്നു. അദ്ദേഹം പരപ്പിൽ എം എം ഹൈസ്കൂളിലെ അറബി മുൻഷിയായിരുന്നു. സഹൃദയനായ അദ്ദേഹത്തിന്റെ കൂടെയായിരുന്നു ഞാൻ താമസിച്ചിരുന്നത്.

പട്ടണത്തിൽ താമസം തുടങ്ങിയതോടെ രാഷ്ട്രീയത്തിൽ, പ്രത്യേകിച്ച് വിദ്യാർഥിരാഷ്ട്രീയത്തിൽ കൂടുതൽ ബന്ധപ്പെടാൻ തുടങ്ങി. ആ കാലത്താണ് കേരള വിദ്യാർഥി യൂണിയൻ (കെ എസ് യു) ശക്തിപ്പെട്ടു വരാൻ തുടങ്ങിയത്. ഇടതുപക്ഷ ചായ്‌വുള്ള വിദ്യാർഥി ഫെഡറേഷൻ (എസ് എഫ്) മാത്രമേ മുമ്പുണ്ടായിരുന്നുള്ളൂ. ചില ഭാഗങ്ങളിൽ ഐ എസ് ഒ (സ്വതന്ത്രവിദ്യാർഥി സംഘടന) യും പ്രവർത്തിച്ചിരുന്നു.

കേരളത്തിൽ കമ്യൂണിസ്റ്റ് ഗവൺമെന്റ് അതിന്റെ സ്വഭാവം കാണിക്കാൻ തുടങ്ങിയ കാലം. ഭൂമിയിലെ കുടികിടപ്പുകാരെ മേലിൽ ഒരു കാരണവശാലും "ഒഴിപ്പിക്കാൻ പാടില്ല" എന്ന ആദ്യത്തെ പ്രഖ്യാപനം തന്നെ ജന്മി, നാടുവാഴിത്ത വ്യവസ്ഥയുടെ അടിത്തറ ഇളക്കി. അതോടെ ഒഴിപ്പിക്കൽ നിരോധന നിയമത്തിന്റെ വരവും മുതലാളിത്തത്തിന്റെ കൂട്ടിലേക്കുള്ള കല്ലേറായി, അരിയും തിന്നു ആശാരിച്ചിയെയും കടിച്ചു പിന്നെയും നരി മുന്നോട്ട് എന്ന് പറഞ്ഞപോലെയായി മൂന്നാമത്തെ നടപടി, സമഗ്ര ഭൂപരിഷ്കരണ നിയമം. അത് "കാർഷിക ബന്ധ ബില്ല്" എന്ന പേരിൽ നിയമസഭയിൽ അവതരിപ്പിച്ചപ്പോൾ തന്നെ പൊട്ടിത്തെറി തുടങ്ങി. അതിനെല്ലാം ആക്കം കൂട്ടുന്നതായിരുന്നു നാലാമത്തെ വെടി, വിദ്യാഭ്യാസ (പരിഷ്കരണ) നിയമം. പ്രതിയോഗികളെ അമ്പരപ്പിച്ചത് അതിലെ 11-ാം വകുപ്പായിരുന്നു. "അധ്യാപക നിയമനത്തിനും വിദ്യാർഥികളെച്ചേർക്കുന്നതിനും കൈക്കൂലി വാങ്ങുന്ന മാനേജ്മെന്റുകളെ പിരിച്ചുവിടും. അത്തരം സ്ഥാപനങ്ങൾ ഗവ. ഏറ്റെടുക്കും." അതായിരുന്നു പ്രസ്തുത വകുപ്പ്. ഇത് വിദ്യാഭ്യാസ കച്ചവടക്കാരുടെ "കടന്നൽക്കൂടിന് ഏറ്"കൊണ്ടപോലെയായി.

മാനേജ്മെന്റ് സ്കൂളുകളിലെ അധ്യാപകർക്കും ഗവ. സ്കൂൾ അധ്യാപകർക്കും തുല്യ ശമ്പളം, അതും ഖജനാവിൽനിന്ന് നേരിട്ടുകൊടുക്കുക എന്നീ പരിഷ്കാരങ്ങൾ അനുവദിച്ച സ്ഥിതിക്ക് 11-ാം വകുപ്പ് ശരിയും ആവശ്യവുമാണെന്നാണ് ഗവൺമെന്റിന്റെ നിലപാട്. എന്നാൽ നിലപാടുകളിലെ ശരിയും തെറ്റും സമ്പന്നർക്കും വിദ്യാഭ്യാസ

ക്രൂഷ്ചേവ്

സ്റ്റാലിൻ

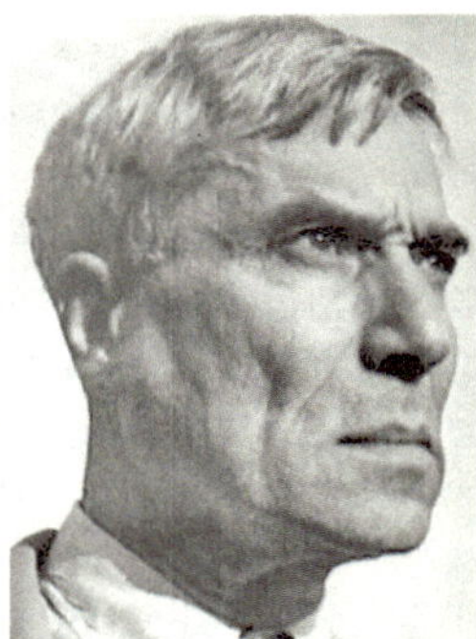
ബോറിസ് പാസ്റ്റർനാക്ക്

കച്ചവടക്കാർക്കും പ്രശ്നമായിരുന്നില്ല. രണ്ടുകൂട്ടരും ഇളകിവശായി. ആ രണ്ടു ശക്തികളെയും മുൻനിർത്തി ഗവൺമെന്റിനെ തകർക്കാൻ രാഷ്ട്രീയ പ്രതിയോഗികൾ രംഗത്തിറങ്ങി. അവരെല്ലാം ഒരു കാര്യം മനസിലാക്കിയിരുന്നു. ഇ എം എസിന്റെ നേതൃത്വത്തിൽ രൂപംകൊണ്ട ഇന്ത്യയിലെ ആദ്യത്തെ കമ്യൂണിസ്റ്റ് ഗവൺമെന്റ് കേരളത്തിൽ ഈ നിലയ്ക്ക് പോയാൽ ചുകന്ന കേരളം പിന്നീട് നിറം മാറ്റാൻ സാധ്യമല്ല. മാത്രമല്ല ഈ രോഗം അയൽ സംസ്ഥാനങ്ങളിലേക്കും അതുവഴി ഇന്ത്യ മുഴുവനും പടർന്നുപിടിക്കും. തമിഴ്നാടും കർണാടകവും പെട്ടെന്ന് ചുകന്ന രാശിയിൽ സഞ്ചരിക്കാനിട വരും.

ഈ നിഗമനം ശരിയായിരുന്നു. കാരണം 1957 ലെ ഇ എം എസ് ഗവൺമെന്റ് അത്രയ്ക്കും സുശക്തമായിരുന്നു. മുഖ്യമന്ത്രി ഇ എം എസ് നമ്പൂതിരിപ്പാട്, ചേലാട്ട് അച്യുതമേനോൻ, വി ആർ കൃഷ്ണയ്യർ, ടി വി തോമസ് തുടങ്ങിയ പ്രഗത്ഭരായ നേതാക്കൾ, അവരുടെ കർമധീരത, ആത്മാർഥത, ഭരണരംഗത്തെ കഴിവുകൾ, രാഷ്ട്രീയ വീക്ഷണത്തിലെ ആശയങ്ങൾ, ഇതൊന്നും ചോദ്യം ചെയ്യപ്പെടാൻ കഴിയാത്തതായിരുന്നു. ആ ഗവൺമെന്റ് അഞ്ചുകൊല്ലം കേരളത്തിൽ ഭരിച്ചിരുന്നെങ്കിൽ സാമ്പത്തിക മേധാവിത്വവും സാമൂഹിക അടിമത്തവും അടിച്ചുടച്ച് ഒരു പുത്തൻ യുഗപ്പിറവിക്ക് തുടക്കം കുറിക്കുമായിരുന്നു. കേരളത്തിൽ അടിച്ചുയരുന്ന ആ തെക്കൻകാറ്റ് ഭാരതം മുഴുവനും കോളിളക്കം സൃഷ്ടിക്കുമായിരുന്നു.

ആ മാറ്റത്തിന്റെ കാറ്റ് തിരിച്ചടിക്കാനുള്ള വഴികളെപ്പറ്റിയാണ് മറു ക്യാമ്പിലെ ചർച്ചാ വിഷയം. കേരളം തിരിച്ചുപിടിക്കാൻ, കാറ്റിന്റെ ഗതി മാറ്റാൻ ഏത് വഴിയും സ്വീകരിക്കാനാണ് പിന്നെ, ഇന്ത്യ ഭരിക്കുന്ന കോൺഗ്രസിന്റെ ഭാഗത്തുനിന്നുള്ള ശ്രമങ്ങൾ. ഏത് ആയുധവും എടുത്ത് പ്രയോഗിക്കണം എന്ന് പട്ടം താണുപ്പിള്ള, പനമ്പിള്ളി ഗോവിന്ദമേനോൻ തുടങ്ങിയ ബുദ്ധിരാക്ഷസന്മാർ ഉറപ്പിച്ചു. ആദ്യം തന്നെ പ്രയോഗിച്ച അസ്ത്രം വിദ്യാർഥികളായിരുന്നു. അന്നുവരെ സജീവ രാഷ്ട്രീയത്തിലൊന്നും ഇല്ലാതിരുന്ന വിദ്യാർഥികൾ പടല പടലയായി റോഡിലിറങ്ങി. പ്രതിപക്ഷ നേതാക്കളും സ്കൂൾ മാനേജ്മെന്റും ഗൂഢാലോചന നടത്തി, സ്കൂളുകളും കോളേജുകളും അടച്ച് കുട്ടികൾക്ക് സമരം ചെയ്യാൻ സൗകര്യപ്പെടുത്തി.

വിദ്യാർഥികൾക്ക് സമരത്തിന് പ്രത്യേകിച്ച് കാരണമൊന്നും ഉണ്ടായിരുന്നില്ല. അന്ന് തെക്കൻ കേരളത്തിൽ വിദ്യാർഥികൾ അധികവും സഞ്ചരിച്ചിരുന്നത് കായൽ മാർഗം ബോട്ടുകളിലായിരുന്നു. അനാഥമായി കിടന്നിരുന്ന ബോട്ടുകളെ ഒന്നിപ്പിച്ച് ഒരു 'ബോട്ട് കോർപറേഷൻ' രൂപീകരിക്കാൻ ഗവൺമെന്റ് നടപടി ആരംഭിച്ചു. ആ ശ്രമം വിദ്യാർഥികൾക്ക് ഹാനികരമാണെന്നും അവർക്കുണ്ടായിരുന്ന ആനുകൂല്യം നഷ്ടപ്പെടുമെന്നും പ്രചരിപ്പിച്ചാണ് കുട്ടികളെ തെരുവിലിറക്കിയത്. വിദ്യാർഥികൾ സ്കൂളിൽ പോകാൻ 'ഒരണ' കൊടുത്താൽ മതിയായിരുന്നു. ബോട്ട് കോർ

പറേഷൻ വന്നാൽ ഈ ആനുകൂല്യം നഷ്ടപ്പെടും എന്ന് തെറ്റിദ്ധരിപ്പിച്ചു കൊണ്ടാണ് കുട്ടികളെ സമരത്തിനിറക്കിയത്. ആ സമരത്തിന്റെ പേരാണ് "ഒരണസമരം." കുട്ടികൾ സർക്കാർ ബസുകൾക്ക് നേരെ കല്ലെറിഞ്ഞു, സർക്കാർ ഓഫീസുകൾ പിക്കറ്റ് ചെയ്തു. ജനൽ ചില്ലുകൾ എറിഞ്ഞുടച്ചു. പൊലീസുകാർക്ക് നേരെ കല്ലേറിഞ്ഞു ലാത്തിയടി ഏറ്റു വാങ്ങി, അറസ്റ്റ് വരിച്ച് ജയിലിൽ കിടന്നു. കുറേ കുട്ടികളെ വഴിയാധാരമാക്കി, അവസാനം വിദ്യാർഥികൾക്ക് കൺസഷൻ കിട്ടി എന്ന പേരിൽ സമരം അവസാനിപ്പിച്ചു. ഇതിന്റെ ചുക്കാൻപിടിച്ച വിദ്യാർഥിനേതാക്കൾ പി എം മുഹമ്മദാലി, വയലാർ രവി, എ കെ ആന്റണി മുതലായവരായിരുന്നു.

സമരകാലത്ത് മലബാറിലേക്ക് വന്ന വിദ്യാർഥി നേതാവ് മുഹമ്മദാലി മാത്രമായിരുന്നു. അദ്ദേഹം പി എസ് പി നേതാവും ഐ എസ് ഒ പ്രവർത്തകനുമായിരുന്നു. വിദ്യാർഥി സമരത്തിന്റെ ആരവങ്ങൾ കെട്ടടങ്ങി കുറേക്കഴിഞ്ഞ്, എറണാകുളത്തുനിന്ന് ഒരു വിദ്യാർഥി നേതാവ് കോഴിക്കോട്ട് വരുന്നുണ്ടെന്ന് കോൺഗ്രസ് നേതാക്കൾ ഞങ്ങളോട് പറഞ്ഞു. അദ്ദേഹം നയിക്കുന്ന സംഘടനയാണ് കോൺഗ്രസ് പിന്തുണയ്ക്കുന്ന വിദ്യാർഥി പ്രസ്ഥാനം എന്നും അതിന്റെ പേര് കേരള വിദ്യാർഥി യൂണിയൻ (കെ എസ് യു) എന്നാണെന്നും പറഞ്ഞു.

അങ്ങനെ ഒരു ദിവസം അദ്ദേഹം കോഴിക്കോട്ട് വണ്ടിയിറങ്ങി. അദ്ദേഹത്തെ റെയിൽവേ സ്റ്റേഷനിൽ ഞങ്ങൾ സ്വീകരിച്ചാനയിച്ചു. അതായിരുന്നു വയലാർ രവി. അദ്ദേഹം എറണാകുളം മഹാരാജാസ് കോളേജിലെ വിദ്യാർഥി ആയിരുന്നു. ആ കോളേജ് കേന്ദ്രമായി എറണാകുളത്തും തെക്കൻ ഭാഗങ്ങളിലും പ്രവർത്തിക്കുന്ന സംഘടനയായിരുന്നു കെ എസ് യു. പിന്നീട് കോൺഗ്രസ് നേതാക്കളുടെ പിൻബലവും ഞങ്ങളെപ്പോലെയുള്ള വിദ്യാർഥികളുടെ പ്രവർത്തനവുംകൊണ്ട് കെ എസ് യു മലബാറിലും വളർന്നു.

മലബാറിൽ കെ എസ് യു പ്രവർത്തനം ശക്തിപ്പെടുത്താൻ ഞങ്ങൾ നന്നായി ശ്രമിച്ചു. 1959 ൽ കോഴിക്കോട്ട് ഒരു മലബാർ റീജിനൽ കൺവൻഷൻ വിളിച്ചുചേർത്തു. തുടർന്ന് ഒരു ജില്ലാ സമ്മേളനവും നടത്തി. അന്നത്തെ കോഴിക്കോട് ജില്ല വയനാടും മലപ്പുറവും ഉൾപ്പെട്ടതായിരുന്നു. ആ സമ്മേളനത്തിലായിരുന്നു ഗ്രൂപ്പ് പ്രവർത്തനവുമായി ഞാൻ പരിചയപ്പെടുന്നത്. കാലുവാരലും വെട്ടിനിരത്തലും കോൺഗ്രസിന്റെ കൂടപ്പിറപ്പാണെന്ന് അന്ന് എനിക്ക് ബോധ്യമായി.

ആ സമ്മേളനത്തിൽ ഒരു പെൺകുട്ടിയെ ജില്ലാ പ്രസിഡന്റാക്കി. ഞാൻ വൈസ് പ്രസിഡന്റും എൻ പി മൊയ്തീൻ ജില്ലാ സെക്രട്ടറിയുമായി. സമ്മേളനം കാണാൻ വന്ന, തിരുവമ്പാടി ഹൈസ്കൂളിലെ വിദ്യാർഥിനിയായിരുന്ന കെ എസ് ത്രേസ്യ ആയിരുന്നു ആ പാവം പെൺകുട്ടി. ഭാരവാഹി തിരഞ്ഞെടുപ്പിന്റെ പിന്നിൽ ചരടുവലിച്ചത് ഡി സി സി പ്രസിഡന്റ് കെ ഗോപാലൻ ആയിരുന്നു. അദ്ദേഹം പറഞ്ഞു കോൺഗ്രസിന്റെ

അഖിലേന്ത്യാ പ്രസിഡന്റ് ഇന്ദിരാഗാന്ധി, ജില്ലാ പ്രസിഡന്റ് കുട്ടിമാളു അമ്മ, അതിനാൽ കെ എസ് യു വിന്റെ ജില്ലാ പ്രസിഡന്റ് ഒരു പെൺകുട്ടി ആവട്ടെ എന്നാണ് നിർദേശം. അത് ഞാൻ ജില്ലാ പ്രസിഡന്റ് ആവാതിരിക്കാനുള്ള പാരയായിരുന്നു എന്ന് ഞങ്ങൾക്ക് ബോധ്യമായിരുന്നു. രാഷ്ട്രീയത്തിൽ എനിക്കുണ്ടായ ആദ്യത്തെ പാര അതായിരുന്നു. ഈ ഭാരവാഹി തിരഞ്ഞെടുപ്പിലെ കുത്തിത്തിരുപ്പുകൾ കാരണം കുറച്ചുകാലം പ്രവർത്തനം മന്ദഗതിയിലായി. പിന്നെ മറക്കുകയും പൊറുക്കുകയും ചെയ്ത് വീണ്ടും തട്ടിക്കൂട്ടി. പ്രസിഡന്റായ പെൺകുട്ടിയെ പിന്നെ ജീവിതത്തിൽ ഞാൻ കണ്ടിട്ടില്ല. എന്നാൽ ഞാനും എൻ പി മൊയ്തീനും വിദ്യാഭ്യാസ സ്ഥാപനങ്ങൾ കേറിയിറങ്ങി കുട്ടികളെ കെ എസ് യുവിൽ സംഘടിപ്പിച്ചുവന്നു. വയലാർ രവി ഇടയ്ക്കിടെ വന്നുകൊണ്ടിരുന്നു. അദ്ദേഹം വരുന്ന വിവരം കിട്ടിയാൽ ഞാനും മൊയ്തീനും ശാന്തഭവൻ ഉടമയായ സി കൃഷ്ണൻ നായരെ വീട്ടിൽ ചെന്നുകണ്ടു നിവേദനം നടത്തും. അതിൻ ഫലമായി അദ്ദേഹം രവി വന്നുപോകുന്നതുവരെ ശാന്തഭവൻ ഹോട്ടലിൽ ഒരു മുറിയും ഭക്ഷണവും സൗജന്യമായി അനുവദിക്കും. അങ്ങനെ ഒരു കൊല്ലം കടന്നുപോയി.

1959 ൽ ഞാൻ പോളിടെക്നിക്കിൽ രണ്ടാംവർഷ വിദ്യാർഥി ആയിരിക്കുമ്പോൾ യൂത്ത് കോൺഗ്രസിന്റെ കോഴിക്കോട് ജില്ലാ സമ്മേളനം വിളിച്ചുചേർത്തു. ആ സമ്മേളനത്തിൽ ആദരണീയനായ ഇ മൊയ്തു മൗലവിയുടെ മകൻ വി സുബൈർ പ്രസിഡന്റും ഞാൻ സെക്രട്ടറിയുമായി യൂത്ത് കോൺഗ്രസ് ജില്ലാ കമ്മിറ്റി പുനഃസംഘടിപ്പിച്ചു.

എന്നെ സംബന്ധിച്ചിടത്തോളം വിദ്യാർഥി യുവജനരംഗത്തെ പ്രവർത്തനവും കോൺഗ്രസ് പൊതുയോഗങ്ങളിലെ പ്രസംഗവും സ്ഥിരം തൊഴിലായി മാറി. ഞാനും ഇന്ന് ബസുടമസംഘം നേതാവായി പ്രവർത്തിക്കുന്ന എ കെ അബ്ദുള്ള, വി സുബൈർ, ചെറുകര മാധവൻ എന്നിവരുമായിരുന്നു അക്കാലത്ത് ജില്ലയിലെ കോൺഗ്രസിന്റെ രണ്ടാംനിര പ്രാസംഗികർ. പട്ടണത്തിനു പുറത്തുള്ള മിക്ക യോഗങ്ങളിലും കാദിരിക്കോയ മാസ്റ്ററുടെ നേതൃത്വത്തിലുള്ള കാരാ ലളിതകലാ സമിതിയുടെ നാടകവും ഉണ്ടായിരിക്കും. നാടകത്തിൽ എ കെ അബ്ദുള്ള, ഇരിങ്ങൽ ലീല, നർമദ എന്നിവർ അഭിനയിക്കുകയും പാട്ടുപാടുകയും ചെയ്തിരുന്നു. പാട്ടും നാടകവും പ്രസംഗവും എല്ലാം കൂടെ കോർത്തിണക്കി സംഘടിപ്പിച്ചിരുന്നത് അധികം സാംസാരിക്കാത്ത, നിശ്ശബ്ദനായ സംഘാടകൻ മുല്ലവീട്ടിൽ ബഷീർ ആയിരുന്നു.

രാഷ്ട്രീയം, പ്രസംഗം, കല, പാട്ട് എന്നിവയിലെ അമിതമായ താൽപ്പര്യവും ബന്ധവും എന്റെ പഠനത്തിൽ പൂർണമായും വീഴ്ച വരുത്തി. മാത്രമല്ല എൻജിനീയറിങ് വിഷയത്തിലെ ദഹനക്കുറവും വലിയ തോതിൽ പഠനത്തോട് മടുപ്പുളവാക്കി. ചെറുപ്പത്തിൽത്തന്നെ എന്റെ ഹൃദയത്തിൽ ഒരു വക്കീലാകാനുണ്ടായിരുന്ന ആഗ്രഹം കൈവിട്ടുപോയതിൽ മനഃപ്രയാസവും നിരാശയും ഉണ്ടായിരുന്നു. ചുരുക്കത്തിൽ, എല്ലാംകൂടി പോളിടെക്നിക്കിലെ എൻജിനീയറിങ് പഠനം അവസാനിപ്പിക്കാൻ തീരുമാനിച്ചു.

കൊണ്ടോട്ടിയിലെ കുബ്ബ

6 വിവാഹവും ഉദ്യോഗവും

ആയിരത്തിത്തൊള്ളായിരത്തി അൻപത്തി ഒൻപതിൽ പോളിടെക്നിക്കിൽ ഒന്നാംവർഷ വിദ്യാർഥിയായിരിക്കുമ്പോഴാണ് ഞാൻ വിവാഹിതനാകുന്നത്. ഞാനറിയാതെ എന്റെ വിവാഹാലോചന വീട്ടിൽ നടക്കുന്നുണ്ടായിരുന്നു. ബാപ്പ ഒരു ബന്ധം അന്വേഷിച്ചു കൊണ്ടോട്ടിയിൽ വന്നു. കൊണ്ടോട്ടിയിലെ തങ്ങൾ കുടുംബവുമായി ഞങ്ങൾ മുമ്പേ സൗഹൃദബന്ധം ഉണ്ടായിരുന്നു. അതിനാൽ തങ്ങൾ കുടുംബത്തിലെ പ്രധാനിയായ ഉണ്ണിമാൻ (ഗുലാം സാഹിബ് തങ്ങൾ) തങ്ങളെ ബാപ്പ വീട്ടിൽ ചെന്നുകണ്ട് വന്ന കാര്യത്തെപ്പറ്റി സംസാരിച്ചു. അദ്ദേഹം ബാപ്പയെ ആദരിച്ചു, ഉച്ചഭക്ഷണത്തിന് ക്ഷണിച്ചു, സൽക്കരിച്ചു. മടങ്ങിപ്പോരുമ്പോൾ തങ്ങളുടെ കാര്യസ്ഥനായിരുന്ന വേലുനായര് ബസ്റ്റാന്റ് വരെ ബാപ്പയെ അനുഗമിച്ചു. പല കാര്യങ്ങളും പറഞ്ഞ കൂട്ടത്തിൽ വേലുനായര് ബാപ്പയോട് പറഞ്ഞു, കല്യാണം വേറെ അന്വേഷിക്കണമെന്നില്ല, തങ്ങൾക്കുതന്നെ ഒരു കുട്ടിയുണ്ട്, നിങ്ങൾക്ക് ഇഷ്ടമാണെങ്കിൽ അതു മതി എന്നാണ് എന്റെ തോന്നൽ. ബാപ്പ ശരിക്കും ഞെട്ടിപ്പോയി. കാരണം, സാധാരണ തങ്ങൾകുടുംബത്തിൽനിന്ന് പെൺകുട്ടികളെ മലബാറികൾക്ക് വിവാഹം ചെയ്തു കൊടുക്കാറില്ല. അത് ആലോചിക്കാൻപോലും കഴിയുമായിരുന്നില്ല. ബാപ്പ അത്ഭുതം പ്രകടിപ്പിച്ചപ്പോൾ നായര് പറഞ്ഞു,

താൻ പറയുന്നത് തങ്ങളുടെ താൽപ്പര്യപ്രകാരമാണെന്ന്. പിന്നെ അദ്ദേഹത്തിന് ഒന്നും ആലോചിക്കാനുണ്ടായിരുന്നില്ല. അടുത്ത ആഴ്ച വരാമെന്നു പറഞ്ഞ് അവർ പിരിഞ്ഞു.

കൊണ്ടോട്ടി തങ്ങൾകുടുംബം ടിപ്പുസുൽത്താന്റെ കാലത്ത് മുംബൈയിലെ കല്യാൺ എന്ന പ്രദേശത്തുനിന്ന് മലബാറിൽ മതപ്രചാരണം നടത്താൻ വന്നതായിരുന്നു. ആദ്യം പാലക്കാട് പുതുനഗരത്തും പിന്നെ അരീക്കോട്ടും അതിനുശേഷം കൊണ്ടോട്ടിയിലും എത്തി. അവർ സൂഫി തരീഖത്ത് മാർഗം അവലംബിച്ച ഷിയാ വിഭാഗത്തിൽപ്പെട്ടവരായിരുന്നു. ടിപ്പുസുൽത്താൻ ആദ്യത്തെ തങ്ങളെ ''ഇനാംദാർ'' എന്ന പദവി നൽകി സുൽത്താന്റെ പ്രതിനിധിയായി ഏതാനും അംശങ്ങളിൽനിന്ന് നികുതി പിരിക്കാനും നാടുവാഴി എന്ന നിലയിൽ പ്രവർത്തിക്കാനും അധികാരം നൽകിയിരുന്നു. അദ്ദേഹത്തിലൂടെയായിരുന്നു മലബാറിൽ സൂഫിതരീഖത്ത് പ്രസ്ഥാനം വേരൂന്നി വളർന്നത്. അദ്ദേഹത്തിന്റെ ആസ്ഥാനമാണ് കൊണ്ടോട്ടി ''തക്ക്യാവ്.'' അദ്ദേഹം മരണപ്പെട്ടതിനുശേഷം ഖബറടക്കിയ സ്ഥലത്ത് കെട്ടിപ്പൊക്കിയതാണ് 'കുബ്ബ.'

ആത്മീയ കാര്യങ്ങളിൽ ഉപദേശം തേടിയും മാനസിക പ്രശ്നങ്ങളിൽ അഭയം കണ്ടും ജനങ്ങൾ വലിയ തങ്ങളെ ഒരു ആശ്രയകേന്ദ്രമായി പരിഗണിച്ചുവന്നു. അധികം താമസിയാതെ തങ്ങളുടെ അനുയായി വൃന്ദം മലബാറിൽ വളർന്നു പടർന്നു പന്തലിച്ചു. അനുയായികളെ 'മുരിദന്മാർ' എന്നാണ് വിളിച്ചിരുന്നത്. മാനസിക പ്രശ്നങ്ങൾ ആത്മീയ പ്രചോദിതമായ സമീപനംകൊണ്ട് പരിഹരിച്ചു മനഃശാന്തി കണ്ട അനുയായികൾ ഉറക്കെ പാടി:

"സന്താപമനം തീർത്തിടും ചെന്താമരപ്പൂവെ
സന്തോഷം തരും മുഷ്തിയ ക്ക്ഷാ എന്നൈ ജീവെ
സന്മാർഗ ഗുരുവെ..."

മേൽപ്പറഞ്ഞ സാഹചര്യത്തിൽ എന്റെ കുടുംബത്തിന് തങ്ങൾ കുടുംബവുമായി പുരാതനമായി തന്നെ അടുപ്പം ഉണ്ടായിരുന്നു. അങ്ങനെയാണ് പിൻതലമുറക്കാരായ ഉണ്ണിമാൻ തങ്ങളും എന്റെ ബാപ്പയും തമ്മിൽ ബന്ധപ്പെടാൻ ഇടവന്നത്. മാത്രമല്ല മറ്റു ചില സാഹചര്യങ്ങളും ഈ അടുപ്പത്തിന് വഴിയൊരുക്കിയിട്ടുണ്ടായിരുന്നു.

1946 ൽ, സ്വാതന്ത്ര്യം കിട്ടുന്നതിന് തൊട്ടുമുമ്പ് എന്റെ കുടുംബം ഉണ്ണിമാൻ തങ്ങളുടെ പുത്തൻപീടികവീട്ടിൽ കുറച്ചുകാലം താമസിക്കാൻ ഇടവന്നു. അത് എന്റെ ഉമ്മയുടെ ചികിത്സയ്ക്ക് വേണ്ടിയായിരുന്നു. ഉമ്മ ഒരു മനോരോഗിയായിരുന്നു. അത് തീർത്തും അന്ധവിശ്വാസത്തിൽനിന്ന് ഉണ്ടാകുന്ന മാനസികപ്രശ്നങ്ങൾ മാത്രം. കുട്ടിക്കാലത്തുതന്നെ ഉമ്മയുടെ കുടുംബസാഹചര്യത്തിൽനിന്ന് ഉൾക്കൊണ്ട അന്ധവിശ്വാസങ്ങൾ മാനസികപ്രശ്നമായി വളർന്നതാണ്. തന്റെ ശരീരത്തിൽ ഭൂതങ്ങളുടെയും പിശാചുക്കളുടെയും ബാധയുണ്ടെന്ന് അവർ ഉറച്ച് വിശ്വസിച്ചിരുന്നു. ശരീരത്തിൽ കുത്തല്, കടയല്, ആസകലം വേദന, മൂർ

കൊണ്ടോട്ടിയിലെ തങ്ങന്മാരുടെ തക്ക്യാവ്

ധാവിൽ വിങ്ങല്- ഇങ്ങനെ പലവിധത്തിലുള്ള സ്ഥിരം ആവലാതികൾ. ചിലപ്പോൾ 'കൂകിഎളകി' അബോധാവസ്ഥയിൽ കിടക്കും. കുട്ടിക്കാലത്ത് ഒരു ആൾരൂപം കണ്ട് പേടിച്ചതാണ് ജിന്ന് ബാധയ്ക്ക് തുടക്കം എന്നാണ് ഉമ്മ പറഞ്ഞിരുന്നത്. പിന്നെ ചില വിരോധികൾ മാരണംചെയ്തിട്ടുണ്ടെന്നും അവർ കരുതിയിരുന്നു. ശരീരത്തിൽ ഉപദ്രവങ്ങൾ ചെയ്തുകൊണ്ടിരുന്ന ജിന്ന് ശൈത്താന്മാരുടെ പേരുകളും അവർ 'കൂകി-എളകു' മ്പോൾ അബോധാവസ്ഥയിൽ പറയുമായിരുന്നു. ചേക്കുട്ടി, കരുംകുട്ടി, പൂക്കുട്ടി, പൂമാലക്കുട്ടി, ആകാശഭൈരവൻ, കുത്ത്പന്തല് ഇങ്ങനെ പോകുന്നു ആ ശൈത്താന്മാരുടെ നീണ്ട നിര.

ഈ ബാധ ഒഴിപ്പിക്കാൻ അക്കാലത്ത് വീട്ടിൽ എപ്പോഴും പണിക്കന്മാർ, കണക്കന്മാർ, മൊല്ല, തങ്ങൾ മുതലായവർ വരും. അവർ കണക്ക് നോക്കും, രാശി വയ്ക്കും, നെട്ടവും നാളും പറയും. പിശാചുക്കളെ ഒഴിപ്പിക്കാൻ പലവിധ വിദ്യകളും അവർ പ്രയോഗിക്കും. ഹോമം, ഉഴിഞ്ഞുവാങ്ങൽ, നൂൽ, ഐക്കല്ല് തുടങ്ങിയ ചികിത്സാരീതികളാണ് പ്രയോഗിച്ചിരുന്നത്. അത്തരം ചികിത്സാരീതികളിൽനിന്നാണ് ഉമ്മ മേൽപ്പറഞ്ഞ ജിന്ന്, ശൈത്താൻമാരുടെ പേരുകൾ പഠിച്ചത്. ഇത്തരം ചികിത്സകളല്ലാതെ ഡോക്ടറും വൈദ്യരും വളരെ കുറവായിരുന്നു.

മേൽപ്പറഞ്ഞ ചികിത്സാ കോലാഹലങ്ങൾക്ക് ഞങ്ങൾ മക്കൾ മൂകസാക്ഷികളായിരുന്നു. ആ ചികിത്സയുടെ ഭാഗമായിട്ടാണ് കുടുംബം എന്റെ

കുട്ടിക്കാലത്ത് കൊണ്ടോട്ടിയിൽ വന്ന് കുറച്ചുകാലം താമസിക്കാനിടവന്നത്. അന്ന് എനിക്ക് ഒമ്പത് വയസ്. ഒരു ജ്യേഷ്ഠനും പെങ്ങളും മാത്രം കുട്ടികൾ. ഞങ്ങൾ തങ്ങളുടെ വീടിന്റെ ഒരു ഭാഗത്ത് തന്നെയാണ് താമസിച്ചിരുന്നത്. അങ്ങനെ ഞങ്ങളും തങ്ങളുടെ കുട്ടികളും കൂടിക്കലർന്ന് കുറച്ചുകാലം ജീവിച്ചുവന്നു. അത് കാരണം എനിക്ക് കല്യാണം ആലോചിച്ച കുട്ടിയെ ചെറുപ്പത്തിൽതന്നെ എനിക്കും വീട്ടുകാർക്കും അറിയാമായിരുന്നു.

സ്വാതന്ത്ര്യ പ്രഖ്യാപനം അടുത്തുവന്ന് വാതിൽക്കൽ മുട്ടിനിൽക്കുന്ന കാലം. സമരകോലാഹലങ്ങളുടെ പരിസമാപ്തി. ജനം ആവേശഭരിതരായിരുന്നു. യോഗങ്ങളും പ്രസംഗം, പാട്ട് തുടങ്ങിയവയും ആവേശം കൊള്ളിച്ചിരുന്നു. ഞങ്ങൾ കുട്ടികൾക്കിടയിൽ ഇതിന്റെ എല്ലാം പ്രതിഫലനങ്ങൾ ഉണ്ടാവുക സ്വാഭാവികമാണ്. പല കാര്യങ്ങളും ഞങ്ങളുടെ കുരുന്നു ഹൃദയങ്ങളിൽ പതിഞ്ഞിട്ടുണ്ടാവണം. എന്റെ അനുഭവത്തിൽ, അന്ന് എത്രയോ ചെറുപ്പമായിരുന്നിട്ടും ചില കാര്യങ്ങൾ ഞാൻ ഓർക്കുന്നു.

അന്ന് സ്വാതന്ത്ര്യസമര സേനാനികളായ നേതാക്കന്മാരിൽ ഏറ്റവും അധികം ചർച്ച ചെയ്യപ്പെട്ടിരുന്ന പേര് മുഹമ്മദ് അബ്ദുറഹിമാൻ സാഹിബിന്റേതായിരുന്നു. കൊടിയത്തൂര് എന്ന സ്ഥലത്ത് പ്രസംഗം കഴിഞ്ഞു മടങ്ങുമ്പോൾ വഴിമധ്യേ ഹൃദയസ്തംഭനംമൂലം അദ്ദേഹം മരണപ്പെടുകയായിരുന്നു. അദ്ദേഹത്തെക്കുറിച്ചുള്ള ചർച്ചയും പാട്ടും എല്ലാം വികാര നിർഭരമായിരുന്നു. ആ കാലത്തു തന്നെ അദ്ദേഹത്തിന്റെ പേരും മറ്റു വിവരങ്ങളും ഞാനും മനസിലാക്കിയിരുന്നു. എന്റെ കുരുന്നു ഹൃദയത്തിൽ രാഷ്ട്രീയത്തിൻെറ ഹരിശ്രീ കുറിക്കപ്പെട്ടതും ഈ കാരണത്താലാവാം. അബ്ദുറഹിമാൻ സാഹിബിന്റെ മരണത്തിൽ ദുഃഖാർത്തരായ അനുയായികൾ പാടിയിരുന്ന ഒരു ശോകഗാനം, അന്ന് കേട്ട് പഠിച്ചത് ഞാൻ ഇന്നും ഓർമിക്കുന്നു. അത് താഴെ ഉദ്ധരിക്കാം:

"അതിപ്രിയത്താൽ ജനർസ്തുതിത്തെ
അഭിവന്ദ്യരായുള്ളെ നേതാവാം. (അതിപ്രി...)
ഹാജി മുഹമ്മദ് അബ്ദുറഹിമാനെണ്ടെ പുണ്യമതി
അന്ത്യംവരെക്കും പൊതുസേവനങ്ങൾ ചെയ്ത നിധി
മൃതിയടഞ്ഞു, ഖബറടങ്ങി, വ്യസന കണ്ണീർ ഒഴുകി നാട്ടിൽ (അതിപ്രി...)

കോടാതെ ഒറ്റെ ആശ്രയത്തിൽ തന്നെ നിന്ന മഹാൻ
കോൺഗ്രസിൽ ചേർന്നു ത്യാഗംചെയ്ത് മൃതിയടഞ്ഞ മഹാൻ
ചൊടി, ചൊടിയാൽ പിടിച്ചു ബലംവരുത്തി
തന്നാമത നേതാവാം. (അതിപ്രി...)
ജേലിൽ കിടന്നു നിരാഹാരവ്രതംകൊണ്ട് വിള്ളി
ജേലിൽ അനുവദിത്തീടേണം മുസൽമാനു പള്ളി
ജലവും സ്ഥലം, നമസ്കരിക്കാൻ അനുവദിച്ചു
കൊടുത്തുടനെ (അതി...)

മുഹമ്മദ് അബ്ദുറഹ്മാൻ

ചുറ്റുപാടുകളിൽ നടക്കുന്ന സാമൂഹിക സംഭവ വികാസങ്ങളും കുമ്പയിലും മറ്റും നടക്കുന്ന മതാചാരങ്ങളും കണ്ടും ആസ്വദിച്ചും തങ്ങളുടെ കുട്ടികളും ഞങ്ങളും ഒരുമിച്ച് കഴിഞ്ഞു. മുകളിൽ ഉദ്ധരിച്ചതുപോലെയുള്ള പാട്ടുകൾ കേട്ടും പാടിയും പുത്തംമാളിയക്കൽ മുറ്റത്ത് കെട്ടുപന്തിൽ തട്ടിക്കളിച്ചും കളിതമാശകൾ കണ്ടും കഴിഞ്ഞു.

ഇത്തരം ഓർമകൾ പിന്നീട് പുതുക്കാൻ അവസരമുണ്ടായത് ഞാൻ 1957 ൽ ഫാറൂഖ് കോളേജിൽ പി യു സിക്ക് ചേർന്നപ്പോഴാണ്. തങ്ങളുടെ മൂത്ത മകൻ നസറുദ്ദീൻ തങ്ങൾ എന്റെ ക്ലാസിൽ വന്നുചേർന്നു. സഹപാഠികൾ എന്ന നിലയിൽ ഉണ്ടായ പരിചയം പൂർവകാല സ്മരണകൾ അയവിറക്കിയപ്പോൾ ആത്മബന്ധമായി മാറി. ക്ലാസില്ലാത്ത ഒരു ദിവസം ഞാൻ അദ്ദേഹത്തിന്റെ കൂടെ അവരുടെ വീട്ടിലും പോയി. പിതാവ് ഉണ്ണിമാൻ തങ്ങൾ ഇടയ്ക്ക് കോളേജിൽ വരുമായിരുന്നു. അദ്ദേഹവും എന്നെ കണ്ടു പഴയ ഓർമ പുതുക്കി. അങ്ങനെയാണ് ഞാൻ അദ്ദേഹത്തിന്റെ അക്കൗണ്ടിൽ കേറിയത്.

ഈ സാഹചര്യത്തിൽ ആണ് 1959 മാർച്ച് ഒന്നിന് ഞാനും തങ്ങളുടെ മൂത്ത മകൾ സാറാബീബിയും തമ്മിലുള്ള വിവാഹം നടന്നത്. അന്ന് ഞാൻ പോളിടെക്നിക്കിലെ ഒന്നാം വർഷ വിദ്യാഥിയായിരുന്നു. കല്യാണം നാട്ടിൻപുറത്തെ ഒതുങ്ങിയതും അനാർഭാടകരവും ആയിരുന്നെങ്കിലും എന്റെ അടുത്ത വിദ്യാർഥിസുഹൃത്തുക്കളും രാഷ്ട്രീയനേതാക്കളിൽ ചിലരും പങ്കെടുത്തിരുന്നു. കല്യാണസദസിൽ കാരാ ലളിതകലാ സമിതി പ്രസിഡന്റ് കാദരിക്കോയയും നാടക സുഹൃത്തുക്കളും ഉണ്ടായിരുന്നു. അവർ ഹൃദ്യമായി പാട്ടുകച്ചേരി നടത്തി. അതിൽ ഇരിങ്ങൽ ലീല പാടിയ ഒരു പാട്ടിന്റെ വരികൾ ഞാൻ ഇന്നും ഓർക്കുന്നു.

"പച്ചമരത്തിൽ കൂടില്ലെ
കൂട്ടിനകത്ത് കുഞ്ഞില്ലെ,
കുഞ്ഞിന് പാടാനറിയില്ലെ
കൂട്ടിലിരിക്കും പൈങ്കിളിയെ"

ഞാൻ എന്ന പുതിയാപ്ലയും സംഘവും കൊണ്ടോട്ടി എത്തുമ്പോൾ രാത്രി പന്ത്രണ്ടുമണി കഴിഞ്ഞിരുന്നു. കൊണ്ടോട്ടി അങ്ങാടിമധ്യത്തിൽ – ഇപ്പോൾ പൊലീസ്സ്റ്റേഷന്റെ മുൻവശം – ബസ് നിർത്തി അവിടെനിന്ന് ഞങ്ങളെ ആനയിച്ചുകൊണ്ടുപോയി. കൊണ്ടോട്ടി നേർച്ചയ്ക്ക് പെട്ടി എതിരേൽക്കുമ്പോലെ വിളക്കും ബൈത്തുമായി സ്വാഗതം ചെയ്താണ് നടത്തിക്കൊണ്ടുപോയത്.

എന്റെ കല്യാണത്തിന്റെ കൂടെത്തന്നെയായിരുന്നു ചെറിയ പെങ്ങൾ നഫീസയുടെയും കല്യാണം. പുതിയാപ്ല എന്റെ മച്ചൂനിയൻ കെ ടി അ ലവിക്കുട്ടി. അദ്ദേഹത്തിന് എന്റെ പ്രായംതന്നെ. ഇരുപത്തൊന്നുവയസാ യിരുന്നു അന്ന്. രസകരമായ സംഗതി, എന്റെ സഹോദരി നഫീസയ്ക്ക് അന്ന് പന്ത്രണ്ട് വയസ് മാത്രമായിരുന്നു പ്രായം എന്നതാണ്. ആ പ്രാ യത്തിലാണ് അക്കാലത്ത് ഞങ്ങളുടെ നാട്ടിൽ പ്രത്യേകിച്ചും ഞങ്ങളു ടെ കുടുംബത്തിൽ പെൺകുട്ടികളെ കല്യാണം കഴിച്ചുകൊടുത്തിരുന്നത്. കല്യാണത്തിന് ഒരു കൊല്ലംമുമ്പ് അവരുടെ നിക്കാഹ്കർമം നടന്നത് ഞാൻ ഓർക്കുന്നു. നിക്കാഹിന് പുതിയാപ്ല വന്ന് ഇരുന്ന സദസിൽ പതി നൊന്ന് വയസായ നഫീസയും വന്നിരുന്നു. എല്ലാവരോടും സംസാരിച്ചും ചോദ്യങ്ങൾക്ക് മറുപടി പറഞ്ഞും ഒന്നും അറിയാത്ത, എട്ടുംപൊട്ടും തി രിയാത്ത പാവാടപ്പെണ്ണ് കളിച്ചു ചിരിച്ചു സദസിൽ ഇരിക്കുന്നത് കൗതു കമുണർത്തി. അതിനിടയിൽ അവൾ ഉറങ്ങിപ്പോയി. മുസ്ല്യാര് വന്ന് നി ക്കാഹ് തുടങ്ങാൻ ആരംഭിക്കുമ്പോഴാണ് അവളെ പിടിച്ചുമാറ്റി കൊണ്ടു പോയത്. അന്നത്തെ സാമൂഹ്യമായ തെറ്റുകൾക്ക് ഇനിയും ഉദാ ഹരണങ്ങൾ പറയാനുണ്ട്. വിസ്തരിക്കുന്നില്ല.

കല്യാണം കഴിഞ്ഞ് ഞാൻ വീണ്ടും കോളേജിൽ എത്തി. എന്നാൽ വിദ്യാർഥികളുടെ 'ഒരണ' സമരം തീർന്നെങ്കിലും ഇ എം എസ് ഭരണത്തെ താഴെയിറക്കാനുള്ള കുതന്ത്രങ്ങൾ ശക്തിപ്പെടുത്തിവരുന്ന കാലമായി രുന്നു അത്. കോൺഗ്രസ്-ലീഗ്-പി എസ് പി രാഷ്ട്രീയസഖ്യം രൂപപ്പെ ട്ടുവന്നു. അവർക്ക് ജാതിമത സംഘടനകളും കൂട്ടായി. അങ്ങനെ അവർ 'വിമോചനസമരം' പ്രഖ്യാപിച്ചു. പട്ടം-മന്നം-ബാഫക്കി തങ്ങൾ- ആർ ശങ്കർ സിന്ദാബാദ് എന്നവർ മുദ്രാവാക്യം മുഴക്കി. കേരളത്തിൽ ജാതി രാഷ്ട്രീയത്തിന്റെ ഉദ്ഘാടനം അന്നാദ്യമായി അവർ നിർവഹിച്ചു.

പിന്നെ നടന്ന സംഭവങ്ങൾ വിസ്തരിക്കാൻ ഈ പുസ്തകത്തിൽ ഇടംപോര. ഭരണം താനെ വീഴില്ലെന്ന് കണ്ട് സമരക്കാർ സമീപനം മാറ്റി. സമരം അക്രമാസക്തമായി. വെടിവയ്പ്പുണ്ടാക്കി. രക്തസാക്ഷികളെയും സൃഷ്ടിച്ചു. വരന്തരപ്പള്ളിയിലും ചന്ദനത്തോപ്പിലുമാണ് വെടിവയ്പ്പ് നട ന്നത്. കേരളത്തിൽ ക്രമസമാധാനനില തകർന്നു എന്ന് കേന്ദ്ര-കോൺ ഗ്രസ് നേതാക്കൾ പ്രഖ്യാപിച്ചു.

അങ്ങനെ കോൺഗ്രസ് പ്രസിഡന്റ് ഇന്ദിരാഗാന്ധിയുടെ ഉപദേശം സ്വീകരിച്ച് പ്രധാനമന്ത്രി പണ്ഡിറ്റ് ജവഹർലാൽ നെഹ്റു ഭരണഘടന യുടെ 356-ാം വകുപ്പ് ദുർവിനിയോഗം ചെയ്ത്, തികച്ചും നിയമവിരു ദ്ധവും ഭരണഘടനാ വിരുദ്ധവുമായ നടപടി സ്വീകരിച്ചു. കേരളത്തിലെ ആദ്യത്തെ ജനകീയ ഗവൺമെന്റിനെ-സ. ഇ എം എസിന്റെ നല്ല ഭര ണത്തെ - പിരിച്ചുവിട്ടു. തുടർന്ന് 1960 ൽ നടന്ന പൊതു തിരഞ്ഞെടു പ്പിൽ കോ-ലീ-പി സഖ്യം ജാതികക്ഷികളുടെ പിന്തുണയോടെ അധി കാരത്തിൽ വന്നു.

ഞാൻ അന്ന് പോളിടെക്നിക്കിൽ (1959-60 കാലം) രണ്ടാം വർഷ

വിദ്യാർഥിയായിരുന്നു. മുമ്പ് പറഞ്ഞപോലെ വിദ്യാർഥി യൂണിയൻ പ്രവർത്തനം, രാഷ്ട്രീയം, കല, കൂട്ടത്തിൽ കല്യാണവും എൻജിനീയറിങ് പഠിത്തത്തിലെ മടുപ്പും എല്ലാംകൂടി ആ പഠനം നിർത്താൻതന്നെ തീരുമാനിച്ചു. ഭാര്യ ഗർഭിണിയുംകൂടി ആണെന്നറിഞ്ഞപ്പോൾ ഇനി പഠിക്കാൻ കഴിയില്ലെന്നുറച്ചു. അങ്ങനെ പോളിയിലെ പഠനം അവസാനിപ്പിച്ചു കെട്ടും ഭാണ്ഡവുമായി വീട്ടിൽ എത്തി. പിന്നീട് എന്റെ ശ്രമം ഏതെങ്കിലും തരത്തിൽ എന്തെങ്കിലും ഒരു ജോലി കരസ്ഥമാക്കണം എന്നായി. അതിന്റെ ഉദ്ദേശ്യം ഒരു ഉദ്യോഗസ്ഥനായി ജീവിതം പൂർത്തിയാക്കണം എന്നായിരുന്നില്ല. ജോലി കിട്ടിയാൽ ആ കാരണം പറഞ്ഞ് മറ്റ് ചുറ്റുപാടുകളിൽ നിന്ന് ഒഴിഞ്ഞുമാറി, ഉദ്യോഗത്തിൽ ഇരുന്ന് പ്രൈവറ്റായി പഠിച്ച് ഡിഗ്രി എടുക്കുക, പിന്നെ നിയമപഠനം കഴിക്കുക. ഒരു വക്കീലാകണമെന്ന ചെറുപ്പത്തിലേ ഉണ്ടായിരുന്ന ആഗ്രഹം പൂർത്തിയാക്കുക. ഇതായിരുന്നു ഹൃദയത്തിനുള്ളിലെ ആശയം. പി യു സി പാസായിരുന്നതുകൊണ്ട് ഡിഗ്രിപഠനത്തിന് എളുപ്പവും ആണല്ലോ.

ഇതെല്ലാം പറയാനും എഴുതാനും പ്രയാസമില്ല. എന്നാൽ ലക്ഷ്യം വളരെ ദൂരത്താണ്. ആത്മവിശ്വാസം കഠിനാധ്വാനത്തിലേക്കും അത് ലക്ഷ്യപ്രാപ്തിയിലേക്കും എത്തിക്കും എന്ന തത്വം എന്റെ ജീവിതാനുഭവം കൊണ്ട് ബോധ്യമായിട്ടുണ്ട്.

ആദ്യത്തെ ശ്രമം ഉദ്യോഗം തരപ്പെടുത്താനാണല്ലോ. അന്ന് തിരു-കൊച്ചി സ്റ്റേറ്റും മലബാറും കൂടി ചേർന്ന് കേരളം ഉടലെടുത്ത കാലം. തിരുകൊച്ചിയിൽ എല്ലാ പഞ്ചായത്തുകളിലും പഞ്ചായത്ത് ഓഫീസർ എന്ന തസ്തികയുണ്ടായിരുന്നു. മലബാർ മദിരാശിയുടെ കീഴിലായിരുന്നു. ഇവിടെ എല്ലാ പഞ്ചായത്തിലും ഓഫീസറില്ല. അതിനാൽ തുല്യത വരുത്തുന്നതിന് മലബാർ പ്രദേശത്ത് പഞ്ചായത്തുകളിൽ ഓഫീസർമാരെ തിരഞ്ഞെടുത്ത് നിയമിക്കാൻ ഗവൺമെന്റ് തീരുമാനിച്ചതായി പത്രത്തിൽ വാർത്ത വന്നു. കുറഞ്ഞ യോഗ്യത; എസ് എസ് എൽ സി മാത്രമായിരുന്നു. ഞാനും അതിൽ ഒരപേക്ഷ കൊടുത്തു. നിയമനം പി എസ് സിക്ക് വിട്ടിരുന്നില്ല. പഞ്ചായത്ത് ഡയറക്ടർ നേരിട്ട് നിയമിക്കുകയായിരുന്നു. അന്നത്തെ പഞ്ചായത്ത് വകുപ്പുമന്ത്രി പി പി ഉമ്മർകോയ ആയിരുന്നു. ഞാൻ എന്റെ ബന്ധവും അടുപ്പവും ഉപയോഗിച്ച് അതിൽ കയറിപ്പറ്റി. ചുരുക്കത്തിൽ 1961 ജൂൺ മാസത്തിൽ പഞ്ചായത്ത് എക്സിക്യൂട്ടീവ് ഓഫീസറായി. 40–120 സ്കെയിലിൽ മൊത്തം മാസത്തിൽ 78 ക ശമ്പളം. അന്ന് അത് മോശമല്ലാത്ത ശമ്പളമാണ്.

എന്റെ ആദ്യത്തെ നിയമനം തലശേരി ബ്ലോക്കിൽ എരുവെട്ടി പഞ്ചായത്തിലായിരുന്നു. ഞാൻ കോഴിക്കോടുവരെ ബസിലാണ് നാട്ടിൽനിന്ന് യാത്ര ചെയ്തത്. പിന്നെ തീവണ്ടി കേറി തലശേരി സ്റ്റേഷനിൽ ചെന്നിറങ്ങി. അവിടെനിന്ന് അന്വേഷിച്ചപ്പോൾ തലശേരിയിൽനിന്ന് അഞ്ചുനാഴിക ദൂരത്ത് കതിരൂര് അങ്ങാടിയിൽച്ചെന്ന് ഇറങ്ങി ഇടത്തോട്ടുള്ള ഊടുവഴിയിലൂടെ ഒരുനാഴിക ചെന്നാൽ എരുവെട്ടിയിൽ എത്താമെന്ന് മനസി

ലായി. അന്ന് ഓട്ടോറിക്ഷയുണ്ടായിരുന്നില്ല. ടൗൺ ബസും ഇല്ല. കൂത്തുപറമ്പിലേക്കുള്ള ബസിൽ കേറി കതിരൂര് ഇറങ്ങണം. കൂത്തുപറമ്പിലേക്കുള്ള ബസ് ഉടനെയില്ലെന്ന് അറിഞ്ഞപ്പോൾ ഞാൻ ചുറ്റുപാടും നോക്കി. ഒന്നുരണ്ട് കുതിരവണ്ടി നിൽക്കുന്നത് കണ്ടു. ഞാൻ ഒരു വണ്ടിക്കാരനെ സമീപിച്ചു. അഞ്ചുറുപ്പിക വാടക നിശ്ചയിച്ച് ഞാൻ കുതിരവണ്ടിയിൽ കേറി. അത് ഒരു രസകരമായ യാത്രയായിരുന്നു. ഞാൻ വണ്ടിയിൽ നടുക്ക് ഇരുന്നു, ഇരുപുറവും പെട്ടിയും ബെഡ് ഹോൾഡറും വച്ചു.

വണ്ടിക്കാരൻ കുതിരയുടെ ജീൻസ് കുലുക്കി ചാട്ടവാറുകൊണ്ട് കുതിരയെ രണ്ട് അടിവച്ചുകൊടുത്തു. കുതിര കടാ കടാ എന്ന് ചാടി ഓടി, ദ്രുതഗതിയിൽ വണ്ടി നീങ്ങി. റോഡിന്റെ ഇരുപുറവും പുരാതനമായ കെട്ടിടങ്ങൾ. രണ്ടുഭാഗം വിസ്തൃതമായ വയലുകൾ, ഇടയ്ക്കിടെ കലുങ്കുകൾ. വണ്ടി എരഞ്ഞോളി പാലത്തിലൂടെ കടന്നുപോകുമ്പോൾ ഇരുവശത്തെയും കാഴ്ചകൾ അതിമനോഹരമായിരുന്നു. കതിരൂർ അങ്ങാടിയിൽ വണ്ടി നിർത്തി. ആരവവും ഇറക്കവും കണ്ടു. പിന്നീട് എന്റെ സുഹൃത്തുക്കളായി മാറിയ അണിയേരി കുഞ്ഞിരാമൻവൈദ്യർ, വളപ്പി രാഘവൻ എന്നിവർ പറഞ്ഞത്, കൊട്ടാരത്തിൽനിന്ന് രാജകുമാരൻ സവാരി ചെയ്തു വന്നിറങ്ങുംപോലായിരുന്നു എന്നാണ്.

കുഞ്ഞിരാമൻവൈദ്യരുടെ മരുന്നുപീടികയിൽ എന്റെ പെട്ടിയും മറ്റും ഏൽപ്പിച്ചു ഞാൻ നടന്നു എരുവെട്ടിയിൽ എത്തി, ഓഫീസിൽ കേറി. പ്രസിഡന്റിനെ വിവരം അറിയിച്ചു. കെ കെ രാമൻവൈദ്യർ ആയിരുന്നു പ്രസിഡന്റ്. അദ്ദേഹം ഉടനെ ഓഫീസിൽ എത്തി. അദ്ദേഹത്തിൽനിന്ന് ഞാൻ ചാർജ് ഏറ്റെടുത്തു. ജീവിതത്തിൽ ആദ്യമായി ഒരു ഉദ്യോഗസ്ഥനായി. അത് 1961 ഒക്ടോബർ 3നായിരുന്നു.

വിദ്യാർഥിയായി പാറിപ്പറന്ന് സ്വതന്ത്രമായി ജീവിച്ച ഞാൻ ഒരു ഓഫീസ് മുറിയിൽ മേശയ്ക്കപ്പുറത്ത് കസാലയിൽ ഇരുന്ന് നാലുപാടും നോക്കിയപ്പോൾ ചുമർഭിത്തികൾ മാത്രം. ആ ഏകാന്തത, ലോക്കപ്പിൽ കേറിയ തടവുപുള്ളിയെപ്പോലെ ആദ്യമായി ഞാൻ അനുഭവിച്ചു. ജീവിതത്തിലെ അപ്രതീക്ഷിതമായ വഴിത്തിരിവ്.

താമസത്തിനുള്ള അന്വേഷണം തുടങ്ങി. നാട്ടിൻപുറമായതിനാൽ ഗ്രാമത്തിലെ ഏറ്റവും വലിയ ഉദ്യോഗസ്ഥനായ എനിക്ക് എല്ലാവരും സഹായികളായി, വക്രതയില്ലാത്ത ഗ്രാമീണർ. താമസിയാതെ ഒരു ചെറിയ വീട് സൗകര്യപ്പെടുത്തി. കുറുപ്പിച്ചാംകണ്ടി കുഞ്ഞിക്കണ്ണന്റേതായിരുന്നു വീട്, മാസത്തിൽ അഞ്ചുറുപ്പികയാണ് വാടക. അവിടെ കുടുംബസമേതം താമസം തുടങ്ങി.

അപ്പോഴേക്കും ഞാൻ ഒരു കുട്ടിയുടെ പിതാവായിരുന്നു. ഞാനും ഭാര്യയും കുട്ടിയും ഒരു സഹായിയും ആ വീട്ടിൽ താമസിച്ചു. ഞാൻ ഓഫീസ് ജോലിയിൽ വ്യാപൃതനായി. മുമ്പ് ഓഫീസറില്ലാത്ത ഓഫീസും

ഓഫീസ് ജോലി പരിചയമില്ലാത്ത ഞാനും. വളരെ പണിപ്പെട്ട് അധ്വാനിച്ച് ജോലികൾ പഠിച്ച് കാര്യങ്ങൾ നടത്തിവന്നു.

അധികം താമസിയാതെ എരുവെട്ടി പഞ്ചായത്തും പിണറായി പഞ്ചായത്തും സംയോജിപ്പിച്ച് ഒറ്റ പഞ്ചായത്താക്കി മാറ്റാൻ ഗവൺമെന്റ് ഉത്തരവായി. എന്നെ വണ്ടൂർ ബ്ലോക്കിൽ പോരൂര് പഞ്ചായത്തിലേക്ക് സ്ഥലം മാറ്റുകയും ചെയ്തു.

സർവീസ് ആറുമാസം തികഞ്ഞപ്പോൾ എന്നെ എക്സിക്യൂട്ടീവ് ഓഫീസർ ട്രെയിനിങ്ങിനുവേണ്ടി പാലക്കാട്ട് ട്രെയിനിങ് സെന്ററിലേക്കയച്ചു. മൂന്നുമാസമായിരുന്നു ട്രെയിനിങ്. പാലക്കാട് കുന്നത്തൂർമേട് എന്ന സ്ഥലത്തായിരുന്നു ട്രെയിനിങ് ക്യാമ്പ്. ട്രെയിനിങ് ക്ലാസ് തുടങ്ങി, ഞാൻ പാലക്കാട് താമസിക്കുകയുംചെയ്തു.

ടി കെ ഹംസ പ്രസംഗവേദിയിൽ. സമീപം
ഇരിക്കുന്നത് ആര്യാടൻ മുഹമ്മദ്

7 ഉദ്യോഗസ്ഥനായ വിദ്യാർഥി

ഉദ്യോഗത്തിൽ പ്രവേശിച്ച അന്നുമുതൽ ഞാൻ എന്റെ ലക്ഷ്യത്തിലെത്താനുള്ള ഗാഢമായ ആലോചനയും തുടങ്ങിയിരുന്നു. എങ്ങനെയെങ്കിലും പ്രൈവറ്റായി ഡിഗ്രിക്ക് പഠിക്കണം. അതാണ് ആലോചന. പല അന്വേഷണവും നടത്തി. പല സ്ഥാപനങ്ങളുമായി എഴുത്തുകുത്തും നടത്തി. കേരളത്തിൽ അത് തീരെ അനുവദിച്ചിരുന്നില്ല. മറ്റ് സ്റ്റേറ്റുകളിൽ അതാത് സ്റ്റേറ്റുകാർക്കുമാത്രം. ചില സ്റ്റേറ്റിൽ വിദൂര വിദ്യാഭ്യാസം സ്ത്രീകൾക്കുമാത്രം. ആകപ്പാടെ എന്റെ ലക്ഷ്യത്തിലെത്താൻ ഒരു വഴിയും കാണുന്നില്ല. ഞാൻ നിരാശനായി.

അങ്ങനെ ഇരിക്കുമ്പോൾ ഒരു ദിവസം അതിരാവിലെ ചായ കുടിക്കാൻ താമസസ്ഥലത്തുനിന്ന് നടന്ന് പാലക്കാട് സുൽത്താൻപേട്ടയിലുള്ള പാരീസ് ഹോട്ടലിൽ വന്നു. ഒരു ചായക്ക് പറഞ്ഞു. അടുത്ത മേശമേൽ ഒരു ദിനപത്രം കണ്ടു. അതെടുത്ത് മറിച്ചുനോക്കി വായന തുടങ്ങി. അതൊരു ചെറിയ പത്രമായിരുന്നു. പെട്ടെന്ന് ഒരു റിപ്പോർട്ട് ശ്രദ്ധയിൽപ്പെട്ടു. “ഡൽഹി സർവകലാശാലയിൽ സായാഹ്ന ക്ലാസും വിദൂര വിദ്യാഭ്യാസ കോഴ്സും ആരംഭിക്കുന്നു.’’

ആ റിപ്പോർട്ട് അത്ഭുതത്തോടും കൗതുകത്തോടുംകൂടി ഞാൻ വായിച്ചുതീർത്തു. അതിന്റെ ഉള്ളടക്കം “നിലവിലുള്ള പഠനസൗകര്യങ്ങൾ ഉപയോഗപ്പെടുത്തി ഇരട്ടി വിദ്യാർഥികൾക്ക് പഠിക്കാൻ സൗകര്യമുണ്ടാക്കാൻ സായാഹ്ന ക്ലാസുകളും പല കാരണങ്ങളാലും തുടരാൻ കഴിയാതെ പഠിപ്പുനിർത്തേണ്ടി വന്നവർക്ക് പഠനം പൂർത്തിയാക്കാൻ വിദൂരവിദ്യാഭ്യാസ സൗകര്യവും വേണം” എന്ന കോത്താരി കമീഷൻ റിപ്പോർട്ട്

കേന്ദ്ര ഗവൺമെന്റ് അംഗീകരിച്ചു എന്നാണ്. ആദ്യം ഡൽഹി സർവകലാശാലയിൽ രണ്ടു കോഴ്സും ഇക്കൊല്ലം തന്നെ ആരംഭിക്കുന്നതാണ് എന്നാണ്. അപ്പോഴത്തെ എന്റെ അതിരില്ലാത്ത ആഹ്ലാദം എഴുതി ഫലിപ്പിക്കാൻ സാധ്യമല്ല. ചായകുടിച്ച്, കടക്കാരനോട് ആ പത്രം ഞാൻ എടുക്കട്ടെ എന്ന് ചോദിച്ചു, അദ്ദേഹം സമ്മതിച്ചു.

ആ സംഭവം എന്റെ ജീവിതത്തിലെ വഴിത്തിരിവായിരുന്നു. ഞാൻ ഉടനെത്തന്നെ പത്രത്തിൽ കണ്ട അഡ്രസിൽ ഡൽഹി സർവകലാശാല റജിസ്ട്രാർക്ക് ഒരു അപേക്ഷ അയച്ചു. മടക്കത്തപാലിൽ പ്രോസ്പെക്ടസും അപേക്ഷാഫോറവും എനിക്ക് അയച്ചുകിട്ടി. അത്യാവേശത്തോടെ അപേക്ഷാഫോറം പൂരിപ്പിച്ച് ആവശ്യപ്പെട്ട രേഖകൾ സഹിതം അയച്ചുകൊടുത്തു. ഒരാഴ്ചക്കകം എന്റെ അപേക്ഷ സ്വീകരിച്ചു, എന്നെ വിദൂര വിദ്യാഭ്യാസ കോഴ്സിൽ ചേർത്തതായി മറുപടി വന്നു. എന്റെ ഡിഗ്രിക്കുള്ള പ്രധാന വിഷയം ചരിത്രവും രാഷ്ട്രമീമാംസയും (History & Political Science) ആയിരുന്നു.

അന്ന് മുതൽ ഞാൻ മനസിന്റെ ഉള്ളിൽ വിദ്യാർഥിയും പുറത്തേക്ക് ഓഫീസറുമായി മാറി. മുഴുവൻ സമയവും എന്റെ ചിന്ത പഠനം തന്നെയായിരുന്നു. എന്നെ വഴിയിലിട്ടേച്ചുപോയ എന്റെ സഹപാഠികളുടെയും സുഹൃത്തുക്കളുടെയും ഒപ്പമെത്തണം എന്നാണ് ചിന്ത. ഉറച്ച ലക്ഷ്യവും കഠിനമായ അധ്വാനവും ഫലപ്രാപ്തിയിലെത്തും എന്നതിന് എന്റെ ജീവിതം സാക്ഷ്യം വഹിക്കുന്നു.

പാലക്കാട് ട്രെയിനിങ് കഴിഞ്ഞ് എന്നെ കാളികാവ് പഞ്ചായത്തിലേക്ക് എക്സിക്യൂട്ടീവ് ഓഫീസറായി നിയമിച്ചു. ഡൽഹി സർവകലാശാലയിലെ വിദൂര വിദ്യാഭ്യാസ വിഭാഗത്തിൽനിന്ന് വളരെ കൃത്യമായി പാഠ്യവിഷയങ്ങൾ നോട്ട്സ് ആയി വന്നുകൊണ്ടിരുന്നു. കാളികാവിൽ മുമ്പ് പഞ്ചായത്ത് ഭരണം ഉണ്ടായിരുന്നില്ല. പുതുതായി രൂപീകരിക്കാനുള്ള എല്ലാ നടപടികളും സ്വീകരിക്കേണ്ടത് എന്റെ ചുമതലയായിരുന്നു. ഓഫീസ് തുറന്നു, ജീവനക്കാരെ എക്സിക്യൂട്ടീവ് ഓഫീസർ എന്ന നിലയിൽ ഞാൻതന്നെ പരസ്യം കൊടുത്ത്, ഇന്റർവ്യൂ ചെയ്ത് തിരഞ്ഞെടുത്തു. ഒരു ക്ലർക്ക്, ഒരു ബിൽ കലക്ടർ, ഒരു സ്വീപ്പർ ഇതായിരുന്നു ജീവനക്കാരുടെ നില. ആദ്യമായി ഒരു ക്ലാർക്കിനെയും സ്വീപ്പറെയും പെട്ടെന്ന് നിയമിച്ചു. പിന്നെ ഒരു ബിൽകലക്ടറെ നിയമിക്കേണ്ടതുണ്ടായിരുന്നു. അങ്ങനെ ഇരിക്കെ ഒരു ദിവസം ഞാൻ ഓഫീസിൽനിന്ന് എന്റെ വീട്ടിലേക്ക് പോകാൻ ബസിൽ കയറി പൂക്കോട്ടുംപാടം അങ്ങാടിയിൽ വന്നിറങ്ങി. തൊട്ടടുത്തുള്ള ബീഡിക്കമ്പനിയിൽ എന്റെകൂടെ പത്താംതരംവരെ ഒരുമിച്ച് പഠിച്ച ഒരു സുഹൃത്ത് ബീഡി തെരച്ചുകൊണ്ടിരിക്കുന്നതായി കണ്ടു. വണ്ടൂർ സ്വദേശി പറമ്പൻ മുഹമ്മദ് എന്ന കുഞ്ഞു. ബീഡി തെരപ്പുകാരുടെ അന്നത്തെ കൂലിയും ജീവിതപ്രയാസവും എനിക്ക് നന്നായി അറിയാമായിരുന്നു. ഞങ്ങൾ ഒരുമിച്ച് പഠിച്ചും കളിച്ച് ചിരിച്ചും കഴിഞ്ഞത് ഓർത്തപ്പോൾ വലിയ സഹതാപം തോന്നി. ഞാൻ അയാളെ

പുറത്തേക്ക് വിളിച്ചു സ്വകാര്യം പറഞ്ഞു, കാളികാവ് പഞ്ചായത്തിൽ ബിൽ കലക്ടറായി നിയമനം കൊടുക്കാമെന്ന്. അങ്ങനെ പഞ്ചായത്ത് ഭരണം ചിട്ടപ്പെടുത്തിക്കൊണ്ട് മുന്നോട്ടുപോയി. ഒപ്പംതന്നെ രാത്രികാലങ്ങളിൽ കുത്തിയിരുന്ന് പഠനവും.

കാളികാവിൽ ഒരു വീട് വാടകയ്ക്കെടുത്ത് കുടുംബസമേതം താമസവും തുടങ്ങി. സ്വന്തം വീട് അടുത്താണ്, ഏകദേശം മൂന്നുനാഴികമാത്രം ദൂരം. അതിനാൽ വീട്ടിൽനിന്നുള്ള വലിയ സഹായവും ചെറുതാണെങ്കിലും ശമ്പളവുംകൂടി ഒരുവിധം മോശമല്ലാതെ ജീവിച്ചുവന്നു. അങ്ങനെ ഒന്നരക്കൊല്ലത്തോളം കഴിഞ്ഞു. രാഷ്ട്രീയ, സാമൂഹ്യ പ്രവർത്തനങ്ങളിലൊന്നും ബന്ധപ്പെടാതെ തികച്ചും ഒരു ഓഫീസറായിത്തന്നെ കഴിഞ്ഞുപോന്നു.

എന്നാൽ പ്രാദേശികമായ വൃത്തത്തിൽ കലാ-സാംസ്കാരികപ്രവർത്തനവുമായി ചെറിയതോതിൽ ബന്ധപ്പെട്ടിരുന്നു. കാളികാവിലാണ് പുല്ലങ്കോട്ട് റബ്ബർ എസ്റ്റേറ്റ്. മുൻ മുഖ്യമന്ത്രി കെ കരുണാകരന്റെ ജ്യേഷ്ഠൻ ബാലകൃഷ്ണമാരാരായിരുന്നു പുല്ലങ്കോട് എസ്റ്റേറ്റ് മാനേജർ. അദ്ദേഹം, സാംസ്കാരിക പ്രവർത്തനങ്ങളെ പ്രോത്സാഹിപ്പിച്ചിരുന്നു. എസ്റ്റേറ്റിലെ തന്നെ റൈറ്റർ ഇ കെ കാളികാവ് എന്ന് വിളിച്ചിരുന്ന എന്റെ സ്നേഹിതൻ, നന്നായി പാട്ടുപാടിയിരുന്നു, അദ്ദേഹം.

"മകരത്തിൽ തണുപ്പത്ത്
മരംകോച്ചും തണുപ്പത്ത്
അക്കരെ നിക്കും
ചക്കരമാവും പൂത്തല്ലോ.
പൂവിന് പാറ്ണ് പൂമ്പാറ്റ,
തേനിന് പാറ്ണ് തേനീച്ച"

എന്ന് മനോഹരമായി പാടുമ്പോൾ ഞാൻ ഇരുന്ന് താളം പിടിക്കുമായിരുന്നു. എസ്റ്റേറ്റിലെ തന്നെ മേസ്ത്രിപണിയെടുത്തിരുന്ന ചുരപ്പിലാൻ മമ്മത് നാടകകൃത്തും കവിയുമായിരുന്നു. ആദ്യം അദ്ദേഹം *മാർക്കക്കാരന്റെ മോള്* എന്ന ഒരു നാടകം എഴുതി. അരങ്ങേറിയപ്പോൾ നല്ല സ്വീകരണം കിട്ടി. പിന്നെ ഇന്ത്യ- ചൈന യുദ്ധകാലത്ത് യുദ്ധഫണ്ടിലേക്ക് സഹായമായി പൊന്നും പണവും ആവശ്യപ്പെട്ടുകൊണ്ടു നടന്ന പ്രചാരണങ്ങൾക്ക് ആവേശം പകരുന്ന വിധത്തിലായിരുന്നു രണ്ടാമത്തെ നാടകം. അതിന്റെ പേരുതന്നെ 'പെണ്ണിന് പൊന്നല്ല സീനത്ത്' എന്നായിരുന്നു. അതിൽ അദ്ദേഹംതന്നെ എഴുതിയ പാട്ടും അതിമനോഹരം തന്നെ.

"കൊഞ്ഞനം കാട്ടിക്കളിച്ചു. നുള്ളിയെന്നെ വേദനിപ്പിച്ച്
കൈമലുള്ള കുപ്പിവളകൾ തല്ലിയുടച്ച്-നേരംപോക്ക് കാട്ടാൻ വേണ്ടിയെന്നെ മാടിവിളിച്ച്."

ബാല്യകാല ചാപല്യങ്ങൾ അയവിറക്കുന്ന യുവമിഥുനങ്ങളുടെ ഭാവം നന്നായി അവതരിപ്പിക്കുന്നു ഈ പാട്ട്. പൂരപ്പിലാന്റെ മേൽവരികൾ പാടുമ്പോൾ അന്നും ഇന്നും എന്റെ ഹൃദയത്തിൽ മഹാകവി കുമാരനാശാന്റെ

ടി കെ ഹംസ, തിക്കോടിയൻ, പി പി ഉമ്മർകോയ

നളിനി ഓർമവരും.

"ഉച്ചയായി തണലിലാഞ്ഞു പുസ്തകം
വെച്ചു മല്ലികയറുത്തിരുന്നതും
മെച്ചമാർന്ന ചെറുമാല കെട്ടിയെൻ
കൊച്ചുവാർമുടിയിലങ്ങണിഞ്ഞതും."

ആശയത്തിലും അക്ഷരാർഥത്തിലും ഇതിനോട് സാമ്യമുള്ള വരികളാണ് നാടൻ കവിയായ മമ്മദിന്റേതും.

അങ്ങനെ പഞ്ചായത്ത് ഭരണവും പഠനവുമായി കഴിഞ്ഞുവരുന്നകാലത്ത് 1963 ൽ കേരളത്തിൽ ആകമാനം ഒറ്റയടിക്ക് പഞ്ചായത്ത് തിരഞ്ഞെടുപ്പ് നടത്താൻ ഗവൺമെന്റ് തീരുമാനിച്ചു. അതൊരു വാശിയേറിയ തിരഞ്ഞെടുപ്പായിരുന്നു. ഓഫീസർ എന്ന നിലയിൽ ഞാൻ തിരഞ്ഞെടുപ്പ് കാര്യങ്ങളിൽ ഒരു അഭിപ്രായവും പ്രകടിപ്പിക്കാതെ തികച്ചും മാറിനിന്നു.എന്നാൽ മുൻ രാഷ്ട്രീയക്കാരൻ എന്ന നിലയിൽ ചിലപ്പോൾ സംശയങ്ങൾക്കും വിമർശനങ്ങൾക്കും ഞാനും വിധേയനാവേണ്ടിവന്നു. ആ സാഹചര്യത്തിൽ ഞാൻ തിരഞ്ഞെടുപ്പ് കഴിഞ്ഞാൽ കാളികാവിൽനിന്ന് സ്ഥലം മാറിപ്പോകണം എന്ന് മനസിൽ കരുതി. കാരണം എന്റെ ഉദ്ദേശ്യം അലോസരങ്ങളില്ലാതെ പഠനം പൂർത്തിയാക്കി ഡിഗ്രി എടുക്കണം, പിന്നീട് നിയമം പഠിക്കണം എന്നായിരുന്നു.

ആ പഞ്ചായത്ത് തിരഞ്ഞെടുപ്പിൽ കമ്യൂണിസ്റ്റുപാർട്ടിയും ലീഗും സഖ്യത്തിലായിരുന്നു. കേരള ഭരണത്തിലും കോ-ലീ-പി സഖ്യം പിരിഞ്ഞ കാലമായിരുന്നു. സി എച്ച് മുഹമ്മദ് കോയ സ്പീക്കർ സ്ഥാനം രാജിവച്ച് പ്രതിപക്ഷത്ത് ലീഗ് വന്ന കാലമാണ്. തിരഞ്ഞെടുപ്പ് കഴിഞ്ഞപ്പോൾ പ്രതിപക്ഷ സഖ്യം അധികാരത്തിൽ വന്നു. മുസ്ലിംലീഗിന്റെ പിന്തുണയോടെ കമ്യൂണിസ്റ്റ് നേതാവ് സ. കെ കുഞ്ഞാലി പ്രസിഡന്റായി.

സ. കുഞ്ഞാലി ഏറനാട്ടിലെ തൊഴിലാളിപ്രസ്ഥാനത്തിന്റെ അനിഷേധ്യ നേതാവായിരുന്നു. തോട്ടം മേഖലയിൽ തൊഴിലാളികളെ സം

ഉമ്മൻ ചാണ്ടി

ഘടിപ്പിച്ച് അവകാശസമരപോരാട്ടങ്ങൾ നടത്തിയ ധീരനായ കമ്യൂണിസ്റ്റുകാരൻ. എതിർപ്പുകളെ കൂസലില്ലാതെ നേരിടുന്ന പ്രകൃതക്കാരൻ. വരും വരായ്കകൾ ചിന്തിക്കാത്ത വിപ്ലവകാരി.

ഞങ്ങൾ രണ്ടാളും രണ്ട് രാഷ്ട്രീയ ചേരിയിൽനിന്ന കാലത്തും സുഹൃത്തുക്കളായിരുന്നു. ഓഫീസറാകുന്നതിന് മുമ്പ് ഒരു വിളകൊയ്ത്ത് സമരത്തിൽ ഞങ്ങൾ ഒരുമിച്ച് പ്രവർത്തിക്കാനിടയായിട്ടുമുണ്ട്. വെള്ളയൂർ മഠത്തിൽ കസാലിഹാജി എന്ന ഭൂവുടമ തന്റെ കർഷക കുടിയാനായ പറങ്ങോടന്റെ കൈവശമുള്ള ഭൂമിയിൽനിന്ന് പറങ്ങോടൻ ഇറക്കിയ വിള ബലം പ്രയോഗിച്ച് കൊയ്തെടുത്തു. അതിനെതിരായി പ്രതിഷേധ സമരവും കോടതിയിൽ കേസും ഞങ്ങൾ ഒരുമിച്ചു നടത്തിയിട്ടുണ്ട്. ഒരിക്കലും നേരിട്ട് ഒരു അലോഗ്യത്തിനും ഇടവന്നിട്ടുമില്ല.

എന്നാൽ ഭാവിയിൽ എന്തെങ്കിലും ഭിന്നത വന്നാൽ എന്റെ ഉദ്ദേശ്യത്തിന് വിഘ്നം വരും, പഠിക്കാൻ സാധിക്കാതെ വരും എന്ന് ഞാൻ കരുതിയിരുന്നു. തിരഞ്ഞെടുപ്പുകാലത്ത് തന്നെ, അത് കഴിഞ്ഞാൽ സ്ഥലം മാറി പോകണം എന്ന് ഞാൻ തീരുമാനിച്ചിരുന്നു. അത് പ്രകാരം സ. കുഞ്ഞാലി ചാർജെടുത്ത് ഒരു മാസം കഴിഞ്ഞ് ഞാൻ സ്ഥലമാറ്റം വാങ്ങി ഒതുക്കുങ്ങൽ പഞ്ചായത്തിൽഓഫീസറായി.

ഒതുക്കുങ്ങൽ ഒരു ചെറിയ പഞ്ചായത്താണ്. വിസ്തീർണംകൊണ്ടും വരുമാനംകൊണ്ടും ചെറുത്. പ്രശ്നങ്ങളും കുറവായിരുന്നു. മുസ്ലിം ലീഗായിരുന്നു പഞ്ചായത്ത് സമിതിയിൽ ഭൂരിപക്ഷം, പ്രസിഡന്റ് ചെട്ടിയാംകണ്ടത്തിൽ കടമ്പോട് മുഹമ്മദ് എന്ന ബാപ്പു. രാഷ്ട്രീയവും വിദ്യാഭ്യാസവും കുറവാണെങ്കിലും പ്രായോഗിക രംഗത്തെ കാര്യങ്ങൾ നടത്താൻ കഴിവുണ്ടായിരുന്നു. ഞാൻ ഒതുക്കുങ്ങൽ പഞ്ചായത്തിലേക്ക് പോകുമ്പോൾ എന്റെ രണ്ടാമത്തെ കുട്ടി കൈക്കുഞ്ഞായിരുന്നു. ആദ്യത്തെ കുട്ടി നജീബിന് മൂന്നു വയസ്. രണ്ടാമത്തേത് ഒരു പെൺകുട്ടി നദീറ.

അങ്ങനെ കുടുംബസമേതം ഒതുക്കുങ്ങലും കുറച്ചുകാലം മലപ്പുറത്തും ഞാൻ താമസിച്ചു. ആ കാലത്ത് എന്റെ ഡിഗ്രിപഠനം മൂന്നാം കൊല്ലത്തേക്ക് പ്രവേശിച്ചു. അപ്പോൾ എനിക്ക് ഒരു ബുദ്ധി തോന്നി, എന്ത് സഹിച്ചും ഡിഗ്രി പാസാവണം. അതിന് ഉദ്യോഗത്തിൽനിന്ന് ദീർഘകാല ലീവെടുത്ത് ഡൽഹിയിൽ പോവുക. അവിടെ ഏതെങ്കിലും ട്യൂട്ടോറിയൽ കോളേജിൽ ചേർന്ന് ഒരു വിദ്യാർഥിയായി മാറുക. ആ ആലോ

ചന പ്രാവർത്തികമാക്കാൻതന്നെ തീരുമാനിച്ചു. അന്ന് എനിക്ക് പരിചയമുള്ള രാജ്യസഭാംഗമായിരുന്ന പാലാട്ടു കുഞ്ഞിക്കോയ സാഹിബിനെക്കണ്ട് കാര്യം പറഞ്ഞു. അദ്ദേഹം എല്ലാ സഹായവും വാഗ്ദാനം ചെയ്തു.

അങ്ങനെ ഞാൻ ദീർഘകാല ലീവെടുത്ത് ഒതുക്കുങ്ങൽ വിട്ടു. ഇന്നത്തെപ്പോലെ യാത്രാ സൗകര്യങ്ങൾ അന്നുണ്ടായിരുന്നില്ല. കോഴിക്കോട്ടുനിന്ന് മദിരാശി മെയിൽവണ്ടിക്ക് കേറി. ത്രീ ടയർ സ്ലീപ്പർ ക്ലാസിൽ റിസർവേഷൻ ഉണ്ടായിരുന്നു. 1965 ഡിസംബർ 3 ന് കോഴിക്കോട്ടു നിന്ന് കേറി പിറ്റേന്ന് രാവിലെ ഏഴു മണിക്ക് മദിരാശി സെൻട്രലിൽ വണ്ടി എത്തി. പിന്നെ ഉച്ചയ്ക്ക് രണ്ടു മണിക്കാണ് ഡൽഹി ഗ്രാൻട് ട്രങ്ക് പുറപ്പെടുന്നത്. അന്ന് ട്രെയിൻ ഓടിച്ചിരുന്നത് ഡീസലോ വൈദ്യുതിയോ ഉപയോഗിച്ചായിരുന്നില്ല, കൽക്കരിയാണ്.

"പുകതുപ്പി, പുകതുപ്പി പായുന്നു തീവണ്ടി
അകലത്തെ, അകലത്തെ പിന്നിലാക്കി"

അതായിരുന്നു സ്ഥിതി. മദിരാശിയിൽനിന്ന് ഡൽഹിക്ക് ജി ടിയിൽ റിസർവേഷൻ കിട്ടിയില്ല. ടിക്കറ്റ് ഉള്ളതുകൊണ്ട് മൂന്നാം ക്ലാസ് ജനറൽ കംപാർട്മെന്റിൽ യാത്ര തുടർന്നു. രണ്ടു രാത്രി കഴിഞ്ഞാണ് മൂന്നാം ദിവസം ഡൽഹിയിൽ എത്തുക. രണ്ടു രാത്രികളിലും താഴെ തറയിൽ വിരിച്ചാണ് കിടന്നുറങ്ങിയത്. ചെളിയും വെള്ളവും ശരീരത്തിലും വസ്ത്രങ്ങളിലും പുരണ്ട് ദുരിതപൂർണമായ യാത്ര. 4, 5 തീയതികൾ കഴിഞ്ഞ് 1965 ഡിസംബർ 6 ന് ഉച്ചയ്ക്ക് ഡൽഹിയിൽ എത്തി. അന്നുതന്നെ എം പിയുടെ മുറിയിൽ എത്തി. പിറ്റേന്ന് രാവിലെ കരോൾബാഗിലെ പൂസാ റോഡിൽ സ്ഥിതിചെയ്യുന്ന എസ് എൻ ദാസ്ഗുപ്ത കോളേജിൽ ചെന്ന് ക്ലാസിൽ ചേർന്ന് കുറച്ചുദിവസം എം പിയുടെ ഫ്ളാറ്റ് ആയ 222 നോർത്ത് അവന്യൂവിൽ താമസിച്ചു, പിന്നെ കരോൾബാഗിലേക്ക് താമസം മാറ്റി.

പാലക്കാട്ടുകാരൻ സാമി ശങ്കരയ്യർ നടത്തിയിരുന്ന സൗത്ത് ഇന്ത്യൻ ഹോട്ടലിൽ മൂന്നാൾ താമസിക്കുന്ന മുറിയിൽ ഒരു ബെഡ്. ഭക്ഷണം സാമിയുടെ ഹോട്ടൽ തന്നെ. വിദ്യാഭ്യാസ കാര്യത്തിൽ തുടക്കത്തിൽ പിണഞ്ഞ ഒരബദ്ധം കാരണം എന്തെല്ലാം പ്രയാസങ്ങൾഅനുഭവിക്കേണ്ടി വന്നു, നഷ്ടപ്പെട്ടത് തിരികെ പിടിക്കാൻ, എന്ന് മേൽപ്പറഞ്ഞ കാര്യങ്ങൾ വ്യക്തമാക്കുന്നു.

അന്നു മുതൽ മറ്റെല്ലാം മറന്ന് ഒരു മുഴുവൻ സമയ വിദ്യാർഥി ആയി മാറി. 1966 ഏപ്രിൽ മാസത്തിലാണ് ഡിഗ്രിയുടെ അവസാന പരീക്ഷ. പഠനം തകൃതിയായി നടന്നുകൊണ്ടിരിക്കുന്നു. ഡിസംബർ, ജനുവരി മാസങ്ങളിലെ ഡൽഹിയിലെ മരം കോച്ചുന്ന തണുപ്പ്, ചിലപ്പോൾ എല്ലിന്റെ ഉള്ളിലേക്ക് തുളഞ്ഞ് കേറും. വീട്ടുകാരെയും ഭാര്യയെയും കുട്ടികളെയും വിട്ടുനിൽക്കുന്ന ആദ്യത്തെ അനുഭവം. വിരഹദുഃഖം ആഴം കൂടുന്നതായി തോന്നാറുണ്ട്. എല്ലാം സഹിച്ചു ഒരേ ലക്ഷ്യത്തിനുവേണ്ടി കരളുറപ്പോടെ പഠനം തുടർന്നു.

അങ്ങനെ ഇരിക്കെ ഒരു ദിവസം പരീക്ഷയ്ക്കുള്ള സിലബസും

പരീക്ഷാകേന്ദ്രങ്ങളെ പറ്റിയുള്ള വിവരങ്ങളും തപാലിൽ കിട്ടി. ഞാൻ പഠിക്കുന്നത്, ഇന്ത്യയിൽ എവിടെയുമുള്ള വിദ്യാർഥികൾക്കുവേണ്ടി ഡൽഹിയിൽ നടത്തുന്ന കോഴ്സ് ആയിരുന്നതിനാൽ ഡൽഹിക്ക് പുറമെ കൽക്കത്ത, ബോംബെ, മദിരാശി എന്നിവിടങ്ങളിലും പരീക്ഷ കേന്ദ്രങ്ങൾ അനുവദിച്ചതായി കണ്ടു. ഞാൻ മദിരാശി തിരഞ്ഞെടുത്ത് അപേക്ഷ കൊടുത്ത് ഡൽഹി വിട്ട് കൊടുംതണുപ്പിൽനിന്ന് രക്ഷപ്പെട്ടു.

നാട്ടിലെത്തി ബാക്കിയുള്ള ദിവസങ്ങൾ വായന തുടർന്നു. 1966 ഏപ്രിൽ 5ന് മദിരാശിയിൽ പരീക്ഷ തുടങ്ങും. ഞാൻ രണ്ടുദിവസം മുമ്പുതന്നെ മദിരാശിയിലെത്തി, മദിരാശി മുസ്ലിം അസോസിയേഷൻ ഹോസ്റ്റലിൽ താമസമാക്കി (MM Hostel, Egmore). പതിനെട്ട് ദിവസംകൊണ്ട് പതിനൊന്ന് പേപ്പർ എഴുതി, ഏപ്രിൽ അവസാനം മദിരാശി വിട്ടു പോരുമ്പോൾ ജയിക്കുമെന്ന ആത്മവിശ്വാസം ഉണ്ടായിരുന്നു.

പരീക്ഷയുടെ റിസൾട്ട് വരാൻ രണ്ടുമാസം കഴിയണം. ആ കാലം വെറുതെ ഇരിക്കേണ്ടെന്ന് കരുതി പഞ്ചായത്തിൽ വീണ്ടും ചാർജെടുത്തു. താമസം മലപ്പുറത്തും. പരീക്ഷാഫലം കാത്തുള്ള ശുഭപ്രതീക്ഷയോടെ കാത്തിരുന്ന കാലം തികച്ചും മാനസിക പിരിമുറുക്കം അനുഭവപ്പെട്ടിരുന്നു. അങ്ങനെ ഒരു ദിവസം മലപ്പുറത്ത് വീട്ടിൽ വൈകുന്നേരം ഞാൻ എത്തിയപ്പോൾ ഒരു ടെലിഗ്രാം വന്നിരിക്കുന്നു. പൊട്ടിച്ച് വായിച്ചപ്പോൾ ഞാൻ വികാരപരവശനായി, സന്തോഷംകൊണ്ട് മതിമറന്നു. അത് ജീവിതത്തിലെ മറ്റൊരു വലിയ വഴിത്തിരിവായിരുന്നു. കമ്പി അടിച്ചത്, ഞാൻ ഡൽഹിയിൽ താമസിക്കുന്ന കാലത്ത് പരിചയപ്പെട്ട സുഹൃത്ത് കേന്ദ്ര ആദായനികുതി വകുപ്പിലെ ഉദ്യോഗസ്ഥനായിരുന്ന തിരൂരങ്ങാടിക്കാരൻ മൊയ്തീൻ ആയിരുന്നു. അദ്ദേഹം ഇപ്പോൾ ജീവിച്ചിരിപ്പില്ല. അദ്ദേഹവും പാലാട്ടു കുഞ്ഞിക്കോയ സാഹിബിന്റെ ബന്ധുവും പിന്നീട് ഫാറൂഖ് കോളേജിന്റെ പ്രിൻസിപ്പലുമായ അരീക്കോട്ടുകാരൻ യു മുഹമ്മദ് സാഹിബുമായിരുന്നു എന്റെ ഡൽഹിയിലെ അന്നത്തെ കൂട്ടുകാരും സഹായികളും.

ഡിഗ്രി പരീക്ഷ പാസായി, ഞാനാണ് എന്റെ കൂരാട് ഗ്രാമത്തിലെ ആദ്യത്തെ ബിരുദധാരി എന്ന യാഥാർഥ്യം എന്നെ അഭിമാന പുളകിതനാക്കി. ഉടനെതന്നെ സ്വന്തം വീട്ടിലെത്തി മാതാപിതാക്കളെ വിവരം അറിയിച്ചു. ഉപരിപഠനത്തെപ്പറ്റി പിതാവുമായി ആലോചിച്ചു. വളരെ സന്തോഷത്തോടെയും അഭിമാനത്തോടെയും ബാപ്പ പ്രോത്സാഹിപ്പിച്ചു. നിയമപഠനം ബാപ്പയ്ക്കും വലിയ താൽപ്പര്യമുള്ള കാര്യമാണല്ലോ. ഏതായാലും എറണാകുളം ലോ കോളേജിൽ ചേരാൻ തീരുമാനിച്ചു. ബിരുദം നേടുന്നതും നിയമകോളേജിൽ ചേരുന്നതും മറ്റും ഇന്ന് വലിയ കാര്യമായി കാണുകയില്ല. എന്നാൽ നാൽപ്പത്തിയഞ്ചുകൊല്ലം മുമ്പത്തെ ഏറനാടിന്റെ സ്ഥിതിയും നിലവാരവും വച്ചുനോക്കുമ്പോൾ അതെല്ലാം വലിയ കാര്യങ്ങൾ തന്നെയായിരുന്നു.

ഉടനെതന്നെ കോഴിക്കോട്ട് ഹജൂർ ഓഫീസിൽ എത്തി പഞ്ചായത്ത്

എറണാകുളം ലോകോളേജ്

ഡെപ്യൂട്ടി ഡയറക്ടർക്ക് മുമ്പിൽ രാജി സമർപ്പിച്ചു.

ഹജൂർ ഓഫീസ് കെട്ടിടം അന്ന് മാനാഞ്ചിറ മൈതാനത്തിന്റെ കിഴക്ക് –തെക്ക് ഭാഗത്ത് സ്ഥിതിചെയ്യുന്ന കുമ്മായം തേക്കാത്ത, കല്ലിൽ പണി തീർത്ത പുരാതനമായ കെട്ടിടം. ബ്രിട്ടീഷ് ഭരണകാലത്തിന്റെ പ്രതീകമായ കൂറ്റൻ കെട്ടിടം. ഡെപ്യൂട്ടി ഡയറക്ടർ വേലായുധൻനായർ മഞ്ചേരിക്കാരനും വക്കീൽ കേശവൻ നായരുടെ മരുമകനുമായിരുന്നു. അദ്ദേഹത്തിന് എന്നെയും എന്റെ കുടുംബത്തെയും വ്യക്തിപരമായി അറിയാമായിരുന്നു. അദ്ദേഹം പറഞ്ഞു: ''ഞാൻ ഈ രാജി സ്വീകരിക്കുകയില്ല, പഠിക്കാൻ പോകാനാണെങ്കിൽ സ്റ്റഡി ലീവ് അനുവദിച്ചുതരാം, ഇക്കാലത്ത് ഒരു ഉദ്യോഗം കിട്ടാൻ പ്രയാസമാണ്, വെറുതെയങ്ങ് രാജിവയ്ക്കാൻ പാടില്ല.''

അതുകേട്ട് വിഷമത്തിലായ ഞാൻ വീണ്ടും രാജി സ്വീകരിച്ച് ഒഴിവാക്കിത്തരണമെന്ന് അഭ്യർഥിച്ചു. അവസാനം അദ്ദേഹം പറഞ്ഞു ഒരു ദിവസത്തെ സമയം തരാം, നന്നായി ആലോചിച്ച് നാളെ നാലുമണിക്ക് വരൂ എന്ന്. എനിക്ക് ഒന്നും ആലോചിക്കാനില്ലായിരുന്നു. പറഞ്ഞതനുസരിച്ച് ഞാൻ മടങ്ങിപ്പോന്ന്, പിറ്റേ ദിവസം വൈകുന്നേരം കൃത്യം നാലുമണിക്ക് ഹജൂരിലെത്തി അദ്ദേഹത്തെ കണ്ട് രാജി തീരുമാനത്തിൽ ഉറച്ചുനിൽക്കുന്നു എന്ന് അറിയിച്ചു. അപ്പോൾ അദ്ദേഹം എന്നോട് ചോദിച്ചു, രാജി കാര്യത്തിൽ ഇങ്ങനെ ഒരു ഉറച്ച തീരുമാനത്തിന് കാരണമെന്താണ്, എന്ന്. അപ്പോൾ ഞാൻ പറഞ്ഞത് എന്റെ മനസ്സിലെ വികാരമായിരുന്നു. ലീവിൽ പഠിക്കാൻ പോയാൽ ഉദ്യോഗം ഉണ്ടല്ലോ എന്ന് കരുതി

പഠിപ്പിൽ ശ്രദ്ധ കുറയും, രണ്ടാമതായി ഞാൻ ഒരു രാഷ്ട്രീയക്കാരനാണ്, ഒരു പ്രത്യേക സാഹചര്യത്തിൽ ഉദ്യോഗസ്ഥനായതായിരുന്നു, പഠന സമയത്ത് ഉദ്യോഗസ്ഥൻ എന്ന നിലവിട്ട് എന്തെങ്കിലും എന്റെ ഭാഗത്തു നിന്ന് ഉണ്ടായാൽ അച്ചടക്കനടപടി വേണ്ടി വരും. അതൊക്കെ വിഷമം സൃഷ്ടിക്കും. ഞാൻ ഒരു പൂർണ സ്വതന്ത്രനായി വിദ്യാർഥി ആകാനാണ് തീരുമാനം എന്നറിയിച്ചപ്പോൾ അദ്ദേഹം ഫയൽ എടുത്ത് എന്റെ രാജി സ്വീകരിച്ചതായി രേഖപ്പെടുത്തി, ഓർഡർ എഴുതാൻ സെക്ഷനിലേക്ക് കൊടുത്തു. കൂടെ ഞാനും പോയി. ഓർഡർ അടിച്ച് അദ്ദേഹം ഒപ്പിട്ട് അഞ്ചു മണിക്ക് കൈയിൽ കിട്ടി.

ഉത്തരവുമായി ഒതുക്കുങ്ങൽ പഞ്ചായത്തിൽ എത്തി 1966 ജൂലായ് 25 ന് ചാർജ് പഞ്ചായത്ത് ഇൻസ്‌പെക്ടർക്ക് കൊടുത്ത് എന്നെ വിടുതൽ ചെയ്തു. അങ്ങനെ എക്സിക്യൂട്ടീവ് ഓഫീസർ ഹംസ കേവലം ടി കെ ഹംസയായി മാറി. ഒതുക്കുങ്ങൽ പൗരാവലി ഒരു വലിയ യാത്രയയപ്പ് നൽകി. ഒതുക്കുങ്ങലിലെ അന്നത്തെ പൗരപ്രധാനി കുരുണിയൻ മുഹമ്മദ്ഹാജി ആയിരുന്നു ആ യാത്രയയപ്പിന് കാർമികത്വം വഹിച്ചിരുന്നത്.

ഇരുപുറവും നോക്കാതെ ഞാൻ യാത്ര തുടർന്നു. 1966 ആഗസ്ത് 1 ന് രാവിലെ ഞാൻ എറണാകുളത്തെത്തി ലോ കോളേജിൽ ചെന്നു. അപ്പോഴേക്ക് ക്ലാസ് തുടങ്ങിക്കഴിഞ്ഞിരുന്നു. പ്രിൻസിപ്പൽ ശങ്കരദാസൻതമ്പി, അദ്ദേഹത്തെ കണ്ട് സാഹചര്യങ്ങൾ പറഞ്ഞപ്പോൾ, അപേക്ഷ കൊടുത്ത് ഫീസടച്ച് ക്ലാസിൽ കേറാൻ പറഞ്ഞു. അന്ന് എഫ് എൽ, ബി എൽ എന്നീ രണ്ടു കൊല്ലമാണ് നിയമപഠനം. 1966 ആഗസ്ത് 1 ന് രാവിലെ ഞാൻ എഫ് എൽ ക്ലാസ് വിദ്യാർഥിയായി. ഞാൻ ക്ലാസിൽ ചെന്നപ്പോൾ ഉമ്മൻചാണ്ടി അതേ ക്ലാസിൽ ഇരിക്കുന്നു. അങ്ങനെ പഠനവും വിദ്യാർഥി യൂണിയൻ രാഷ്ട്രീയവും പുനരാരംഭിച്ചു. എറണാകുളത്ത് ലോ കോളേജ് വിദ്യാർഥി, നാട്ടിൽ രണ്ടു കുട്ടികളുടെ ബാപ്പ, മൂന്നാമത്തെ കുട്ടി ഗർഭത്തിലും. ആ മൂന്നാമത്തെ കുട്ടിയാണ് ഇപ്പോൾ മഞ്ചേരി ബാറിലെ അഭിഭാഷകൻ റഫീഖ്.

അങ്ങനെ വിദ്യാർഥി ജീവിതവും പഠനവും രാഷ്ട്രീയവും ആരംഭിച്ചതോടെ പഴയ ഔദ്യോഗിക ജീവിതം ഒരവ്യക്ത സ്വപ്നംപോലെ മറന്നുപോയി. എറണാകുളത്ത് മാർക്കറ്റ് റോഡിലെ മുസ്ലിം ഹോസ്റ്റലിലാണ് ഞാൻ താമസം. ഹോസ്റ്റലിലെ അന്തേവാസികളുമായി പരിചയപ്പെട്ട് സൗഹൃദത്തിൽ ഇണങ്ങി ജീവിച്ചു. അങ്ങനെയിരിക്കെ എന്റെ ക്ലാസിലെ മറ്റൊരംഗം വി അഹമ്മദ്കുട്ടിയുമായി പരിചയപ്പെട്ടു. അദ്ദേഹം കോഴിക്കോട്ടെ പ്രമുഖ ഫർണിച്ചർ കച്ചവടക്കാരനും കോൺട്രാക്ടറുമായ ടി കെ പരീക്കുട്ടിഹാജിയുടെ മകനാണ്. ഞങ്ങളുടെ സൗഹൃദം കൂടുതൽ അടുപ്പത്തിലായി, ആത്മസുഹൃത്തുക്കളായി മാറി. ഞാൻ അദ്ദേഹത്തെ എന്റെ ഹോസ്റ്റലിലേക്ക് ക്ഷണിച്ചു. അദ്ദേഹം സമ്മതിച്ചു, പിന്നെ രണ്ടാളും ഒരു മുറിയിലായി.

ആ അധ്യയനവർഷം അവസാനം 1967 മാർച്ചിൽ കേരളത്തിൽ അസംബ്ലി തിരഞ്ഞെടുപ്പ് വന്നു. അതിൽ സജീവമായി പങ്കെടുക്കേണ്ടി

വന്നു. കോഴിക്കോട്ടായിരുന്നു എന്റെ പ്രവർത്തനകേന്ദ്രം. ഞാൻ കോഴിക്കോട് 2 ൽ കോൺഗ്രസ് സ്ഥാനാർഥി വി സുബൈറിനുവേണ്ടിയാണ് പ്രവർത്തിച്ചിരുന്നത്. തുടർന്ന് സപ്തകക്ഷി മുന്നണി സ. ഇ എം എസിന്റെ നേതൃത്വത്തിൽ അധികാരത്തിൽ വന്നു.

ആ കൊല്ലം കഴിഞ്ഞ് ഞങ്ങൾ ബി എൽ ക്ലാസിലെത്തി. ഈ അധ്യയന വർഷത്തോടുകൂടി ബി എൽ കോഴ്സ് കേരളത്തിൽ നിർത്തി എൽ എൽ ബി കോഴ്സ് ആരംഭിക്കാനായിരുന്നു തീരുമാനം. അതുകൊണ്ട് എഫ്എൽ ക്ലാസിൽ അന്നേവരെ പഠിച്ച എല്ലാവർക്കും 20 ശതമാനം മാർക്കുണ്ടെങ്കിൽ വിജയിച്ചതായി കണക്കാക്കി ബി എൽ ക്ലാസിൽ ചേരാൻ അനുവദിച്ചു. അത് കാരണം മുമ്പ് എഫ് എൽ പരാജയപ്പെട്ട് മഹാരാജാസ് കോളേജിൽ പഠിച്ചിരുന്ന വയലാർ രവിയും ഞങ്ങളുടെ ബി എൽ ക്ലാസിൽ വന്നുചേർന്നു. എ കെ ആന്റണിയും അക്കാലത്ത് എം എൽ ഡിഗ്രി ഒന്നാം കൊല്ലം വിദ്യാർഥിയായി ലോ കോളേജിൽ ഉണ്ടായിരുന്നു. എല്ലാംകൂടി കോളേജും ഹോസ്റ്റലും ഒരു രാഷ്ട്രീയ കേന്ദ്രം ആയിരുന്നു.

ആയിടയ്ക്ക് കോൺഗ്രസിന്റെ അഖിലേന്ത്യാ സമ്മേളനം എറണാകുളത്ത്ചേർന്നു. ആ സമ്മേളനത്തിൽ എനിക്ക് പ്രതിനിധി ആവാൻ കഴിയാത്തതിനാൽ വോളണ്ടിയറായി അകത്ത് കടന്ന് എല്ലാ സ്ഥലത്തും സ്റ്റേജിലും പ്രവേശനം കിട്ടി. അങ്ങനെ ബി എൽ ക്ലാസിൽ പഠിക്കുന്ന കാലത്തുതന്നെ കോൺഗ്രസിന്റെ സംഘടനാ തിരഞ്ഞെടുപ്പ് വന്നു. അന്ന് തിരുകിക്കയറ്റലും സമവായവും ഒന്നും ഉണ്ടായിരുന്നില്ല. ഞാൻ മഞ്ചേരി മണ്ഡലത്തിൽനിന്ന് കെ പി സി സി യിലേക്ക് മത്സരിച്ചു. എതിർ സ്ഥാനാർഥി കോഴിക്കോട്ടുകാരൻ മാരിയപ്പൻ ആയിരുന്നു. മലപ്പുറം ജില്ലയിൽനിന്ന് എന്നെ എതിർക്കാൻ ആരും ഉണ്ടായിരുന്നില്ല. അന്ന് ഗ്രൂപ്പ് വടംവലി കൊടുമ്പിരിക്കൊള്ളുന്ന കാലമാണ്. സി കെ ഗോവിന്ദൻനായർ ആയിരുന്നു ഒരു ഭാഗത്ത്. മറുഭാഗത്ത് പി ടി ചാക്കോ. ഞാൻ രണ്ടു ഗ്രൂപ്പിലുംപെട്ട ആളല്ല. എന്നാൽ എനിക്ക് മത്സരിക്കാനുള്ള ഉപദേശം തന്നതുംസഹായിച്ചതും കൊളക്കാടൻ ഹുസ്സൻ എന്ന തൊഴിലാളി പ്രവർത്തകനായിരുന്നു. അദ്ദേഹം ചാക്കോ വിഭാഗക്കാരനായിരുന്നു. മാത്രമല്ല, മൊയ്തുമൗലവി, ഉമ്മർകോയ തുടങ്ങിയവരും ചാക്കോ വിഭാഗത്തിൽപ്പെടുന്നു. അപ്പോൾ മറുഭാഗക്കാർ സ്വാഭാവികമായും ഞാനും അതിൽപ്പെട്ടതാണെന്ന് കരുതി. അങ്ങനെയാണ് എതിർപ്പിനുവേണ്ടി മാരിയപ്പനെ കൊണ്ടുവന്ന് നിർത്തിയത്. സി കെ ഗ്രൂപ്പുകാരായിരുന്നു പി വി ഷൗക്കത്തലി, ആര്യാടൻ മുഹമ്മദ് എന്നിവർ. ഏതായാലും ഗ്രൂപ്പ്കളിയുടെ ഭാഗമായാണ് മാരിയപ്പൻ എതിർ സ്ഥാനാർഥി ആയിവന്നത്. മത്സരം മൂത്ത് ഇരുഭാഗവും വോട്ടർമാരെ കാണലും പ്രവർത്തനവും ജോറാക്കി. ഒടുവിൽ പോളിങ്ങിന്റെ തലേ ദിവസം മാരിയപ്പൻ സ്ഥാനാർഥിത്വം പിൻവലിച്ച് ധൈര്യസമേതം പിൻവാങ്ങി. അങ്ങനെ ഞാൻ എതിരില്ലാതെ തിരഞ്ഞെടുക്കപ്പെട്ട് ആദ്യമായി കോൺഗ്രസിന്റെ സംസ്ഥാനക്കമ്മിറ്റി അംഗമായി, കെ പി സി സി മെമ്പർ. അന്ന് ഞാൻ ലോകോളേജിലെ ബി എൽ ക്ലാസ് വിദ്യാർഥിയായിരുന്നു.

മഞ്ചേരി കോടതി

8 സ. കുഞ്ഞാലിയുടെ രക്തസാക്ഷിത്വവും എന്റെ വക്കീൽജീവിതവും

ആയിരത്തിത്തൊള്ളായിരത്തി അറുപത്തിയെട്ട് ഏപ്രിലിൽ ബി എൽ ഡിഗ്രി അവസാന പരീക്ഷയെഴുതി. പരീക്ഷയ്ക്ക് പോകുന്നതിന് മുമ്പുതന്നെ മഞ്ചേരി കോടതിയിൽ പ്രാക്ടീസ് തുടങ്ങണം എന്ന് ഞാൻ തീരുമാനിച്ചിരുന്നു. മഞ്ചേരിയിലെ എന്റെ അടുത്ത സുഹൃത്തായിരുന്ന പൂന്തോട്ടത്തിൽ അബുവിനോട് ആ ഇംഗിതം വെളിപ്പെടുത്തിയിരുന്നു. പരീക്ഷ കഴിഞ്ഞുവന്നാൽ മഞ്ചേരിയിൽ താമസം തുടങ്ങണം. അതിന് പറ്റിയ ഒരു വീട് കോടതിക്കടുത്തുതന്നെ കണ്ടുപിടിക്കാനും അദ്ദേഹത്തോട് പറഞ്ഞിരുന്നു. അതുപ്രകാരം പരീക്ഷ കഴിഞ്ഞ് പെട്ടിയും ബെഡും പുസ്തകക്കെട്ടുമായി ഞാൻ മഞ്ചേരി കച്ചേരിപ്പടിയിൽ വന്നിറങ്ങി. അബു കച്ചേരിപ്പടിയിൽ സ്റ്റേഷനറിക്കച്ചവടം നടത്തുകയായിരുന്നു. അയാൾ ആത്മാർഥതയുള്ള ഒരു കോൺഗ്രസ് പ്രവർത്തകനായിരുന്നു. 1957 ലെ പൊതു തിരഞ്ഞെടുപ്പ് കാലത്താണ് ഞാനുമായി പരിചയപ്പെടുന്നത്. ആ പരിചയം പിന്നീട് വലിയ സൗഹൃദത്തിനിടയായി.

അബു എനിക്കുവേണ്ടി കോടതിക്ക് തൊട്ടടുത്ത് ഹൈസ്കൂളിന് മുൻവശം ഒരു വീട് കണ്ടുവച്ചിരുന്നു. പെട്ടിയും കെട്ടും അബുവിന്റെ കടയിൽ വച്ച് ഞങ്ങൾ വീട് കാണാൻ പോയി. വീടിന്റെ കാര്യം ഉടമയെ കണ്ടുറപ്പിച്ച് താക്കോൽ വാങ്ങിത്തന്നത് അടുത്ത വീട്ടുകാരനും എന്റെ ഒരു പരിചയക്കാരനുമായിരുന്ന 'സൊറ' അബ്ദുള്ളക്ക ആയിരുന്നു. സൊറ എന്ന് പറഞ്ഞാൽ ബസിൽ ആളെപ്പിടിച്ചുകേറ്റുന്ന ജോലി ചെയ്യു

ഗ്രന്ഥകാരൻ 1968 ൽ വക്കീലായപ്പോൾ

ന്ന ആൾ എന്നാണർഥം. ഞങ്ങൾ വീട് കണ്ട് തൃപ്തിപ്പെട്ടു. പതിനഞ്ചുറുപ്പികയാണ് മാസ വാടക. ആനക്കയത്ത് കെ വി മൊയ്തീൻകുട്ടി ഹാജിയുടേതായിരുന്നു വീട്. അഡ്വാൻസ് കൊടുത്ത് വീട് ഏറ്റുവാങ്ങി. കൈയിലുള്ള സാധനങ്ങൾ അതിനകത്തുവച്ച് കിണറ്റിൽനിന്ന് വെള്ളം മുക്കി ഒന്ന് കുളിച്ച് പുറത്തുപോയി സാമിയുടെ ഹോട്ടലിൽ കയറി ഒരു വെജിറ്റേറിയൻ ഊണ് കഴിച്ചു.

കച്ചേരിപ്പടിയിലെ സ്വാമിയുടെ 'തൃശൂർ' ഹോട്ടൽ അക്കാലത്ത് വളരെ പ്രശസ്തമായിരുന്നു. അന്നൊക്കെ ഹോട്ടൽ ഭക്ഷണത്തിൽ ഇന്നത്തെ പോലെ കലർപ്പും കൃത്രിമവും ഉണ്ടായിരുന്നില്ല. ഓണത്തിന് ഇല്ലത്തുനിന്ന് ഒരു സദ്യ ഉണ്ട പ്രതീതിയാണ് സ്വാമിയുടെ ഊൺ കഴിച്ചാൽ ഉണ്ടാവുക. അത് കഴിഞ്ഞ് വീട്ടിൽ വന്ന് ബെഡ് നിവർത്തി കിടന്നു വിശ്രമിച്ചു. ഉറക്കം വരുന്നില്ല. ഭാവി പരിപാടികളുടെ ആസൂത്രണം തലയ്ക്കുള്ളിൽ നടക്കുകയാണ്. ഭാര്യയെയും കുട്ടികളെയും കൊണ്ടുവന്ന് സ്വതന്ത്രമായ കുടുംബ ജീവിതം തുടങ്ങുക എന്നതാണ് ആലോചനാവിഷയം. അന്നേക്ക് മൂന്നു കുട്ടികൾ ആയിക്കഴിഞ്ഞിരുന്നു.

വൈകുന്നേരത്തെ ബസിൽ നാട്ടിലേക്ക് പോയി. സ്വന്തം വീട്ടിൽ എത്തി ബാപ്പയെ കണ്ട് പദ്ധതികൾ മുന്നിൽവച്ചു. ബുദ്ധിപരമായി തീരുമാനമെടുക്കുന്നതിൽ അദ്ദേഹം എന്നും മുന്നിലായിരുന്നു. ചെറിയ ഭേദഗതികളോടെ എന്റെ നിർദേശം അംഗീകരിച്ചു. ഉമ്മയുടെ സമ്മതവും അതിന് പിൻബലമായി.

അക്കാലത്ത് വീട്ടിൽ നെല്ലിന് ഒരു ക്ഷാമവും ഉണ്ടായിരുന്നില്ല, പണത്തിനാണ് വിഷമം. ബാപ്പ പലപ്പോഴും വീട്ടിലെ ആഭരണങ്ങൾ ബാങ്കിൽ പണയംവച്ച് പണം വാങ്ങുന്നത് ഞാൻ കണ്ടിട്ടുണ്ട്. ഒരു ചാക്ക് നെല്ല് വിറ്റാൽ പത്ത് ഉറുപ്പികയാണ് അന്ന് വില കിട്ടുക, ഏഴ് പറ നെല്ലാണ് ഒരു ചാക്ക്.

ഏതായാലും ഒരു ലോറി വിളിച്ച് അതിൽ പത്ത് ചാക്ക് നെല്ല്, അടുപ്പിൽ കത്തിക്കാൻ കുറെ വിറക്, വീട്ടിൽനിന്ന് കഴിയുന്നത്ര ഫർണിച്ചർ മുതലായവ കയറ്റി. ലോറി പുറപ്പെടുമ്പോൾ ബാപ്പ എന്നെ വിളിച്ച് ഇരുനൂറ്റി അമ്പത് ഉറുപ്പികയും കൈയിൽ തന്നു. ഞാനും ആ ലോറിയിൽ തന്നെ കയറി മഞ്ചേരിയ്ക്ക് വന്നു. അതായിരുന്നു വക്കീൽപ്പണിയിലെ എന്റെ ആദ്യത്തെ മൂലധനം. അതിനുശേഷം ബാപ്പ മരിക്കുന്നതുവരെ

സ. കുഞ്ഞാലി

എന്റെ ആവശ്യത്തിന് ബാപ്പയോട് ഞാൻ പണം വാങ്ങിയിട്ടില്ല.

1968 ആഗസ്തിൽ ബി എൽ പരീക്ഷയുടെ റിസൾട്ട് വന്നു. ഞാൻ പാസായി. ഉടനെതന്നെ വക്കീലാകാനുള്ള വസ്ത്രങ്ങൾ ഒരുക്കാനുള്ള ശ്രമം തുടങ്ങി. കറുത്ത കോട്ടും വെള്ള പാന്റും ഷർട്ടും കഴുത്തിൽ കെട്ടുന്ന ബാൻസും എല്ലാം തയാറായി. കോടതിയിൽ കയറാൻ ഒരു സീനിയർ വക്കീലിന്റെ സഹായം ആവശ്യമാണ്. മഞ്ചേരി ബാറിലെ പ്രഗത്ഭനും പ്രശസ്തനുമായ സീനിയർ അഡ്വക്കേറ്റ് ആയിരുന്നു എൻ പി രാമസ്വാമി അയ്യർ. മാത്രമല്ല, അദ്ദേഹം ബാപ്പയുടെ വക്കീലും കൂടി ആയിരുന്നു. അദ്ദേഹത്തെ സംബന്ധിച്ച് കുട്ടിക്കാലത്തുതന്നെ ബാപ്പയുടെ കേസുകളെപ്പറ്റിയുള്ള വിവരണത്തിൽനിന്ന് ഞാൻ കേട്ട് മനസിലാക്കിയിരുന്നു. ഞാൻ ബാപ്പയുമൊരുമിച്ച് അദ്ദേഹത്തെ ചെന്നുകണ്ട് ഇംഗിതം അറിയിച്ചു. അദ്ദേഹം വളരെ സന്തോഷത്തോടെ സ്വീകരിച്ച് എന്നെ ശിഷ്യനായി അംഗീകരിച്ചു. ഞാൻ ആനന്ദ പുളകിതനായി. എന്റെ ഭാര്യവീടായ കൊണ്ടോട്ടി തങ്ങൾ തറവാട്ടിൽനിന്ന് എനിക്ക് പിച്ചളകൊണ്ട് കെട്ടുകൾ ഉള്ള ആനക്കൊമ്പിന്റെ ഒരു വടി (walking stick) കിട്ടിയിരുന്നു. അത് ഞാൻ അദ്ദേഹത്തിന് ഗുരുദക്ഷിണയായി സമ്മാനിച്ചു. അദ്ദേഹം സന്തോഷം പ്രകടിപ്പിച്ചത് ഞാൻ ഇന്നും കണ്ണിൽ കാണുന്നുണ്ട്. അടുത്ത ദിവസംതന്നെ കോടതിയിൽ വന്നിരിക്കാൻ അദ്ദേഹം ഉപദേശിച്ചു.

അങ്ങനെ 1968 സെപ്തംബർ 9 ന് രാവിലെ 11 മണിക്ക് മഞ്ചേരി മുൻസിഫ് കോർട്ടിൽ രാമസ്വാമി അയ്യരുടെ കൂടെ, കറുത്ത കോട്ട് ധരിച്ച ഹംസ വക്കീൽ അഭിമാനത്തോടെ കയറിയിരുന്നു. ആ ദിവസം എന്റെ ജീവിതത്തിൽ അത്ഭുതത്തിന്റെയും ആനന്ദത്തിന്റെയും ദിനമാണ്. എഴുപത്തിഒമ്പത് ഉറുപ്പിക മാസശമ്പളത്തിൽ പഞ്ചായത്ത് ഓഫീസറായി ജോലിചെയ്തിരുന്ന ഒരു പ്രീഡിഗ്രിക്കാരൻ ബി എ, ബി എൽ പാസായി ഹംസവക്കീലാകുന്ന മാനസികാവസ്ഥ ഒരിയ്ക്കലും മറക്കാനാവാത്ത അനുഭവംതന്നെ.

ഏതാണ്ട് ഒരു മാസം അങ്ങനെ തുടർന്നു. അതിനിടയ്ക്ക് അഡ്വക്കേറ്റായി എൻറോൾ ചെയ്യാനുള്ള ബാർ കൗൺസിലിന്റെ അറിയിപ്പ് കിട്ടി. അതുപ്രകാരം 1968 ഒക്ടോബർ 12 ന് രാവിലെ 11 മണിക്ക് എറണാകുളം ഹൈക്കോടതിയിൽ ബാർ കൗൺസിൽ മുമ്പാകെ സത്യപ്രതിജ്ഞ ചെയ്ത് അഡ്വക്കേറ്റായി എൻറോൾചെയ്തു. കറുത്ത കോട്ടിന്റെ പുറമെ ഒരു ഗൗൺ ധരിച്ചാണ് സത്യപ്രതിജ്ഞ ചെയ്യേണ്ടത്. പിറ്റേ ദിവ

സംതന്നെ മഞ്ചേരി ബാറിൽ എത്തി, രാമസ്വാമി അയ്യരുടെ ജൂനിയർ അഡ്വക്കേറ്റായി പ്രാക്ടീസ് ആരംഭിച്ചു.

അദ്ദേഹം ആ കാലത്ത് സിവിൽ കേസുകൾ മാത്രമെ നടത്തിയിരുന്നുള്ളൂ. മുമ്പ് പ്രഗത്ഭനായ ക്രിമിനൽ വക്കീലായിരുന്നു. പ്രമാദമായ നിരവധി ക്രിമിനിൽ കേസുകൾ മുമ്പ് നടത്തിയ കഥകൾ അദ്ദേഹം തന്നെ വിവരിച്ചുതന്നിരുന്നു. എല്ലാ ദിവസവും രാവിലെ ഏഴുമണിക്ക് ഞാൻ അദ്ദേഹത്തിന്റെ വീട്ടിലെ ഓഫീസിൽ എത്തും. കുറേ കേസ് കെട്ടുകൾ എടുത്തുതരും. ഞാൻ അതെല്ലാം ശ്രദ്ധയോടെ വായിക്കും. അതിര് തർക്കം, പാട്ടബാക്കി, ഇഞ്ചങ്ഷൻ കേസ് എന്നിവയായിരുന്നു കൂടുതലും. അവയിലെ അന്യായം, അതിന്മേൽ പ്രതിഭാഗത്തുനിന്ന് ബോധിപ്പിച്ച പത്രിക തീർപ്പ് കൽപ്പിക്കേണ്ട പ്രശ്നങ്ങൾ (issues) എന്നിവ മനസിരുത്തി വായിക്കണം. കോടതിയിൽ പോകുന്നതിന് ഒരുമണിക്കൂർ മുമ്പ് കെട്ട്നോക്കൽ നിർത്തും. പിന്നെ എനിക്ക് കുറേ കാര്യങ്ങൾ പറഞ്ഞുതരും. പാട്ടം, പണയം, അനുവാദം (lease, mortegage, licence) എന്നിവ വിശദീകരിച്ചുതരും. അതു കഴിഞ്ഞ് തലേദിവസം പറഞ്ഞുതന്ന കാര്യങ്ങളെ സംബന്ധിച്ച ചില ചോദ്യങ്ങൾ. തെറ്റാതെ ഉത്തരം പറഞ്ഞില്ലെങ്കിൽ ഗുരുവിന്റെ സ്വഭാവം മാറും. വിനയാന്വിതനായ ശിഷ്യനായി ഞാൻ എല്ലാം അനുസരിക്കും. അതെല്ലാം എന്നിൽ കുടികൊള്ളുന്ന വക്കീൽ എന്ന വികാരത്തെ ഉദ്ദീപിപ്പിക്കലും അരക്കിട്ടുറപ്പിക്കലുമായിരുന്നു എന്ന് ഞാൻ മനസിലാക്കി. പിന്നീട് അതെല്ലാം എന്റെ വക്കീൽജീവിതത്തിൽ കനപ്പെട്ട മാർഗദർശനമായി മാറി. ഇന്ന് ആ തരത്തിലുള്ള ബന്ധങ്ങളെല്ലാം പഴങ്കഥകൾ മാത്രമാണ്.

ആറ് മാസം മാത്രമെ അങ്ങനെ സ്ഥിരമായി ഞാൻ അദ്ദേഹത്തിന്റെ ഓഫീസിൽ പോയിരുന്നുള്ളൂ. അങ്ങനെയിരിക്കെ ഒരു ദിവസം ഒരാൾ അദ്ദേഹത്തിന്റെ മുറ്റത്തു വന്ന് എന്നെ ഒന്ന് എത്തിനോക്കി. അതു കണ്ട്, അയാളോട് അദ്ദേഹം എന്താ എന്ന് ചോദിച്ചു. ഒന്നുമില്ല, എന്നയാൾ മറുപടി പറഞ്ഞു. കുറച്ച് കഴിഞ്ഞ് അയാൾ വീണ്ടും ഒന്ന് എത്തി നോക്കി. അപ്പോൾ സ്വാമിക്ക് കാര്യം പിടികിട്ടി. എന്നെ അന്വേഷിച്ച് കക്ഷികൾ വരാൻ തുടങ്ങി എന്ന്. ഉടനെ അദ്ദേഹം എന്നോടായി പറഞ്ഞു. ''നിങ്ങൾക്ക് കക്ഷികൾ വരുന്നുണ്ട്, നിങ്ങൾ വീട്ടിൽ പോയി ഇരിക്കൂ, ഏതെങ്കിലും കാര്യത്തിൽ സംശയം തോന്നിയാൽ, അപ്പോൾ വന്നാൽ മതി.'' അത് കേട്ട ഉടനെ ഞാൻ എണീറ്റ് പുറത്തുള്ള ആ

ആര്യാടൻ മുഹമ്മദ്

ളെയും കൂട്ടി എന്റെ വീട്ടിൽ പോയി. പിന്നെ ഞാൻ ഓഫീസിൽ പോയിരുന്നില്ല. എപ്പോഴെങ്കിലും ചെന്നുകണ്ട് സംശയങ്ങൾ തീർക്കും.

എൻ പി രാമസ്വാമി അയ്യർ, എന്റെ ഗുരുനാഥൻ അക്ഷരാർഥത്തിൽ ഒരു അത്ഭുത പ്രതിഭാസംതന്നെ ആയിരുന്നു. അദ്ദേഹത്തെപ്പറ്റി ചെറുപ്പത്തിൽ ബാപ്പയുടെ വിവരണത്തിൽനിന്ന് കിട്ടിയ അറിവ് അത്രയും ശരിയായിരുന്നു എന്ന് എനിക്ക് അനുഭവത്തിൽനിന്ന് ബോധ്യമായി. പിന്നീട് അദ്ദേഹത്തിന്റെ ഓഫീസിൽ ഞാൻ സ്ഥിരമായി പോയിരുന്നില്ലെങ്കിലും കോടതിയിൽ സന്തതസഹചാരി ആയിരുന്നു. അദ്ദേഹത്തിന്റെ എതിർവിസ്താരം, വാഗ്വാദം എന്നിവ ഞാൻ ശ്രദ്ധിച്ചുകേട്ട് പഠിക്കും. രാവിലെ പതിനൊന്നു മണിക്ക് കോടതിയിൽ വന്നാൽ അഞ്ച് മണിക്കേ അദ്ദേഹം പോകാറുള്ളൂ. അദ്ദേഹത്തിന്റെ എല്ലാ ശൈലിയും ശീലവും കിട്ടിയ അവസരത്തിൽ സ്വായത്തമാക്കാൻ ഞാൻ ശ്രദ്ധിച്ചു. വക്കീൽപ്പണിയിലെ സ്ഥിരോത്സാഹവും സത്യസന്ധതയും അദ്ദേഹത്തിൽനിന്നാണ് പഠിച്ചത്. അതിലൊന്നും ഒരിക്കലും ഞാൻ വീഴ്ച വരുത്തിയിരുന്നില്ല. അതിനാൽ തൊഴിലിൽ അതിവേഗം ഞാൻ പച്ചപിടിച്ചുകേറി. സിവിലും ക്രിമിനലും ടാക്സും ഒരുമിച്ച് ഞാൻ കൈകാര്യം ചെയ്തുതുടങ്ങി. കൂട്ടത്തിൽ ആർ ടി എ കേസുകളും കലക്ടറുടെ മുമ്പിൽ ഇ സി ആക്ട് കേസുകളും നടത്തിവന്നു. ചുരുക്കത്തിൽ ഒരു കൊല്ലംകൊണ്ട് വളരെ മുന്നോട്ടുപോയി. കുറച്ചുകഴിഞ്ഞു സിവിലും ടാക്സും ഞാൻ വിട്ടു, ക്രിമിനൽ കേസുകൾ മാത്രമായി.

ആ കാലത്ത് മഞ്ചേരിയിലെ പ്രഗത്ഭനായ ക്രിമിനൽ വക്കീൽ പി സി മുഹസിൻ കോഴിക്കോട്ടേക്ക് പ്രാക്ടീസ് മാറ്റി, കോഴിക്കോട്ടുതന്നെ താമസവുമായി. അദ്ദേഹത്തിന്റെ ശിഷ്യൻ ആയിരുന്ന എം പി ഗംഗാധരനായിരുന്നു പിന്നെ ക്രിമിനൽ കേസുകളിൽ മുൻപന്തിയിലുണ്ടായിരുന്നത്. അദ്ദേഹം 1969 ൽ, നിലമ്പൂർ എം എൽ എ സ. കുഞ്ഞാലിയുടെ മരണത്തെത്തുടർന്ന് നടന്ന ഉപതിരഞ്ഞെടുപ്പിൽ മത്സരിച്ച് എം എൽ എ ആയി. 1970 ൽ നിയമസഭ പിരിച്ചുവിട്ടു. പൊതുതിരഞ്ഞെടുപ്പ് നടന്നപ്പോൾ വീണ്ടും അദ്ദേഹം മത്സരിച്ചു ജയിച്ചു. ആ സ്ഥാനം 1977 വരെ തുടർന്നു. അദ്ദേഹത്തിന് കോടതിയിൽ വരാൻ കഴിയാതെയായി. ചുരുക്കത്തിൽ മഞ്ചേരി കോടതിയിൽ ഒരു ക്രിമിനൽ വക്കീലിന്റെ 'കട്ടിൽ' ഒഴിഞ്ഞുകിടന്നു.

അങ്ങനെ ക്രിമിനൽ വക്കീൽ എന്ന നിലയിലുള്ള എൻെറ മുന്നോട്ടുപോക്ക് കുറേക്കൂടി സുഗമമായി. മഞ്ചേരി കോടതികൾക്ക് പുറമെ മലപ്പുറം, പെരിന്തൽമണ്ണ എന്നീ ക്രിമിനൽ കോടതികളിലും കോഴിക്കോട്ട് സ്ഥിതിചെയ്തിരുന്ന മലപ്പുറം ജില്ലാ കോടതിയിലും ഞാൻ ഹാജരാവാൻ തുടങ്ങി. ആയിടയ്ക്കാണ് മഞ്ചേരിയിൽ രണ്ടാംക്ലാസ് മജിസ്ട്രേട്ട് കോടതിക്ക് പുറമെ ചീഫ് ജുഡീഷ്യൽ മജിസ്ട്രേട്ട് കോർട്ടും വന്നത്. ക്രിമിനൽ കേസുകൾക്കൊപ്പം ഞാൻ ആർ ടി എ കേസുകൾ നിലനിർത്തി. മാസത്തിൽ ഒരു പ്രാവശ്യം നടക്കുന്ന ആർ ടി എ മീറ്റിങ് ഏറ്റവും

സി അച്യുതമേനോൻ

നല്ല വരുമാന മാർഗമായി. ആകപ്പാടെ ഞാൻ സാമ്പത്തികമായി മെച്ചപ്പെട്ടുവന്നു. ആ കാലത്താണ് ഭാര്യ നാലാമത്തെ കുഞ്ഞിനെ പ്രസവിച്ചത്. 69 ഡിസംബർ 18 ന് പ്രസവിച്ച കുട്ടിയാണ് ഷബീർ; ഇപ്പോൾ ദുബായിൽ അൽഫുത്തൈൻ കമ്പനിയിൽ സെയിൽസ് വിഭാഗം മാനേജരായി പ്രവർത്തിക്കുന്ന എൻജിനീയറാണ്.

വക്കീൽപ്രവൃത്തി മോശമല്ലാതെ നടന്നുവരികയും സാമ്പത്തികമായി സ്വന്തം കാലിൽ നിൽക്കാനുള്ള സ്ഥിതി ഉണ്ടാവുകയുംചെയ്തു. എങ്കിലും എന്റെ കൂടെപ്പിറപ്പായ രാഷ്ട്രീയം ഇതിനെല്ലാം ഒപ്പംതന്നെ പിന്തുടർന്നുവന്നു. കെ പി സി സി അംഗമായി, അപ്പോൾ തന്നെ ഞാൻ മഞ്ചേരി മണ്ഡലം പ്രസിഡന്റ്, പിന്നെ ബ്ലോക്ക് പ്രസിഡന്റ് എന്നീ നിലകളിൽ പ്രവർത്തിച്ചു. മഞ്ചേരിയിൽ ഒതുങ്ങിയ സംഘടനാ പ്രവർത്തനവും ജില്ലയിൽ പൊതുയോഗങ്ങളിലെ പ്രസംഗവും ആയിരുന്നു പ്രവർത്തനശൈലി. രാഷ്ട്രീയ പ്രവർത്തനം വക്കീൽപ്പണിക്കും വക്കീൽപ്പണി രാഷ്ട്രീയത്തിനും പരസ്പരം ഗുണകരമായിരുന്നു.

ആയിടയ്ക്കാണല്ലോ 1969 ൽ സ. കുഞ്ഞാലി വെടികൊണ്ടുമരിച്ച സംഭവം നടന്നത്. അത് എന്റെ ജീവിതത്തിലെ ഏറ്റവും വലിയ മാനസിക സംഘർഷമുണ്ടാക്കിയ സംഭവമായിരുന്നു. രാഷ്ട്രീയ, പൊതുജീവിതത്തിൽ അങ്ങനെയൊരു മാനസിക പിരിമുറുക്കം മുമ്പ് അനുഭവിച്ചിട്ടില്ല. കൊല്ലപ്പെട്ട സ. കുഞ്ഞാലി വ്യക്തിപരമായി എന്റെ നല്ല സുഹൃത്തായിരുന്നു. സുഹൃത്തിന്റെ വിയോഗം ഒരു ഭാഗത്ത്, ഞാൻ പ്രവർത്തിക്കുന്ന പാർട്ടി പ്രതിസ്ഥാനത്ത്, പ്രതിക്കൂട്ടിൽ സഹപ്രവർത്തകൻ ആര്യാടൻ മുഹമ്മദ്. ഏറനാട്ടിൽ കോൺഗ്രസിന് ഇത്രയും വലിയ കളങ്കം വരുത്തിവച്ച വേറെ സംഭവങ്ങളില്ല.

ഒരു സ്വകാര്യ മുതലാളിയുടെ റബർതോട്ടത്തിലെ തൊഴിലാളികൾക്ക് പണിനിർത്തുമ്പോൾ ചെലവ് കാശ് അഡ്വാൻസ് കൊടുക്കുന്നതിനെ സംബന്ധിച്ചായിരുന്നു തർക്കം. കുഞ്ഞാലി പ്രസിഡന്റ് ആയ യൂണിയനിൽനിന്ന് കാലുമാറിപ്പോയ തൊഴിലാളികളുടെ ആനുകൂല്യത്തെ സംബന്ധിച്ചാണ് പ്രശ്നം. കൊടുക്കേണ്ടതില്ലെന്ന് കുഞ്ഞാലി, വാങ്ങിക്കൊടുക്കുമെന്ന് കോൺഗ്രസ് യൂണിയൻ. തർക്കം മൂത്ത് ഇരുകൂട്ടരും ചുള്ളിയോട് അങ്ങാടിയിൽ റോഡിന് ഇരുവശത്തുമുള്ള താന്താങ്ങളുടെ യൂണിയൻ ഓഫീസുകളിൽ സംഘടിച്ചു. കുഞ്ഞാലി അദ്ദേഹത്തിന്റെ തൊഴിലാളി യൂണിയൻ ഓഫീസിൽതന്നെ ഉണ്ടായിരുന്നു. ആര്യാടൻ അപ്പോൾ മലപ്പുറം കോൺഗ്രസ് ഓഫീസിലും. തന്റെ രണ്ടാംനിര നേതാക്കളെ എല്ലാം ഏൽപ്പിച്ചു മലപ്പുറത്തിരുന്ന് റിമോട്ട് കൺട്രോളിൽ

കെ കുഞ്ഞിരാമമേനോൻ

കാര്യങ്ങൾ നിയന്ത്രിക്കുകയായിരുന്നു ആര്യാടൻ.

ഇരുകൂട്ടരും വാശിയിൽതന്നെ. സംഘർഷഭരിതമായ അന്തരീക്ഷം. രാത്രി സമയം നീണ്ടുപോകുന്നു. ചെറിയ ചാറൽ മഴയും. രംഗം സംഘട്ടനത്തിന്റെ വക്കോളമെത്തി. അതിനിടയ്ക്ക് ആര്യാടന്റെ തൊഴിലാളികൾ അദ്ദേഹം സ്ഥലത്ത് വരണമെന്ന് വാശിപിടിച്ചു. അത്തരം രംഗങ്ങളിൽ മുന്നിൽ വരാൻ ധൈര്യമുള്ള ആളല്ല ആര്യാടൻ. പിന്നിൽനിന്ന് ബുദ്ധിപരമായി കരുനീക്കുന്നതിലാണ് അദ്ദേഹത്തിന്റെ സാമർത്ഥ്യം കുടികൊള്ളുന്നത്. പക്ഷേ, ഇക്കാര്യത്തിൽ തന്റെ കണക്ക് തെറ്റി. അനുയായികളുടെ നിർബന്ധത്തിന് വഴങ്ങി ആര്യാടൻ ചുള്ളിയോട്ടേക്ക് പുറപ്പെട്ടു. പോകുമ്പോൾ നിലമ്പൂർ പൊലീസ് സ്റ്റേഷനിൽ കയറി വിവരങ്ങൾ ധരിപ്പിക്കുകയും ചുള്ളിയോട് എന്തും സംഭവിക്കാനിടയുണ്ടെന്നും പൊലീസ് സഹായം വേണം എന്ന് ആവശ്യപ്പെട്ട് ഒരു ഹർജി കൊടുക്കുകയും ചെയ്തു.

ഇത് അദ്ദേഹത്തിന്റെ ഭയംകൊണ്ടാണ് ചെയ്തിരുന്നതെങ്കിലും പിന്നീട് കേസ് വിചാരണയിൽ തനിക്കെതിരായി വാദം വരാനിടയായി. ആര്യാടന്, സംഭവിക്കാൻപോകുന്ന കാര്യങ്ങൾ എല്ലാം മുൻകൂട്ടി അറിയാമായിരുന്നു എന്ന് പ്രോസിക്യൂഷൻ ഭാഗത്തുനിന്ന് വാദം ഉണ്ടായി. അത് പ്രതിഭാഗത്തുനിന്ന് നേരിടാൻ പ്രയാസമുള്ള വാദവും ആയിരുന്നു.

ഏതായാലും ആര്യാടൻ ചുള്ളിയോട് എത്തി കാറിൽനിന്നിറങ്ങി നേരെ തന്റെ യൂണിയൻ ഓഫീസിലേക്ക് പോയി. അവിടെ പ്രവർത്തകർ കൂട്ടംകൂടിയിരുന്നു. തുടർന്ന് കുഞ്ഞാലി ഓഫീസിൽനിന്ന് പുറത്ത് ഇറങ്ങി, ആര്യാടനെ വെല്ലുവിളിച്ച് കാര്യങ്ങൾ പറയാനാവശ്യപ്പെട്ടു. അതോടെ വെടിപൊട്ടി, കുഞ്ഞാലി വീണു. ഇതായിരുന്നു സംഭവത്തിന്റെ ചുരുക്കം. ഇതോടെ ചാറ്റൽമഴ പെരുമഴയായി, കൊടുങ്കാറ്റും. ആര്യാടന്റെ അപേക്ഷ പ്രകാരം നിലമ്പൂർ പൊലീസ് സംഘം പിന്നാലെതന്നെ പുറപ്പെട്ടിരുന്നു. പക്ഷേ, അവർക്ക് സംഭവസ്ഥലത്ത് എത്താൻ കഴിഞ്ഞില്ല. കൊടുങ്കാറ്റിൽ ഒരു വലിയ മരം കടപുഴകി റോഡിന് കുറുകെ വീണിരുന്നതിനാലാണ് പൊലീസിന് ചുള്ള്യോട് എത്താൻ കഴിയാതെ പോയത്. ആ കൊടുങ്കാറ്റ് ഇല്ലായിരുന്നെങ്കിൽ സ. കുഞ്ഞാലിയുടെ വിലപ്പെട്ട ജീവൻ നഷ്ടപ്പെടുമായിരുന്നില്ല.

തുടർന്ന് കേസ് അന്വേഷണവും അറസ്റ്റും കോടതിയും എല്ലാം കൂടി നാട്ടിൽ സംഭ്രമജനകമായ അന്തരീക്ഷം. ഒടുവിൽ ആര്യാടൻ മുഹമ്മദ് ഒന്നാംപ്രതി ആയി കേസ് ചാർജ് ചെയ്തു. വളരെ താമസിയാതെ കേസ് വിചാരണയ്ക്ക് വന്നു. അന്ന് കേരളത്തിൽ സ. ഇ എം എസ് മുഖ്യമന്ത്രിയായി സപ്തകക്ഷി മുന്നണി അധികാരത്തിലിരിക്കുന്ന കാല

മാണ്. മരിച്ച സ. കുഞ്ഞാലി നിലമ്പൂരിൽ നിന്നുള്ള എം എൽ എയും. പ്രതീക്ഷിച്ച പോലെ കേരളത്തിലെ ഏറ്റവും പ്രഗത്ഭ നായിരുന്ന ക്രിമിനൽ വക്കീൽ കെ കുഞ്ഞിരാമമേനോനെ പൊലീസ്‌വിഭാഗം സ്പെഷൽ പ്രൊസിക്യൂട്ടറായി ഗവൺമെന്റ് നിയമിച്ചു.

എം പി ഗംഗാധരൻ

സത്യത്തിൽ കുഞ്ഞാലിയുടെ മരണംമൂലം ഉണ്ടായ വിടവ് നികത്താൻ ഏറനാട്ടിലെ കമ്യൂണിസ്റ്റ് പ്രസ്ഥാനത്തിന് ഇന്നുവരെ കഴിഞ്ഞിട്ടില്ല. ഇത്തരം കാര്യങ്ങളിൽ ഉണ്ടായ മാനസിക അസ്വാസ്ഥ്യം മുൻനിർത്തിയും അന്ന് കോൺഗ്രസിൽ ഉണ്ടായ പിളർപ്പിൽ മനംമടുത്തും ഞാൻ സജീവരാഷ്ട്രീയത്തിൽനിന്ന് മാറി മൗനം പാലിക്കുകയും ജോലിയിൽ കൂടുതൽ ശ്രദ്ധിക്കുകയുമാണുണ്ടായത്. കുഞ്ഞാലിയുടെ മരണത്താലുണ്ടായ 1970 ലെ നിലമ്പൂർ ഉപതിരഞ്ഞെടുപ്പിൽ കോൺഗ്രസ് സ്ഥാനാർഥി ആയിരുന്ന ഗംഗാധരനുവേണ്ടി മേൽപ്പറഞ്ഞ കാരണങ്ങളാൽ ഞാൻ പ്രവർത്തിച്ചിരുന്നില്ല.

പിന്നീട് സപ്തകക്ഷി മുന്നണി മന്ത്രിസഭ രാജിവച്ച് 1970 ൽ വീണ്ടും തിരഞ്ഞെടുപ്പ് വന്നു. ഒരു കൊല്ലത്തെ ഇടവേളയ്ക്കുശേഷം വീണ്ടും രാഷ്ട്രീയത്തിൽ സജീവമായി. ആ തിരഞ്ഞെടുപ്പിൽ കോൺഗ്രസ്- സി പി ഐ മുന്നണി അധികാരത്തിൽവന്നു. സ. സി അച്യുതമേനോൻ മുഖ്യമന്ത്രിയും കെ കരുണാകരൻ ആഭ്യന്തരമന്ത്രിയുമായി.

രാഷ്ട്രീയത്തിൽ വീണ്ടും സജീവമായെങ്കിലും എന്റെ പൂർണമായ ശ്രദ്ധ വക്കീൽപ്പണിയിൽ തന്നെ ആയിരുന്നു. അതിനിടെ കുഞ്ഞാലി വധക്കേസ് വിചാരണ തുടങ്ങി. സ്വാഭാവികമായി ഞാനും ആ കേസിൽ പ്രതിഭാഗത്ത് വക്കീൽമാരുടെ പാനലിൽ അംഗമായി. ആര്യാടനുവേണ്ടി കേസ് നടത്താൻ ഹാജരായവരിൽ തൃശൂരിൽനിന്ന് സീനിയർ വക്കീൽ അയ്യപ്പനും ഉണ്ടായിരുന്നു. അദ്ദേഹം കേരളത്തിലെ ക്രിമിനൽ അഭിഭാഷകരിൽ മുൻനിരക്കാരനായിരുന്നു. പിന്നീട് അദ്ദേഹം കേരളത്തിന്റെ അഡ്വക്കറ്റ് ജനറൽവരെ ആയി. അദ്ദേഹത്തിന്റെ കൂടെ പി സി മുഹസിൻ, എം രത്നസിങ്, എം പി ഗംഗാധരൻ എന്നിവരും ഏറ്റവും ജൂനിയറായി ഞാനും ഹാജരായി.

ആ കേസിൽ മേൽപ്പറഞ്ഞ സീനിയർ വക്കീലന്മാരുടെ കൂടെ ഹാജരായത് എനിക്ക് വലിയ അനുഗ്രഹവും നേട്ടവുമായിത്തീർന്നു. കേസിലെ പ്രതിഭാഗത്തേക്കുള്ള രേഖകൾ ഒപ്പിട്ട് വാങ്ങുക, കോപ്പി എടുക്കുക, പ്രതിഭാഗം രേഖകൾ കോടതിയിൽ ഹാജരാക്കുക എന്നിവ എന്റെ ജോലിയായിരുന്നു. മാത്രമല്ല കേസിലെ നൂലാമാലകൾ കെട്ടഴിക്കുന്നതിനെപ്പറ്റിയും നിയമക്കുരുക്കുകൾ മറികടക്കുന്നതിനെ സംബന്ധിച്ചും

സീനിയർ വക്കീലന്മാർ നടത്തുന്ന ചർച്ചകളും പഠനങ്ങളും നിഗമനങ്ങളും എഴുതിയെടുക്കുന്നതും കോപ്പിയെടുക്കുന്നതും ഞാൻതന്നെ. ചുരുക്കത്തിൽ ഒരു വലിയ ക്രിമിനൽ കേസ്, അതും ഒരു കൊലക്കേസ് പ്രതിഭാഗത്തുനിന്ന് എങ്ങനെ കൈകാര്യം ചെയ്യണം എന്നത് വിദഗ്ധരുടെ കൂടെനിന്ന് മനസിലാക്കാനും പഠിക്കാനും എനിക്ക് കിട്ടിയ അസുലഭമായ അവസരം. ഒരനുഭവം ഞാൻ ഇന്നും ഓർക്കുന്നു.

ഇന്ത്യൻ തെളിവ് നിയമത്തിലെ '27-ാം വകുപ്പ് പ്രകാരമുള്ള റിക്കവറി' ഒരു വലിയ വിഷയമാണ് അന്നും ഇന്നും. കേസ് അന്വേഷണത്തിനിടയിൽ അറസ്റ്റ് ചെയ്യപ്പെടുന്ന ഒരു പ്രതിയുടെ കുറ്റസമ്മതമൊഴി അപ്പാടെ കോടതി തെളിവിൽ സ്വീകരിക്കുകയില്ല. എന്നാൽ അത്തരം മൊഴിയിൽ കേസുമായി ബന്ധപ്പെട്ട ഏതെങ്കിലും ഒരു വസ്തു കണ്ടുപിടിക്കാൻ ഉതകുമെങ്കിൽ അത്രയും ഭാഗം തെളിവിൽ കോടതി സ്വീകരിക്കും. അതായത് പ്രതിയുടെ മൊഴിയിൽ ''കുത്തിയ കത്തി ഞാൻ വീടിന്റെ പിൻഭാഗത്ത് കുഴിച്ചിട്ടിട്ടുണ്ട്, അത് കാണിച്ചുതരാം'' എന്നു പറഞ്ഞാൽ, കത്തി അതുപ്രകാരം കണ്ടെടുക്കുകയും മൊഴിയിലെ ആ ഭാഗം മാത്രം തെളിവിൽ സ്വീകരിക്കുകയും ചെയ്യും.

ഇത് നിയമ നടപടിക്രമങ്ങളിലെ അതീവ സങ്കീർണമായ ഒരു വിഷയമാണ്. അനുകൂലവും പ്രതികൂലവുമായി ധാരാളം ഉയർന്ന കോടതികളിലെ വിധികളും ഉണ്ടായിട്ടുണ്ട്. അതുപോലെതന്നെ ബാലിസ്റ്റിൽ വിദഗ്ദ്ധന്റെ റിപ്പോർട്ട്, പോസ്റ്റ്മോർട്ടം റിപ്പോർട്ട് എന്നീ സാങ്കേതിക വിഷയങ്ങളും വളരെ കെട്ടുപിണഞ്ഞുകിടക്കുന്ന കാര്യങ്ങളാണ്. ഇതിലൊക്കെ ഒരു നിപുണൻതന്നെ ആയിരുന്നു അയ്യപ്പൻ വക്കീൽ. അന്വേഷണ ഉദ്യോഗസ്ഥരെ എതിർ വിസ്താരം ചെയ്യുന്നതിൽ അതീവ സമർഥനും.

എന്നാൽ മറുവശത്ത് കേരളം കണ്ട ഏറ്റവും വലിയ നിയമ-ബുദ്ധിജീവിയായ കെ കുഞ്ഞിരാമമേനോൻ. അദ്ദേഹം അയ്യപ്പന്റെ ആക്രമണങ്ങളെ ചെറുക്കാൻ നടത്തുന്ന തന്ത്രപരമായ നീക്കങ്ങൾ അത്ഭുതകരം ആയിരുന്നു. ചിലപ്പോൾ ഉയർത്തുന്ന പ്രത്യാക്രമണങ്ങളും. ഇതിലെല്ലാം ഒരു ജൂനിയർ വക്കീൽ വിദ്യാർഥി ആയ ഞാൻ നന്നായി ശ്രദ്ധിക്കുകയും പഠിക്കാൻ ശ്രമിക്കുകയും ചെയ്തത് പിൽക്കാലത്ത് വലിയ സഹായമായിത്തീർന്നു. എന്റെ ആദ്യഗുരു രാമസ്വാമി അയ്യരുടെ കൂടെയുള്ള തുടക്കവും അയ്യപ്പന്റെ കൂടെയുള്ള തുടർപഠനവും ഞാനെന്ന വക്കീലിന് രൂപംകൊടുക്കുകയായിരുന്നു. സംഭ്രമജനകമായ പല സന്ദർഭങ്ങൾക്കും സാക്ഷ്യംവഹിച്ച കുഞ്ഞാലി വധക്കേസ് പിന്നീട് സെഷൻസ് കോടതി ആര്യാടനെ വെറുതെവിട്ടു തീർപ്പാക്കി.

9 ഹംസ വധക്കേസും ഉദ്വേഗഭരിതമായ ചില രംഗങ്ങളും

കുഞ്ഞാലി വധക്കേസിനുശേഷം ഞാൻ സ്വതന്ത്രമായി ഒറ്റയ്ക്ക് കേസ് ഏറ്റെടുത്ത് നടത്താൻ തുടങ്ങി. ആദ്യമായി കൈയിൽ കിട്ടിയതും ഞാൻ ഒറ്റയ്ക്ക് നടത്തിയതുമായ കേസ് ഒരു ചീട്ടുകളിക്കേസായിരുന്നു. അതും എന്റെ നാട്ടുകാരുടെ പേരിലുള്ള കേസ്. വണ്ടൂരിലെ ഒരു ക്ലബ്ബിൽ കേറി പൊലീസ് ചീട്ടുകളി പിടിച്ചു പ്രതികളെ അറസ്റ്റ് ചെയ്തു, ചീട്ടും പണവും ഉൾപ്പെടെ കോടതിയിൽ ഹാജരാക്കി. പ്രതികളിൽ ചിലർ എനിക്ക് വളരെ അടുപ്പമുള്ള സുഹൃത്തുക്കളായിരുന്നു. ഞാൻ പ്രതികൾക്കുവേണ്ടി ഹാജരായി, പ്രതികളെ ജാമ്യത്തിൽ ഇറക്കി. പൊലീസ് ആക്ട് പ്രകാരമുള്ള ഒരു പെറ്റിക്കേസാണ് ചീട്ടുകളിക്കാർക്കെതിരെ ചാർജ് ചെയ്യുക.

പെറ്റിക്കേസായതിനാൽ ഉടൻ തന്നെ 2-ാം ക്ലാസ് മജിസ്ട്രേട്ട് കോടതിയിൽ വിചാരണയ്ക്ക് വന്നു. വിചാരണസമയത്ത് കേസിലെ പന്ത്രണ്ട് പ്രതികളും കോടതിയിൽ പ്രതിക്കൂട്ടിൽ കേറിനിന്നു. ക്ലബ്ബിൽ കേറി പ്രതികളെ അറസ്റ്റ്ചെയ്ത പൊലീസ് ഇൻസ്പെക്ടർ സാക്ഷി പറയാൻ സാക്ഷിക്കൂട്ടിലും കേറി. മജിസ്ട്രേട്ട് തളിപ്പറമ്പുകാരനായ വിശ്വനാഥൻ എന്ന ആളായിരുന്നു, എ പി പി, ഗോവിന്ദൻനമ്പ്യാരും. നമ്പ്യാർ പൊലീസ് ഇൻസ്പെക്ടറെ വിസ്തരിച്ചു, മൊഴി "ക്ലബ്ബിൽ പണം വച്ച് ശീട്ടുകളിക്കുന്നതായി വിവരം കിട്ടി. രണ്ട് പൊലീസുകാരെയും കൂട്ടി ക്ലബ്ബിലെത്തി. പ്രതികൾ എല്ലാവരും ശീട്ടുകളിക്കുന്നതായി കണ്ടു. ഉടനെ അവരെ അറസ്റ്റ് ചെയ്തു. ചീട്ടും പണവും കസ്റ്റഡിയിൽ എടുത്തു. പ്രതികളെ

ചോദ്യം ചെയ്തു. സ്റ്റേറ്റ്മെന്റ് റിക്കാർഡ് ചെയ്തു. കോടതിയിൽ ഹാജരാക്കി." ഇതാണ് ചീഫ് വിസ്താരമൊഴി.

പിന്നെ പ്രതിഭാഗം വക്കീലായ എന്റെ ഊഴമാണ്.

പറഞ്ഞ മൊഴിയുടെ അടിസ്ഥാനത്തിൽ എതിർ വിസ്താരം ചെയ്യണം. ഞാൻ സാക്ഷിയോട്:

ചോ. നിങ്ങൾ കാണുമ്പോൾ ഈ കൂട്ടിൽ നിൽക്കുന്ന എല്ലാ പ്രതികളും കളിക്കുന്നതായി കണ്ടോ?

ഉ: അതെ. ഞാൻ കണ്ടു.

ചോ. ഓരോരുത്തരുടെ കൈയിലും എത്ര വീതം ചീട്ടുണ്ടായിരുന്നു എന്ന് പറയാൻ കഴിയുമോ.

ഉ: കഴിയില്ല, ഞാൻ എണ്ണിനോക്കിയിട്ടില്ല.

ചോ: അപ്പോൾ എല്ലാവരുടെ കൈയിലും ചീട്ട് ഉണ്ടായിരുന്നുവെന്നത് സത്യമല്ലെ?

ഉ: അതെ.

അതോടെ ഞാൻ എതിർ വിസ്താരം അവസാനിപ്പിച്ചു. കേസ് വിചാരണ ക്ലോസ്ചെയ്തു. അടുത്ത ദിവസം വാഗ്വാദത്തിന് (argument) വച്ചു.

വാഗ്വാദം:

എ പി പി പറഞ്ഞു: "എല്ലാ പ്രതികളുംകൂടി ചീട്ടുകളിക്കുന്നതായി പൊലീസ് കണ്ടതാണ്. പൊലീസ് മൊഴി അവിശ്വസിക്കേണ്ടതില്ല. എല്ലാ പ്രതികളും കുറ്റം ചെയ്തതായി തെളിഞ്ഞിട്ടുമുണ്ട്. ശിക്ഷ കോടതി വിധിക്കട്ടെ."

ആ വാദത്തിന് ഞാൻ പറഞ്ഞ മറുപടി:

പൊലീസ് ഓഫീസറുടെ മൊഴി അവിശ്വസിക്കേണ്ടതില്ല എന്ന വാദം ശരിയാണ്. അത് മുഴുവനായി സ്വീകരിക്കണം. സാക്ഷി പറഞ്ഞത് എല്ലാ പ്രതികളും കളിക്കുന്നതായി കണ്ടു എന്നാണ്. എല്ലാവരുടെ കൈയിലും ശീട്ട് ഉണ്ടായിരുന്നു എന്നും ഉറപ്പിച്ചുപറഞ്ഞു. അത് ശരിയുമാണ്. ഇവിടെ പ്രശ്നം കളിച്ച കളി കുറ്റകരമാണോ എന്നതാണ്. കുറ്റകരമായ കളി പുള്ളിക്കളിയാണ്. അതിന് എല്ലാവരുടെ കൈയിലും ശീട്ടുണ്ടാവില്ല. ഒരാൾ മുഴുവൻ ശീട്ടും തന്റെ കൈയിൽ പിടിച്ച് കശക്കി, അതിൽനിന്ന് ഒരു പുള്ളി മലർത്തിവെക്കും. ആ പുള്ളിക്കുവേണ്ടി രണ്ടു ഭാഗമായി അകത്ത് – പുറത്ത് എന്ന പന്തയം വയ്ക്കും. ശീട്ടുപിടിച്ച ആൾ രണ്ടു ഭാഗമായി ശീട്ട് ഇടും. പന്തയപ്പുള്ളി ഏത് ഭാഗത്ത് ചാടി ആ ഭാഗം പന്തയം പറഞ്ഞ ആൾക്ക് കാശ് കിട്ടും. ഇതാണ് പുള്ളിക്കളി. ഇത് കുറ്റകരവും ശിക്ഷാർഹവുമാണ്. ഇതിനും game of chance എന്നാണ് പറയുക. എല്ലാവരുടെയും കൈയിൽ ചീട്ടുള്ള കളി ഒന്നുകിൽ റമ്മി, അല്ലെങ്കിൽ 'അമ്പത്താറ്.' അത് game of skill ആണ്. കുറ്റകരമല്ല.

അപ്പോൾ ജഡ്ജി ചോദിച്ചു, ആ പുള്ളിക്കളി ഒന്ന് കളിച്ച് കാണിച്ചുതരാമോ എന്ന്. കുട്ടിക്കാലത്ത് വണ്ടൂർ അങ്ങാടിയിൽ സാധാരണക്കാർ

ക്കിടയിലെ ജീവിതാനുഭവങ്ങൾ മൂലം ഇതും മനസിലാക്കാൻ എനിക്ക് കഴിഞ്ഞിരുന്നു. ഞാൻ കോടതിയിൽനിന്ന് മുഴുവൻ ശീട്ടും എടുത്ത് മേശമേൽ കളിച്ചു കാണിച്ചുകൊടുത്തു. അതുകണ്ട് കോടതിക്ക് ബോധ്യമായി. എ പി പിയും ഖണ്ഡിക്കാൻ മുതിർന്നില്ല. ബഹുമാനപ്പെട്ട കോടതി എന്റെ വാദം സ്വീകരിച്ച് പ്രതികളെ കുറ്റവിമുക്തരാക്കി വിട്ടയച്ചു. സ്വന്തമായ ആദ്യത്തെ വിജയം, ആത്മവിശ്വാസം വർധിപ്പിച്ചു.

കോടതിയും കേസുകളും എനിക്ക് ആവേശമായി മാറി. അങ്ങനെയിരിക്കെ ജില്ലാ സെഷൻസ് കോടതിയിൽ ഹാജരാകേണ്ടതായ ഒരു കേസ് കിട്ടി. മഞ്ചേരി ജില്ലാ കോടതി അന്ന് കോഴിക്കോട് പ്രവർത്തിക്കുന്ന കാലമാണ്. ജഡ്ജി ജസ്റ്റിസ് ജാനകിഅമ്മയായിരുന്നു. അവർ പിന്നീട് കേരള ഹൈക്കോടതിയിൽ ജഡ്ജി ആയിരുന്നു. ഒരു ദിവസം ഞാൻ മഞ്ചേരി സബ് മജിസ്ട്രേട്ട് കോർട്ടിൽ ഇരിക്കുമ്പോൾ വണ്ടൂർക്കാരനായ ഒരാൾ എന്നെ പുറത്തേക്ക് വിളിച്ച് എന്നോട് പറഞ്ഞു: തന്റെ ഒരാളെ സ്റ്റേറ്റ് ബാങ്കിൽ വാഹന നികുതി അടയ്ക്കാൻ പണം കൊടുത്തപ്പോൾ അത് കള്ളനോട്ടാണ് എന്ന് പറഞ്ഞ് ബാങ്കിൽനിന്ന് പൊലീസിൽ അറിയിച്ചതിന്റെ അടിസ്ഥാനത്തിൽ അറസ്റ്റ് ചെയ്ത് കോടതിയിലേക്ക് കൊണ്ടുവരുന്നുണ്ട്. അയാളെ ജാമ്യത്തിൽ ഇറക്കണം.

ഇത്തരം കേസുകൾ ജില്ലാ-സെഷൻസ് കോടതിയിലാണ് വിചാരണ ചെയ്യേണ്ടത്. അതിനാൽ അവിടെനിന്നേ ജാമ്യം കിട്ടുകയുള്ളൂ. പക്ഷേ, സബ് മജിസ്ട്രേട്ട് കോടതിയിൽ ആദ്യം അപേക്ഷിക്കണം. അത് നിരസിച്ച ഓർഡറുമായി ജില്ലാ കോടതിയിൽ പോകണം. പ്രതിയെ സബ് മജിസ്ട്രേട്ട് കോടതിയിൽ ഹാജരാക്കി, ഞാൻ ജാമ്യഹരജി ബോധിപ്പിച്ചു, അത് നിരസിച്ച ഓർഡർ വാങ്ങി. നേരെ കോഴിക്കോട് പോയി, ജില്ലാ കോടതിയിൽ ജാമ്യഹർജി ബോധിപ്പിച്ചു. ഭക്ഷണത്തിനുശേഷം ഉച്ചയ്ക്ക് രണ്ടരമണിക്കാണ് കോടതി വീണ്ടും ചേരുന്നത്. ജില്ലാ കോടതിയിൽ ഒറ്റയ്ക്ക് ആദ്യമായിട്ടാണ് ഞാൻ ഹാജരാവുന്നത്. നല്ല മാനസിക പിരിമുറുക്കം ഉണ്ടായിരുന്നു, ഒരു ജൂനിയർ വക്കീലിനുണ്ടാകുന്ന ആദ്യ അനുഭവം. പത്ത് മിനിട്ട് മുമ്പ് സീനിയർ വക്കീലന്മാർ വന്നു തുടങ്ങി. ഞാനാണെങ്കിൽ ജാമ്യഹരജിയിൽ വാദം എങ്ങനെ തുടങ്ങണം, എന്ത് പറയണം എന്നറിയാതെ വിഷമിക്കുന്നു. ആദ്യം വന്നത് മുഹസിൻ വക്കീൽ, അദ്ദേഹത്തോട് ഞാൻ വിവരം പറഞ്ഞു. എന്താണ് വാദിക്കേണ്ടത് എന്ന് ചോദിച്ചു. സാരമില്ല, എന്തെങ്കിലും പറഞ്ഞാൽമതി, ജാമ്യം കിട്ടും എന്ന് പറഞ്ഞ് സമാധാനിപ്പിച്ചു. പിന്നെ വന്നത് രത്നസിങ്. അദ്ദേഹത്തോടും ഞാൻ ആവർത്തിച്ചു. വ്യക്തമായി ഒന്നും കിട്ടിയില്ല. സമയം പോകുന്തോറും ഉൾക്കിടിലം കൂടിവരുന്നു. അപ്പോഴാണ് സീനിയർ വക്കീൽ കുഞ്ഞിരാമമേനോൻ കടന്നുവന്നത്. മുൻപരിചയം ഉള്ളതുകൊണ്ട് അദ്ദേഹം പുഞ്ചിരിച്ചുകൊണ്ട് എന്നോട് എന്താ വന്നത് എന്ന് ചോദിച്ചു. ഞാൻ വന്നകാര്യം പറഞ്ഞു, ഞാൻ എന്താണ് കോടതിയിൽ പറയേണ്ടത് എന്ന് വിനയത്തോടെ ചോദിച്ചു. അദ്ദേഹം ഒന്നും ആലോ

ചിക്കാതെ പെട്ടെന്ന് എന്നോട് പറഞ്ഞു "The very presentation of the note in State Bank itself shows that the accused is innocent" അതായത് "ഈ നോട്ട് സ്റ്റേറ്റ് ബാങ്കിൽ ഹാജരാക്കിയതിൽനിന്നുതന്നെ പ്രതി നിരപരാധിയാണെന്ന് മനസിലാക്കാം" എന്നാണ് അർഥം. അത് കേട്ടതോടെ എനിക്ക് സമാധാനമായി.

ഞാൻ കുഞ്ഞിരാമമേനോന്റെ അടുത്തുതന്നെ ഇരുന്നു. കൃത്യം രണ്ടരമണിക്ക് ജഡ്ജി ജാനകിയമ്മ ബഞ്ചിൽ വന്നു. ഉടനെ മേനോനോട് എന്നെ ചൂണ്ടി ഒരു ചോദ്യം. Who is this gentle man? ആരാണ് ഇദ്ദേഹം? മേനോൻ മറുപടി പറഞ്ഞു: He is a junior in court, but a senior in politics (കോടതിയിൽ ഒരു ജൂനിയറാണ്, എന്നാൽ രാഷ്ട്രീയത്തിൽ സീനിയറും).

ഉടനെ ജഡ്ജി എന്നോട് ചോദിച്ചു: "ജാമ്യ ഹർജി കാര്യത്തിൽ നിങ്ങൾക്ക് എന്താണ് പറയാനുള്ളത്" എന്ന്. ഞാൻ ജില്ലാ സെഷൻസ് കോടതിയിൽ ആദ്യമായിട്ടാണ് സ്വന്തമായി ഒരു കേസിൽ ഹാജരാകുന്നത്. വളരെ ഭവ്യതയോടെ ഞാൻ വാദം തുടങ്ങി. "എന്റെ കക്ഷി കറൻസി നോട്ടിന്റെ ഗുണദോഷങ്ങൾ തിരിച്ചറിയാൻ സാങ്കേതികമായി അറിവുള്ള ആളല്ല. സ്റ്റേറ്റ് ബാങ്ക് അധികാരികൾ അത്തരം അറിവുകൾ ഉള്ളവരുമാണ്. കള്ളനോട്ടാണെന്നറിഞ്ഞുകൊണ്ട് ഒരാളും അത് സ്റ്റേറ്റ് ബാങ്കിൽ കൊടുക്കുകയില്ല. ഇത് ബാങ്കിൽ കൊടുത്തതുകൊണ്ടുതന്നെ, എന്റെ കക്ഷി നിഷ്കളങ്കനാണെന്ന് ബോധ്യമാകും, അല്ലെങ്കിൽ അങ്ങാടിയിലാണ് അത്തരം നോട്ടുമായി പോകേണ്ടത്." എന്റെ ഈ വാദം സ്വീകരിച്ച് ജഡ്ജി ജാനകിയമ്മ ഒന്ന് പുഞ്ചിരിച്ചു, പ്രതിക്ക് ജാമ്യം അനുവദിച്ചു.

കുഞ്ഞിരാമമേനോന്റെ ബുദ്ധിപരമായ ഉപദേശത്തിൽ എനിക്കുണ്ടായ പ്രചോദനം വളരെ വലുതായിരുന്നു. അന്നുമുതൽ ക്രിമിനൽ കേസുകളിൽ എന്റെ ഗുരുവായി ഞാൻ മനസാ അദ്ദേഹത്തെ സ്വീകരിച്ചുവന്നു.

അതിനുശേഷം ഞാൻ അദ്ദേഹത്തിന്റെ കൂടെ ജൂനിയർ വക്കീലായി നിരവധി കേസുകൾ നടത്തിയിട്ടുണ്ട്. അതിൽ പ്രമാദമായ ഒരു കേസായിരുന്നു ഹംസ വധക്കേസ്. എന്റെ നാട്ടുകാരനായ വലിയ പീടികക്കൽ ഹംസ എന്ന് പേരായ ഒരു വ്യവഹാരി ഉണ്ടായിരുന്നു. അദ്ദേഹം എന്റെ ഒരകന്ന ബന്ധുകൂടിയായിരുന്നു. ചെറുപ്പം മുതൽ തന്നെ തർക്കവും കലഹവും അദ്ദേഹത്തിന്റെ സ്വഭാവമാണ്. ഏത് കാര്യത്തിലും ഒരു ക്രിമിനൽ മനഃസ്ഥിതി അദ്ദേഹം പ്രകടിപ്പിച്ചിരുന്നു.

കുടുംബപരമായ സ്വത്ത് സംബന്ധിച്ച് തന്റെ ജ്യേഷ്ഠാനുജന്മാരുമായി നിരന്തരമായി തർക്കവും കലഹവും പതിവാണ്. അയാൾ ഒരു ദിവസം സ്വന്തം ജ്യേഷ്ഠൻ അഹമ്മദിനെ വഴിയിൽവച്ചു വഴക്കുകൂടി കത്തിയെടുത്തു കുത്തിക്കൊന്നു. ആ സംഭവത്തിൽ ഹംസയുടെ പേരിൽ കൊലക്കുറ്റത്തിന് കേസ് ചാർജ് ചെയ്തു. കോഴിക്കോട് സെഷൻസ്

കോടതിയിൽ ആ കേസ് വിചാരണ ചെയ്തു. തെളിവിന്റെ അഭാവത്തിൽ കുറ്റക്കാരനല്ലെന്ന് കണ്ട് ഹംസയെ കോടതി വെറുതെ വിട്ടു. കേസിൽ നിന്ന് രക്ഷപ്പെട്ടത് അയാളുടെ ക്രിമിനൽ സ്വഭാവത്തിന് ഒന്നുകൂടി ശക്തി പകർന്നു.

എന്നാൽ ഈ സംഭവത്തിൽ മരിച്ച അഹമ്മദിൻെറ മക്കൾക്ക് ഇത് വലിയ സങ്കടത്തിനും വൈരാഗ്യത്തിനും ഇടയായി. ഹംസയാണെങ്കിൽ മരിച്ച അഹമ്മദിന്റെ മക്കളോടും തന്റെ സ്വന്തം അനുജന്മാരോടും പൂർവാധികം വാശിയോടും അഹങ്കാരത്തോടുംകൂടി പെരുമാറുകയും അവരുമായി സ്വത്ത് തർക്കം തുടർന്നുവരികയും ചെയ്തു. അയാളുടെ ക്രിമിനൽ സ്വഭാവം കൂടുതൽ ക്രൂരവും അസഹനീയവുമായി.

ഒരു ദിവസം രാവിലെ, നേരം പുലരുംമുമ്പ് എന്റെ വീട്ടിലെ കോളിങ് ബെല്ലിന്റെ മുഴക്കം കേട്ട് ഞാൻ ഞെട്ടിയുണർന്നു. സ്വീകരണമുറിയിൽ വന്ന് ജനലിലൂടെ പുറത്തേക്ക് നോക്കുമ്പോൾ അഞ്ചു യുവാക്കൾ മുറ്റത്ത് നിൽക്കുന്നതായി കണ്ടു. വിളക്ക് തെളിച്ചുനോക്കുമ്പോൾ അത് ഹംസയുടെ ജ്യേഷ്ഠന്റെ മക്കളും അനുജന്മാരും ആയിരുന്നു. അവരുടെ മുഖഭാവം കണ്ടപ്പോൾ എന്തോ പന്തികേട് ഉണ്ടെന്ന് എനിക്കു തോന്നി.

ഞാൻ വിവരം ചോദിച്ചപ്പോൾ അവർ പറഞ്ഞു: "ഞങ്ങൾ അവനെ ശരിപ്പെടുത്തി." ഞാൻ ഞെട്ടിപ്പോയി. ബന്ധുവും ക്രിമിനൽ വക്കീലുമായ എനിക്ക് അവരെ കൈയൊഴിയാൻ കഴിയുമായിരുന്നില്ല. ഞാൻ അവരെ അകത്തേക്ക് വിളിച്ചു വീട്ടിന്റെ മുകളിലെ ഒരു മുറിയിൽ കൊണ്ടുപോയി ഇരുത്തി. വിവരങ്ങൾ വിശദമായി ചോദിച്ചു മനസിലാക്കി. അവർ പറഞ്ഞു:

> ഞങ്ങൾ ഗത്യന്തരമില്ലാതെ വന്നപ്പോൾ അവനെ ശരിപ്പെടുത്താൻ കൂട്ടായി തീരുമാനിച്ചു. ഹംസ അങ്ങാടിയിൽനിന്ന് വീട്ടിലേക്ക് വരുമ്പോൾ ഞങ്ങൾ അയാളെ പിന്തുടർന്നു. വീട്ടുവളപ്പിൽ കേറിയപ്പോൾ ഞങ്ങൾ പിന്തുടരുന്നത് അയാൾക്ക് മനസിലായി. അയാൾ അരയിൽനിന്ന് രണ്ടു കത്തി ഊരിയെടുത്ത് രണ്ടു കൈകളിലും പിടിച്ചു. ഞങ്ങളെ വെല്ലുവിളിച്ചു. അയാൾ വീട്ടിലേക്ക് കയറി. അയാൾ വീടിനകത്തും ഞങ്ങൾ മുറ്റത്ത് വീട്ടിന് പുറത്തും. ഊഴം നോക്കി അന്യോന്യം നിന്നു. ഞങ്ങൾ അനക്കമില്ലാതെ നിൽക്കുകയാണ്. അതിനാൽ, ഞങ്ങൾ പോയോ എന്നറിയാൻ അയാൾ തുറന്ന വാതിലിലൂടെ പുറത്തേക്ക് തലയിട്ട് ഒന്നു നോക്കി. തലനീട്ടലും, ഞങ്ങളെ കൂട്ടത്തിൽ ഒരാൾ കൈയിൽ ഉണ്ടായിരുന്ന കല്ലുകൊണ്ട് ഒറ്റ ഏറ്. ഏറ് കൃത്യമായി മുഖത്ത് ഒരു സൈഡിൽ കൊണ്ടു, അയാൾ മറിഞ്ഞു വീണു.

പിന്നെ അഞ്ചാളും ഓടി അകത്ത് കയറി വീണു കിടക്കുന്ന ഹംസയെ വളഞ്ഞുനിന്ന് വെട്ടി. വെട്ടി, കുറച്ച് അവയവങ്ങൾ വേർപെടുത്തി.

ജ്യേഷ്ഠൻ അഹമ്മതിന്റെ മക്കൾ തങ്ങളുടെ പിതാവിനെ കൊന്നതിലുള്ള വൈരാഗ്യവും അനുജന്മാർ അവരോട് ചെയ്തുപോന്ന ദ്രോഹങ്ങൾക്ക് പ്രതികാരവും അങ്ങനെ തീർത്തു. പോസ്റ്റ്മോർട്ടവുംകൂടി കഴിഞ്ഞപ്പോൾ, ഹംസയുടെ മൃതദേഹം പള്ളിയിലേക്ക് സംസ്കരിക്കാൻ കൊണ്ടുപോയത് വളരെ പ്രയാസപ്പെട്ടായിരുന്നു.

കൊലപ്പെടുത്തിയ സംഭവത്തിലെ വസ്തുതകൾ എല്ലാം മനസിലാക്കി. പ്രതികളെ എന്റെ വീടിന്റെ മാളികമുറിയിൽ തന്നെ ഇരുത്തി. ഞാൻ ഉടനെതന്നെ കാറെടുത്ത് വക്കീൽ കുഞ്ഞിരാമമേനോനെ കാണാൻ കോഴിക്കോട്ടേക്ക് പോയി. സംഭവങ്ങൾ വിശദമായി അദ്ദേഹത്തെ ധരിപ്പിച്ചു. ഞങ്ങൾ ചർച്ചചെയ്തു. സംഭാഷണത്തിലെ പരാമർശങ്ങളും നിർദേശങ്ങളും വക്കീൽപ്രവൃത്തിയുടെ മര്യാദകളുടെ ലംഘനമാവാൻ ഇടയുള്ളതുകൊണ്ട് പൂർണമായി ഞാൻ ഇവിടെ പ്രതിപാദിക്കുന്നില്ല. അദ്ദേഹത്തിന്റെ ഉപദേശമനുസരിച്ച് പ്രതികളെ അന്നുതന്നെ മഞ്ചേരി കോടതിയിൽ ഹാജരാക്കി.

ഈ കേസ് ഏതാനും മാസങ്ങൾക്കുശേഷം കോഴിക്കോട്ട് സ്ഥിതി ചെയ്തിരുന്ന മഞ്ചേരി സെഷൻസ് കോടതിയിൽ ജഡ്ജി ജാനകിഅമ്മയ്ക്ക് മുമ്പാകെ വിചാരണയ്ക്കു വന്നു. കേസിലെ സാക്ഷികൾ; ഹംസയുടെ ഉമ്മ, ഭാര്യ, അയാളുടെ ചെറിയ രണ്ടുമക്കൾ, പിന്നെ ഒരു പണിക്കാരനും. ഒരു ക്രിമിനൽ കേസിനെ സംബന്ധിച്ച് ഈ പറഞ്ഞവർ പ്രതിഭാഗത്ത് നിന്നുനോക്കുമ്പോൾ വളരെ ബുദ്ധിമുട്ടുള്ള സാക്ഷികളാണ്. നിഷ്പക്ഷരും നിഷ്കളങ്കരുമായ സാക്ഷികൾ, ഒന്നും മറച്ചുവയ്ക്കാനും കൂട്ടിച്ചേർക്കാനുമില്ലാത്തവർ. അവരെ കോടതിക്ക് അവിശ്വസിക്കാൻ പ്രയാസമാണ്. മാത്രമല്ല എല്ലാവരും ദൃക്സാക്ഷികൾതന്നെ. പ്രതിഭാഗത്ത് വാദിക്കുന്ന വക്കീലിന് വളരെ ശ്രമകരമായ കേസാണ്.

കേസ് വിചാരണയുടെ തലേന്ന് ഞാൻ കുഞ്ഞിരാമമേനോന്റെ വീട്ടിലെത്തി. ഞങ്ങൾ കേസ് പഠിക്കാൻ ആരംഭിച്ചു. കേസ് ഡയറി ഞങ്ങൾ ആവർത്തിച്ചു, വീണ്ടും വീണ്ടും വായിച്ചു ചർച്ചചെയ്തു. ഒരു പഴുതും കാണുന്നില്ല. പ്രതികൾക്കുവേണ്ടി ഉന്നയിക്കാൻ പറ്റിയ ഒരു പിടിയും കിട്ടുന്നില്ല. ഒടുവിൽ വക്കീൽ എന്നോട്പറഞ്ഞു: “നിങ്ങൾ സാക്ഷിമൊഴിയും രേഖകളും ഒന്നുകൂടി വായിച്ചുനോക്കി ഓഫീസിൽ ഇരിക്കൂ” എന്ന്. അദ്ദേഹം പുറത്തേക്ക് പോയി. ഏതാനും നിമിഷങ്ങൾക്കുശേഷം ഞാൻ പുറത്തുവന്ന് നോക്കുമ്പോൾ അദ്ദേഹം ജഗ് എടുത്ത് മുറ്റത്തെ പൂച്ചെടികൾ നനയ്ക്കുന്നതാണ് കാണുന്നത്. ഞാൻ ഒന്നും മിണ്ടാതെ, നിശ്ശബ്ദമായി കോലായിൽനിന്ന് അദ്ദേഹത്തിന്റെ ചലനങ്ങൾ വീക്ഷിക്കുകയായിരുന്നു. പെട്ടെന്ന് അദ്ദേഹം തോട്ടം നനയ്ക്കൽനിർത്തി ജഗ് താഴെ വച്ചു ഓഫീസ് മുറിയിലേക്ക് കടന്നുവന്നു, കൂടെ ഞാനും. അത്ഭുതത്തോടെ അദ്ദേഹം എന്നോട് പറഞ്ഞു: “കാര്യം പിടികിട്ടി.” ഞാൻ ആകാംക്ഷയോടെ, അദ്ദേഹം പറയുന്നത് കേൾക്കാൻ ചെവി കൂർപ്പിച്ചു നിന്നു. കേസ്ഡയറി എടുത്ത് ഒന്നും രണ്ടും സാക്ഷികളുടെ മൊഴികൾ

വായിക്കാൻ അദ്ദേഹം എന്നോടാവശ്യപ്പെട്ടു. ഒന്നാംസാക്ഷി പറയുന്നത്, ഒന്നും രണ്ടും മൂന്നും അഞ്ചും പ്രതികളാണ് ആക്രമിച്ചതും വെട്ടിയതും എല്ലാം എന്നാണ്. നാലാംപ്രതി ഒന്നും ചെയ്തതായി പറയുന്നില്ല. നാലാംപ്രതി സ്ഥലത്തുള്ളതായ ഒരു സൂചനപോലും ഒന്നാം സാക്ഷിയുടെ മൊഴിയിൽ ഇല്ല. എന്നാൽ രണ്ടാം സാക്ഷിയുടെ മൊഴിയിൽ ഒന്നു മുതൽ നാലുവരെ പ്രതികളാണ് ഏറും വെട്ടും മറ്റെല്ലാം ചെയ്തത്. അഞ്ചാം പ്രതി ഒരു കുറ്റവും ചെയ്തതായി പറയുന്നില്ല. നേരെ സംഭവം കണ്ട ദൃക്സാക്ഷികൾ ഇവർ മാത്രവുമാണ്.

മേനോൻ പറഞ്ഞു: "ഇതിൽനിന്ന് ഒരു കാര്യം വ്യക്തമാണ്. ഒന്നുകിൽ നാലാം പ്രതി, അല്ലെങ്കിൽ അഞ്ചാം പ്രതി. രണ്ടിൽ ഒരാൾ ഒരു കുറ്റവും ചെയ്തിട്ടില്ല. അതാരാണെന്ന് വ്യക്തമല്ല. ഒന്നും രണ്ടും സാക്ഷികളുടെ മൊഴികൾ പരസ്പരവിരുദ്ധമാണ്. നമുക്ക് ഇവിടെ പിടിക്കാം.'' അതാണ് കുഞ്ഞിരാമമേനോന് ചെടികൾ നനയ്ക്കുന്നതിനിടയിൽ അഗാധ ചിന്തയിൽനിന്ന് വന്ന വെളിപാട്.

വിചാരണസമയത്ത് പൊലീസ് തയാറാക്കിയ സാക്ഷിമൊഴികളുടെ അടിസ്ഥാനത്തിൽ മേനോൻ സാക്ഷികളെ എതിർവിസ്താരം ചെയ്തു. കൂട്ടത്തിൽ ഒരു പ്രതി ഒന്നും ചെയ്തിട്ടില്ലെന്ന് സ്ഥാപിച്ചു. വാഗ്വാദത്തിൽ അദ്ദേഹം കോടതിയിൽ പറഞ്ഞു: "ഈ കൂട്ടത്തിൽ ഒരു പ്രതി കുറ്റം ചെയ്യാത്ത നിരപരാധിയാണ്. നിരപരാധിയെ ശിക്ഷിക്കാൻ നിയമം അനുവദിക്കുന്നില്ല. ആ നിരപരാധി നാലാം പ്രതിയാണോ അഞ്ചാം പ്രതിയാണോ എന്ന് വ്യക്തമല്ല." സംശയമാണ് കേസ്. എങ്ങനെ ശിക്ഷിച്ചാലും ഒരു നിരപരാധി ശിക്ഷിക്കപ്പെടും. ആയിരം കുറ്റവാളികൾ രക്ഷപ്പെട്ടാലും ഒരു നിരപരാധി ശിക്ഷിക്കപ്പെടാൻ പാടില്ല. അതുകൊണ്ട് സംശയത്തിന്റെ ആനുകൂല്യം നൽകി എല്ലാ പ്രതികളെയും വിട്ടയച്ചു.

എതിർ വിസ്താരത്തിലും വാഗ്വാദത്തിലും മേനോൻ ഒരു അത്ഭുതം തന്നെയായിരുന്നു. നിയമത്തിന്റെ ഞാണിന്മേൽ കളി. ബുദ്ധിയുടെ അതിസാമർഥ്യം. അദ്ദേഹത്തിന്റെ കഴിവും മികവും അഭിഭാഷക സമൂഹത്തിന് എന്നും അഭിമാനകരമായ മാർഗദർശനമായിരുന്നു. അനുസരണയുള്ള ഒരു ശിഷ്യൻ എന്ന നിലയിൽ ഞാൻ എന്നും അദ്ദേഹത്തെ പിന്തുടർന്നു. അദ്ദേഹത്തിൽനിന്ന് പഠിച്ച പാഠങ്ങൾ പിൽക്കാലത്ത് വക്കീൽപണിയിൽ എനിക്ക് വലിയ പ്രചോദനവും സഹായവും ആയിരുന്നു.

ഞാൻ 1982 ൽ നിയമസഭാംഗമായപ്പോഴും കോടതി പ്രാക്ടീസ് നിർത്തിയിരുന്നില്ല, 1987 വരെ തുടർന്നു. ഞാൻ അവസാനമായി നടത്തിയ കേസ് കേരള കാഷ്യൂ കോർപറേഷൻെറ വക എടവണ്ണ യാർഡിൽനിന്ന് കൊല്ലം കേന്ദ്രത്തിലേക്ക് കൊണ്ടുപോയ ഒരു ലോഡ് കശുവണ്ടി തട്ടിക്കൊണ്ടുപോയ കേസാണ്.

എടവണ്ണയിൽനിന്ന് ലോഡ് എടുത്ത ലോറിയിലെ ഡ്രൈവറും ക്ലീനറും ട്രാൻസ്പോർട്ടിങ് കോൺട്രാക്ടർ ആയിരുന്ന ബേബിജോണും ആയിരുന്നു പ്രതികൾ. ഒരു ലോഡ് കശുവണ്ടി അവർ വഴിമാറ്റി മറി

ച്ചുവിറ്റ് പണമാക്കി തട്ടിയെടുത്തു എന്നായിരുന്നു കേസ്.

കശുവണ്ടി വാങ്ങിയത് കൊല്ലത്തെ വിനോദ്. കാഷ്യൂ കമ്പനി ഉടമ കൃഷ്ണപിള്ളയായിരുന്നു. കേസ് രജിസ്റ്റർ ചെയ്തപ്പോഴും അന്വേഷണ സമയത്തും കൃഷ്ണപിള്ള ഒന്നാംപ്രതിയായിരുന്നു. കൃഷ്ണപിള്ള കൊല്ലത്തെ വലിയ കാഷ്യൂ കമ്പനി ഉടമയും പ്രമാണിയുമാണ്. ഭരണത്തിൽ സ്വാധീനവും ഉണ്ടായിരുന്നു. അന്ന് പൊലീസ് മന്ത്രി വയലാർ രവിയായിരുന്നു.

ഉന്നതങ്ങളിൽ സ്വാധീനമുള്ള പ്രധാനപ്രതി കൃഷ്ണപിള്ളയെ ഒഴിവാക്കി മറ്റു മൂന്ന് ലോറിജോലിക്കാരുടെ പേരിൽ മാത്രമാണ് കേസ് വന്നത്. അവർക്കുവേണ്ടി ഹാജരായത് ഞാനായിരുന്നു. കേസിൽ ഞാൻ വാദിച്ചത് ലോറി ഓടിച്ച ഡ്രൈവറും ക്ലീനറും കൂലിക്കാരനും നിരപരാധികളാണ്, അവർ മുതലാളി പറഞ്ഞ പണി ചെയ്തു എന്നു മാത്രമേയുള്ളൂ. കശുവണ്ടി തട്ടിയെടുത്തതും സ്വന്തമാക്കിയതുമായ യഥാർഥ പ്രതി കമ്പനി ഉടമയാണ്. അയാളെ ഭരണസ്വാധീനം ഉപയോഗിച്ചു ഒഴിവാക്കി. സാധുക്കളായ കൂലിക്കാരുടെമേൽ കേസ് വച്ചുകെട്ടുന്നത് ശരിയല്ല. യഥാർഥ കുറ്റവാളിയെ സ്വാധീനം ഉപയോഗിച്ച് ഒഴിവാക്കി നിരപരാധികളെ ശിക്ഷിക്കുന്നത് നീതിക്ക് നിരക്കുന്നതല്ല. ഈ വാദം സ്വീകരിച്ച് പ്രതികളെ കുറ്റവിമുക്തരാക്കി വിട്ടയച്ചു.

എന്നാൽ ഈ കേസിൽ രസകരമായ ഒരു സംഗതിയുണ്ടായിരുന്നു. കേസന്വേഷണസമയത്ത് കൃഷ്ണപിള്ള വാങ്ങിയ, ഈ കേസിൽപ്പെട്ട ഒരു ലോഡ് കശുവണ്ടി അദ്ദേഹത്തിന്റെ കമ്പനിയിൽനിന്ന് പൊലീസ് പിടിച്ചെടുത്ത് കോടതിയിൽ ഹാജരാക്കി. അത് പിന്നീട് നിയമപ്രകാരം ലേലത്തിൽ വിറ്റുകിട്ടിയ വില കോടതിയിൽ ഡെപ്പോസിറ്റ് ചെയ്തിട്ടുണ്ട്. അതേ സമയം പ്രതിയായ ലോറി ഡ്രൈവറുടെ വീട്ടിൽനിന്ന് പൊലീസ് റെയ്ഡ് നടത്തി 80,000 ഉറുപ്പിക കസ്റ്റഡിയിൽ എടുത്തതും കോടതിയിൽ ഹാജരാക്കി.

പ്രതികളെ വിട്ടശേഷം പ്രതിയുടെ വീട്ടിൽനിന്ന് കണ്ടെടുത്ത 80000ക. വിട്ടുകിട്ടാൻ ഒരു ഹർജി കൊടുത്തു. അതിൽ ഞാൻ കോടതിയിൽ പറഞ്ഞത്, കോർപ്പറേഷന്റെ നഷ്ടപ്പെട്ട കശുവണ്ടി പിടിച്ചെടുത്ത് കോടതിയിൽ ഹാജരാക്കി – പണം ഡെപ്പോസിറ്റ് ഉണ്ട്. അത് കോർപ്പറേഷന് കൊടുക്കാം. പ്രതിയുടെ വീട്ടിൽനിന്നെടുത്തത് പ്രതിക്കും. ഇരട്ടലാഭം കോർപ്പറേഷന് പാടുള്ളതല്ല. അത് സ്വീകരിച്ചു 80000 ക വിട്ടുതരാൻ ഉത്തരവായി. പണം കൈയിൽ കിട്ടിയപ്പോഴേക്കും ഞാൻ 1987 മെയ് മാസം മന്ത്രിയായി ചാർജെടുത്തിരുന്നു. അതിൽ നാലിൽ ഒന്ന് 20,000 ക അവർ എനിക്ക് ഫീസ് തന്നു.

സാറാ ബീവി

ടി കെ ഹംസ

10 സ്വന്തമായി വീടും ഭാര്യയുടെ സുഖക്കേടും

മഞ്ചേരി ബാറിലെ ക്രിമിനൽ അഭിഭാഷകൻ എന്ന നിലയിൽ സാമാന്യം നല്ല പ്രാക്ടീസും അതിനനുസൃതമായി വരുമാനവും എനിക്ക് ഉണ്ടായിരുന്നു. തികച്ചും ഒരു നാട്ടിൻപുറക്കാരനായി ജനിച്ചുവളർന്ന എന്റെ മനസിൽ ചെറുപ്പത്തിൽത്തന്നെ ഉണ്ടായിരുന്ന ഒരാഗ്രഹം പട്ടണത്തിൽ ജോലിയും ഒരു വീടും.അതൊരു സ്വപ്നമായിരുന്നു. ജോലിയിൽ, പിടിക്കാതെ നടക്കാറായപ്പോൾ, പിന്നെ വീടുവയ്ക്കുന്നതിനെപ്പറ്റിയായിരുന്നു ആലോചനയും അന്വേഷണവും.

അങ്ങനെ ഇരിക്കുമ്പോൾ ഒരു ദിവസം വൈകുന്നേരം, ഞാൻ താമസിക്കുന്ന വീടിന്റെ ഉടമ ആനക്കയം കെ വി മൊയ്തീൻകുട്ടിഹാജി ഓഫീസിൽ കേറി വന്നു. അദ്ദേഹത്തിന് മഞ്ചേരി അങ്ങാടിയിൽ തന്നെ വേറെയും വീടുകളും പീടികകളും ലൈൻമുറികളുമായി കുറേ കെട്ടിടങ്ങൾ വാടകയ്ക്ക് കൊടുക്കാനായി ഉണ്ടായിരുന്നു.

അദ്ദേഹത്തിന് എന്നിൽനിന്ന് ഒരു നിയമപ്രശ്നം അറിയേണ്ടതിനായിരുന്നു വന്നത്. കേരള ഭൂപരിഷ്കരണ നിയമം വന്ന് പാട്ടഭൂമി എല്ലാം കുടിയാന്മാർക്ക് പതിച്ചുകൊടുത്തതുപോലെ, ഒരു വാടകകെട്ടിട പരിഷ്കരണ നിയമം വന്ന് അവയെല്ലാം താമസിക്കുന്നവർക്ക് കൊടുക്കേണ്ടതായ സാഹചര്യം ഉണ്ടാവാൻ സാധ്യതയുണ്ടോ? അതായിരുന്നു അദ്ദേഹത്തെ അലട്ടിയിരുന്ന ചിന്താപ്രശ്നം. ഇങ്ങനെ ഒരു വാർത്ത ഏതോ പത്രത്തിൽ ആ കാലത്ത് കാണുകയും ചെയ്തിരുന്നു. അന്ന് പ്രധാനമന്ത്രി ഇന്ദിരാഗാന്ധി സോഷ്യലിസം നടപ്പാക്കും എന്ന് പ്രഖ്യാപിക്കുകയും ബാങ്ക് ദേശവൽക്കരണം, പ്രിവി പേഴ്സ് നിർത്തലാക്കൽ എന്നീ നടപടികൾ സ്വീകരിച്ച കാലവും ആയിരുന്നു.

മേൽക്കാര്യങ്ങൾ നടപ്പാക്കുന്നതിൽ കോൺഗ്രസിലെ സിൻഡിക്കേറ്റ് വിഭാഗം എതിർത്തപ്പോൾ, ഇടതുപക്ഷ പാർട്ടികൾ ആ കാര്യത്തിൽ ഇന്ദിരയ്ക്ക് പിന്തുണ കൊടുക്കുകയും ചെയ്ത കാലം. ആകപ്പാടെ ഒരു സാമ്പത്തിക മാറ്റം ഇന്ത്യയിൽ ഉണ്ടാകുമോ എന്ന് വിചാരിക്കാൻ കാരണങ്ങളുണ്ടായിരുന്നു.

ഹാജിയുടെ സംശയങ്ങൾ എല്ലാം കേട്ട് ഞാൻ പറഞ്ഞു: നിങ്ങൾ സംശയിക്കുന്ന മാറ്റങ്ങൾ നാട്ടിൽ വന്നുകൂടായ്കയില്ല. ഏതായാലും ഒരു കാലത്ത് രാജ്യം ആ വഴിക്ക് വരും. അമിതമായ സ്വത്തുക്കൾ ഒരാൾ തന്നെ കൈയിൽ വയ്ക്കുന്ന കാലം അധികം ദീർഘിച്ചു നിൽക്കാനിടയില്ല എന്നാണ് എന്റെ വിശ്വാസം എന്ന് ഞാൻ കൂട്ടിച്ചേർത്തു.

ഈ ചർച്ചയുടെ അടിസ്ഥാനത്തിലാണോ എന്ന് പറയാൻ കഴിയില്ല, ഹാജി തന്റെ വാടകയ്ക്ക് കൊടുത്ത കെട്ടിടങ്ങൾ കൈവശക്കാർക്ക് വിറ്റ് വില വാങ്ങാൻ തുടങ്ങി. ആ കൂട്ടത്തിൽ ഒരു ദിവസം രാത്രി എന്റെ വീട്ടിൽ കേറിവന്നു, ഒരു ചോദ്യം: "ഈ വീടും വളപ്പും ഞാൻ നിങ്ങൾക്ക് തന്നാൽ നിങ്ങൾ വിലയ്ക്കെടുക്കുമോ?" ഞാൻ മറുപടി പറഞ്ഞു: "ആലോചിക്കാം" എന്ന്. അങ്ങനെ ടാക്സ് കേസുകളിൽ എന്റെ കൂടെ ജോലിചെയ്യുന്ന സഹപ്രവർത്തകനായ ബാലശങ്കരൻനായരെ വിളിച്ചുവരുത്തി, ഞങ്ങൾ മൂന്നാളുംകൂടി സംസാരിച്ചു അന്നുതന്നെ വീടും മുപ്പത് സെന്റ് സ്ഥലവുംകൂടി 30,000 ക (മുപ്പതിനായിരം ഉറുപ്പിക) വില നിശ്ചയിച്ച് കച്ചവടം ഉറപ്പിച്ചു. ഒരു കരാറ് എഴുതി ഒപ്പിട്ട്, ഒരു ചെറിയ സംഖ്യ അഡ്വാൻസും കൊടുത്തു. ഒരു മാസത്തിനുള്ളിൽ തീറാധാരം എഴുതി രജിസ്റ്റർ കഴിക്കണം എന്നായിരുന്നു വ്യവസ്ഥ.

അന്ന് ജൂപിറ്റർ ചിറ്റ് ഫണ്ടിൽ എനിക്കുണ്ടായിരുന്ന ഒരു കുറി പിടിച്ചും കൈയിലുള്ള സംഖ്യ ഒപ്പിച്ചും ചില തിരിമറികൾ നടത്തിയും പണം ഒപ്പിച്ച്, മുഴുവൻ സംഖ്യയും കൊടുത്ത് നിശ്ചയിച്ച സമയത്തിനുള്ളിൽ ത്തന്നെ രജിസ്റ്റർ കഴിച്ചു. ഇത് 1972 ലായിരുന്നു. ജീവിതത്തിൽ ആദ്യമായി 30 സെന്റ് സ്ഥലവും പഴയതാണെങ്കിലും ഒരു വീടും പട്ടണത്തിൽ തന്നെ സ്വന്തമായി സമ്പാദിച്ചു. സാമ്പത്തികമായി മോശമല്ലാത്ത എന്റെ പിതാവിനോട് ഈ കാര്യത്തിൽ ഒരു സഹായവും ചോദിച്ചിരുന്നില്ല. കാരണം, ഇത് സ്വപ്രയത്നംകൊണ്ടാവണം എന്ന ദൃഢനിശ്ചയം. ഒരു പഴയ ആഗ്രഹത്തിന്റെ സാക്ഷാത്കാരംതന്നെ.

വീട് ഒരു ജീർണിച്ച കെട്ടിടം ആയിരുന്നു. ഏതാണ്ട് നാലുമാസം കഴിഞ്ഞ് ഞാനും കുടുംബവും അടുത്തുള്ള ഒരു വാടകവീട്ടിലേക്ക് താമസം മാറ്റി, ഇത് പൊളിച്ച് അവിടെ ഒരു പുതിയ വീട് വയ്ക്കാനുള്ള പണി ആരംഭിച്ചു. ഏതാണ്ട് ഒന്നരക്കൊല്ലം കഴിഞ്ഞ് വീടുപണി പൂർത്തിയായി ഗൃഹപ്രവേശം നടത്തി. അത് 1974 ഫെബ്രുവരി 23ന് ആയിരുന്നു. ഗൃഹപ്രവേശച്ചടങ്ങ് ആർഭാടമായിത്തന്നെ നടത്തി. എൻെറ കേസിലെ കക്ഷികളും കുടുംബങ്ങളും സ്നേഹിതന്മാരും എല്ലാം പങ്കെടുത്തിരുന്നു. അന്നത്തെ എന്റെ രാഷ്ട്രീയ നേതാവായിരുന്ന ആഭ്യന്തരമന്ത്രി കെ കരുണാകരനും അതിഥിയായി എത്തി ചടങ്ങിന് മോടികൂട്ടി. മഞ്ചേരി കച്ചേരിപ്പടിയിൽ ഉള്ള ആ വീട്ടിലാണ് ഇപ്പോൾ എന്റെ രണ്ടാമത്തെ മകൻ അഡ്വക്കറ്റ് റഫീഖ് താമസിക്കുന്നത്.

വക്കീൽ ജോലിയിൽ നല്ല ഉയർച്ചയും അതിനനുസൃതമായി വരുമാനത്തിലെ വർധനവും ഉണ്ടായിരുന്നു. രാഷ്ട്രീയരംഗത്ത് മഞ്ചേരി ബ്ലോക്ക് കോൺഗ്രസ് കമ്മിറ്റി പ്രസിഡന്റും കെ പി സി സി മെമ്പറും എന്ന നിലയിൽ പ്രവർത്തിച്ചുവരികയായിരുന്നു ആ കാലത്ത്. തൊഴിലും രാഷ്ട്രീയവും ഒരുമിച്ച് കൊണ്ടുപോകുന്നത് വളരെ ശ്രമകരമായ ഒരു സ്ഥിതിയാണ് ഉണ്ടാക്കുക. മാത്രമല്ല നാട്ടിൽ പല സ്ഥലങ്ങളിലും പോയി പ്രസംഗിക്കുകയും വേണം. കുടുംബജീവിതം സങ്കീർണവും മാനസിക സംഘർഷങ്ങൾ നിറഞ്ഞതുമായിരുന്നു. അതൊന്നും പുറത്തു കാണിക്കാതെ കോടതിയിലും കോൺഗ്രസിലും ഒരുപോലെ നിറഞ്ഞുനിന്ന് പ്രവർത്തിച്ചുപോന്നു.

കുടുംബപരമായ മാനസിക അസ്വസ്ഥതയ്ക്ക് കാരണം എന്റെ ഭാര്യ സാറാബീവിയുടെ രോഗമായിരുന്നു. അവർക്ക് ജന്മസിദ്ധമായി കൈവന്നതാണ് ആസ്ത്മ രോഗം. അവരുടെ പിതാവിന്റെ ഉമ്മയ്ക്കുണ്ടായിരുന്നതാണ് ഈ രോഗം. പിതാവിന് പത്തു മക്കളുണ്ടായിരുന്നു. അതിൽ ഒരാളായ എന്റെ ഭാര്യക്കുമാത്രമാണ് ഈവൈപെതൃകം കൈവന്നത്. കുട്ടിക്കാലത്തുതന്നെ ഈ അസുഖം ഉള്ളതിനെ അത്ര കാര്യമാക്കിയിരുന്നില്ല. എന്നാൽ പ്രായം കൂടിവരുമ്പോൾ ആസ്ത്മ കൂടിവന്നു. ഈ രോഗത്തിന് ഫലപ്രദമായ ഒരു മരുന്നും ഇന്നുവരെ കണ്ടുപിടിച്ചിട്ടില്ല. ഇന്ന് ചില പൊടിക്കൈകൾ പ്രയോഗിച്ച് താൽക്കാലിക ശമനം വരുത്താറുണ്ട്. ആ കാലത്ത് അതും ഇല്ല. അലോപ്പതിയും ആയുർവേദവും ഹോമിയോപ്പതിയും മാറി മാറി പരീക്ഷിച്ചു നോക്കാറാണ് പതിവ്. ആയുർവേദത്തിലെ പ്രയോഗങ്ങൾ ഉടുമ്പിന്റെ മാംസം, ഞണ്ട് ഇടിച്ചുപിഴിഞ്ഞ് നീരെടുത്ത് മരുന്നു ചേർത്ത് കഴിക്കൽ ഇങ്ങനെയുള്ള ഒറ്റമൂലികൾ പ്രയോഗിച്ചു നോക്കിയിട്ടുണ്ട്. ഹോമിയോപ്പതി രംഗത്ത് പ്രശസ്തനായ ഒരു ഡോക്ടറുണ്ടായിരുന്നു കോട്ടയത്ത്. ആർ പി പട്ടേൽ. ആ വാതിൽക്കലും ഞങ്ങൾ മുട്ടിനോക്കി. ഫലം കണ്ടില്ല. അവസാനം ഹോമിയോ-ആയുർവേദം ഒക്കെ മതിയാക്കി അലോപ്പതി മാത്രമാക്കി. എന്നാൽ രോഗം ക്രമേണ കൂടിക്കൂടി വന്നു. മാസത്തിൽ ഒരാഴ്ച, കൊല്ലത്തിൽ ഒരു മാസം എന്ന തോതിൽ രോഗം ആക്രമിച്ചുവന്നു.

ആസ്ത്മ വലിവ് ആരംഭിച്ചാൽ മൂക്കിന്റെ രണ്ടു ദ്വാരങ്ങളും ശ്വാസം വലിക്കാൻ കിട്ടാത്തവിധത്തിൽ അടഞ്ഞുപോകും. പിന്നെ വായിലൂടെ ശ്വാസം വലിക്കാൻ ശ്രമിക്കും. അപ്പോൾ നെഞ്ചിൽ ശ്വാസതടസം വർധിക്കും. ശ്വാസം കിട്ടാതെ ചക്രശ്വാസം വലിക്കുമ്പോൾ അത് കണ്ട് ചെറിയ കുട്ടിയെയും കൈയിലെടുത്ത് ഞാൻ നിസ്സഹായനായി നോക്കിനിൽക്കുന്ന ദയനീയ സ്ഥിതി ഇപ്പോൾ ഓർക്കാൻ കഴിയുന്നതല്ല. വിധിയുടെ ക്രൂരത ചിലപ്പോൾ എത്ര ഭയാനകമാണെന്ന് എഴുതി ഫലിപ്പിക്കാൻ സാധ്യമല്ല. ഓരോ തവണയും ശ്വാസംമുട്ടൽ വന്നാൽ മരിച്ചു ജീവിക്കുമ്പോലെ ആയിരുന്നു. എന്റെ സ്നേഹിതന്മാരായ ഡോക്ടർമാർ എല്ലാം ആ കാലത്ത് വലിയ തോതിൽ സഹായിച്ചിട്ടുണ്ട്. പക്ഷേ എല്ലാം നിഷ്ഫലം.

എന്നാൽ പ്രസവകാലത്ത് ഈ രോഗത്തിന്റെ ആക്രമണം ഉണ്ടായിരുന്നില്ല. അങ്ങനെ അവർ നാല് മക്കൾക്ക് ജന്മം നൽകി. രോഗഘട്ടങ്ങളിൽ ആ മക്കളെ എങ്ങനെയാണ് നോക്കി വളർത്തിയതെന്ന് ഇപ്പോൾ വിവരിക്കാൻ ഞാൻ അശക്തനാണ്. ധാരാളം കേസുകൾ നടത്തേണ്ടിയിരുന്ന വക്കീലായ ഞാൻ ഈ സന്ദർഭങ്ങളിൽ അനുഭവിച്ച മനോവേദന വിവരണാതീതമാണ്. ഒരു കൈയിൽ ചെറിയ കുട്ടി,മറ്റേ കൈയിൽ കേസ് കെട്ട്. ഇങ്ങനെ എത്രയോ ഘട്ടങ്ങൾ അഭിമുഖീകരിക്കേണ്ടിവന്നിട്ടുണ്ട്.

അങ്ങനെ ഇരിക്കെ ഒരുദിവസം എന്റെ സ്നേഹിതൻ വക്കീൽ ഉസ്മാൻകോയ കോടതിയിൽ വച്ച് എന്നോട് പറഞ്ഞു: മൂവാറ്റുപുഴയിൽ ഒരു ഡോക്ടർ ബാലകൃഷ്ണൻ ആസ്ത്മ രോഗം ചികിത്സിച്ചു സുഖപ്പെടുത്തുന്നുണ്ട്. അദ്ദേഹം അവിടെ പോയിരുന്നു. ചാരിസ് ക്ലിനിക് എന്നാണ് ആശുപത്രിയുടെ പേര്. ഉസ്മാൻ കോയയും ഒരു ആസ്ത്മ രോഗിയായിരുന്നു. ഇത് കേട്ടപ്പോൾ അവിടെ പോകണമെന്ന് എനിക്കും നിർബന്ധമായി തോന്നി. ഞാൻ, എൻെറ സ്നേഹിതനായ മഞ്ചേരി ആശുപത്രിയിലെ സൂപ്രണ്ട് ഡോ. ശ്രീധരനുമായി ചർച്ച ചെയ്തു. അദ്ദേഹം പറഞ്ഞു: അത് കോർട്ടിസൺ എന്ന മരുന്ന് വലിയ അളവിൽ ഞരമ്പിലൂടെ കേറ്റുന്നതാണ് ചികിത്സ. അത് തുടർച്ചയായി ചെയ്താൽ രോഗം തൽക്കാലം ഇല്ലാതാകും. പക്ഷേ, ശരീരപ്രകൃതം തന്നെ മാറിവരും. അമിതമായി ശരീരം തടിക്കും, മുഖം ചീർക്കും. ക്രമേണ കരളിനെയും ബാധിക്കും. എന്നാൽ ഒരു അഞ്ചുകൊല്ലം ഇതൊന്നും ഇല്ലാതെ, ആസ്ത്മ രോഗവും വരാതെ സുഖമായിരിക്കും. പിന്നീടാണ് പ്രത്യാഘാതങ്ങൾ പുറത്തു വരുന്നത്.

ഉസ്മാൻ കോയയുടെ ചികിത്സയും ഡോ. ശ്രീധരൻ പറഞ്ഞ വിവരവും ഞാൻ ഭാര്യയോട് പറഞ്ഞു. അവരുടെ പ്രതികരണം എന്നെ വല്ലാതെ വിഷമിപ്പിച്ചു. ‘‘എന്തായാലും ആ ചികിത്സയ്ക്ക് പോകണം. ജീവിതത്തിൽ ഒരു അഞ്ചുകൊല്ലമെങ്കിലും എനിക്ക് നിങ്ങളുടെയും മക്കളുടെയും കൂടെ ആസ്ത്മ രോഗമില്ലാതെ ജീവിക്കാമല്ലോ. പിന്നെ വരുന്നത് വരട്ടെ. അഞ്ചുകൊല്ലം കഴിഞ്ഞാൽ ഒരു മരുന്നും ഫലിക്കില്ലെന്നല്ലേ ഡോക്ടർ പറഞ്ഞത്. ഇപ്പോഴും മരുന്നുകൾ ഫലിക്കുന്നല്ലോ”– ഇതായിരുന്നു ഭാര്യയുടെ അഭിപ്രായം. അതിന്റെ മുമ്പിൽ ഞാൻ കീഴടങ്ങി. ചികിത്സയ്ക്ക് മൂവാറ്റുപുഴ ചാരീസ് ക്ലിനിക്കിലേക്ക് പോയി.

ഒരു മാസം ഇടവിട്ട് മൂന്നു പ്രാവശ്യം ഒരാഴ്ചവീതം ചികിത്സ നടന്നു. പ്രതീക്ഷിച്ചതുപോല ആസ്ത്മ വലിവ് നിന്നു. ശരീരം ക്രമേണ വണ്ണംകൂടി. ശ്രീധരൻ ഡോക്ടർ പറഞ്ഞപോലെ പല മാറ്റങ്ങളും അനുഭവപ്പെട്ടു. ശ്വാസവലിവ് തീരെ ഇല്ലാതായി. കുടുംബജീവിതത്തിലെ ആദ്യത്തെ സമാധാന കാലം. കോടതിപ്പണിയും കോൺഗ്രസ് പ്രവർത്തനവും എനിക്ക് വർധിച്ചുവന്നു, യാതൊരു ഒഴിവുമില്ല എന്ന സ്ഥിതി.

ഇന്ദിരാഗാന്ധിയും ഫിറോസ് ഗാന്ധിയും

11 ഇന്ദിരാഗാന്ധിയും അടിയന്തരാവസ്ഥയും

ഈ കാലഘട്ടം ഭാരതത്തിന്റെ സാമൂഹിക-രാഷ്ട്രീയ രംഗങ്ങളിൽ വലിയ കോളിളക്കം സൃഷ്ടിച്ച കാലമായിരുന്നു. അതിനെ 'ഇന്ദിരായുഗം' എന്ന് വിശേഷിപ്പിക്കാവുന്നതാണ്. സംഘർഷഭരിതവും സംഭവബഹുലവുമായ സന്ദർഭങ്ങൾ അടിക്കടി ഉണ്ടായിക്കൊണ്ടിരുന്നു. ആ ദുരന്തകഥയിലെ നായിക ശ്രീമതി ഇന്ദിരാഗാന്ധിതന്നെയായിരുന്നു. അവരുടെ ചരിത്രംതന്നെ അത്ഭുതങ്ങൾ നിറഞ്ഞതാണ്.

1917 നവംബർ 19 ന് ജവഹർലാൽ നെഹ്റുവിന്റെ മകളായി അലഹബാദിലെ ആനന്ദഭവനിലാണ് ഇന്ദിരാഗാന്ധി ജനിച്ചത്. യഥാർഥത്തിൽ അവർക്ക് ഗാന്ധി കുടുംബവുമായി ഒരു ബന്ധവും ഇല്ല. പഠനകാലത്ത് അവർ പാഴ്സി യുവാവായ ഫിറോസുമായി പ്രണയത്തിലായി. ഫിറോസിനെ വിവാഹം കഴിക്കണമെന്ന ആഗ്രഹത്തിന് അച്ഛൻ നെഹ്റു അനുകൂലമായിരുന്നില്ല. ഫിറോസ് ഇന്ദിരയുടെ അമ്മ കമലാനെഹ്റുവിന്റെ അനുയായി ആയിരുന്നു. എങ്കിലും നെഹ്റുവിന് അയാളെ ഇഷ്ടമായിരുന്നില്ല. ഫിറോസ് പാഴ്സിയും സാമൂഹികപദവിയിൽ താഴെ തട്ടിലുമായിരുന്നു. ഫിറോസിന്റെ കുടുംബം ബ്രിട്ടീഷ് അനുകൂലികളും നെഹ്റു കുടുംബത്തോട് എതിർപ്പുള്ളവരും ആയിരുന്നു. അവസാനം ഇന്ദിരയുടെ നിർബന്ധത്തിന് വഴങ്ങി, ഗാന്ധിജിയാണ് നെഹ്റുവിനെ സമ്മതിപ്പിച്ച് വിവാഹം നടത്തിച്ചത്. ഫിറോസ് വിവാഹം ചെയ്തതുകൊണ്ട് പിൽ

ക്കാലത്ത് ഇന്ദിരാഗാന്ധിയായി, അത് പിന്തുടർച്ചയായി മദാമ്മ സോണി യാഗാന്ധിവരെ എത്തിനിൽക്കുന്നു. സത്യത്തിൽ ഇന്ദിര-ഫിറോസ് കുടുംബബന്ധം അധികം താമസിയാതെ അലസിപ്പിരിഞ്ഞു.

1964 മെയ് 27 ന് പ്രധാനമന്ത്രി നെഹ്റു മരണപ്പെട്ടു. തുടർന്ന് ലാൽ ബഹദൂർ ശാസ്ത്രി പ്രധാനമന്ത്രിയായി. അന്ന് കോൺഗ്രസ് പ്രസിഡന്റാ യിരുന്ന ഇന്ദിര ആ മന്ത്രിസഭയിൽ വാർത്താ-വിതരണ പ്രക്ഷേപണ വകുപ്പ് മന്ത്രിയായി. 1965 ലെ ഇന്ത്യാ-പാക് യുദ്ധം നടന്നപ്പോൾ സമാധാനക്കരാറിൽ ഒപ്പ് വയ്ക്കാനായി താഷ്കന്റിൽ പോയ പ്രധാനമന്ത്രി ശാസ്ത്രി അവിടെ വച്ച് മരണപ്പെട്ടു.

അന്നുമുതൽക്കാണ് സ്വാതന്ത്ര്യലബ്ധിക്ക് ശേഷം കോൺഗ്രസി ൽ അധികാര വടംവലി ആരംഭിച്ചത്. ഗുൽസാരിലാൽ നന്ദയുടെയും മൊറാർജി ദേശായിയുടെയും പേരുകൾ പ്രധാനമന്ത്രി പദത്തിലേക്ക് നിർദേശിക്കപ്പെട്ടു. കോൺഗ്രസിനകത്ത് രൂപംകൊണ്ടിരുന്ന 'സിൻഡിക്കേറ്റ്' വിഭാഗം ഇന്ദിരയെ പ്രധാനമന്ത്രിയാക്കാൻ കരുനീക്കം നടത്തി. കാമരാജ് ആയിരുന്നു അതിലെ 'കിങ് മേക്കർ'. അങ്ങനെ 1966 ജനുവരി 24 ന് ഇന്ദിര ഇന്ത്യയിലെ മൂന്നാമത്തെ പ്രധാനമന്ത്രിയായി അധികാരമേറ്റു.

തുടർന്ന് 1967 ൽ പൊതു തിരഞ്ഞെടുപ്പ് നടന്നു. കോൺഗ്രസ് ജയിച്ചെങ്കിലും അംഗബലം 358 ൽനിന്ന് 279 ആയി കുറഞ്ഞു. കാമരാജ് ഉൾപ്പെടെ സിൻഡിക്കേറ്റ് സ്ഥാനാർഥികളായിരുന്നു കൂടുതലും പരാജയപ്പെട്ടത്. സിൻഡിക്കേറ്റുമായി ഇന്ദിര തെറ്റി. എന്നാൽ പാർലമെന്ററി പാർട്ടിയിൽ സിൻഡിക്കേറ്റുകാർക്കായിരുന്നു മേൽകൈ. അത് അധികാര മത്സരത്തിന്റെ ശക്തി വർധിപ്പിച്ചു. എന്നാൽ ആദർശത്തിന്റെ പരിവേഷം നൽകി ഇന്ദിര മുൻകൈ നേടി. സിൻഡിക്കേറ്റിലുള്ളവർ, യാഥാസ്ഥിതിക, മുതലാളിത്തവാദികളാണെന്ന് ഇന്ദിര പ്രചരിപ്പിച്ചു. താൻ സോഷ്യലിസം സ്ഥാപിക്കാൻ നിലകൊള്ളുന്നു എന്ന് അവർ പ്രഖ്യാപിച്ചു. ബാങ്ക് ദേശവൽക്കരണം, നാട്ടുരാജാക്കന്മാരുടെ പ്രിവിപേഴ്സ് നിർത്തലാക്കൽ എന്നീ പുരോഗമന നടപടികൾ സ്വീകരിക്കാൻ തുടക്കംകുറിച്ചു.

ഈ ഘട്ടത്തിലാണ് രാഷ്ട്രപതി ഡോ. സക്കീർ ഹുസൈൻ മരണപ്പെട്ടത്. അത് ഗവൺമെന്റിലും കോൺഗ്രസിലും മറ്റൊരു പ്രതിസന്ധിയുളവാക്കി. സിൻഡിക്കേറ്റിലെ നിജലിംഗപ്പയായിരുന്നു കോൺഗ്രസ് പ്രസിഡന്റ്. അതിനാൽ സിൻഡിക്കേറ്റിലെ തന്നെ മറ്റൊരു പ്രധാനിയായ നേതാവ് സഞ്ജീവറെഡ്ഡിയെ രാഷ്ട്രപതി സ്ഥാനാർഥിയാക്കാൽ കോൺഗ്രസ് തീരുമാനിച്ചു. ഇതിനെ ആദ്യം ഇന്ദിര അനുകൂലിച്ചെങ്കിലും പിന്നെ അഭിപ്രായം മാറ്റി. സഞ്ജീവറെഡ്ഡിയെ പ്രസിഡന്റാക്കാൻ സിൻഡിക്കേറ്റ് തീരുമാനിച്ചതിലെ ഗൂഢതന്ത്രം ഇന്ദിരക്ക് പെട്ടെന്ന് പിടികിട്ടി, തന്റെ പ്രധാനമന്ത്രിപദത്തെ നിയന്ത്രിക്കാനാണെന്ന് ബോധ്യമായി. ഇന്ദിരയുടെ രഹസ്യനീക്കങ്ങളുടെ ഫലമായി അന്നത്തെ വൈസ്പ്രസിഡന്റ് ആയിരുന്ന വി വി ഗിരി സ്വതന്ത്രസ്ഥാനാർഥിയായി രംഗത്ത് വന്നു. ഇന്ദിര ഗിരിയെ പരസ്യമായി പിന്തുണച്ചു. ആ വാശിയേറിയ രാഷ്ട്രപതി

കെ കരുണാകരൻ, ടി കെ ഹംസ

തിരഞ്ഞെടുപ്പിൽ ഇന്ദിര പിൻതുണച്ച വിമതസ്ഥാനാർഥി വി വി ഗിരി വലിയ വിജയം നേടി. അതോടെ കോൺഗ്രസ് സംഘടന നെടുകെ പിളർന്നു. കോൺഗ്രസ് (ഒ) അഥവാ സംഘടനാ കോൺഗ്രസ് എന്നും ഇന്ദിര വിഭാഗം കോൺഗ്രസ്(ആർ) അഥവാ ഭരണകോൺഗ്രസ് എന്നും അറിയപ്പെട്ടു. 1970 ഡിസംബറിൽ ഇന്ദിരാഗാന്ധി പാർലമെന്റ് പിരിച്ചുവിട്ട് ഇന്ത്യയിൽ പൊതു തിരഞ്ഞെടുപ്പ് നടത്താൻ നിർദേശിച്ചു. 1971 ൽ തിരഞ്ഞെടുപ്പ് നടന്ന് ഇന്ദിരാഗാന്ധി വലിയ ഭൂരിപക്ഷത്തിൽ അധികാരത്തിൽവന്നു.

1975 ജൂൺ 12ന് അലഹബാദ് ഹൈക്കോടതി ഇന്ദിരയുടെ തിരഞ്ഞെടുപ്പ് ദുർബലപ്പെടുത്തി, ആറ് വർഷത്തേക്ക് വീണ്ടും തിരഞ്ഞെടുക്കപ്പെടാൻ അർഹതയില്ലെന്നും വിധിച്ചു. ഇന്ദിരയുടെ എതിർസ്ഥാനാർഥി രാജ്നാരായണൻ ഫയൽ ചെയ്തിരുന്ന തിരഞ്ഞെടുപ്പ് ഹർജിയിലായിരുന്നു ഈ വിധി. തിരഞ്ഞെടുപ്പ് പ്രചാരണത്തിന് സർക്കാർ സംവിധാനം ഇന്ദിര ഉപയോഗപ്പെടുത്തി എന്നായിരുന്നു ഹർജിയിലെ ആരോപണം. സുപ്രീം കോടതിയും ഈ വിധി ശരിവച്ചു.

അതിനെത്തുടർന്ന് ഇന്ദിര രാജിവയ്ക്കണം എന്ന് പ്രതിപക്ഷങ്ങൾ ആവശ്യപ്പെട്ടു. അത് മാനിക്കുന്നില്ലെന്നുകണ്ടപ്പോൾ പ്രതിപക്ഷ പാർട്ടികൾ ഒന്നടങ്കം പ്രക്ഷോഭങ്ങൾ ആരംഭിച്ചു. സംയുക്ത പ്രക്ഷോഭസമരങ്ങളുടെ നേതാവ് മഹാനായ ജയപ്രകാശ്നാരായണൻ ആയിരുന്നു. പ്രക്ഷോഭസമരങ്ങളെ അടിച്ചമർത്താനും കാലാവധി തീരുന്നതുവരെ ഭരണം തുടരാനും ഇന്ദിര തീരുമാനിച്ചു. അങ്ങനെ 1975 ജൂൺ 25ന് അർധരാത്രിയിൽ ഇന്ത്യയിൽ ദേശീയ അടിയന്തരാവസ്ഥ പ്രഖ്യാപിക്കപ്പെട്ടു.

ഇന്ത്യൻ ഭരണഘടനയിലെ പ്രത്യേക അധികാരം ഉപയോഗിച്ച് ഭരണഘടനതന്നെ സസ്പെൻഡ് ചെയ്യപ്പെട്ടു. ഭരണഘടന പൗരന്മാർക്ക് അനുവദിച്ച മൗലികാവകാശങ്ങൾ നിഷേധിക്കപ്പെട്ടു. പത്രമാധ്യമങ്ങൾക്ക് നിയന്ത്രണം ഏർപ്പെടുത്തി. ചുരുക്കത്തിൽ 1947 ആഗസ്ത് 14ന് അർ

ധരാത്രി നിലവിൽവന്ന സ്വാതന്ത്ര്യം പൗരന്മാർക്ക് നൽകിയ എല്ലാ അവകാശങ്ങളും നിഷേധിക്കപ്പെട്ടു.

പ്രക്ഷോഭകാരികളെയും പ്രതിപക്ഷരാഷ്ട്രീയ നേതാക്കളെയും MISA (Maintenance of Internal Security Act) ഉപയോഗിച്ച് ഒന്നൊന്നായി അറസ്റ്റ് ചെയ്ത് ജയിലിൽ അടച്ചു. ജയപ്രകാശ് നാരായണൻ, മൊറാർജി ദേശായി, വാജ്പേയ് തുടങ്ങിയ സമുന്നതരായ നേതാക്കൾ എല്ലാം ജയിലിലായി. പൊലീസും പട്ടാളവും രംഗത്തുവന്നു. അക്ഷരാർഥത്തിൽ പൊലീസ്രാജ് തന്നെ നിലവിൽ വന്നു. ആർ എസ് എസ് മുതൽ ജമാഅത്തെ ഇസ്ലാമിവരെ നിരോധിക്കപ്പെട്ടു, നേതാക്കളെ ജയിലിലടച്ചു. അമിതാധികാരത്തിന്റെയും ബലപ്രയോഗങ്ങളുടെയും കൂട്ടനിലവിളികൾ ഭാരതം മുഴുവൻ അലയടിച്ചു.

അടിയന്തരാവസ്ഥകാലത്തെ മുഴുവൻ സംഭവങ്ങളെയും ഇതിൽ വിവരിക്കാൻ ഞാൻ മുതിരുന്നില്ല. എന്നാൽ അന്നത്തെ കേരളത്തിലെ പൊതു സ്ഥിതിയും മലപ്പുറം ജില്ലയിലെ സംഭവങ്ങളും അതിൽ എന്റെ അനുഭവങ്ങളും മാത്രമേ ഞാൻ പ്രതിപാദിക്കുന്നുള്ളൂ.

1967 മാർച്ചിൽ അധികാരമേറ്റ ഇ എം എസ് മന്ത്രിസഭ രാജിവച്ച ശേഷം 1969 നവംബർ ഒന്നിന് സി അച്യുതമേനോൻ മുഖ്യമന്ത്രിയായി സി പി ഐ നയിക്കുന്ന ആദ്യത്തെ മാർക്സിസ്റ്റ് ഇതര മന്ത്രിസഭ അധികാരമേറ്റു. അതിൽ കോൺഗ്രസ് ഉണ്ടായിരുന്നില്ല. ആ ഭരണം ഏഴുമാസമേ നിലനിന്നുള്ളൂ. മുഖ്യമന്ത്രിയുടെ ശുപാർശയനുസരിച്ച് 1970 ജൂൺ ആറിന് ഗവർണർ സഭ പിരിച്ചുവിട്ടു. തുടന്ന് സെപ്തംബറിൽ നടന്ന തിരഞ്ഞെടുപ്പിൽ കോൺഗ്രസ് -സി പി ഐ സഖ്യം അധികാരത്തിൽ വന്നു. അതിൽ കേരള കോൺഗ്രസ്, ആർ എസ് പി, മുസ്ലിംലീഗ് എന്നീ കക്ഷികളും ഉണ്ടായിരുന്നു. ആ ഭരണം 1977 വരെ തുടർന്നു. മുഖ്യമന്ത്രി സി അച്യുതമേനോൻ, ആഭ്യന്തരമന്ത്രി കെ കരുണാകരൻ. അടിയന്തരാവസ്ഥയിൽ, ഈ ഭരണമാണ് കേരളത്തിൽ കാര്യങ്ങൾ നിയന്ത്രിച്ചത്. കമ്യൂണിസ്റ്റുകാരെയും, നക്സലൈറ്റുകാരെയും ആർ എസ് എസ്, ജമാഅത്തെ ഇസ്ലാമി തുടങ്ങിയവരെയും വേട്ടയാടി. പൊലീസ് മേധാവികളായ മധുസൂദനൻ, ജയറാം പടിക്കൽ, ലക്ഷ്മണ എന്നിവരാണ് കേരളത്തിൽ പൊലീസ്രാജ് നടപ്പാക്കിയത്.വയനാട്ടിലെ വർഗീസിനെ പൊലീസ് വെടിവച്ചുകൊന്നു. ഈച്ചരവാര്യരുടെ മകൻ, കോഴിക്കോട് റീജിയണൽ എൻജിനിയറിങ് കോളേജിലെ വിദ്യാർഥി രാജനെ ഉരുട്ടിക്കൊന്നു. കക്കയം പൊലീസ് ക്യാമ്പിലെ ദീനരോദനങ്ങൾ ഹിറ്റ്ലറുടെ കോൺസൻട്രേഷൻ ക്യാമ്പിനെ ഓർമിപ്പിക്കുന്നതായിരുന്നു.

കേരളത്തിന്റെ മുഖ്യമന്ത്രി അച്യുതമേനോനാണെങ്കിലും പൊതുഭരണവും പൊലീസും ആഭ്യന്തരമന്ത്രി കരുണാകരൻ തന്നെയാണ് കൈകാര്യം ചെയ്തിരുന്നത്. കെ പി സി സി പ്രസിഡന്റ് എ കെ ആന്റണിയും മലപ്പുറം ഡി സി സി പ്രസിഡന്റ് ആര്യാടൻ മുഹമ്മദും ആയിരുന്നു. ഇവരെല്ലാം കൂടിയായിരുന്നു കേരളത്തിലെ കാര്യങ്ങൾ അന്നു

കൊണ്ടുനടന്നത്. അടിയന്തരാവസ്ഥയിലെ അമിതാധികാരം കേരളത്തെയും നടുക്കിക്കളഞ്ഞു. ഞാനുൾപ്പെടെയുള്ള സാധാരണ കോൺഗ്രസ് പ്രവർത്തകർ എല്ലാറ്റിനും മൂകസാക്ഷികളായി നിൽക്കേണ്ടതായി വന്നു. ഭയപ്പാടുകൊണ്ട് ആരും പ്രതികരിക്കാൻ ധൈര്യപ്പെട്ടില്ല. അന്ന് കോൺഗ്രസിനകത്ത് ഗ്രൂപ്പ് പ്രവർത്തനം ശക്തിപ്പെട്ട കാലമായിരുന്നു. ആന്റണിയും കരുണാകരനും ഇരുചേരികൾക്കും നേതൃത്വം കൊടുക്കുകയും ചെയ്തുപോന്നു. മലപ്പുറം ജില്ലയിൽ ആന്റണിയുടെ വക്താവ് ആര്യാടനും കരുണാകരന്റെ പ്രതിനിധി എം പി ഗംഗാധരനും ആയിരുന്നു. ഇവരെല്ലാം തന്ത്രശാലികളും കുതികാൽ വെട്ടാൻ കഴിവുള്ളവരുമാണ്. കുതന്ത്രങ്ങൾ പ്രയോഗിക്കുന്നതിൽ അഗ്രഗണ്യൻ ആര്യാടൻതന്നെ. എന്നെപ്പോലെയുള്ള സാധാരണ പ്രവർത്തകർക്ക് വീർപ്പുമുട്ടൽ അനുഭവപ്പെട്ടിരുന്ന കാലമായിരുന്നു അത്. പഠിക്കുന്ന കാലത്ത് പഠനത്തിലും പിന്നെ കോടതിയിലും എത്തിയപ്പോൾ വക്കീൽ പണിയിലും ശ്രദ്ധിക്കുകയും ബാക്കിയുള്ള സമയം സംഘടനാ രംഗത്ത് പ്രവർത്തിക്കുകയുമാണ് ഞാൻ ചെയ്തിരുന്നത്. പ്രധാനമായും പ്രചാരണരംഗത്ത്. പൊതുയോഗങ്ങളിൽ നടന്നു പ്രസംഗിക്കുകയായിരുന്നു പതിവ്. ആര്യാടന്റെ തന്ത്രങ്ങൾ ചെറുപ്പത്തിലേ അറിയാമായിരുന്നതുകൊണ്ട് ഞാൻ സാങ്കേതികമായി ജില്ലാ രാഷ്ട്രീയത്തിൽ കരുണാകരന്റെ ഗ്രൂപ്പിന്റെ കൂടെയാണ് നിന്നത്. നിഷ്പക്ഷനായി കോൺഗ്രസ് സംഘടനയിൽ പ്രവർത്തിച്ചാൽ രണ്ടു കൂട്ടരും തഴയും എന്നതായിരുന്നു സ്ഥിതി.

അടിയന്തരാവസ്ഥയിലെ അമിതാധികാരങ്ങൾ പ്രയോഗിക്കുന്നതിലും പ്രശ്നങ്ങളിൽ അവിഹിതമായി ഇടപെടുന്നതിലും ഇരുവിഭാഗം നേതാക്കളും മോശമായിരുന്നില്ല. അതിന്റെ എല്ലാം ഫലമായി മലപ്പുറം ജില്ലയിലും അനാവശ്യമായ നടപടികളും ഒഴിവാക്കാമായിരുന്ന അറസ്റ്റുകളും ഉണ്ടായി. നിലമ്പൂർ വിരാഡൂരിലുള്ള വൈദ്യർ ഉണ്ണിയെ ബി ജെ പിക്കാരനായി എന്നതുകൊണ്ടുമാത്രം പൊലീസ് അറസ്റ്റ് ചെയ്തു. അരീക്കോട്നിന്ന് ഏതാനും ബി ജെ പി പ്രവർത്തകരെയും കസ്റ്റഡിയിലെടുത്തു. എല്ലാവരെയും ജയിലിലടച്ചു. മഞ്ചേരി കുരിക്കൾ ഫുട്‌വെയർ ഉടമ മുഹമ്മദാലിയുടെ പിതാവ് അബ്ദുറഹിമാൻ കുരിക്കളെ ജമാ അത്തെ ഇസ്ലാമിക്കാരനായി എന്നതിന്റെ പേരിൽ അറസ്റ്റ് ചെയ്തു. പൊന്നാനിയിൽനിന്ന് ഏതാനും ജമാഅത്ത് നേതാക്കളെയും പൊലീസ് പിടിച്ചുകൊണ്ടുപോയി കോടതിയിൽ ഹാജരാക്കി റിമാൻഡ് ചെയ്തു.

മമ്പാട് മധുരക്കറിയൻ അത്തൻമോയൻ അധികാരിയുടെ മമ്പാട്ടുള്ള റൈസ്മില്ലിൽ പൊലീസ് റെയ്ഡ് ചെയ്തു. രാവിലെ എട്ടു മുതൽ വൈകീട്ട് അഞ്ചുവരെ റെയ്ഡ് നീണ്ടു. അരിച്ചുപെറുക്കിയിട്ടും കുറ്റകരമായി ഒന്നുംതന്നെ കണ്ടെടുക്കാൻ കഴിഞ്ഞില്ല. ഒരു നടപടിക്കും വഴിയില്ലെന്ന് കണ്ട പൊലീസ് മില്ലിൽ പണിക്കാരെയും അധികാരിയെയും ഒഴിവാക്കി സ്ഥലം വിട്ടു. എന്നാൽ രാത്രി ആയപ്പോഴേക്കും മുകളിൽനിന്ന് കിട്ടിയ വിവരങ്ങൾ അനുസരിച്ച് അത്തൻമോയൻ അധികാരിയെ

തന്റെ വീട്ടിൽനിന്ന് അറസ്റ്റ് ചെയ്തുകൊണ്ടുപോയി ലോക്കപ്പിലിട്ടു, പിറ്റേന്ന് മഞ്ചേരി കോടതിയിൽ ഹാജരാക്കി റിമാൻഡ് ചെയ്തു.

അതുപോലെത്തന്നെ തിരൂരങ്ങാടിയിലെ പെട്രോൾ ഡീലർ കൂളത്ത് മുഹമ്മതിനെ രാജ്യരക്ഷാനിയമപ്രകാരം അറസ്റ്റ് ചെയ്തു കസ്റ്റഡിയിൽ എടുത്തു, വിചാരണ കൂടാതെ ദീർഘകാലം ജയിലിലടച്ചു. നിലമ്പൂരിലെ നാലകത്ത് വീരാൻഹാജിക്കും വാറന്റ് ഉണ്ടായിരുന്നു, അദ്ദേഹം പിടുത്തത്തിൽ പെട്ടില്ല.

മേൽപ്പറഞ്ഞ അറസ്റ്റുകളിലൊന്നുംതന്നെ എന്താണ് കുറ്റം എന്ന് പറഞ്ഞിരുന്നില്ല. കോടതിയിൽ കുറ്റപത്രം സമർപ്പിക്കുകയും ചെയ്തിരുന്നില്ല. DIR (Defence of India Rules) പ്രകാരമാണ് അറസ്റ്റുകളെല്ലാം. ആ നിയമത്തിന്റെ പ്രത്യേകത പ്രതിക്ക് വേണ്ടി ജാമ്യം കിട്ടുന്നതിന് അപേക്ഷ കൊടുത്താൽ ഗവൺമെന്റിന് എതിർപ്പില്ല എന്ന് പറഞ്ഞെങ്കിൽ മാത്രമേ ജാമ്യം അനുവദിക്കാൻ പാടുള്ളു എന്നാണ്. ഞങ്ങൾ വക്കീലന്മാർ ഇവർക്കുവേണ്ടി ജാമ്യാപേക്ഷ കൊടുക്കും, ഗവൺമെന്റ് വക്കീൽ എതിർക്കും. ഹരജി നിരുപാധികം തള്ളിപ്പോകും. ഇതായിരുന്നു പതിവ്.

ഒരു ദിവസം, കോടതിയിൽവച്ച് എന്റെ സഹപ്രവർത്തകനും വളർന്നുവരുന്ന യുവ അഭിഭാഷകനുമായ സി ശ്രീധരനും വാറന്റ് ഉണ്ടെന്ന് അറിഞ്ഞു. അദ്ദേഹം ഒരു കമ്യൂണിസ്റ്റുകാരൻ എന്നല്ലാതെ ഒരു കുറ്റകരമായ പ്രവൃത്തിയും ചെയ്യുകയോ ചെയ്യാൻ പ്രേരിപ്പിക്കുകയോ ചെയ്തിരുന്നില്ല. ശ്രീധരന് വാറണ്ടുണ്ടെന്ന വിവരം എന്നോട് പറഞ്ഞത് ഗവൺമെന്റ് വക്കീൽ (എ പി പി) ആയിരുന്ന ഗോവിന്ദൻ നമ്പ്യാരായിരുന്നു. ഞാൻ അദ്ദേഹത്തോട് പറഞ്ഞു. യാതൊരു കാരണവും കൂടാതെ ഒരാളെ ഉപദ്രവിക്കുന്നത് ശരിയല്ല. അറസ്റ്റ് ചെയ്ത് ജയിലിൽ കിടന്നു. കുറേക്കഴിഞ്ഞു വിട്ടുവരുമ്പോൾ, കേസും ജോലിയും എല്ലാം നഷ്ടപ്പെട്ട് കഷ്ടപ്പെടുന്ന സ്ഥിതി ഒരിക്കലും പാടില്ല. ഒരു യുവാവിന്റെ ഭാവി നശിപ്പിക്കുന്നത് നീതീകരിക്കാനാവുന്നതല്ല.

ഞങ്ങളുടെ ഈ ചർച്ചയുടെ അടിസ്ഥാനത്തിൽ ഞാനും നമ്പ്യാരും കൂടി, അടിയന്തരാവസ്ഥയിൽ മലപ്പുറം ജില്ലയിലെ വാറന്റും അറസ്റ്റും കൈകാര്യം ചെയ്തിരുന്ന ഡി വൈ എസ് പി കെ ജി കെ കുറുപ്പിനെ പോയി കണ്ടു. ഞാൻ അദ്ദേഹത്തോട് ചോദിച്ചു എന്താണ് ശ്രീധരൻ വക്കീൽ ചെയ്ത തെറ്റ് എന്ന്. ഡി വൈ എസ് പി പറഞ്ഞു. ശ്രീധരൻ ഫാറൂഖ് കോളേജിൽ പഠിക്കുന്ന കാലത്ത് നക്സലൈറ്റുമായി ബന്ധമുണ്ടായിരുന്നു എന്നതാണ് നടപടിക്ക് കാരണം. അപ്പോൾ ഞാൻ അദ്ദേഹത്തോട് പറഞ്ഞു, കുട്ടിക്കാലത്ത് എന്തെങ്കിലും വ്യതിയാനങ്ങൾ ഉണ്ടാകും. അതും ആശയപരമായി, ഒരു ചിന്ത മാത്രം. അക്രമ സംഭവങ്ങളിൽ ഒന്നും ബന്ധമില്ലാത്ത അയാളെ ഒന്നും ചെയ്യാൻ പാടില്ല. ശ്രീധരന്റെ പേര് ലിസ്റ്റിൽനിന്ന് ഒഴിവാക്കണം എന്ന് ഞങ്ങൾ ശക്തിയായി ആവശ്യപ്പെട്ടു. ഞങ്ങളും കുറുപ്പുമായി ഉണ്ടായിരുന്ന വ്യക്തി

ബന്ധത്തിന്റെ അടിസ്ഥാനത്തിൽ ശ്രീധരനെ ലിസ്റ്റിൽനിന്ന് ഒഴിവാക്കി. ഇങ്ങനെ ഒരു കാര്യം മാത്രമാണ് അടിയന്തരാവസ്ഥയിൽ എന്റെ ഇടപെടൽകൊണ്ടുണ്ടായത്.

മേൽപ്പറഞ്ഞ റെയ്ഡിന്റെയും അറസ്റ്റുകളുടെയും ഒക്കെ കാര്യങ്ങളിൽ പൊലീസ് മാത്രമല്ല ചില പ്രാദേശികനേതാക്കളുടെയും ദുഷ്ടലാക്കും മുൻവിരോധത്തിന്റെ പ്രതികാരങ്ങളും എല്ലാം ഉണ്ടായിരുന്നു എന്ന് കരുതാൻ ന്യായങ്ങളുണ്ടായിരുന്നു. ആകപ്പാടെ കാര്യങ്ങൾ മനസിലാക്കിയപ്പോഴാണ്, തൃക്കുളം കൃഷ്ണൻകുട്ടിയുടെ പാട്ടിലെ ചില വരികൾ അന്വർഥമായി തോന്നിയത്.

“ഒന്നരലക്ഷം തന്നാ നിന്നെ ഇപ്പത്തന്നെ വിട്ടീടും
ഒന്നും തന്നില്ലെങ്കിൽ പിന്നെ ക്യാമ്പിലിട്ടുരുട്ടീടും”

അടിയന്തരാവസ്ഥയിലെ നടപടികളും നീതിനിർവഹണവും ഇങ്ങനെ മോശമായി വരാൻ തുടങ്ങി. ഇത്രത്തോളമായപ്പോൾ ഞാനും എന്നെപ്പോലെ ചിന്തിക്കുന്ന ചിലരും കൂടി ഒരു ദിവസം ആഭ്യന്തരമന്ത്രി കരുണാകരനെ കണ്ടു മേൽനടപടികളിലെ തെറ്റും മനുഷ്യത്വമില്ലായ്മയും ബോധ്യപ്പെടുത്താൻ തീരുമാനിച്ചു.

ഞങ്ങൾ അദ്ദേഹത്തോട് പറഞ്ഞു, ആർ എസ് എസും ജമാഅത്തെ ഇസ്ലാമിയും വടക്കെ ഇന്ത്യയിലും ഈജിപ്തിലും മറ്റും അക്രമകാരികളായേക്കാം. എന്നാൽ ഇവിടെ കേരളത്തിൽ അവർ ഒരു അക്രമവും ചെയ്തിട്ടില്ല, ചെയ്യാൻ അടുത്തകാലത്ത് കഴിയുകയുമില്ല. അതുപോലെത്തന്നെ അറസ്റ്റിന് വിധേയരായ മറ്റു വ്യക്തികളും ഒരു കുറ്റവും ചെയ്തതായി പൊലീസ് കോടതിയിൽപ്പോലും പറഞ്ഞിട്ടില്ല. ആ സ്ഥിതിക്ക് മേൽപ്പറഞ്ഞ നടപടികൾ ജനങ്ങൾക്കിടയിൽ നല്ല അഭിപ്രായമല്ല ഉണ്ടാക്കിയിട്ടുള്ളത്. ഇത് നാളെ രാഷ്ട്രീയമായ തിരിച്ചടിക്ക് കാരണമാവും.

ഇതു കേട്ടപ്പോൾ ആഭ്യന്തരമന്ത്രി കരുണാകരൻ ചോദിച്ചു സംസ്ഥാന ഗവൺമെന്റിന് ഇക്കാര്യത്തിൽ എന്ത് ചെയ്യാൻ കഴിയും എന്ന്. ഞാൻ പറഞ്ഞു അടിയന്തരാവസ്ഥ മുഴുവൻ ഒഴിവാക്കാൻ സംസ്ഥാനത്തിന് കഴിയില്ല. എന്നാൽ കുറ്റം ചെയ്യാത്തവരെ, മേലിലും ചെയ്യില്ലെന്ന് ഒരു ഉറപ്പ് എഴുതിത്തന്നാൽ ജാമ്യത്തിന് എതിർക്കേണ്ടതില്ലെന്ന് ജില്ലാഭരണകൂടത്തിന് നിർദേശം കൊടുക്കണം. വിവേചനാടിസ്ഥാനത്തിൽ നിരപരാധികളെ ജാമ്യത്തിൽ വിട്ടയക്കണം. ഈ നിർദേശം തത്വത്തിൽ കരുണാകരൻ അംഗീകരിച്ചു.

അതിന്റെ അടിസ്ഥാനത്തിൽ ജയിലിലുള്ള ഏതാനും ആളുകൾക്കുവേണ്ടി ഞാൻ തന്നെ ജാമ്യാപേക്ഷ ബോധിപ്പിച്ചു. ഓരോരുത്തരായി പുറത്തിറങ്ങി. ആദ്യം പുറത്തിറങ്ങിയത് ബി ജെ പിക്കാരനായ നിലമ്പൂരിലെ വൈദ്യർ ഉണ്ണിയായിരുന്നു. പിന്നെ ജമാഅത്തെ പ്രവർത്തകരായ അബ്ദുറഹ്മാൻ കുരിക്കളും പൊന്നാനിയിലെ ജമാഅത്തെ നേതാക്കളും.

എന്നാൽ മമ്പാട് അത്തൻ മോയൻ അധികാരി മേലിൽ ഒരു തെറ്റും ചെയ്യുന്നതല്ലെന്ന് നിരുപാധികം എഴുതിക്കൊടുക്കാൻ തയാറല്ലായിരു

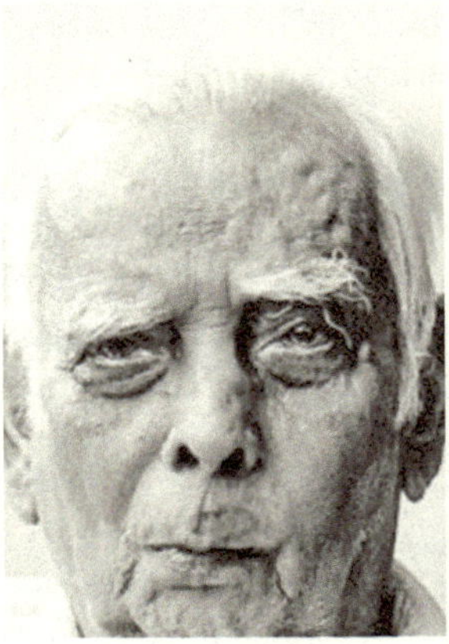

ഈച്ചരവാര്യർ

ന്നു. ഒരു മാസത്തിലധികമായി അദ്ദേഹം മഞ്ചേരി സബ്ജയിലിൽ കിടക്കുകയായിരുന്നു. അദ്ദേഹം പറഞ്ഞത് ''എന്നെ പൊലീസിനെക്കൊണ്ടു പിടിപ്പിച്ചത് ആരാണെന്ന് എനിക്കറിയാം, ഞാൻ ഇവിടെക്കിടന്ന് മരിച്ചോട്ടെ" എന്നായിരുന്നു. അദ്ദേഹത്തിന്റെ അറസ്റ്റിന് കാരണക്കാരായ നേതാക്കളോട് അത്രക്ക് വെറുപ്പായിരുന്നു എന്ന് ആ വികാര പ്രകടനത്തിലൂടെ മനസിലാക്കാം.

ഞാനും അധികാരിയും ബന്ധുക്കളാണ്. അദ്ദേഹത്തിന്റെ മറ്റൊരു ബന്ധുവായ കോൺഗ്രസ് നേതാവ് പി വി ഷൗക്കത്തലിയും ഞാനും കൂടി അവസാനം ജയിലിൽ പോയി. അദ്ദേഹത്തെ പലതരത്തിലും പറഞ്ഞു സമ്മതിപ്പിച്ചു. ഞാൻ എഴുതിക്കൊണ്ടുപോയിരുന്ന പ്രസ്താവനയിൽ ഒപ്പ് വയ്പിച്ചു. അതിന്റെ അടിസ്ഥാനത്തിൽ ജാമ്യാപേക്ഷ കൊടുത്ത് ജയിലിൽനിന്ന് ഇറക്കി.

അങ്ങനെ അടിയന്തരാവസ്ഥക്കാലത്തെ സംഭവങ്ങൾ പറയാൻ തുടങ്ങിയാൽ കരുനരസം കരകവിഞ്ഞൊഴുകുന്ന കഥകൾ പലതും പറയുവാനുണ്ട്. കക്കയംക്യാമ്പിൽവച്ച് ഉരുട്ടിക്കൊന്ന രാജൻ തന്നെ നിരപരാധി ആയിരുന്നുവെന്ന് പലർക്കും അറിയാമായിരുന്നു. 1976 ഫെബ്രുവരി 28ന് ചിലർ കായണ്ണ പൊലീസ് സ്റ്റേഷൻ ആക്രമിച്ച് ഒരു തോക്ക് കവർന്നെടുത്ത് കൊണ്ടുപോയി.

ഈ കേസിന്റെ തെളിവെടുപ്പിനു വേണ്ടിയാണ് കക്കയം ക്യാമ്പ് സ്ഥാപിച്ചത്. യാതൊരു തെളിവും സൂചന പോലുമില്ലാതെ നിരവധി ചെറുപ്പക്കാരെ പിടിച്ചുകൊണ്ടുപോയി ക്രൂരമായി മർദിച്ചു, ആ കേസ് തെളിയിക്കാൻ ശ്രമിച്ച് പൊലീസ് വിജയിച്ചില്ല. ആ കൂട്ടത്തിൽ ചാത്തമംഗലം എൻജിനീയറിങ് കോളേജിലെ ചില വിദ്യാർഥികൾ സംഭവത്തിൽ ഉൾപ്പെട്ടിട്ടുണ്ടെന്ന സംശയം പൊലീസിനുണ്ടായിരുന്നു. കായണ്ണ പൊലീസ് സ്റ്റേഷൻ ആക്രമണം നടന്ന 1976 ഫെബ്രുവരി 28 ന് രാത്രിമുഴുവൻ മരണപ്പെട്ട രാജൻ ഫാറൂഖ് കോളേജിൽ കാലിക്കറ്റ് യൂണിവേഴ്സിറ്റി ഡി സോൺ യൂത്ത്ഫെസ്റ്റിവൽ പരിപാടികളിൽ സജീവമായി പങ്കെടുക്കുകയായിരുന്നു. പിറ്റേന്ന് രാവിലെ ആർ ഇ സി ഹോസ്റ്റൽ മുറ്റത്ത് കോളേജ് ബസ്സിൽ കൂട്ടുകാരോടൊപ്പം വന്നിറങ്ങിയ രാജനെ പൊലീസ് പിടിച്ചുകൊണ്ടുപോവുകയായിരുന്നു.

രാജൻ പൊലീസ് അധികാരികളോടും തന്റെ അച്ഛൻ ഭരണാധികാരികളോടും കരഞ്ഞുപറഞ്ഞ നിരപരാധിത്വം ശരിയാണോ എന്ന് ഒരു നിമിഷം അന്വേഷിക്കാൻ അവർ തയാറായിരുന്നെങ്കിൽ ഒരു നിരപരാധി ക്രൂരമായ മർദനങ്ങൾ സഹിച്ച് ദയനീയമായി കൊലചെയ്യപ്പെടുമായിരു

രാജൻ

ന്നില്ല. പൊലീസിന് പിടികിട്ടേണ്ടതായ പുള്ളി മടപ്പള്ളി കോളേജിൽ പഠിച്ചിരുന്ന മറ്റേതോ രാജനാണെന്ന് പിന്നീട് പൊലീസിന് ബോധ്യമായി.

ഏകമകന്റെ വിരഹദുഃഖം കടിച്ചമർത്തി വൃദ്ധനായ അച്ഛൻ ഈച്ചരവാര്യർ മരണപ്പെട്ടു. അദ്ദേഹം പലതവണ കരുണാകരനെ കണ്ട് സങ്കടം പറഞ്ഞിട്ടും അദ്ദേഹം ശ്രദ്ധിച്ചതുപോലുമില്ലെന്ന് വാര്യർക്ക് വലിയ ആക്ഷേപവും സങ്കടവും ഉണ്ടായിരുന്നു. പൊലീസുകാരുടെ തെറ്റ് കണ്ണടച്ച് ന്യായീകരിക്കുകയും തെറ്റ് ചെയ്ത സ്വന്തക്കാരായ ഉദ്യോഗസ്ഥരെ രണ്ടും കൽപ്പിച്ച് രക്ഷപ്പെടുത്തുകയും ചെയ്യുക എന്നത് കരുണാകരന്റെ ഒരു സ്വഭാവമായിരുന്നു. അതിനാൽ അദ്ദേഹത്തിന് രാഷ്ട്രീയത്തിലും ഭരണത്തിലും പലപ്പോഴും തിരിച്ചടികൾ നേരിടേണ്ടി വന്നിട്ടുമുണ്ട്. മരിച്ച മകന്റെ കാര്യത്തിൽ താൻ അനുഭവിച്ച വേദന, ജീവിച്ചിരിപ്പുള്ള മകനെക്കൊണ്ട് കരുണാകരൻ അനുഭവിക്കും എന്ന് ഈച്ചരവാര്യർ ശപിച്ചതായി കേട്ടിട്ടുണ്ട്.

1977 മാർച്ച് 21 ന് അടിയന്തരാവസ്ഥ പിൻവലിച്ചു, ഇന്ദിരാഗാന്ധി ഇന്ത്യയിൽ പൊതുതിരഞ്ഞെടുപ്പ് പ്രഖ്യാപിച്ചു. നാട്ടിൽ മുമ്പുള്ള രണ്ട് വർഷം നടന്നതും നടക്കുന്നതുമായ സംഭവങ്ങൾ പൂർണമായും അവർക്ക് അറിയുമായിരുന്നില്ല. ഉദ്യോഗസ്ഥരും പാർട്ടിയിലെ ആജ്ഞാനുവർത്തികളായ നേതാക്കളും കൊടുക്കുന്ന തെറ്റായ റിപ്പോർട്ടുകൾ മാത്രമാണ് അവരെ നയിച്ചിരുന്നത്. തിരഞ്ഞെടുപ്പ് പോരാട്ടത്തിൽ ഒരുഭാഗത്ത് ഇന്ദിരാഗാന്ധിയും കോൺഗ്രസും മറുഭാഗത്ത് അടിയന്തരാവസ്ഥയിൽ അടിച്ചമർത്തപ്പെട്ടവരും നിരോധിക്കപ്പെട്ടവരുമായ മുഴുവൻ കക്ഷികളും ശക്തികളും അണിനിരന്നു. അതിരൂക്ഷമായ തിരഞ്ഞെടുപ്പ് യുദ്ധംതന്നെ നടന്നു.

തിരഞ്ഞെടുപ്പ് പ്രചാരവേലകളിൽ അടിയന്തരാവസ്ഥയിലെ അതിക്രമങ്ങളുടെ കരളലിയിക്കുന്ന കഥകൾ ആസേതു ഹിമാചലം അലയടിച്ചുയർന്നു. അടിയന്തരാവസ്ഥയിൽ ദുരിതങ്ങൾ അനുഭവിക്കേണ്ടിവന്ന എല്ലാ വിഭാഗം ജനങ്ങളും ഒരുമിച്ച് ഒത്തുപിടിച്ചു. ജയിലിലടയ്ക്കപ്പെട്ടിരുന്ന നേതാക്കൾ, വിവിധ പാർട്ടികളിലുള്ളവർ ഓരോന്നായി ജയിൽ വിമോചിതരായി ഇറങ്ങിവരുന്നത് തിരഞ്ഞെടുപ്പ് ഗോദയിലേക്കായിരുന്നു. ആവേശഭരിതമായ കൊടുങ്കാറ്റ് അടിച്ചുവീശി. തിരഞ്ഞെടുപ്പ് ഫലം പ്രതീക്ഷിച്ചതുപോലെത്തന്നെ, കോൺഗ്രസ് പൂർണമായി തറപറ്റി. ഇന്ദിരാഗാന്ധിയും മകൻ സഞ്ജയ്ഗാന്ധിയും പരാജയപ്പെട്ടു. ഇന്ദിരാവിരുദ്ധ

പാർട്ടികളെല്ലാം ജയിച്ചു. ജയിച്ച പാർട്ടികളെല്ലാം ഒത്തുകൂടി അവർ ഒറ്റ പാർട്ടിയായി മാറി. ആ പാർട്ടിക്ക് ജനതാപാർട്ടി എന്ന് നാമകരണം ചെയ്തു. അതിൽ സംഘടനാ കോൺഗ്രസും ജനസംഘവും സോഷ്യലിസ്റ്റ് പാർട്ടികളും ഉണ്ടായിരുന്നു. അതിന്റെ നേതാവായി മൊറാർജി ദേശായി തിരഞ്ഞെടുക്കപ്പെട്ടു. അദ്ദേഹത്തിന് ഗവൺമെന്റ് രൂപീകരിക്കാൻ ഇടതുപക്ഷ പാർട്ടികളും പിന്തുണ കൊടുത്തു. അങ്ങനെ ജനതാ പാർട്ടി ഇന്ത്യയിൽ അധികാരത്തിൽ വന്നു, മൊറാർജി ദേശായി പ്രധാനമന്ത്രിയായി.

അധികാരം നഷ്ടപ്പെട്ട ഇന്ദിരാഗാന്ധിക്കെതിരായി കോൺഗ്രസിനകത്തും പുറത്തും എതിർപ്പുകളും ശക്തിപ്പെട്ടു. കോൺഗ്രസിൽനിന്ന് പ്രഗത്ഭരായ നേതാക്കൾ ഓരോന്നായി വിട്ടുപോയി. ‘‘ബഹുഗുണ പോയി ഗുണവും പോയി, ജഗജീവൻപോയ് ജീവനും പോയി, നന്ദിനി പോയി നാറിപ്പോയി'' എന്ന് എതിരാളികൾ മുദ്രാവാക്യം വിളിച്ചു. കോൺഗ്രസ് പ്രസിഡന്റ് ബ്രഹ്മാനന്ദറെഡ്ഡിയും കേരളപ്രദേശ് കോൺഗ്രസ് പ്രസിഡന്റ് എ കെ ആൻറണിയും നിർദാക്ഷിണ്യം ഇന്ദിരയെ തള്ളിപ്പറഞ്ഞു. മലപ്പുറം ജില്ലാ കോൺഗ്രസ് പ്രസിഡന്റ് ആര്യാടൻ മുഹമ്മദും അക്കൂട്ടത്തിലായിരുന്നു. അടിയന്തരാവസ്ഥക്കാലത്ത് ഇന്ത്യ-ഇന്ദിര, ഇന്ദിര-ഇന്ത്യ എന്ന് മുദ്രാവാക്യം വിളിച്ചവർ, അടിയന്തരാവസ്ഥയിലെ അമിതാധികാരത്തിൽ പുരവെന്ത വെളിച്ചത്തിൽ വാഴക്കുല വെട്ടിയവർ, ഇന്ദിരാമ്മയെ പുച്ഛിച്ചു തള്ളി. അധികാരത്തിന്റെ മാധുര്യമുള്ള മിഠായി നുണഞ്ഞ അമ്മയുടെ സാരി തൂങ്ങിപ്പിടിച്ച് ചാടിക്കളിച്ചവർ അമ്മ തകർന്ന് തളർന്നുവീണുകിടന്നപ്പോൾ നെഞ്ചത്ത് കഠാരി കുത്തിയിറക്കി. അവർ ചന്തിക്കടിച്ച് അട്ടഹസിച്ചു. ഇന്ദിര-രാക്ഷസി എന്നു വിളിച്ചു പറഞ്ഞു. അടിയന്തരാവസ്ഥയിൽ പാർട്ടി നയിച്ച് ഇന്ദിരക്ക് എല്ലാ പിന്തുണയും നൽകിയവർ തങ്ങളാണെന്നും പറ്റിയ തെറ്റുകൾക്ക് തങ്ങളും പങ്കാളികളാണെന്നും റെഡ്ഡി-ആന്റണി-ആര്യാടൻ പ്രഭൃതികൾ മറന്നുപോയി.

കോൺഗ്രസ് സംഘടന നയിച്ച നേതാക്കളുടെ അവസരവാദപരമായ ഈ നിലപാടിൽ എന്നെപ്പോലെയുള്ള പ്രവർത്തകർക്കും ബഹുജനങ്ങൾക്കും പരമ പുച്ഛമാണ് തോന്നിയത്. അടിയന്തരാവസ്ഥ പ്രഖ്യാപിക്കാൻ പ്രേരിപ്പിക്കുകയും പിന്തുണ നൽകുകയും ചെയ്തത് ഈ കോൺഗ്രസ് നേതാക്കളായിരുന്നു. അതിന്റെ അമിതാധികാരത്തിൽ ഉദ്യോഗസ്ഥരെ ഉപയോഗിച്ച് എല്ലാ അതിക്രമങ്ങളും ചെയ്തിരുന്നതും അവർ തന്നെ. അത്തരം ദുഷ്ചെയ്തികൾ കൊണ്ടു പരാജയപ്പെട്ടപ്പോൾ തികച്ചും വഞ്ചനാപരമായ നിലപാട് സ്വീകരിക്കുകയും എല്ലാറ്റിന്റെയും പൂർണ ഉത്തരവാദിത്തം ഇന്ദിരാഗാന്ധിയിൽ മാത്രം ആരോപിച്ച് മാറിനിൽക്കുകയും ചെയ്തു. അവർ പുതിയ ഭരണകൂടത്തിന്റെ ഒറ്റുകാരായി മാറി.

ഡോ. സെയ്ത് മുഹമ്മദ് എറണാകുളം എടവനക്കാട് സ്വദേശി ഉന്നത ശീർഷനായ അഡ്വക്കേറ്റും കോൺഗ്രസ് അനുകൂലിയുമായിരുന്നു. കോൺഗ്രസിൽ ന്യൂനപക്ഷവിഭാഗത്തെ പ്രോത്സാഹിപ്പിക്കുന്നതിന്റെ

ഭാഗമായി കോഴിക്കോട് പാർലമെന്റ് സീറ്റിൽ മത്സരിപ്പിക്കുകയും കേന്ദ്രത്തിൽ നിയമകാര്യമന്ത്രിയായി ഇന്ദിരാഗാന്ധി നിയമിക്കുകയുമുണ്ടായി. അഞ്ചുകൊല്ലം മന്ത്രിയായി അടിയന്തരാവസ്ഥക്കാലത്ത് വിലസി, പിന്നെ വന്ന തിരഞ്ഞെടുപ്പിൽ അദ്ദേഹം വീണ്ടും ജയിച്ചു. പക്ഷേ ഇന്ദിര തോറ്റു. അന്ന് മുതൽ അദ്ദേഹവും ഇന്ദിരാ വിരുദ്ധനായി. 'ബുധനാഴ്ച ക്ലബ്ബ്' എന്ന പേരിൽ ഒരു ആഴ്ചക്കൂട്ടം സംഘടിപ്പിച്ച് ഇന്ദിരാവിരുദ്ധ പ്രചാരണം ആരംഭിച്ചു. നോക്കണേ നന്ദികേട്. പത്രപ്രവർത്തകനായ ഉണ്ണികൃഷ്ണനെ വടകരയിൽ നിർത്തി ജയിപ്പിച്ചു. അദ്ദേഹം പാർലമെന്റിൽ കോൺഗ്രസിന്റെ മുന്നണിപ്പോരാളിയായിരുന്നു. 1977ൽ വീണ്ടും ജയിച്ച് ഡൽഹിയിൽ ചെന്നപ്പോൾ ഇന്ദിര തോറ്റ് വീണുകിടക്കുന്നു, പുറംകാല് കൊണ്ടു തട്ടാൻ ഒരു മടിയും ഉണ്ടായില്ല. ഇങ്ങനെ വഞ്ചകന്മാരുടെയും ചതിയന്മാരുടെയും കൂടാരമായി കോൺഗ്രസ് മാറുന്നു എന്ന് ഇന്ദിരാഗാന്ധിക്കും ബോധ്യമായി.

ഇന്ദിരാഗാന്ധി ഒറ്റപ്പെടുന്നു എന്ന് കണ്ടപ്പോൾ അവർ കോൺഗ്രസിൽ തന്നെ അനുകൂലിക്കുന്നവരുടെ ഒരു കൺവൻഷൻ ഡൽഹിയിൽ വിളിച്ചുചേർത്തു. മൂന്നുദിവസം നീണ്ടു ആ സമ്മേളനം. ഒടുവിൽ ഇന്ദിരാഗാന്ധിയെ കോൺഗ്രസിന്റെ പ്രസിഡന്റായി തിരഞ്ഞെടുത്തു. ബ്രഹ്മാനന്ദ റെഡ്ഡിയെ തൽസ്ഥാനത്തുനിന്ന് നീക്കിയതായും സമ്മേളനം പ്രഖ്യാപിച്ചു. ഫലത്തിൽ കോൺഗ്രസ് രണ്ടാമതും നെടുകെ പിളർന്നു. ചരിത്രപ്രധാനമായ ആ സംഭവം 1978 ജനുവരി രണ്ടിന് ആയിരുന്നു. അന്ന് ഇന്ത്യൻ നാഷണൽ കോൺഗ്രസ് (ഐ) എന്ന പേരിൽ ഇന്ദിരാഗാന്ധി നേതൃത്വം കൊടുക്കുന്ന കോൺഗ്രസ് നിലവിൽവന്നു.

മുമ്പ് പറഞ്ഞ സംഘടനാ നേതാക്കളുടെ വഞ്ചനാപരമായ നിലപാടിൽ പ്രതിഷേധിച്ച് എന്നെപ്പോലെയുള്ള പ്രവർത്തകർ ഇന്ദിരാഗാന്ധിക്ക് പിന്തുണ പ്രഖ്യാപിച്ച് തെരുവിലിറങ്ങി. ഞങ്ങൾ കോൺഗ്രസ് (ഐ) സിന്ദാബാദ് എന്ന് മുദ്രാവാക്യം വിളിച്ച് ജാഥ നടത്തി. ഭൂരിപക്ഷം സാധാരണ പ്രവർത്തകരും ഇതിൽ പങ്കുചേർന്നു. ഔദ്യോഗിക ഭാരവാഹികളും ഓഫീസ് കെട്ടിടങ്ങളുടെ മേലാളന്മാരും റെഡ്ഡി- ആന്റണി കോൺഗ്രസിൽ പിടിച്ചുനിന്നു. ഈ ശക്തിപരീക്ഷണത്തിന്റെ തുടക്കത്തിൽ വേലിപ്പുറത്തിരുന്ന് കളി കണ്ട നേതാക്കളിൽ മുമ്പനും വമ്പനുമായിരുന്നു കെ കരുണാകരൻ. ഇന്ദിരാഗാന്ധി വിളിച്ച ഡൽഹി കൺവൻഷനിൽ ക്ഷണം കിട്ടിയിട്ടും അദ്ദേഹം പങ്കെടുത്തിരുന്നില്ല. എൻ എസ് എസിന്റെ സമ്മേളനത്തിൽ സംബന്ധിക്കാനുണ്ടെന്ന ഒഴിവ്കഴിവ് പറഞ്ഞു മാറിനിൽക്കുകയാണ് ചെയ്തത്.

ഏതാനും ദിവസം കാത്തിരുന്ന് ഇന്ദിരകോൺഗ്രസ് ശക്തിപ്പെട്ടുവരുന്നു എന്ന് കണ്ടപ്പോൾ കരുണാകരനും രംഗത്ത് വരാൻ തുടങ്ങി. ആദ്യം അദ്ദേഹം പല സ്ഥലങ്ങളിലും സഞ്ചരിച്ചു. അതിന്റെ ഭാഗമായി മഞ്ചേരിയിലും എത്തി. മഞ്ചേരിയിൽ ഞങ്ങൾ ഒരു നല്ല റാലി നടത്താൻ തീരുമാനിച്ച ദിവസമാണ് അദ്ദേഹം വന്നത്. അദ്ദേഹത്തെ ആശുപത്രി

പ്പടിക്കൽ ഒരു കെട്ടിടത്തിന്റെ മട്ടുപ്പാവിൽ ഇരുത്തി. കച്ചേരിപ്പടിയിൽനിന്ന് ആരംഭിച്ച ജാഥ മേലാക്കംവരെ പോയി പിരിച്ചുവിട്ടു. ഞാനും മംഗലം ഗോപിനാഥും പ്രൊഫ. വേണുഗോപാലും ആയിരുന്നു മുൻനിരയിൽ. ഗംഗാധരൻ, കരുണാകരന്റെ കൂടെയിരുന്ന് ജാഥ കണ്ടു. സാമാന്യം നല്ല പ്രകടനംതന്നെ ആയിരുന്നു. ആവേശഭരിതരായ യുവാക്കൾ അന്തരീക്ഷം ഭേദിക്കുമാറ് മുദ്രാവാക്യം വിളിച്ചു ചിട്ടയായി നീങ്ങി. ഇന്ദിരാഗാന്ധിക്കും മുൻനിരയിൽ ഉള്ള ഞങ്ങൾക്കും സിന്ദാബാദ് വിളിച്ചും വഞ്ചകരെ ശക്തിയായി വിമർശിച്ചുമാണ് ജാഥ നീങ്ങിയത്. ഒരാഴ്ചയ്ക്കകത്ത് കരുണാകരൻ ഇന്ദിരാകോൺഗ്രസിന്റെ നേതൃത്വം ഏറ്റെടുത്തു.

ഡൽഹി കൺവൻഷൻ, കേരള സംസ്ഥാന കമ്മിറ്റിയെ നോമിനേറ്റ് ചെയ്തു. അതിൽ ഞാനും ഒരംഗമായിരുന്നു. പിന്നീട് പ്രൊഫ. കെ എം ചാണ്ടിയെ കെ പി സി സി പ്രസിഡന്റായി നിയോഗിച്ചു. കരുണാകരനും കെ എം ചാണ്ടിയും കേരളത്തിലെ കോൺഗ്രസ് (ഐ)യുടെ അമരക്കാരായി. അവർ കൂടിയാലോചിച്ച് ജില്ലാകമ്മിറ്റികൾ രൂപീകരിച്ചു തുടങ്ങി. അതിന്റെ ഭാഗമായി കെ ജി അടിയോടിയും എം എം ജേക്കബും മഞ്ചേരിയിൽ വന്നു. അവരുടെ ദൗത്യം എന്നെ ഡി സി സി ഐ പ്രസിഡന്റാക്കണം എന്നായിരുന്നു. എന്റെ ദൗർബല്യങ്ങളും പ്രയാസങ്ങളും ഞാൻ അവരോട് വിവരിച്ചുപറഞ്ഞു. യാതൊരു കാരണവശാലും പ്രസിഡന്റ് സ്ഥാനം ഏറ്റെടുക്കാൻ എനിക്ക് കഴിയില്ലെന്ന് അവരോട് ഉറപ്പിച്ചുപറഞ്ഞു. എന്റെ പ്രശ്നങ്ങൾ ശരിയാണെന്ന ധാരണയിൽ അവർ സ്ഥലംവിട്ടു.

എന്നാൽ, നാലുദിവസം കഴിഞ്ഞ് ഒരു ദിവസം രാത്രി പത്തിന് കരുണാകരൻ നേരിട്ട് എന്റെ വീട്ടിൽ വന്നു. ജില്ലാ പ്രസിഡന്റാകണം എന്ന നിർദേശം ശക്തിയായി മുന്നിൽവച്ചു. ഞാൻ അദ്ദേഹത്തോട് എന്റെ ഒരു കാരണവർ എന്ന നിലയിൽത്തന്നെ എന്റെ പ്രയാസങ്ങൾ നിരത്തിവച്ചു. കോടതിയിൽ ശ്രദ്ധിക്കാൻ തന്നെ കഴിയാത്തതാണ് വീട്ടിലെ പ്രശ്നം. ഭാര്യയുടെ ആസ്ത്മ രോഗം അഞ്ചുകൊല്ലം വിട കിട്ടിയതിന്റെ പ്രതിഫലനം അഥവാ കോർടിസോൺ ചികിത്സയുടെ അനന്തരഫലം പൂർവാധികം ശക്തിയിൽ ആസ്ത്മയാൽ ആക്രമിക്കപ്പെട്ട് ശ്വാസം വലിക്കാൻ കഴിയാതെ, ഭക്ഷണം കഴിക്കാതെ മെലിഞ്ഞ് രോഗശയ്യയിൽ കിടക്കുന്ന സ്ഥിതി ഞാൻ വിവരിച്ചു, കരുണാകരന് കാണിച്ചുകൊടുത്തു.

ജോലി നഷ്ടപ്പെട്ടാലുള്ള സാമ്പത്തിക പ്രയാസം, രോഗാതുരമായ കുടുംബപ്രശ്നം– ഇതെല്ലാം കേട്ട് അവസാനം അദ്ദേഹം പറഞ്ഞു. ''ഇപ്പോഴത്തെ സ്ഥിതിയിൽ ഈ സ്ഥാനം ഏറ്റെടുക്കാൻ ജില്ലയിൽ വേറെ ആരെയും ഞാൻ കാണുന്നില്ല, നിന്റെ പ്രയാസങ്ങളിലെല്ലാം സഹായിക്കാൻ ഞാനുണ്ടാകും, തീർച്ച.'' അവസാനം ആ നിർബന്ധത്തിന് വഴങ്ങി ഞാൻ ഡി സി സി (ഐ) പ്രസിഡന്റ് സ്ഥാനം ഏറ്റെടുത്ത് പ്രവർത്തനം തുടങ്ങി. അത് 1978 ജനുവരി 10 ന് ആയിരുന്നു.

കെ കരുണാകരന്റെ കഴിവുകളിൽ വലിയ മതിപ്പും വാക്കുകളിൽ വലിയ വിശ്വാസവും ഉള്ള ആളായിരുന്നു ഞാൻ. അതുകൊണ്ട് കൈയും മെയ്യും മറന്നുള്ള പ്രവർത്തന ശൈലിയാണ് ഞാൻ സ്വീകരിച്ചത്. മലപ്പുറം, കോഴിക്കോട്, വയനാട് എന്നീ ജില്ലകളിൽ ഓടിനടന്ന് പ്രസംഗ പ്രചാരണം തന്നെ. ഒരു ദിവസം നാലും അഞ്ചും സ്ഥലങ്ങളിൽ യോഗത്തിന് ഓടി എത്തും. അതിനിടയിൽ സംഘടന രൂപീകരിക്കുകയും ചിട്ടപ്പെടുത്തുകയും വേണം. യൂണിറ്റ് കമ്മിറ്റി മുതൽ മണ്ഡലം, ബ്ലോക്ക് കമ്മിറ്റി, മലപ്പുറം ജില്ലാകമ്മിറ്റിയും കോൺഗ്രസ് (ഐ) ബാനറിൽ നിലവിൽ വന്നു.

അടിയന്തരാവസ്ഥയ്ക്കെതിരെ ജയപ്രകാശ് നാരായണന്റെ
നേതൃത്വത്തിൽ ഡൽഹിയിൽ നടന്ന മാർച്ച്

12 അടിയന്തരാവസ്ഥയ്ക്കുശേഷം

അടിയന്തരാവസ്ഥക്കാലത്ത് കേരളത്തിൽ നടന്ന അതിക്രമങ്ങളിൽ കോൺഗ്രസ് നേതൃത്വത്തിനും പങ്കുണ്ടെന്ന് 1977 ൽ കെ പി സി സി അംഗീകരിച്ച രേഖയിലും പിന്നീട് 1978 ൽ യൂത്ത് കോൺഗ്രസ് പ്രസിഡന്റ് നടത്തിയ പ്രസ്താവനയിലും വ്യക്തമാക്കിയിരുന്നു. അടിയന്തരാവസ്ഥയിൽ നടന്ന സംഭവങ്ങളെ സംബന്ധിച്ച്, മുഖ്യമന്ത്രി എന്ന നിലയ്ക്ക് ഫയലുകൾ പരിശോധിച്ചപ്പോൾ കിട്ടിയ വിവരങ്ങൾ പ്രസിദ്ധപ്പെടുത്തുകയാണെങ്കിൽ "പുറത്തിറങ്ങി നടക്കാൻ കഴിയുകയില്ല"എന്ന് എ കെ ആന്റണി കോൺഗ്രസ് നിയമസഭാകക്ഷി യോഗത്തിൽ 1978 ൽ നടത്തിയ പ്രസ്താവന ഞാൻ ഇന്നും ഓർക്കുന്നു.

1977 ൽ അടിയന്തരാവസ്ഥ പിൻവലിച്ച ശേഷം തുടർന്നു നടന്ന പൊതുതിരഞ്ഞെടുപ്പിൽ ഇന്ത്യ മുഴുവൻ ഇന്ദിരാഗാന്ധിയും കോൺഗ്രസും പരാജയപ്പെട്ടു. എന്നാൽ കേരളത്തിൽ കോൺഗ്രസ് മുന്നണി വലിയ ഭൂരിപക്ഷത്തിന് ജയിച്ച് അധികാരത്തിൽ വന്നു.

ആ ഗവൺമെന്റിന് 111 എം എൽ എമാരുടെ പിന്തുണയുണ്ടായിരുന്നു. കരുണാകരൻ ജീവിതത്തിൽ ആദ്യമായി മുഖ്യമന്ത്രിയായി സത്യപ്രതിജ്ഞ ചെയ്തു. പക്ഷേ ആ സ്ഥാനം അദ്ദേഹത്തിന് അധികകാലം നിലനിർത്താൻ കഴിഞ്ഞില്ല. കുപ്രസിദ്ധമായ രാജൻകേസിലെ ഹേബി

യസ് കോർപ്പസ് ഹർജി കാര്യത്തിൽ കേരള ഹൈക്കോടതിയുടെ പരാമർശം കരുണാകരന്റെ രാജിയിൽ കലാശിച്ചു.

കരുണാകരനുവേണ്ടി കോടതിയിൽ സമർപ്പിച്ച സത്യവാങ്മൂലത്തിൽ രാജനെ പൊലീസ് കസ്റ്റഡിയിൽ എടുത്തിട്ടില്ല എന്ന് ബോധിപ്പിക്കുകയുണ്ടായി. എന്നാൽ കോഴിക്കോട് റീജിയണൽ എൻജിനീയറിങ് കോളേജ് പ്രിൻസിപ്പൽ ഡോ. ബഹാവുദ്ദീന്റെയും മറ്റും മൊഴികളുടെയും കോളേജിലെ രേഖകളുടെയും അടിസ്ഥാനത്തിൽ രാജനെ പൊലീസ് കോളേജിലെ ഹോസ്റ്റലിൽനിന്ന് പിടിച്ചുകൊണ്ടുപോയിരുന്നതായി കോടതിക്ക് ബോധ്യമായി. അതിനാൽ "കരുണാകരൻ കോടതി മുമ്പാകെ കളവ് പറഞ്ഞു" എന്ന് വിധിന്യായത്തിൽ കോടതി പ്രസ്താവിക്കുകയുണ്ടായി. മാത്രമല്ല അദ്ദേഹത്തിന്റെ പേരിൽ കോടതിയലക്ഷ്യത്തിന് നടപടികൾ ഉണ്ടാകുമെന്നും കോടതി പറഞ്ഞു.

ഇതൊരു നല്ല സന്ദർഭമായി കണ്ട കോൺഗ്രസിനകത്തെ കരുണാകരന്റെ എതിർഗ്രൂപ്പുകാർ അദ്ദേഹം രാജിവയ്ക്കണമെന്ന് ആവശ്യം ഉന്നയിച്ചു. പുറത്തുള്ളവരും അതേറ്റുപിടിച്ചു. ഗത്യന്തരമില്ലാതെയാണ് അദ്ദേഹം സ്ഥാനം ഒഴിഞ്ഞത്. 1977 മാർച്ച് 25 ന് മുഖ്യമന്ത്രിയായി അധികാരമേറ്റ കരുണാകരൻ മന്ത്രിസഭ 32-ാംദിവസം ഏപ്രിൽ 25 ന് രാജി വച്ചു.

തുടർന്ന് എ കെ ആന്റണി മുഖ്യമന്ത്രിയായി പുതിയ മന്ത്രിസഭ നിലവിൽവന്നു. ആ ഭരണം ആറുമാസം തികഞ്ഞില്ല, താഴെ ഇറങ്ങി. ചിക്ക്മംഗളൂരു ഉപതിരഞ്ഞെടുപ്പിൽ സ്ഥാനാർഥിയായി ഇന്ദിരാഗാന്ധിയെ കോൺഗ്രസ് അംഗീകരിച്ചതിൽ ധാർമികരോഷം വന്ന ആന്റണി അതിൽ പ്രതിഷേധിച്ച് ഒക്ടോബർ 27 ന് രാജിവച്ച് തന്റെ വ്യക്തിപ്രഭാവം ഒന്നുകൂടി ഉയർത്തിപ്പിടിച്ചു. ഇതിനു ശേഷവും അദ്ദേഹത്തിന്റെ ധാർമികരോഷം കേന്ദ്ര ഭക്ഷ്യസഹമന്ത്രിസ്ഥാനം വലിച്ചെറിയാൻ ഇടയാക്കിയിട്ടുണ്ട്. കോൺഗ്രസുമായി ഉണ്ടായ ആ പിണക്കം, അവസാനം സ്വന്തമായി ഒരു പാർട്ടി ഉണ്ടാക്കുന്നതിലേക്കാണ് അദ്ദേഹത്തെ കൊണ്ടുചെന്നെത്തിച്ചത്. അതായിരുന്നു കോൺഗ്രസ് (എ) അഥവാ ആന്റണി കോൺഗ്രസ്.

1978 ജനുവരി 2 ന് ഉണ്ടായ കോൺഗ്രസിലെ പിളർപ്പിന്റെയും മേൽപ്പറഞ്ഞ സാഹചര്യങ്ങളുടെയും പശ്ചാത്തലത്തിൽ ആന്റണി കോൺഗ്രസ് ഇടതുപക്ഷ മുന്നണിയിലേക്ക് ചേക്കേറി. ആന്റണിയുടെ രാജിയെത്തുടർന്ന് അന്ന് കോൺഗ്രസ് മുന്നണിയിലെ ഘടകകക്ഷി ആയിരുന്ന സി പി ഐയുടെ നേതാവ് പി കെ വാസുദേവൻനായർ മുഖ്യമന്ത്രിയായി ഭരണം ഏറ്റെടുത്തെങ്കിലും അധികം താമസിയാതെ ആ ഗവൺമെന്റും തകർന്നു. ഇടതുപക്ഷ മുന്നണി ശക്തിപ്പെടുത്താൻ സി പി ഐയും മുന്നണി മാറി ഇടതുപക്ഷത്തേക്ക് ചേർന്നു. 1979 ഒക്ടോബർ 12 നാണ് പി കെ വി മന്ത്രിസഭ രാജിവച്ചത്.

പി കെ വി രാജിവച്ച അന്നുതന്നെ മുസ്ലിംലീഗ് നേതാവ് സി എച്ച് മുഹമ്മദ്കോയ മുഖ്യമന്ത്രിയായി കേരളത്തിലെ പത്താമത്തെ മന്ത്രി

സഭ അധികാരമേറ്റു. ''ഒരു അപൂർവ സൃഷ്ടി'' എന്നാണ് ഇ എം എസ് ഈ മന്ത്രിസഭയെ വിശേഷിപ്പിച്ചത്. സി എച്ച് മന്ത്രിസഭ ഒരു കാര്യം മാത്രമാണ് നേടിയത്. ഭൂപരിഷ്കരണനിയമത്തിൽ ഒരു പഴുത് ഉണ്ടാക്കി, സ്വന്തം മക്കളുടെ പേരിൽ ഇഷ്ടദാനമായി കൊടുത്ത ഭൂസ്വത്തുക്കൾ ഭൂപരിഷ്കരണനിയമത്തിന്റെ പരിധിയിൽനിന്ന് ഒഴിവാക്കിക്കൊണ്ടുള്ള ഒരു ഭേദഗതിനിയമം പാസാക്കി. ഇത് പാണക്കാട് തങ്ങളുടെ വക ഭൂസ്വത്തുക്കൾ മക്കളുടെ പേരിൽ ദാനമായി എഴുതിവച്ചിരുന്നതിനെ സാധൂകരിക്കാനാണെന്ന് പരക്കെ ആക്ഷേപമുണ്ടായി. ഈ ഒരൊറ്റ കാര്യം സാധിച്ച് 1979 ഒക്ടോബർ 12 ന് അധികാരമേറ്റെടുത്ത സി എച്ച് മന്ത്രിസഭ ഡിസംബർ ഒന്നിന് രാജിവച്ചൊഴിഞ്ഞു. കോൺഗ്രസ് (എ), (യു) വിഭാഗങ്ങളാണ് അദ്ദേഹത്തിൻെറ കാലുവാരിയത്. തുടർന്ന് കേരളത്തിൽ ഗവർണർ ഭരണം വന്നു. അത് രാഷ്ട്രീയ അനിശ്ചിതത്വത്തിന്റെയും മന്ത്രിസഭകളുടെ മലക്കം മറിച്ചിലുകളുടെയും കാലമായിരുന്നു. രണ്ടരക്കൊല്ലത്തിനിടയിൽ നാലു മന്ത്രിസഭകൾ തകർന്നടിഞ്ഞത് കേരള ജനത കാണുകയുണ്ടായി.

ഇതേ കാലയളവിൽ കേന്ദ്രത്തിൽ അധികാരത്തിൽ വന്ന മൊറാർജി ദേശായിയുടെ മന്ത്രിസഭയും തകർച്ചയെ നേരിട്ടുകൊണ്ടിരിക്കുകയായിരുന്നു. അദ്ദേഹത്തിന്റെ ജനതാപാർട്ടി അടിയന്തരാവസ്ഥയ്ക്ക് ശേഷം അന്ന് പ്രയാസം അനുഭവിച്ച എല്ലാ പാർട്ടികളും ചേർന്ന് തട്ടിക്കൂട്ടിയതായിരുന്നു. അതിന് ആദർശത്തിന്റെയും ആശയത്തിന്റെയും ഒരു പരിവേഷവും ഉണ്ടായിരുന്നില്ല. പരസ്പരവിരുദ്ധങ്ങളായ ലക്ഷ്യങ്ങളുള്ള പാർട്ടികളായിരുന്നു ഘടകങ്ങൾ എല്ലാം. ജനസംഘം, സംഘടനാ കോൺഗ്രസ്, സോഷ്യലിസ്റ്റ് പാർട്ടികൾ എല്ലാം കൂടിച്ചേർന്നാണ് ജനതാപാർട്ടി ഉണ്ടാക്കിയിരുന്നത്. അവർക്ക് താത്വികവും സംഘടനാപരമായും യോജിച്ചുനിൽക്കാൻ കഴിഞ്ഞില്ല. ഇടതുപക്ഷ പാർട്ടികളുടെ പിന്തുണയും സഹായവും അതിനെ രക്ഷപ്പെടുത്താൻ സാധിച്ചില്ല. ഒരു ഭരണം എന്ന നിലയിൽ ജനങ്ങളുടെ പ്രതീക്ഷകൾക്കൊത്ത് ഉയർന്നതുമില്ല. ഇന്ദിരാ ഗാന്ധിയുടെ പേരിൽ ചില നടപടികൾ ആരംഭിക്കാനും, കേസ് രജിസ്റ്റർ ചെയ്ത് അറസ്റ്റ് ചെയ്യാനും കഴിഞ്ഞത് മാത്രമായിരുന്നു മിച്ചം. അങ്ങനെ മൊറാർജി ഭരണകൂടം തകർന്നടിഞ്ഞു. ജനതാപാർട്ടിയും തല്ലിപ്പിരിഞ്ഞു, ചുരുക്കത്തിൽ 1980 ൽ കേന്ദ്രത്തിലും കേരളത്തിലും ഒരുമിച്ച് പൊതുതിരഞ്ഞെടുപ്പുകൾ പ്രഖ്യാപിച്ചു. എന്നാൽ പോളിങ് തീയതികളിൽ വ്യത്യാസമുണ്ടായിരുന്നു.

കോൺഗ്രസ് (ഐ)യുടെ തിരിച്ചുവരവും ഭാര്യയുടെ മരണവും

1978 ജനുവരി 10 നായിരുന്നു ഞാൻ മലപ്പുറം ജില്ലാ കോൺഗ്രസ് പ്രസിഡന്റ് ആയി സ്ഥാനം ഏറ്റെടുത്തത്. അതിനുശേഷം ഞാനും ഏതാനും സഹപ്രവർത്തകരും ചേർന്ന് പ്രവർത്തനം ഊർജിതപ്പെടുത്തി. ആദ്യം ജില്ലാ കമ്മിറ്റിയുടെ ആസ്ഥാനം മഞ്ചേരിയിലായിരുന്നു. മംഗലം

ഗോപിനാഥ്, പ്രൊഫ. വേണുഗോപാൽ, എ കുഞ്ഞിരാൻ എന്നിവർ സെക്രട്ടറിമാരും കുരുണിയൻ സൈദ് വൈസ്പ്രസിഡന്റും പി ടി മോഹനകൃഷ്ണൻ ഖജാൻജിയും ഭാരവാഹികൾ. എം പി ഗംഗാധരൻ കരുണാകരന്റെ സ്വന്തക്കാരൻ എന്ന നിലയിൽ ഞങ്ങളെ മേൽനോട്ടം വഹിക്കുന്ന ടീം മാനേജരും.

അന്നത്തെ രാഷ്ട്രീയ സാഹചര്യം ഞങ്ങളുടെ പ്രവർത്തനങ്ങൾക്ക് അനുകൂലമായിരുന്നു. കേന്ദ്രത്തിൽ ജനതാപാർട്ടിയും ഗവൺമെന്റും ആഭ്യന്തരകലഹം മൂത്ത് പൊട്ടിപ്പൊളിഞ്ഞ് തകർന്നുകൊണ്ടിരിക്കുകയായിരുന്നു. ഇന്ദിരാഗാന്ധിയാണെങ്കിൽ അറസ്റ്റ് ചെയ്യപ്പെട്ടപ്പോൾ ജനങ്ങൾക്കിടയിൽ സഹതാപം സൃഷ്ടിക്കുകയും ഒരു രക്തസാക്ഷിയുടെ പരിവേഷം രൂപപ്പെടുകയും ചെയ്തു. ഇന്ത്യ മുഴുവൻ അവർ തീവണ്ടിയിലും കാറിലുമായി സഞ്ചരിച്ച് ജനസമ്പർക്കം വിപുലീകരിച്ചു. ''ആയിരം കൊല്ലങ്ങൾക്കിവിടെ ഇനി അടിയന്തരാവസ്ഥ പ്രഖ്യാപിക്കുകയില്ലെന്ന്'' അവർ പ്രസ്താവിച്ചു. വന്നുപോയ തെറ്റുകൾക്ക് അവർ പരസ്യമായി മാപ്പ് പറയുകയും ചെയ്തു.

കേരളത്തിലാണെങ്കിൽ കോൺഗ്രസ് (ഐ), (എ) ഭിന്നിപ്പും കോൺഗ്രസ് (എ)യുടെ ഇടതുപക്ഷത്തേക്കുള്ള കൂറുമാറ്റവും 1970 മുതൽ 79 വരെ കൂടെ നിൽക്കുകയും അടിയന്തരാവസ്ഥയിൽപ്പോലും കൂട്ടുഭരണം നടത്തുകയും ചെയ്ത സി പി ഐ കോൺഗ്രസ് (ഐ) യെ വിട്ടു ഇടതുപക്ഷം ചേർന്നതും ജനങ്ങൾക്കിടയിൽ നല്ല പ്രതികരണമായിരുന്നില്ല ഉണ്ടാക്കിയത്. ഈ സാഹചര്യങ്ങളെല്ലാം കോൺഗ്രസ് (ഐ) യുടെ വ്യക്തിത്വം വീണ്ടെടുക്കുന്നതിനും കേരളത്തിൽപ്പോലും ക്രമേണ ശക്തി ആർജിക്കുന്നതിനും കാരണമായി.

മേൽപ്പറഞ്ഞ പരിതഃസ്ഥിതികൾ പരമാവധി ഉപയോഗപ്പെടുത്തിക്കൊണ്ട് ഞങ്ങൾ കോൺഗ്രസ് (ഐ) സംഘടന കെട്ടിപ്പടുക്കുന്നതിൽ വ്യാപൃതരായി. ഞാനും സഹപ്രവർത്തകരും ജില്ല മുഴുവൻ ഓടിനടന്ന് പ്രവർത്തനങ്ങൾ സംഘടിപ്പിച്ചു. ആ കാലത്ത് ഞാൻ പ്രതിയോഗികളെ ഫലപ്രദമായി ആക്രമിച്ചും രസകരമായി അവതരിപ്പിച്ചും പ്രസംഗിക്കുന്ന കാലമായിരുന്നു. പ്രസംഗത്തിന് ഞാൻ മലപ്പുറം വിട്ട് കോഴിക്കോട്, വയനാട് ജില്ലകളിലും പാലക്കാടിന്റെ ഭാഗങ്ങളിലും എത്തിയിരുന്നു.

ഇന്ദിരാഗാന്ധി ഒരുവേള സംസ്ഥാനത്ത് ഉടനീളം കാറിൽ സഞ്ചരിച്ച് പര്യടനം നടത്തി. മലപ്പുറം ജില്ലയിൽ പല സ്ഥലങ്ങളിലും അവർ പ്രസംഗിച്ചു. മഞ്ചേരി ഹൈസ്കൂൾ മൈതാനിയിൽ ഹെലികോപ്റ്ററിൽ വന്നിറങ്ങിയ ഇന്ദിരാഗാന്ധിയെ ജനങ്ങൾ ഹർഷാരവത്തോടെ സ്വീകരിച്ചു. അവരുടെ ഇംഗ്ലീഷിലുള്ള പ്രസംഗം മലയാളത്തിൽ പരിഭാഷപ്പെടുത്തിയത് ഞാനായിരുന്നു. ജനങ്ങൾ പതുക്കെ അടിയന്തരാവസ്ഥക്കാലം മറക്കുകയായിരുന്നു. ഇന്ദിര തെറ്റുകൾക്ക് മാപ്പു പറഞ്ഞപ്പോൾ ജനം അത് പൊറുത്തുകൊടുക്കുകയായിരുന്നു.

ഈ സാഹചര്യത്തിൽ മലപ്പുറം ജില്ലയിൽ കോൺഗ്രസ് (ഐ)

പ്രവർത്തനം സംഘടിപ്പിക്കുന്നതിന്റെ മുൻപന്തിയിൽ നിൽക്കാനും കൈയും മെയ്യും മറന്ന് കഠിനാധ്വാനം ചെയ്യാനും ഞാൻ ശ്രമിച്ചു. ഇന്ദിരാഗാന്ധിയും കോൺഗ്രസ് (ഐ)യും തിരിച്ചുവരവിന്റെ ആവേശോജ്ജ്വലമായ മാനങ്ങൾ കണ്ടെത്തി ഉയരങ്ങൾ കീഴടക്കാൻ മുന്നേറുകയായിരുന്നു. അടിവാരത്തിൽ ഞാനും രാഷ്ട്രീയമായി വളരുന്നതായി എനിക്കും അനുഭവപ്പെട്ടു.

എന്നാൽ പത്തുകൊല്ലമായി രാപ്പകൽ അധ്വാനിച്ചു കെട്ടിപ്പടുത്ത എന്റെ വക്കീൽ പ്രവൃത്തിയുടെ സാമ്രാജ്യം തകർന്നു പൊളിഞ്ഞുവീണുകൊണ്ടിരുന്നു. എന്റെ വക്കീൽഓഫീസിൽ കേസിലെ കക്ഷികൾ കുറഞ്ഞുവന്നു. ഓഫീസിൽ കക്ഷികൾ വരുന്നത് കോൺഗ്രസ് പ്രവർത്തകർക്കും അവർ വരുന്നത് കക്ഷികൾക്കും അരോചകമായി. രണ്ടിന്റെയും നടുവിൽ എന്റെ മാനസികസംഘർഷങ്ങൾ വർധിച്ചു. കോടതിയിലും രാഷ്ട്രീയത്തിലും ഒരുപോലെ മുഴുവൻ സമയവും ചെലവഴിക്കേണ്ടതായി വന്നതിനാൽ ഭക്ഷണവും വിശ്രമവും ഇല്ലാത്ത സ്ഥിതിയാണ് വന്നുചേർന്നത്.

വക്കീൽപ്രവൃത്തിയിൽ ശ്രദ്ധിക്കാൻ സമയം ഇല്ലാത്തതിനാൽ ജോലി കുറഞ്ഞു. അതിന്റെ അനന്തരഫലമായി സാമ്പത്തിക തിരിച്ചടി അനുഭവപ്പെടാൻ തുടങ്ങി. രാഷ്ട്രീയവും ഭരണപരവുമായ കാരണങ്ങളാൽ സംഘടനാപ്രവർത്തനങ്ങൾക്ക് ഫണ്ട് ശേഖരിക്കാനും പറ്റിയ കാലമായിരുന്നില്ല. തുടക്കത്തിൽ കോൺഗ്രസ് (ഐ) യുടെ ഭാവിയിൽ ആശങ്കയുള്ളതിനാൽ ആൾക്കാരുടെ സഹായം തീരെ ഉണ്ടായിരുന്നില്ല. ചിലപ്പോൾ ചുരുക്കം ചില സഹായങ്ങൾ കിട്ടും. ബാക്കി ഞങ്ങൾ സ്വന്തമായി കൈയിൽനിന്ന് ചെലവാക്കിയാണ് ദൈനംദിന പ്രവർത്തനങ്ങൾ നടത്തിയിരുന്നത്. ഞാൻ ജില്ല മുഴുവൻ സഞ്ചരിക്കാൻ ഉപയോഗിച്ചിരുന്ന എന്റെ ഫിയറ്റ് കാർ ഓടി കേടുവന്ന് ഏതാണ്ട് തകർന്നു.

ഇതിനെക്കാളെല്ലാം എന്നെ വ്യക്തിപരമായി ആ കാലത്ത് അലട്ടിയിരുന്നത് എന്റെ ഭാര്യ സാറാബീവിയുടെ രോഗം പൂർവാധികം ശക്തിയോടെ മൂർഛിച്ചുവന്നതായിരുന്നു. ആസ്ത്മ രോഗം പാരമ്യത്തിലെത്തിയ സ്ഥിതി, കോർട്ടിസോൺ ചികിത്സയുടെ അനന്തരഫലങ്ങൾ, അതുണ്ടാക്കിയ ശരീരത്തിലെ മറ്റു പ്രത്യാഘാതങ്ങൾ എല്ലാംകൂടി അസഹനീയമായ അവസ്ഥ. ഫലപ്രദമായ ഒരു ചികിത്സയും ഈ ഘട്ടത്തിൽ കൊടുക്കാൻ കഴിയില്ലെന്ന് ഞങ്ങൾക്ക് രണ്ടാൾക്കും അറിയാമായിരുന്നു. മുമ്പ് മൂവാറ്റുപുഴയിലെ ചാരിസ് ക്ലിനിക്കിൽവച്ച് ചെയ്ത ചികിത്സ കോർടിസോൺ മരുന്നിന്റെ അമിതപ്രയോഗമായിരുന്നു. അതിന് ഏതാണ്ട് അഞ്ചുകൊല്ലം സുഖം കിട്ടും, പിന്നെ പൂർവാധികം ശക്തിയായി രോഗം തിരിച്ചുവരും എന്ന് അന്നു തന്നെ മഞ്ചേരി ആശുപത്രി സൂപ്രണ്ട് ഡോ. ശ്രീധരൻ പറഞ്ഞിരുന്നത് അക്ഷരംപ്രതി ശരിയായി വന്നു. എങ്കിലും ''കുന്തം പോയാൽ കുടത്തിലും തെരയാം'' എന്ന പഴഞ്ചൊല്ലുപോലെ ചില ചികിത്സാശ്രമം നടത്താൻ നോക്കി.

അതിന്റെ ഭാഗമായി കോഴിക്കോട് മെഡിക്കൽകോളേജിലെ തൊറാസിക് സർജൻ പ്രൊഫ. കൃഷ്ണൻനായരുടെ അടുത്തു കൊണ്ടുപോയി. അദ്ദേഹം ഇംഗ്ലണ്ടിലൊക്കെ പോകാൻ ഒരുങ്ങിനിൽക്കുകയായിരുന്നു. അദ്ദേഹത്തിന് പരിശോധിച്ച് ചികിത്സ നിശ്ചയിക്കാൻ കഴിഞ്ഞില്ല. അപ്പോൾ ഞങ്ങൾ കോഴിക്കോട് സഹകരണ ആശുപത്രിയിൽ അന്ന് മുഖ്യ ഡോക്ടർ ആയിരുന്ന തൊറാസിക് ഫിസിഷ്യൻ ഡോ. അഹമദിനെ പോയി കണ്ടു. അദ്ദേഹവും പരിശോധിച്ച് കൂടുതൽ വിവരങ്ങൾ അറിയാൻ ഒരു എൻഡോസ്കോപ്പി ചെയ്യണമെന്ന് നിർദേശിച്ചു. ഡോ. വിജയരാഘവന്റെ അടുത്തേക്കയച്ചു. ആ പരിശോധന കഴിഞ്ഞതിനുശേഷം ഒന്നും സംസാരിക്കാൻപോലും കഴിയാത്ത സ്ഥിതിയിലായി. പിന്നെ നാട്ടിലേക്ക് പോന്നു. കുറച്ചുദിവസം കഴിഞ്ഞു ഗത്യന്തരമില്ലാതെ വീണ്ടും കോഴിക്കോട് മെഡിക്കൽ കോളേജിൽ അഡ്മിറ്റ് ചെയ്തു, പേവാർഡ് ബി 9 ൽ ആണ് കിടന്നിരുന്നത്.

കഴിവിന്റെ പരമാവധി ചികിത്സയും വൈദ്യസഹായവും ചെയ്യാൻ ശ്രമിച്ചിരുന്നെങ്കിലും അടുത്തിരുന്നു ശുശ്രൂഷിക്കാനും പരിചരിക്കാനും കൂടുതൽ സമയം വിനിയോഗിക്കാൻ കഴിയാതെപോയതിൽ ഞാൻ ഇന്നും ദുഃഖിതനാണ്. ഓഫീസിലും വീട്ടിലും രാഷ്ട്രീയവും പാർട്ടി പ്രവർത്തകരും, ഇടയ്ക്ക് കേസിലെ കക്ഷികളും. തിരിയാനും മറിയാനും കഴിയാത്ത അവസ്ഥ. ഭാര്യ കിടപ്പിലായതിനാൽ കുട്ടികളുടെ കാര്യത്തിലും ഞാൻ തന്നെ ശ്രദ്ധിക്കണം. മൂത്ത മകൻ നജീബ് അലിഗഡ് സർവകലാശാലയിൽ ഒന്നാംവർഷ ബിഎ വിദ്യാർഥിയാണ്. രണ്ടാമത്തേത് പെൺകുട്ടി നദീറ എട്ടാം ക്ലാസിലും മൂന്നാമത്തേത് റഫി അഞ്ചാം ക്ലാസിലും നാലാമത്തെ കുട്ടി ഷബീർ മൂന്നാം തരത്തിലും ആണ് പഠിച്ചിരുന്നത്. ആകപ്പാടെ വിഷമംനിറഞ്ഞ പ്രതിസന്ധികൾ എന്നെ വീർപ്പുമുട്ടിച്ചു.

ഭാര്യ മെഡിക്കൽ കോളേജിൽ പേവാർഡിൽ കിടക്കുന്നു. ചികിത്സകൊണ്ട് വലിയ ഗുണമൊന്നും ഇല്ലെന്ന് ബോധ്യമായി. ഒരു ദിവസം ഞാൻ അവരുടെ മുറിയിൽ ഇരിക്കുമ്പോൾ വൈകുന്നേരംഏഴുമണി കഴിഞ്ഞിരിക്കും, കോഴിക്കോട് കുറ്റിച്ചിറയിലെ പാർട്ടി പ്രവർത്തകർ എന്നെ തിരഞ്ഞ് അവിടെ വന്നു. കുറ്റിച്ചിറയിൽ പെട്ടെന്ന് ഒരു യോഗം വച്ചിട്ടുണ്ടെന്നും ഞാനതിൽ ചെന്ന് പ്രസംഗിക്കണമെന്നും അവർ ആവശ്യപ്പെട്ടു. ഞാൻ ആശുപത്രിയിൽ ഉണ്ടെന്നറിഞ്ഞു വന്നതാണവർ. അവർക്ക് ഭാര്യയുടെ രോഗത്തിന്റെ കാഠിന്യം അറിയാമായിരുന്നില്ല. ഞാൻ അവരോട് രോഗത്തിന്റെ സ്ഥിതി പറഞ്ഞുകൊടുത്തു, ഇപ്പോൾ വരാൻ കഴിയില്ലെന്ന് പറഞ്ഞു. അപ്പോൾ അതെല്ലാം കേട്ടുകിടക്കുന്ന ഭാര്യ, സംസാരിക്കാൻ വയ്യ, കൈകൊണ്ട് ആംഗ്യം കാണിച്ചുകൊണ്ട് അവരുടെ കൂടെ പോകാൻ നിർദേശിക്കുകയായിരുന്നു. മനമില്ലാ മനസ്സോടെ ഞാൻ അവരുടെ കൂടെ പോയി. പ്രസംഗം കഴിഞ്ഞ് പതിനൊന്ന് മണിക്കാണ് ഞാൻ തിരിച്ചെത്തിയത്.

ഞാൻ പേവാർഡിൽ തന്നെ പരിചാരകർക്കുള്ള ബഞ്ചിൽ കിടന്നു.

ഭാര്യയുടെ അനുജത്തി റുഖിയാബി മാത്രമാണ് സഹായിക്കാൻ ഉണ്ടായിരുന്നത്. മുറിയുടെ പുറത്ത് ജനലിനടുത്ത് എന്റെ കാർ നിർത്തിയിട്ട് അന്ന് എന്റെ കാർ ഓടിച്ചിരുന്ന കൂളിയോടൻ ആലി അതിൽ കിടന്നുറങ്ങി. ആലി എന്റെ ഡ്രൈവറും സുഹൃത്തും സഹചാരിയുമായിരുന്നു അന്നും ഇന്നും.

ഞാൻ ക്ഷീണംകൊണ്ട് ഉറങ്ങിപ്പോയി. നേരം പുലർച്ചെ നാലുമണിക്ക് അനിയത്തി റുഖിയാബി എന്നെ തട്ടി ഉണർത്തി, ഭാര്യ കിടക്കുന്നത് ചൂണ്ടിക്കാണിച്ചു പൊട്ടിക്കരഞ്ഞു. കാര്യം പന്തിയല്ലെന്ന് എനിക്ക് മനസിലായി. ഞാൻ തട്ടിപ്പിടഞ്ഞ് എണീറ്റ് അടുത്തുചെന്ന് തൊട്ടുനോക്കി, അനക്കമില്ല. കണ്ണിന്റെ ഇമ പൊന്തിച്ചുനോക്കി. അവർ എന്നന്നേക്കുമായി എന്നെ വിട്ടുപിരിഞ്ഞു എന്ന് എനിക്ക് ബോധ്യമായി. അങ്ങനെ 1978 ഫെബ്രുവരി 27 ന് പ്രഭാതത്തിൽ നാലുമണിക്ക് അവർ ഇഹലോകവാസം വെടിഞ്ഞു.

അപ്പോഴത്തെ എന്റെ മാനസികാവസ്ഥ കടലാസിൽ പകർത്താൻ വാക്കുകൾ ഇല്ല. നിസ്സഹായനായ ഞാൻ ജനലിലൂടെ പുറത്തേക്ക് നോക്കി. എന്റെ കാറിന്റെ മുന്നിലെ ടയർ പഞ്ചറായി കിടക്കുന്നു. ആലി കാറിനകത്ത് കിടന്നുറങ്ങുന്നു. ഞാൻ കിടിലംകൊണ്ടു. ജീവിതത്തിൽ ഇങ്ങനെ ഒരു ഘട്ടം ആദ്യമായി അനുഭവിച്ചു. പെട്ടെന്ന് ഒരു ഉൾവിളിയെന്നോണം എനിക്ക് ഒരു ധൈര്യം കൈവന്നു. ഞാൻ പുറത്തിറങ്ങി വന്ന് ആലിയെ വിളിച്ചുണർത്തി. അനിയത്തി അപ്പോൾ അബോധാവസ്ഥയിലാണ്. ഞാൻ തന്നെ എല്ലാം നിർവഹിക്കണം എന്ന സ്ഥിതി. കൗണ്ടറിൽച്ചെന്ന് നേഴ്സുമാരെ വിവരം അറിയിച്ചു. ആലി കാറിന്റെ ടയർ മാറ്റി പെട്ടെന്ന് മഞ്ചേരിയിലേക്ക് പോന്നു.

ആശുപത്രി ജീവനക്കാരുടെ സഹകരണവും സേവനവും പരമാവധി കിട്ടി. ഒരു ആംബുലൻസ് സംഘടിപ്പിച്ചു, മൃതദേഹവുമായി പുറപ്പെട്ടു. ആംബുലൻസിൽ എന്റെ കൂടെ അന്ന് ആശുപത്രിയിൽ ചികിത്സയിൽ ഉണ്ടായിരുന്ന തിരൂരങ്ങാടിക്കാരൻ സി പി അബ്ദുൾലത്തീഫും ഭാര്യയും കൂടെ വന്നു. ആംബുലൻസ് രാവിലെ ഏഴുമണിക്ക് മഞ്ചേരി കച്ചേരിപ്പടിയിലെ എന്റെ വീട്ടുമുറ്റത്ത് നിർത്തി ഞാൻ ഇറങ്ങി. വീടിന്റെ കോലായിൽ ചെറിയ മൂന്നു മക്കൾ നിരന്നു നിൽക്കുന്നു. അവരുടെ കണ്ണുകളിൽനിന്ന് ധാരയായി വെള്ളം ഒഴുകുന്ന ആ ഘട്ടം കൂടുതൽ വിവരിക്കാൻ ഞാൻ അശക്തനാണ്....

വീട്ടിൽ നിറയെ ആൾക്കാർ, കുടുംബങ്ങളും സുഹൃത്തുക്കളും. എന്റെ ബാപ്പയെ കണ്ടപ്പോൾ ഞാൻ തളർന്ന് കട്ടിലിൽ വീണു. കുറെ നേരത്തേക്ക് അവശനായി. ബാപ്പ മാനസികമായി ശക്തനും പ്രഗത്ഭനുമായിരുന്നു. പിന്നെ എല്ലാം അദ്ദേഹമാണ് നിയന്ത്രിച്ചത്. വൈകുന്നേരം നാലുമണിക്ക് മേലാക്കം പള്ളി ഖബറിസ്ഥാനിൽ അടക്കം ചെയ്തു. അലിഗഢിൽ പഠിക്കുന്ന മകൻ നജീബിന് എത്താൻ കഴിഞ്ഞില്ല. കൊച്ചിയിൽ വിമാനം ഇറങ്ങി എത്തിയപ്പോൾ രാത്രി ആയിപ്പോയി. പിന്നെ അവനെയും കൂട്ടി ഖബറിടത്തിൽ പോയി സിയാറത്ത് കഴിച്ചു.

ഇന്ദിരാഗാന്ധി കേരളത്തിലെത്തിയപ്പോൾ. സമീപം കെ കരുണാകരൻ

13 കരുണാകരന്റെ കരുനീക്കം

ഭാര്യയുടെ വിയോഗത്തിനുശേഷം ഒരാഴ്ച മാത്രമെ ഞാൻ എല്ലാം നിർത്തിവച്ച് വീട്ടിൽ ഇരുന്നിട്ടുള്ളൂ. ഒരാഴ്ച കഴിഞ്ഞ് എല്ലാം സഹിച്ചും മറക്കാൻ ശ്രമിച്ചും വേദന കടിച്ചമർത്തി കൂടുതൽ ഊർജസ്വലത കൈവരിച്ച് രംഗത്തിറങ്ങി വീണ്ടും പൊതുപ്രവർത്തനം ആരംഭിച്ചു. ആദ്യം പോയത് പൊന്നാനിയിൽ പി ടി മോഹനകൃഷ്ണന്റെ വീട്ടിലേക്കായിരുന്നു. പിന്നെ പ്രവർത്തനവും പ്രസംഗവും പ്രചാരണവുംതന്നെ. ദേശീയ രാഷ്ട്രീയവും കേരള രാഷ്ട്രീയവും ഇന്ദിരാ കോൺഗ്രസിന് അനുകൂലമായി മാറിവരുന്ന, ഏറ്റവും നല്ല സ്ഥിതിയാണ് പിന്നീടുണ്ടായത്. ഇന്ദിരാകോൺഗ്രസിന് മറ്റു കോൺഗ്രസ് ഗ്രൂപ്പുകളെക്കാൾ ശക്തമായ മുന്നേറ്റം തന്നെയുണ്ടായി. ഇന്ത്യയൊട്ടുക്ക് അഭൂതപൂർവമായ വളർച്ചയാണ് കണ്ടത്. കോൺഗ്രസ് (ഐ) ക്കാർ "ഇന്ദിരയെ വിളിക്കൂ, ഇന്ത്യയെ രക്ഷിക്കൂ" എന്ന് ഉറക്കെ മുദ്രാവാക്യം മുഴക്കി ആസേതുഹിമാചലം ആവേശംകൊണ്ടു.

എന്നാൽ കേരളത്തിൽ സി പി ഐ (എം)ന്റെ ശക്തമായ അടിത്തറയും അതിനോട് സി പി ഐയും ആന്റണി കോൺഗ്രസും കേരള കോൺഗ്രസ് (എം) ഉം കൂടി ചേർന്നപ്പോൾ ഉണ്ടായ മിടുക്കും കോൺഗ്രസ് (ഐ)യുടെ മുന്നേറ്റത്തെ പ്രതിരോധത്തിലാക്കി. കോൺഗ്രസ് (ഐ)യുടെ കൂടെ ഇന്ത്യൻ യൂണിയൻ മുസ്ലിംലീഗ് മാത്രമേ ഉണ്ടായിരുന്നുള്ളൂ.

ഈ സാഹചര്യത്തിലാണ് 1980 ലെ പൊതുതിരഞ്ഞെടുപ്പു വന്നത്. കേന്ദ്രത്തിലും കേരളത്തിലും ഒരുമിച്ചാണ് തിരഞ്ഞെടുപ്പ് പ്രചാരവേല നടന്നത്. എന്നാൽ നോമിനേഷൻ തീയതിയും പോളിങ് തീയതിയും വ്യത്യാസമുണ്ടായിരുന്നു, ആദ്യം പാർലമെന്റും പിന്നെ കേരളവും. അഖിലേന്ത്യാടിസ്ഥാനത്തിൽ ജനതാപാർട്ടിയും ഗവൺമെന്റും തകർന്നു ചിന്നിച്ചിതറിക്കിടക്കുന്നു. ഉറച്ച ഭരണത്തിനുവേണ്ടി ജനങ്ങൾ എല്ലാം മറന്നു ഇന്ദിരാഗാന്ധിക്ക് പിന്തുണ നൽകുന്ന കാഴ്ചയാണ് അന്ന് നാം കണ്ടത്. ചുരുക്കത്തിൽ ഒരു ഇന്ദിരാതരംഗം തന്നെ അടിച്ചുവീശി.

എന്നാൽ കേരളത്തിൽ കോൺഗ്രസ് (ഐ)യും മുസ്ലിംലീഗും മാത്രം ഒരു വശത്തും മറ്റുള്ളവരെല്ലാം ചേർന്നുള്ള ഇടതുപക്ഷമുന്നണി മറുഭാഗത്തും നേരിട്ടുള്ള പോരാട്ടമായിരുന്നു. കോൺഗ്രസ് (ഐ) മുന്നണി ശക്തമാണെങ്കിലും ഈ ഇടതുപക്ഷത്തെ തോൽപ്പിക്കാൻ കഴിയുമായിരുന്നില്ല. ഇടതുപക്ഷമുന്നണിയിൽ ജനശക്തികൊണ്ട് വലിയ പാർട്ടി സി പി ഐ (എം) തന്നെയായിരുന്നു. പക്ഷേ ശബ്ദകോലാഹലങ്ങളും വിപ്ലവ വായാടിത്തവുംകൊണ്ട് ആന്റണി കോൺഗ്രസ് അരങ്ങ് തകർക്കുകയായിരുന്നു. ഇന്ദിരാഗാന്ധിയെ രാക്ഷസി എന്നുവരെ അവർ ആർത്തുവിളിച്ചു. അടിയന്തരാവസ്ഥയിലെ അതിക്രമങ്ങളും രാജനെ ഉരുട്ടിക്കൊന്ന സംഭവവും മറ്റും ആന്റണികോൺഗ്രസുകാർ വിശദീകരിക്കുന്നതു കേട്ട് ജനം ലജ്ജിച്ചു തലതാഴ്ത്തി.

സ്ഥാനാർഥി നിർണയത്തിനുവേണ്ടി കോൺഗ്രസ് (ഐ)യുടെ സംസ്ഥാന എക്സിക്യൂട്ടിവ് എറണാകുളത്ത് വിളിച്ചുചേർത്തു. ഞാനും ഗാംഗാധരനുമാണ് മലപ്പുറം ജില്ലയിൽനിന്ന് കമ്മിറ്റിയിൽ ഉള്ളത്. ചർച്ച ആരംഭിച്ചു. തെക്കുനിന്ന് ജില്ലതിരിച്ച് സ്ഥാനാർഥികളെ നിർണയിച്ച്, മലപ്പുറം ജില്ലയിലെത്തി ചർച്ച. സാധ്യതകളെപ്പറ്റിയുള്ള റിപ്പോർട്ട് ഞാനാണ് അവതരിപ്പിച്ചത്. ആകെയുള്ള പന്ത്രണ്ട് സീറ്റിൽ കോൺഗ്രസ് (ഐ)ക്ക് മത്സരസാധ്യതയുള്ള രണ്ടു സീറ്റുകൾ പൊന്നാനിയും നിലമ്പൂരുമാണെന്ന് ഞാൻ പറഞ്ഞു. യാതൊരു ചർച്ചക്കും ഇടംകൊടുക്കാതെ കരുണാകരൻ ഇടപെട്ടു പറഞ്ഞു, “ഒന്നും ആലോചിക്കേണ്ട, നിലമ്പൂരിൽ ഡി സി സി ഐ പ്രസിഡന്റ് ടി കെ ഹംസയും പൊന്നാനിയിൽ ഖജാൻജി മോഹനകൃഷ്ണനും മത്സരിക്കട്ടെ” എന്ന്. രണ്ടും പരാജയപ്പെടുമെന്ന് അദ്ദേഹത്തിന് നന്നായി അറിയാമായിരുന്നു. അന്ന് അദ്ദേഹത്തിന്റെ ഏറ്റവും അടുത്ത ശിഷ്യനായിരുന്ന എം പി ഗംഗാധരൻ ജയിച്ചിരുന്ന പൊന്നാനിയിൽനിന്ന് മാറ്റി പട്ടാമ്പി സീറ്റ് കൊടുത്തു. അത് കൂടുതൽ സുരക്ഷിതമാണെന്ന് കരുതാൻ ന്യായങ്ങളുണ്ടായിരുന്നു.

നിലമ്പൂരിൽ ഞാനും പൊന്നാനിയിൽ മോഹനകൃഷ്ണനും നോമിനേഷൻ കൊടുത്തു പ്രചാരണം ആരംഭിച്ചു. സംസ്ഥാനത്ത് തെരഞ്ഞെടുപ്പ് പ്രചാരണം തകൃതിയായി നടക്കുന്നതിനിടയിൽ പാർലമെന്റ് തിരഞ്ഞെടുപ്പിലെ പോളിങ്ദിനം വന്നു. പോളിങ് കഴിഞ്ഞ് രണ്ടു മൂന്ന് ദിവസം കൊണ്ട് ഇന്ത്യ ആകമാനം പാർലമെന്റ് ഫലം പ്രഖ്യാപിച്ചു.

കോൺഗ്രസ് (ഐ)ക്ക് അത്ഭുതകരമായ മുന്നേറ്റം തന്നെ. ഭൂരിപക്ഷം സീറ്റുകളും ജയിച്ചു. ഇന്ദിരാഗാന്ധി വലിയ ഭൂരിപക്ഷത്തിനാണ് ജയിച്ചത്. വലിയ ചർച്ചകളൊന്നും കൂടാതെ ഇന്ദിരാഗാന്ധി നേതാവായി തിരഞ്ഞെടുക്കപ്പെട്ടു. 1980 ജനുവരിയിൽ തന്നെ ഇന്ദിര പ്രധാനമന്ത്രിയായി സത്യപ്രതിജ്ഞ ചെയ്ത് അധികാരമേറ്റു.

കേന്ദ്രത്തിൽ ഇന്ദിരാ ഗവൺമെന്റ് അധികാരത്തിൽ തിരിച്ചുവന്നപ്പോഴും കേരളത്തിലെ തിരഞ്ഞെടുപ്പ് പ്രചാരവേല നടന്നുകൊണ്ടിരിക്കുകയായിരുന്നു. പ്രധാനമന്ത്രിയായ ഉടനെത്തന്നെ ഇന്ദിരാഗാന്ധി തിരഞ്ഞെടുപ്പ് പ്രചാരണത്തിന് കേരളത്തിലേക്ക് വന്നു. മിക്ക നിയോജകമണ്ഡലങ്ങളിലും അവർ പ്രസംഗിച്ചു. ആ കൂട്ടത്തിൽ നിലമ്പൂർ മണ്ഡലത്തിലും വന്നു. നിലമ്പൂരിലെ എം എസ് പി മൈതാനിയിൽ ചേർന്ന വമ്പിച്ച റാലിയെ അവർ അഭിസംബോധനചെയ്തു. യോഗത്തിൽ പതിനായിരങ്ങൾ പങ്കെടുത്തു. അവരോട് എനിക്ക് വോട്ടുചെയ്യാൻ അവർ അഭ്യർഥിച്ചു. ജനങ്ങൾ ഹർഷാരവത്തോടെയാണ് അത് സ്വീകരിച്ചത്. പക്ഷേ ഇടതുപക്ഷ മുന്നണിയും ആന്റണി കോൺഗ്രസും മാണി കേരളയും കൂടി ചേർന്ന സഖ്യത്തിന്റെ കോട്ട തകർക്കാൻ കഴിഞ്ഞില്ല. നിലമ്പൂരിൽ ഞാൻ ആറായിരം വോട്ടിന് പരാജയപ്പെട്ടു. സി ഹരിദാസാണ് അന്ന് വിജയിച്ചത്. പൊന്നാനിയിൽ മോഹനകൃഷ്ണനും പരാജയം ഏറ്റുവാങ്ങി. എന്നാൽ പട്ടാമ്പിയിൽ കരുണാകരന്റെ അന്നത്തെ ഇഷ്ടതോഴൻ എം പി ഗംഗാധരൻ വിജയിച്ചു.

ഈ പൊതുതിരഞ്ഞെടുപ്പ് ചൂടിൽ ഇടതുപക്ഷ ജനാധിപത്യ മുന്നണി ഭൂരിപക്ഷം നേടി. 1980 ജനുവരി 25ന് സ. നായനാർ മുഖ്യമന്ത്രിയായി ഗവൺമെന്റ് നിലവിൽവന്നു. ആ ഗവൺമെന്റിൽ ആന്റണി കോൺഗ്രസിൽനിന്ന് ആര്യാടൻ മുഹമ്മദ് വനം തൊഴിൽ വകുപ്പ് മന്ത്രിയായി. അദ്ദേഹം അസംബ്ലിയിൽ അംഗമായിരുന്നില്ല. അംഗമല്ലാതെ ആറുമാസത്തിലധികം മന്ത്രിസ്ഥാനത്ത് തുടരാൻ പാടുള്ളതല്ല. അതിനാൽ ആര്യാടന് നിയമസഭാംഗമാകാൻവേണ്ടി സി ഹരിദാസ് രാജിവച്ചു. നിലമ്പൂരിൽ 1981 ൽ ഉപതിരഞ്ഞെടുപ്പുവന്നു.

1980 ജനുവരിയിൽ ഞാൻ നിലമ്പൂരിൽ പരാജയപ്പെട്ടപ്പോൾതന്നെ കരുണാകരന്റെയും ഗംഗാധരന്റെയും സ്വഭാവത്തിൽ മാറ്റംവരാൻ തുടങ്ങിയതായി ഞാൻ മനസിലാക്കുകയുണ്ടായി. പരാജയപ്പെട്ടത് എന്റെ പോരായ്മകൊണ്ടാണെന്നും വേണ്ടത്ര ജാഗ്രതയോടെ പ്രവർത്തിച്ചില്ലെന്നും അണികൾക്കിടയിൽ കരുണാകരന്റെ ചില പ്രഭൃതികൾ കുശുകുശുപ്പ് തുടങ്ങിക്കഴിഞ്ഞു. ഈ കുത്തിത്തിരുപ്പുരാഷ്ട്രീയം കരുണാകരന്റെ ജീവിതത്തിലുടനീളം പരിശോധിച്ചാൽ കാണാവുന്നതാണ്.

അങ്ങനെയിരിക്കെ ഒരു ദിവസം സംഘടന ശക്തിപ്പെടുത്തുന്നതിനെസംബന്ധിച്ച് ഒരു അന്വേഷണവും ചർച്ചയുംതെളിവെടുപ്പും നടന്നു. കരുണാകരനും ചാണ്ടിസാറും പങ്കെടുത്തിരുന്നു. തെളിവെടുപ്പിന് അവസാനം കരുണാകരൻ എന്നെ ഒറ്റയ്ക്ക് വിളിച്ച് പറയുകയാണ്,

“നിങ്ങൾ പ്രസിഡന്റ് സ്ഥാനത്തുനിന്ന് മാറണം, കമ്മിറ്റി പുനഃസംഘടിപ്പിക്കണം എന്നാണ് പ്രവർത്തകരുടെ അഭിപ്രായം” എന്ന്. ഇതു കേട്ടപ്പോൾ എന്റെ നിഷ്കളങ്കത കൊണ്ട് ഞാൻ പറഞ്ഞു, സംഘടന മെച്ചപ്പെടാൻ എന്ത് തീരുമാനം എടുക്കുന്നതിനും എനിക്ക് സമ്മതമാണ്. ഞാൻ പ്രസിഡന്റ്സ്ഥാനം ഇന്നുതന്നെ ഒഴിഞ്ഞതായി കണക്കാക്കി കമ്മിറ്റി പുനഃസംഘടിപ്പിക്കണം. കരുണാകരന്റെ മുഖത്ത് ഒരു ചെറിയ പുഞ്ചിരി. കെപിസിസി പ്രസിഡന്റ് കെ എം ചാണ്ടിസാർ ഒന്നും മിണ്ടാതെ ഗൗരവത്തിൽ ഇരിക്കുന്നതാണ് കണ്ടത്.

ഈ നടപടി മനഃപൂർവം ആസൂത്രിതമായി ഒപ്പിച്ചതാണെന്ന് പിന്നീട് എനിക്ക് ബോധ്യമായി. രണ്ടുദിവസം കഴിഞ്ഞ് കെ പി സി സി (ഐ) ഓഫീസിൽനിന്ന് പുതിയ കമ്മിറ്റി നോമിനേറ്റ്ചെയ്തു ഉത്തരവ് കൈയിൽ കിട്ടി. അതിൽ എം പി ഗംഗാധരൻ പ്രസിഡന്റും ഞാൻ സെക്രട്ടറിമാരിൽ ഒരാളും. ഇത് കോൺഗ്രസ് രാഷ്ട്രീയത്തിലെ എനിക്കെതിരായ രണ്ടാമത്തെ കുതികാൽവെട്ടായിരുന്നു. ഒന്നമത്തേത് കെഎസ്‌യു ജില്ലാപ്രസിഡന്റ് തിരഞ്ഞെടുപ്പിലായിരുന്നു. അത് മുമ്പ് വിവരിച്ചിട്ടുണ്ട്. തെളിവെടുപ്പിന്റെ അടിസ്ഥാനത്തിലാണെന്ന വ്യാജേന നടത്തിയ ഈ കാലുവാരൽ എനിക്ക് വലിയ അപമാനമായി തോന്നി. ഈ ചതി എന്തിനായിരുന്നു എന്ന് പിന്നീട് എനിക്ക് മനസിലായി. ഞാൻ പ്രസിഡന്റ് സ്ഥാനത്ത് തുടർന്നാൽ എപ്പോഴും ജില്ലയിൽ ഒന്നാംസ്ഥാനത്തിനർഹനാണല്ലോ. അതില്ലാതാക്കണം, ഗംഗാധരനെ പട്ടാമ്പിയിൽനിന്ന് മലപ്പുറത്തേക്ക് തിരിച്ചുകൊണ്ടുവരണം, ഇതായിരുന്നു രഹസ്യ അജൻഡ.

അതിനിടയിൽ നിലമ്പൂരിൽ ആര്യാടനുവേണ്ടിയുള്ള ഉപതെരഞ്ഞെടുപ്പു വന്നു. കോൺഗ്രസ് (ഐ) ക്കുവേണ്ടി സ്ഥാനാർഥിയെപ്പറ്റി പല ആലോചനകളും നടത്തി. അവസാനം യൂത്ത്കോൺഗ്രസ് ഐ പ്രസിഡന്റ് മുല്ലപ്പള്ളി രാമചന്ദ്രനെ നിശ്ചയിച്ചു. തിരഞ്ഞെടുപ്പ് പ്രവർത്തനം ഊർജിതമായി നടക്കുന്നു. നേതാക്കന്മാരുടെ ബാഹുല്യം, പണക്കൊഴുപ്പ്, ഇരുഭാഗത്തിന്റെയും സമ്മർദം എല്ലാം കൂടി നിലമ്പൂരിലെ ജനങ്ങൾ ശ്വാസംമുട്ടി കഷ്ടത്തിലായി. ഞാൻ ഒരു അച്ചടക്കമുള്ള പ്രവർത്തകൻ എന്ന നിലയിൽ എന്നോട് നിർദേശിക്കുന്ന പ്രവൃത്തികൾ സത്യസന്ധമായി ചെയ്തുവന്നു.

അവസാനം പോളിങ് കഴിഞ്ഞ് വോട്ട് എണ്ണിത്തീർന്നപ്പോൾ കോൺഗ്രസ് (ഐ) സ്ഥാനാർഥി മുല്ലപ്പള്ളി രാമചന്ദ്രൻ 19800 വോട്ടിന് പരാജയപ്പെട്ടു. അതും കരുണാകരൻ നേരിട്ടു തിരഞ്ഞെടുപ്പിന് നേതൃത്വം കൊടുത്തപ്പോഴാണ് ഈ സ്ഥിതി വന്നത്. ഒരു കൊല്ലം മുമ്പ് ഞാൻ, ഒരു നേതാവിന്റെയും അകമ്പടിയില്ലാതെ, പണക്കൊഴുപ്പില്ലാതെ മത്സരിച്ചപ്പോൾ വെറും 6000 വോട്ടിനാണ് പരാജയപ്പെട്ടത്.

ആ തിരഞ്ഞെടുപ്പ് കഴിഞ്ഞ് ആറുമാസം കഴിഞ്ഞ് തിരിഞ്ഞുനോക്കുമ്പോൾ കോൺഗ്രസ് (ഐ) പ്രവർത്തനം ജില്ലയിൽ വട്ടപ്പൂജ്യമാണെന്ന് ബോധ്യമായി. ഡി സി സി ഐ ഓഫീസ് ആഴ്ചയിൽ ഒരു ദിവ

സം മാത്രം, ഗംഗാധരൻ തിരുവനന്തപുരത്തുനിന്ന് വരുന്ന ദിവസം മാത്രം തുറക്കുന്ന ഓഫീസായി മാറി. നാലു സെക്രട്ടറിമാരിൽ ഒരാളായ ഞാൻ കൂടുതൽ അധ്വാനിച്ച് പാർട്ടിയെ ക്ഷീണിപ്പിക്കേണ്ടതില്ലെന്ന് കരുതി കുറച്ചു മാറിനിന്നു.

ആറുമാസം തികയുന്നതിനു മുമ്പ് ഇടതുപക്ഷ- ആന്റണി കോൺഗ്രസ് മുന്നണിയിൽ മുറുമുറുപ്പും തൊഴുത്തിൽകുത്തും തുടങ്ങിക്കഴിഞ്ഞിരുന്നു. പ്രത്യേകിച്ചും ആന്റണി കോൺഗ്രസിനാണ് രോഗം. ഇന്ദിരാ കോൺഗ്രസ് ഇന്ത്യയിൽ ഭൂരിപക്ഷം നേടുകയും ഇന്ദിരാഗാന്ധി പ്രധാനമന്ത്രിയാവുകയും ചെയ്തപ്പോൾ തന്നെ ഭിക്ഷാംദേഹികളായ അവസരവാദികൾക്ക് അധികാരത്തിന്റെ അഭിനിവേശം തുടങ്ങിക്കഴിഞ്ഞിരുന്നു. അവർ കോൺഗ്രസ് (ഐ)യിലേക്ക് ചേക്കേറാനുള്ള ഗൂഢനീക്കങ്ങൾ തുടങ്ങി.

കുശാഗ്രബുദ്ധിയായ കരുണാകരൻ ഈ അവസരം ഉപയോഗിക്കാനുള്ള കരുനീക്കങ്ങൾ ആരംഭിക്കുകയും ചെയ്തു. ഇടതുപക്ഷത്ത് ഭിന്നിപ്പുണ്ടാക്കാതെ ഒരിക്കലും രക്ഷയില്ലെന്ന് അദ്ദേഹത്തിനറിയാമായിരുന്നു.ആന്റണിയും മാണിയും വിളിച്ചാൽ പടിയിറങ്ങാൻ കാത്തുകിടക്കുകയായിരുന്നു.

കേരളത്തിലാകമാനം കോൺഗ്രസ് (ഐ)ക്ക് അനുകൂലമായ സ്ഥിതി വരുന്നു. ഭരണം മാറും എന്ന സൂചനയും ജനങ്ങൾക്കിടയിൽ പരന്നു. പക്ഷേ മലപ്പുറം ജില്ലയിലെ സംഘടന മൃതപ്രായമായിക്കിടക്കുന്നു എന്ന് കരുണാകരൻ മനസ്സിലാക്കി. അങ്ങനെ ഒരു ദിവസം ആലുവ ഗസ്റ്റ് ഹൗസിൽവച്ച് കെ പി സി സി ഐ എക്സിക്യൂട്ടീവ് നടക്കുകയാണ്. യോഗം കഴിഞ്ഞ് കരുണാകരൻ എന്നെ അദ്ദേഹത്തിന്റെ മുറിയിലേക്ക് വിളിച്ചു.ഞാൻ ഒരു ചെറിയ അകലം സൂക്ഷിച്ചുവരികയായിരുന്നു. മലപ്പുറം ജില്ലയിലെ ജില്ലാ പ്രസിഡന്റ് സ്ഥാനം വീണ്ടും ഏറ്റെടുക്കണം എന്ന് അദ്ദേഹം എന്നോടാവശ്യപ്പെട്ടു. യാതൊരു കാരണവശാലും വീണ്ടും വരാൻ ഞാൻ ഇഷ്ടപ്പെടുന്നില്ലെന്നും എന്നെ ഇനി ഉപദ്രവിക്കരുതെന്നും ഞാൻ ദൃഢമായി പറഞ്ഞു. ആ സംഭാഷണം അദ്ദേഹം മരിച്ചുപോയതുകൊണ്ടു ഞാൻ കൂടുതൽ വിശദീകരിക്കുന്നില്ല.

അവസാനം കരുണാകരന്റെ സമ്മർദങ്ങൾക്ക് വഴങ്ങി 1981ൽ വീണ്ടും ഞാൻ മലപ്പുറം ഡി സി സി പ്രസിഡന്റ് സ്ഥാനം ഏറ്റെടുത്തു. ഓഫീസ് തുറന്നു, പ്രവർത്തകർ വന്നു തുടങ്ങി, കമ്മിറ്റികളും ചർച്ചകളും തീരുമാനങ്ങളും ഉണ്ടായി. പൊതുയോഗങ്ങളും. വീണ്ടും തകൃതിയായി. ഇത്, 1980 ജനുവരിയിൽ അധികാരത്തിൽ വന്ന നായനാർ ഗവൺമെന്റ് അധികാരത്തിൽ ഇരിക്കുന്ന കാലമായിരുന്നു. ഇടതുപക്ഷ ജനാധിപത്യമുന്നണിയിൽ വിള്ളലുണ്ടാക്കി ആന്റണി-മാണി പ്രഭൃതികളെ തിരിച്ചുകൊണ്ടുവന്ന് അധികാരം പിടിക്കാൻ കരുണാകരൻ കരുനീക്കം നടത്തിക്കൊണ്ടിരിക്കുന്ന സമയത്താണ് ഞാൻ വീണ്ടും ഡി സി സി ഐ പ്രസിഡന്റാകുന്നത്.

ടി കെ ഹംസയും ഭാര്യ മൈമുനയും

14 എന്റെ പുനർവിവാഹം

എന്റെ ഭാര്യ സാറാബീവി 1978 ഫെബ്രുവരി 27നാണ് മരിച്ചത്. അന്ന് ഞാൻ കോൺഗ്രസ് (ഐ) ജില്ലാ പ്രസിഡന്റും സംസ്ഥാന എക്സിക്യൂട്ടീവ് കമ്മിറ്റി അംഗവുമായിരുന്നു. കോടതിയിലും മോശമല്ലാത്തവിധം കേസുണ്ടായിരുന്നു എനിക്ക്. കുട്ടികളാണെങ്കിൽ എല്ലാം ചെറിയ മക്കളും. വീടും കുട്ടികളും കേസും എല്ലാം നോക്കുന്ന കാര്യത്തിൽ ഞാൻ നല്ല പ്രതിസന്ധിയാണ് അഭിമുഖീകരിച്ചിരുന്നത്. ആ കൂട്ടത്തിൽ സംഘടനാ പ്രവർത്തനങ്ങളുടെ ബാഹുല്യവുംകൂടി ആകുമ്പോൾ മാനസിക സമ്മർദങ്ങളുടെ ആഴം പറയേണ്ടതില്ല.

ഭാര്യയുടെ വിയോഗത്തിനുശേഷം എല്ലാ പ്രയാസങ്ങളിലും വിഷമസന്ധികളിലും എന്നെ സഹായിച്ചിരുന്നത് ഭാര്യയുടെ അനുജത്തി റുഖിയ്യബി ആയിരുന്നു. രോഗശയ്യയിലും മരണഘട്ടത്തിലും അവരുണ്ടായിരുന്നു. അവരുടെ ഭർത്താവ് മുഹമ്മത് അമീൻ അവരുടെയും ഭാര്യയുടെയും അമ്മാവന്റെ മകൻ തന്നെയാണ്. അവരുടെ സഹായവും സേവനവുമാണ് കുടുംബപ്രശ്നങ്ങളിലെല്ലാം എനിക്ക് പിടിച്ചുനിൽക്കാൻ ശക്തിപകർന്നത്. എനിക്ക് ഇന്നത്തെ നിലയിൽ എത്താൻ കഴിഞ്ഞതിന്റെ പിന്നിൽ അവർ നൽകിയ പിന്തുണ ഏത് സാഹചര്യത്തിലും മരണം വരെ എനിക്ക് മറക്കാൻ സാധ്യമല്ല.

റുഖിയ്യബി മക്കളോടുകൂടി എന്റെ വീട്ടിൽ താമസമാക്കി. അവരുടെ കുട്ടികളെ മഞ്ചേരിയിൽ എന്റെ കുട്ടികൾ പഠിക്കുന്ന സ്കൂളിലേക്ക് മാറ്റിച്ചേർത്തു. ഞങ്ങൾ കൂട്ടുകുടുംബമായി ജീവിച്ചു. മുഹമ്മത് അമീൻ

പട്ടാമ്പി സർവീസ് കോ ഓപ്പറേറ്റീവ് ബാങ്കിന്റെ സെക്രട്ടറി ആയി ജോലി ചെയ്യുന്ന കാലമായിരുന്നു. കൂട്ടായ ജീവിതത്തിൽ എന്റെ മാനസിക പിരിമുറുക്കം കുറഞ്ഞുവന്നു. ഞാനാണെങ്കിൽ രാഷ്ട്രീയ-സംഘടനാരംഗത്ത് കൂടുതൽ വ്യാപൃതനായിരുന്ന സന്ദർഭമായിരുന്നു അന്ന്.

മരണഘട്ടത്തിലും അതിനുമുമ്പും ഭാര്യയെയും എന്നെയും എല്ലാ നിലയിലും സഹായിക്കുകയും പിന്തുണക്കുകയും ചെയ്തിരുന്നത് അവരുടെ അമ്മാവൻ കെ പി എച്ച് മുഹമ്മദ്നഹ ആയിരുന്നു. ഞാൻ കൊണ്ടോട്ടിയിൽ നിന്ന് വിവാഹം ചെയ്യുമ്പോൾ ഭാര്യയുടെ ഉമ്മ ഉണ്ടായിരുന്നില്ല. അവർ, ഭാര്യയും മറ്റും കുട്ടികളായിരുന്നപ്പോൾ തന്നെ മരിച്ചിരുന്നു. അതിനാൽ പരപ്പനങ്ങാടിയിൽ വലിയുമ്മയുടെ സംരക്ഷണയിലാണവർ വളർന്നത്. മരിച്ച സഹോദരിയുടെ മകൾ എന്ന നിലയിൽ എന്റെ ഭാര്യയോട് അമ്മാവൻ കെ പി എച്ച് പ്രത്യേകം വാത്സല്യം കാണിച്ചിരുന്നു. രോഗം കാരണം അനുകമ്പയും ഉണ്ടായിരുന്നു. മാത്രമല്ല, പരപ്പനങ്ങാടിയിൽ മരുമക്കത്തായ-കൂട്ടുകുടുംബ സമ്പ്രദായം ചെറിയ തോതിൽ നഹകുടുംബത്തിൽ നിലനിൽക്കുകയും ചെയ്തിരുന്നു. അദ്ദേഹം കെ പി എച്ച് എന്ന ചുരുക്കപ്പേരിലായിരുന്നു പരക്കെ അറിയപ്പെട്ടിരുന്നത്.

കെ പി എച്ച് പരപ്പനങ്ങാടിയിൽ അച്ചമ്പാട്ട് മുഹമ്മത് കുട്ടി ഹാജിയുടെ ഏക മകനായിരുന്നു. അദ്ദേഹം പ്രാഥമിക വിദ്യാഭ്യാസം കഴിഞ്ഞ് ഉമറാബാദിൽനിന്ന് 'അഫ്സലു ഉലമ'ക്ക് പഠിച്ച് പാസായിരുന്നതാണ്. അത് വടക്കെ ഇന്ത്യയിലായിരുന്നതിനാൽ അദ്ദേഹത്തിന് അറബിക്ക് പുറമെ ഹിന്ദുസ്ഥാനിയും അറിയാമായിരുന്നു. കുട്ടിക്കാലത്തുതന്നെ ദേശീയ രാഷ്ട്രീയത്തിൽ താൽപ്പര്യം പ്രകടിപ്പിക്കുകയും ദേശീയ മുസ്ലീം എന്ന നിലയിൽ മുഹമ്മദ് അബ്ദുറഹിമാൻ സാഹിബിന്റെ ശിഷ്യനും സഹചാരിയുമായിരുന്നു. ഒരു ഉത്തമ ദേശീയവാദി കോൺഗ്രസ് പ്രവർത്തകൻ. മരിക്കുന്നതുവരെ ഖദർവസ്ത്രം മാത്രമേ ധരിച്ചിരുന്നുള്ളൂ.

കെ പി എച്ച് 1957 ൽ കോൺഗ്രസ് വിട്ടു. തിരുരങ്ങാടി നിയോജകമണ്ഡലത്തിൽ കമ്യൂണിസ്റ്റ് പാർട്ടിയുടെ പിന്തുണയോടെ സ്വാതന്ത്രനായി അസംബ്ലിയിലേക്ക് മത്സരിച്ചു. ആ തിരഞ്ഞെടുപ്പിലെ പ്രത്യേകത തിരുരങ്ങാടിയിൽ മത്സരിച്ചിരുന്ന കോൺഗ്രസ് സ്ഥാനാർഥി അച്ചമ്പാട്ട് കുഞ്ഞാലിക്കുട്ടി എന്ന ബാഹഹാജിയും ലീഗ് സ്ഥാനാർഥി അവുക്കാദർകുട്ടി നഹയും കുടുംബപരമായി സഹോദരന്മാരായിരുന്നുവെന്നതാണ്. ആ വാശിയേറിയ തിരഞ്ഞെടുപ്പിൽ ലീഗ് സ്ഥാനാർഥി അവുക്കാദർകുട്ടി നഹയായിരുന്നു ജയിച്ചത്. അന്നു മുതൽ കെ പി എച്ച് ഒരു പാർട്ടി പ്രവർത്തകനായി മാറുകയായിരുന്നു. കമ്യൂണിസ്റ്റ് പാർട്ടി അംഗവും കർഷകസംഘം ജില്ലാകമ്മിറ്റി അംഗവുമായിരുന്നു അദ്ദേഹം.

എന്റെ ഭാര്യയുടെ മരണത്തിന് ശേഷം കെ പി എച്ചും ഇടയ്ക്കിടെ വീട്ടിൽ വരും. കാര്യങ്ങൾ അന്വേഷിക്കുകയും സാന്ത്വനപ്പെടുത്തുകയും വേണ്ട സഹായങ്ങൾ ചെയ്യുകയും പതിവായിരുന്നു. ഒരുദിവസം അദ്ദേഹം

പറഞ്ഞു. അദ്ദേഹത്തിന്റെ ചെറിയ മകൾ മൈമുനയെ എനിക്ക് വിവാഹം ചെയ്തുതരാൻ ഉദ്ദേശിക്കുന്നു എന്ന്.

മൈമുന അന്ന് പരപ്പനങ്ങാടി ബി ഇ എം ഹൈസ്കൂളിൽ പത്താം തരത്തിൽ പഠിക്കുന്ന വിദ്യാർഥിയായിരുന്നു. അവൾക്ക് അന്ന് പതിനേഴ് വയസ്. എനിക്ക് നാൽപ്പതും. ഈ പ്രായവ്യത്യാസം ഒരു അപാകതയാണെന്ന് ഞങ്ങൾക്ക് നല്ല ബോധ്യമുണ്ടായിരുന്നു. ഏതായാലും എന്റെ അന്നത്തെ സാഹചര്യത്തിൽ രക്ഷപ്പെടാൻ മറ്റു യാതൊരു വഴിയുമുണ്ടായിരുന്നില്ല. മൈമുനയുടെയും പിതാവിന്റെയും ഭാഗത്തുനിന്ന് ആലോചിച്ചാൽ അത് വലിയ ത്യാഗം തന്നെയാണെന്ന് ബോധ്യമാകും. ഈ ത്യാഗത്തിന് അവളുടെ ഉമ്മയുടെയും പിന്തുണയുണ്ടായിരുന്നു. അവരുടെയെല്ലാം നിലപാടുകൾക്ക് വലിയ വില കൽപ്പിക്കേണ്ടതുണ്ടെന്ന് എനിക്കും അറിയാമായിരുന്നു.

പ്രശ്നം എന്റെ പിതാവിന്റെ മുമ്പിൽ കെ പി എച്ച് തന്നെയാണ് അവതരിപ്പിച്ചത്. അദ്ദേഹം വലിയ ആലോചനാശക്തിയും ദീർഘവീക്ഷണവുമുള്ള ആളായിരുന്നു. ഈ നിർദേശം അംഗീകരിക്കുക മാത്രമല്ല. അത് സ്വീകരിക്കാൻ അദ്ദേഹം എന്നെ ഉപദേശിക്കുകകൂടി ചെയ്തു. അങ്ങനെ 1978 സെപ്തംബർ 9ന് പരപ്പനങ്ങാടി വീട്ടിൽ വച്ച് ഹ്രസ്വമായ ചടങ്ങിൽ ഞങ്ങളുടെ വിവാഹം നടന്നു.

വിവാഹാനന്തരം അവൾ സ്കൂൾ പഠനം നിർത്തി മഞ്ചേരി വീട്ടിലേക്ക് വന്നു താമസമാക്കി. എന്റെ നാലുമക്കളുടെ മാതാവിന്റെ സ്ഥാനത്തിരുന്നുകൊണ്ട് എന്റെ ഭാര്യ എന്ന നിലയിൽ പരമാവധി എന്നെ സഹായിച്ചും സേവിച്ചും കഴിഞ്ഞുവന്നു. ഒരു രണ്ടാംഭാര്യ എന്ന തോന്നൽ ഒരിക്കലും എന്റെ ഹൃദയത്തിൽ തോന്നിയിരുന്നില്ല. മരിച്ച ഭാര്യയുടെ പുനർജന്മം എന്ന നിലയിൽ കരുതിയാണ് ഞാൻ കഴിഞ്ഞുവന്നത്. ഇന്നും കഴിയുന്നതും. മാത്രമല്ല എന്റെ എല്ലാ പ്രശ്നങ്ങളിലും അവ നേരിടാൻ പിൻബലം നൽകുകയും രാഷ്ട്രീയ, സാമൂഹിക ജീവിതത്തിൽ പല ഉയരങ്ങളും എത്തിപ്പിടിക്കാൻ പിന്തുണയും പ്രോത്സാഹനവും നൽകുകയും ചെയ്തുവന്നു. അവളുടെ വിട്ടുവീഴ്ചയും ഏത് സാഹചര്യത്തോടും ഇണങ്ങിപ്പോകാനുള്ള മനഃസ്ഥിതിയുംകൊണ്ടു മാത്രമാണ് ഞാൻ കുടുംബജീവിതത്തിൽ യാതൊരു അല്ലലും അലട്ടുമില്ലാതെ കഴിഞ്ഞുവരുന്നത്. കുടുംബ ജീവിതം ചിട്ടപ്പെടുത്തുന്നതിൽ ഞാനും ഭാവനാപൂർണമായ നിലപാടാണ് സ്വീകരിച്ചുവന്നത്. ഒരു കൊല്ലം കഴിഞ്ഞ് അവൾ ഒരു പെൺകുട്ടിയെ പ്രസവിച്ചു. അവളാണ് ഇപ്പോൾ ഖത്തറിൽ ഭർത്താവ് ഡോ. റിയാസിന്റെ കൂടെ താമസിക്കുന്ന ടി കെ സാറ. അവൾ എം എസ് സി (councelling & guidence) പാസായിട്ടുണ്ട്. സാറയുടെ ജനനം 1979 ഒക്ടോബർ ആറിനായിരുന്നു. അതിനുശേഷം പ്രസവം വേണ്ടെന്ന് ഭാര്യ അഭിപ്രായപ്പെട്ടതിനെ ഞാൻ അംഗീകരിച്ചു. അങ്ങനെ കോഴിക്കോട് ഡോ. സുമതിയെക്കണ്ട് ആവശ്യമായ വൈദ്യനടപടികൾ സ്വീകരിച്ചു.

അതിനിടയ്ക്ക് ഞാൻ അഭിമുഖീകരിച്ച ഏറ്റവും വലിയ സംഭവമാ

യിരുന്നു എന്റെ പിതാവിന്റെ മരണം. 1980 സെപ്തംബർ 18നാണ് അദ്ദേഹം ഹൃദയസ്തംഭനംമൂലം മരിച്ചത്. മരിക്കുന്നതിന് ഏതാണ്ട നാൽപ്പത് കൊല്ലം മുമ്പ് അദ്ദേഹത്തിന് ക്ഷയരോഗം പിടിപ്പെട്ടിരുന്നു. അക്കാലത്ത് അതൊരു മാരകമായ രോഗമായിരുന്നു. ഫലപ്രദമായ മരുന്നും ഉണ്ടായിരുന്നില്ല. മൈസൂരിൽ പ്രശസ്തമായ പി കെ സാനി റ്റോറിയത്തിലായിരുന്നു ചികിത്സ. 1960 ലാണ് ഈ ചികിത്സ നടന്നിരുന്നത്. അന്ന് septamycin എന്ന മരുന്നു കണ്ടുപിടിച്ചതിനാലാണ് അദ്ദേഹം രക്ഷപ്പെട്ടതെന്ന് ഡോക്ടർമാർ പറഞ്ഞിരുന്നു. വാണിയമ്പലത്ത് ഒരു ചെറിയ വീട്ടിൽ ഉമ്മയുമൊത്ത് അവർ ഒറ്റയ്ക്ക് താമസിക്കുമ്പോഴാണ് മരണം സംഭവിച്ചത്.

ഉപ്പയുടെ മരണാനന്തരം ഞാൻ ഉമ്മയെയും കൂട്ടി മഞ്ചേരിയിലേക്ക് വന്നു, ഉമ്മയെ എന്റെ കൂടെ നിർത്തി. സ്വതവേ പല രോഗങ്ങൾക്കും അടിമയായിരുന്നു അവർ. പ്രായമായപ്പോൾ ശ്വാസനാളത്തിലും ആമാശയത്തിലും ക്യാൻസർ രോഗവും വന്നു. നമസ്കാരവും ഖുർ–ആൻ ഓത്തും തന്നെയായിരുന്നു എല്ലാ സമയവും. ഖുർ–ആൻ മിക്കവാറും കാണാപാഠമായിരുന്നു. ക്യാൻസർ മൂർച്ഛിച്ച് 1981 ജൂലൈ 25ന് ഉമ്മയും ഞങ്ങളെ വിട്ടുപിരിഞ്ഞു. വാത്സല്യനിധിയായ ഉമ്മ എന്നെ അടുത്തുവിളിച്ച് കെട്ടിപ്പിടിച്ച് ഉമ്മവച്ച് എന്റെ എല്ലാ തെറ്റുകൾക്കും മാപ്പ് തന്ന് എന്റെ മടിയിൽ കിടന്നു മരിച്ചു. അത് എന്നിൽ ആത്മധൈര്യവും മനഃശാന്തിയും ഉളവാക്കി.

സാറ എന്ന ഇളയ കുട്ടി ഉൾപ്പെടെ അഞ്ചു മക്കളെയും വളർത്തുന്നതിലും പഠിപ്പിച്ചുയർത്തുന്നതിലും യുവതിയായ വീട്ടമ്മ എന്ന നിലയിൽ എന്റെ ഭാര്യ മൈമുന വലിയ സഹനവും സേവനവുമാണ് ചെയ്തു പോന്നത്. സുഗമമായ കുടുംബജീവിതത്തിൽ, ഒരിക്കലും കയ്പ്പുനീര് കുടിക്കാൻ അവസരം ഉണ്ടാവാതെ സൂക്ഷിക്കുകയും ചെയ്തു പോന്നതിനെ പറ്റിയുള്ള മധുരസ്മരണകൾ ഞങ്ങൾ അയവിറക്കാറുണ്ട്. അഞ്ച് മക്കളും ഇന്ന് സ്വന്തം കാലിൽ നിൽക്കാനും മോശമില്ലാത്ത നിലയിൽ ജീവിതം പുലർത്താനും കഴിയുന്നു എന്നതിൽ ഞാൻ കൃതാർഥനാണ്.

മൂത്ത മകൻ നജീബ് പഞ്ചാബ് നാഷണൽ ബാങ്കിന്റെ മലപ്പുറം ശാഖാ മാനേജരാണ്. രണ്ടാമത്തെ മകൻ റഫീഖ് മഞ്ചേരി ബാറിലെ അഡ്വക്കേറ്റാണ്. മൂന്നാമത്തെ മകൻ ഷബീർ ദുബായിൽ, അൽഫുത്തെയിൽ കമ്പനിയിൽ എൻജിനീയർ വിഭാഗം സെയിൽസ് മാനേജരാണ്. മൂത്ത മകൾ നദീറയെ ഗ്രാമീണബാങ്ക് ഓഫീസർ ആയ പരപ്പനങ്ങാടി നഹ കുടുംബത്തിലെ ഉമ്മർകുഞ്ഞിയാണ് വിവാഹംചെയ്തത്. രണ്ടാമത്തെമകൾ സാറയെ ഒതുക്കുങ്ങൽ സ്വദേശി, ഇപ്പോൾ ഖത്തർ ഹമദ് ആശുപത്രിയിലെ റേഡിയോളജി വിഭാഗം ഡോക്ടർ മുഹമ്മത് റിയാസാണ് വിവാഹം ചെയ്തത്.

കെ കരുണാകരനോടൊപ്പം

15 രാഷ്ട്രീയരംഗം വീണ്ടും ചൂടുപിടിക്കുന്നു

ആയിരത്തിത്തൊള്ളായിരത്തി എൺപത്തി ഒന്ന് ഒക്ടോബർ 20 ന് കേരളത്തിൽ നായനാർ മന്ത്രിസഭ രാജി വച്ചൊഴിഞ്ഞു. ആന്റണിയും മാണിയും നായനാരെ കാലുവാരി കരുണാകരന്റെ കൂടെ ചേർന്നു. മാണിയും ജോസഫും ഒന്നായി. ഇന്ദിരാഗാന്ധി കേന്ദ്രത്തിൽ തിരിച്ചുവരികയും കോൺഗ്രസ് (ഐ) ശക്തിപ്പെടുകയും ചെയ്തു എന്ന ഒറ്റ കാരണമായിരുന്നു അവരുടെ കൂറുമാറ്റത്തിനടിസ്ഥാനം. ഇന്ദിരാഗാന്ധിയെ ചിക്കമംഗളൂരുവിൽ സ്ഥാനാർഥിയായി കോൺഗ്രസ് (ആർ) പിന്തുണയ്ക്കാൻ തീരുമാനിച്ചതിൽ ആത്മരോഷംകൊണ്ട്, സംസ്ഥാന മുഖ്യമന്ത്രിപദം രാജിവച്ച് വലിച്ചെറിഞ്ഞ ആദർശധീരനായ ആന്റണി, ഇന്ദിര പ്രധാനമന്ത്രിപദത്തിൽ തിരിച്ചെത്തി എന്നു കണ്ടപ്പോൾ ആദർശം പുല്ലുപോലെ വലിച്ചെറിഞ്ഞ് താനും കൂടി വളർത്തിയ ഇടതുപക്ഷത്തെയും അതിന്റെ ഉൽപ്പന്നമായ നായനാർ ഭരണത്തെയും പിന്നിൽനിന്ന് കുത്തി മലർത്തി ഒളിച്ചോട്ടം നടത്തി.

കരുണാകരൻ അന്ന് പ്രതിപക്ഷ നേതാവായിരുന്നു. ഈ കൂറുമാറ്റക്കാരുടെ പിന്തുണയോടെ കരുണാകരൻ 1981 ഡിസംബർ 28 ന് മുഖ്യമന്ത്രിയായി ഗവൺമെന്റ് രൂപീകരിച്ചു. ആ ഗവൺമെന്റിന് സഭയിൽ ഭൂരിപക്ഷം ഉണ്ടായിരുന്നില്ല. ഇരുഭാഗത്തിനും അംഗസംഖ്യ സമമായിരുന്നു. അങ്ങനെ വരുമ്പോൾ നിയമസഭാ സ്പീക്കർക്ക് ഒരു വോട്ട് ചെയ്തു ഗവൺമെന്റിനെ താങ്ങിനിർത്താൻ സാധിക്കും. ആ വോട്ടിനാണ് 'കാസ്റ്റിങ്' വോട്ട് എന്നു പറയുന്നത്. പല ഘട്ടങ്ങളിലും കാസ്റ്റിങ് വോട്ടു

പയോഗിച്ച് സ്പീക്കർ ഭരണത്തെ രക്ഷപ്പെടുത്തി. അതിനാൽ ആ മന്ത്രിസഭക്ക് കാസ്റ്റിങ് ഭരണം എന്ന് പേര് വന്നു. സ്പീക്കർ അന്ന് എ സി ജോസ് ആയിരുന്നു. അദ്ദേഹത്തെ കാസ്റ്റിങ് സ്പീക്കർ എന്നും പേർ വിളിച്ചിരുന്നു.

അന്ന് കൂറുമാറ്റനിരോധന നിയമം ഉണ്ടായിരുന്നില്ല. കാലുമാറ്റത്തിന്റെ സന്തതിയായിരുന്ന കരുണാകരൻ ഗവൺമെന്റിന് അൽപ്പായുസ്സ് മാത്രമേ ഉണ്ടായിരുന്നുള്ളൂ. ആന്റണികോൺഗ്രസിന്റെയും മാണി കേരളാ കോൺഗ്രസിന്റെയും അവസരവാദപരമായ രാഷ്ട്രീയനിലപാടിൽ അവരുടെ കൂടെയുള്ളവർക്ക് തന്നെ മുറുമുറുപ്പും എതിർപ്പും ഉണ്ടായി. അവസാനം ഈ വഞ്ചനയ്ക്ക് കൂട്ടുനിൽക്കാൻ സാധ്യമല്ലെന്ന് പ്രഖ്യാപിച്ചുകൊണ്ട് മാണി കേരള കോൺഗ്രസിലെ അംഗമായിരുന്ന ലോനപ്പൻ നമ്പാടൻ തന്റെ പാർട്ടിയിൽനിന്ന് രാജിവയ്ക്കുകയും കരുണാകരൻ ഗവൺമെന്റിനുള്ള പിന്തുണ പിൻവലിക്കുകയും ചെയ്തുഗത്യന്തരമില്ലാതെ 1982 മാർച്ച് 17ന് കരുണാകരൻ മന്ത്രിസഭ രാജിവച്ചു. കേരളത്തിൽ ഗവർണർഭരണം വീണ്ടും വന്നു. തുടർന്ന് കേരളത്തിൽ ഇടക്കാല തിരഞ്ഞെടുപ്പ് പ്രഖ്യാപിച്ചു. രാഷ്ട്രീയരംഗം അതോടെ സംഭവബഹുലമായി, വീണ്ടും ചൂടുപിടിച്ചു.

കേരളത്തിന്റെ ഭരണം പിടിക്കാൻ ഇരുമുന്നണികളും കരുനീക്കങ്ങൾ ആരംഭിച്ചു. ഏപ്രിലിൽ തന്നെയാണ് തിരഞ്ഞെടുപ്പ് എന്ന് പ്രഖ്യാപനം വന്നു. ആന്റണിയും മാണിയും കൂടി ചേർന്നപ്പോൾ കരുണാകരന്റെ ജനാധിപത്യ മുന്നണി ഐക്യ ജനാധിപത്യമുന്നണിയായി രൂപാന്തരപ്പെട്ടു. ഇടതുപക്ഷ ജനാധിപത്യ മുന്നണി പിടിച്ചുനിൽക്കാനും ഐക്യജനാധിപത്യ മുന്നണി അതിനെ തറപറ്റിച്ച് അധികാരം പിടിക്കാനും തക്യതിയായ കൂടിയാലോചനകളും ഗൂഢാലോചനകളും തുടങ്ങി.

ഐക്യജനാധിപത്യ മുന്നണിക്ക് മുൻതൂക്കം വന്നതിന്റെയും കരുണാകരന്റെ നേതൃത്വത്തിൽ ഗവൺമെന്റ് വരാൻപോകുന്നതിന്റെയും സൂചനകൾ വ്യക്തമായി കാണാമായിരുന്നു. അതോടെ കരുണാകരന്റെ സ്വഭാവത്തിലും സമീപനത്തിലും വലിയ വ്യത്യാസങ്ങൾ വന്നുതുടങ്ങി. കോൺഗ്രസ് (ഐ)ക്കൊപ്പം ആന്റണി കോൺഗ്രസിനെ ഒരുമിപ്പിച്ച് നിർത്താനും അന്തിമമായി ലയിപ്പിക്കാനും ആയിരുന്നു ഇരു കക്ഷികളുടെ തന്ത്രം. ആ ആശയത്തിന് അണികളിൽനിന്ന് എതിർപ്പൊന്നും ഉണ്ടായിരുന്നില്ല. എന്നാൽ രണ്ടു ധ്രുവങ്ങളിൽനിന്ന് അന്യോന്യം പോരാടിയവരാണ് ഇരുകൂട്ടരും. ശക്തിയായ ഭാഷയിൽ നേർക്കുനേർ വിമർശനങ്ങളും അധിക്ഷേപങ്ങളും ഉയർത്തിയവരുമാണ്. ആ നിലയ്ക്ക് അണികളെ വിശ്വാസത്തിലെടുത്ത് അവരെയും കൂടെ ബോധ്യപ്പെടുത്തിക്കൊണ്ടാവണം യോജിപ്പ് എന്ന അഭിപ്രായം ഞങ്ങളിൽ ചിലർക്കുണ്ടായിരുന്നു. അവസരവാദികളായ കുലംകുത്തികളെ തിരിച്ചുകൊണ്ടുവരുമ്പോൾ അവർക്ക് ചെയ്ത തെറ്റുകൾ ബോധ്യപ്പെടുകയെങ്കിലും വേണമെന്ന് ഞങ്ങളിൽ ചിലർ അഭിപ്രായപ്പെട്ടു. ആന്റണി വിഭാഗം അവരുടെ അണികളെ ചർച്ച ചെയ്തും ബോധ്യപ്പെടുത്തിയും യോജിപ്പിന് പാകപ്പെടുത്തുന്നതായി ഞങ്ങൾ കാണുന്നു. എന്നാൽ 'ഐ' വിഭാഗത്തിൽ അങ്ങനെ ഒരു ആലോ

പി പി തങ്കച്ചൻ

ചനപോലും ഇല്ല. തികച്ചും ഒരു യജമാന ത്ത മനോഭാവം കരുണാകരൻ കാണിക്കുന്നതുപോലെയാണ് അനുഭവപ്പെട്ടത്.

കരുണാകരൻ തികച്ചും ഏകാധിപത്യപരമായി പെരുമാറുന്നു എന്ന് ബോധ്യമായി. മുഖ്യമന്ത്രിപദത്തിൽ എത്താനുള്ള വ്യഗ്രതയിൽ കൂടെ നിന്നവരെ, കണ്ണുകാണാത്ത അവസ്ഥ അദ്ദേഹത്തിൽ പ്രകടമായിരുന്നു. കെപി സി സി (ഐ) പ്രസിഡന്റ് കെ എം ചാണ്ടിയെ കേവലം നോക്കുകുത്തിയാക്കി കരുണാകരനും തന്റെ ആശ്രിതരും കാര്യങ്ങൾ രഹസ്യമായി നീക്കുന്നതായി കാണുന്നു.

അങ്ങനെ ഒരു ദിവസം കെ പി സി സി (ഐ) എക്സിക്യൂട്ടിവ് യോഗം എറണാകുളത്ത് മേഴ്സി ടൂറിസ്റ്റ് ഹോമിൽ വിളിച്ചുചേർത്തു. തിരഞ്ഞെടുപ്പുകാര്യങ്ങളും സ്ഥാനാർഥിനിർണയ പ്രശ്നങ്ങളും ചർച്ചചെയ്യുമെന്നാണ് ഞങ്ങൾ പ്രതീക്ഷിച്ചത്. എന്നാൽ തിരഞ്ഞെടുപ്പ് കാര്യങ്ങളെപ്പറ്റി പൊതുവെ ഒരു അവലോകനം നടത്തി എന്നല്ലാതെ ആ നിർണായക യോഗത്തിൽപ്പോലും സ്ഥാനാർഥി നിർണയത്തെപ്പറ്റി ഒന്നും പറയുന്നില്ല. അങ്ങനെ വന്നപ്പോൾ, ഞങ്ങളിൽ ചിലർ; പി എസ് ജോൺ, സേവിയർ അറയ്ക്കൽ എന്നിവരും ഞാനും മറ്റും ആലോചിച്ച് പ്രശ്നം യോഗത്തിൽ ഉന്നയിക്കാൻ തീരുമാനിച്ചു. പി എസ് ജോൺ കോട്ടയം ഡി സി സി (ഐ) പ്രസിഡന്റായിരുന്നു. സേവിയർ അറയ്ക്കൽ പിന്നീട് എറണാകുളത്തുനിന്ന് പാർലമെന്റ് അംഗമായി.

ഞങ്ങളുടെ ആലോചന യോഗത്തിൽ അവതരിപ്പിക്കാൻ ഞാനാണ് പ്രസംഗം തുടങ്ങിയത്. ഞാൻ പറഞ്ഞു, ഐ–എ യോജിപ്പും ലയനവും ആന്റണി കോൺഗ്രസിൽ തകൃതിയായ ചർച്ചയും അണികളെ ബോധ്യപ്പെടുത്തലും നടക്കുന്നു. എന്നാൽ കോൺഗ്രസ് ഐ വിഭാഗത്തിൽ അതിനെപ്പറ്റി ഒരു സൂചനയും എക്സിക്യൂട്ടീവ് അംഗങ്ങളായ ഞങ്ങൾക്കുപോലും തരുന്നില്ല. തിരഞ്ഞെടുപ്പ് പടിവാതിൽക്കൽ എത്തിയിട്ടും സ്ഥാനാർഥികളെപ്പറ്റി ഒരു ആലോചനപോലും ഇവിടെ ഇല്ല. ഈ ദുരൂഹത മാറ്റണം, സംഗതികൾ സുതാര്യമാവണം. എന്റെ ഈ അഭിപ്രായം കരുണാകരന് രസിച്ചില്ലെന്ന് മുഖം കണ്ടപ്പോൾ ബോധ്യമായി. അദ്ദേഹം ക്ഷുഭിതനായി, ഇടയ്ക്ക് കയറി എന്റെ പ്രസംഗം തടസ്സപ്പെടുത്തി അദ്ദേഹം ചോദിച്ചു: ''തന്നോട് ആര് പറഞ്ഞു ഇതൊക്കെ ഇവിടെ പറയാൻ'' എന്ന്. ഇത് എന്റെ അഭിപ്രായമാണെന്നും അത് പറയാൻ ആരോടും ആലോചിക്കേണ്ടതില്ലെന്നും ഞാൻ തിരിച്ചുപറഞ്ഞുകൊണ്ട് എന്റെ പ്രസംഗം പൂർത്തിയാക്കി. അഭിപ്രായം തുറന്നുപറയാൻ പാടില്ലെന്നും ആശ്രിതവത്സത്വത്തിനാണ് അംഗീകാരമെന്നും ഞാൻ മനസിലാക്കിയിരുന്നില്ല. ആയാൽത്തന്നെ എനിക്ക് അത് കഴിയുമായിരുന്നില്ല. സ്ഥാ

നാർഥികാര്യങ്ങളും മറ്റും നേതാക്കൾ ആലോചിച്ചു പിന്നീട് പ്രഖ്യാപിക്കും എന്ന ധാരണയോടെ യോഗം അവസാനിപ്പിച്ചു.

കാര്യങ്ങളുടെ പോക്ക് ശരിയല്ലെന്ന് ഞങ്ങൾക്ക് പലർക്കും ആദ്യമേ ബോധ്യമുണ്ടായിരുന്നു. പി പി തങ്കച്ചൻ, ടി എച്ച് മുസ്തഫ എന്നിവരുമായുള്ള സൗഹൃദ സംഭാഷണങ്ങളിൽനിന്ന് എന്നെ കാലുവാരാൻ തീരുമാനിച്ചതായി ഞാൻ മുമ്പേ മനസിലാക്കിയിരുന്നു. ബുദ്ധിപരമായി ചിന്തിക്കുന്നവർക്കും സ്വതന്ത്രമായി അഭിപ്രായങ്ങൾ പറയുന്നവർക്കും മാത്രമല്ല ചില പ്രത്യേക വിഭാഗങ്ങൾക്കും കരുണാകരന്റെ മുമ്പിൽ അംഗീകാരവും സ്ഥാനമാനങ്ങളും ഇല്ലെന്നതായിരുന്നു സ്ഥിതി. എന്റെ ഗുരുവായിരുന്ന മുൻമന്ത്രി പി പി ഉമ്മർകോയയെ കോൺഗ്രസ് ഐയിലേക്ക് കൊണ്ടുവരണം എന്ന് പറഞ്ഞതായിരുന്നു എന്നോട് അലോഗ്യം തോന്നാനുണ്ടായ ആദ്യത്തെ കാരണം. ഞാൻ സംഘടനയുടെ ഗുണത്തിനും ആവേശത്തിനും ഉമ്മർകോയയുടെ സാന്നിധ്യം ഗുണകരമാവും എന്ന ആത്മാർഥതകൊണ്ട് പറഞ്ഞുപോയതായിരുന്നു. പക്ഷേ കരുണാകരന്റെ മനസ്സ് മറ്റൊന്നായിരുന്നു.

സ്ഥാനാർഥി ലിസ്റ്റ് പ്രസിദ്ധീകരിച്ചില്ലെങ്കിലും അതിലെ ഉള്ളടക്കം പൂർണമായി ഞങ്ങൾക്കിടയിൽ അറിയാമായിരുന്നു. എന്നെ ഒഴിവാക്കിയതായി ഞങ്ങൾ മനസിലാക്കി. സ്ഥാനാർഥിത്വം അനുവദിച്ചില്ല എന്നത് മാത്രമായിരുന്നില്ല ഞങ്ങളുടെ പരിഭവം. പി പി തങ്കച്ചൻ, ടി എച്ച് മുസ്തഫ, പി എസ് ജോൺ, സേവിയർ അറയ്ക്കൽ തുടങ്ങി ഞങ്ങൾ പതിനാലു ഡിസിസി ഐ പ്രസിഡന്റുമാരിൽ പതിമൂന്നാളുകളെയും സ്ഥാനാർഥികളായി അംഗീകരിക്കുകയും സംഘടനാ പ്രവർത്തനങ്ങളിൽ താരതമ്യേന മുൻപന്തിയിൽ നിൽക്കുകയും പ്രത്യേകിച്ച് പ്രചാരണരംഗത്ത് പ്രസംഗകലയിൽ വൈദഗ്ധ്യം പ്രകടിപ്പിക്കുകയും ചെയ്തിരുന്ന എന്നെ മാത്രം തഴയുകയും ചെയ്തത് ഒരിക്കലും ന്യായീകരിക്കത്തക്കതല്ലെന്ന് ഞങ്ങൾക്ക് അഭിപ്രായം ഉണ്ടായിരുന്നു. ആ ഒറ്റപ്പെടലിന്റെ കുണ്ഠിതം എന്റെ ഹൃദയത്തിൽ വലിയ ആഘാതം സൃഷ്ടിച്ചു. പ്രത്യേകിച്ച് 1980 ൽ പരാജയം ഉറപ്പാണെന്ന ഘട്ടത്തിൽ നിലമ്പൂർ മണ്ഡലത്തിൽ എന്നോട് മത്സരിക്കാൻ ആവശ്യപ്പെട്ട കരുണാകരൻ, 1982 ൽ വിജയം ഉറപ്പാണെന്നും താൻ മുഖ്യമന്ത്രിയാവുമെന്നും വന്നതോടെ സ്വഭാവം മാറുകയും എന്നെ മാത്രം 1982 ൽ നിർദാക്ഷിണ്യം തഴയുകയും ചെയ്തത് അനീതിയാണെന്ന് ഞാൻ കരുതി.

ടി എച്ച് മുസ്തഫ

രണ്ടു ദിവസം കഴിഞ്ഞ് ഞാൻ തിരുവനന്തപുരത്ത് പോയി കെ പി സി സി (ഐ) പ്രസിഡന്റ് കെ എം ചാണ്ടിസാറിനെ കണ്ടു. ഞങ്ങൾ ദീർഘനേരം സംസാരിച്ചു. അദ്ദേഹത്തിന് കാര്യങ്ങൾ ബോധ്യമായിരുന്നു, എന്നോടുള്ള സമീപനം തെറ്റാണെന്ന്

കെ എം ചാണ്ടി

അദ്ദേഹം നേരിൽ പറയുകയുണ്ടായി. ഞങ്ങൾ രണ്ടാളും കൂടി കരുണാകരന്റെ വീട്ടിലേക്ക് പോയി. അന്ന് അദ്ദേഹം പുതുതായി തിരുവനന്തപുരത്ത് പി ടി പി നഗറിൽ പണികഴിപ്പിച്ച 'ഐശ്വര്യ' എന്ന വീടിന്റെ ഗൃഹപ്രവേശമായിരുന്നു. അവിടെ ചെന്നപ്പോഴാണ് അതെല്ലാം ഞാനറിയുന്നത്. എന്നെ കണ്ടപ്പോൾതന്നെ അദ്ദേഹത്തിന്റെ മുഖഭാവത്തിൽ മാറ്റംവരുന്നതായി തോന്നി. ഏതായാലും രണ്ടും കൽപ്പിച്ച്, ചാണ്ടിസാറിന്റെ ഉപദേശപ്രകാരം എല്ലാവരും പോകുന്നതുവരെ ഞാൻ അവിടെ ഇരുന്നു. അവസാനം ഞാനും കരുണാകരനും മാത്രമായി. എനിക്ക് ചിലത് പറയാനുണ്ട് എന്ന മുഖവുരയോടെ ഞങ്ങൾ സംഭാഷണം തുടങ്ങി. ഞാൻ പറഞ്ഞു,

> ഞാൻ രാഷ്ട്രീയത്തിലെ വലിയ സ്ഥാനമാനങ്ങളൊന്നും ആഗ്രഹിച്ചുകൊണ്ട് സംഘടനയിൽ പ്രവർത്തിക്കാൻ വന്നതല്ല. അത് ഡി സി സി (ഐ) പ്രസിഡന്റാവാൻ നിർബന്ധിച്ചപ്പോൾ തന്നെ ഞാൻ അങ്ങയോട് തുറന്നു പറഞ്ഞതല്ലേ. അന്നത്തെ എന്റെ കുടുംബപരവും തൊഴിൽപരവുമായ എല്ലാ ബുദ്ധിമുട്ടുകളും ഞാൻ തുറന്നുപറഞ്ഞിട്ടുണ്ടല്ലോ. അങ്ങ് എന്നെ, പല പ്രലോഭനങ്ങളും പറഞ്ഞ് നിർബന്ധിച്ചപ്പോൾ, നേതാവിനോടുള്ള ബഹുമാനംകൊണ്ടല്ലെ ഞാൻ ആ മുൾക്കിരീടം ചുമന്നത്. ഞാൻ പലതും സഹിച്ചു. എന്റെ ഭാര്യയും കാറും തൊഴിലും നഷ്ടപ്പെട്ടു. ഇപ്പോൾ നിങ്ങൾക്ക് നല്ലത് വരുന്നു, അപ്പോൾ ഞാൻ തഴയപ്പെടുന്നു, അത് സഹിക്കാൻ സാധ്യമല്ല.

എന്ന് ഞാൻ തുറന്നു പറഞ്ഞു.

അപ്പോൾ അദ്ദേഹം എന്നോട് ചോദിച്ചു, "നിങ്ങൾക്ക് മത്സരിക്കാൻ പറ്റിയ സീറ്റ് ഏതാണെന്ന്." ഞാൻ പറഞ്ഞു, "എ, ഐ ബന്ധം വരുമ്പോൾ ആര്യാടൻ ജയിച്ചുനിൽക്കുന്ന നിലമ്പൂർ സീറ്റ് അദ്ദേഹത്തിന് കൊടുക്കേണ്ടിവരും. പിന്നെ മലപ്പുറം ജില്ലയിൽ ഒഴിവുള്ള ഏക സീറ്റ് പൊന്നാനി മാത്രമാണ്, അത് ആദ്യ പരിഗണന ഡി സി സി (ഐ) പ്രസിഡന്റ് എന്ന നിലയിൽ എനിക്കാണ് തരേണ്ടത്." ഉടനെ അദ്ദേഹം പറഞ്ഞു, "അത് എം പി ഗംഗാധരന് കൊടുക്കാൻ തീരുമാനിച്ചു" എന്ന്. 1980 ൽ ഗംഗാധരൻ പട്ടാമ്പിയിൽനിന്ന് മത്സരിച്ചു ജയിച്ച സിറ്റിങ് എം എൽ എ ആണ്. പിന്നെ ഇപ്പോൾ അദ്ദേഹത്തെ അവിടെനിന്നു മാറ്റി പൊന്നാനിയിൽ കൊണ്ടുവരുന്നത് എന്തിനാണെന്ന് ഞാൻ ചോദിച്ചു. അപ്പോൾ കരുണാകരൻ പറഞ്ഞു, "കുറച്ചുകൂടി ഉറപ്പുള്ള സീറ്റിലേക്ക് അദ്ദേഹത്തെ മാറ്റിയതാണ്. ഗംഗാധരൻ ആവശ്യപ്പെട്ട സ്ഥിതിക്ക് കൊടുക്കാതിരിക്കാൻ നിവൃത്തിയില്ല," എന്ന്. 1965 ൽ ജനസംഘത്തിനു വേ

ണ്ടി കൊണ്ടോട്ടിയിൽ മത്സരിച്ച ഗംഗാധരൻ 1970 ൽ മാത്രം കോൺഗ്രസിൽ നിലമ്പൂരിൽനിന്ന് എം എൽ എ ആവാൻ വന്നതാണ്. അതിന്റെ പതിമൂന്നുകൊല്ലം മുമ്പ് കോൺഗ്രസിൽ വന്ന് കെ എസ് യു, യൂത്ത് കോൺഗ്രസ് മണ്ഡലം പ്രസിഡന്റ്, ബ്ലോക്ക് പ്രസിഡന്റ്, ഡി സി സി ഐ പ്രസിഡന്റ്, കെ പി സി സി എക്സിക്യൂട്ടീവ് അംഗം എന്നുള്ള എല്ലാ നിലയിലും പ്രവർത്തിച്ചുവന്ന എന്നോട് ഇതാണ് സമീപനമെങ്കിൽ അത് അംഗീകരിക്കാൻ കഴിയില്ലെന്ന് ഞാൻ തുറന്നു പറഞ്ഞു. അദ്ദേഹം മിണ്ടുന്നില്ല.

കരുണാകരന്റെ നിലപാട് രാഷ്ട്രീയമല്ലെന്നും മറ്റെന്തോ മനസിൽ കരുതിയാണെന്നും എനിക്ക് ബോധ്യമായി. അത് മനസിലാക്കി അവസാനമായി ഞാൻ ഒരു കുസൃതിച്ചോദ്യം ചോദിച്ചു. എന്നാൽ ഗംഗാധരൻ ഒഴിവാക്കുന്ന പട്ടാമ്പി മണ്ഡലത്തിൽ മത്സരിക്കാൻ എന്നെ അനുവദിക്കുമോ എന്ന്. അപ്പോഴത്തെ അദ്ദേഹത്തിന്റെ മറുപടി എന്നെ കിടിലം കൊള്ളിച്ചു. പട്ടാമ്പി ഹിന്ദുഭൂരിപക്ഷ മണ്ഡലമാണ്, അവിടെ ഹംസ മത്സരിച്ചാൽ ജയിക്കാൻ കഴിയുന്നതല്ല എന്ന് അദ്ദേഹം പറഞ്ഞു. അപ്പോൾ കാര്യം എനിക്ക് പൂർണമായി പിടികിട്ടി. അതോടെ തമ്മിൽ പിരിയാനുള്ള സമയമായി എന്ന് എനിക്കും ബോധ്യമായി. ജാതി തിരിച്ചുള്ള അഭിപ്രായപ്രകടനം ഒരു കൂരമ്പുപോലെ എന്റെ ഹൃദയത്തിൽ തറച്ചു. പിന്നീടുണ്ടായ എന്റെ എല്ലാ കടുത്ത തീരുമാനങ്ങൾക്കും കാരണം അതായിരുന്നു. കുട്ടിക്കാലത്ത് കേട്ടറിഞ്ഞ നേതാക്കൾ മുഹമ്മദ് അബ്ദുറഹിമാൻ സാഹിബ്, ഇ എം എസ് നമ്പൂതിരിപ്പാട്, സി കെ ഗോവിന്ദൻനായർ എന്നിവരും പിന്നീട് കണ്ടറിഞ്ഞവർ കോഴിപ്പുറത്ത് മാധവമേനോൻ, പി പി ഉമ്മർകോയ എന്നിവരുമായിരുന്നു. അവരിൽനിന്ന് പകർന്നുകിട്ടിയ ദേശീയബോധവും സ്വാതന്ത്ര്യവാഞ്ഛയുമായിരുന്നു എന്റെ ദേശീയ രാഷ്ട്രീയത്തിന്റെ മൂലധനം.

പെട്ടെന്ന് എന്റെ മനസിൽ തോന്നിയ പ്രതികരണം ഞാൻ അദ്ദേഹത്തോട് ചോദിച്ചു. മുസ്ലിം ഭൂരിപക്ഷമായ, മലബാറിന്റെ മക്ക എന്നറിയപ്പെടുന്ന പൊന്നാനിയിൽ ഗംഗാധരന് മത്സരിച്ച് ജയിക്കാം, എന്നാൽ ഹിന്ദുഭൂരിപക്ഷമായ പട്ടാമ്പിയിൽ ഹംസ മത്സരിക്കാൻ പാടില്ല, ഇതെന്ത് ന്യായമാണ് ലീഡറെ? എന്ന് ഞാൻ ചോദിച്ചു. അദ്ദേഹം വെളുത്ത മുഖം കറുപ്പിച്ച് വീർപ്പിച്ച് എന്നെ തുറിച്ചുനോക്കി. ഒന്നും മിണ്ടുന്നില്ല. അവസാനമായി ഞാൻ പറഞ്ഞു. “ഇതാണ് നിങ്ങളുടെ കോൺഗ്രസ് നയമെങ്കിൽ ഞാൻ ഇറങ്ങുന്നു, കോൺഗ്രസിന് മലപ്പുറത്ത് ഒരു നല്ല പ്രവർത്തകൻ നഷ്ടപ്പെട്ടിരിക്കുന്നു.” അപ്പോഴും ഒന്നും പറയുന്നില്ല. ഞാൻ കൂട്ടിച്ചേർത്തു: “നമുക്ക് നിയമസഭയിൽവച്ച് കാണാം” എന്ന്, ഞാൻ പടി ഇറങ്ങി.

ഇത് പറയുമ്പോൾ ആ ലക്ഷ്യത്തെക്കുറിച്ചോ എന്റെ ഭാവിയെപ്പറ്റിയോ യാതൊരു മുൻധാരണകളും ഉണ്ടായിരുന്നില്ല. തികച്ചും നിഷ്കളങ്കവും സത്യബോധം നിറഞ്ഞതുമായ മനസോടെയാണ് ഞാൻ സംഭാഷണം ആരംഭിച്ചത്. അതിന്റെ പര്യവസാനം ദുഃഖപര്യവസായിയായിരുന്നെങ്കിലും പ്രതീക്ഷാനിർഭരമായി പിന്നീട് രൂപാന്തരപ്പെട്ടു.

ടി കെ ഹംസ പി ഡബ്ല്യു ഡി മന്ത്രിയായപ്പോൾ

16 നിലമ്പൂരിൽ സ്വതന്ത്ര സ്ഥാനാർഥി

കരുണാകരന്റെ വസതിയിൽനിന്ന് അസുഖകരമായ സാഹചര്യത്തിലാണ് ഞാൻ ഇറങ്ങിപ്പോന്നത്. താമസിക്കുന്ന ലോഡ്ജിൽ വന്ന് ബാഗും മറ്റും എടുത്ത് നേരെ തമ്പാനൂർ ട്രാൻസ്പോർട്ട് ബസ്സ്റ്റാൻഡിൽ വന്ന് മലപ്പുറത്തേക്കുള്ള ബസിൽ കേറി, രാത്രി പത്തുമണിക്ക് നാട്ടിലെത്തി. യാത്രയിലുടനീളം കൊട്ടാരം ചിന്തകൾ മനസിനെ മഥിച്ചുകൊണ്ടിരുന്നു. ഇടക്കാലത്ത് ചില ദുരനുഭവങ്ങളുടെ ഫലമായി രാഷ്ട്രീയത്തിൽനിന്ന് ഒഴിഞ്ഞുമാറി, സ്വന്തം കാര്യവും വക്കീൽപ്പണിയും നോക്കി ജീവിതം നയിച്ചാൽ മതിയെന്ന് ആലോചിച്ചിരുന്നു. ഇപ്പോൾ കരുണാകരനുമായി സംസാരിച്ചു പിരിഞ്ഞപ്പോഴും അങ്ങനെ ചിന്തിക്കാതിരുന്നില്ല. പക്ഷേ ലീഡറുമായി ഉണ്ടായ സംഭാഷണത്തിൽ അനീതിയും ധിക്കാരവും നിറഞ്ഞ സമീപനത്തെ വെല്ലുവിളിക്കണം എന്നൊരു ഉൾപ്രേരണ മനസിലുദിച്ചു. രാഷ്ട്രീയത്തിലെ ചതിയെ രാഷ്ട്രീയംകൊണ്ടുതന്നെ നേരിടുകയല്ലാതെ വേറെ വഴിയില്ല എന്ന് ഞാൻ കരുതി.

ഈ ആലോചനയിൽനിന്നാണ് 1982ലെ തിരഞ്ഞെടുപ്പിൽ കരുണാകരന്റെ ഐക്യജനാധിപത്യമുന്നണിക്കെതിരായി മത്സരിക്കണം എന്ന് മനസിൽ ഉദിച്ചത്. അത് ഒരാത്മഹത്യാപരമായ മത്സരമാവരുത് എന്നും ഞാൻ ചിന്തിച്ചിരുന്നു. അന്ന് എനിക്ക് മത്സരിക്കാൻ പറ്റിയ മണ്ഡലം നിലമ്പൂർ മാത്രമേയുള്ളൂ. ഞാൻ ജനിച്ച കൂരാട് നിലമ്പൂരിനോട് ചേർന്ന്

കിടക്കുന്നു. ജീവിച്ച ചോക്കാട് നിലമ്പൂരിൽത്തന്നെയാണ്. ദീർഘകാലം പഞ്ചായത്ത് ഓഫീസറായി ജോലിചെയ്ത കാളികാവും അതിൽപ്പെടും. പരിസരപ്രദേശങ്ങളായ അമരമ്പലം, കരുളായി എന്നീ പ്രദേശങ്ങളിൽ ബന്ധങ്ങളും ബന്ധുക്കളും ധാരാളം ഉള്ളതുമാണ്, അവയും നിലമ്പൂർ മണ്ഡലത്തിൽ തന്നെ- ഇതായിരുന്നു ഞാൻ നിലമ്പൂരിൽ മത്സരിക്കാനുണ്ടായ പ്രചോദനം. അല്ലാതെ എതിർസ്ഥാനാർഥി ആര്യാടൻ മുഹമ്മദിനോട് യാതൊരു വ്യക്തിവൈരാഗ്യവും ഉള്ളതുകൊണ്ടായിരുന്നില്ല.

പക്ഷേ ഇടതുപക്ഷ മുന്നണിക്ക് ആര്യാടനോട് നല്ല വിരോധം തന്നെ ഉണ്ടായിരുന്നു. സ. കുഞ്ഞാലി കൊല്ലപ്പെട്ട കൊലക്കേസിൽ ഒന്നാം പ്രതിയായിരുന്ന ആര്യാടൻ അടിയന്തരാവസ്ഥയ്ക്കുശേഷം ഇന്ദിരാഗാന്ധിയും കോൺഗ്രസും പരാജയപ്പെട്ടപ്പോൾ മറുകണ്ടം ചാടി ഇടതുപക്ഷജനാധിപത്യമുന്നണി രൂപീകരിക്കുന്നതിൽ പങ്കുവഹിച്ച ആളാണ്. ആ മുന്നണി അധികാരത്തിൽ വന്നപ്പോൾ അതിൽ എം എൽ എപോലും അല്ലാതിരുന്ന ആര്യാടനെ മന്ത്രിയാക്കി. മന്ത്രിസ്ഥാനം ഉറപ്പിക്കാൻ 1981 ൽ നടന്ന ഉപതിരഞ്ഞെടുപ്പിൽ 19,800 വോട്ടിന്റെ ഭൂരിപക്ഷത്തിന് വിജയിപ്പിച്ചു. ഇതിന്റെയെല്ലാം പിന്നിലെ പ്രധാന ശക്തി മാർക്സിസ്റ്റ് കമ്യൂണിസ്റ്റ് പാർട്ടിയായിരുന്നു.

എന്നാൽ ഇന്ദിരഗാന്ധി പ്രധാനമന്ത്രിയായി അധികാരത്തിൽ തിരിച്ചുവരികയും കോൺഗ്രസ് (ഐ) വീണ്ടും ശക്തിയാർജിക്കുകയും ചെയ്തപ്പോൾ ആര്യാടൻ മുൻകൈയെടുത്ത് ഇടതുപക്ഷമുന്നണിയെ കുത്തിക്കീറുകയും മുന്നണി ഗവൺമെന്റിനെ തട്ടിത്തകർക്കുകയും ചെയ്തു. കൂറുമാറി ഇന്ദിരഗാന്ധിയുടെ കൂടെ കൂടി. ഈ വഞ്ചനാപരമായ നിലപാടിൽ ഇടതുപക്ഷ മുന്നണിക്കും പ്രത്യേകിച്ച് മാർക്സിസ്റ്റ് പാർട്ടിക്കും ആര്യാടനോട് കടുത്ത വിരോധംതന്നെ ഉണ്ടായിരുന്നതിൽ കുറ്റപ്പെടുത്താനാവില്ല.

അതുപോലെതന്നെ, അടിയന്തരാവസ്ഥയ്ക്കു ശേഷം കോൺഗ്രസും ഇന്ദിരയും ഇന്ത്യയിൽ തുടച്ചുനീക്കപ്പെട്ട സന്ദർഭത്തിൽ എല്ലാ അധികാരമോഹികളും അവസരവാദികളും കോൺഗ്രസിനെയും ഇന്ദിരാഗാന്ധിയെയും കൈയൊഴിഞ്ഞപ്പോൾ മനുഷ്യത്വത്തിന്റെ പേരിൽ ഇന്ദിരാകോൺഗ്രസിന്റെ തിരിച്ചുവരവിനുവേണ്ടി പോരാട്ടം നടത്തിയ പ്രവർത്തകരിൽ ഒരാളായിരുന്നു ഞാൻ. മലപ്പുറം ജില്ലയിൽ ആ പോരാട്ടത്തിന് നേതൃത്വംകൊടുത്ത ജില്ലാ പ്രസിഡന്റും ഞാനായിരുന്നു. അതൊന്നും പുല്ലു വിലവയ്ക്കാതെ, കരുണാകരന്റെയും അദ്ദേഹത്തിന്റെ ചെവികടിയന്മാരുടെയും ഇംഗിതത്തിന് വിധേയമായി എന്നെ തഴഞ്ഞതിൽ എന്റെ സഹപ്രവർത്തകർക്കും സ്നേഹിതന്മാർക്കും വലിയ അമർഷമുണ്ടെന്നും ഞാൻ മനസിലാക്കിയിരുന്നു.

മാർക്സിസ്റ്റ് പാർട്ടിക്ക് ആര്യാടനോടുള്ള വിരോധവും കോൺഗ്രസ് (ഐ) പ്രവർത്തകർക്ക് എന്നോടുള്ള അനുകമ്പയും കൂടി യോജിപ്പിച്ചാൽ നിലമ്പൂർ മണ്ഡലത്തിൽ എനിക്ക് ജയിക്കാൻ സാധിക്കും എന്ന് ഞാൻ മനസ്സിലാക്കി. ഈ പദ്ധതി പ്രാവർത്തികമാക്കുന്നതിനെപ്പറ്റി തലപുക

ഞ്ഞാലോചിച്ചു. എന്റെ മനസിലെ ഈ ചിന്ത കമ്യൂണിസ്റ്റുകാർക്കോ എന്റെ സഹപ്രവർത്തകർക്കോ അപ്പോൾ അറിയുമായിരുന്നില്ല. ഒരിക്കലും അങ്ങനെ ചിന്തിക്കാൻ ഒരു സാഹചര്യവും ഉണ്ടായിരുന്നില്ല. എന്നാൽ എന്റെ ഈ വീക്ഷണം തികച്ചും ശരിയും പ്രായോഗികമായി പ്രാവർത്തികമാക്കാൻ ഉതകുന്നതുമാണെന്ന് എനിക്ക് നല്ല ബോധ്യം ഉണ്ടായിരുന്നു.

തിരുവനന്തപുരത്തുനിന്ന് മടങ്ങിയെത്തിയതിന്റെ പിറ്റേദിവസം ഉച്ചവരെ ഞാൻ ചിന്താമഗ്നനായി കഴിച്ചുകൂട്ടി. ഉച്ചക്ക് ഭക്ഷണം കഴിച്ച് ഒന്നു കിടന്നു. ശാരീരികവും മാനസികവുമായ ക്ഷീണം. ഞാൻ ഉറങ്ങിപ്പോയി. കുറേ കഴിഞ്ഞ് ഞാൻ ഞെട്ടിയുണർന്നു. ''സന്ദർഭം പാഴാക്കരുത്'' എന്ന് ഒരു ഉൾവിളി കേട്ടതായി തോന്നി. ആ അശരീരി എന്റെ കർണപുടങ്ങളിൽ അലയടിച്ചു. ഞാൻ വാച്ച് എടുത്തുനോക്കി. സമയം നാലു മണി. മുഖം കഴുകി ഒരു ചൂടുള്ള ചായ കുടിച്ച് വീട്ടിൽനിന്ന് പുറത്തിറങ്ങി നടന്നു. ഞാൻ നേരെ പോയത് അഡ്വക്കറ്റ് സി ശ്രീധരൻ താമസിക്കുന്ന വീടിന്റെ നേരെ മേൽഭാഗത്ത് ഏട്ടനുണ്ണിരാജ എന്ന തമ്പുരാന്റെ വീട്ടിലേക്കായിരുന്നു.കേറിപ്പോകുമ്പോൾ ശ്രീധരൻ അദ്ദേഹത്തിന്റെ കോലായിൽ നിൽക്കുന്നുണ്ടായിരുന്നു. അന്യോന്യം ഒന്ന് പുഞ്ചിരിക്കുക മാത്രം ചെയ്ത് കടന്നുപോയി.

ഏട്ടനുണ്ണിതമ്പുരാൻ ഞങ്ങളുടെയെല്ലാം ആദരണീയനായ സുഹൃത്തായിരുന്നു. അദ്ദേഹത്തിന്റെ വീട് ഞങ്ങളുടെ താവളവും. എനിക്ക് അദ്ദേഹത്തോട് പ്രത്യേകമായി അടുപ്പം തന്നെ ഉണ്ടായിരുന്നു. ഞാൻ അദ്ദേഹവുമായി കുശലപ്രശ്നങ്ങൾ നടത്തിയും രാഷ്ട്രീയകാര്യങ്ങളും തിരഞ്ഞെടുപ്പിനെപ്പറിയും മറ്റും സംസാരിച്ചുകൊണ്ടിരുന്നു. അദ്ദേഹം എന്നെ സ്നേഹത്തിൽ 'നേതാവ്' എന്നാണ് തമാശയ്ക്ക് വിളിച്ചിരുന്നത്. അദ്ദേഹം എന്നോട് ചോദിച്ചു, നേതാവ് ഇത്തവണ എവിടെയാണ് മത്സരിക്കുന്നത് എന്ന്. അതൊന്നും ആലോചിച്ചിട്ടില്ലെന്ന് ഞാൻ പറഞ്ഞു. എങ്കിലും ചില സൂചനകൾ കഴിഞ്ഞ സംഭവത്തെപ്പറ്റി പറയാൻ ആരംഭിച്ചു.

അതിനിടയിൽ ശ്രീധരൻ, മുറ്റത്തിരിക്കുന്ന ഞങ്ങളെ നോക്കി "എന്താ വലിയ ആലോചന, മല മറിക്കാൻ പോകുന്നുണ്ടോ" എന്ന് ചോദിച്ചു. "ഇങ്ങോട്ടു വരൂ, നമുക്ക് കൂടിപ്പറയാം" എന്ന് ഞാൻ തിരിച്ചു പറഞ്ഞു. സത്യത്തിൽ ഞാൻ വന്നത് തമ്പുരാന്റെ വീട്ടിലേക്കാണെങ്കിലും മനസിലെ ഉദ്ദേശ്യം ശ്രീധരനെ ലക്ഷ്യം വച്ചായിരുന്നു. അദ്ദേഹം കോടതിയിലെ എൻെറ കൂട്ടുകാരൻ; മഞ്ചേരിയിലെ ഒരു നല്ല കമ്യൂണിസ്റ്റ് പ്രവർത്തകനും സഖാവ് സൈതാലിക്കുട്ടിയുടെ വലംകൈയുമായിരുന്നു.

ഞങ്ങളുടെ സംഭാഷണം രാഷ്ട്രീയത്തിലേക്കും പിന്നെ തിരഞ്ഞെടുപ്പിലേക്കും അവസാനം നിലമ്പൂർ മണ്ഡലത്തിലേക്കും എത്തിച്ചേർന്നു. നിലമ്പൂരിൽ, ആര്യാടൻ മുഹമ്മദ് ഇടതുപക്ഷത്തോട് ചെയ്ത കൊടും

ചതി ശ്രീധരന്റെ വാക്കുകളിൽ മുഴച്ചുനിന്നിരുന്നു. അയാളെ പരാജയപ്പെടുത്താൻ ഏത് നിലപാടും ഞങ്ങൾ എടുക്കും എന്ന് ശ്രീധരൻ പറഞ്ഞു. അപ്പോൾ ഞാൻ പറഞ്ഞു, “കോൺഗ്രസ് (ഐ) പ്രവർത്തകരുടെ ഉള്ളിലെ ആഗ്രഹവും അതുതന്നെയാണ്” എന്ന്. എന്നാൽ അതിന് പറ്റിയ സ്ഥാനാർഥി ആര് എന്നതാണ് പ്രശ്നം. പല സ്ഥാനാർഥികളെപ്പറ്റിയും ഞങ്ങൾ ആലോചിച്ചു. അവസാനം ഞാൻ പറഞ്ഞു, “ആരെയെങ്കിലും നിർത്തിയാലൊന്നും ആര്യാടൻ തോൽക്കുകയില്ല, ഇപ്പോഴത്തെ സാഹചര്യം ശരിക്ക് ഉപയോഗപ്പെടുത്തിയാൽ ഞാൻ മത്സരിച്ചാൽ ആര്യാടൻ തോൽക്കും.” ഇത് കേട്ടപ്പോൾ ശ്രീധരൻ ഇരിക്കുന്നേടത്തുനിന്ന് എണീറ്റ് എന്റെ നേരെ വിരൽചൂണ്ടിക്കൊണ്ട്, ‘‘നിങ്ങൾക്ക് അതിന് ധൈര്യമുണ്ടോ” എന്ന് ചോദിച്ചു. ഞാൻ പറഞ്ഞു, “ധൈര്യമുണ്ട്; പക്ഷേ അടിയന്തരാവസ്ഥയിൽ അതിക്രമം കാണിച്ച പാർട്ടിയുടെ ജില്ലാ പ്രസിഡന്റാണ് ഞാൻ. എന്നെ പിന്തുണയ്ക്കാൻ മാർക്സിസ്റ്റ് കമ്യൂണിസ്റ്റ് പാർട്ടിക്ക് സാധിക്കുമോ?” ഉടനെ ശ്രീധരൻ തിരിച്ചടിച്ചു, “അതൊന്നും ഹംസക്കയുടെ കാര്യത്തിൽ ഞങ്ങൾക്ക് പ്രശ്നമല്ല, നിങ്ങൾ മത്സരിച്ചാൽ ഞങ്ങൾ സന്തോഷത്തോടെ പിന്തുണയ്ക്കും.” ഞങ്ങളുടെ ഈ സംഭാഷണം കേട്ട് തമ്പുരാൻ ആവേശഭരിതനായി. അങ്ങനെ ഒരു മത്സരം ഉണ്ടായാൽ താനും കഴിയുന്നതെല്ലാം ചെയ്യുമെന്ന് തമ്പുരാനും പറഞ്ഞു. ചർച്ചകളിത്രത്തോളം എത്തിയപ്പോൾ ഞങ്ങളുടെയെല്ലാം ഉത്തമ സുഹൃത്തും ബുദ്ധിമാനുമായ എ പി പി ഗോവിന്ദൻ നമ്പ്യാർ ബദർപടയിൽ ഇബിലീസ് വന്നപോലെ അവിടെ എത്തിപ്പെട്ടു. അദ്ദേഹം എന്തോ മണത്തറിഞ്ഞപോലെ തോന്നി മുഖഭാവം കണ്ടപ്പോൾ. ഞങ്ങൾ സംസാരം നിർത്തി. ഞങ്ങളുടെ സംഭാഷണവിവരം മനസിലാക്കാൻ അദ്ദേഹം പലതരത്തിലും ശ്രമിച്ചു. പക്ഷേ ഞങ്ങൾ പിടികൊടുത്തില്ല.

ഞാനും ശ്രീധരനും രഹസ്യസംഭാഷണം തമ്പുരാൻെറ കുളക്കടവിലേക്ക് മാറ്റി. എല്ലാ വശങ്ങളും ഞങ്ങൾ വിശദമായി ചർച്ചചെയ്തു. എനിക്ക് ആലോചിക്കാനും തീരുമാനം എടുക്കാനും ഞാൻ മാത്രമേയുള്ളൂ. ശ്രീധരൻ പറഞ്ഞു, ഞാൻ പോയി എല്ലാ നേതാക്കളെയും കണ്ട് സംസാരിച്ച് രാത്രിയിൽ നിങ്ങളെ വന്ന് വിളിക്കും. ഇന്നുതന്നെ നമുക്ക് എല്ലാ കാര്യങ്ങളും തിരുമാനിക്കണം. ആ നിർദേശത്തോട് ഞാനും യോജിച്ചു. ഇതായിരുന്നു നിലമ്പൂരിലെ സ്വതന്ത്രസ്ഥാനാർഥിത്വത്തിന്റെ പിന്നിലെ രഹസ്യം. യഥാർഥത്തിൽ പാർട്ടി എന്നെ പിടിച്ചതായിരുന്നില്ല, ഞാൻ പാർട്ടിയെ പിടിച്ചതായിരുന്നു. അതിന് സഹായിച്ചത് ശ്രീധരനും. പശ്ചാത്തലം തമ്പുരാന്റെ വീടും.

ഞങ്ങളുടെ രഹസ്യ സംഭാഷണവും തീരുമാനവും കഴിഞ്ഞു പിരിഞ്ഞു. ശ്രീധരൻ തീരുമാനം പ്രായോഗികമാക്കാനുള്ള മാർഗങ്ങൾ ആരായുന്നതിന് നേതാക്കളെ കാണാൻ പോയി. ഞാൻ നേരെ വീട്ടിലേക്ക് പോന്നു. ഞാൻ അലക്ഷ്യമായ ഓരോ ചിന്തയിൽ മുഴുകി ഇരുന്നു. ഞാൻ തികച്ചും അസ്വസ്ഥ ചിത്തനായി. ഞങ്ങളുടെ ആലോചനകളെപ്പറ്റി മാർക്സിസ്റ്റ്പാർട്ടി നേതാക്കളുടെ പ്രതികരണം എന്തായിരിക്കും എന്നും

ഞാൻ ആലോചിക്കാതിരുന്നില്ല. വല്ല കാരണവശാലും ഞങ്ങളുടെ പദ്ധതി നടന്നില്ലെങ്കിലും ഇന്ദിരാകോൺഗ്രസിനോടും കരുണാകരനോടും മേലിൽ സന്ധിയില്ലെന്നത് എന്റെ ഉറച്ച തീരുമാനമായിരുന്നു. ഞാൻ കുറേക്കഴിഞ്ഞ് ഭക്ഷണം കഴിച്ച് ഉറങ്ങാൻ കിടന്നു. ചിന്തകൾ അലട്ടുന്നുണ്ടെങ്കിലും ക്ഷീണിച്ച് ഉറങ്ങിപ്പോയി.

ഞാൻ നല്ല ഉറക്കിലാണ്. പുറത്ത് കോളിങ്ബെൽ രണ്ടു പ്രാവശ്യം അടിച്ചു, ഞാൻ ഞെട്ടിയുണർന്നു. വാച്ചെടുത്ത് നോക്കിയപ്പോൾ സമയം രാത്രി പതിനൊന്നു മണി. എണീറ്റ് ജനൽ തുറന്നുനോക്കി. ശ്രീധരൻ കോലായിൽ നിൽക്കുന്നു. വാതിൽ തുറന്നു. ഒരു ചെറിയ പുഞ്ചിരി. എല്ലാ കാര്യങ്ങളും ശുഭം എന്ന ഭാവം അദ്ദേഹത്തിന്റെ മുഖത്ത് തെളിയുന്നുണ്ടായിരുന്നു. ശ്രീധരൻ പറഞ്ഞു, "ഞാൻ എന്റെ ദൗത്യം വിജയകരമായി നിറവേറ്റിയിട്ടുണ്ട്. ഇനി പന്ത് നിങ്ങളുടെ കോർട്ടിലാണ്. ബന്ധപ്പെട്ട എല്ലാ പാർട്ടി നേതാക്കളും എന്റെ വീട്ടിൽ എത്തിയിട്ടുണ്ട്. അവർ നിങ്ങളെ കാത്ത് ഇരിക്കുകയാണ്. നമുക്ക് ഉടനെ പോകാം, കുപ്പായം ഇട്ട് ഇറങ്ങൂ.'' അതു കേട്ട് ഒരു മിനുട്ട് ഞാൻ നിശ്ശബ്ദനായി ആലോചിച്ചുനിന്നു.

ഇത് എന്റെ ജീവിതത്തിലെ ഏറ്റവും വലിയ വഴിത്തിരിവാണ്. മാനസിക സംഘർഷത്തിന്റെ നാൽക്കവലയിലാണ് ഞാനപ്പോൾ നിൽക്കുന്നത്. ഇരുപത്തഞ്ച് കൊല്ലത്തെ കോൺഗ്രസ് ബന്ധത്തിന്റെ അന്ത്യം. എന്നാൽ അതിനു മുമ്പുണ്ടായിരുന്ന കമ്യൂണിസ്റ്റ് ബന്ധത്തിലേക്കുള്ള തിരിച്ചുപോക്ക്. ശ്രീധരൻ മൗനം ഭഞ്ജിച്ചുകൊണ്ട് "നിങ്ങളെന്താ ആലോചിക്കുന്നത്, ഒന്നും ചിന്തിക്കണ്ട നമുക്ക് പോകാം" എന്നു പറഞ്ഞു. ഞാൻ പറഞ്ഞു: "ഇതൊരു വലിയ സംഭവമാണ് ശ്രീധരാ, ഇതിന്റെ ഭാവി എന്താണെന്ന് ഞാൻ ആലോചിച്ചുപോയതാണ്."

ഞങ്ങൾ ഇങ്ങനെ സംസാരിച്ചുകൊണ്ട് നിൽക്കുമ്പോൾ എന്റെ പിന്നിൽനിന്ന് ഒരു കാൽപ്പെരുമാറ്റം പോലെ തോന്നി. തിരിഞ്ഞുനോക്കുമ്പോൾ പിന്നിൽ എന്റെ ഭാര്യ, കൈയിൽ എന്റെ ഷർട്ട് നിവർത്തിപ്പിടിച്ച് നിൽക്കുന്നു. അവൾ പറഞ്ഞു, "ഇനി ഒന്നും സംശയിച്ചു നിൽക്കണ്ട. ഒന്നും ആലോചിക്കാതെ ശ്രീധരന്റെ കൂടെ പോകൂ." അതായിരുന്നു കമ്യൂണിസ്റ്റുകാരനായിരുന്ന കെ പി എച്ച് മുഹമ്മദ് നഹയുടെ മകൾ മൈമൂന.

ഞങ്ങൾ രണ്ടാളും തെരുവുവിളക്കിന്റെ വെട്ടത്തിൽ നടന്നുനീങ്ങി. ഞങ്ങൾ മാത്രമേയുള്ളൂ. അപ്പോൾ ഞാൻ ശ്രീധരനോട് പറഞ്ഞു, "ഞാൻ കമ്യൂണിസ്റ്റ് ക്യാമ്പിലേക്കാണ് വരുന്നത്. ഒറ്റ കോൺഗ്രസുകാരൻ. എന്തെങ്കിലും സംഭവിച്ചാൽ ഞാനെന്തു ചെയ്യും?" അക്കാലത്ത് കമ്യൂണിസ്റ്റുകാരെപ്പറ്റി ഞങ്ങൾ പ്രസംഗിക്കുകയും പ്രചരിപ്പിക്കുകയും ചെയ്തിരുന്ന കാര്യങ്ങളിലേക്കാണ് ഞാൻ വിരൽചൂണ്ടി തമാശ പറഞ്ഞത്. കമ്യൂണിസ്റ്റുകാര് അക്രമികളും ആളെ കൊല്ലാൻ മടിക്കാത്തവരും ആണെന്നൊക്കെ പറഞ്ഞുകൊണ്ട് പ്രസംഗിച്ചിരുന്നതാണ് അപ്പോൾ ഓർമ വന്നത്. കണ്ണൂരിലെ മണ്ടോടി കണ്ണൻ അമ്മയെ വെട്ടിക്കൊന്ന കഥ പൊ

ടിപ്പും തൊങ്ങലും വച്ച് പ്രസംഗമധ്യേ തട്ടിവിടുന്നത് ഞാൻ ധാരാളം കേട്ടിട്ടുണ്ട്. ഇതെല്ലാം കേട്ട് ശ്രീധരൻ പറഞ്ഞു, അതിനൊക്കെയുള്ള ശിക്ഷ ഇന്ന് ഞങ്ങൾ തരും. അങ്ങനെ തമാശ പറഞ്ഞ് മനസ്സിന്റെ കനം കുറച്ച് ഞങ്ങൾ നടന്ന് ശ്രീധരന്റെ വീട്ടിലെത്തി. അവിടെ പാലോളി മുഹമ്മദുകുട്ടി, സൈതാലിക്കുട്ടി, ദേവദാസ് പൊറ്റെക്കാട്ട്, നമ്പീശൻ, പി ടി ഉമ്മർ എന്നീ നേതാക്കൾ ഉണ്ടായിരുന്നു. എല്ലാവരുംകൂടി സന്തോഷത്തോടെ എന്നെ സ്വീകരിച്ചിരുത്തി.

സീതാറാം യെച്ചൂരിയും ടി കെ ഹംസയും

17 തിരഞ്ഞെടുപ്പ് തന്ത്രങ്ങൾ മെനയുന്നു

ചെറിയ ഉപചാരങ്ങൾക്കു ശേഷം ഞങ്ങൾ കാര്യങ്ങളുടെ വിശദാംശങ്ങളിലേക്ക് കടന്നു. മുൻകൂട്ടി ഞാനും ശ്രീധരനും തമ്മിൽ സംസാരിച്ച എല്ലാ കാര്യങ്ങളും ശ്രീധരൻ അവരോട് വിശദമായി പറഞ്ഞിരുന്നതിനാൽ അത്തരം വിഷയങ്ങളൊന്നും ഞങ്ങൾ ആവർത്തിച്ചില്ല. "നിങ്ങൾ നിലമ്പൂരിൽ സ്ഥാനാർഥി ആയി മത്സരിക്കാൻ തീരുമാനിച്ചാൽ അതൊരു അവസരോചിതമായ തീരുമാനമായി ഞങ്ങൾ കാണുന്നു, ഞങ്ങൾ സന്തോഷത്തോടെ അതിനെ സ്വാഗതംചെയ്യുന്നതാണ്" എന്ന് പാർടി നേതാക്കൾ എന്നെ നോക്കി പറഞ്ഞു. "അവസരോചിതം മാത്രമല്ല, അനിവാര്യവുമാണെന്ന നിഗമനത്തിലാണ് ഞാൻ എത്തിനിൽക്കുന്നതെന്ന്" ഞാനും മറുപടി പറഞ്ഞു. ഹ്രസ്വമായ സംഭാഷണത്തോടെ ഞങ്ങൾ എന്റെ സ്ഥാനാർഥിത്വം തീരുമാനിച്ചു. അങ്ങനെ ഇടതുപക്ഷ മുന്നണിയിൽ മാർക്സിസ്റ്റ് കമ്യൂണിസ്റ്റ് പാർട്ടിയുടെ സ്വതന്ത്ര സ്ഥാനാർഥിയായി ഞാൻ അംഗീകരിക്കപ്പെട്ടു.

പിന്നെ തിരഞ്ഞെടുപ്പ് പ്രവർത്തനങ്ങളുടെ വിവിധ വശങ്ങളെ സംബന്ധിച്ച് ചർച്ച ചെയ്തു. എന്റെ അഭിപ്രായം ഞാൻ തുറന്നു പ്രകടിപ്പിച്ചു. ഞാൻ പറഞ്ഞു, "എന്റെ കൂടെ നിൽക്കുന്ന കോൺഗ്രസ് (ഐ) പ്രവർത്തകരുടെ പിന്തുണ നഷ്ടപ്പെടാത്ത ഒരു നയമാണ് ആവിഷ്കരി

ക്കേണ്ടത്. ഞാൻ എന്റെ സഹപ്രവർത്തകരുമൊരുമിച്ചു നോമിനേഷൻ കൊടുക്കാം, പാർട്ടി ഒരു സ്ഥാനാർഥിയെക്കൊണ്ടും നോമിനേഷൻ കൊടുപ്പിക്കണം. നോമിനേഷൻ പിൻവലിക്കുന്ന അവസാന സമയംവരെ നമ്മൾ തമ്മിൽ ബന്ധപ്പെടുകയോ കൂടിയാലോചിക്കുകയോ ചെയ്യരുത്. നമ്മൾ ഇപ്പോൾ എടുത്ത തീരുമാനങ്ങൾ അതുവരെ പുറത്തുവരാനും പാടില്ല. രണ്ടുകൂട്ടരും രണ്ട് വഴിക്ക് പ്രവർത്തകരെ സജ്ജമാക്കുക, പിൻവലിക്കാനുള്ള അവസാന ദിവസം പാർടി സ്ഥാനാർഥി പിൻവലിക്കുകയും എനിക്ക് പിന്തുണ പ്രഖ്യാപിക്കുകയും ചെയ്യുക. പിന്നെ കൂട്ടായ പ്രവർത്തനംതന്നെ." അതായിരുന്നു ഞാൻ മുന്നോട്ടു വച്ച പരിപാടി. ആ നിർദേശം പാർട്ടി നേതാക്കൾ അംഗീകരിച്ചു. പിന്നെ അവർ ചോദിച്ചു, തിരഞ്ഞെടുപ്പ് പ്രവർത്തനങ്ങളുടെയും പ്രചാരണങ്ങളുടെയും ചെലവിനെ സംബന്ധിച്ച് എന്താണ് അഭിപ്രായം എന്ന്. ഞാൻ പറഞ്ഞു, "ഒരു സ്വതന്ത്ര സ്ഥാനാർഥി എന്ന നിലയിൽ മത്സരിക്കുമ്പോൾ പൊതുവായി ഫണ്ടു സ്വരൂപിക്കാൻ ഒരു വഴിയുമില്ല. പിന്നെ സ്വന്തക്കാരും ബന്ധുക്കളും സഹായിക്കുമോ എന്നു കണ്ടറിയണം. ഇല്ലെങ്കിൽ കുറച്ചൊക്കെ ഞാൻ സ്വന്തമായി കാണേണ്ടിവരും, നോക്കാം."

ഇത് കേട്ട് പാർട്ടി നേതാക്കൾ പറഞ്ഞു, "ഞങ്ങളുടെ സഖാക്കളും അനുഭാവികളും സജീവമായി രംഗത്തിറങ്ങി പ്രവർത്തിക്കും, അതിനു പ്രത്യേകം വക കാണേണ്ടതില്ല. അവരുടെ ചെലവും വാഹനങ്ങളും പാർട്ടി തന്നെ നിർവഹിക്കും. അതൊന്നും നിങ്ങൾ അറിയേണ്ടതില്ല. എന്നാൽ നിങ്ങളുടെ വാഹനവും യാത്രാചെലവുകളും മറ്റും നിങ്ങൾതന്നെ വഴി കണ്ടെത്തണം. പിന്നെ കൂട്ടായ പ്രവർത്തനം മുന്നോട്ടു നീങ്ങുമ്പോൾ എല്ലാം സ്വാഭാവികമായി നടന്നുപോകും." ഈ നിർദേശം ഞാനും സന്തോഷത്തോടെ സ്വീകരിച്ചു. എന്റെ മനസിലെ അപ്പോഴത്തെ ധൈര്യം, ആ കാലത്ത് എനിക്ക് കുടുംബവക ഭാഗിച്ചു കിട്ടിയ പനമ്പൊയിലിലെ തറവാട്ടുവീടും ഒന്നര ഏക്കർ വീട്ടുവളപ്പും പിന്നെ ആറ് ഏക്കർ കശുമാവിൻ തോട്ടം വിറ്റു കിട്ടിയ പണം ഒന്നര ലക്ഷം ഉറുപ്പിക എന്റെ അധീനത്തിൽ ഉണ്ടായിരുന്നു. ഒരു ഏക്കർ കശുമാവിൻ തോട്ടത്തിന് ഇന്ന് പതിനഞ്ച് ലക്ഷം ഉറുപ്പികയാണ് നാട്ടിൽ വില. അതും വീടും വളപ്പും കൂടിയാൽ ഇന്ന് ഏത് നിലക്കും ഒരു കോടി ഉറുപ്പിക കിട്ടുമായിരുന്നു. ഏതായാലും കിട്ടിയ പണം ഞാൻ എന്റെ ബന്ധുവായ വി പി തൃമതി പക്കൽ സൂക്ഷിക്കാൻ കൊടുത്തിരുന്നു.

ഞങ്ങൾ ശ്രീധരന്റെ വീട്ടിൽനിന്ന് വിശദമായ ചർച്ച കഴിഞ്ഞ് പിരിഞ്ഞു. ഞാൻ വീട്ടിൽ എത്തുമ്പോൾ രാത്രി രണ്ടു മണി കഴിഞ്ഞിരുന്നു.

പിറ്റേന്നു വൈകുന്നേരം ഞാൻ കോഴിക്കോട്ട് പോയി എന്റെ നേതാവും ആത്മസുഹൃത്തുമായ പി പി ഉമ്മർകോയ സാഹിബിനെ കണ്ടു. ഞങ്ങൾ എല്ലാ കാര്യങ്ങളും വിശദമായി ചർച്ച ചെയ്തു. വ്യക്തിപരമായും ജാതി അടിസ്ഥാനത്തിലുള്ള കോൺഗ്രസിലെ അവഗണനയും അത് കാരണം സഹിക്കേണ്ടിവന്ന അപമാനങ്ങളും ഞാൻ തുറന്നുപറഞ്ഞു.

അവസാനമായി കരുണാകരനുമായി ഉണ്ടായ ചർച്ചയും പടിയിറങ്ങിയതും ഞാൻ വിശദീകരിച്ചു. എന്റെ തീരുമാനം ഇടതുപക്ഷമുന്നണിയുടെ പിന്തുണയോടെ ഇവരെ എതിർക്കാനാണ് എന്നും പറഞ്ഞു.

എല്ലാം കേട്ട് പരിണത പ്രജ്ഞനായ ഉമ്മർകോയ പറഞ്ഞു: "ഞാൻ ഇതെല്ലാം ചെറുപ്പം മുതൽ അനുഭവിച്ചുവരുന്നതാണ്. അബ്ദുറഹിമാൻ സാഹിബിന്റെ കാലത്താണ് ഇതിന്റെ എല്ലാം തുടക്കം. വിവരവും വിദ്യാഭ്യാസവും ഉള്ളവർ ഈ സമുദായത്തിൽനിന്നു വളർന്നുവരുന്നത് അവർ സമ്മതിക്കില്ല. എങ്ങനെയെങ്കിലും പുകച്ചു പുറത്ത് ചാടിക്കും. ഈ അനീതിക്കെതിരെ പോരാടണം എന്നുതന്നെയാണ് എന്റെയും അഭിപ്രായം. എനിക്ക് ഇപ്പോൾ ആരോഗ്യവും സാമ്പത്തിക പിൻബലവും ഇല്ല. ഹംസയ്ക്ക് ഇത് രണ്ടും ഇപ്പോഴുണ്ട്. നിങ്ങൾ നിലമ്പൂരിൽ മത്സരിച്ചു ശക്തിയായി പോരാടണം. എന്റെ ധാർമികമായ പിന്തുണ ഉണ്ട്. സാമ്പത്തികമായും കഴിയുന്നത് എത്തിച്ചുതരും. അന്ന് അദ്ദേഹം മാവൂർ ബിർളാ കമ്പനിയിൽ പബ്ലിസിറ്റി ഓഫീസറായിരുന്നു.

അതിന്റെ പിറ്റേന്നു രാവിലെ തന്നെ ഞാൻ മണ്ഡലത്തിലേക്ക് പുറപ്പെട്ടു. എനിക്ക് അന്നൊരു പഴയ അംബാസിഡർ കാറുണ്ടായിരുന്നു, അതിലാണ് യാത്ര. നിലമ്പൂർ നിയോജകമണ്ഡലത്തിൽ മൊത്തം പത്ത് പഞ്ചായത്തുകളാണ്. പഞ്ചായത്ത് കമ്മിറ്റികൾക്ക് കോൺഗ്രസിൽ മണ്ഡലം കമ്മറ്റി എന്നാണ് പറയുക. കാളികാവ് പഞ്ചായത്ത് മുതൽ ചാലിയാർ പഞ്ചായത്ത് വരെ ഒരു റൗണ്ട്പോയാൽ പത്ത് മണ്ഡലം കമ്മിറ്റികളിലും ഒറ്റ ദിവസംകൊണ്ട് എത്താവുന്നതാണ്. ഞാൻ ആദ്യം ചെന്നത് കാളികാവിലാണ്. അങ്ങാടിയിൽ കാർ നിർത്തി ഞാൻ പുറത്തിറങ്ങി. അപ്പോഴേക്കും കോൺഗ്രസ്(ഐ) പ്രവർത്തകർ വന്നു ചുറ്റും കൂടി.

1980 ൽ ഞാൻ നിലമ്പൂർ നിയോജക മണ്ഡലത്തിൽ കോൺഗ്രസ് (ഐ) സ്ഥാനാർഥിയായി മത്സരിച്ചു പരാജയപ്പെട്ടതാണ്. അന്ന് അതേ വഴിയുണ്ടായിരുന്നുള്ളൂ. എന്നാൽ ഇന്ന് അങ്ങനെയല്ല. കോൺഗ്രസ് മുന്നണിക്ക് അനുകൂലമായ രാഷ്ട്രീയ കാലാവസ്ഥയാണ്. എന്നാൽ ഗുണം വരുന്ന ഘട്ടത്തിൽ എന്നെ പരിഗണിക്കുന്നില്ലെന്നും നിർദാക്ഷിണ്യം എന്റെ കാലുവാരി എന്നും പ്രവർത്തകർക്കിടയിൽ പ്രചരിച്ചിരുന്നു. അതായിരുന്നു അവരുടെ ഉൽക്കണ്ഠ. അവർ പലതും ചോദിക്കാൻ തുടങ്ങി. റോഡിൽ വച്ചു ഇത്തരം കാര്യങ്ങൾ ചർച്ച ചെയ്യുന്നത് ശരിയല്ലെന്നും എല്ലാവരും ഓഫീസിലേക്ക് വരണമെന്നും ഞാൻ പറഞ്ഞു. മുഴുവൻ പ്രവർത്തകരും ഓഫീസിലെത്തി. അവരുടെ എല്ലാ ചോദ്യങ്ങൾക്കും ഞാൻ മറുപടി പറഞ്ഞു. സ്ഥാനാർഥി കാര്യത്തിൽ എന്റെ നിസ്സഹായാവസ്ഥ ഞാൻ വിശദീകരിച്ചു. കാര്യങ്ങളുടെ കിടപ്പ് എല്ലാവർക്കും ബോധ്യമായി. അവർ എല്ലാവരും ഏകകണ്ഠമായി എന്നോട് മത്സരിക്കാൻ നിർബന്ധമായി പറഞ്ഞു. ഞാൻ അവരോട് വളരെ ഭവ്യതയോടെ ഒരു കാര്യം പറഞ്ഞു. "നിങ്ങളുടെ സമ്മർദത്തിനുവഴങ്ങി ഞാൻ നോമിനേഷൻ കൊടുത്താൽ നേതാക്കൾ വന്ന് നിങ്ങളെ പിന്തിരിപ്പിക്കാൻ ശ്ര

മിക്കും. അപ്പോൾ നിങ്ങൾ എന്നെ വിട്ടാൽ ഞാൻ ഒറ്റപ്പെട്ടുപോകും." ഇതുകേട്ട് അവർ വികാരഭരിതരായി. ഒറ്റക്കെട്ടായി എണീറ്റുനിന്ന് അവർ പറഞ്ഞു, "ഞങ്ങൾ ഏത് മഹാൻ വന്നാലും പിന്മാറുകയില്ല, നിങ്ങളെ കൈയൊഴിയുകയില്ല" എന്ന്. എന്റെ മനസിലിരിപ്പും വിഷയം അവിടെക്കൊണ്ടെത്തിക്കുക എന്നത് തന്നെയായിരുന്നു. അങ്ങനെ സ്വതന്ത്രനായി മത്സരിക്കാൻ ഞങ്ങൾ കൂട്ടായി തീരുമാനമെടുത്ത് പിരിഞ്ഞു.

അങ്ങനെ ഞാൻ യാത്ര തുടർന്നു. കാളികാവ് മുതൽ, അമരമ്പലം തുടങ്ങി, ചാലിയാർ വരെയുള്ള പത്ത് പഞ്ചായത്ത് (മണ്ഡലം) കമ്മിറ്റികളിലും ഇതേ നിലപാടും തീരുമാനവും ആവർത്തിച്ചു. അവസാനം നിയോജകമണ്ഡലം (ബ്ലോക്ക്) കമ്മിറ്റി വിളിച്ചു. കരുളായിക്കാരൻ ജേക്കബ് മാസ്റ്ററായിരുന്നു ബ്ലോക്ക് കമ്മിറ്റി പ്രസിഡന്റ്. അദ്ദേഹം മുമ്പ് തന്നെ ഈ നിലപാട് സ്വീകരിക്കാൻ എന്നെ നിർബന്ധിച്ചിരുന്നു. ബ്ലോക്ക് കമ്മിറ്റിയും ഈ തീരുമാനം ഏകകണ്ഠമായി അംഗീകരിച്ചു. എനിക്ക് ആത്മധൈര്യം വർധിച്ചു വന്നു. ഈ തീരുമാനങ്ങളെല്ലാം അതീവ രഹസ്യമായിരുന്നെങ്കിലും ചെറിയ തോതിൽ പുറത്ത് വന്നിരുന്നു. അത് മനസിലാക്കിയിട്ടാവാം ഐക്യജനാധിപത്യ മുന്നണിയിലെ ചില ഘടകകക്ഷി നേതാക്കളിൽ ചിലർ ഒറ്റക്കും കൂട്ടായും എന്നെ വന്നുകണ്ടു നിലമ്പൂരിൽ മത്സരിക്കാൻ ആവശ്യപ്പെടുകയും പിന്തുണ അറിയിക്കുകയും ചെയ്തു. അവരുടെ പേര് വിവരങ്ങൾ വ്യക്തമാക്കുന്നത് രാഷ്ട്രീയ മര്യാദയല്ല എന്നതിനാൽ ഇപ്പോൾ പറയുന്നില്ല. അവരുടെ ആഗ്രഹം ആര്യാടൻ തോറ്റു കാണണം എന്നത് തന്നെയായിരുന്നു. അതിൽ പലരും ഇപ്പോൾ ജീവിച്ചിരിപ്പില്ല. ഇതെല്ലാംകൂടി എനിക്ക് ദൗത്യം നിറവേറ്റാൻ വലിയ തോതിൽ പ്രചോദനം കിട്ടുകയുണ്ടായി.

അങ്ങനെ കോൺഗ്രസ്(ഐ) കമ്മിറ്റികളുടെ എല്ലാം അഭിപ്രായപ്രകാരം ഞാൻ സ്വതന്ത്ര സ്ഥാനാർഥിയായി നോമിനേഷൻ കൊടുക്കാൻ തീരുമാനിച്ചു. 1982 ഏപ്രിൽ 21 നാണ് നോമിനേഷൻ സമർപ്പിക്കാൻ കണ്ട ദിവസം. അന്നു രാവിലെ എട്ടുമണി മുതൽ നിലമ്പൂർ നിയോജക മണ്ഡലത്തിലെ പത്ത് പഞ്ചായത്തുകളിലും പര്യടനം നടത്തി. കാളികാവിൽനിന്നുതന്നെ തുടക്കം. ഓരോ മണ്ഡലം കമ്മിറ്റിയിൽനിന്നും അമ്പതുറുപ്പിക വീതം കെട്ടിവയ്ക്കാനുള്ള ജാമ്യസംഖ്യയിലേക്ക് പൊതുവേദിയിൽ വച്ചു തരാനായിരുന്നു നിശ്ചയം. അന്നു ജാമ്യസംഖ്യ അഞ്ഞൂറ് ഉറുപ്പിക മാത്രമായിരുന്നു. അങ്ങനെ പത്ത് മണ്ഡലക്കമ്മിറ്റികളിലും പര്യടനം പൂർത്തിയാക്കി ഉച്ചയ്ക്ക് കൃത്യം മൂന്നു മണിക്ക് നിലമ്പൂർ നിയോജകമണ്ഡലം വരണാധികാരി ആയിരുന്ന ഡിസ്ട്രിക്ട് ഫോറസ്റ്റ് ഓഫീസറുടെ മുമ്പാകെ, ആയിരക്കണക്കിനു പ്രവർത്തകരുടെ അകമ്പടിയോടെ ചെന്നു നോമിനേഷൻ സമർപ്പിച്ചു.

അന്നുതന്നെ ഞാൻ സ്വന്തമായി കോൺഗ്രസ് (ഐ) പ്രവർത്തകരുടെ പിൻബലത്തോടെ പ്രവർത്തനം തുടങ്ങി. നോമിനേഷൻ കൊടുത്തതിനുശേഷം ജേക്കബ്മാസ്റ്ററെ പിന്നെ കണ്ടിട്ടില്ല. പിറ്റേന്നു 1982 ഏപ്രിൽ

22 ന് മാർക്സിസ്റ്റ് കമ്യൂണിസ്റ്റ് പാർട്ടിയുടെ സ്ഥാനാർഥിയായി സ: ദേവദാസ് പൊറ്റെക്കാട്ടും നോമിനേഷൻ കൊടുത്തു. അന്നുതന്നെ കോൺഗ്രസ് (എ) സ്ഥാനാർഥിയായി ആര്യാടൻ മുഹമ്മദും പത്രിക സമർപ്പിച്ചു. അതോടെ രംഗം കൊഴുത്തു.

എന്റെയും സി പി ഐ (എം)ന്റെയും പ്രവർത്തനങ്ങൾ രണ്ടുവഴിക്കായി നീങ്ങിത്തുടങ്ങി. വ്യക്തിപരമായി ആളെ കാണലും വീടു സന്ദർശനവും അതിനിടയിൽ ചുമരെഴുത്തും തകൃതിയായി നടക്കുന്നു. പക്ഷേ ചുമരെഴുതുമ്പോൾ സ്ഥാനാർഥിയുടെ പേര് എഴുതാതെ ഒഴിവാക്കിയിടും. അത് കണ്ടിട്ടാവാം പലർക്കും സംശയം തോന്നിത്തുടങ്ങി. ഞാനും പാർട്ടിയും തമ്മിൽ എന്തോ ബന്ധം വരാൻ ആലോചിക്കുന്നു എന്ന ധാരണ. അതിനാലാവാം എന്റെ പ്രവർത്തകരും സുഹൃത്തുക്കളും എന്നോട് വളരെ രഹസ്യമായി വന്നുപറയും നമുക്ക് എങ്ങനെയെങ്കിലും മാർക്സിസ്റ്റ് പാർട്ടിയെ പിടിക്കണം, അവർ പിന്തുണ തരികയാണെങ്കിൽ നമ്മുടെ വിജയം സുനിശ്ചിതമാണെന്നും അവർ പറയുമായിരുന്നു. എന്റെ തീരുമാനം രഹസ്യമായിരുന്നതിനാൽ എല്ലാം കേട്ട് നോക്കാം എന്നുപറഞ്ഞ് അവസാനിപ്പിക്കും. അതിനിടെ 1982 ഏപ്രിൽ 25ന് സ്ഥാനാർഥി സൂക്ഷ്മപരിശോധന കഴിഞ്ഞു. ഞാനും, ആര്യാടനും ദേവദാസ് പൊറ്റെക്കാട്ടും വേറെ രണ്ടുമൂന്ന് സ്വതന്ത്രന്മാരുമാണ് സ്ഥാനാർഥികൾ.

അതോടെ രംഗം കൊഴുത്തു. ഒറ്റയാൻ പ്രവർത്തനം തകൃതിയായി നടക്കുന്നു. ആദ്യമായി ഞാൻ എന്റെ ബന്ധുക്കളെയും സ്നേഹിതന്മാരെയും സഹപാഠികളെയും ചെന്നുകണ്ടു. കോൺഗ്രസ് (ഐ) നേതൃത്വം എന്നോട് കാണിച്ച അനീതിയിൽ അവരെല്ലാം അസംതൃപ്തരായിരുന്നു. അർഹതപ്പെട്ടതിനെ കുതികാൽവെട്ടുകൊണ്ടു തട്ടിനീക്കുന്നത് അനീതിയാണെന്ന് പരക്കെ കരുതി.

അങ്ങനെ രണ്ടുമൂന്നു ദിവസം കഴിഞ്ഞ് സ്ഥാനാർഥിത്വം പിൻവലിക്കാനുള്ള അവസാന തീയതി 28 ന് ആയിരുന്നു. അന്നു രാവിലെ പത്ത് മണിക്ക് സി പി ഐ (എം)ന്റെ ജനറൽ ബോഡിയോഗം വിളിച്ചിരുന്നു. നിലമ്പൂർ നിയോജക മണ്ഡലത്തിലെ സി പി ഐ (എം) പ്രവർത്തകരും അനുഭാവികളും ധാരാളമായി പങ്കെടുത്തിരുന്നു. അതിൽ സംസ്ഥാന നേതൃത്വത്തിൽനിന്നു പങ്കെടുത്തത് സെക്രട്ടറിയറ്റ് അംഗം എം വി രാഘവനായിരുന്നു. അദ്ദേഹം സ്വാഭാവികമായും സ്വതന്ത്രസ്ഥാനാർഥിയായ എനിക്ക് പാർട്ടി പിന്തുണ നൽകുന്ന കാര്യം വിശദീകരിച്ചു. മിക്കവാറും എല്ലാ പ്രതിനിധികളും അതിനെ സ്വാഗതം ചെയ്തു. എങ്കിലും ചില അപശബ്ദങ്ങൾ ഉണ്ടായി എന്നു ഞാൻ പിന്നീട് മനസിലാക്കി. ഭിന്നാഭിപ്രായമുള്ളവർ പറഞ്ഞത് ഒരുതരത്തിൽ ശരിയായിരുന്നു. 1981 ൽ പാർടി ആര്യാടൻ മുഹമ്മദിനു പിന്തുണ കൊടുത്തു. അദ്ദേഹം ഏറനാട്ടിലെ പ്രസ്ഥാനത്തിന് ഊർജം നൽകിയ ധീര സഖാവ് കുഞ്ഞാലിയെ വെടിവച്ച് കൊന്ന കേസിലെ ഒന്നാം പ്രതി ആയിരുന്നു. അതെല്ലാം മറക്കുകയും പൊറുക്കുകയും ചെയ്താണ് പാർട്ടി പിന്തുണച്ചതും മുന്നണി

യിൽ മന്ത്രി ആക്കിയതും. രണ്ടുകൊല്ലം കഴിഞ്ഞപ്പോഴേക്ക് അയാൾ പാർട്ടിയെയും വോട്ടു ചെയ്ത ജനങ്ങളെയും വഞ്ചിച്ചു മറുകണ്ടം ചാടി. ഇന്നു സാക്ഷാൽ ഇന്ദിര കോൺഗ്രസിന്റെ ജില്ലാപ്രസിഡന്റായ ടി കെ ഹംസയ്ക്കാണ് പിന്തുണ കൊടുക്കുന്നത്. അയാൾ പാർട്ടിയെ ചതിക്കുകയില്ലെന്നു എന്താണ് ഉറപ്പ്? ഇതായിരുന്നു അവരുടെ ചോദ്യം. സത്യത്തിൽ ആ ചോദ്യം ന്യായയുക്തവും ബുദ്ധിപരവുമായിരുന്നു. എന്നാൽ നേതാക്കളുടെ മറുപടി അവരെ സമാധാനിപ്പിക്കാൻ പര്യാപ്തമായി. “നമ്മുടെ പാർട്ടി പല പരീക്ഷണങ്ങളെ അഭിമുഖീകരിച്ചും തരണം ചെയ്തുമാണ് വളർന്നത്. പാർട്ടിയെ പിന്നിൽ നിന്നു കുത്തുകയും മുന്നണിയെ വഞ്ചിച്ച് കുത്തിക്കീറുകയും ചെയ്ത ഒരു എതിരാളിയെ പരാജയപ്പെടുത്താൻ, അത്തരം നിലപാടുകളോട് യോജിപ്പില്ലാത്ത ഒരാളെ പിന്തുണച്ച് വിജയിപ്പിക്കാൻ കഴിയുമെങ്കിൽ അതല്ലേ വേണ്ടത്. മാത്രമല്ല ടി കെ ഹംസ എന്ന വ്യക്തിയെ പാർട്ടിക്കും നാട്ടുകാർക്കും വളരെ കാലമായിട്ട് അറിയാം. അദ്ദേഹത്തിന്റെ വ്യക്തിത്വത്തിൽ ഞങ്ങൾക്ക് വിശ്വാസമുണ്ട്,” അതായിരുന്നു നേതാക്കളുടെ മറുപടി. ഇതുകേട്ട് സർവസമ്മതമായി പിന്തുണ പാസാക്കി പാർട്ടി യോഗം പിരിഞ്ഞു.

ഞാനും സഹപ്രവർത്തകരും അപ്പോൾ നിലമ്പൂർ ടിബിയിൽ ഇരിക്കുകയായിരുന്നു. അവസാനത്തെ തീരുമാനം അറിയാൻ ധാരാളം പ്രവർത്തകർ തടിച്ചുകൂടിയിരുന്നു. എം വി രാഘവനും നിലമ്പൂരിലെ മറ്റ് നേതാക്കളുംകൂടി ടി ബിയിലേക്ക് കയറിവന്ന് എന്റെ മുറിയിൽ ഇരുന്നു. അതോടെ പാർട്ടി പ്രവർത്തകരും അനുയായികളും ടി ബി പരിസരം നിറഞ്ഞു. തികഞ്ഞ നിശ്ശബ്ദത, തുടർന്ന് രാഘവൻ എന്നോട് പറഞ്ഞു: ‘‘ഞങ്ങളുടെ പാർട്ടി നിങ്ങൾക്ക് പിന്തുണ തരാൻ തീരുമാനിച്ചിട്ടുണ്ട്. ഞങ്ങൾക്ക് ഒരു കാര്യം മാത്രമേ അറിയേണ്ടതുള്ളു. നിങ്ങൾ ജയിച്ചാൽ നിയമസഭയിൽ എന്ത് നിലപാടാണ് സ്വീകരിക്കുക എന്നറിയണം.” ഞാൻ മറുപടി പറഞ്ഞു: ‘‘പാർട്ടിയുടെ പിന്തുണ ഞാൻ സന്തോഷത്തോടെ സ്വീകരിക്കുന്നു. പാർട്ടിയുടെ പിന്തുണയോടെ ഞാൻ ജയിച്ചാൽ നിയമസഭയിൽ സിപിഐ (എം)ന്റെ പാർലമെന്ററി പാർട്ടിയിൽ അംഗമായി പ്രവർത്തിക്കുന്നതാണ്. അത് എന്റെ ഉറച്ച തീരുമാനമാണ്’’ എന്നും അറിയിച്ചു. ഉടനെ രാഘവൻ പറഞ്ഞു: “നിങ്ങളുടെ വാക്കിലും വ്യക്തിത്വത്തിലും ഞങ്ങൾക്ക് വിശ്വാസമുണ്ട്. അതുകൊണ്ട് ഈ പറഞ്ഞതൊന്നും രേഖപ്പെടുത്തി ഒപ്പിടുന്നില്ല. വാക്കുകൾക്ക് വില കൽപ്പിക്കുന്നു.”

തുടർന്ന് ടിബി പരിസരത്ത് തടിച്ചുകൂടിയ ആയിരക്കണക്കിന് പ്രവർത്തകരെ അഭിമുഖീകരിച്ച് ഞങ്ങളുടെ തീരുമാനങ്ങൾ വിശദീകരിച്ചുകൊണ്ട് എം വി രാഘവൻ പ്രസംഗിച്ചു. പ്രവർത്തകർ ഹർഷാരവത്തോടെ അതെല്ലാം സ്വാഗതം ചെയ്തു. പ്രസംഗത്തിനൊടുവിൽ ദേവദാസ് പൊറ്റെക്കാടിനെ വിളിച്ച് തന്റെ സ്ഥാനാർഥിത്വം പിൻവലിക്കാൻ ആവശ്യപ്പെട്ടു. കൃത്യം മൂന്നു മണിക്ക് അദ്ദേഹം സ്ഥാനാർഥിത്വം പിൻവലിച്ചു. അതോടെ അക്ഷരാർഥത്തിൽ ഞാനും ആര്യാടൻ മുഹമ്മദും തമ്മിൽ

നേരിട്ടുള്ള മത്സരമായി.

വൈകുന്നേരമായപ്പോൾ ഞാൻ കാറെടുത്ത് മണ്ഡലത്തിൽ ചുറ്റി സഞ്ചരിക്കാൻ തുടങ്ങി. ചെല്ലുന്ന സ്ഥലങ്ങളിലെല്ലാം സഖാക്കൾ ചുവരെഴുത്ത് പൂർത്തിയാക്കിക്കൊണ്ടിരിക്കുന്നു. മുമ്പ് എഴുതിവച്ച ചുമരുകളിൽ സ്ഥാനാർഥിയുടെ പേര് എഴുതാതെ വിട്ട സ്ഥലത്ത് ടി കെ ഹംസ എന്നെഴുതിച്ചേർക്കുകയാണ്. അവരെ കണ്ടും കുശലം പറഞ്ഞും പര്യടനം അന്നു തീർന്നു.

ഇ എം എസ് പ്രസംഗിക്കുന്നു

18 തിരഞ്ഞെടുപ്പു ഗോദയിൽ

ഇടതുപക്ഷ ജനാധിപത്യമുന്നണി സ്ഥാനാർഥി എന്ന നിലയിൽ എന്റെ തിരഞ്ഞെടുപ്പ് റാലി ഉദ്ഘാടനം 1982 ഏപ്രിൽ 30 നായിരുന്നു. ഉദ്ഘാടകൻ സഖാവ് ഇ എം എസ് തന്നെ. അദ്ദേഹം അന്ന് പകൽ പതിനൊന്നു മണിക്ക് തന്നെ നിലമ്പൂരിൽ എത്തിച്ചേർന്നു. നാലകത്തെ ബീരാന്റെ ടൂറിസ്റ്റ് ഹോമിലാണ് വിശ്രമിക്കാൻ ഏർപ്പാട് ചെയ്തിരുന്നത്.

ഉച്ചഭക്ഷണത്തിനുശേഷം സഖാക്കൾ പാലോളി മുഹമ്മദ്കുട്ടി, സൈതാലിക്കുട്ടി, ദേവദാസ് പൊറ്റെക്കാട് എന്നിവർ, അന്ന് ഞാൻ തങ്ങിയിരുന്ന നിലമ്പൂർ ടി ബിയിൽ വന്നു. പലതും പറഞ്ഞ കൂട്ടത്തിൽ ഒരു പ്രധാന കാര്യം ചൂണ്ടിക്കാണിച്ചു. സ. ഇ എം എസ് പാർട്ടിയുടെ അഖിലേന്ത്യാ സെക്രട്ടറിയാണ്. അദ്ദേഹം പ്രസംഗിക്കുമ്പോൾ സ്വാഭാവികമായും അഖിലേന്ത്യാ രാഷ്ട്രീയം കടന്നുവരും. അപ്പോൾ ഇന്ദിരാഗാന്ധിയും കോൺഗ്രസ് (ഐ)യും വിമർശന വിഷയമാകും. കടുത്ത ഭാഷയിൽ എന്തെങ്കിലും പരാമർശം വരുമ്പോൾ ഹംസയുടെ പാർട്ടിക്കാർക്ക് അത് വിഷമം ഉണ്ടാക്കും. അസുഖകരമായ അത്തരം സന്ദർഭങ്ങൾ ഉണ്ടാവാതെ സൂക്ഷിക്കേണ്ടത് നമ്മുടെ വിജയത്തിന് ആവശ്യമാണ്. സഖാവിനോട് തന്റെ പ്രസംഗത്തിൽ എന്ത് പറയണം, എന്ത് പറയാൻ പാടില്ല എന്ന് പാർട്ടി പ്രവർത്തകരായ ആരും പറയുന്നത് ശരിയുമല്ല. വിഷയം അത്രത്തോളം എത്തിയപ്പോൾ ഞാൻ പറഞ്ഞു. എനിക്ക് ഇപ്പോൾ പാർട്ടി ചട്ടങ്ങൾ ഒന്നും ബാധകമല്ലല്ലോ, നിങ്ങൾ എന്നെ സഖാവിനു പരിച

യപ്പെടുത്തുക. സംഭാഷണത്തിനിടയിൽ നമ്മുടെ ആശങ്ക ഞാൻ ഉന്നയിക്കാം. ആ നിലപാട് കൊള്ളാം എന്ന് സഖാക്കളും അഭിപ്രായപ്പെട്ടു. ഞങ്ങൾ എല്ലാവരുംകൂടി സ. ഇ എം എസ് വിശ്രമിക്കുന്ന മുറിയിലേക്ക് കടന്നുചെന്നു. ഞാൻ ആദ്യമായിട്ടാണ് അദ്ദേഹത്തിന്റെ അത്ര അടുത്തു ചെന്നു കാണുന്നത്. ഞാൻ ഭവ്യതയോടെ കൈകൂപ്പി മുന്നിൽനിന്നു. മറ്റു സഖാക്കൾ എന്നെ പരിചയപ്പെടുത്തി. സന്തോഷം സ്ഫുരിക്കുന്ന ഒരു പുഞ്ചിരി. താൻ ഇരിക്കുന്ന ഡബിൾ സോഫയിൽതന്നെ മറ്റേ അറ്റത്തിരിക്കാൻ എന്നോട് കൈകൊണ്ട് കാണിച്ചു. ഞാൻ ഇരുന്ന ഉടനെ എന്നോട് ഒറ്റ ചോദ്യം, "എങ്ങനെയുണ്ട്?"

ഞാൻ പറഞ്ഞു: "ഇവിടെ ഇപ്പോഴത്തെ സാഹചര്യത്തിൽ നമുക്ക് ജയിക്കാനുള്ള എല്ലാ സാധ്യതകളും ഉണ്ട്. നേരിട്ടുള്ള മത്സരത്തിൽ യു ഡി എഫിന് എൽ ഡി എഫിനെക്കാൾ പരമാവധി അയ്യായിരം വോട്ടിന്റെ മേൽക്കൈ മാത്രമേയുള്ളൂ. അതിൽ അയ്യായിരത്തിലധികം പ്രവർത്തകർ കോൺഗ്രസ് (ഐ) വിഭാഗം എന്റെ കൂടെയുണ്ട്. ഒരിക്കലും അവർ നമ്മളെ വിട്ടുപോകാത്ത തന്ത്രമാണ് നമ്മുടെ ഭാഗത്തുനിന്നുണ്ടാവേണ്ടത്." അത് കേട്ട് സന്തോഷത്തോടെ ഒരു ഇരട്ടപ്പുഞ്ചിരി. ആ മുഖത്ത് അപ്പോൾ പ്രപഞ്ചം മുഴുവൻ തെളിഞ്ഞുകാണാമായിരുന്നു. അതോടെ സംസാരം നിർത്തി, "ഓ, നമുക്ക് പോകാം" എന്ന് പറഞ്ഞു അദ്ദേഹം എണീറ്റു. ഞങ്ങളും കൂടെ പുറപ്പെട്ടു.

നിലമ്പൂർ കോവിലകം റോഡിലെ മിരാടൂർ നഗറിലാണ് റാലി. ഉച്ചയ്ക്കു ശേഷം നാലുമണിക്കായിരുന്നു യോഗം. ഞങ്ങൾ എത്തുന്നതിന് മുമ്പുതന്നെ യോഗസ്ഥലം നിറഞ്ഞുകവിഞ്ഞിരുന്നു. ആവേശഭരിതരായ ആയിരക്കണക്കിന് സഖാക്കളും ബഹുജനങ്ങളും പങ്കെടുത്തിരുന്നു. ചെറിയ ഒരു സ്റ്റേജാണ് സജ്ജമാക്കിയിരുന്നത്. സഖാവിന് പുറമെ പാലോളിയും സൈതാലിക്കുട്ടിയും സ്ഥാനാർഥിയായ ഞാനും മാത്രമാണ് സ്റ്റേജിൽ. സ. ദേവദാസ് സ്വാഗതം പറഞ്ഞു. അധ്യക്ഷൻ പാലോളി; സഖാവ് ഇ എം എസിനോട് റാലി ഉദ്ഘാടനം ചെയ്യാൻ അഭ്യർഥിച്ചു. ജനക്കൂട്ടത്തെ അഭിസംബോധന ചെയ്തുകൊണ്ട് സഖാവ് ഉദ്ഘാടന പ്രസംഗം തുടങ്ങി.

> സഹോദരീ സഹോദരന്മാരേ!
>
> സംസ്ഥാന നിയമസഭയിലേക്ക് വരുന്ന മെയ് മാസം 19 ന് നടക്കാൻ പോകുന്ന തിരഞ്ഞെടുപ്പിൽ നിലമ്പൂർ നിയോജകമണ്ഡലം അത്ഭുതം സൃഷ്ടിക്കാൻ പോകുകയാണ്. ഞങ്ങൾ പിന്തുണ നൽകുന്ന സ്വതന്ത്ര സ്ഥാനാർഥി ഈ മണ്ഡലത്തിൽനിന്ന് വിജയിക്കും, തീർച്ച.
>
> ഞങ്ങളെ സംബന്ധിച്ച് ജനങ്ങൾക്കിടയിൽ ഒരു തെറ്റിദ്ധാരണ പരന്നിയിട്ടുണ്ട്. ഞങ്ങൾ കോൺഗ്രസ് വിരോധികളാണ് എന്ന്. എന്നാൽ അത് ശരിയല്ല. കോൺഗ്രസ് നല്ലത് ചെയ്താൽ അത്

നല്ലതാണെന്ന് ഞങ്ങൾ പറയും, തെറ്റ് ചെയ്താൽ തെറ്റാണെന്നും പറയും. കോൺഗ്രസിന്റെ വിദേശനയം, ചേരിചേരാനയം പൂർണമായും കമ്യൂണിസ്റ്റ് പാർട്ടി സ്വാഗതം ചെയ്തിട്ടുണ്ട്. പഞ്ചശീലതത്വങ്ങൾ ഞങ്ങൾ അംഗീകരിച്ചിട്ടുണ്ട്. പ്രിവിപേഴ്സ് നിർത്തലാക്കാനും ബാങ്ക് ദേശവൽക്കരണം നടപ്പാക്കാനും ഞങ്ങൾ കോൺഗ്രസിനു പിന്തുണ കൊടുത്തിട്ടുണ്ട്.

എന്നാൽ സാമ്പത്തിക കാര്യങ്ങളിൽ ഞങ്ങൾക്ക് ഞങ്ങളുടേതായ നയമുണ്ട്. ഞങ്ങൾക്ക് വ്യത്യസ്തമായ വീക്ഷണവും ഉണ്ട്. മുതലാളിത്ത സാമ്പത്തിക വ്യവസ്ഥയെ തൊഴിലാളിവർഗ വീക്ഷണത്തിന്റെ അടിസ്ഥാനത്തിൽ ഞങ്ങൾക്ക് എതിർക്കേണ്ടിവരും.

ഇപ്പോൾ ഇവിടെ ഇരിക്കുന്ന നമ്മുടെ സ്ഥാനാർഥി ഹംസ ഒരു കോൺഗ്രസുകാരനാണെന്ന് ഞങ്ങൾക്കറിയാം, അതും ഇന്ദിര കോൺഗ്രസ്. പക്ഷേ അദ്ദേഹവും ഞങ്ങളും തമ്മിൽ ഒരു കാര്യത്തിൽ യോജിപ്പുണ്ട്. എന്തെന്നാൽ, കാലുമാറ്റക്കാരെയും കൂറുമാറ്റക്കാരെയും നിയമസഭയിൽ കാലുകുത്താൻ സമ്മതിക്കരുത്.

ഹംസ കമ്യൂണിസ്റ്റായി എന്ന് ചിലർ പറയുന്നുണ്ട്. ആയാൽ ഞങ്ങൾക്ക് സന്തോഷം, ആയില്ലെങ്കിൽ സന്തോഷക്കുറവില്ല, തിരഞ്ഞെടുപ്പ് കഴിഞ്ഞാൽ ഹംസ എവിടെ നിൽക്കണം എന്ന് തീരുമാനിക്കാൻ അദ്ദേഹത്തിന് പൂർണ അവകാശമുണ്ട്. ഹംസയോട് ഞങ്ങൾക്ക് ഒരഭ്യർഥനയുണ്ട്, 1982 മെയ് 19 ന് വരെ സ്ഥാനാർഥിത്വം പിൻവലിക്കരുത് എന്ന്. അതിന്മേൽ ഞങ്ങൾക്ക് ഒരു ലക്ഷ്യമുണ്ട്. ഇടതുപക്ഷ ജനാധിപത്യ മുന്നണിയുടെ കടയ്ക്ക് കത്തി വച്ച ആര്യാടൻ മുഹമ്മദിനെ പരാജയപ്പെടുത്തൽ ഇന്ത്യൻ കമ്യൂണിസ്റ്റ് പാർട്ടിയുടെ അഭിമാനപ്രശ്നമാണ്.

ആവേശം തിരതല്ലുന്ന കരഘോഷങ്ങൾക്കിടയിൽ സ. ഇ എം എസ് പ്രസംഗം അവസാനിപ്പിച്ചു. പിന്നെ സ്ഥാനാർഥി എന്ന നിലയിൽ ഞാൻ ഏതാനും വാക്കുകൾ മാത്രം പറഞ്ഞു: “ഇന്ദിരാഗാന്ധി ചോദ്യം ചെയ്യപ്പെടാത്ത നേതാവും കോൺഗ്രസ് ഇന്ത്യയിലെ ഭരണശക്തിയും ആയിരുന്നപ്പോൾ അതിന്റെ ചോറ്റുപട്ടികൾ ആയിരുന്നവർ നേതാവ് തളർന്നു തകർന്നു വീണപ്പോൾ നെഞ്ചത്ത് കഠാര കുത്തിയിറക്കി, മറുകണ്ടം ചാടി ഇടതുപക്ഷ മുന്നണിയുടെ കാവൽക്കാരായി മാറി. ഇന്ദിരാഗാന്ധി അധികാരത്തിൽ തിരിച്ചുവന്നപ്പോൾ ഇടതുപക്ഷ മുന്നണിയെ പിന്നിൽ നിന്ന് കുത്തിക്കീറി ഇന്ദിരാഭക്തന്മാരായി ഓച്ഛാനിച്ചുനിൽക്കുന്നു. ഈ വഞ്ചകരായ, അവസാരവാദികളോടുള്ള പോരാട്ടമാണ് എന്റെ സ്ഥാനാർഥിത്വം. ഈ ധർമസമരത്തിൽ നിങ്ങൾ എന്നെ സഹായിക്കുക” എന്ന് അഭ്യർഥിച്ചുകൊണ്ട് ഞാനും പ്രസംഗം അവസാനിപ്പിച്ചു.

എന്റെ പ്രസംഗം തീരുന്നതുവരെ സഖാവ് ഇ എം എസ് സ്റ്റേജിൽ

ഇരുന്ന് മുഴുവൻ ശ്രദ്ധിക്കുന്നുണ്ടായിരുന്നു. അതൊരു വിലയിരുത്തലായിരുന്നുഎന്ന് പിന്നീട് എനിക്ക് തോന്നി. പി ടി ഉമ്മറിന്റെ നന്ദിപ്രകാശനത്തോടെ യോഗം അവസാനിപ്പിച്ചു. അവിടെ തടിച്ചുകൂടിയ ജനാവലിയുടെ ആർത്തിരമ്പിയ ആവേശം എന്നെ വല്ലാതെ വികാരഭരിതനാക്കി. എന്റെ അപ്പോഴത്തെ വീറും വാശിയും കടലാസിൽ പകർത്താൻ കഴിയുന്നതല്ല. ആത്മാഭിമാനമുള്ള ഒരു രാഷ്ട്രീയപ്രവർത്തകന്റെ അടങ്ങാത്ത പ്രതികാരവാഞ്ഛ തിരഞ്ഞെടുപ്പ് വിജയത്തിൽ കുറഞ്ഞ ഒന്നുകൊണ്ടും തൃപ്തിപ്പെടുത്താൻ കഴിയുന്നതായിരുന്നില്ല. പിന്നെ നടന്ന സംഭവങ്ങൾ കോഴിക്കോട്ടെ യുവകവി പി എം കാസിമിന്റെ പാട്ട് അന്വർഥമാക്കുന്ന വിധത്തിലായിരുന്നു:

“പടച്ചോനെ പിന്നെപ്പെട്ടപാട്, പറയുവാൻ
തുടങ്ങിയാൽ തടി വിറച്ചീടുമേ”

തികഞ്ഞ തെരുവുയുദ്ധംതന്നെ. സ്ഥാനാർഥികൾ നേരിട്ടും പ്രവർത്തകരുടെ സ്ക്വാഡുകളും–കെട്ടിപ്പിടുത്തവും കാലുപിടുത്തവും തകൃതി.

ആര്യാടന്റെ പ്രവർത്തനങ്ങൾ ആർഭാടകരവും പണക്കൊഴുപ്പുള്ളതുമായിരുന്നു. അന്ന് ‘ഫ്ളക്സ്’ ബോർഡുകളില്ല, ചാക്ക് ബോർഡുകളാണ്. ഓരോ പഞ്ചായത്തിലും ലോറികളിലാണ് ആര്യാടന്വേണ്ടി ബോർഡുകൾ ഇറക്കിയിരുന്നത്. ആ ബോർഡുകൾ തെരുവോരത്ത് സ്ഥാപിക്കാനും കെട്ടിത്തൂക്കാനും കോൺഗ്രസ് പ്രവർത്തകരോ വളണ്ടിയർമാരോ ആയിരുന്നില്ല. എല്ലാ ജോലികളും കോൺട്രാക്ട് അടിസ്ഥാനത്തിൽ ഏർപ്പാട് ചെയ്തിരിക്കയാണ്. പ്രവർത്തകരുടെ കൈയിൽ നൂറിന്റെ നോട്ടുകൾ സുലഭമായി കാണാമായിരുന്നു. യാതൊരു നിയന്ത്രണവുമില്ലാത്ത പണത്തിന്റെ കുത്തൊഴുക്കുതന്നെ. മന്ത്രിസ്ഥാനത്തിന്റെ ഹുങ്കും പണത്തിന്റെ റങ്കും തിരഞ്ഞെടുപ്പ് പോരാട്ടത്തിന് കൊഴുപ്പ് കൂട്ടിയിരുന്നു.

എന്റെ ക്യാമ്പിൽ പണത്തിന്റെ കുറവുണ്ടെങ്കിലും സഖാക്കളുടെ സംഘടിതശക്തിയും അടങ്ങാത്ത ആവേശവും തിരമാല കണക്കെ പതഞ്ഞുപൊങ്ങുന്നത് കാണാമായിരുന്നു. എന്റെ കൂടെ നിലയുറപ്പിച്ചിട്ടുള്ള മുഹാജിറുകളായ (അഭയാർഥികൾ) കോൺഗ്രസ് (ഐ) പ്രവർത്തകരുടെ നിശ്ചയദാർഢ്യത്തോടെയുള്ള മുന്നേറ്റം തട്ടാന്റെ ഉമിത്തീപോലെ നീറിപ്പുകഞ്ഞ്, ഏത് സ്വർണക്കട്ടിയും ഉരുക്കുവാൻ പാകത്തിൽ ചൂട് പിടിച്ചതായിരുന്നു.

ദേവദാസ് പൊറ്റെക്കാട്

പത്രമാധ്യമങ്ങളുടെ പര്യടനങ്ങൾ, വിശകലനങ്ങൾ, നിറംപിടിപ്പിച്ച കഥകൾ മെനയുന്ന റിപ്പോർട്ടുകൾ ദിനംപ്രതി വന്നുകൊണ്ടിരുന്നു. എന്ത് സംഭവിക്കും എന്ന് ആർക്കും പ്രവചിക്കാൻ കഴിയുന്ന സ്ഥിതിയിലാ

യിരുന്നില്ല കാര്യങ്ങൾ. ഒരു പത്രം എഴുതി: 'നിലമ്പൂരിൽ ഒളിയുദ്ധം നടക്കുന്നു' എന്ന്. മറ്റൊരു പത്രം 'നിലമ്പൂരിൽ എന്ത് സംഭവിക്കും?' എന്നാണ് തലക്കെട്ട് കൊടുത്തതെങ്കിൽ വേറെ ഒരു പത്രം 'നിലമ്പൂർ നീറിപ്പുകയുന്നു' എന്നാണ് എഴുതിയത്. ഇങ്ങനെ മാധ്യമ വിചാരണ കളുടെയും കണക്കുകൂട്ടലുകളുടെയും കോലാഹലങ്ങൾ എങ്ങും കേൾ ക്കാമായിരുന്നു.

ഞാൻ തികഞ്ഞ ആത്മവിശ്വാസത്തോടെ, പതറാതെ, അടിവച്ചു നീ ങ്ങിക്കൊണ്ടിരുന്നു. നാവിന്റെ നീളം രാഷ്ട്രീയരംഗത്ത് അനിവാര്യമാ ണെന്ന് അന്നാണ് എനിക്ക് പൂർണമായി ബോധ്യമായത്. പടച്ചവൻ തന്ന പറയാനുള്ള കഴിവ് പരമാവധി അന്ന് പ്രയോഗിച്ചു. അനുകമ്പാർദ്രമായ അവതരണങ്ങൾ ജനഹൃദയങ്ങളിൽ ചലനമുണ്ടാക്കുന്നതായി എനിക്ക് തോന്നിയിരുന്നു. ഒരു കൊല്ലംമുമ്പ് 1981 ലെ ഉപതിരഞ്ഞെടുപ്പിൽ 19,500 വോട്ടിന്റെ ഭൂരിപക്ഷത്തിന് ആര്യാടൻ ജയിച്ചതാണ്. ആ ഭൂരിപക്ഷം മറി കടന്ന് വിജയിക്കണമെങ്കിൽ കരിങ്കൽ ചീള്കൊണ്ട് ഹിമാലയപർവതം എറിഞ്ഞ് തകർക്കുന്ന ശ്രമംതന്നെ വേണ്ടിവരും എന്ന് അറിയാമായി രുന്നു.

ഇരുവിഭാഗവും കുരുക്ഷേത്രത്തിൽ അടരാടിക്കൊണ്ടിരിക്കുന്നതിനി ടയിലാണ് പ്രധാനമന്ത്രി ഇന്ദിരാഗാന്ധിയുടെ തിരഞ്ഞെടുപ്പ് പ്രചാരണ പര്യടന പരിപാടി ആരംഭിക്കുന്നതായി കേട്ടത്. കേരളത്തിലെ മിക്ക മ ണ്ഡലങ്ങളിലും അവർ വരുന്നുണ്ടെന്നറിഞ്ഞു. കൂട്ടത്തിൽ നിലമ്പൂരിലും എത്തുന്നതായി വിവരം കിട്ടി. ഐക്യജനാധിപത്യമുന്നണി സ്ഥാനാർ ഥി ആര്യാടനുവേണ്ടി ഇന്ദിരാഗാന്ധി നിലമ്പൂരിൽ വന്നു വോട്ടുചെയ്യാൻ അഭ്യർഥിച്ചാൽ എന്റെ കൂടെയുള്ള ഇന്ദിരാഭക്തരായ കോൺഗ്രസ് (ഐ) പ്രവർത്തകർക്ക് അങ്കലാപ്പ് ഉണ്ടാകാനുള്ള സാധ്യത തള്ളിക്കളയാനാ വില്ല. ഞാനും സഹപ്രവർത്തകരും ഇന്ദിരാഗാന്ധിയുടെ വരവ് ഉത്ക്കണ് ഠയോടെയാണ് നോക്കിക്കണ്ടത്.

രണ്ടു കൊല്ലംമുമ്പ് പ്രധാനമന്ത്രിയായി തിരിച്ചുവന്ന ഉടനെ ഇന്ദി രഗാന്ധി 1980 ൽ ഞാൻ അന്ന് കോൺഗ്രസ് (ഐ) സ്ഥാനാർഥിയായി മത്സരിച്ചപ്പോൾ നിലമ്പൂരിൽ വന്നിട്ടുണ്ട്. അന്ന് എം എസ് പി മൈതാ നത്ത് തടിച്ചുകൂടിയ വമ്പിച്ച റാലിയെ അവർ അഭിസംബോധനചെയ് തു. "ഇത് എന്റെ സ്ഥാനാർഥിയാണ് ടി കെ ഹംസ, നിങ്ങളെല്ലാം കൈപ്പത്തി അടയാളത്തിൽ വോട്ട് ചെയ്ത് അദ്ദേഹത്തെ വിജയിപ്പിക്ക ണം" എന്ന് അവർ അഭ്യർഥിച്ചു. അത് എന്നെ സ്റ്റേജിൽ നിർത്തി തോ ളിൽ പിടിച്ചുകൊണ്ടാണ് അവർ പറഞ്ഞത്. അപ്പോൾ ജനങ്ങൾക്കിടയി ലുണ്ടായ ആർപ്പും വിളിയും ആവേശവും ഞങ്ങൾ കണ്ടതാണ്. ആ നി ലയ്ക്കുള്ള ഒരു മുന്നേറ്റം ആര്യാടനുവേണ്ടി അവർ വോട്ടഭ്യർഥിക്കു മ്പോൾ ഉണ്ടായാൽ അത് നമുക്ക് ഗുണകരമാവില്ലെന്ന് സ്വാഭാവികമാ യും ഞങ്ങൾക്കിടയിൽ ഒരു തോന്നലുണ്ടായിരുന്നു. ഇന്ദിര വരുന്ന ദിവ സം എത്തി. എന്റെ നെഞ്ചിടിപ്പ് കൂടിയെങ്കിലും രണ്ടും കൽപ്പിച്ച് ഞാൻ

ധൈര്യം അവലംബിച്ചുനിന്നു.

എന്നാൽ ഇന്ദിരാഗാന്ധിയുടെ വരവ് പ്രതീക്ഷയ്ക്ക് വിപരീതമായി ആര്യാടന് ഗുണം ചെയ്തില്ലെന്ന് മാത്രമല്ല, വലിയ തോതിൽ ദോഷമാണുണ്ടാക്കിയത്. ആര്യാടന്റെ തിരഞ്ഞെടുപ്പ് പ്രചാരണത്തിനാണ് അവർ വന്നത്. പക്ഷേ അവരുടെ സമീപനവും പ്രസംഗവും എന്റെ ഭാഗത്താണ് ആവേശം പകർന്നതും ഗുണം കിട്ടിയതും.

ഇന്ദിരാഗാന്ധി നിലമ്പൂരിലേക്ക് ഹെലികോപ്റ്ററിൽ വന്നുകൊണ്ടിരിക്കുമ്പോഴാണ് നിലമ്പൂരിലെ കക്ഷിബന്ധങ്ങളെപ്പറ്റിയും സ്ഥാനാർഥികളെപ്പറ്റിയും മറ്റും ചോദിച്ച് മനസിലാക്കുന്നത്. വിമാനത്തിൽ സി എം സ്റ്റീഫൻ, കരുണാകരൻ, കെ എം ചാണ്ടി എന്നിവരാണ് ഉണ്ടായിരുന്നത്. ആ കോമ്പിനേഷനിൽ വസ്തുതകൾ ശരിക്ക് പറയാതിരിക്കാൻ കഴിയില്ല. അതുകൊണ്ട് എല്ലാ കാര്യങ്ങളും വിശദമായി പറഞ്ഞുകൊടുത്തു. ഇന്ദിരാഗാന്ധി വോട്ടു ചോദിച്ചു പ്രസംഗിക്കേണ്ടത്, ആന്റണി കോൺഗ്രസിലെ മുൻ മന്ത്രി ആര്യാടന് വേണ്ടിയാണെന്നും അദ്ദേഹത്തിന്റെ തിരഞ്ഞെടുപ്പ് ചിഹ്നം 'കൈ' അല്ല, 'രണ്ടില'യാണെന്നും ഇന്ദിരയ്ക്ക് മനസിലായി. മറുഭാഗത്ത് എതിർകക്ഷി സ്ഥാനാർഥി സ്വതന്ത്രനാണെന്നും അയാൾ ഡി സി സി ഐ പ്രസിഡന്റും 1980 ൽ കോൺഗ്രസ് (ഐ) സ്ഥാനാർഥിയും ആയിരുന്ന ടി കെ ഹംസയാണെന്നും അവരറിഞ്ഞു.

നിലമ്പൂരിലെ ഈ മത്സരത്തിനിടയായ സാഹചര്യം പൂർണമായും അവർ മനസിലാക്കിയിരുന്നു എന്നാണ് പിന്നത്തെ പെരുമാറ്റംകൊണ്ട് അനുമാനിക്കേണ്ടത്. ആര്യാടനെ അവർ പ്രസംഗിക്കുന്ന സ്റ്റേജിൽപോലും കേറാൻ അനുവദിച്ചില്ല. ആര്യാടൻ എന്ന സ്ഥാനാർഥിയെ അവർ ജനങ്ങൾക്ക് പരിചയപ്പെടുത്തുകയും ചെയ്തില്ല. അങ്ങനെ ഒരു പേര് പറയുകയും ചെയ്തില്ല. 'രണ്ടില' ചിഹ്നത്തിന് വോട്ട് ചെയ്യണം എന്ന് അഭ്യർഥിച്ചതുമില്ല. മാത്രമല്ല ആർക്കു വോട്ടുചെയ്യണം എന്നൊന്നും പരാമർശിക്കാതെ പ്രസംഗം അവസാനിപ്പിച്ചു. തികച്ചും ഒരു നിഷ്പക്ഷമായ നിസ്സംഗതയാണ് അവരുടെ പ്രസംഗത്തിൽ കണ്ടത്.

ഇന്ദിരാഗാന്ധിയുടെ ആ നിലപാട് ഞങ്ങൾക്ക് ആശ്വാസമായി എന്ന് മാത്രമല്ല, ആര്യാടന് വോട്ടുചെയ്യരുതെന്ന സന്ദേശം, ആ നിസ്സംഗതയിലുണ്ടെന്നും ഞങ്ങൾ അവകാശപ്പെട്ടു. ആര്യാടന്റെ ക്യാമ്പിൽ അത് വലിയ നിരാശക്കിടയാക്കി. വെളുക്കാൻ തേച്ച മരുന്ന് പാണ്ട്രോഗമുണ്ടാക്കി എന്നപോലെ ആയി. കരുണാകരന്റെ, എനിക്കെതിരായ അവസാനത്തെ പാരയും മുറിഞ്ഞു.

അതിനുശേഷം പ്രചാരണരംഗം വീണ്ടും ശക്തിയായി ഉണർന്നു. ആര്യാടന്റെ ഭാഗത്തുനിന്ന് കുതന്ത്രങ്ങൾ പ്രയോഗിക്കാൻ തുടങ്ങി. ബി ജെ പിക്കാർ വോട്ടുവിൽപ്പന സ്വകാര്യമായി തുടങ്ങിയ കാലമായിരുന്നു അത്. അക്കാര്യത്തിൽ ചില നീക്കങ്ങൾ നടത്തിയതായി ഞങ്ങൾ മനസിലാക്കി. ഞങ്ങളുടെ അറിവ് ശരിയാണെന്ന് വോട്ടുചെയ്ത സ്ഥിതി

കണ്ടപ്പോൾ ബോധ്യമാവുകയും ചെയ്തു. ഏത് നിലയ്ക്കും നിലമ്പൂർ നിയോജകമണ്ഡലത്തിൽ അന്ന് ബി ജെ പിക്ക് നാലായിരത്തിലധികം വോട്ടുകിട്ടുമായിരുന്നു. ബിജെപി സ്ഥാനാർഥി ഗോപാലകൃഷ്ണന് വെറും 1442 വോട്ടുമാത്രമാണ് കിട്ടിയത്.

പിന്നെ, പണ്ടെന്നോ രാഷ്ട്രീയം മതിയാക്കി വിശ്രമജീവിതം നയിക്കുന്ന കമ്യൂണിസ്റ്റ് വിരോധിയും മുജാഹിദ് മതപണ്ഡിതനും വാഗ്മിയുമായ കെ സി അബൂബക്കർ മൗലവിയെ ഇറക്കി മണ്ഡലത്തിന്റെ നാനാഭാഗത്തും കൊണ്ടുനടന്ന് പ്രസംഗിപ്പിച്ച് ജാതിവികാരം ഇളക്കിവിടാൻ ശ്രമിച്ചു. നിരീശ്വരവാദികളും നിർമത പ്രസ്ഥാനക്കാരുമായ കമ്യൂണിസ്റ്റുകാർക്കും അവരുടെ കൂടെ ചേർന്ന സ്വതന്ത്രനും വോട്ടുചെയ്യുന്നത് അനിസ്ലാമികമാണെന്നും അദ്ദേഹം നാടുനീളെ നടന്ന് പ്രസംഗിച്ചു. അതൊക്കെ വൈരാഗ്യം മൂർച്ഛിക്കാനല്ലാതെ വോട്ടിന്റെ കാര്യത്തിൽ ഗുണം പിടിച്ചില്ല.

അവസാനമാണ് മൂസാ നബിയുടെ വടിയിറക്കിയത്. മുസ്ലിംലീഗ് നേതാവായിരുന്ന സീതിഹാജി അങ്ങനെയാണ് അതിനെ വിശേഷിപ്പിച്ചത്. പാണക്കാട് ശിഹാബ് തങ്ങൾ പ്രചാരണത്തിന്നിറങ്ങി. മണ്ഡലത്തിന്റെ ഒരറ്റം മുതൽ മറ്റേ അറ്റംവരെ ആരവങ്ങളോടെ തങ്ങളെ കൊണ്ടുനടന്നു. ഓരോ കേന്ദ്രങ്ങളിൽ സ്വീകരണം വച്ചു. സ്വീകരണകേന്ദ്രങ്ങളിൽ മുസ്ലിം സ്ത്രീകളെ സംഘടിപ്പിച്ചു. തങ്ങൾ വലിയ പ്രസംഗം ഒന്നും നടത്തിയില്ല, അത് അദ്ദേഹത്തിന്റെ ശൈലിയും അല്ല. സ്ത്രീകൾക്ക് നേരിട്ട് "ഊതിയ നൂലും, കുരുമുളകുമണിയും" കൊടുക്കും. അത് ബർക്കത്ത് (അനുഗ്രഹം) കൊടുക്കലാണെന്നാണ് വിശ്വാസം. ഇതായിരുന്നു അദ്ദേഹത്തിന്റെ വോട്ടുപിടിത്തത്തിൻെറ സമ്പ്രദായം. മുസ്ലിം സ്ത്രീകൾ ഈ ബർക്കത്ത് കിട്ടാൻ കൂട്ടംകൂട്ടമായി ഓരോ കേന്ദ്രത്തിലും തടിച്ചുകൂടിയിരുന്നു.

മുസ്ലിം സ്ത്രീകൾക്ക് പാട്ടു പാടാനോ പ്രസംഗിക്കാനോ അന്നു തീരെ പാടില്ലായിരുന്നു. മുസ്ലിംലീഗ് സംഘടിപ്പിക്കുന്നതാണെങ്കിൽ പ്രസംഗം കേൾക്കാനും പാട്ടു കേൾക്കാനും കൂട്ടമായി വരാം. പുരുഷന്മാരുമായി ഇടപഴകുന്നതിനും നേരിട്ട് ബർക്കത്ത് വാങ്ങുന്നതിനും ഒരു വിരോധവും ഇല്ല. ഇതൊക്കെ പുതിയ തലമുറയിൽ ചിന്താപ്രശ്നങ്ങൾ ഉണ്ടാക്കി. അതിനാൽ ജാതിവികാരവും മതാചാരവികാരവും വേണ്ടത്ര ഗുണം ചെയ്യുന്നില്ലെന്ന് ബോധ്യമായി.

അവസാനത്തെ അടവായിരുന്നു മങ്കുരുണിയും പണവിതരണവും. തിരഞ്ഞെടുപ്പ് പ്രചാരണം അവസാനിക്കാൻ നാലഞ്ച് ദിവസങ്ങൾ മാത്രം ബാക്കിനിൽക്കെ കാര്യങ്ങൾ വിലയിരുത്തുന്നവർക്ക് ബോധ്യമായി, വിധിയുടെ സൂചി ഇടത്തോട്ട് ചെരിഞ്ഞാണ് നിൽക്കുന്നത് എന്ന്. അപ്പോഴാണ് മങ്കുരുണിപ്രയോഗം തുടങ്ങിയത്. തനി നാടൻ വാറ്റുചാരായത്തിന് നിലമ്പൂർക്കാടുകളിൽ മങ്കുരുണി എന്നാണ് പറയുക. ശർക്കരപ്പൊടിയും നവസാരവും മറ്റും കൂടിക്കലക്കി ഉണ്ടാക്കുന്ന ഒരുതരം കോട കാ

ട്ടിൽ മണ്ണിൽ പൂഴ്ത്തിവച്ച് പുളിപ്പിക്കും. അത് വയ്ക്കുന്നത് മണ്ണുകൊണ്ടുള്ള ചെറിയ കുടത്തിലാക്കിയിട്ടാണ്. അതിൽ ബാറ്ററിവരെ ഇടിച്ചു പൊട്ടിച്ചിടും എന്ന് കേട്ടിട്ടുണ്ട്. പാവപ്പെട്ട ആദിവാസികളും മറ്റു കീഴ്ജാതിക്കാരെന്ന് പറയുന്നവരും ഇത് കഴിച്ചിരുന്നു. ചിലപ്പോൾ അല്ലാത്തവരും ഉപയോഗിക്കുന്നതായി കേട്ടിട്ടുണ്ട്. ഇതിനെ എല്ലാവരും മങ്കുരുണി എന്നാണ് വിളിച്ചിരുന്നത്. ആ മങ്കുരുണി കോളനികളിലും ആദിവാസി കേന്ദ്രങ്ങളിലും സൗജന്യ വിതരണം ചെയ്തു. കൂടെ സക്കാത്ത് കൊടുക്കുന്നതു പോലെ പണവും വിതരണംചെയ്തു. അങ്ങനെ ആവനാഴിയിലെ പതിനെട്ടടവും പമ്പരം പാച്ചിലും പ്രയോഗിച്ചു.

ഞങ്ങളുടെ പ്രവർത്തകർ സാധുക്കളും സാധാരണക്കാരുമായിരുന്നു. പലപ്പോഴും പ്രവർത്തകർക്ക് ഭക്ഷണവും ചായയും വാങ്ങിക്കൊടുക്കാൻ ഞങ്ങൾ പ്രയാസപ്പെട്ടിരുന്നു. പാർട്ടി അതിന്റെ എല്ലാ ശക്തിയും ഉപയോഗിച്ച് ആളും അർഥവും ഇറക്കി പോരാടിയിരുന്നു. എന്റെ അധീനത്തിൽ തറവാട്ടുവീടും കശുമാവിൻതോട്ടവും വിറ്റ് കിട്ടിയ പണം സൂക്ഷിപ്പുണ്ടെന്ന് മുമ്പ് ഞാൻ പറഞ്ഞിരുന്നല്ലോ. അതെടുത്ത് ഞാനും ചെലവഴിക്കാൻ തുടങ്ങി. മൊത്തം തിരഞ്ഞെടുപ്പ് കഴിഞ്ഞ് നോക്കിയപ്പോൾ ഒരു ലക്ഷത്തി ഇരുപതിനായിരം ഉറുപ്പിക എനിക്ക് സ്വന്തം കൈയിൽ ചെലവായിട്ടുണ്ട്. അത് ഇന്നത്തെ കണക്കനുസരിച്ച് എത്ര ഇരട്ടി വരുമെന്ന് ആലോചിക്കാവുന്നതാണ്. പാർട്ടിക്ക് എത്ര ചെലവായി എന്ന് എനിക്ക് അറിഞ്ഞുകൂട. അവസാനം വോട്ടിന്റെ തലേദിവസം ബൂത്ത് കമ്മിറ്റികളിൽ നൂറുറുപ്പികവീതം കൊടുക്കാൻ പെട്ട പാട് ഇന്നോർക്കുന്നത് മധുരമായ വേദനയാണ് ഉളവാക്കുന്നത്.

ഏതായാലും മെയ് 17 ന് വൈകുന്നേരം പ്രചാരണത്തിന്റെ കൊട്ടിക്കലാശം കഴിഞ്ഞു. പിന്നെ 18 ന് ഒഴിവ്. 1982 മെയ് 19 നാണ് പോളിങ്. ഇരുഭാഗവും സജ്ജമായി. രാവിലെ എട്ടുമണി മുതൽ വൈകുന്നേരം അഞ്ചുമണിവരെ. അപ്പോഴേക്കും വാഹനത്തിൽ വോട്ടർമാരെ കൊണ്ടുവരാൻ പാടില്ലെന്ന ഇലക്ഷൻ കമീഷന്റെ ചട്ടം നടപ്പായിക്കഴിഞ്ഞിരുന്നു. അത് ഞങ്ങൾക്ക് വലിയ ആശ്വാസമായി. അല്ലെങ്കിൽ വാഹനത്തിന്റെ കാര്യത്തിൽ ഞങ്ങൾ കുഴങ്ങുമായിരുന്നു.

മൊത്തം നൂറിലധികം ബൂത്തുകളുണ്ടായിരുന്നു. രാവിലെ മുതൽ ഞാൻ എല്ലാ ബൂത്തിലും കറങ്ങി, അഞ്ച് മണിക്ക് നിലമ്പൂർ അങ്ങാടിയിൽ തിരിച്ചെത്തി. നല്ല കനത്ത പോളിങ്തന്നെ. ഇരു വിഭാഗത്തിന്റെയും കൗണ്ടറുകളിലെ തിരക്കും പ്രവർത്തകരുടെ ഉത്സാഹവും കണ്ട് നടത്തിയ വിലയിരുത്തലിൽ ഞാൻ സന്തുഷ്ടനായിരുന്നു. രാത്രി തിരഞ്ഞെടുപ്പ് കമ്മിറ്റി ഓഫീസിൽ ഓരോ ബൂത്തിലെ കണക്കുകൾ വന്നുതുടങ്ങി. കൂട്ടലും കിഴിക്കലും പ്രവചനങ്ങളും ആകപ്പാടെ ശബ്ദകോലാഹലം.

എന്നാൽ അന്ന് ഇന്നത്തെപ്പോലെ പോളിങ് കഴിഞ്ഞ് പെട്ടികൾ സൂക്ഷിക്കലും കുറേദിവസം കഴിഞ്ഞ് എണ്ണലും പതിവില്ല. പിറ്റേന്ന് 20 ന് തന്നെ ആയിരുന്നു വോട്ടെണ്ണൽ. നിലമ്പൂർ മണ്ഡലത്തിന്റെ വോട്ടെ

ണ്ണൽ അന്ന് ഞാൻ കുടുംബസമേതം താമസിച്ചിരുന്ന മഞ്ചേരി കച്ചേരിപ്പടിയിലെ 'അഭയം' എന്ന എന്റെ വീട്ടിന്റെ മുൻവശത്തുള്ള ഗവൺമെന്റ് ബോയ്സ് ഹൈസ്കൂളിൽ വച്ചായിരുന്നു. എന്റെ മൊത്തം തിരഞ്ഞെടുപ്പിന്റെ ചീഫ് ഏജൻറ് സ. ദേവദാസ് പൊറ്റെക്കാട് ആയിരുന്നു. അദ്ദേഹം തന്നെയാണ് കൗണ്ടിങ് ഏജന്റും.

രാവിലെ എട്ടുമണിക്ക് തന്നെ വോട്ട് എണ്ണാനുള്ള ചീഫ് ഏജന്റും മറ്റ് ഏജന്റുമാരും സ്കൂളിലേക്ക് പോയി. ഞാനും ഏതാനും സഹപ്രവർത്തകരും എന്റെ വീടിന്റെ കോലായിൽതന്നെ ഇരുന്നു. ഇടക്കിടെ എണ്ണുന്നതിന്റെ പുരോഗതി ദേവദാസ് കുറിച്ചുകൊടുത്തയക്കും. ഉച്ചയ്ക്ക് മൂന്നുമണി ആയപ്പോഴേക്കും കാളികാവ് ഒഴിച്ച് ബാക്കി ഒമ്പത് പഞ്ചായത്തുകളും എണ്ണിക്കഴിഞ്ഞു. അപ്പോൾ ഞാനും ആര്യാടനും ഒപ്പത്തിനൊപ്പമാണ്. കാളികാവ് പഞ്ചായത്താണ് എണ്ണാൻ ബാക്കിയുള്ളത് എന്ന് കണ്ടപ്പോൾ ആര്യാടന്റെ ഭാഗത്തുള്ളവർക്ക് ആഹ്ലാദമായി. അവർ ചിരിച്ചുകളിച്ച് രസിക്കുന്നു. എല്ലാം വീക്ഷിച്ച് ആര്യാടനും അകത്തുതന്നെ ഇരിക്കുന്നു. ഇതെല്ലാം കണ്ട് നമ്മുടെ ഏജന്റുമാർക്ക് നിരാശ വന്നു. കാരണം കാളികാവ് പഞ്ചായത്തിലെ വോട്ടിന്റെ സ്ഥിതിവച്ച് ബലാബലത്തിൽ യു ഡി എഫ് 3500 വോട്ടിന് മുന്നിട്ടുനിൽക്കുന്നതാണ് മുമ്പുള്ള അനുഭവവും കണക്കും. അതാണ് നിരാശയ്ക്കാധാരം.

മുഖത്ത് മ്ലാനതയോടെ എന്റെ ചീഫ് ഏജന്റ് ദേവദാസ് പുറത്തേക്ക് വന്നു, നേരെ റോഡ് മുറിച്ചുകടന്ന് വീട്ടിൽ എത്തി. മുഖം കണ്ടപ്പോൾ എനിക്ക് പന്തികേട് തോന്നി. ഞാൻ ചോദിച്ചു എന്താ? അദ്ദേഹം പറഞ്ഞു നമ്മൾക്ക് രക്ഷയില്ല. ഇപ്പോൾ സമമാണ്. ഇനി കാളികാവ് പഞ്ചായത്താണ് എണ്ണാനുള്ളത്. അവിടെ യു ഡി എഫിനല്ലേ വലിയ മുൻതൂക്കം എന്നദ്ദേഹം നിരാശയോടെ പറഞ്ഞു. ഇത് കേട്ട് ഞാൻ ചിരിച്ചു, വാചാലനായി. ഞാൻ പറഞ്ഞു, ദേവദാസെ ഈ തിരഞ്ഞെടുപ്പ് കേവലം രാഷ്ട്രീയമായ ചേരിതിരിവിന്റെ അടിസ്ഥാനത്തിൽ കണക്ക് കൂട്ടരുത്. നിങ്ങൾ കാണാത്ത അടിയൊഴുക്കുകൾ ഉണ്ടാവും. ഞാൻ ജനിച്ചത് കൂരാട്ടാണെങ്കിലും ജീവിച്ചതും വളർന്നതും കാളികാവ് പഞ്ചായത്തിലെ ചോക്കാട്ടാണ്. എലിമെന്ററി വിദ്യാഭ്യാസവും ചോക്കാട്ടുതന്നെ. എന്റെ എല്ലാ ബന്ധങ്ങളും സഹപാഠികളും സുഹൃത്തുക്കളും കാളികാവ് പഞ്ചായത്തിൽ തന്നെയാണ്. എനിക്കും കുടുംബത്തിനും നൂറ്റാണ്ടുകളായി ബന്ധമുള്ള ജനങ്ങളാണ് കാളികാവിലെ മഞ്ഞപ്പെട്ടി, മമ്പാട്ടുമൂല, ചോക്കാട്, ഉദരംപൊയിൽ, പുല്ലങ്കോട് എന്നീ സ്ഥലങ്ങൾ. ഞാൻ രണ്ടരക്കൊല്ലം പഞ്ചായത്ത് എക്സിക്യൂട്ടീവ് ഓഫീസറായി സേവനം അനുഷ്ഠിച്ചതും കാളികാവിൽ തന്നെയാണ്. ആ നാട്ടുകാർ ഒരിക്കലും എന്നെ കൈവെടിയുന്നതല്ല. കാളികാവ് പഞ്ചായത്ത് എണ്ണിക്കഴിയുമ്പോൾ നമ്മൾ വിജയിക്കും, തീർച്ച. നിങ്ങൾ തിരിച്ചുപോകണം, മറ്റു ഏജന്റുമാർക്ക് ധൈര്യം കൊടുക്കണം. നമ്മൾ മനംമടുത്തുപോന്നാൽ അവർ

കൈകടത്തും.

ദേവദാസ് സമാധാനിച്ചു. തിരിച്ച് എണ്ണൽകേന്ദ്രത്തിലേക്ക് പോയി. കാളികാവ് എണ്ണിത്തുടങ്ങിയപ്പോൾ തന്നെ നമ്മുടെ മുൻതൂക്കം ദൃശ്യമായിരുന്നു. പതിനഞ്ച് മിനുട്ട് കഴിഞ്ഞ് ദേവദാസിന്റെ കുറിപ്പ് ''ഹംസക്കാ നമ്മൾ മുന്നിട്ട്നിൽക്കുന്നു.'' അരമണിക്കൂർ കഴിഞ്ഞപ്പോൾ ആയിരം വോട്ടിന് മുന്നിൽ. പിന്നെ എണ്ണാൻ അഞ്ഞൂറ് വോട്ടുകൾ മാത്രം. വിജയം സുനിശ്ചിതമായി.

ഞാൻ അപ്പോൾ ഇഷ്ടിക തുടച്ച് തറയിൽ കിടക്കുകയായിരുന്നു. വിജയം ഉറപ്പാണെന്നറിഞ്ഞതോടെ എണീറ്റ് മുഖം കഴുകി ഒരു ചായ വലിച്ചുകുടിച്ചു. ഷർട്ടും മുണ്ടും മാറ്റി. ഉടനെ എണ്ണുന്ന കൗണ്ടറിലേക്ക് വിളിക്കുന്നു. ഞാൻ നടന്ന് സ്കൂളിലെത്തി. റിട്ടേണിങ് ഓഫീസർ എണീറ്റ് കൈകൂപ്പി കസേരയിൽ ഇരിക്കാൻ ആവശ്യപ്പെട്ടു. പോളിങ് കഴിഞ്ഞ് റിട്ടേണിങ്ങ് ഓഫീസർ ഞാൻ 1566 വോട്ടിന്റെ ഭൂരിപക്ഷത്തിന് വിജയിച്ചതായി പ്രഖ്യാപിച്ചു. അപ്പോഴാണ് ഞാൻ നിലമ്പൂരിന്റെ എംഎൽഎ ആയി എന്ന് ബോധ്യമാകുന്നത്. അതിൽ സന്തോഷത്തേക്കാൾ അഭിമാനമായിരുന്നു പ്രശ്നം. നീതിക്കുവേണ്ടിയുള്ള പോരാട്ടം. അർഹതയുടെ നിഷേധത്തിനെതിരായ വിജയം.

ഈ വിജയം ആര്യാടനോടുള്ള വ്യക്തിവിരോധത്തിന്റെ പേരിലുള്ളതല്ല. ഞാൻ നിലമ്പൂരിൽ മത്സരിച്ചത് അങ്ങനെ ഒരു വിരോധത്തിന്റെ അടിസ്ഥാനത്തിലുമല്ല. എനിക്ക് മത്സരിക്കണം എന്ന് തീരുമാനിച്ചാൽ അതേ അന്ന് മാർഗമുള്ളൂ. ആര്യാടന് നിലമ്പൂർ, ചാലിയാർ, എടക്കര, ചുങ്കത്തറ അങ്ങനെ വടക്കൻ പഞ്ചായത്തുകളിലൊക്കെ ബന്ധമുണ്ട്. എനിക്കാണെങ്കിൽ കരുളായി, അമരമ്പലം, ചോക്കാട്, കാളികാവ് എന്നീ കിഴക്കൻ പ്രദേശങ്ങളിലും നല്ല ബന്ധമുണ്ട്. ഞങ്ങൾ രണ്ടാളും നാട്ടുകാരാണ്. ഒരേ കാലത്ത് പത്താംക്ലാസ് കഴിഞ്ഞവർ, ഒരുമിച്ച് കളിച്ചവർ, ഒരുമിച്ച് പ്രസംഗിച്ചുനടന്നവർ. അന്യോന്യം പയറ്റുന്ന തന്ത്രങ്ങൾ അറിയുന്നവർ. പക്ഷേ കരുണാകരനോട് പടിയിറങ്ങുമ്പോൾ പറഞ്ഞ വാക്ക്, "നമുക്ക് നിയമസഭയിൽ കാണാം." അത് പാലിക്കാൻ ഇതേ വഴിയുണ്ടായിരുന്നുള്ളു.

പഴയ നിയമസഭാ കെട്ടിടം

19 കേരള നിയമസഭയിൽ ആദ്യമായി

ആയിരത്തിത്തൊള്ളായിരത്തി എൺപത്തിരണ്ട് മെയ് 20 നുതന്നെ കേരളത്തിൽ തിരഞ്ഞെടുപ്പ് ഫലം പൂർണമായി പുറത്തുവന്നു. യു ഡി എഫിന് നേരിയ ഭൂരിപക്ഷം കിട്ടി. യു ഡി എഫിന് 77 ഉം എൽ ഡി എഫിന് 63 ഉം. അങ്ങനെ ഏഴാം കേരളനിയമസഭ നിലവിൽ വന്നു. യു ഡി എഫിന്റെ നേതാവായി തിരഞ്ഞെടുക്കപ്പെട്ട് കരുണാകരൻ 1982 മെയ് 24 ന് മുഖ്യമന്ത്രിയായി സത്യപ്രതിജ്ഞ ചെയ്ത് അധികാരം ഏറ്റെടുത്തു.

നിയമസഭയുടെ ആദ്യ സമ്മേളനം ജൂൺ 24 ന് ആയിരുന്നു. അംഗങ്ങൾക്കെല്ലാം നോട്ടീസ് കിട്ടി. യോഗത്തിലെ അജൻഡ സ്പീക്കർ തിരഞ്ഞെടുപ്പാണ്. സന്തോഷത്തോടെ ഒരു ദിവസം മുൻകൂട്ടി ഞാൻ തിരുവനന്തപുരത്തെത്തി. പാർട്ടി നേതാക്കളെ കണ്ടു. സ. എം വി രാഘവനായിരുന്നു നിയമസഭയുടെ ചാർജ്. അദ്ദേഹത്തിന്റെ നിർദേശപ്രകാരം താമസത്തിന് അനുവദിച്ച ഓൾഡ് ബ്ലോക്കിൽ 49–ാം നമ്പർ മുറിയിൽ താമസമാക്കി.

പിറ്റേന്ന് കാലത്ത് എട്ടു മണിക്ക് നിയമസഭയിലെത്തി. സഭയിലേക്ക് കടന്നുചെല്ലുമ്പോൾ അടങ്ങാത്ത ആവേശവും അതിലേറെ അഭിമാനവും തോന്നി. എന്റെ മേൽ കൊട്ടി അടച്ച വാതിൽ നിയമത്തിന്റെയും നീതിയുടെയും താക്കോലുകൊണ്ട് തുറക്കാനുള്ള ജനകീയവിധി അത്ഭുതകരം തന്നെ. ഞാൻ ആദ്യമായി സഭയിൽ എനിക്കനുവദിച്ച സീറ്റ് കണ്ടുപിടിച്ചു, ഒന്നിരുന്നു. അപ്പോഴേക്കും എല്ലാ അംഗങ്ങളും എത്തി. സഭ നി

റഞ്ഞു. സഭ തുടങ്ങാൻ അഞ്ച് മിനിട്ടു ബാക്കിയുണ്ട്. അപ്പോൾ മുഖ്യ മന്ത്രി കരുണാകരൻ വന്ന് സീറ്റിൽ ഇരുന്നു. എല്ലാവരെയും നോക്കി പു ഞ്ചിരിതൂകി അഭിവാദ്യം ചെയ്യുന്നു. അതിനിടയിൽ ഞാൻ എന്റെ സീ റ്റിൽ നിന്നെണീറ്റ് സഭ മുറിച്ചുകടന്നു മുഖ്യമന്ത്രി കരുണാകരന്റെ മുമ്പി ലെത്തി. കരുണാകരന്റെ മുമ്പിൽ ഭവ്യതയോടെ കൈകൂപ്പിനിന്നു. കരു ണാകരൻ എണീറ്റുനിന്ന് എന്നെ പ്രത്യഭിവാദ്യം ചെയ്തു. ഞാൻ പു ഞ്ചിരിതൂകി അദ്ദേഹത്തിന്റെ മുമ്പിൽ നിൽക്കുകയാണ്. മധുരമായ പ്രതി കാരത്തിന്റെ പുഞ്ചിരി. അദ്ദേഹം സ്വതഃസിദ്ധമായ നർമത്തോടെ എന്നോ ട് പറഞ്ഞു: "വഴി ഏത് തന്നെ ആയാലും നമ്മൾ, ആശിച്ചവരെല്ലാം സഭയിൽ എത്തിയല്ലോ." യാതൊരു ഭാവപ്പകർച്ചയുമില്ലാതെ അദ്ദേഹം പ്രതിവചിച്ചു. അതാണ് കരുണാകരന്റെ, വീണത് വിദ്യയാക്കാനുള്ള കഴിവ്.

അപ്പോഴേക്കും പ്രോട്ടേം സ്പീക്കർ ടി എച്ച് മുസ്തഫ അധ്യക്ഷ സ്ഥാനത്ത് ആഗതനായി. അത് ഭരണകക്ഷി താൽക്കാലികമായി ഒരാ ളെ നിശ്ചയിക്കുന്നതാണ്. അദ്ദേഹത്തിന്റെ കാർമികത്വത്തിലാണ് അം ഗങ്ങളുടെ സത്യപ്രതിജ്ഞാ ചടങ്ങ്. സത്യപ്രതിജ്ഞ കഴിഞ്ഞ് അന്ന് സഭ പിരിഞ്ഞു. പിറ്റേന്ന് രാവിലെ സ്പീക്കർ തിരഞ്ഞെടുപ്പാണ്. സാങ്കേ തികമായ ഒരു മത്സരം മാത്രം നടന്നു. വക്കം പുരുഷോത്തമനെ തിര ഞ്ഞെടുത്തതായി പ്രോട്ടേം സ്പീക്കർ പ്രഖ്യാപിച്ചു. പിന്നീടുള്ള നടപടി കളെല്ലാം വക്കത്തിന്റെ അധ്യക്ഷതയിൽ ആണ് നടന്നത്. ഡെപ്യൂട്ടി സ് പീക്കറായി മുസ്ലിംലീഗിലെ കെ എം ഹംസക്കുഞ്ഞിനെയും തിരഞ്ഞെ ടുത്തു. വലിയ ബിസിനസുകളൊന്നും ഇല്ലാതെ ആ ഹ്രസ്വമായ സമ്മേളനം അവസാനിച്ചു.

ഏഴാം കേരള നിയമസഭയുടെ രണ്ടാം സമ്മേളനം 1982 സെപ്തം ബറിൽ വീണ്ടും ചേർന്നു. ആദ്യമായി ഗവർണറുടെ നയപ്രഖ്യാപന പ്ര സംഗം. അതിന്മേലുള്ള നന്ദിപ്രമേയത്തിലാണ് എല്ലാ അംഗങ്ങൾക്കും പ്രസംഗിക്കാനുള്ള അവസരം. ഗവർണറുടെ പ്രസംഗം ഗവൺമെന്റിന്റെ നയപ്രഖ്യാപനമാണ്. ഗവൺമെന്റിന്റെ നയസമീപനങ്ങളും ഭാവി പരി പാടികളും ആണ് അതിലെ പ്രതിപാദനം. പുതിയ അംഗങ്ങളുടെ ആദ്യ ത്തെ പ്രസംഗം ആയതിനാൽ സമയത്തിന് നിയന്ത്രണം ഉണ്ടാവില്ല. മാ ത്രമല്ല യാതൊരു ഇടപെടലും ഇല്ലാതെ എല്ലാവരും ശാന്തമായി ശ്രദ്ധി ക്കുകയും ചെയ്യും. വിഷയം നയവും പരിപാടിയും ആയതിനാൽ സ്വാ ഭാവികമായും രാഷ്ട്രീയവും നയങ്ങളും തന്നെയാണ് ചർച്ചക്ക് വരുന്നത്. ചുരുക്കത്തിൽ എല്ലാവർക്കും കാടടക്കി വെടിയുതിർക്കാനുള്ള ആദ്യത്തെ അവസരം. അതിൽ ഞാനും മോശമല്ലാത്ത പ്രകടനം കാഴ്ചവച്ചു. എന്റെ പുതിയ സാഹചര്യത്തിൽ കാലൂന്നി പറയാനുള്ളത് നന്നായി പറഞ്ഞു എന്ന ചാരിതാർഥ്യം എനിക്കുണ്ടായിരുന്നു.

നിയമസഭാ നടപടിക്രമങ്ങളുടെ പൂർണമായ ചരിത്രം ഞാൻ ഇതിൽ പ്രതിപാദിക്കുന്നില്ല. ഞാനുമായി ബന്ധപ്പെട്ട പ്രധാന സംഭവങ്ങൾ മാത്രം

ഉദ്ധരിക്കുകയാണ് ചെയ്യുന്നത്. അങ്ങനെയിരിക്കുമ്പോൾ സഭയുടെ മൂന്നാം സമ്മേളനത്തിലാണ് എനിക്ക് പ്രത്യക്ഷപ്പെടാൻ ഒരവസരം കിട്ടിയത്. സഭാനടപടി ചട്ടം റൂൾ 50 അനുസരിച്ചായിരുന്നു അത്. തിരൂരങ്ങാടിയിലെ ബുറാക്ക ട്രാവൽ ബസ്സുടമകൾക്കെതിരെ തൊഴിലാളികൾ കടലുണ്ടിയിൽ നടത്തിയ ഒരു സമരത്തിൽ പൊലീസ് ഇടപെട്ട് നടത്തിയ അതിക്രമം ആയിരുന്നു വിഷയം. ശരിക്കും പൊലീസ് നരനായാട്ടാണ് നടത്തിയത്. കുറെ ആൾക്കാർക്ക് പരിക്കുപറ്റി ആശുപത്രിയിലായിരുന്നു. അതിനെത്തുടർന്ന് ബന്ദും പൊലീസ് സ്റ്റേഷൻ മാർച്ചും. ഈ കാര്യത്തിൽ ഞാൻ റൂൾ 50 അനുസരിച്ച് ഒരടിയന്തരപ്രമേയത്തിന് നോട്ടീസ് കൊടുത്തു. പ്രമേയത്തിന്റെ അവതരണാനുമതിക്കായി ഞാൻ വിഷയം അവതരിപ്പിച്ചു. പൊലീസിന്റെ അനവസരത്തിലുള്ള ഇടപെടലും അനാവശ്യമായ മർദനവും നാട്ടിൽ അതുണ്ടാക്കിയ ഭീകരാവസ്ഥയും വിവരിച്ചു. പൊലീസ് ഇതെല്ലാം ചെയ്തത് ബസ്സുടമകളെ തൃപ്തിപ്പെടുത്താനായിരുന്നെന്നും അവരുടെ പിന്നിൽ മന്ത്രി എം പി ഗംഗാധരന്റെ കൈകളാണെന്നും ഞാൻ പറഞ്ഞപ്പോഴേക്ക് സഭ പ്രക്ഷുബ്ധമായി. അതൊന്നും വകവയ്ക്കാതെ ഞാൻ പറഞ്ഞു: കടലുണ്ടി, വള്ളിക്കുന്ന് ഭാഗത്ത് ഇപ്പോഴും സംഘർഷാവസ്ഥ നിലനിൽക്കുന്നുണ്ടെന്നും ഈ തേർവാഴ്ചയെപ്പറ്റി സഭ നിർത്തിവച്ച് ചർച്ചചെയ്യേണ്ടതാണെന്നും ഞാൻ അഭ്യർഥിച്ചു. മാത്രമല്ല ഞാൻ പറയുന്ന സംഭവം നടന്ന സ്ഥലം അവുക്കാദർകുട്ടി നഹ പ്രതിനിധീകരിക്കുന്ന തിരൂരങ്ങാടി മണ്ഡലത്തിലാണ്. ഞാൻ പറഞ്ഞത് ശരിയല്ലെങ്കിൽ നഹ പറയട്ടെ എന്ന് ഞാൻ ആവശ്യപ്പെട്ടു. അപ്പോൾ നഹ എണീറ്റ് ഹംസ പറഞ്ഞത് മുഴുവൻ സത്യമാണെന്നും പൊലീസ് ചെയ്തത് തെറ്റാണെന്നും പറഞ്ഞു. എന്നിട്ടും സ്പീക്കർ പ്രമേയാവതരണവും സഭനിർത്തിവച്ച് ചർച്ചചെയ്യാനുള്ള അഭ്യർഥനയും നിഷേധിച്ചു. അതോടെ പ്രതിപക്ഷ നേതാവ് സ. ഇ കെ നായനാർ ഏറ്റുപിടിച്ചു, വാക്ക്ഔട്ട് പ്രഖ്യാപിച്ചു പ്രസംഗിച്ചു, പ്രതിപക്ഷം ഒന്നടങ്കം സഭ വിട്ട് ഇറങ്ങിപ്പോയി. ഇത് എന്റെ നിയമസഭാചരിത്രത്തിലെ ആദ്യത്തെ നാഴികക്കല്ലായിരുന്നു. പിറ്റേന്ന് വന്ന എല്ലാ പത്രങ്ങളുടെയും തലക്കെട്ട് ഈ സംഭവത്തിലെ സഭാചർച്ച ആയിരുന്നു. അതോടെ നിയമസഭയിൽ ഇടപെടാനും സംസാരിക്കാനുമുള്ള കരളുറപ്പു കൈവന്നു.

മുഖ്യമന്ത്രി കരുണാകരൻ 1982 ലെ തിരഞ്ഞെടുപ്പിൽ തന്റെ സ്ഥിരം മണ്ഡലമായ മാളയ്ക്ക് പുറമെ തിരുവനന്തപുരം ജില്ലയിൽ നേമംമണ്ഡലത്തിലും മത്സരിച്ചിരുന്നു. രണ്ടു സ്ഥലത്തും അദ്ദേഹം വിജയിക്കുകയും ചെയ്തു. അതിനാൽ മാള നിലനിർത്തി നേമത്തുനിന്ന് അദ്ദേഹം അംഗത്വം രാജിവച്ചു. അവിടെ ഉടനെത്തന്നെ ഉപതിരഞ്ഞെടുപ്പ് വന്നു. കോൺഗ്രസിന്റെ സ്ഥാനാർഥി ഇ രമേശൻ നായരും ഇടതുപക്ഷ മുന്നണി സ്ഥാനാർഥി സി പി ഐ (എം)ലെ വി ജെ തങ്കപ്പനും. നിയമസഭയിൽ ഭരണ–പ്രതിപക്ഷങ്ങൾ അംഗബലത്തിൽ ഒപ്പത്തിനൊപ്പം ആയിരുന്നു. വോട്ടർമാരുടെയും നില ഏതാണ്ട് അതുതന്നെ. അപ്പോൾ അ

നിയമസഭാംഗങ്ങളുടെ ഫുട്ബോൾ മാച്ചിൽ ടികെ ഹംസയും ബെന്നി ബഹനാനും

തൊരു വാശിയേറിയ തിരഞ്ഞെടുപ്പ് മത്സരമായിരുന്നു. രണ്ട് സ്ഥാനാർഥികളും ആ മണ്ഡലക്കാർ തന്നെ. രണ്ടാളെപ്പറ്റി ഒരു ദോഷവും ആരോപിക്കാനില്ലായിരുന്നു. ഫലത്തിൽ കോൺഗ്രസും സി പി ഐ (എം)ഉം തമ്മിൽ നേരിട്ടുള്ള ഒരു ബലപരീക്ഷണമായിരുന്നു അത്.

എന്നെ സംബന്ധിച്ചിടത്തോളം അതൊരു നല്ല അവസരമായി. ഞാൻ ഇടതുപക്ഷമുന്നണിക്കും പാർട്ടിക്കും വേണ്ടി പ്രവർത്തിക്കാൻ ആദ്യമായി ഗോദയിലിറങ്ങി. ആര്യാടനെ പരാജയപ്പെടുത്തി, സ്വതന്ത്രനായി ജയിച്ചുവന്ന ഗ്ലാമറും പ്രസംഗകലയിൽ സ്വതഃസിദ്ധമായി ഉണ്ടായിരുന്ന ചാതുരിയും തിരഞ്ഞെടുപ്പുവേദികളിൽ നല്ല പ്രകടനം കാഴ്ചവെക്കാൻ ഇടയായി. ഭരണത്തിന്റെ സ്വാധീനവും, മന്ത്രിമാരുടെ ബാഹുല്യവും എല്ലാം കോൺഗ്രസുകാർ വേണ്ടത്ര ഉപയോഗിച്ചു. ഞങ്ങൾ ഇടതുപക്ഷ മുന്നണി പ്രവർത്തകർ അടിവച്ച മുന്നേറ്റമാണ് നടത്തിയത്. സ്ക്വാഡ് പ്രവർത്തനം ചിട്ടയായി നടന്നിരുന്നു. പ്രചാരണവും പ്രസംഗവുമെല്ലാം പ്രവർത്തനങ്ങൾക്ക് കൊഴുപ്പുകൂട്ടി. ഞാൻ അന്നുവരെ ശീലിച്ചുവന്ന ശൈലിയിൽനിന്ന് ഒരു വലിയ മാറ്റമായിരുന്നു ഈ തിരഞ്ഞെടുപ്പിലെ അനുഭവം. ഇടതുപക്ഷ രാഷ്ട്രീയം ഒരു മാസത്തിനകം പറഞ്ഞും പയറ്റിയും തെളിഞ്ഞു. അത് മുതലാക്കിക്കൊണ്ട് പിന്നെ ഇടതുപക്ഷ രാഷ്ട്രീയ പ്രവർത്തനം കുറച്ചുകൂടി ശക്തിപ്പെടുത്തി മുന്നോട്ടുപോകാൻ കഴിഞ്ഞു. തെരഞ്ഞെടുപ്പിൽ വി ജെ തങ്കപ്പൻ ജയിച്ചുകേറി.

1982 കേരള നിയമസഭ നിലവിൽ വന്നിട്ട് 25 കൊല്ലം പൂർത്തിയാവുന്നു. അക്കൊല്ലംതന്നെ അതിന്റെ രജതജൂബിലി ആഘോഷങ്ങൾ നടത്താൻ തീരുമാനിച്ചു. നിയമസഭാ സ്പീക്കർ അധ്യക്ഷനായും മുഖ്യമന്ത്രിയും പ്രതിപക്ഷ നേതാവുമുൾപ്പെടെയുള്ള കക്ഷിനേതാക്കൾ അംഗങ്ങളായും രൂപീകരിച്ച ജൂബിലി കമ്മിറ്റിയായിരുന്നു ആഘോഷസംബന്ധമായ എല്ലാ സുപ്രധാന തീരുമാനങ്ങളും കൈക്കൊണ്ടത്. കായികമേളയും കലോത്സവവും നടത്താനായിരുന്നു തീരുമാനം. എല്ലാറ്റിലും

നിയമസഭാംഗങ്ങളാണ് പങ്കെടുക്കുന്നത് എന്ന കാര്യം ആഘോഷങ്ങൾക്ക് കൊഴുപ്പുകൂട്ടി.

രാഷ്ട്രപതി ഗ്യാനി സെയിൽസിങ് ആയിരുന്നു ജൂബിലി ആഘോഷങ്ങളുടെ ഉദ്ഘാടനം നിർവഹിച്ചത്. കേരളത്തിന്റെ പ്രഥമ മുഖ്യമന്ത്രി സ. ഇ എം എസ് നമ്പൂതിരിപ്പാടും ഏഴുവർഷക്കാലം ഒന്നിച്ച് മുഖ്യമന്ത്രിയായിരുന്ന സ. അച്യുതമേനോനുമുൾപ്പെടെ എല്ലാ മുഖ്യമന്ത്രിമാരും ജൂബിലിക്ക് ആശംസകളർപ്പിച്ചു പ്രസംഗിക്കുകയുണ്ടായി. കഴിഞ്ഞ കാലത്ത് നിയമസഭയിൽ അംഗങ്ങളായിരുന്ന ബഹുമാന്യ വ്യക്തികളെല്ലാം സമ്മേളനത്തിൽ പങ്കെടുത്തിരുന്നു. അതിൽ അന്ന് ഏറ്റവും പ്രായം കൂടിയ നർമഭാഷകനായ ജോസഫ് ചാഴിക്കാടനും സംബന്ധിച്ചു.

നിയമസഭ സമ്മേളിക്കുന്ന അവസരങ്ങളിലല്ലാതെ സഭാംഗങ്ങൾ സാധാരണയായി തിരുവനന്തപുരത്ത് ഒന്നിച്ചുകൂടാറില്ല. അതിനാൽ 1982 ആഗസ്ത് മൂന്നാം വാരത്തിൽ നിയമസഭയുടെ ബജറ്റ് സമ്മേളനത്തിന്റെ അവസാനദിവസങ്ങളിൽ കായികകലാമേളകൾ നടത്തുവാൻ തീരുമാനിച്ചു. നിയമസഭാംഗങ്ങൾ മാത്രം പങ്കെടുക്കുന്ന കായികമേള ഒരത്ഭുതമായി പലർക്കും തോന്നിയിരുന്നു. ദിവസങ്ങളിൽ മുഴുവൻ സമയവും സംഘടനാകാര്യങ്ങളും ഔദ്യോഗിക പ്രശ്നങ്ങളും കൈകാര്യം ചെയ്യുന്നവർ, സദാസമയം പ്രവർത്തകരും അനുയായികളും വട്ടംകൂടി നിൽക്കുന്നതിനിടയിൽ ജീവിക്കുന്നവർ, നാടുമുഴുവൻ ചുറ്റിക്കറങ്ങി നടക്കുന്നവർ, ഇവർക്ക് കായിക–കലാ വിഷയങ്ങളിൽ താൽപ്പര്യം ഉണ്ടാവാനിടയില്ലെന്നാണ് പലരും ധരിച്ചിരുന്നത്.

തിരുവനന്തപുരത്ത് നിയമസഭാംഗങ്ങളുടെ പാർപ്പിടത്തിന്റെ തൊട്ടുമുമ്പിലായി സ്ഥിതിചെയ്യുന്ന ചന്ദ്രശേഖരൻ നായർ സ്റ്റേഡിയമാണ് കായികമത്സരങ്ങൾ നടത്തുന്നതിനായി തെരഞ്ഞെടുത്ത മൈതാനം. കായികമേളയിലെ പ്രധാന ഇനം നിയമസഭാംഗങ്ങൾ രണ്ടു ഭാഗങ്ങളിലായി അണിനിരന്നു കളിക്കുന്ന ഫുട്ബോൾ മത്സരമായിരുന്നു. ഭരണകക്ഷിക്കാർ ഒരു വശത്തും പ്രതിപക്ഷത്തുള്ളവർ മറുഭാഗത്തുമായി ഏറ്റുമുട്ടുമ്പോഴായിരിക്കും കാണികളായി എത്തുന്ന ജനങ്ങൾക്ക് ഹരവും ആവേശവും ഉണ്ടാവുക. പക്ഷേ പൊതുരംഗത്തും തിരഞ്ഞെടുപ്പിലും നിയമസഭയിലും ഉണ്ടാകുന്ന ചേരിതിരിവ് കളിയിലും വേണ്ടെന്ന് ഞങ്ങൾ തീരുമാനിച്ചു. രാഷ്ട്രീയ ചേരിതിരിവിന്റെ അതിപ്രസരത്തിൽ പല തട്ടുകളിലായി നിന്നു അന്യോന്യം കുത്തിക്കീറുകയും കാലുവാരുകയും ചെയ്യുന്ന അനുയായി വൃന്ദത്തെയും ബഹുജനങ്ങളെയും പിരിമുറുക്കത്തിലാക്കണ്ട എന്നായിരുന്നു തീരുമാനം. അങ്ങനെയാണ് പ്രതിപക്ഷത്തിലെ പങ്കജാക്ഷൻ നയിച്ച ടീമിൽ ആഭ്യന്തരമന്ത്രി വയലാർ രവി, എം എം ഹസ്സൻ, പി കെ വേലായുധൻ തുടങ്ങിയ ഭരണകക്ഷിയംഗങ്ങളും ഭരണപക്ഷത്തിലെ കൊരമ്പയിൽ അഹമ്മദാജി നയിച്ച എതിർ ടീമിൽ എ കെ ശശീന്ദ്രൻ, ടി കെ ഹംസ, ശിവൻപിള്ള മുതലായ പ്രതിപക്ഷ അംഗങ്ങളും അണിനിരക്കുവാൻ ഇടയായത്.

നിയമസഭാംഗങ്ങളുടെ പന്തുകളിയെപ്പറ്റി പത്രങ്ങളിൽ പ്രസിദ്ധീക

രണം നന്നായി വന്നതിനാൽ ആഗസ്ത് 23ന് കാലെക്കൂട്ടി ജനങ്ങൾ മൈതാനത്ത് തിങ്ങിനിറഞ്ഞിരിക്കുന്നു. ഒരു വലിയ ഫുട്ബോൾ ടൂർണമെന്റ് മത്സരം നടക്കുന്ന പ്രതീതി ഉളവായിരുന്നു. മൈതാനത്തിനകത്ത് ജനങ്ങളും പുറത്ത് വാഹനങ്ങളും തിങ്ങിനിറഞ്ഞു. ഒച്ചയും ബഹളവും തന്നെ. കളിക്കുന്ന നിയമസഭാംഗങ്ങൾ വ്യത്യസ്ത പ്രായത്തിലുള്ളവരും മെലിഞ്ഞവരും കുടവയറന്മാരും എല്ലാം ഉണ്ടായിരുന്നു. പഴയകാലത്തെ വീരപരാക്രമങ്ങളുടെ മങ്ങാത്ത സ്മരണകളുമായി തുടക്കത്തിൽ കുതിച്ചുപാഞ്ഞും പന്ത് തട്ടിയും കളിച്ചവർ പത്തുമിനിട്ടിനകം കിതച്ചും ഊരയ്ക്ക് കൈതാങ്ങിയും കളിക്കുന്നത് രസകരമായിരുന്നു. അതിന്നിടയിൽ ഗോളി കൊരമ്പയിൽ അഹമ്മദാജിയുടെ ഗോൾ വലയം ഭേദിച്ച് താമരാക്ഷൻ ആദ്യത്തെ ഗോൾ നേടി. 20 മിനിട്ടുകഴിഞ്ഞ് ആദ്യത്തെ പകുതി തീർന്നു, പിന്നെ പത്ത് മിനിട്ട് വിശ്രമം.

വിശ്രമം കഴിഞ്ഞ് ക്ഷീണം മാറ്റി വീണ്ടും കളി ആരംഭിച്ചു. കാണികൾ കൈയടിച്ച് ആർത്തുവിളിച്ച് പ്രോത്സാഹിപ്പിച്ചുകൊണ്ടിരുന്നു. കഴിയുന്നത്ര ശക്തിസംഭരിച്ച് ആക്രമണം നടത്തുന്നതിനിടയിൽ ബെന്നി ബഹ്നാനെ വെട്ടിച്ച് ഞാൻ ഒരടിക്ക് പന്ത് നെറ്റിലാക്കി സമനില വരുത്തി. അതൊരു കാലുമാറ്റമായി നിലമ്പൂരിലെ മത്സരത്തെ പത്രക്കാർ ഓർമിപ്പിച്ചു. കളി വീണ്ടും ഇഴഞ്ഞുനീങ്ങി. അതിനിടയിൽ പി സി ജോർജ് അടിച്ച ഒരു ഗോളിന് പങ്കജാക്ഷന്റെ ടീം വിജയികളായി. അതോടെ 20 മിനിട്ട് വീണ്ടും പൂർത്തിയായി റഫറി ഫൈനൽ വിസിലടിച്ചു

അസാധാരണമായ ഒരു ഫുട്ബോൾ മത്സരം കണ്ട കാണികൾ, അതുവരെ ആത്മസംയമനം പാലിച്ചുനിന്നവർ കളി തീർന്നപ്പോൾ മൈതാനിയിൽ ഓടിയിറങ്ങി കളിക്കാരെ അഭിവാദ്യം ചെയ്തും ആശംസകളർപ്പിച്ചും ക്ഷീണത്തിൽനിന്ന് മുക്തി നേടാൻ സഹായിച്ചു. ഈ കളിയും ആ ഒരു ഗോളും തന്റെ നിയമസഭാ ജീവിതത്തിൽ പഴയകാലസ്മരണകൾ അയവിറക്കാനുള്ള അസുലഭമായ ഒരവസരമായിരുന്നു. പണ്ട് വണ്ടൂർ ഹൈസ്കൂൾ ടീമിൽ കോട്ടക്കൽ ഹൈസ്കൂൾ മൈതാനിയിൽ കളിച്ചതും ഫാറൂഖ് കോളേജിനുവേണ്ടി നിലമ്പൂർ ടൂർണമെന്റിലും കളിച്ചിരുന്നതായ അനുഭവങ്ങൾ ഓർത്തുപോയി. ജൂബിലി കഴിഞ്ഞശേഷം സി പി ഐ (എം)ന്റെ പാർലമെന്ററി പാർട്ടിയിൽ അംഗമായിരുന്ന കാസർഗോഡ്, ഉദുമയിലെ അംഗം പി എം കുഞ്ഞിരാമൻ നമ്പ്യാർ, 1983 അവസാനം നിയമസഭാംഗത്വം രാജിവയ്ക്കുകയും പാർട്ടിയോടുള്ള എല്ലാ ബന്ധങ്ങളും ഉപേക്ഷിക്കുകയും ചെയ്തു. അദ്ദേഹവും 1982ൽ ഞാൻ നിലമ്പൂരിൽ മത്സരിച്ച അതേപോലെ സി പി ഐ (എം)ന്റെ സ്വതന്ത്രനായി ഇടതുപക്ഷ മുന്നണിയുടെ പിന്തുണയോടെ ജയിച്ച് നിയമസഭാംഗമായിരുന്ന ആളാണ്. നമ്പ്യാർ ഉയർന്ന കുടുംബത്തിൽ അംഗമായിരുന്ന ആളും പഴയ കോൺഗ്രസ് പ്രവർത്തകനുമായിരുന്നു. യാതൊരു കാരണവും പറയാതെയാണ് അദ്ദേഹം ഇടതുപക്ഷമുന്നണി ബന്ധം ഉപേക്ഷിച്ചത്.

അതിനെത്തുടർന്ന് ഉദുമയിൽ രണ്ടുമൂന്നുമാസത്തിനകം ഉപതിരഞ്ഞെടുപ്പ്. ഉപതിരഞ്ഞെടുപ്പിൽ കോൺഗ്രസിന്റെ സ്ഥാനാർഥി അതേ നമ്പ്യാര് തന്നെ. അപ്പോൾ ഒരു ചാക്കിട്ടുപിടുത്തം നടന്നതായും കരുണാകരനുമായി ഇടക്ക് രഹസ്യം പറഞ്ഞിരുന്നത് ഇതിനായിരുന്നു എന്നും ഞങ്ങൾക്ക് ബോധ്യമായി. കാസർഗോഡ് ബാറിലെ ഒരു ഉയർന്ന വക്കീലും വളരെക്കാലമായി സി പി ഐ (എം)ന്റെ പ്രവർത്തകനും ഒരുത്തമ കമ്യൂണിസ്റ്റുമായ കെ പുരുഷോത്തമൻ വക്കീലായിരുന്നു സി പി ഐ (എം)ന്റെ ഇടതുപക്ഷ സ്ഥാനാർഥി. അതൊരു വാശിയേറിയ തിരഞ്ഞെടുപ്പ് മത്സരമായിരുന്നു എന്ന് പ്രത്യേകം പറയേണ്ടതില്ല. നോമിനേഷൻ കൊടുത്ത് സ്ഥാനാർഥികൾക്ക് പിൻവലിക്കാനുള്ള അവസാന തീയതി കഴിഞ്ഞതോടെ തിരഞ്ഞെടുപ്പ്രംഗം ചൂടായി. പാർട്ടി നേതൃത്വത്തിന്റെ നിർദേശപ്രകാരം ഞാനും ഉടനെ ഉദുമയിലെത്തിച്ചേർന്നു. കാഞ്ഞങ്ങാട്ട് വണ്ടിയിറങ്ങി, തിരഞ്ഞെടുപ്പ് കമ്മിറ്റി കേന്ദ്ര ഓഫീസിലെത്തി. അവിടെനിന്ന് ഞാൻ ഗോവിന്ദേട്ടന്റെ കൂടെ ഉദുമയിലേക്ക് പോയി. അന്ന് അവിടെ ഒരു പൊതുയോഗം നടക്കുകയായിരുന്നു. ആ യോഗത്തിലാണ് ഞാൻ ആദ്യമായി പ്രസംഗിച്ചത്.

നമ്പ്യാരുടെ ചാഞ്ചാട്ടമായിരുന്നു പ്രധാന ചർച്ചാവിഷയം. രണ്ടു കൊല്ലം മുമ്പ് കോൺഗ്രസിനെ വിട്ട് പാർട്ടി പിന്തുണ തേടിയതിന് പ്രത്യേക കാരണമൊന്നും അദ്ദേഹം പറഞ്ഞിരുന്നില്ല. എന്നാൽ ഇപ്പോൾ പാർട്ടി ബന്ധം വിട്ട് വീണ്ടും തിരിച്ചുപോകാനും പ്രത്യേകമായി ഒരു സാഹചര്യവും അദ്ദേഹത്തിന് പറയാനുണ്ടായിരുന്നില്ല. ഒരു അവസരവാദപരമായ കുട്ടിക്കളിമാത്രം. ഒരിടത്തും ഉറച്ചുനിൽക്കാത്ത ഈ കാലുമാറ്റം തികച്ചും വഞ്ചനാപരമായ ഒരു സ്ഥാനാർഥിത്വം മാത്രമാണെന്ന നിഗമനത്തിലാണ് ഞങ്ങൾ എത്തിയത്. പാർട്ടിയിലെ ആയിരക്കണക്കിന് പാവം പ്രവർത്തകരുടെ ചങ്ക് പൊട്ടിവിളിച്ച മുദ്രാവാക്യവും വിയർപ്പ് ചിന്തിയ പ്രവർത്തനവുമാണ് നമ്പ്യാരെ 1982 ൽ നിയമസഭയിൽ എത്തിച്ചതെന്നും അവരുടെ ആത്മാർഥമായ സേവനങ്ങൾക്ക് ഒരു വിലയും കൽപ്പിക്കാതെ വഞ്ചന നടത്തിയ നമ്പ്യാരെ പരാജയപ്പെടുത്തണമെന്നുമാണ് ഞാൻ പ്രസംഗത്തിൽ പറഞ്ഞത്. നമ്പ്യാരുടെ പടം പറമ്പിൽ ഒട്ടിച്ച് മരക്കൊമ്പുകളിലും വേലിത്തറികളിലും ധാരാളം കെട്ടിത്തൂക്കിയിരുന്നു. ഞാൻ പ്രസംഗിച്ച സ്റ്റേജിന്റെ മുമ്പിലും മരക്കൊമ്പത്തും നാലഞ്ചെണ്ണം തൂങ്ങിക്കിടന്നിരുന്നു. അത് കാറ്റിൽ ആടിക്കൊണ്ടിരുന്നത് നോക്കി ഞാൻ പറഞ്ഞു: ''ഒണക്ക സ്രാവ് കെട്ടിത്തൂക്കിയപോലെ"യുണ്ട്, തിരഞ്ഞെടുപ്പ് കഴിഞ്ഞാൽ നമ്പ്യാരുടെ സ്ഥിതി ഇതായിരിക്കും" എന്ന് പറഞ്ഞത് ജനങ്ങൾക്ക് നല്ല തമാശ തോന്നി. ഏതായാലും പ്രസംഗം ക്ലച്ച് പിടിച്ചു എന്നു കണ്ടപ്പോൾ പിന്നെ എല്ലാ സ്ഥലത്തും പോകണം എന്നായി ആവശ്യം.

ഉപതിരഞ്ഞെടുപ്പാവുമ്പോൾ അതിന്റെ ശക്തിയും മിടുക്കും ഒന്നു വേറെത്തന്നെയാണ്. മുഖ്യമന്ത്രിയും മന്ത്രിമാരും കോൺഗ്രസ്-ലീഗ് ഉന്നതരായ മുന്നണി നേതാക്കളും എത്തി. പ്രസംഗവും പാട്ടും മൈക്കി

ന്റെ കോലാഹലങ്ങളും. ശബ്ദമുഖരിതമായ അന്തരീക്ഷം. 21 ദിവസത്തെ ശക്തിയായ പോരാട്ടം. ഒറ്റ നോട്ടത്തിൽ ഫലം പ്രവചനാതീതമായിരുന്നു എന്നു തോന്നി. എന്നാൽ കാലുമാറ്റത്തിനും വഞ്ചനക്കും എന്നും രാഷ്ട്രീയത്തിൽ അംഗീകാരം കുറവായിരുന്നു എന്ന് പല അനുഭവങ്ങളും നമ്മെ പഠിപ്പിക്കുന്നുണ്ട്.

പുരുഷോത്തമൻ വക്കീലാണെങ്കിൽ സർവാദരണീയനും എല്ലാവർക്കും പ്രിയങ്കരനുമായിരുന്നു. നമ്പ്യാരുടെ വഞ്ചനാപരമായ കാലുമാറ്റവും പുരുഷോത്തമന്റെ മാന്യമായ വ്യക്തിത്വവും തമ്മിലായിരുന്നു ഉദുമയിലെ പോരാട്ടം. ഇടതുപക്ഷം നീതിയുടെ പക്ഷത്തായിരുന്നു. ആ ഭാഗത്ത് ശക്തിയായി പ്രവർത്തകർ നിലകൊണ്ടു. മൂന്നാഴ്ച അവരുടെ കൂടെ എല്ലാം മറന്ന് ഞാനും പ്രവർത്തിച്ചു. അതോടെ ഇടതുപക്ഷ രാഷ്ട്രീയത്തിൽ കൂവിത്തെളിഞ്ഞ പൂവൻകോഴിയെപ്പോലെ തലയുയർത്തി നിൽക്കാൻ ആ അവസരം എനിക്കും ഉപകരിക്കപ്പെട്ടു. ആദ്യം തിരുവനന്തപുരത്തിനും തെക്ക് നേമത്തും ഇപ്പോൾ കേരളത്തിന്റെ വടക്കെ അറ്റത്ത് ഉദുമയിൽ. പാർടി പ്രവർത്തകരോടും ഉന്നതരായ നേതാക്കളോടും ഇടപഴകിയും ആശയവിനിമയം നടത്തിയും പ്രവർത്തിക്കാനുമുള്ള അവസരമായിരുന്നു അത്. തിരഞ്ഞെടുപ്പ് കഴിഞ്ഞ് വോട്ടെണ്ണിക്കഴിഞ്ഞപ്പോൾ 5000 ത്തിൽപരം വോട്ടിന് സി പി ഐ (എം)ലെ പുരുഷോത്തമൻ വക്കീൽ വിജയിച്ചു. നേമം കഴിഞ്ഞ് കരുണാകര ഭരണത്തിനെതിരെയുണ്ടായ രണ്ടാമത്തെ അവിശ്വാസപ്രമേയമായിരുന്നു അത്.

20 ശരിയത്ത് വിവാദവും സഭയിലെ ചർച്ചയും

സുപ്രസിദ്ധമായ ഷാബാനുബീഗം കേസിലെ സുപ്രീം കോടതിയുടെ അന്തിമവിധി വന്ന കാലമായിരുന്നു അത്. 1985 ഏപ്രിൽ 23 നാണ് സുപ്രീംകോടതി ഈ വിധി പ്രസ്താവിച്ചത്. വിവാഹമോചനം ചെയ്യപ്പെടുന്ന അഗതികളായ സ്ത്രീകൾക്ക് മുൻ ഭർത്താവിൽനിന്ന് 'ജീവിക്കാനുള്ള വക' കിട്ടാൻ അവകാശമുണ്ടെന്നാണ് പ്രസ്തുത വിധിയുടെ അനുശാസനം. 1973ലെ ക്രിമിനൽ നടപടി നിയമം 125-ാം വകുപ്പ് അനുസരിച്ചാണ് സുപ്രീംകോടതി ഈ വിധി പ്രസ്താവിച്ചിട്ടുള്ളത്.

മധ്യപ്രദേശിലെ ഇൻഡോർ 1-ാം ക്ലാസ് മജിസ്ട്രേട്ട് കോടതി മുഹമ്മദ് അഹമ്മദ്ഖാൻ Vs ഷാബാനുബീഗം കേസിൽ കീഴ്ക്കോടതികളിൽ ഉണ്ടായ വിധികളിന്മേൽ ബോധിപ്പിച്ച ഫൈനൽ അപ്പീൽ പരിഗണിച്ചാണ് സുപ്രീം കോടതി ഈ അവസാനവിധി പ്രഖ്യാപിക്കാൻ ഇടവന്നത്. പ്രസ്തുത കേസിൽ, വിവാഹമോചിതരായ സ്ത്രീകൾക്ക് മുൻ ഭർത്താവ് സംരക്ഷണ ചെലവ് നൽകണം എന്ന് അനുശാസിക്കുന്ന 1973ലെ ക്രിമിനൽ നടപടി നിയമം 125-ാം വകുപ്പിന്റെ പരിധിയിൽ മുസ്ലിം സ്ത്രീകൾ ഉൾപ്പെടുന്നില്ലെന്നും മുസ്ലിംസ്ത്രീകൾക്ക് ഇങ്ങനെ ഒരവകാശം ഇല്ലെന്നും മുഹമ്മദ് അഹമ്മദ്ഖാനും അദ്ദേഹത്തെ സഹായിക്കാൻവേണ്ടി ശരിയത്ത് സംരക്ഷണത്തിന്റെ പേരിൽ ആ കേസിൽ കക്ഷിചേർന്ന മുസ്ലിം പേഴ്സണൽ ലോബോർഡ് വക്താക്കളും വാദിക്കുകയുണ്ടായി. മാത്രമല്ല, ഖുർ-ആനും സുന്നത്തും അനുസരിച്ച് ജീവി

ക്കാൻ മുസ്ലിങ്ങളെ ഇന്ത്യൻ ഭരണഘടന അനുവദിക്കുന്നുണ്ടെന്നും, അതിനാൽ ശരിയത്തിന് വിരുദ്ധമായി വിവാഹമോചിതരായ സ്ത്രീകൾക്ക് ചെലവിന് കൊടുക്കാൻ അനുശാസിക്കുന്ന ക്രി.ന. നിയമം 125–ാം വകുപ്പ് ഭരണഘടനാ വിരുദ്ധമാണെന്നും ഈ കൂട്ടർ വാദിക്കുകയുണ്ടായി. ഇവരുടെ വാദങ്ങൾ തള്ളിക്കൊണ്ടും ഷാബാനുബീഗത്തിന് ചെലവിനുകൊടുക്കാൻ കീഴ്ക്കോടതികൾ കൽപ്പിച്ച വിധികൾ ശരിവെച്ചുകൊണ്ടുമാണ് സുപ്രീം കോടതി തീർപ്പ് കൽപ്പിച്ചത്. ഈ കേസിൽ ഷാബാനുബീഗത്തിന്വേണ്ടി സുപ്രീം കോടതിയിൽ കേസ് വാദിച്ചത് ഉന്നതനായ കോൺഗ്രസ് നേതാവും ഇന്ദിരാഗാന്ധിയുടെ മന്ത്രിസഭയിലെ മന്ത്രിയുമായിരുന്ന ആരിഫ് മുഹമ്മദ് ഖാനായിരുന്നു. അദ്ദേഹം *ഖുർആനും* നബിവചനങ്ങളും ബഹുമാനപ്പെട്ട സുപ്രീംകോടതിയിൽ ഹാജരാക്കിക്കൊണ്ടാണ് കേസ് വാദിച്ചിരുന്നത്.

പ്രസ്തുത വിധിക്ക് ശേഷം കോഴിക്കോട്ടുവെച്ച് ഡി വൈ എഫ് ഐ സമ്മേളനത്തിൽ പ്രസംഗിക്കുന്നതിനിടെ അലിഗർ മുസ്ലിം സർവകലാശാലയിലെ പ്രൊഫസർ ഇർഫാൻ ഹബീബ് ഈ വിധിയെ പരാമർശിക്കുകയും വിധിക്കനുകൂലമായ അഭിപ്രായം പ്രകടിപ്പിക്കുകയും ചെയ്തു. ആ യോഗത്തിൽ സംബന്ധിച്ചിരുന്ന സ. ഇ എം എസ് ഈ പ്രസംഗം കേട്ട് തന്റെ അഭിപ്രായം രേഖപ്പെടുത്തി. കാലോചിതവും ഉചിതവുമായ വിധി എന്നാണ് ഇ എം എസ് പ്രസ്താവിച്ചത്. അദ്ദേഹം പറഞ്ഞപ്പോഴേക്ക് ലീഗുകാരും തൽപ്പരകക്ഷികളും വിമർശനങ്ങളും എതിർപ്പുകളും ആർപ്പും വിളിയുമായി. ഒരു കാര്യവും കൂടി ഇ എം എസ് കൂട്ടിപ്പറഞ്ഞു. ഒന്നിൽ കൂടുതൽ സ്ത്രീകളെ വിവാഹം ചെയ്യുകയും ഇഷ്ടംപോലെ ഒഴിവാക്കുകയും ചെയ്യുന്നവർക്ക് ഇതൊരു നല്ല ചൂണ്ടുപലകയാണെന്നും അദ്ദേഹം കൂട്ടിച്ചേർത്തു. ഇതുംകൂടി കേട്ടപ്പോൾ അവർക്ക് കലികേറി. അവർ മുദ്രാവാക്യം വിളിച്ചു പറഞ്ഞു: "രണ്ടുംകെട്ടും നാലും കെട്ടും ഇ എം എസ്സിന്റെ ഓളേം കെട്ടും" എന്ന്.

ഈ ചർച്ചകൾ പൊതുജനങ്ങൾക്കിടയിൽ ഉണ്ടാക്കിയ കോലാഹലങ്ങൾക്കിടയിലാണ് നിയമസഭാ സമ്മേളനം ചേർന്നത്. ബജറ്റിന്റെ വിശദമായ ചർച്ചയ്ക്കുള്ളതായിരുന്നു ആ സമ്മേളനം. സ്വാഭാവികമായും ഈ വിഷയവും അംഗങ്ങളുടെ പ്രസംഗങ്ങളിൽ സ്ഥലംപിടിച്ചു. വിഷയദാരിദ്ര്യം അനുഭവപ്പെടുന്നവരും ഇതിലേക്ക് വഴുതിവീണ് പ്രസംഗം പൊടിപൊടിച്ചു. മുസ്ലിംലീഗുകാർക്ക് സമുദായ വികാരം ചൂഷണം ചെയ്യാനും അതുവഴി കമ്യൂണിസ്റ്റുകാര് മതവിരോധികളാണെന്ന് വരുത്താനും കിട്ടുന്ന അവസരം പാഴാക്കാറില്ല. ബജറ്റ് ചർച്ചയിൽ ഈ വിഷയം ഒരുതരത്തിലും പരാമർശിക്കേണ്ടതില്ല. എന്നാൽ പല മെമ്പർമാരുടെയും പ്രസംഗങ്ങളിൽ ഇ എം എസിനെതിരെയും കമ്യൂണിസ്റ്റ് പാർട്ടിക്ക് നേരെയും കടുത്ത വാക്കുകളും വെല്ലുവിളികളും ഉയർന്നു. അവസാനം പാർട്ടിക്കുവേണ്ടി അന്ന് പാർലമെന്ററി പാർട്ടി സെക്രട്ടറിയായിരുന്ന എം വി രാഘവനാണ് മറുപടി പറഞ്ഞത്. എന്തൊക്കെ വിവരം

ഇർഫാൻ ഹബീബ്

ഉണ്ടെങ്കിലും ശരിയത്തിനെപ്പറ്റി രാഘവൻ പറയുന്നത് ഒരിക്കലും വ്യക്തതയുണ്ടാവാനിടയില്ലല്ലോ. രാഘവന്റെ പരാമർശങ്ങൾക്ക് മുസ്ലിംലീഗിൽനിന്ന് കൊരമ്പയിൽ അഹമ്മദ്ഹാജിയാണ് മറുപടി പറഞ്ഞത്. എന്തുതന്നെ ആയാലും കേൾക്കുന്നവർക്ക് കൊരമ്പയുടെ അവതരണം കഴിഞ്ഞപ്പോൾ അദ്ദേഹത്തിന് മുൻകൈയുണ്ടെന്ന് തോന്നി.

കാര്യങ്ങൾ ഇത്രത്തോളം എത്തിയപ്പോൾ ആരോ സ. നായനാരോട് സ്വകാര്യം പറഞ്ഞുകൊടുത്തു, "ഈ കാര്യത്തിൽ ഇടപെട്ടു സംസാരിക്കാൻ പറ്റിയ ഒരാൾ നിങ്ങളുടെ കൂട്ടത്തിലുണ്ട്. ടി കെ ഹംസ, അയാൾ, സ്വതന്ത്രനായതിനാൽ മിണ്ടാതെയിരിക്കുകയാണ്" എന്ന്. നായനാരും ഗൗരിയമ്മയും, രാഘവനും പുറത്ത് ലോബിയിൽ പോയി ഇരുന്നു. എന്നെ അങ്ങോട്ടു വിളിപ്പിച്ചു. അവർ എന്നോട് ചോദിച്ചു, ശരിയത്ത് ചർച്ച കേട്ടില്ലേ? ഞാൻ പറഞ്ഞു: "കേട്ടു, മുഴുവൻ കേട്ടു." കൊരമ്പ പറഞ്ഞതെല്ലാം ശരിയാണോ എന്നായി പിന്നത്തെ ചോദ്യം. അല്ലെന്ന് ഞാൻ മറുപടി പറഞ്ഞു. അപ്പോൾ നായനാർ പറഞ്ഞു, "നിങ്ങൾ അതിനൊരു മറുപടി പറയണം. ഈ കാര്യത്തിൽ പാർട്ടിയെ ഡിഫെന്റ് ചെയ്യണം."

അപ്പോൾ സ. നായനാരോട് ഞാൻ ഉള്ളുതുറന്ന് സംസാരിച്ചു: "മൗലാന അബ്ദുൽകലാം ആസാദ് മുതൽ, മുഹമ്മദ് അബ്ദുറഹിമാൻ സാഹിബ് തുടങ്ങി ഉമ്മർകോയവരെ ഈ ലീഗുകാരോട് പടവെട്ടിയതാണ്, കോൺഗ്രസിനുവേണ്ടി. ആ കോൺഗ്രസും ലീഗും ഒന്നായി, ആ മഹാന്മാരെല്ലാം വഞ്ചിക്കപ്പെട്ടു. ആ ഗതി ആലോചിച്ചാണ് ഞാൻ മിണ്ടാതിരിക്കുന്നത്" എന്ന് ഞാൻ തെല്ല് സങ്കടത്തോടെ പറഞ്ഞു. അപ്പോൾ നായനാർ പറഞ്ഞു, "ഇത് ആ കോൺഗ്രസ് അല്ല, കമ്യൂണിസ്റ്റ് പാർട്ടിയാണ്. താൻ പാർട്ടിക്കുവേണ്ടി പോരാടിയാൽ അവസാനം ഒരാളേ ഈ പാർട്ടിയിൽ ബാക്കി ആകുന്നു എങ്കിൽ ആ സഖാവ് നിന്റെ കൂടെ ഉണ്ടാകും."

ഇത് കേട്ട് ഞാൻ ആവേശഭരിതനായി, എന്റെ രോമം കമ്പിയായി. ഞാൻ നേരെ നിയമസഭാ ലൈബ്രേറിയിലേക്ക് കടന്നു. *ഖുർ ആൻ പരിഭാഷ, സി ആർ പി സി, ഷാബാനുകേസിലെ റിപ്പോർട്ട്, മുഹമ്മദൻ ലോ* എന്നീ ഗ്രന്ഥങ്ങൾ എടുത്ത് എന്റെ സീറ്റിൽ വന്നിരുന്നു. സഭയിൽ പ്രതിപക്ഷത്തുനിന്ന് അവസാന പ്രസംഗം സ. ഒ ഭരതനായിരുന്നു. ആ പേര് മാറ്റി. എം വി രാഘവൻ എൻെറ പേര് എഴുതിക്കൊടുത്തു. ആ വിവരം അപ്പോൾ തന്നെ ഭരണപക്ഷത്ത് കിട്ടി. അത് സ്വാഭാവികമാണ്. അപ്പോൾ വ്യവസായ മന്ത്രി മുസ്ലിംലീഗിലെ അഹമ്മത് സാഹിബ് എന്റെ അടു

ത്തുവന്നിരുന്നു കുശലം പറഞ്ഞു, ചോദിച്ചു, നിങ്ങൾ സ്വതന്ത്രനല്ലേ, ഞങ്ങളും കമ്യൂണിസ്റ്റുകാരും തമ്മിൽ മതപരമായ കാര്യത്തിൽ ഉള്ള ഈ തർക്കത്തിൽ നിങ്ങൾ ഇടപെടരുത്. അപ്പോൾ വളരെ വിനയത്തോടെ ഞാൻ അദ്ദേഹത്തോട് പറഞ്ഞു. "എന്നെ പഞ്ചായത്തിൽപ്പോലും അംഗമാകാൻ എന്റെ പാർട്ടി അനുവദിച്ചിരുന്നില്ല. എന്നെ ഈ നിയമസഭയിൽ കൊണ്ടുവന്നത് കമ്യൂണിസ്റ്റ് പാർട്ടിയാണ്. ആ പാർട്ടി ആവശ്യപ്പെട്ടാൽ എനിക്ക് അത് നിരസിക്കാൻ സാധ്യമല്ല. രണ്ടുകൊല്ലം ഞാൻ ഇവിടെ ഇരുന്നിട്ട് നിങ്ങളാരും ഒരു ലോഗ്യംപോലും പറഞ്ഞിട്ടില്ലല്ലോ. ഈ വിഷയം എനിക്കറിവുള്ളതാണ്. ആര് വേണ്ടെന്ന് പറഞ്ഞാലും ഞാൻ പ്രസംഗിക്കും" എന്ന് തറപ്പിച്ചു പറഞ്ഞു.

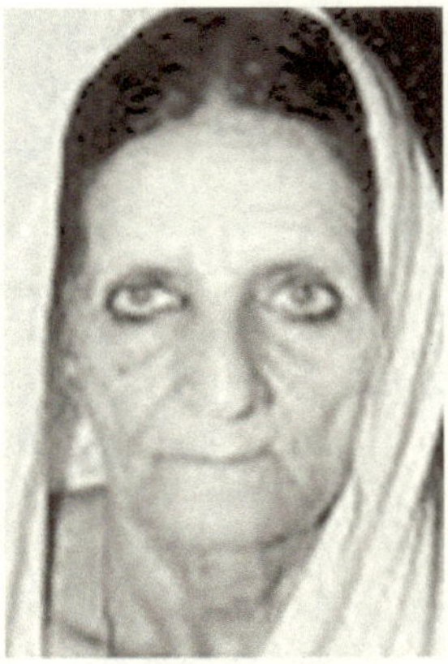

ഷാബാനു ബീഗം

അങ്ങനെ അവസാനം ഉച്ചയ്ക്ക് ഒരു മണിക്ക് സ്പീക്കർ എന്റെ പേര് വിളിച്ചു. സഭയിൽ മുഴുവൻ ഹാജർ. പൂർണ നിശ്ശബ്ദത. അന്ന് സ്പീക്കർ വി എം സുധീരനായിരുന്നു. ഞാൻ തുടങ്ങി:

> സേർ, ഈ സഭയിൽ ബജറ്റ് ചർച്ചയിൽ ഒരാവശ്യവും ഇല്ലാത്ത ഒരു വിഷയം അനാവശ്യമായി കൊണ്ടുവരികയും അതിനെപ്പറ്റി മതപരമായും നിയമപരമായും അറിയാത്തവർ കാടടക്കി വെടിവയ്ക്കുകയും ആയിരുന്നു ഇതുവരെ.

ഇത്രയും പറഞ്ഞപ്പോഴേക്കും ഇസ്ഹാക്ക് കുരിക്കളും നാലകത്ത് സൂപ്പിയും കെ പി എ മജീദും എണീറ്റ് ബഹളം. ഒരക്ഷരം പറയാൻ സമ്മതിക്കില്ല എന്ന നില. ആകാശം പൊട്ടിവീണാലും ഇത് പറഞ്ഞേ പോവുകയുള്ളൂ എന്ന് ഞാനും. അപ്പോൾ സ്പീക്കർ എണീറ്റുനിന്നു. അദ്ദേഹം നിന്നാൽ മെമ്പർമാർ ഇരിക്കണം എന്നതാണ് ചട്ടം. സ്പീക്കർ സുധീരൻ മാന്യവും ധീരവുമായ ഒരു നിലപാടെടുത്തു. അദ്ദേഹം ലീഗുകാരോട് പറഞ്ഞു.

> നിങ്ങൾതന്നെയാണ് ഒരാവശ്യവും ഇല്ലാതെ ഈ ചർച്ച ഇവിടെ കൊണ്ടുവന്നത്. ഇരുഭാഗവും ഇതുവരെ പറഞ്ഞതിൽനിന്ന് യാതൊന്നും ഞങ്ങൾക്ക് മനസ്സിലായിട്ടില്ല. ഹംസ ഈ കാര്യം പറയാൻ തുടങ്ങുമ്പോൾ തന്നെ അതിനെ സംബന്ധിച്ചു അറിവുണ്ടെന്ന് തോന്നുന്നു. അദ്ദേഹത്തെ എനിക്ക് മുമ്പേ അറിയാം. അദ്ദേഹം പറയട്ടെ നിങ്ങൾ ശാന്തരായി ഇരിക്കുക. അയാൾക്ക് ഞാൻ എത്രയും സമയം കൊടുക്കും. എന്നാൽ ഹംസ പറയു

ന്നതിന് മറുപടി പറയാൻ നിങ്ങൾക്ക് അതിന്റെ ഇരട്ടി സമയം അനുവദിക്കാം. അതുകൊണ്ട് നിശ്ശബ്ദരാകണം, ബഹളം വെക്കാൻ ഞാൻ അനുവദിക്കില്ല.

ഇത്രയും സ്പീക്കർ പറഞ്ഞതോടുകൂടി സഭ നിശ്ശബ്ദമായി. ശാന്തഗംഭീരം. അതിന് സ്പീക്കർ സുധീരനോട് ഞാൻ എന്നും കടപ്പെട്ടിരിക്കുന്നു.

ലീഗിൽനിന്ന് അവസാനമായി പ്രസംഗിച്ച കൊരമ്പ പറഞ്ഞിരുന്നത് "വിവാഹമുക്തയായ സ്ത്രീക്ക് ചെലവിന് കൊടുക്കണം എന്ന് സുപ്രീം കോർട്ട് വിധി പറഞ്ഞതിലല്ല ഞങ്ങളുടെ എതിർപ്പ്, ആ വിധി *ഖുർ ആന്റെ* അടിസ്ഥാനത്തിലാണെന്ന് പറഞ്ഞതിനോടാണ് എതിർപ്പ്." "അതിനർഥം അങ്ങനെ കൊടുക്കുന്നതിനെ *ഖുർ ആൻ* അനുകൂലിക്കുന്നില്ല എന്നല്ലെ കൊരമ്പെ?" എന്ന് ഞാൻ ചോദിച്ചു. എന്നിട്ട് വിശുദ്ധ *ഖുർ ആന്റെ* പരിഭാഷ ബന്ധപ്പെട്ട പേജിൽ അടയാളംവെച്ച് ഞാൻ സ്പീക്കർക്ക് കൊടുത്തു. ഞാൻ പറഞ്ഞു:

> സർ, അങ്ങ് ആ ഫ്ളാപ്പ്വെച്ച പേജെടുക്കൂ രണ്ടാം അധ്യായത്തിലെ 241-ാമത്തെ ആയത്ത് വായിക്കുക. അതിന്റെ പരിഭാഷ വായിച്ചാൽമതി. "വിവാഹമോചനം ചെയ്യപ്പെട്ടവൾക്ക് മുൻ ഭർത്താവ് മര്യാദക്ക് ജീവിതച്ചെലവ് കൊടുക്കണം, അത് ദൈവഭക്തന്മാരുടെ കടമയാണ്.

2: 241. ഇത് സ്പീക്കർ സഭയിൽ വായിച്ചു. ഉടനെ ഞാൻ കൊരമ്പയോട് ചോദിച്ചു: "കൊരമ്പെ, അങ്ങ് *ഖുർ ആൻ* പഠിച്ചിട്ടുണ്ടോ?" തികഞ്ഞ നിശ്ശബ്ദത. പിന്നെ എല്ലാ വശങ്ങളും വിശദമായി ഞാൻ വിവരിച്ചു.

ഞാൻ പറഞ്ഞു:

> *ഖുർ ആൻ* പറയുന്നത് വിവാഹമുക്തയായ സ്ത്രീക്ക് മുൻ ഭർത്താവ് ചെലവിന് കൊടുക്കണം എന്നാണ്. ഇതാണ് ഷാബാനുവിന്റെ വക്കീൽ ആരീഫ് മുഹമ്മദ് ഖാൻ സുപ്രീം കോടതിയിൽ ചൂണ്ടിക്കാണിച്ചത്. ആ വാദം സ്വീകരിച്ചുകൊണ്ടാണ് സുപ്രീം കോടതി 'മതാഅ്' കൊടുക്കാൻ വിധി പറഞ്ഞത്. അത് ആവർത്തിച്ചു വിശദീകരിച്ചതാണ് ഇർഫാൻഹബീബും, പിന്നെ സ. ഇ എം എസും. പിന്നെ ഇവരെന്തിന് ഇ എം എസിന്റെയും പാർട്ടിയുടെയും നേർക്ക് തിരിയണം.

ഇതു കേട്ട് ആരും ഒന്നും പറയുന്നില്ല. എന്തെങ്കിലും മറുപടി പറയാനുണ്ടോ? എന്ന് സ്പീക്കർ ലീഗ് നേതാക്കളോട് ചോദിച്ചു. ആരും ഒന്നും മിണ്ടിയില്ല. അതിന് പറ്റിയവർ അന്ന് ആ കൂട്ടത്തിൽ ഇല്ലായിരുന്നു, ഇന്നും.

പിറ്റേന്ന് എല്ലാ പത്രങ്ങളിലും വലിയ വെണ്ടക്ക അക്ഷരത്തിൽ തലവാചകം കൊടുത്തുകൊണ്ടുള്ള റിപ്പോർട്ടുകൾ വന്നു. ചില പത്രക്കാർ എന്നെ അഭിനന്ദിക്കുകയും ചെയ്തു. എനിക്ക് സഭയിലെ പ്രവർത്തനങ്ങൾക്ക് അതോടെ നല്ല മൈലേജ് കിട്ടി എന്നതായിരുന്നു അനുഭവം. ആ സമ്മേളനം കഴിഞ്ഞ് നാട്ടിൽ വന്നു എല്ലാ സ്ഥലങ്ങളിലും ഇതിന്റെ വിശദീകരണം. തിരുവനന്തപുരം മുതൽ കാസർഗോഡുവരെ പ്രധാന കേന്ദ്രങ്ങളിലെല്ലാം ശരിയത്ത് സെമിനാറുകളും ചർച്ചകളും തന്നെ. സെമിനാറുകളിലെല്ലാം പാർട്ടിയെ പ്രതിനിധീകരിച്ചു ഞാൻ പങ്കെടുത്തിരുന്നു. കുറെ കഴിഞ്ഞപ്പോൾ ഞാൻ പറഞ്ഞു, ഇങ്ങനെ പോകേണ്ടതില്ല. ഇവിടെ ഇസ്ലാമിക ശരിഅത്ത് നിയമത്തെപ്പറ്റി ഒരു തർക്കവും രാഷ്ട്രീയരംഗത്തില്ല. അപ്പോൾ ഒരു ചർച്ചയുടെയും ആവശ്യമില്ല. ഇവിടെ ആകെയുള്ള പ്രശ്നം വിവാഹമോചനം ചെയ്യപ്പെട്ട സ്ത്രീക്ക് മുൻ ഭർത്താവ് ജീവിതച്ചെലവ് കൊടുക്കണമോ, വേണ്ടയോ എന്നത് മാത്രമായിരുന്നു. ആ പ്രശ്നം *ഖുർ ആന്റെ* ആയത്ത് ആരിഫ് മുഹമ്മദ്ഖാൻ സുപ്രീം കോടതിയിൽ ഹാജരാക്കുകയും അത് സ്വീകരിച്ച് സുപ്രീംകോടതി അന്തിമവിധി പ്രഖ്യാപിക്കുകയും ചെയ്തിരിക്കുന്നു. ഇനി അത് മാറ്റാൻ ആർക്കും സാധ്യമല്ല. ആ നിലയ്ക്ക് നമ്മുടെ ചർച്ച അവസാനിപ്പിക്കാം എന്നാണ് ഞാൻ അഭിപ്രായപ്പെട്ടത്.

ലീഗ് നേതാക്കൾ ഇതിനെ, മതവുമായി ബന്ധപ്പെട്ട മറ്റ് പ്രശ്നങ്ങളെന്നപോലെ രാഷ്ട്രീയ മുതലെടുപ്പിന് ഉപയോഗിക്കാൻ ശ്രമിച്ചുനോക്കിയതാണ്. പക്ഷേ യാതൊരു ഗുണവും കിട്ടിയില്ല, വിധിയെ എതിർത്ത് പരാജയപ്പെടുകയും ചെയ്തു. അവസാനം ശരിയത്ത് വിവാദത്തിലെ രാഷ്ട്രീയ മുതലെടുപ്പിനെ തുറന്നു കാണിച്ചും വിധിക്കനുകൂലമായ ഖുർആനിലെയും, മറ്റ് ഗ്രന്ഥങ്ങളിലെയും പരാമർശങ്ങൾ ഉദ്ധരിച്ചുകൊണ്ടും ഞാൻ *ശരിഅത്ത് വിവാദം എന്ത്, എന്തിന്* എന്ന പേരിൽ ഒരു പുസ്തകമെഴുതി. പതിനായിരം കോപ്പികൾ അച്ചടിച്ച് രാജ്യം മുഴുവൻ വിതരണം ചെയ്തു. അതായിരുന്നു എന്റെ ആദ്യത്തെ കൃതി.

ഇടമലയാർ ഡാം

21 അങ്ങനെയാണ് ഞാൻ കമ്യൂണിസ്റ്റായത്

ആയിരത്തിത്തൊള്ളായിരത്തി എൺപത്തിരണ്ട്–എൺപത്തിയേഴ് കാലത്തെ നിയമസഭാ പ്രവർത്തനത്തിൽ നിരവധി അഴിമതിക്കഥകൾക്ക് സാക്ഷ്യംവഹിക്കേണ്ടി വന്നിട്ടുണ്ട്. അതിലൊന്നാണ് ആർ ബാലകൃഷ്ണപ്പിള്ളയ്ക്ക് ഇപ്പോൾ ജയിലിൽ കിടക്കേണ്ടി വന്ന ഇടമലയാർ വൈദ്യുതപദ്ധതിയുടെ പവർ ടണലിലെ ചോർച്ച. പത്രങ്ങളിലും മറ്റും അത് വാർത്തയായി. അതിനെ സംബന്ധിച്ച് നിയമസഭയുടെ പബ്ലിക് അണ്ടർ ടേക്കിങ് കമ്മിറ്റിയാണ് ആദ്യം അന്വേഷണം നടത്തിയത്. ആ കമ്മിറ്റിയുടെ ചെയർമാൻ ഭരണപക്ഷത്തെ സീതിഹാജി ആയിരുന്നു. ഭരണപക്ഷത്തുനിന്ന് ആറ് അംഗങ്ങളും പ്രതിപക്ഷത്തുനിന്ന് അഞ്ചും. അങ്ങനെ പതിനൊന്നംഗ കമ്മിറ്റി. സ്ഥലത്തുപോയി നേരിട്ടും രേഖകൾ പരിശോധിച്ചും എൻജിനീയർമാരെയും ഉദ്യോഗസ്ഥരെയും കരാറുകാരനെയും ചോദ്യംചെയ്തും തെളിവുകൾ ശേഖരിച്ചു. കമ്മിറ്റി എത്തിച്ചേർന്ന നിഗമനം ടണലിന്റെ നിർമാണത്തിലും മറ്റു പ്രവൃത്തികളിലും ഗുരുതരമായ അഴിമതി നടന്നിട്ടുണ്ടെന്നാണ്.

റിപ്പോർട്ട് വന്നതോടെ ഞങ്ങൾ പ്രതിപക്ഷത്തുനിന്ന് ശക്തമായ പോരാട്ടംതന്നെ നടത്തി. വിദ്യുച്ഛക്തിവകുപ്പുമന്ത്രിയെ മാറ്റിനിർത്തി ഒരു സിറ്റിങ് ജഡ്ജിയെക്കൊണ്ട് ജുഡീഷ്യൽ അന്വേഷണം നടത്തണം എന്നതായിരുന്നു ഞങ്ങളുടെ ആവശ്യം. പ്രതിക്ഷനേതാവ് നായനാരുടെ നേതൃ

ആർ ബാലകൃഷ്ണപിള്ള

ത്വത്തിൽ ഒരു യുദ്ധംതന്നെ നടത്തി. അതിനിടയിൽ മാതൃഭൂമിയിലും മറ്റു പത്രങ്ങളിലും ഇതിനെപ്പറ്റിയുള്ള റിപ്പോർട്ടുകൾ വന്നു. ഐക്യജനാധിപത്യ മുന്നണിയെ എന്നും പിന്താങ്ങിയിരുന്ന പത്രമായ *കേരളാ ടൈംസ്* 1985 സെപ്തംബർ 10 ന് എഴുതിയ മുഖപ്രസംഗം അതിരൂക്ഷമായ ഭാഷയിൽ ഈ അഴിമതിയുടെ ഒരു പൊളിച്ചെഴുത്തായിരുന്നു. *ദേശാഭിമാനി*യുടെ മൂവാറ്റുപുഴ ലേഖകൻ സോമൻ തയാറാക്കിയ ഒന്നുരണ്ടു ലേഖനങ്ങൾ ഈ സംഗതി പൂർണമായും വെളിച്ചത്ത് കൊണ്ടുവന്നു. അതേത്തുടർന്ന് സി പി ഐ (എം) സംസ്ഥാന സെക്രട്ടറി വി എസ് അച്യുതാനന്ദന്റെ പ്രസ്താവന 1985 മാർച്ച് 11 ലെ *ദേശാഭിമാനിയിൽ* വന്നതോടെ രംഗം കൊഴുത്തു. 1985 ജൂലൈ 24 ന് നിയമസഭയിൽ പ്രതിപക്ഷ നേതാവ് ഇ കെ നായനാർ ജുഡീഷ്യൽ അന്വേഷണം വേണമെന്നാവശ്യപ്പെട്ടു. നിയമസഭയിലെ ഞങ്ങളുടെ വിമർശനത്തിൽ പൊറുതിമുട്ടിയ മുഖ്യമന്ത്രി കരുണാകരൻ നടപടിയെടുക്കാതെ ഗത്യന്തരമില്ലെന്നുകണ്ടു. 1985 സെപ്തംബർ 4 ന് പബ്ലിക് അണ്ടർ ടേക്കിങ് കമ്മിറ്റിയുടെ റിപ്പോർട്ട് ഗവൺമെന്റ് അംഗീകരിച്ചു. അതിന്റെ നിർദേശം സ്വീകരിച്ചുകൊണ്ട്, സെപ്തംബർ 10 ന് ജുഡീഷ്യൽ അന്വേഷണം നടത്താൻ മന്ത്രിസഭ തീരുമാനിച്ചു. അങ്ങനെ 1985 ഡിസംബർ 21 ന് കരുണാകരൻ ഗവൺമെന്റ് കേരള ഹൈക്കോടതി ജഡ്ജി സുകുമാരനെ അന്വേഷണ കമീഷനായി നിയമിച്ചു.

ആ കമീഷന്റെ അന്വേഷണ റിപ്പോർട്ടിൽ മന്ത്രി ആർ ബാലകൃഷ്ണപിള്ള, കെ എസ് ഇ ബി മുൻ ചെയർമാൻ രാമഭദ്രൻനായർ, കരാറുകാരനും കേരള കോൺഗ്രസ് മാണി വിഭാഗം നേതാവുമായ പി കെ സജീവ്എന്നിവർക്കെതിരായി കേസെടുത്ത് വിജിലൻസ് ജുഡീഷ്യൽ കോടതി വിചാരണ ചെയ്യണമെന്ന് നിർദേശിച്ചു. അങ്ങനെ ഈ മൂന്നാളെയും പ്രതിചേർത്ത് വിജിലൻസ് കോടതിയിൽ കേസ് വന്നു. കോടതി വിചാരണ ചെയ്തു. രേഖകൾ പരിശോധിച്ച് ഇരുഭാഗത്തിന്റെയും വാദങ്ങൾ കേട്ട് ബാലകൃഷ്ണപിള്ള, രാമഭദ്രൻനായർ, സജീവ് എന്നിവരെ അഞ്ചുകൊല്ലം കഠിനതടവിനും പതിനായിരം ഉറുപ്പികവീതം പിഴയടയ്ക്കാനും ശിക്ഷവിധിച്ചു.

ആ വിധിമേൽ അവർ ഹൈക്കോടതിയിൽ പോയി, എങ്ങനെയോ മാനേജ്ചെയ്ത് രക്ഷപ്പെട്ടു. ഹൈക്കോടതി അവരെ വെറുതെ വിട്ടു. ആ വിധി ശരിയല്ലെന്ന് പരക്കെ അഭിപ്രായമുണ്ടായിരുന്നു. അപ്പോഴേക്കും യു ഡി എഫ് ഭരണം വന്നു. ഉമ്മൻചാണ്ടിയായിരുന്നു മുഖ്യമന്ത്രി. അപ്പീൽ സുപ്രീംകോടതിയിൽ കൊടുക്കേണ്ടത് ഗവൺമെന്റാണ്.

ഗവൺമെന്റ് അതിന് ഉദ്ദേശിക്കുന്നില്ലെന്ന് മുഖ്യമന്ത്രി പ്രസ്താവിച്ചു.

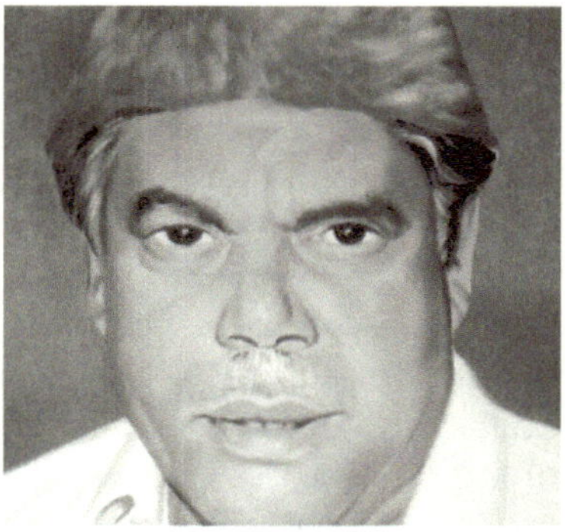

സീതിഹാജി

ആ സാഹചര്യത്തിലാണ് നീതിക്കും നിയമത്തിനുംവേണ്ടി പ്രതിപക്ഷ നേതാവ് വി എസ് അച്യുതാനന്ദൻ രംഗത്തുവരുന്നത്. അദ്ദേഹം പ്രത്യേക അപേക്ഷ പ്രകാരം സുപ്രീം കോടതിയിൽ അപ്പീൽ ഫയൽചെയ്തു. അത് ഫയലിൽ സ്വീകരിച്ചു. സുപ്രീം കോടതി ബന്ധപ്പെട്ടവർക്ക് നോട്ടീസ് അയച്ചു, വിശദമായ പരിശോധനകൾക്കും വാഗ്വാദങ്ങൾക്കുംശേഷം സുപ്രീം കോടതി വിചാരണക്കോടതി വിധി ശരിവയ്ക്കുകയും ഹൈക്കോടതി വിധി റദ്ദാക്കുകയും ചെയ്തു. മന്ത്രിയായിരുന്ന ബാലകൃഷ്ണപിള്ളയ്ക്കും രാമഭദ്രൻ നായർക്കും സജീവിനും ഒരു കൊല്ലം കഠിനതടവും പതിനായിരം ഉറുപ്പികവീതം പിഴയടക്കാനും ശിക്ഷിച്ചു. അതിന്റെ മേൽ അപ്പീൽ ഇല്ലാത്തതുകൊണ്ട് പിള്ളയും മറ്റും ഇപ്പോൾ പൂജപ്പുര സെൻട്രൽ ജയിലിൽ അടയ്ക്കപ്പെട്ടു. പിള്ളയും കോൺട്രാക്ടർ സജീവും ഒരേസമയം കേരള കോൺഗ്രസ് നേതാക്കളായിരുന്നു.

ഇടമലയാർ പ്രശ്നവും ഗ്രാഫൈറ്റും ഒക്കെ നടക്കുന്ന കാലത്ത് ഞാൻ നിയമസഭയിൽ സ്വതന്ത്ര അംഗമായിരുന്നു. എന്നാൽ സി പി ഐ (എം)ന്റെ നിയമസഭാപാർട്ടിയിൽ അംഗം എന്ന നിലയിൽ മറ്റു അംഗങ്ങൾക്കൊപ്പം പ്രവർത്തിക്കുകയും സഭാ നടപടികളിൽ കഴിയുന്നത്ര വ്യക്തിത്വം നിലനിർത്താൻ ശ്രമിക്കുകയും ചെയ്തിരുന്നു. സ്വതന്ത്രമായി പ്രവർത്തിക്കാനും വ്യക്തിത്വം വികസിപ്പിക്കാനും പാർട്ടി എല്ലാ പിന്തുണയും തന്നിരുന്നു. ഞാൻ സ്വതന്ത്രനായതുകൊണ്ടും തിരഞ്ഞെടുപ്പിൽ സ്വന്തമായി പണം ചെലവഴിക്കുകയും ചെയ്തിരുന്നതിനാൽ എന്നിൽ നിന്ന് പാർട്ടി ലെവി വാങ്ങിയിരുന്നില്ല. അതിനാൽ എനിക്ക് സാമ്പത്തികമായി അതൊരു ആശ്വാസമായി. അങ്ങനെ സഭയ്ക്കകത്തും മുന്നണി യോഗങ്ങളിൽ പുറത്തും ഊർജസ്വലമായി ഞാൻ പ്രവർത്തിച്ചുവന്നു. സഭ നടന്നുകൊണ്ടിരിക്കുമ്പോൾ ഒരു ദിവസം സ. നായനാരും എം വി രാഘവനും എന്നെ ലോബിയിലേക്ക് വിളിപ്പിച്ചു. അവർ എന്നോട് പറഞ്ഞു. ഇനി ഈ തരത്തിൽ പോകുന്നത് ശരിയല്ല, നിങ്ങൾ പാർട്ടിയിൽ അംഗത്വമെടുക്കണം എന്ന്. അംഗത്വം ഇല്ലെങ്കിലും അംഗങ്ങളെപ്പോലെ ഞാൻ പ്രവർത്തിക്കുന്നുണ്ടല്ലോ, പിന്നെ എന്തിനാണ് അംഗമാവുന്നത് എന്ന് ഞാൻ ചോദിച്ചു. അപ്പോൾ അവർ പറഞ്ഞു, അംഗമായാലേ പാർട്ടിക്കകത്തെ ചർച്ചകൾ മനസിലാക്കുവാനൊക്കുകയുള്ളൂ. സംഘടനാകാര്യങ്ങളും രാഷ്ട്രീയ പ്രശ്നങ്ങളും അതാത് സമയത്ത് ഉൾക്കൊണ്ടാലേ

വീക്ഷണത്തിലും പ്രവർത്തനത്തിലും മുന്നോട്ടുപോകാൻ സാധിക്കുകയുള്ളൂ. പാർട്ടിയുടെ പിന്തുണയും സഹായവും നിങ്ങൾക്കുണ്ടാവും. നിങ്ങളെക്കൊണ്ട് പാർട്ടിക്കും ആവശ്യമുണ്ട്. അതിനാൽ നിങ്ങൾ പാർട്ടിയിൽ അംഗത്വം എടുക്കണം എന്ന് സ. നായനാർ നിർബന്ധമായി പറഞ്ഞു. ഞാൻ രണ്ടാഴ്ച സമയം ചോദിച്ച് പിരിഞ്ഞു.

ഞാൻ നാട്ടിൽവന്ന് എന്റെ നിലമ്പൂർ മണ്ഡലത്തിലെ പഴയ സഹപ്രവർത്തകരുമായി ബന്ധംവെച്ചു. എല്ലാ പഞ്ചായത്തുകളിലും പ്രവർത്തകരെ വിളിച്ചുകൂട്ടി അഭിപ്രായമാരാഞ്ഞു. തുറന്ന ചർച്ചതന്നെ നടത്തി. ഒരു പുസ്തകത്തിൽ എല്ലാം രേഖപ്പെടുത്തി മിനുട്സ് എഴുതി. അവരെല്ലാം ഒരേ അഭിപ്രായമായിരുന്നു പറഞ്ഞത്. നമ്മുടെ ആത്മാഭിമാനം രക്ഷിക്കാൻ സി പി ഐ (എം)ന്റെ സഹായമാണ് അന്ന് തിരഞ്ഞെടുപ്പിൽ കിട്ടിയത്. നല്ല നിലയിൽ വിജയം കരസ്ഥമാക്കി. ഇനി ഒരു കാരണവശാലും നിങ്ങൾ അവരെ വിട്ടുപോരരുത്. നിങ്ങൾ പാർട്ടിയിൽ ചേരുന്നതിന് ഞങ്ങൾക്ക് വിരോധമില്ല. എന്നാൽ ഞങ്ങൾക്ക് ഇഷ്ടമുള്ള രാഷ്ട്രീയം സ്വീകരിക്കാൻ അനുവാദം വേണം. ഇതാണ് പത്ത് പഞ്ചായത്തിലെയും എന്നെ സഹായിച്ചവരുടെ അഭിപ്രായം. അത് ഒരു ബുക്കിൽ രേഖപ്പെടുത്തി എല്ലാവരും ഒപ്പിട്ടു. ആ ബുക്ക് ഞാൻ ഇന്നും സൂക്ഷിക്കുന്നുണ്ട്.

പിന്നെ ഞാൻ പോയത് എന്റെ ഗുരു പി പി ഉമ്മർകോയയുടെ വസതിയിലേക്കാണ്. അദ്ദേഹത്തെ കണ്ട് വിശദമായി കാര്യങ്ങൾ സംസാരിച്ചു. അദ്ദേഹം പറഞ്ഞു, പാർട്ടിയുടെ അഭിപ്രായം നിങ്ങൾ സ്വീകരിക്കലാണ് നല്ലത്. അവർ ഒരിക്കലും ചതിക്കുകയോ കൈവിടുകയോ ചെയ്യുന്നതല്ല. ഒന്നുകൂടി അദ്ദേഹം കൂട്ടിച്ചേർത്തു പറഞ്ഞു. രാഷ്ട്രീയ പ്രവർത്തനത്തിനിടയിൽ മരണം സംഭവിക്കുകയോ രോഗം ബാധിച്ച് കിടപ്പിലാവുകയോ ചെയ്താൽ കുടുംബത്തിൽ സമ്പത്തില്ലാത്ത പരിതഃസ്ഥിതിയാണെങ്കിൽ പാർട്ടി ഫണ്ട് രൂപീകരിച്ച് സംരക്ഷിക്കും. അങ്ങനെ ചെയ്ത കുറേ ഉദാഹരണങ്ങൾ അദ്ദേഹം ചൂണ്ടിക്കാട്ടി. കോൺഗ്രസുകാരാണെങ്കിൽ ഫണ്ട് രൂപീകരിക്കും, പക്ഷേ ലക്ഷ്യത്തിലെത്തുകയില്ല, ഫണ്ട് മുക്കിക്കളയും. അബ്ദുറഹ്മാൻ സാഹിബിന് സ്മാരകം നിർമിക്കാൻ ഒരുപാട് ഫണ്ട് സ്വരൂപിച്ചിട്ടുണ്ട്. ഒന്നും ഇന്നുവരെ ലക്ഷ്യം കണ്ടിട്ടില്ല. അതുകൊണ്ട് എത്രയും വേഗം പാർടിയിൽ അംഗത്വമെടുക്കാൻ തീരുമാനിച്ചു മുന്നോട്ടുപോകണം എന്നും അദ്ദേഹം ഉപദേശിച്ചു. സുഹൃത്തുക്കളുടെ തീരുമാനവും ഉമ്മർകോയയുടെ ഉപദേശവും എനിക്ക് വലിയ പ്രചോദനമായി. ഞാൻ ഉടനെ തിരുവനന്തപുരത്തെത്തി പാർട്ടിയിൽ അംഗത്വമെടുക്കാനുള്ള തീരുമാനം നേതാക്കളെ അറിയിച്ചു. വളരെ ലളിതമായി, സ്വീകരണവും മാലയുമില്ലാതെ ഞാൻ കമ്യൂണിസ്റ്റ് പാർട്ടി ഓഫ് ഇന്ത്യ (മാർക്സിസ്റ്റ്) അംഗമായി. അങ്ങനെയാണ് "ഞാൻ കമ്യൂണിസ്റ്റായത്."

ടി കെ ഹംസയും ഭാര്യ മൈമുനയും
ഇ കെ നായനാർക്കൊപ്പം

22 കമ്യൂണിസ്റ്റായ നിയമസഭാംഗം

ആയിരത്തിത്തൊള്ളായിരത്തി എൺപത്തിനാല് അവസാനം ഞാൻ കമ്യൂണിസ്റ്റുകാരനായ നിയമസഭാംഗമായി. ഞാൻ കുട്ടിക്കാലത്ത് പ്രവർത്തിക്കുകയും, രാഷ്ട്രീയത്തിന്റെ ബാലപാഠങ്ങൾ അഭ്യസിക്കുകയും ചെയ്തത് കമ്യൂണിസ്റ്റു പാർട്ടിയിലായിരുന്നു. ആർഭാടമില്ലാത്ത ജീവിതവും സ്വഭാവത്തിലെ വിനയവും പരിശീലിച്ചതും പാർട്ടിയിൽതന്നെ. തൊഴിലാളിവിഭാഗങ്ങളുമായുണ്ടായിരുന്ന ചെറുപ്പത്തിലെ ബന്ധം ദുർബല വിഭാഗങ്ങളോട് അനുകമ്പ തോന്നിക്കാൻ കാരണമായതും അങ്ങനെയാണ്. ഏതായാലും 1982 ലെ തിരഞ്ഞെടുപ്പിൽ ആദ്യമായി മത്സരിച്ചപ്പോൾ വിജയത്തിലെത്തിക്കാൻ പിന്തുണയ്ക്കുകയും കൂടെനിന്ന് സഹായിക്കുകയും ചെയ്ത എല്ലാവരുടെയും സമ്മതത്തോടെയും ആശീർവാദത്തോടെയും കമ്യൂണിസ്റ്റു പാർട്ടിയിൽ അംഗമാകാൻ സാധിച്ചത് അഭിമാനത്തോടെ ഞാൻ എന്നും ഓർക്കും. പഞ്ചായത്ത് മുതൽ പാർലമെന്റ് വരെയുള്ള ഏതെങ്കിലും ഒരു സ്ഥാനവും അതിനുമുമ്പ് ഞാൻ നേടിയിട്ടില്ല. സ്ഥാനം നേടി കടന്നുകളഞ്ഞു എന്ന് ആർക്കും പറയാൻ സാധ്യവുമല്ല. എന്നാൽ പാർട്ടിയുടെ കൂടെനിന്ന് സ്ഥാനമാനങ്ങൾ നേടി, ആ സ്ഥാനത്തോടുകൂടി പാർട്ടിയെ പിന്നിൽനിന്ന് കുത്തി മറുകണ്ടം ചാടുന്നവരെയാണ് കാലുമാറ്റക്കാർ എന്ന് പറയുന്നത്. അതിനെതിരായ പോരാട്ടത്തിൽ വിജയം കണ്ടെത്തിയതായിരുന്നു എന്റെ അഭിമാനകരമായ നേട്ടം.

പിന്നീട് നിയമസഭയിൽ പ്രവർത്തിക്കാനുള്ള പരിശീലനം നേടുക എന്നതായിരുന്നു ലക്ഷ്യം. അതിന് സഭാനടപടിച്ചട്ടം ഒരു വലിയ കാ

ര്യം തന്നെയാണ്. ചോദ്യോത്തരം, ശൂന്യവേള, സബ്മിഷൻ, ശ്രദ്ധക്ഷണിക്കൽ, അടിയന്തരപ്രമേയം എന്നീ കാര്യങ്ങൾ ചട്ടങ്ങൾ വായിച്ച് പഠിക്കുകയും, സഭയിൽ മുഴുവൻ സമയവും ഇരുന്ന് ഗാഢമായി ശ്രദ്ധിക്കുകയും പ്രായോഗികമായി കൈകാര്യം ചെയ്യാൻ ശ്രമിക്കുകയും ചെയ്തു. എന്റെ എല്ലാ പ്രവർത്തനങ്ങൾക്കും പിന്തുണയും പ്രോത്സാഹനവും തന്നത് പ്രതിപക്ഷ നേതാവായിരുന്ന സ. നായനാരായിരുന്നു. ഞങ്ങൾ അത്രയ്ക്കും സ്നേഹത്തിലും അടുപ്പത്തിലുമായിരുന്നു. കുടുംബത്തിലെ കാരണവരെപ്പോലെ. പ്രസംഗത്തിൽ ചെറുപ്പത്തിലേ ഉള്ള താൽപ്പര്യവും ചാതുര്യവും സഭയിൽ പ്രവർത്തിക്കാൻ വലിയ തോതിൽ സഹായകരമായിരുന്നു. അന്ന് എം എൽ എ ആയിരിക്കുന്ന അഞ്ചു കൊല്ലവും കോടതിയിലെ പ്രാക്ടീസ് നിർത്തിയിരുന്നില്ല. രണ്ടും ഒരുമിച്ച് കൊണ്ടുപോകാൻ പ്രയാസമുണ്ടായിരുന്നെങ്കിലും വളരെ വിഷമിച്ച് രണ്ടിനോടും നീതി പുലർത്തിപ്പോന്നു.

അന്നാണ് പ്രമാദമായ പാലപ്പറ്റ പള്ളിക്കേസുണ്ടായത്. എടവണ്ണയിലെ പാലപ്പറ്റ എന്ന സ്ഥലത്തുണ്ടായിരുന്ന, എ പി വിഭാഗം സുന്നികൾ കൈവശം വെച്ച് പ്രാർഥന നടത്തിയിരുന്ന പള്ളി ഒരു ദിവസം എടവണ്ണയിലെ മുജാഹിദുകളായ ലീഗുകാർ കൈയേറി. കല്ലെടുത്തെറിഞ്ഞും വടി വീശിയും പള്ളിയിലുണ്ടായിരുന്നവരെ ആട്ടിയോടിച്ചു പള്ളി കൈവശപ്പെടുത്തി. അത് ഒരു ആസൂത്രിതമായ ആക്രമണമായിരുന്നു. സംഭവം നടന്ന് നിമിഷങ്ങൾക്കകം പൊലീസ് പ്രത്യക്ഷപ്പെട്ട്, പള്ളിയിൽ സമാധാനം പാലിക്കാനെന്നപേരിൽ ഇടപെട്ടു രണ്ടുകൂട്ടരും പ്രവേശിക്കരുതെന്ന് ആവശ്യപ്പെട്ടു. പള്ളി പൂട്ടി സീൽചെയ്ത് ക്രിമിനൽ നടപടി നിയമം 144 അനുസരിച്ച് ആർ ഡി ഒ കോടതിയിൽ നിന്ന് വിധി ഉണ്ടാവാൻ റിപ്പോർട്ട് കൊടുത്തു. ആർഡിഒ 144 പ്രഖ്യാപിക്കുകയും ചെയ്തു. എം എൽ എ ആയിരുന്ന സീതിഹാജിയും മറ്റും, ലീഗും മുജാഹിദും ആയിരുന്നു. അക്കാലത്തെ ലീഗിന്റെ ഭരണത്തിലെ പങ്കാളിത്തവും എല്ലാം കൂടി പള്ളി കൈവശപ്പെടുത്തി. അന്ന് എ പി വിഭാഗം ഇന്നത്തെപ്പോലെ ശക്തമായിരുന്നില്ല. ഇ കെ–ലീഗ് കൂട്ടുകെട്ടിന്റെ മർദനവും സഹിക്കുന്ന കാലമായിരുന്നു.

144–ാം വകുപ്പ് പ്രകാരമുള്ള കേസിൽ എ പി വിഭാഗത്തിനും മുജാഹിദ് വിഭാഗത്തിനും ആർ ഡി ഒ കോടതിയിൽനിന്ന് നോട്ടീസ് കിട്ടി. എ പി വിഭാഗം പെരിന്തൽമണ്ണയിൽ ഒരു വക്കിലിനെ കേസ് ഏൽപ്പിച്ചു. സീതിഹാജിയും ഡോ. എം ഉസ്മാനും ഉൾക്കൊള്ളുന്ന മുജാഹിദ് നേതൃത്വം അവരുടെ ഭാഗം കേസ് നടത്താൻ എന്നെയാണ് വക്കീലാക്കാൻ തീരുമാനിച്ചത്. മുജാഹിദ് ഭാഗത്ത് ഞാനും വക്കാലത്ത് ഫയൽ ചെയ്തു.

അതിനിടയ്ക്ക് സുന്നിവിഭാഗം 144 തള്ളിക്കളയണം എന്നാവശ്യപ്പെട്ടുകൊണ്ട് കേരള ഹൈക്കോടതിയിൽ റിട്ട് പെറ്റിഷൻ ഫയൽ ചെയ്തു. മുജാഹിദിന് ഹൈക്കോടതിയിൽനിന്ന് നോട്ടീസ് കിട്ടിയ ഉടനെ അവർ എന്നെ അന്വേഷിച്ചുവന്നു. എറണാകുളത്തെ ഒരു വക്കീലിന് കത്ത് കൊടുക്കണമെന്ന് അവരോട് ഞാൻ പറഞ്ഞു. അത് അവർക്ക് സ്വീകാ

ര്യമായില്ല. ഞാൻതന്നെ ഹൈക്കോടതിയിൽ ഹാജരാകണമെന്ന് അവർ നിർബന്ധം പിടിച്ചു. ഞാൻ ഇടയ്ക്ക് ഹൈക്കോടതിയിലും കേസിന് ഹാജരാകുന്ന കാലമായിരുന്നു അത്.

അങ്ങനെ ഞാൻ ഹൈക്കോടതിയിലെത്തി. അന്ന് ഈ കേസ് വിചാരണയ്ക്ക് വന്നത് ജസ്റ്റിസ് കെ ടി തോമസിന്റെ ബഞ്ചിലായിരുന്നു. അദ്ദേഹത്തിന് എന്നെ അറിയാമായിരുന്നു. അദ്ദേഹം മഞ്ചേരിയിൽ ജില്ലാ സെഷൻസ് ജഡ്ജിയായി രണ്ടുകൊല്ലം ഉണ്ടായിട്ടുണ്ട്. ആദ്യം ഹർജിക്കാരായ സുന്നികളുടെ ഭാഗം വക്കീലിന്റെ ഊഴമാണ്. അദ്ദേഹം വാദം തുടങ്ങി.

അദ്ദേഹം പറഞ്ഞു:

> ഈ കേസ് സി ആർ പി സി 144-ാം വകുപ്പ് പ്രകാരമുള്ള കേസാണ്. ഒരു വസ്തു സംബന്ധമായി ഇരു കക്ഷികൾ തമ്മിൽ കൈവശത്തർക്കം ഉണ്ടാവുകയും അതു കാരണം സമാധാനഭംഗം ഉണ്ടാവാനിടവരികയും ചെയ്യുന്ന സന്ദർഭത്തിൽ മാത്രമേ ഈ വകുപ്പ് പ്രയോഗിക്കാൻ പാടുള്ളൂ. ഇവിടെ കൈവശത്തർക്കമില്ല, ആരാധനാ സമ്പ്രദായത്തിലുള്ള തർക്കമാണ് പ്രശ്നങ്ങൾക്കിടയാക്കിയത്. അതുകൊണ്ട് 144-ാം വകുപ്പ് പ്രകാരം ആർ ഡി ഒ എടുത്ത നടപടി റദ്ദാക്കണം.

ഇതായിരുന്നു വക്കീലിന്റെ വാദം. ജഡ്ജി എന്നോട് നിങ്ങൾക്ക് എന്താണ് പറയാനുള്ളത് എന്ന് ചോദിച്ചു. ഞാൻ തുടങ്ങി:

> ആരാധനാ തർക്കം എന്ന് പറയുന്നത് ജുമാ നമസ്കാരത്തിന്റെ മുമ്പുള്ള പ്രസംഗ(ഖുത്തുബ)ത്തെസ്സംബന്ധിച്ചാണ്. മലയാളത്തിൽ ആവാം എന്ന് മുജാഹിദ്, പാടില്ല അറബിയിൽ തന്നെ വേണം എന്ന് സുന്നി. ഇതാണ് തർക്കം. ആ തർക്കം മൂത്ത് അക്രമം ഉണ്ടായാൽ ഐ പി സി 166-ാം വകുപ്പ് പ്രകാരം രണ്ടുകൂട്ടർക്കുമെതിരായി കേസെടുത്ത് അറസ്റ്റ് ചെയ്യാം. പക്ഷേ ഇവിടെ പ്രശ്നം ഖുത്തുബയുടെ ഭാഷാതീരുമാനമല്ല, കൈവശത്തർക്കം തന്നെയാണ്. ഈ പള്ളി ഞങ്ങളുടെ കൈവശമാണ്, ഞങ്ങൾ മലയാളത്തിൽ പതിറ്റാണ്ടുകളായി ഖുതുബാ പ്രസംഗം നടത്തിവരുന്നു എന്ന് മുജാഹിദ് പറയുന്നു. അത് ശരിയല്ല, പള്ളി പതിറ്റാണ്ടുകളായി ഞങ്ങളുടെ കൈവശമാണ്, ഞങ്ങൾ അവിടെ അറബിയിൽ ഖുതുബ നടത്തിവരുന്നു എന്ന് സുന്നികളും പറയുന്നു. ആരാണിതൊക്കെ കൈവശം വെക്കുന്നത്, അവരുടെ അഭിപ്രായത്തിനാണ് ഖുതുബ തീരുമാനം. അപ്പോൾ യഥാർഥ തർക്കം കൈവശത്തർക്കം തന്നെ. ആ നിലയ്ക്ക് 144-ാം വകുപ്പ് പ്രകാരം ആർ ഡി ഒ എടുത്ത നടപടി ശരിയാണ്.

എന്ന് ഞാനും വാദിച്ചു.

രണ്ടു വാദവും കേട്ട് ജഡ്ജി ഒരു മധ്യസ്ഥത്തിന് ശ്രമിച്ചു. അദ്ദേഹം

പണ്ട് കോഴിക്കോട് സെഷൻസ് ജഡ്ജി ആയിരുന്ന കാലത്താണ് പ്രമാദമായ പൂനൂര് ഖുതുബ പരിഭാഷ കേസും പള്ളിയിൽ കൊലയും നടന്നത്. അത് ഓർമിപ്പിച്ചുകൊണ്ട് അദ്ദേഹം ഒരു മധ്യസ്ഥ നിർദേശം വച്ചു.

ജഡ്ജി പറഞ്ഞു, ''ഒരു വിഭാഗം ഉച്ചവരെ ഖുതുബ നടത്തട്ടെ, ഉച്ചയ്ക്കുശേഷം വൈകുന്നേരംവരെ മറ്റെ കൂട്ടരും നടത്താം.'' അതായിരുന്നു നിർദേശം. സുന്നികളുടെ വക്കീൽ മുസ്ലിമായിരുന്നില്ല. അദ്ദേഹത്തിന് ഒന്നും പറയാൻ കഴിഞ്ഞില്ല. പണ്ഡിതന്മാർ പറഞ്ഞുകൊടുത്തിട്ടും അതിന്റെ പൊരുൾ പിടികിട്ടിയില്ല.

ഞാൻ എണീറ്റ് പറഞ്ഞു, ''ഖുത്തുബ ഖുർബാനയല്ല. അതിന് സമയവും സമ്പ്രദായവും ഉണ്ട്. അത് മാറ്റാൻ കഴിയില്ല. ആദ്യംഖുതുബ, പിന്നെ നമസ്കാരം, ഒരു പ്രത്യേക സമയത്ത് മാത്രം. അതിൽ ഒന്നും മാറ്റാൻ കഴിയില്ല.

അപ്പോൾ ജഡ്ജി പറഞ്ഞു, എന്തായാലും പള്ളിയിൽ കത്തിക്കുത്തുണ്ടാവാൻ അനുവദിക്കില്ല. ആർഡിഒ കോടതി എടുത്ത നടപടി അംഗീകരിച്ചുകൊണ്ട് സുന്നികളുടെ ഹർജി തള്ളി. മുജാഹിദ് ഫലത്തിൽ വിജയിച്ചു. പിന്നീട് ലീഗ്– മുജാഹിദ്– ഇ കെ സുന്നി അക്രമങ്ങളിൽ നിന്ന് രക്ഷകിട്ടാൻ എ പി സുന്നിവിഭാഗം ഇടതുപക്ഷത്തോടൊപ്പം നിൽക്കുകയും പല ഘട്ടങ്ങളിലും സഹായിക്കുകയും ചെയ്തു. 1987ലെ തിരഞ്ഞെടുപ്പിൽ ഇടതുപക്ഷമുന്നണി ഭൂരിപക്ഷം നേടി അധികാരത്തിൽ വന്നു. ഞാൻ അതിൽ മന്ത്രിയുമായി. അപ്പോഴേക്കും പാലപ്പറ്റ പള്ളി സ്ഥലത്ത് സമാധാനമായി. പള്ളി പൂട്ടിയിടുന്നത് ശരിയല്ലെന്ന് ഞാനും കണ്ടു. സുന്നികളുടെ അപേക്ഷപ്രകാരം, പൊലീസ് പരിശോധിച്ചു സമാധാനഭംഗം ഉണ്ടാവാനിടയില്ലെന്ന് റിപ്പോർട്ട് കൊടുത്തു. 144 പിൻവലിച്ചു. പള്ളിയിൽ എ പി വിഭാഗം പ്രവേശിച്ച് ആരാധന തുടങ്ങി.

കോടതിയിൽ കേസുകൾ നടത്താനും നിയമസഭാ പ്രവർത്തനങ്ങൾക്കുംകൂടി സമയം നന്നെ കുറഞ്ഞുവന്നു. സ്വാഭാവികമായും കേസുകളുടെ എണ്ണവും കുറഞ്ഞു. നിയമസഭയിൽ മാത്രമല്ല പുറത്ത് പാർട്ടി യോഗങ്ങളിലും മറ്റു പ്രവർത്തനങ്ങളിലും സജീവമായി. തിരുവനന്തപുരത്ത് സമ്മേളനകാലം മുഴുവൻ ഉണ്ടാകും. കന്യാകുമാരി, പാറശാല മുതൽ കോട്ടയം കൊല്ലം വരെ പ്രസംഗങ്ങൾക്ക് പോകണം ആലപ്പുഴയിലും പത്തനംതിട്ട ജില്ലയിലും യോഗങ്ങളിൽ പങ്കെടുക്കും. അങ്ങനെ തെക്കൻതിരുവിതാംകൂറ് പ്രദേശങ്ങളും ജനങ്ങളുമായി പരിചയപ്പെട്ടു. തെക്കർക്ക് വടക്കൻഭാഷയും പ്രയോഗങ്ങളും വളരെ ഇഷ്ടമായിരുന്നു.

നിയമസഭാ പ്രവർത്തനത്തിന്റെ ഭാഗമായി അംഗങ്ങൾ ഏതെങ്കിലും ഒരു നിയമസഭാ കമ്മിറ്റിയിലെ അംഗമായിരിക്കും. ഞാൻ ആദ്യമായി അംഗമായത് പബ്ലിക് അണ്ടർടേക്കിങ് കമ്മിറ്റിയിലാണ്. പൊതുമേഖലാ സ്ഥാപനങ്ങൾ സന്ദർശിക്കുക, അതിന്റെ പ്രവർത്തനങ്ങൾ മനസിലാക്കുക, സ്ഥാപനത്തിന്റെ നടത്തിപ്പിൽ പ്രകടമായ അനാസ്ഥകളോ ദുർനടപടികളോ കണ്ടാൽ അതിൽ ഇടപെടുക എന്നതായിരുന്നു ജോലി. അതിന്റെ ഭാഗമായി ഓരോ സ്ഥാപനത്തിന്റെയും ഓഡിറ്റ് റിപ്പോർട്ടുകൾ കമ്മിറ്റി വിശദമായി പരിശോധിക്കും. വിവരങ്ങൾ ശേഖരിക്കാൻ

രേഖകൾ വരുത്താനും സാക്ഷികളെ വിളിച്ചുവരുത്തി വിസ്തരിക്കാനും കമ്മിറ്റിക്ക് അധികാരമുണ്ട്. നിയമസഭക്കുള്ള എല്ലാ അധികാരങ്ങളും ഈ കമ്മിറ്റിക്കുണ്ട്. ഈ കമ്മിറ്റിയുടെ നിർദേശങ്ങൾ ലംഘിക്കുന്നത് നിയമസഭയുടെ അവകാശലംഘനമായി കണക്കാക്കും.

രണ്ടുകൊല്ലം കൂടുമ്പോൾ ഓരോ കമ്മിറ്റികളും സ്റ്റഡിടൂർ നടത്താറുണ്ട്. ആ യാത്രയിൽ കേരളത്തിന് പുറത്ത് അഞ്ച് സ്റ്റേറ്റുകളിൽ പോകാവുന്നതാണ്. അവിടെ സ്ഥാപനങ്ങൾ സന്ദർശിക്കുക, ചരിത്രപ്രാധാന്യമുള്ള കൗതുക സ്ഥലങ്ങൾ കാണുക, എത്തിപ്പെടുന്ന സംസ്ഥാനത്തെ ബന്ധപ്പെട്ട കമ്മിറ്റിയുമായി ചേർന്ന് ജോയിന്റ് സിറ്റിങ് നടത്തി ആശയവിനിമയം നടത്തുക എന്നിവ പതിവാണ്. അതിനാൽ പലതരത്തിലുമുള്ള സ്ഥലകാലഭേദങ്ങളും വിഷയങ്ങളും പഠിക്കാൻ അത് അവസരമുണ്ടാക്കും.

ആദ്യത്തെ കമ്മിറ്റി യാത്രയിൽ കമ്മിറ്റി ചെയർമാൻ അവുക്കാദർ കുട്ടിനഹ പങ്കെടുത്തില്ല. പകരം ഞങ്ങൾ ഒരു താൽക്കാലിക ചെയർമാനെ തിരഞ്ഞെടുത്തു. പി പി തങ്കച്ചനായിരുന്നു താൽക്കാലിക ചെയർമാൻ. ഞങ്ങളിൽ മിക്ക അംഗങ്ങളുടെയും ഭാര്യമാരും കൂടെ വന്നിരുന്നു. ആദ്യം ചെന്നിറങ്ങിയത് ആന്ധ്രയുടെ തലസ്ഥാനമായ ഹൈദരാബാദിലായിരുന്നു. ഇങ്ങനെ പോകുമ്പോൾ ചെല്ലുന്ന സ്റ്റേറ്റിലെ കമ്മിറ്റി എല്ലാവിധത്തിലുള്ള സൗകര്യങ്ങളും ചെയ്തുതരണം എന്നതായിരുന്നു കീഴ്വഴക്കം. ഞങ്ങളുടെ താമസത്തിന് ഏർപ്പാട് ചെയ്തിരുന്നത് ഹൈദരാബാദിലെ എം എൽ എ ഹോസ്റ്റലിൽ ആയിരുന്നു. ഹൈദരാബാദ് ചരിത്രപ്രാധാന്യമുള്ള ഒരു സുന്ദര നഗരമാണ്. ഞങ്ങളുടെ ഔദ്യോഗിക കാര്യങ്ങൾ കഴിഞ്ഞശേഷം നഗരം കാണാനും ചരിത്രസ്മാരകങ്ങൾ സന്ദർശിക്കാനും പോയി. നഗരത്തിൽ തല ഉയർത്തിനിൽക്കുന്ന മ്യൂസിയം ഒരു വല്ലാത്ത അനുഭവം തന്നെയാണ്. പഴയ സുൽത്താൻ ഭരണത്തിന്റെയും വിജയനഗര സാമ്രാജ്യത്തിന്റെയും മാത്രമല്ല ബ്രിട്ടീഷ് ഭരണകാലഘട്ടത്തിന്റെയും ചരിത്രം ഉറങ്ങിക്കിടക്കുന്ന അവശിഷ്ടങ്ങൾ, കൊത്തുവേലകൾ, ലിഖിതങ്ങൾ എന്നുവേണ്ട പുരാവസ്തുക്കളായ പെട്ടിയും കൊട്ടയുംവരെ കേടുകൂടാതെ സൂക്ഷിച്ചിട്ടുണ്ട്. ആശ്ചര്യത്തോടെ അതെല്ലാം നോക്കിക്കണ്ടു. ഇന്ത്യയിലെ പ്രധാനപ്പെട്ട മ്യൂസിയങ്ങളിലൊന്നാണ് ഹൈദരാബാദ് മ്യൂസിയം.

പിന്നീട് ഞങ്ങൾ പോയത് ബാഹ്മനി സുൽത്താന്മാരുടെ ഭരണകാലഘട്ടത്തിലെ ചരിത്രസ്മാരകങ്ങൾ സന്ദർശിക്കാനായിരുന്നു. നൂറ്റാണ്ടുകൾ നീണ്ടുനിന്ന സുൽത്താൻ ഭരണത്തിന്റെ പ്രൗഢിയും അന്തസ്സും വിളിച്ചോതുന്ന കൊട്ടാരങ്ങൾ. അന്ന് ഇന്ത്യാരാജ്യം ഭരിച്ചിരുന്ന മുഹമ്മത്ബിൻ തുഗ്ലക്കിന്റെ സാമ്രാജ്യത്തിന്റെ വലുപ്പവും അദ്ദേഹത്തിന്റെ ഭരണത്തിലെ ചില പോരായ്മകളും കാരണം ഡെക്കാനിലെ ചില പ്രഭുക്കന്മാർ ഡൽഹി സുൽത്താന്റെ ഭരണത്തെ ചോദ്യം ചെയ്തുകൊണ്ട് ഹൈദരാബാദിലെ ദൗലത്താബാദ് കോട്ട പിടിച്ചടക്കി, ഇസ്മയിൽ മുക്ഖ്അഫ്ഗാൻ എന്ന പ്രഭുവിനെ നസീറുദ്ദീൻ ഷാ എന്ന പേരിൽ ഡെക്കാനിലെ രാജാവായി പ്രഖ്യാപിക്കുകയും ചെയ്തു.

തുഗ്ലക്കിന്റെ ഡൽഹി ഭരണത്തിൽനിന്ന് വിട്ടുപോരുന്ന ഏറ്റവും വിസ്തൃതമായ സ്വതന്ത്ര മുസ്ലിം രാജ്യമായിരുന്നു അത്. കേരളം ഒഴികെയുള്ള തെക്കെ ഇന്ത്യ മുഴുവൻ അത് വ്യാപിച്ചുകിടന്നിരുന്നു. ഇസ്മയിൽ വളരെ ദുർബലനായിരുന്നു. അദ്ദേഹം സ്വമേധയാ സ്ഥാനം ഒഴിഞ്ഞ് പ്രഗത്ഭനായ ഹസൻ എന്ന നേതാവിന് ഭരണം ഏൽപ്പിച്ചുകൊടുത്തു. ഹസൻ 1347 ആഗസ്ത് 3 ന് അലാവുദ്ദീൻ ബാഹ്മാൻഷാ എന്ന പേരിൽ രാജാവായി പ്രഖ്യാപിച്ചു. അങ്ങനെയാണ് ഡെക്കാനിൽ ബാഹ്മനി വംശത്തിന്റെ സാമ്രാജ്യസ്ഥാപനം നടന്നത്. അത് അന്തസ്സായി രണ്ട് നൂറ്റാണ്ടുകാലം നിലനിന്നു. അതിനുശേഷം ചരിത്രത്തിൽ ചില മാറ്റംമറിച്ചിലുകളും നടന്നു. ഭരണകൂടങ്ങൾ മാറിവന്നു. എല്ലാവരും ഇട്ടേച്ചുപോയിട്ടുള്ള അവശിഷ്ടങ്ങൾ ഞങ്ങളെ അത്ഭുതപ്പെടുത്തി. ഇന്നും നിലനിൽക്കുന്ന അവിടത്തെ ചരിത്രസ്മാരകങ്ങളായ കൊട്ടാരങ്ങൾ, അതിലെ ജലവിതരണ സമ്പ്രദായങ്ങൾ, പ്രകൃതിദത്തമായ എയർകണ്ടീഷൻ സംവിധാനം എന്നിവ ഇപ്പോഴും പഠനാർഹമായി നമുക്ക് കാണാം. ഉത്തുംഗമായ കുന്നിന്മുകളിൽ സ്ഥിതിചെയ്യുന്ന രാജകീയകൊട്ടാരങ്ങൾ അത്ഭുത കാഴ്ചകൾ തന്നെയാണ്.

ബാഹ്മനി സുൽത്താന്മാരുടെ ഏതാണ്ട് ആ കാലഘട്ടത്തിൽ തന്നെയാണ് വിജയനഗര സാമ്രാജ്യം രൂപം കൊള്ളുന്നത്. തുംഗഭദ്ര നദിയുടെ തെക്കെ കരയിൽ ഉയർന്നുവന്ന വിജയനഗരം ഒരു പുതിയ യുഗപ്പിറവിക്ക് അടിസ്ഥാനം കുറിച്ചു. വടക്കൻ സുൽത്താന്മാരുടെ ആക്രമണത്തിൽനിന്ന് രക്ഷനേടാൻ പ്രാദേശികമായി ഹിന്ദുഗോത്രങ്ങളുടെ ഉയിർത്തെഴുന്നേൽപ്പായിരുന്നു വിജയനഗരത്തിന്റെ ആവിർഭാവത്തിന് കാരണം. വാറങ്കലിലെ കാകതീയ ജനത പ്രോലനായകന്റെ കീഴിൽ സംഘടിച്ചു. ചാലൂക്യന്മാരുടെ പിൻഗാമിയായ സോമദേവൻ തെലുങ്ക് രാജ്യം കെട്ടിപ്പടുത്തു. ഇവരുടെ പിൻതലമുറക്കാരായ ഹരിഹരനും ബുക്കനും 1346 ൽ അധികാരം ഏറ്റെടുത്ത്, ഒരു സ്വതന്ത്ര രാഷ്ട്രത്തിന് രൂപം നൽകി. ഹരിഹരനാണ് കൃഷ്ണാനദിക്ക് തെക്കുള്ള ഭാഗങ്ങൾ കൂടി സാമ്രാജ്യത്തോട് കൂട്ടിച്ചേർത്തത്. തുംഗഭദ്ര നദിയുടെയും കൃഷ്ണ നദിയുടെയും കരയിലെ ഫലഭൂയിഷ്ഠമായ പ്രദേശങ്ങളിലെ പ്രകൃതിസുന്ദരമായ കാഴ്ചകൾ ആസ്വദിച്ച് രണ്ടാംദിവസം ഞങ്ങൾ ആന്ധ്ര സംസ്ഥാനത്തോട് വിട പറഞ്ഞു.

പിന്നെ ഞങ്ങൾ ചെന്നിറങ്ങിയത് കൽക്കത്ത നഗരത്തിലായിരുന്നു. തീവണ്ടി ഹൗറ സ്റ്റേഷനിൽ ചെന്നുനിന്നു. ഞങ്ങൾ പുറത്തിറങ്ങി. ഒരേ സമയത്ത് നൂറുകണക്കിന് തീവണ്ടികൾ വരികയും പോവുകയും ചെയ്യുന്ന ഇന്ത്യയിലെ ഏറ്റവും തിരക്കേറിയ റെയിൽവേ സ്റ്റേഷനായിരുന്നു ഹൗറ. സ്റ്റേഷനിൽനിന്ന് കാറിൽ കയറി ഹൗറാപാലം കടന്നുവേണം കൽക്കത്ത നഗരത്തിലെത്താൻ. ഹൗറാപാലം ലോകത്തിലെ അത്ഭുതങ്ങളിൽ ഒന്നാണ്. നല്ല ആഴമുള്ളതും ശക്തമായ ഒഴുക്കുള്ളതുമായ ഹൂഗ്ലിക്ക് കുറുകെയാണ് ആ പാലം പണിതിട്ടുള്ളത്. ബ്രിട്ടീഷ് സാങ്കേതിക വിദ്യയുടെ മാസ്മരശക്തി ഇന്നും തിളങ്ങുന്ന സ്മാരകമാണ് ഹൗറ ബ്രിഡ്ജ്. അര കിലോമീറ്ററിലധികം നീളം വരുന്ന ആ പാല

ത്തിന് കാലുകൾ ഇല്ല എന്നതാണ് അതിന്റെ പ്രത്യേകതയും അത്ഭുതത്തിന് കാരണവും. ഒരേ സമയത്ത് രണ്ടിലധികം വാഹനങ്ങൾക്ക് അങ്ങോട്ടും ഇങ്ങോട്ടും പോകാൻ മാത്രം വീതിയുണ്ട് പാലത്തിന്. ഭാരം കയറ്റിയ ഹെവി വാഹനങ്ങൾ ധാരാളം ഒരേ സമയത്ത് കടന്നു പോകുന്നു. നമ്മൾ പാലത്തിലൂടെ കടന്നുപോകുമ്പോൾ ഈ വാഹന ബാഹുല്യം കൊണ്ടാവാം ചെറിയതോതിലുള്ള കുലുക്കം അനുഭവപ്പെടും. തകർന്നുവീഴുമോ എന്ന ശങ്ക തോന്നീട്ടുണ്ട്. എന്നാൽ നൂറ്റാണ്ടുകളായി ആ തൂക്കുപാലം ഇന്നും ജനശ്രദ്ധ ആകർഷിച്ചു നിലനിൽക്കുന്നു.

കൽക്കത്ത നഗരത്തിലേക്ക് പ്രവേശിക്കുമ്പോൾ സ്വാഭാവികമായും ചരിത്ര സംഭവങ്ങളുടെ ഞെട്ടിപ്പിക്കുന്ന ഓർമകൾ നമ്മളെ ചിന്താകുലരാക്കും. ബ്രിട്ടീഷ് സാമ്രാജ്യത്തിന്റെ ഇന്ത്യയിലെ ആദ്യത്തെ ആണിക്കല്ല് നാട്ടിയത് കൽക്കത്തയിലായിരുന്നു. ബംഗാളിലെ നവാബായിരുന്ന സിറാജ്ദൗളയെ തന്റെ വിശ്വസ്തനായിരുന്ന പ്രധാനമന്ത്രി മീർ ജാഫർ ബ്രിട്ടീഷ് സേനാനി ആയിരുന്ന റോബർട് ക്ലൈവിന് ഒറ്റിക്കൊടുക്കുകയും ആ യുദ്ധത്തിൽ സിറാജ്ദൗള ക്രൂരമായി വധിക്കപ്പെടുകയും ചെയ്തു.

മുഗൾ സാമ്രാജ്യത്തിന്റെ അവസാനത്തെ ചക്രവർത്തി ബ്രിട്ടീഷ്പട്ടാളം ചെങ്കോട്ട വളഞ്ഞപ്പോൾ ഒളിച്ചോടി പിതാമഹൻ ഹുമയൂണിൻെറ ശവകുടീരത്തിൽ അഭയം പ്രാപിച്ചു. പട്ടാളം അവിടെവെച്ച് അദ്ദേഹത്തെ പിടികൂടി. അതോടെ മുഗൾസാമ്രാജ്യം അസ്തമിച്ചു. ഇന്ത്യയിൽ ബ്രിട്ടീഷ്ആധിപത്യം ആരംഭിക്കുകയും ചെയ്തു.

അങ്ങനെ ബ്രിട്ടീഷ് ഈസ്റ്റിന്ത്യാ കമ്പനി കൽക്കത്ത കേന്ദ്രമാക്കി ഇന്ത്യയിൽ രാഷ്ട്രീയ ഭരണകൂടം സ്ഥാപിച്ചു. അവരുടെ പ്രൗഢിയും പ്രതാപവും വിളിച്ചോതുന്നതാണ് ഭരണത്തിന്റെ സിരാകേന്ദ്രമായിരുന്ന റൈറ്റേഴ്സ് ബിൽഡിങ്. അതു തന്നെയാണ് ഇന്നും ബംഗാൾ സംസ്ഥാനഭരണകൂടത്തിന്റെ സെക്രട്ടറിയേറ്റും. ഞങ്ങളുടെ ഔദ്യോഗികമായ കമ്മിറ്റി പ്രവർത്തനത്തിനുശേഷം റൈറ്റേഴ്സ് ബിൽഡിങ്ങിൽ ചെന്ന് മുഖ്യമന്ത്രി ജ്യോതിബസുവിനെ സന്ദർശിച്ചു. കെട്ടിടം ആകെ നടന്നുകണ്ടു.

പിന്നെ ഞങ്ങൾ ഗ്രാമാന്തരങ്ങളിൽ ചില പ്രദേശങ്ങൾ കാണാൻ പോയി. ഇന്ത്യയിൽ കാർഷിക ഭൂപരിഷ്കരണം നടന്ന രണ്ടാമത്തെ സംസ്ഥാനമാണ് ബംഗാൾ. കർഷകരുടെ അധ്വാനത്തിന്റെ ഫലം ഗ്രാമങ്ങളെ അഭിവൃദ്ധിയിലെത്തിച്ചത് എങ്ങും കാണാമായിരുന്നു. കർഷകന്റെ വീടും വളപ്പും കാലികളെ വളർത്തുന്ന ആലയും വീട്ടുവളപ്പിലെ കുളവും കേരളത്തിലേതിനോട് പൂർണമായും സാമ്യമുണ്ട്. കുളത്തിൽ മത്സ്യം വളർത്തുന്നത് അവരുടെ തൊഴിലിന്റെ ഭാഗമാണ്. മത്സ്യം പിടിക്കുന്നത് വലിയ ഹോബിയായി കണക്കാക്കുന്നു അവർ. അത് നല്ല ഒരു ധനാഗമ മാർഗവും ആണ്. അവർക്ക് കടൽ മത്സ്യത്തെക്കാൾ പ്രധാനം കുളത്തിലെ മത്സ്യമാണ്. അവിടെ ബ്രാഹ്മണർപോലും മത്സ്യം കഴിക്കുമെന്ന് കേട്ടിട്ടുണ്ട്. ഏതായാലും ഗ്രാമീണ ജീവിതത്തിന്റെ തുടിപ്പുകൾ എങ്ങും കാണാമായിരുന്നു. രണ്ടുദിവസം കഴിഞ്ഞു ഞങ്ങൾ കൽക്ക

ത്ത വിട്ടു.

പിന്നെ ഞങ്ങൾ ഡൽഹിയിലെത്തി കേരള ഹൗസിൽ താമസിച്ചു. എന്റെ ഇഷ്ടനഗരമാണ് ഡൽഹി. 1959 ൽ ഞാൻ ഫാറൂഖ് കോളേജിൽ പഠിക്കുന്ന കാലത്ത് പഠനവിനോദയാത്രയുടെ ഭാഗമായിട്ടാണ് ആദ്യമായി ഡൽഹി കാണുന്നത്. മുഗൾ ചക്രവർത്തിമാരുടെ സ്മരണകൾ ഉണർത്തുന്ന ചെങ്കോട്ട, ജുമാമസ്ജിദ്, സുൽത്താൻ ഭരണത്തിലെ കുത്തബ് മീനാർ, സർവോപരി മുഗൾഭരണകാലത്തെ മിഠായിത്തെരുവായ ചാന്ദ്നി ചൗക്ക് എന്നിവയെല്ലാം അന്നേ കണ്ടിരുന്നു. അലിഗർ സർവകലാശാലയും അന്ന് കാണാൻ കഴിഞ്ഞിരുന്നു. അതിനുശേഷം 1964 ൽ ഡൽഹി സർവകലാശാലയിൽനിന്നാണ് ഞാൻ ബി എ ബിരുദം നേടുന്നത്. പഠനകാലത്തും ഈ സ്ഥലങ്ങളെല്ലാം ആവർത്തിച്ചുകണ്ടിട്ടുണ്ട്. അതിനാൽ ഇപ്പോഴത്തെ യാത്രയിൽ ഞാൻ മറ്റുള്ളവർക്ക് വഴികാട്ടിയായിരുന്നു. രണ്ടു ദിവസം കഴിഞ്ഞ് ഞങ്ങൾ കശ്മീരിലേക്ക് പറന്നു.

കാശ്മീർ ഭാരതത്തിന്റെ അഭിമാനവും ആവേശവുമാണ് അന്നും ഇന്നും. അതു തന്നെ ഇന്ത്യയുടെ പ്രശ്നസംസ്ഥാനവുമാണ് എന്നും. ഞങ്ങൾ കാശ്മീരിൽ ശ്രീനഗറിൽ വിമാനമിറങ്ങി എം എൽ എ ഹോസ്റ്റലിലാണ് താമസിച്ചത്. രാവിലെതന്നെ നിയമസഭാ കമ്മിറ്റികളുടെ സംയുക്തയോഗം ചേർന്ന് ഔദ്യോഗിക ജോലി തീർത്ത്, രാജ്യം കണാനിറങ്ങി. മുഗൾചക്രവർത്തി ഷാജഹാന്റെ കരവിരുതുകൾ നിർലോഭമായി കളിയാടിയ ഷാലിമാർ പൂന്തോട്ടം ഇന്നും ലോക വിനോദസഞ്ചാരികളുടെ പറുദീസയാണ്. ശാസ്ത്രീയമായും ചിട്ടയായും വളർത്തിയ ചെടികളും പൂക്കളും അത്യാകർഷകമാണ്. അവ ഡിസൈൻ ചെയ്തുവെച്ചതാണ് ഏറെ കൗതുകകരമായത്.

ശ്രീനഗറിലെ ഏറ്റവും ആകർഷണീയമായ കാഴ്ചയാണ് ഡാൽ തടാകം. കാശ്മീരിന്റെ മുകൾപരപ്പിലെ സാഗരം അതിമനോഹരം തന്നെ.

ഹൈദരാബാദ് മ്യൂസിയത്തിൽ നിന്നുള്ള ദൃശ്യം

വലിയ കുളത്തിൽ കൊറ്റികൾ ഒഴുകിനടക്കുന്നതുപോലെ ചെറു തോണികൾ തടാകത്തിൽ സദാ സഞ്ചരിച്ചുകൊണ്ടിരിക്കും. വിനോദസഞ്ചാരികൾക്കുവേണ്ടി അലങ്കരിച്ച ചെറു തോണികളിൽ നാലാളുകൾക്ക്സവാരി ചെയ്യാം. തടാകം നിറയെ അത്തരം തോണികൾ തലങ്ങും വിലങ്ങും സഞ്ചരിക്കുന്നത് കൗതുകകരമായ കാഴ്ച തന്നെയാണ്. തടാകത്തിന്റെ കരയിൽ വിശാലമായ പാർക്കാണ്. അതിൽ കുതിരസവാരി നടത്തുന്നവർക്ക് നല്ല ആനന്ദം തന്നെ. മൊത്തത്തിൽ ദൈവത്തിന്റെ സ്വന്തം നാട് എന്ന പ്രയോഗം അന്വർഥമാക്കുന്നു എന്ന് കാണികൾക്ക് ബോധ്യപ്പെടും.

കാശ്മീരിലെ ജനത കാഴ്ചയിലും സ്വഭാവത്തിലും ആകാരത്തിലും ഒരു പ്രത്യേക വിഭാഗമാണ്. ശരിക്കും വേറിട്ടൊരു വ്യക്തിത്വത്തിനുടമകളാണ് അവരെന്ന് പെട്ടെന്നുതന്നെ നമുക്ക് ബോധ്യമാകും. അവരുടെ ജീവിതരീതികൾ, പെരുമാറ്റം, ആചാരനിഷ്ഠകൾ, വസ്ത്രധാരണം, ഭാഷ ഇവയെല്ലാം ഇസ്രയേൽ പാരമ്പര്യങ്ങളുടെ അവശിഷ്ടങ്ങളാണെന്ന് കാണാവുന്നതാണ്. ഭക്ഷണം പാകംചെയ്യുന്നതിലും അതിനുവേണ്ടി മാംസം വെട്ടിമുറിക്കാനുപയോഗിക്കുന്ന കത്തികളിൽപ്പോലും ഒരു ഇസ്രയേലി ടച്ചുകാണാം. പുരുഷന്മാരണിയുന്ന തൊപ്പികളിലും വൃദ്ധസ്ത്രീകളുടെ ശിരോവസ്ത്രങ്ങളിലെ തൊങ്ങലുകളിലും ഇസ്രയേൽ സംസ്കാരത്തിന്റെ മാതൃകകൾ ഉണ്ട്. കാശ്മീരി പെൺകുട്ടികളുടെ നൃത്തച്ചുവടുകളിലും അത് ദൃശ്യമാണ്. കാശ്മീരികൾ ഈജിപ്തിൽനിന്നാണ് അഫ്ഗാൻ വഴി എത്തിച്ചേർന്നത് എന്നും ചരിത്രത്തിൽ കാണുന്നു. ക്രിസ്തുവിന് അറുനൂറ് കൊല്ലം മുമ്പ്, അഫ്ഗാനിസ്ഥാനിലെത്തിയ ഇസ്രയേലികളുടെ സമൂഹം മന്ദംമന്ദം കിഴക്കോട്ട് നീങ്ങിക്കൊണ്ടിരുന്നു. അവരിലൊരു വിഭാഗം കാശ്മീരിലെത്തി സ്ഥിരതാമസമാക്കുകയാണ് ചെയ്തത്. അവരുടെ പിൻമുറക്കാരാണ് ഇന്നത്തെ കാശ്മീരികൾ. ഇസ്ലാമിക കാലഘട്ടം ആരംഭിച്ചതോടെ അവരുടെ മാതൃരാജ്യത്തും അഫ്ഗാനിസ്ഥാനിലും എത്തിച്ചേർന്ന ഇസ്ലാം കാശ്മീരിലും എത്തിച്ചേർന്നു. മഹാഭൂരിപക്ഷവും ഇസ്ലാമായി മാറി. ഒരു ചെറിയ വിഭാഗം ഹിന്ദുക്കളുമായി. അവര് ഇന്നും ജമ്മുതാവിയിൽ ഭൂരിപക്ഷമാണ്.

പ്രകൃതിസുന്ദരവും കരളിനെ കുളിരണിയിക്കുന്നതുമായ കാഴ്ചകൾ കണ്ട് ഞങ്ങൾ ആശ്ചര്യപ്പെട്ടു. യേശുക്രിസ്തുവിന്റേതാണെന്ന് പറയപ്പെടുന്ന ശവകുടീരവും (മഖ്ബറ) മുഹമ്മദുനബിയുടെ മുടി സൂക്ഷിച്ചുവെച്ചിട്ടുണ്ടെന്ന് കരുതപ്പെടുന്ന ഹസറത്ത്ബാൽ പള്ളിയും ഞങ്ങളെ അത്ഭുതപ്പെടുത്തി. നാലുദിവസത്തെ സന്ദർശനം കഴിഞ്ഞു ഞങ്ങൾ കാശ്മീർ വിട്ടു.

ഇ കെ നായനാർ, ലോനപ്പൻ നമ്പാടൻ എന്നിവർക്കൊപ്പം ടി കെ ഹംസ

23 പാർട്ടിപ്രവർത്തനം സഭയ്ക്കകത്തും പുറത്തും

ആയിരത്തിത്തൊള്ളായിരത്തി എൺപത്തിനാലിൽ പാർട്ടി അംഗത്വം സ്വീകരിച്ചതിനുശേഷം ഇടതുപക്ഷ ജനാധിപത്യമുന്നണി എന്ന വേദിക്കപ്പുറം സി പി ഐ (എം) പാർട്ടിവേദികളിൽ ഞാൻ പ്രത്യക്ഷപ്പെടാൻ തുടങ്ങി. പാർട്ടിയിൽ അംഗമാവുന്ന ഒരാൾ പാർട്ടിയുടെ ഏതെങ്കിലും ഒരു ഘടകത്തിൽ പ്രവർത്തിക്കണം എന്ന് നിർബന്ധമാണ്. പാർട്ടിയുടെ തീരുമാനപ്രകാരം ഞാൻ ആദ്യമായി അംഗമായി പ്രവർത്തിക്കാൻ തുടങ്ങിയത് മഞ്ചേരി ഏരിയ കമ്മിറ്റിയിലാണ്. അതിന് താഴെയുള്ള ഘടകങ്ങളിൽ പ്രവർത്തിക്കുന്നതിൽനിന്ന് എന്നെ ഒഴിവാക്കിത്തന്നിരുന്നു. അതുകൊണ്ട് ബ്രാഞ്ചിലും ലോക്കൽകമ്മിറ്റിയിലും ഞാൻ പ്രവർത്തിച്ചിട്ടില്ല. അന്ന് ഏരിയാകമ്മിറ്റി സെക്രട്ടറി എ എൻ ശിവരാമൻനായരായിരുന്നു. അദ്ദേഹത്തിന്റെ കൂടെ ഏരിയ അടിസ്ഥാനത്തിൽ സംഘടനാപ്രവർത്തനങ്ങളിൽ ഞാനും സജീവമായി പങ്കെടുത്തുവന്നു.

നിയമസഭയിലാണെങ്കിൽ സി പി ഐ (എം) പാർലമെന്ററി പാർട്ടിയിലും അതിന്റെ എക്സിക്യുട്ടീവിലും അംഗമായി പ്രവർത്തിക്കുകയും ചെയ്തിരുന്നു. പാർട്ടിയിൽ ഞാൻ താഴെയുള്ള കമ്മിറ്റിയിലും അസംബ്ലിയിൽ കന്നിക്കാരനും ഒക്കെയാണെങ്കിലും പോരാട്ടത്തിൽ ഒരു മുൻനിരക്കാരനായി പാർട്ടി എന്നെ എപ്പോഴും പരിഗണിച്ചിരുന്നു എന്നതിൽ ഞാൻ എന്നും സംതൃപ്തനും കൃതാർഥനുമാണ്. മറ്റൊരു പാർട്ടിയുടെ

മേൽകമ്മിറ്റിയിൽനിന്നു വന്നതുകൊണ്ടും പ്രായം പരിഗണിച്ചുമാവാം അങ്ങനെ ഒരു പരിഗണന എനിക്ക് പാർട്ടിയിൽനിന്ന് കിട്ടിയത്. ഞാൻ കോൺഗ്രസ് ബന്ധം ഉപേക്ഷിച്ചുവരുമ്പോൾ കോൺഗ്രസ് ഐയുടെ സംസ്ഥാന കമ്മിറ്റി എക്സിക്യുട്ടീവ് അംഗവും മലപ്പുറം ഡി സി സി ഐ പ്രസിഡന്റുമായിരുന്നു. പാർട്ടിയിൽ പുതുതാണെങ്കിലും രാഷ്ട്രീയത്തിലെ തഴക്കവും പഴക്കവും ഇരു മണ്ഡലങ്ങളിലും ഉള്ള പ്രവർത്തനങ്ങൾക്ക് വളരെ സഹായകരമായിരുന്നു. നിയമസഭയിൽ ചോദ്യങ്ങൾ ചോദിക്കാനും സബ്മിഷൻ അവതരിപ്പിക്കാനും കിട്ടുന്ന അവസരങ്ങൾ ഫലപ്രദമായി ഉപയോഗിച്ചിട്ടുണ്ട്.

അങ്ങനെയിരിക്കുമ്പോഴാണ് സെന്റ് ആന്റണീസ് ഗിൽഡ് സിമന്റ് കുംഭകോണം മലപ്പുറം ജില്ലയിൽ പുകഞ്ഞുകൊണ്ടിരുന്നത്. പ്രശ്നം സെയിൽസ് ടാക്സുമായി ബന്ധപ്പെട്ടതായിരുന്നു. ഞാൻ മഞ്ചേരി സെയിൽടാക്സ് ഓഫീസിൽനിന്ന് ഇതിന്റെ വിവരങ്ങൾ വളരെ രഹസ്യമായി ചോർത്തിയെടുത്തു. സംഗതി വളരെ ഗൗരവമുള്ളതായിരുന്നു എന്ന് പൂർണ വിവരങ്ങൾ ശേഖരിച്ചപ്പോഴാണ് എനിക്ക് ബോധ്യമായത്. ബന്ധപ്പെട്ട രേഖകളുടെയും തെളിവുകളുടെയും വിവരം പൂർണമായി കൈയിൽ കിട്ടിയപ്പോൾ ഞാൻ അത്ഭുതംകൊണ്ട് ഞെട്ടിപ്പോയി.

സെന്റ് ആന്റണീസ് ഗിൽഡ് എന്ന സംഘടന ഏതാനും ക്രിസ്ത്യൻ പുരോഹിതന്മാരുടെയും മറ്റും മദിരാശിയിൽ രൂപീകരിച്ച ഒരു ചാരിറ്റബിൾ ട്രസ്റ്റാണ്. ആ പ്രസ്ഥാനം അനാഥ സംരക്ഷണത്തിന്റെ പേരിൽ പല തിരിമറികളും നടത്തുന്നവരാണെന്ന്പിന്നീട് പറഞ്ഞുകേട്ടിട്ടുണ്ട്. ആ ട്രസ്റ്റ് ഇന്ത്യയിലെ പാവപ്പെട്ടവർക്ക് വീട് നിർമിച്ചുകൊടുക്കാനാണെന്ന വ്യാജേന റുമേനിയയിൽനിന്ന് മുപ്പതിനായിരം ചാക്ക് സിമന്റ് സൗജന്യമായി സമ്പാദിച്ച് മദിരാശിയിൽ ഇറക്കുമതിചെയ്തു. അത് ഇന്ത്യയിൽ കൊണ്ടുനടക്കാനും കൈമാറ്റം ചെയ്യാനും സെയിൽസ് ടാക്സ് വകുപ്പിന്റെ രജിസ്ട്രേഷനും (ആർ സി) ലൈസൻസും ആവശ്യമാണ്. അതിനുവേണ്ടി മദിരാശിയിൽ പല ശ്രമങ്ങളും നടത്തി പരാജയപ്പെട്ടു. പിന്നെ അവർ സിമന്റ് കേരളത്തിലേക്ക് കടത്തി ഏതെങ്കിലും തരത്തിൽ കൈമാറ്റംചെയ്ത് കാശുണ്ടാക്കാമെന്ന് കരുതി.

സിമന്റ് കേരളത്തിൽ കൊണ്ടുവന്നു, ഇവിടെ രജിസ്ട്രേഷനും ലൈസൻസ് എടുക്കാനും ശ്രമം തുടങ്ങി. പല ജില്ലകളിലും ശ്രമം നടത്തി വിജയിച്ചില്ല. പിന്നെ അവർ മനസിലാക്കി ഇതിനെല്ലാം പറ്റിയ സ്ഥലം മലപ്പുറമാണെന്ന്. മലപ്പുറത്ത് വേണ്ടപ്പെട്ടവരുമായി ആലോചിച്ച് ഒരു തന്ത്രം കണ്ടുപിടിച്ചു. മലപ്പുറം ജില്ലയിലെ തിരിമറിക്ക് പറ്റിയവരെ ചേർത്ത് ഒരു ഉപ സെന്റ് ആന്റണീസ് ഗിൽഡ്, ചാരിറ്റബിൾ സൊസൈറ്റി നിയമപ്രകാരം രജിസ്റ്റർചെയ്തു. അതിന്റെ പേരിൽ രജിസ്ട്രേഷനും ലൈസൻസും സംഘടിപ്പിക്കാൻ നോക്കി. എവിടെയും തരപ്പെട്ടില്ല. അവസാനം ഒരു എംഎൽ എ ഇടപെട്ട് മണ്ണാർക്കാട് സെയിൽസ് ടാക്സ് ഓഫീസറുടെ കൈയിൽനിന്ന് വാങ്ങിക്കൊടുത്തു. അതിന്റെ ബലത്തിൽ

ഇ കെ നായനാർ

റുമേനിയൻ സിമന്റ് കേരളത്തിൽ മറിച്ചുവിറ്റ് ലക്ഷങ്ങൾ തട്ടി. ഇതിന്റെ പിന്നിൽ പല പ്രമാണിമാരും പണമുണ്ടാക്കി. പഴയ സംഭവമായതിനാലും അതിൽപ്പെട്ട പലരും ഇന്ന് ജീവിച്ചിരിപ്പില്ലാത്തതുകൊണ്ടും അവരുടെ പേരുവിവരങ്ങൾ ഞാൻ ഇതിൽ വെളിപ്പെടുത്തുന്നില്ല.

ഇത്രയും സംഭവങ്ങൾ ഞാൻ വിശദമായി പഠിച്ച് നിയമസഭയിൽ ചട്ടം 50 പ്രകാരം ഒരു അടിയന്തര പ്രമേയം അവതരിപ്പിച്ച് ചൂടേറിയ ചർച്ചനടന്നു. സാധാരണപോലെ മന്ത്രിയുടെ മറുപടിയോടുകൂടി സ്പീക്കർ പ്രമേയത്തിന് അനുമതി നിഷേധിച്ചു. ഞങ്ങൾ നായനാരുടെ നേതൃത്വത്തിൽ സഭവിട്ട് ഇറങ്ങിപ്പോയി. എങ്കിലും വലിയ ഒരു റാക്കറ്റും അതിന്റെ തട്ടിപ്പും പുറത്തായി. മാത്രമല്ല പ്രശ്നം ബഹുജനമധ്യത്തിലേക്ക് കൊണ്ടുവരാൻ കമ്യൂണിസ്റ്റുപാർടി തീരുമാനിച്ചു. എന്റെ നേതൃത്വത്തിൽ മലപ്പുറം ജില്ല ഇളക്കിമറിച്ച് ഒരു വാഹനപ്രചാരണജാഥ നടത്തി. പ്രശ്നം കേന്ദ്രഗവൺമെന്റിന്റെ മുന്നിലും എത്തിച്ചു. അവസാനം കേന്ദ്രഗവൺമെന്റിന്റെ സെൻട്രൽ ഇന്റലിജൻസ് പൊലീസ് കേസ് രജിസ്റ്റർചെയ്ത് അന്വേഷണം നടത്തി. മലപ്പുറം ഗിൽഡിന് ലൈസൻസ് കൊടുത്ത സെയിൽസ് ടാക്സ് ഓഫീസർ സസ്പെൻഷനിലായി. മലപ്പുറത്തെ സെന്റ് ആന്റണീസ് ഗിൽഡ് ട്രസ്റ്റ് അംഗങ്ങളെ മുഴുവൻ അറസ്റ്റ്ചെയ്തു. അതിൽ എം എൽ എയുടെ മകനും മരുമകനും പെട്ടു. കുറെ ജയിലിൽ കിടന്നു. പിന്നെ കേസ് നടത്തി നടത്തി തേച്ചുമായ്ച്ചു കളഞ്ഞു. അങ്ങനെയാണല്ലോ പല കേസുകളും ഭരണസ്വാധീനമുപയോഗിച്ചും പണം ചെലവഴിച്ചും മുക്കിക്കൊല്ലുന്നത്.

ഏതായാലും പ്രസ്തുത സംഭവം വലിയ കോളിളക്കം സൃഷ്ടിച്ചു. നിയമസഭയിലെ എന്റെ അടിയന്തരപ്രമേയവും അതിനുശേഷം ജില്ലയിലെ വാഹനപ്രതിഷേധ ജാഥയുടെ നേതൃത്വത്തിൽ ഞാൻ വഹിച്ച പങ്കും പൊതുരംഗത്തെ പ്രവർത്തനത്തിൽ മുൻകൈ നേടാനായി. അതിനാൽ നിയമസഭാ പ്രവർത്തനങ്ങളിലും അതിന്റെ ഭാഗമായ നിയമനിർമാണ പ്രവർത്തനങ്ങളിലും സജീവമായി പ്രവർത്തിക്കുന്നത് വലിയ ഹരമായിത്തീർന്നു.

1985–86 കാലത്ത് നിയമസഭാ കമ്മിറ്റികൾ പുനഃസംഘടിപ്പിച്ചപ്പോൾ ഞാൻ സബോഡിനേറ്റ് ലജിസ്ലേഷൻ കമ്മിറ്റിയിൽ അംഗമായി. അതിന്റെ ചെയർമാൻ കേരള കോൺഗ്രസിലെ എം വി മാണിയായിരുന്നു.

സബോർഡിനേറ്റ് ലജിസ്ലേഷൻ കമ്മിറ്റി എന്ന് പറഞ്ഞാൽ നിയമസഭ പാസാക്കുന്ന നിയമങ്ങൾ നടപ്പാക്കാൻ ചട്ടങ്ങൾ വേണം, ആ ചട്ടങ്ങൾ ഡിപ്പാർട്ട്മെന്റ് തയാറാക്കി അംഗീകാരത്തിന് അയക്കുന്നത് ഈ കമ്മിറ്റിക്കാണ്. ഈ കമ്മിറ്റിയിലും ആറ് ഭരണകക്ഷി അംഗങ്ങളും അഞ്ച് പ്രതിപക്ഷ അംഗങ്ങളുമാണുള്ളത്. സഭ പാസാക്കി നിയമത്തിന്റെ ഉദ്ദേശ്യലക്ഷ്യങ്ങൾക്കനുസരിച്ചാണോ ചട്ടങ്ങൾ എന്നാണ് കമ്മിറ്റി പരിശോധിക്കുന്നത്. വക്കീലായ എനിക്ക് ഈ കമ്മിറ്റിയിൽ കൂടുതൽ താൽപ്പര്യം ഉണ്ടാവുക സ്വാഭാവികമാണ്.

വി എസ് അച്യുതാനന്ദൻ

ഈ കമ്മിറ്റിയും രണ്ട് കൊല്ലത്തിലൊരിക്കൽ നടത്താൻ അർഹതപ്പെട്ട പഠനയാത്ര നടത്താൻ തീരുമാനിച്ചു. ഞങ്ങൾ ഇപ്രാവശ്യം പോയത് ത്രിപുര, ബംഗാൾ, അസം തുടങ്ങി നാഗാലാൻഡ്‌വരെയായിരുന്നു. ഞങ്ങളിൽ പലരും കുടുംബത്തോടെയാണ് യാത്ര. എന്റെ ഭാര്യയും അഞ്ചുവയസായ മകൾ സാറയും കൂടെയുണ്ടായിരുന്നു. ഞങ്ങൾ ബംഗാളിലെത്തിയപ്പോഴാണ് പ്രകൃതി പ്രതികൂലമാണെന്ന് കണ്ടത്. ബ്രഹ്മപുത്രാനദി കരകവിഞ്ഞൊഴുകുന്നു. കനത്ത മഴയും വെള്ളപ്പൊക്കവും. തീവണ്ടികൾ എല്ലാം സമയം തെറ്റി ഓടുന്നു. കണക്ഷൻ വണ്ടികൾ കിട്ടാതെ പലപ്പോഴും റെയിൽവേസ്റ്റേഷനിൽ തങ്ങേണ്ടിവന്നിരുന്നു. അസമിലേക്ക് എത്തിയപ്പോൾ പൂർണമായും മിക്ക സ്ഥലങ്ങളും വെള്ളംപൊങ്ങി കരകാണാകടൽപോലെ കിടക്കുന്നു.

എന്നാൽ ഞങ്ങൾ ഒരുതരത്തിലും യാത്ര മതിയാക്കി പിൻതിരിയാൻ ആലോചിച്ചില്ല. ആ നാടുകളിലെ ജനങ്ങളുടെ ബുദ്ധിമുട്ടും കഷ്ടപ്പാടും കണ്ടും അതിൽ പങ്കുചേർന്നും യാത്ര തുടർന്നു. അസമിന്റെ തലസ്ഥാനമായ ഗോഹട്ടിയിൽനിന്ന് ഞങ്ങൾഒരു മിനി ബസിലാണ് യാത്ര. ഞങ്ങൾ കയറിയ മിനി ബസ് ഒരു ജങ്കാറിൽ കയറ്റി വെള്ളത്തിന് മീതെ ഭൂമി മൂടിക്കിടക്കുന്ന വെള്ളം മുറിച്ചുകടന്നു യാത്ര തുടർന്നു, അവസാനം ഞങ്ങൾ നാഗാലാൻഡിലെത്തി.

നാഗാലാൻഡ് കാണാനുള്ള വ്യഗ്രതയ്ക്ക് ഒരുപാട് കാരണങ്ങളുണ്ടായിരുന്നു. ഒന്നാമതായി അതൊരു അതിർത്തിപ്രദേശമാണ്. ചൈനക്കാർക്കും ജപ്പാൻകാർക്കും എളുപ്പത്തിൽ അധിനിവേശം നടത്താൻ പറ്റിയ സ്ഥലം. അവിടത്തെ ജനങ്ങൾ ഗോത്രവർഗക്കാരാണ്. മഞ്ഞനിറവും പതിഞ്ഞ മൂക്കും കണ്ടാൽ ചൈനക്കാരാണെന്ന് തോന്നും. അവരുടെ ജീവിതം, സ്വഭാവം, ഭക്ഷണരീതി ഇതെല്ലാം പ്രത്യേക രീതിയിലാണ്.

അവരുടെ സ്വീകരണത്തിൽ ഞങ്ങൾ പങ്കെടുത്തു. ആട്ടവും പാട്ടും രസകരമായിരുന്നു. നാഗന്മാരെല്ലാം ക്രിസ്ത്യാനികളാണ്. ഇടയ്ക്ക് ചെറിയ ക്രിസ്ത്യൻ പള്ളികൾ കാണാം. പുരോഹിതന്മാർ അവിടെയും മലയാളികൾ. നാഗാലാൻഡിൽ ധാരാളം മലയാളികളുണ്ട്. ദീർഘകാലം അവിടെ താമസിച്ച് അവരെല്ലാം ആ നാട്ടുകാരായിട്ടുണ്ട്. അവരെല്ലാവരുമായി ഇടകലർന്നും ഒത്തൊരുമിച്ചും രണ്ടുമൂന്നുദിവസം അവിടെ കഴിച്ചുകൂട്ടിയത് ജീവിതത്തിലെ വലിയ അനുഭവം തന്നെയായിരുന്നു.

അതിനിടയ്ക്ക് ഒരു ദിവസം ഞായറാഴ്ച വന്നു. എല്ലാവരും–നാഗന്മാരും മലയാളികളും പള്ളിയിൽ പോകുന്നു. അവർ ഞങ്ങളെയും കൂടെ പള്ളിയിലേക്ക് ക്ഷണിച്ചു. ഞങ്ങളെല്ലാവരും കൂടെ പോയി, അവരുടെ പ്രാർഥനയിൽ പങ്കെടുത്തു. പ്രാർഥന അച്ചടിച്ച ഓരോ ഏട് ഞങ്ങളുടെ കൈയിൽ തന്നു. പള്ളിയിലെ അച്ചൻ വായിക്കുമ്പോലെ ഞങ്ങളും വായിച്ച് അവരുടെ ചടങ്ങിൽ സഹകരിച്ചു. പള്ളി സെമിത്തേരിയിലേക്ക് അവർ ഞങ്ങളെ കൊണ്ടുപോയി. എണ്ണമറ്റ മൃതദേഹങ്ങൾ പുരാതനമായി അടക്കം ചെയ്തതിനുമേൽ വച്ച കല്ലുകൾ കാണിച്ചുതന്നു. പള്ളി ചെറുതാണെങ്കിലും ശവക്കല്ലറകൾ വളരെ അധികമാണ്. അതിന്റെ ചരിത്രം അവർ പറഞ്ഞുതന്നു. രണ്ടാം ലോക മഹായുദ്ധകാലത്ത് ആ വഴിക്കാണ് ജപ്പാൻകാർ അതിക്രമിച്ചുകടന്നുവന്നത്. അവരുമായുള്ള ഏറ്റുമുട്ടലിലും അവരുടെ വെടികൊണ്ടും ധാരാളം പേർ മരിച്ചിട്ടുണ്ടായിരുന്നു. അതെല്ലാം അടക്കം ചെയ്തത് ഇവിടെയാണെന്ന് അവർ ദീർഘനിശ്വാസത്തോടെ ഞങ്ങൾക്ക് വിവരിച്ചുതന്നു. അതിൽ ഒരു ശവക്കല്ലറയ്ക്ക് മുകളിലെ കല്ലിൽ കൊത്തിവച്ചത് ഞങ്ങൾ വായിച്ചു. I was once like you, you will become once like me (ഒരു കാലത്ത് ഞാൻ നിങ്ങളെപ്പോലെ ആയിരുന്നു, ഒരിക്കൽ നിങ്ങളും എന്നെപ്പോലെ ആകും). എന്തൊരു ആപ്തവാക്യം. വായിച്ച് ഞങ്ങൾ അത്ഭുതസ്തബ്ധരായി. നാലാംദിവസം ഞങ്ങൾ നാഗാലാൻഡിനോട് വിടപറഞ്ഞു. രണ്ടു ദിവസം കഴിഞ്ഞു. കമ്മിറ്റി ഡൽഹിയിലെത്തി. ഡൽഹി കേരള ഹൗസിൽ യോഗം ചേർന്ന് കമ്മിറ്റി പിരിഞ്ഞു. ഓരോരുത്തരും നാട്ടിലേക്ക് തിരിച്ചു.

1986–87 കരുണാകരൻ ഗവൺമെന്റിന്റെ അവസാനത്തെ കൊല്ലം. ആ കാലത്താണ് മുഖ്യമന്ത്രി കരുണാകരൻ ഭരണത്തിന്റെ മുഖച്ഛായ മാറ്റാൻ ചില നടപടികൾ ആരംഭിച്ചത്. മന്ത്രിമാരുടെ വകുപ്പുകളിലാണ് പ്രധാനമായും മാറ്റം നടന്നത്. മന്ത്രി കെ എം മാണിയിൽനിന്ന് ധനകാര്യവകുപ്പ് എടുത്തുമാറ്റി. അതുവരെ മന്ത്രി അല്ലാതിരുന്ന, തച്ചടിപ്രഭാകരനെ മന്ത്രിയാക്കി ധനകാര്യവകുപ്പ് ഏൽപ്പിച്ചുകൊടുത്തു. അതുവരെ ധനകാര്യവകുപ്പിലെ കിരീടംവയ്ക്കാത്ത രാജാവായിരുന്നു കെ എം മാണി. ധനകാര്യവകുപ്പ് ഉപയോഗിച്ച് മറ്റു വകുപ്പുകളെ വരിഞ്ഞുകെട്ടാനും സാമ്പത്തിക ഇടപെടൽകൊണ്ട് അപ്രമാദിത്വം കാണിക്കാനും അദ്ദേഹത്തിന് കഴിഞ്ഞിരുന്നു. അത്തരം കാര്യങ്ങളിൽ കരുണാകരനെക്കാൾ മിടുക്ക് മാണിക്കാണെന്ന് കരുണാകരനും ബോധ്യമായി.

എം വി രാഘവൻ

അതാണ് മാറ്റാൻ കാരണം. ഇറിഗേഷൻ വകുപ്പുമന്ത്രി എം പി ഗംഗാധരൻ, പ്രായമാകാത്ത മകളെ കല്യാണം കഴിച്ചുകൊടുത്തു എന്ന നിയമക്കുരുക്കിൽപ്പെട്ടു, മന്ത്രിസ്ഥാനത്തുനിന്ന് മാറ്റി ആ സ്ഥാനം രമേശ് ചെന്നിത്തലയ്ക്ക് കൊടുത്തു. മന്ത്രി പത്മരാജനെ സ്ഥാനത്തുനിന്ന് മാറ്റി കെ പി സി സി പ്രസിഡന്റാക്കി. ചുരുക്കത്തിൽ മന്ത്രിസഭ അന്യോന്യം വിശ്വാസ്യത നഷ്ടപ്പെട്ടു, കൊടുങ്കാറ്റിൽപ്പെട്ട തോണിപോലെ ആടിയുലഞ്ഞുകൊണ്ടിരുന്നു. അല്ലെങ്കിൽത്തന്നെ കെടുകാര്യസ്ഥതകൊണ്ടും അഴിമതി ആരോപണങ്ങളെക്കൊണ്ടും ഭരണം അവമതിപ്പുണ്ടാക്കിയ കാലമായിരുന്നു അത്.

പ്രതിപക്ഷത്ത് ഞങ്ങൾ, നേതാവ് ഇ കെ നായനാരുടെ നേതൃത്വത്തിൽ ശക്തമായ നീക്കങ്ങൾകൊണ്ട് നല്ല പ്രകടനം കാഴ്ചവച്ചിരുന്നു. ഇടതുപക്ഷ മുന്നണിയാണെങ്കിൽ എല്ലാ പായലും പൂപ്പലുകൾക്കും വിടകൊടുത്ത അഴുക്കില്ലാത്ത ഇടതു ജനാധിപത്യ ശക്തിയായിത്തീർന്നിരുന്നു. അവസാനത്തെ അവശിഷ്ടം അഖിലേന്ത്യാ ലീഗ്വരെ മുന്നണിയിൽനിന്ന് പുറത്തായി. തിളക്കമാർന്ന നയം സ്വീകരിച്ച് മാർക്സിസ്റ്റ് കമ്യൂണിസ്റ്റ് പാർട്ടി ഇടതുപക്ഷത്തിന് നേതൃത്വം കൊടുക്കുന്ന ആവേശകരമായ രംഗം. പാർട്ടിയുടെ ജനറൽ സെക്രട്ടറി സ. ഇ എം എസും സംസ്ഥാന സെക്രട്ടറി വി എസ് അച്യുതാനന്ദനുമായിരുന്നു.

ആ കാലത്താണ് മാർക്സിസ്റ്റ് കമ്യൂണിസ്റ്റ് പാർട്ടിയുടെ 12-ാം പാർട്ടി കോൺഗ്രസ് (അഖിലേന്ത്യാ സമ്മേളനം) 1986 ഡിസംബർ 24-29 തീയതികളിൽ കൊൽക്കത്തയിൽചേരാൻ നിശ്ചയിച്ചത്. അതിന്റെ മുന്നോടിയായി താഴെയുള്ള ഘടകങ്ങളുടെ സമ്മേളനങ്ങൾ നടക്കുകയായിരുന്നു. 1985 നവംബർ 20-24 തീയതികളിലാണ് എറണാകുളത്ത് പാർട്ടിയുടെ സംസ്ഥാന സമ്മേളനം ചേർന്നത്. അന്ന് ഞാൻ ആ സമ്മേളനത്തിൽ പ്രതിനിധി ആയിരുന്നില്ലെങ്കിലും സമ്മേളനം നടക്കുന്ന എറണാകുളം ടൗൺഹാളിൽ പോയി സമ്മേളനത്തിന്റെ കെട്ടും മട്ടും സമ്പ്രദായങ്ങളും കണ്ടുമനസിലാക്കാൻ എനിക്കു കഴിഞ്ഞു. ഇടവേളയിൽ സമ്മേളനഹാളിനകത്ത് കടന്ന് സംവിധാനങ്ങളും കണ്ടു മനസിലാക്കി ഞാൻ മടങ്ങി.

ആ സമ്മേളനത്തിലാണ് സ. എം വി രാഘവന്റെ കുപ്രസിദ്ധമായ ബദൽരേഖ അവതരിപ്പിച്ചതും ചൂടേറിയ ചർച്ചവന്നതും. പ്രതിനിധിയല്ലെങ്കിലും കാര്യങ്ങൾ പിന്നീട് ഞാൻ മനസിലാക്കി. ഇടതുപക്ഷ ജനാ

ധിപത്യ മുന്നണിയിൽ ഇന്ത്യൻ യൂണിയൻ മുസ്ലിംലീഗിനെകൂടി ചേർക്കണം എന്നതായിരുന്നു പ്രമേയത്തിന്റെ ഉള്ളടക്കം. അഖിലേന്ത്യാ ലീഗ് വരെയുള്ള എല്ലാ മാലിന്യങ്ങളും തൂത്തുവാരി ശുദ്ധീകരിച്ച് തിളക്കമാർന്ന നയം കൈക്കൊണ്ട് അന്തസുള്ള നിലപാടായിരുന്നു പാർട്ടി അന്ന് കൈക്കൊണ്ടിരുന്നത്. അതിൽ പാർട്ടി മൊത്തത്തിൽ അഭിമാനം ഉയർത്തിപ്പിടിച്ചു നിൽക്കുകയാണ്. അതിന് കളങ്കം ചാർത്തുന്ന പ്രമേയം, രാഘവന്റെ രൂക്ഷമായ ഭാഷയിലുള്ള അവതരണം എല്ലാംകൂടി സമ്മേളനം ഗൗരവമായി ചർച്ചചെയ്തു തള്ളിക്കളഞ്ഞു.

എറണാകുളത്തുനിന്ന് ഏറുകൊണ്ടിട്ടും നിൽക്കാതെ ഓടിക്കിതച്ച് കൊൽക്കത്താ പാർട്ടി കോൺഗ്രസിലും ഈ പ്രമേയം അവതരിപ്പിച്ച് പാർട്ടിയുടെ എല്ലാ ചട്ടങ്ങളും ലംഘിച്ചു. പാർട്ടിവിരുദ്ധ കുറ്റത്തിന് വിചാരണ നേരിടേണ്ടതായി വന്നു. പിന്നെ നടന്ന സംസ്ഥാനകമ്മിറ്റി രാഘവന്റെയും മറ്റ് രണ്ട് സഹപ്രവർത്തകരുടെയുംമേൽ നടപടി സ്വീകരിച്ചു, അവരെ പാർട്ടിയിൽനിന്ന് പുറത്താക്കി. കോണിവച്ച് അധികാരത്തിന്റെ മട്ടുപ്പാവിൽ കയറാൻ ശ്രമിച്ച രാഘവൻ പടവുകല്ലിൽ കാൽതട്ടി താഴെവീണ് കാലൊടിഞ്ഞു കിടപ്പിലായി. അങ്ങനെ എല്ലാ തുരുമ്പുകളും ചുരണ്ടിക്കളഞ്ഞു തുടച്ച് വൃത്തിയാക്കിയ പാർട്ടിയും മുന്നണിയും ഒരു പൊതു തിരഞ്ഞെടുപ്പിനെ നേരിടാൻ പോകുന്നു. 1982 മെയ് 24 ന് രൂപീകരിച്ച ഏഴാം കേരള നിയമസഭ 1987 ഫെബ്രുവരി അവസാനത്തെ സമ്മേളനം ചേർന്നു ബജറ്റ് പാസാക്കി പിരിഞ്ഞു. നിയമസഭാജീവിതം അഞ്ച് കൊല്ലം പൂർത്തിയാക്കി ഞാനും പിരിഞ്ഞു നാട്ടിൽ പോയി.

1987 ഏപ്രിലിൽ എട്ടാം കേരള നിയമസഭയിലേക്കുള്ള പൊതുതിരഞ്ഞെടുപ്പ് പ്രഖ്യാപനം വന്നു. തിരഞ്ഞെടുപ്പിനെ സംബന്ധിച്ചും സ്ഥാനാർഥികളെപ്പറ്റിയും ചർച്ച തുടങ്ങി. ഞാൻ നിലമ്പൂരിൽതന്നെ വീണ്ടും മത്സരിക്കണം എന്നാണ് പാർട്ടിയിൽ പൊതുവെയുള്ള ആലോചന എന്നു ഞാൻ മനസിലാക്കി. അതിൽ എനിക്കുള്ള അഭിപ്രായം ഞാൻ പാർട്ടി നേതാക്കളുടെ ശ്രദ്ധയിൽപ്പെടുത്തി. ഞാൻ പാർട്ടിയിൽ അംഗത്വം എടുത്തതിനാൽ പാർട്ടി പിന്തുണ മാത്രമെ കിട്ടുകയുള്ളൂ. പിന്നെ സ്വന്തമായ ചില ബന്ധുക്കളും സ്നേഹിതന്മാരും പിന്തുണച്ചു എന്നു വരാം. ഒരു വിഭാഗത്തിന്റെ മൊത്തം പിന്തുണയും സഹായവും 1982 ലെ പോലെ കിട്ടാൻ വഴിയില്ല. അന്നു കോൺഗ്രസ് (ഐ) നിലമ്പൂരിൽ എന്റെ കൂടെ ഉണ്ടായിരുന്നു, അതിപ്പോഴില്ല. അതിനാൽ വിജയിക്കാൻ പ്രയാസമാണെന്നു ഞാൻ നേതാക്കളുടെ മുമ്പിൽ വസ്തുനിഷ്ഠമായി അവതരിപ്പിച്ചു. അതിന് എന്നെ സഹായിച്ചതും ധൈര്യം തന്നതും ജില്ലാ സെക്രട്ടറി സ. കെ സെയ്താലിക്കുട്ടിയായിരുന്നു.

എന്റെ അന്നത്തെ മനോവിചാരം നിയമസഭയിൽ അഞ്ച് കൊല്ലം പൂർത്തിയാക്കിയ സംതൃപ്തിയോടെ കോടതിയിലേക്ക് തിരിച്ചുപോകാനും പ്രാക്ടീസ് ഊർജിതപ്പെടുത്താനുമായിരുന്നു. ആ അഭിപ്രായം ഞാൻ നേതാക്കളോട് പറയുകയും ചെയ്തിരുന്നു. എന്നാൽ ഒരു തവണകൂടി

ഞാൻ സഭയിൽ ഉണ്ടാകണമെന്നാണ് പാർട്ടി കാണുന്നതെന്ന് അവർ എന്നോടു പറഞ്ഞു. അങ്ങനെയാണെങ്കിൽ മത്സരിക്കുന്ന മണ്ഡലം മാറ്റിത്തരണം എന്നു ഞാനഭ്യർഥിച്ചു. അതനുസരിച്ചാണ് പാർട്ടിക്ക് എന്നും വിജയസാധ്യതയുള്ള ബേപ്പൂർ മണ്ഡലത്തിലേക്ക് സ്ഥാനാർഥിയായി എന്നെ മാറ്റി നിശ്ചയിച്ചത്. ആ തീരുമാനം വലിയ സന്തോഷമായി, ആവേശത്തോടെ ഞാൻ ബേപ്പൂരിലേക്ക് പോയി, സഖാക്കളെ കണ്ടു.

അന്നത്തെ ബേപ്പൂർ മണ്ഡലം ബേപ്പൂർ, കടലുണ്ടി, ഫറോക്ക്, രാമനാട്ടുകര, ചെറുവണ്ണൂർ, ഒളവണ്ണ എന്നീ പഞ്ചായത്തുകൾ ഉൾപ്പെട്ടതാണ്. കോഴിക്കോട്ടേക്കുള്ള പ്രധാന റോഡിന്റെ വടക്കുഭാഗത്ത് മൂന്ന് പഞ്ചായത്തുകളും തെക്ക് ഭാഗത്ത് മൂന്നു പഞ്ചായത്തുകളും. ഭൂമിശാസ്ത്രപരമായി വളരെ കുറഞ്ഞ വിസ്തീർണം മാത്രമെയുള്ളൂ. പക്ഷേ ഗതാഗത സൗകര്യം വളരെ പരിമിതമായിരുന്നു. ചെറുവണ്ണൂർ പഞ്ചായത്തും ഒളവണ്ണയും കല്ലായിപുഴയുടെ ഇരുകരകളിലും കിടക്കുന്നു. പുഴയ്ക്ക് പാലമോ വാഹനങ്ങൾ സുഗമമായി പോകാനുള്ള റോഡുകളോ ഇല്ല. രണ്ടുമൂന്നു സ്ഥലത്ത് പുഴ മുറിച്ചു കടന്നുപോവുകയും വേണം. ഫാറൂഖ് കോളേജിലേക്ക് ഫറോക്ക് പേട്ടയിൽനിന്നു കോടമ്പുഴ വഴി ഗതാഗതയോഗ്യമായ ഒരു റോഡുപോലും ഉണ്ടായിരുന്നില്ല. ഫറോക്ക്-കടലുണ്ടി ഭാഗങ്ങളുടെയും ഗതി വ്യത്യസ്തമായിരുന്നില്ല. കുടിവെള്ളത്തിന്റെ ദൗർലഭ്യം നന്നായി അനുഭവപ്പെട്ടിരുന്നു. കിണർ കുത്തിയാൽ ചില സ്ഥലങ്ങളിൽ ഉപ്പ്വെള്ളം കാണും. ഏത് നിലയ്ക്കും ഒരു പിന്നോക്ക മണ്ഡലം. പുരാതനമായ ആറേഴ് ഓട്ടുകമ്പനികളും അവയിലെ മൊത്തം ആറായിരത്തോളം തൊഴിലാളികളും അവർക്കിടയിൽ അര നൂറ്റാണ്ടു കാലമായി കട്ടിപിടിച്ചുകിടക്കുന്ന ഇടതുപക്ഷ രാഷ്ട്രീയവും, അതായിരുന്നു പൊതുനില. ഈ മണ്ഡലത്തിൽസ്വാതന്ത്ര്യത്തിനുശേഷം നടന്ന എല്ലാ തിരഞ്ഞെടുപ്പുകളിലും വിജയിച്ചതും നിയമസഭാംഗങ്ങളായിരുന്നതും കമ്യൂണിസ്റ്റുകാരോ പിന്തുണച്ചവരോ ആയിരുന്നു. അതുകൊണ്ട് അന്നൊക്കെ ഉണ്ടായിരുന്ന യു ഡി എഫ് ഗവൺമെന്റുകൾ ബേപ്പൂർ മണ്ഡലത്തിന്റെ വികസന കാര്യത്തിൽ കോങ്കണ്ണ് കൊണ്ടായിരുന്നു നോക്കിയിരുന്നത്. പൂർണമായും അവഗണിക്കുകയായിരുന്നു. അവിടെയാണ് ഞാനും ഇടതുപക്ഷ സ്ഥാനാർഥിയായി ജനവിധി തേടുന്നത്. ഞാൻ പാർട്ടിയിൽ അംഗമായതിനുശേഷം ആദ്യമായി ചുറ്റിക അരിവാൾ നക്ഷത്ര ചിഹ്നത്തിൽ മത്സരിക്കുകയാണ്.

അക്കാലത്ത് ഫറോക്ക് സി പി ഐ (എം) ന്റെ ഏരിയാകമ്മിറ്റി സെക്രട്ടറി സ. എൻ പി ദാമോദരനായിരുന്നു. അദ്ദേഹത്തിന്റെ സഹപ്രവർത്തകർ ബേപ്പൂർ പഞ്ചായത്ത് പ്രസിഡന്റ് ഹസൻ, ചെറുവണ്ണൂർ പഞ്ചായത്ത് പ്രസിഡന്റ് മൊയ്തീൻകോയ, കാട്ടീരി വേലായുധൻ, ഫറോക്ക് പഞ്ചായത്ത് പ്രസിഡന്റ് *ദേശാഭിമാനി*യിലെ എളമ്പിലാശ്ശേരി ബാലകൃഷ്ണൻ, കോൺഗ്രസ് എസ് നേതാവായ രാധാകൃഷ്ണൻനായർ, വാളക്കട ബാലകൃഷ്ണൻ, സർവോപരി വി കെ സി മമ്മത്കോയ,

മുല്ലവീട്ടിൽ മൊയ്തീൻ, ഒരു വല്ലാത്ത ടീംവർക്ക് തന്നെയായിരുന്നു. അവരുടെയെല്ലാം പരസ്പര ധാരണയും ധൈര്യവും എനിക്ക് വലിയ ആവേശവും ആത്മവിശ്വാസവും പ്രദാനംചെയ്തു. 1987 ഫെബ്രുവരി 16 ന് തിരഞ്ഞെടുപ്പ് വിജ്ഞാപനം വന്നു. ഞങ്ങളെല്ലാവരും സംഘടിതമായി പോയി 1987 ഫെബ്രുവരി 21 ന് വരണാധികാരി കോഴിക്കോട് ജില്ലാ കലക്ടർ മുമ്പാകെ നോമിനേഷൻ സമർപ്പിച്ചു ഗോദയിലിറങ്ങി.

എന്റെ എതിർ സ്ഥാനാർഥി മുസ്ലിംലീഗിലെ മമ്പാട് അബ്ദുറഹിമാൻ മാസ്റ്ററായിരുന്നു. മണ്ഡലത്തിന്റെ പിന്നോക്കാവസ്ഥയും അതിന്റെ മുഖച്ഛായ മാറ്റാനുള്ള വാഗ്ദാനങ്ങളുമായിരുന്നു മുഖ്യ പ്രചാരണായുധങ്ങൾ. ഇന്നത്തെപ്പോലെ, ദൃശ്യമാധ്യമങ്ങളുടെ വിചാരണ അന്നുണ്ടായിരുന്നില്ല. അന്നത്തേത് 'സ്ഥാനാർഥികൾ ഒരേ വേദിയിൽ' എന്ന പേരിൽ ചില പൗരസംഘങ്ങൾ സംഘടിപ്പിക്കുന്ന സംവാദങ്ങളായിരുന്നു. അതിൽ പ്രസംഗത്തിലെ ചാതുര്യം സ്ഥാനാർഥികൾക്ക് മുന്നിട്ടുനിൽക്കാൻ സഹായകമാവുന്നതാണ്.

അടിയുറച്ച ഇടതുപക്ഷ വികാരവും സംഘടിത തൊഴിലാളിപ്രസ്ഥാനങ്ങളുടെ അടിത്തറയും ഉള്ള ബേപ്പൂർ മണ്ഡലത്തിൽ ആത്മവിശ്വാസത്തോടെ ഞാൻ മുന്നോട്ടു നീങ്ങി. ഞാൻ പഠിച്ചത് ഫാറൂഖ് കോളേജിലായിരുന്നു. കോളേജിലെ അധ്യാപകരും അയൽവാസികളും സഹപാഠികളിൽ ചിലരുമായി എനിക്ക് ബന്ധമുണ്ടായിരുന്നു. അതേപോലെതന്നെ കോടമ്പുഴ, ചാലിയം എന്നിവിടങ്ങളിൽ ബന്ധുക്കളും പേട്ടയിൽ പരിചയക്കാരായ കെ സി ഹസൻകുട്ടി, കരിപ്പാത്ത മുഹമ്മദ്കുട്ടിഹാജിയും കുടുംബവും വേങ്ങാട്ടു കുടുംബാംഗങ്ങൾ എല്ലാവരും എനിക്ക് സഹായകരവും പ്രോത്സാഹജനകവും ആയിരുന്നു.

ഇതിനെല്ലാം പുറമെ കരുണാകരൻ ഗവൺമെന്റിന്റെ ഭരണവൈകല്യങ്ങളും ദുഷ്ചെയ്തികളും ജനങ്ങൾക്കിടയിലുണ്ടാക്കിയ അവമതിപ്പും വെറുപ്പും ഇടതുപക്ഷത്തിന്റെ മുന്നേറ്റത്തിനു ആക്കംകൂട്ടി. 1987 ഫെബ്രുവരി 28 മുതൽ 21 ദിവസം മാത്രമെ പ്രചാരണത്തിനുണ്ടായിരുന്നുള്ളൂ. ബേപ്പൂർ മണ്ഡലത്തിലെ തിരഞ്ഞെടുപ്പ് പ്രവർത്തനത്തിന്റെ ഒരു പ്രത്യേകത എൽ ഡി എഫും യു ഡി എഫും ഒരേ കെട്ടിടത്തിന്റെ രണ്ടറ്റങ്ങളിലായിട്ടാണ് തിരഞ്ഞെടുപ്പ് കമ്മിറ്റി ഓഫീസുകൾ പ്രവർത്തിച്ചിരുന്നത് എന്നതാണ്. ഫറോക്കിലെ കൃഷ്ണപ്രഭാ ഹോട്ടലിന്റെ തെക്കെ അറ്റത്ത് യു ഡി എഫും വടക്കെ അറ്റത്ത് എൽ ഡി എഫും. ഹോട്ടലിന്റെ മുറ്റത്ത് രണ്ടുകൂട്ടരും വാഹനങ്ങൾ നിർത്താനും സാധനസാമഗ്രികൾ കയറ്റാനും ഇറക്കാനും ഉപയോഗിച്ചിരുന്നു. അത് ഇന്നും അങ്ങനെത്തന്നെ. വളരെ സൗഹാർദപൂർവമായിരുന്നു തിരഞ്ഞെടുപ്പ് പ്രവർത്തനങ്ങൾ നടത്തിയിരുന്നത്.

വ്യക്തികളെ കാണലും വീട് സന്ദർശനവും സ്ക്വാഡ് പ്രവർത്തനവും യോഗവും പ്രസംഗങ്ങളും എല്ലാംകൂടി നല്ല ഉത്സവഛായ കലർന്ന പ്രചാരണ പരിപാടികൾ ആവേശകരമായി. പ്രസംഗകലയിൽ ഒരു ചെറിയ മുൻതൂക്കം എനിക്ക് എന്നും ഉണ്ടായിരുന്നു. അത് ജനങ്ങളെ ആകർഷിക്കാൻ ഉപകാരമാണ്. പോളിങ് അടുത്തു വരുന്തോറും ആത്മവി

ശ്വാസം കൂടിവന്നു. 1987 മാർച്ച് 22 നായിരുന്നു പോളിങ്. പ്രചാരണകാലത്തും പോളിങ് ദിവസവും തികച്ചും സമാധാനപരമായിരുന്നു. ഇരുവിഭാഗവും വിജയസാധ്യത പ്രതീക്ഷിച്ച് കൂട്ടലും കിഴിക്കലും നടത്തി. രണ്ട് ദിവസം കഴിഞ്ഞു വോട്ടെണ്ണുന്ന ദിവസം കാത്ത് പിരിഞ്ഞു.

1987 മാർച്ച് 23 നാണ് വോട്ടെണ്ണുന്നതും ഫലപ്രഖ്യാപനവും. ബേപ്പൂർ മണ്ഡലത്തിന്റെ വോട്ടെണ്ണൽ മാനാഞ്ചിറയ്ക്കടുത്തുള്ള ഗവ. ട്രെയിനിങ് കോളേജിലായിരുന്നു. വോട്ടെണ്ണലാരംഭിക്കുന്നതിനു മുമ്പുതന്നെ ഞങ്ങളെല്ലാം സ്ഥലത്തെത്തി. എണ്ണൽ കേന്ദ്രത്തിന്നടുത്ത് തന്നെ കല്പക ടൂറിസ്റ്റ് ലോഡ്ജിൽ ഒരു മുറിയെടുത്ത് ഞാനും ചില സുഹൃത്തുക്കളും അവിടെ ഇരുന്നു. എണ്ണുന്നതിന്റെ പുരോഗതി ഓരോ ഘട്ടത്തിലും എന്നെ അറിയിച്ചുകൊണ്ടിരുന്നു. ആദ്യം ഒപ്പത്തിനൊപ്പം വന്നെങ്കിലും ഫറോക്ക്, രാമനാട്ടുകര, കടലുണ്ടി എന്നീ പഞ്ചായത്തുകൾ എണ്ണിക്കഴിഞ്ഞപ്പോൾ എനിക്ക് നേരിയ ഭൂരിപക്ഷം കിട്ടി. ചെറുവണ്ണൂർ-നല്ലളം പഞ്ചായത്ത് എണ്ണിക്കഴിഞ്ഞപ്പോൾ മുൻതൂക്കം വർധിച്ചു. പിന്നെ ഒളവണ്ണ പഞ്ചായത്ത് എണ്ണിത്തീർന്നപ്പോൾ ഏതാണ്ട് 3500 വോട്ടിന്റെ ഭൂരിപക്ഷത്തിൽ എത്തി. അവസാനത്തെ പഞ്ചായത്ത് ബേപ്പൂർ എണ്ണിക്കഴിഞ്ഞപ്പോൾ 7321 വോട്ടിന്റെ ഭൂരിപക്ഷത്തിന് ഞാൻ ജയിച്ചതായി റിട്ടേണിങ് ആപ്പീസർ പ്രഖ്യാപിച്ചു. കണക്കുകൾ കൂട്ടിയും കടലാസുപണികൾ തീർത്തും ഫലപ്രഖ്യാപനം വന്നപ്പോഴേക്കും വൈകുന്നേരം നാലു മണി കഴിഞ്ഞിരുന്നു. അന്ന് ഇന്നത്തെപ്പോലെ കംപ്യൂട്ടറും കണക്ക് കൂട്ടലും ഇല്ലായിരുന്നു.

ഫലപ്രഖ്യാപനം നടക്കുമ്പോഴേക്കും എണ്ണൽ കേന്ദ്രമായ ട്രെയിനിങ് കോളേജിന്റെ മുമ്പിൽ അലംകൃതമായ ഒരു തുറന്ന വാൻ സജ്ജമാക്കിയിരുന്നു. സംഘടനാ പ്രവർത്തനങ്ങളിലും പരിപാടികൾ സംഘടിപ്പിക്കുന്നതിലും ഏരിയാ സെക്രട്ടറി ദാമോദരൻ അതിസമർഥനും നിപുണനുമായിരുന്നു. നിർഭയനും കർമകുശലനുമായ ദാമോദരന്റെ നേതൃപാടവം അനുകരണീയമാണ്. എനിക്ക് ഒരിക്കലും മറക്കാൻ കഴിയാത്ത ആ വ്യക്തിത്വം അന്നത്തെ വിജയത്തിന്റെ ശിൽപ്പിയായിരുന്നു. ഞങ്ങൾ ആ തുറന്ന വാഹനത്തിൽ കയറി അവർ എന്നെ ഒരു ചുകന്ന മാല അണിയിച്ചു. എന്റെ വാഹനത്തിൽ കയറിയ സഖാക്കളും മറ്റ് വാഹനങ്ങളിൽ പിന്തുടർന്നവരും കൂടി മുദ്രാവാക്യം മുഴക്കിയും ആർത്തുവിളിച്ചും മുന്നോട്ടുനീങ്ങി. ഞങ്ങൾ കോഴിക്കോട് പട്ടണം വിട്ട് മാങ്കാവ് വഴി ഒളവണ്ണ പഞ്ചായത്ത് കറങ്ങി നല്ലളം വഴി ദേശീയപാതയിൽ അരീക്കാട്ടെത്തി. അവിടെനിന്ന് ബേപ്പൂർ ചുറ്റിത്തിരിഞ്ഞ് ഫറോക്കും രാമനാട്ടുകരയും കഴിഞ്ഞ് കടലുണ്ടി ചാലിയത്ത് എത്തിയപ്പോഴേക്കും രാത്രി ഏതാണ്ട് പന്ത്രണ്ട് മണിയായിരുന്നു. ഈ യാത്രയിൽ ഉടനീളം റോഡിന്റെ ഇരുഭാഗത്തും ജനങ്ങൾ ആവേശകരമായ മുദ്രാവാക്യം മുഴക്കിയും അഭിവാദ്യങ്ങൾ അർപ്പിച്ചും ആഹ്ലാദപ്രകടനങ്ങൾ നടത്തി. പിന്നെ ഒരു ചെറു പ്രസംഗത്തോടെ അന്നത്തെ പരിപാടികൾ അവസാനിപ്പിച്ച് എല്ലാവരും പിരിഞ്ഞു.

കൂരാട് വരമ്പൻകല്ല് പാലത്തിന്റെ ഉദ്ഘാടന വേളയിൽ

24 ഒരിക്കലും പ്രതീക്ഷിക്കാത്ത മന്ത്രിസ്ഥാനം

ആയിരത്തിത്തൊള്ളായിരത്തി എൺപത്തിഏഴ് മാർച്ച് 23 ലെ തിരഞ്ഞെടുപ്പ് ഫലപ്രഖ്യാപനത്തോടെബേപ്പൂർ മണ്ഡലത്തിൽനിന്നും വിജയിച്ച ഞാൻ എം എൽ എ ആയി തുടരാനുള്ള ജനസമ്മതി കൈവന്നതിൽ അനൽപ്പമായ സന്തോഷവും അതിലുപരി അഭിമാനവും തോന്നിയിരുന്നു. അന്നത്തെ ഹ്രസ്വമായ ആഘോഷപരിപാടികൾക്ക് ശേഷം പിറ്റേന്ന് വിശ്രമമായിരുന്നു.അക്കാലത്തൊക്കെ തെരഞ്ഞെടുപ്പിൽ വിജയിച്ച സ്ഥാനാർഥികൾ മണ്ഡലത്തിൽ പര്യടനം നടത്തി വോട്ടർമാർക്ക് നന്ദി പറയുക എന്നൊരു സമ്പ്രദായം ഉണ്ടായിരുന്നു. അത് ഇന്നും കുറെയൊക്കെ അനുവർത്തിച്ചു വരുന്നുണ്ട്. തെരഞ്ഞെടുപ്പ് പ്രചാരണത്തിനിടയിലെ സ്ഥാനാർഥി പര്യടനവേളയിൽ എവിടെയെല്ലാം സ്വീകരണങ്ങൾ ഏറ്റുവാങ്ങിയിട്ടുണ്ടോ, ആ കേന്ദ്രങ്ങളിലെല്ലാം നന്ദി പറയണം എന്നതാണ് കീഴ്‌വഴക്കം. രണ്ട് ദിവസത്തെ വിശ്രമത്തിന് ശേഷം 1987 മാർച്ച് 27 മുതൽ രാവിലെ 10 മണിക്ക് തുടങ്ങി വൈകുന്നേരം 6 മണിവരെയാണ് നന്ദിപ്രകാശന പര്യടനം പ്ലാൻ ചെയ്തിരുന്നത്. ബേപ്പൂർ മണ്ഡലത്തിൽ ആറ് പഞ്ചായത്തുകളിൽ ഏതാണ്ട് 75 കേന്ദ്രങ്ങളിലായിരുന്നു സ്ഥാനാർഥി സ്വീകരണം. അവിടങ്ങളിലെല്ലാം നന്ദി പ്രകാശിപ്പിക്കാനുള്ള യാത്ര രാവിലെ മുതൽ ആരംഭിച്ചു.

നന്ദിപ്രകാശന പരിപാടി നടന്നുകൊണ്ടിരിക്കുന്നതിനിടയിൽ തിരുവനന്തപുരത്തുനിന്നും ഞങ്ങൾക്ക് വിവരം കിട്ടി. സ. ഇ കെ നായനാർ

മുഖ്യമന്ത്രിയായും മറ്റ് നാല് ഘടകകക്ഷി നേതാക്കൾ മന്ത്രിമാരായും അധികാരം ഏറ്റെടുക്കാൻ തീരുമാനിച്ചു എന്ന്. 1987 മാർച്ച് 26 ന് തന്നെ വൈകുന്നേരം നായനാരുടെ നേതൃത്വത്തിൽ അഞ്ചംഗ മന്ത്രിസഭ ഗവർണർ മുമ്പാകെ സത്യപ്രതിജ്ഞ ചെയ്തു. എന്റെ നന്ദി പറയൽ പരിപാടി 27, 28, 29 തീയതികളിലും നടന്നുവരികയാണ്. 28 ന് വൈകുന്നേരമാവുന്നതിനുമുമ്പ് ഫറോക്കിലെ പാർട്ടി ആപ്പീസിൽ ഒരു വിവരം കിട്ടി. പര്യടനത്തിന്നിടയിൽ ഏറ്റവും അടുത്ത ടെലിഫോണിൽനിന്നും ഞാൻ തിരുവനന്തപുരത്ത് എ കെ ജി സെന്ററുമായി ബന്ധപ്പെടാനായിരുന്നു നിർദേശം. പരിപാടിക്കിടയിൽ അടുത്ത ഒരു വീട്ടിൽ കയറി ഞാൻ എ കെ ജി സെന്ററിലേക്ക് ഫോൺചെയ്തു. അന്ന് ഇന്നത്തെപ്പോലെ മൊബൈൽ ഉണ്ടായിരുന്നില്ല. മൊബൈലിനെപറ്റി ആർക്കും ഒരറിവ് പോലും ഇല്ലാത്ത കാലം.

ഞാൻ എ കെ ജി സെന്ററിൽ ഫോൺ വിളിച്ചപ്പോൾ, ഓഫീസ് സെക്രട്ടറിയോട് എന്നെ അന്വേഷിച്ചിരുന്നോ എന്ന് ഞാൻ ആരാഞ്ഞു. സ. വി എസിന് നിങ്ങളോട് സംസാരിക്കാനാണെന്നു അയാൾ പറഞ്ഞു. അന്നു പാർട്ടിയുടെ സംസ്ഥാന സെക്രട്ടറി സ. വി എസ് അച്യുതാനന്ദനായിരുന്നു. അങ്ങനെ ഫോൺ കണക്ട് ചെയ്തപ്പോൾ മറുവശത്ത്നിന്ന് കേട്ടത്, “ഇത് ഞാനാണ് വി എസ്” എന്ന ശബ്ദമാണ്. ഞാൻ അതിനെ ഒരു സാധാരണ വിളിപോലെ മാത്രം കരുതിയാണ് കാതോർത്തത്. അപ്പോൾ അദ്ദേഹം ചോദിച്ചു എന്താണ് ചെയ്യുന്നതെന്ന്. നന്ദി പ്രകാശന സ്വീകരണങ്ങളിൽ സംബന്ധിച്ചുകൊണ്ടിരിക്കുകയാണെന്നു ഞാൻ മറുപടി പറഞ്ഞു. എന്നാൽ എല്ലാ ജോലികളും തീർത്ത് മാർച്ച് 31ന് മുമ്പ് തിരുവനന്തപുരത്തെത്തണം എന്ന് സഖാവ് നിർദേശിച്ചു.

സ. വി എസിന്റെ നിർദേശം അനുസരിച്ച് ഞാൻ മാർച്ച് 31 ന് രാവിലെത്തന്നെ തിരുവനന്തപുരത്തെത്തി. കുളിയും പ്രാതലും കഴിഞ്ഞു നേരെ എ കെ ജി സെന്ററിൽ ചെന്നു സ. വി എസിനെ കണ്ടു. അദ്ദേഹം മുന്നിലെ കസേലയിൽ ഇരിക്കാൻ ആംഗ്യം കാണിച്ചു. ഇരുന്നപ്പോൾ അദ്ദേഹം എന്നെ നോക്കി “നിങ്ങളെ മന്ത്രിസഭയിൽ എടുക്കാൻ പാർട്ടി തീരുമാനിച്ചിട്ടുണ്ട്” എന്നു പറഞ്ഞു. അത്ഭുതത്തോടെയാണ് ഞെട്ടിപ്പിക്കുന്ന ആ വിവരം ഞാൻ കേട്ടത്. അത്യാഹ്ളാദംകൊണ്ടും അമിതമായ വികാരംകൊണ്ടും എനിക്കൊന്നും സംസാരിക്കാൻ കഴിയുന്നില്ല. ഒരിക്കലും പ്രതീക്ഷിക്കാത്ത മന്ത്രിസ്ഥാനം അതാണ് എന്റെ മാനസികാഹ്ലാദത്തിന് കാരണം. ഒരു പഞ്ചായത്ത് മെമ്പർപോലും ആക്കുകയില്ലെന്ന കരുണാകരന്റെ നിലപാട് കേട്ടു തരിച്ചുപോയ എന്റെ ഹൃദയം ജീവിതത്തിലെ ഉന്നതപദവി ലാഘവത്തോടെ വി എസ് വെച്ചുനീട്ടിയപ്പോൾ സന്തോഷംകൊണ്ട് ത്രസിച്ചുപോയി. ഞാൻ ഈ പാർട്ടിയിൽ ആരുമായിരുന്നില്ല, പാർട്ടിക്ക്വേണ്ടി ഒരു ത്യാഗവും ചെയ്തിട്ടില്ല. എന്റെ വ്യക്തിത്വവും കഴിവും പാർട്ടി അംഗീകരിച്ചത് കൊണ്ടാണല്ലോ ഇത്രയും വലിയ ഒരു സ്ഥാനം കൊണ്ടനുഗ്രഹിച്ചത് എന്ന ചിന്ത അന്നും ഇന്നും

എന്റെ മനസിനെ മഥിച്ചുകൊണ്ടിരിക്കുന്നു. ഏതായാലും കൈകൂപ്പി അഭിവാദ്യംചെയ്ത് ഞാൻ വി എസിന്റെ മുറിയിൽ നിന്നും പുറത്തുകടന്നു എം എൽ എ ഹോസ്റ്റലിൽ എന്റെ മുറിയിലെത്തി. അപ്പോഴും കണ്ണിൽ ആനന്ദാശ്രുക്കൾ പൊഴിയുന്നുണ്ടായിരുന്നു.

എന്റെ മുറിയിലെ ഫോൺ എടുത്ത് ആദ്യംതന്നെ ഭാര്യയോടും മക്കളോടും ഈ സന്തോഷവാർത്ത അറിയിച്ചു. മലപ്പുറത്തെയും കോഴിക്കോട്ടെയും പാർട്ടി ജില്ലാ നേതാക്കളെയും മണ്ഡലത്തിലെ പ്രവർത്തകരെയും വിവരം അറിയിച്ചു. മറ്റു സ്നേഹിതന്മാരെയും ബന്ധപ്പെട്ടു. അത്യപൂർവമായ ആഹ്ലാദനിമിഷങ്ങൾ എല്ലാവരും പങ്കുവെച്ചു. ഏപ്രിൽ ഒന്നാം തിയതിതന്നെ കുടുംബം തിരുവനന്തപുരത്ത് എത്തി. തിരഞ്ഞെടുപ്പ് കാലത്ത് എന്റെ കൈവശം ഒരു പഴയ അംബാസഡർ കാറുണ്ടായിരുന്നു. തിരഞ്ഞെടുപ്പ് പ്രവർത്തനംകൊണ്ട് അത് കുറേക്കൂടി ക്ഷീണിച്ചിരുന്നു. എങ്കിലും അതിൽതന്നെയാണ് ഒരു വിധത്തിൽ കുടുംബം തിരുവനന്തപുരത്തെത്തിയത്. ആ കാറ് പിന്നെ തിരുവനന്തപുരം വർക്കലയിലെ ഒരു പാർട്ടി പ്രവർത്തകനായ സ. സുന്ദരേശന് കുറഞ്ഞ വിലയ്ക്ക് വിറ്റു.

1987 ഏപ്രിൽ 2ന് വൈകുന്നേരം 5 മണിക്കാണ് സത്യപ്രതിജ്ഞ. അന്നു രാവിലെ മാർക്സിസ്റ്റ് പാർട്ടിയിലെ നിയുക്ത മന്ത്രിമാരായ ടി കെ രാമകൃഷ്ണൻ, വിശ്വനാഥമേനോൻ, ശിവദാസമേനോൻ, വി ജെ തങ്കപ്പൻ, ടി കെ ഹംസ, ലോനപ്പൻ നമ്പാടൻ, ഗൗരിഅമ്മ – ഞങ്ങളെല്ലാം കൂട്ടായി പുന്നപ്ര വയലാർ രക്തസാക്ഷി മണ്ഡപത്തിൽ എത്തി, പുഷ്പാർച്ചന നടത്തി. തിരുവനന്തപുരത്ത് ഉച്ചയോടെ തിരിച്ചെത്തി.

വൈകുന്നേരം രാജ്ഭവൻ അങ്കണത്തിൽ സജ്ജമാക്കിയ അലങ്കരിച്ച പന്തലിലാണ് സത്യപ്രതിജ്ഞ. ഭരണ–പ്രതിപക്ഷ വ്യത്യാസമില്ലാതെ പ്രധാനികളും പ്രമാണികളുമായ നേതാക്കളും ഉദ്യോഗസ്ഥ–അനുദ്യോഗസ്ഥ പ്രമുഖരുമടങ്ങിയ നിറഞ്ഞ സദസ്സിന് മുമ്പിൽ. എന്നെ സംബന്ധിച്ചിടത്തോളം അനിതരസാധാരണവും അത്യപൂർവവുമായ അനുഭവം. കേരള ഗവർണർ ബഹു. പി രാമചന്ദ്രൻ മുമ്പാകെ സത്യപ്രതിജ്ഞാവാചകം ഉരുവിടുമ്പോൾ ഹൃദയത്തിൽ എന്തെന്നില്ലാത്ത വികാരവിചാരങ്ങൾ കടന്നുപോയി. ആഹ്ലാദത്തിനപ്പുറം അഭിമാനത്തോടെ സത്യവാചകം ചൊല്ലി. രാജ്യത്തിന്റെ ഭരണാധികാരികളിൽ ഒരാളാണെന്ന ഉത്തരവാദിത്തബോധം അപ്പോഴാണ് മനസിലുദിച്ചത്. ഞങ്ങൾ പതിനാലാളുകളും സത്യപ്രതിജ്ഞ ചെയ്തു. അതിന്ശേഷം ഗവർണറുടെ വക ഒരു ലളിതമായ തേയിലസൽക്കാരം. അത് കഴിഞ്ഞ് രാജ്ഭവൻ ഹാളിൽനിന്ന് പുറത്തേക്ക് കടക്കുമ്പോൾ ഓരോ മന്ത്രിമാർക്കും ദേശീയപാതക വെച്ച കാറുകൾ കാത്തുനിൽക്കുന്നു. ഓരോരുത്തർക്കുംവേണ്ടി നിയോഗിക്കപ്പെട്ട അംഗരക്ഷകർ മുന്നോട്ടുവന്ന് സല്യൂട്ട്ചെയ്ത് അനുവദിക്കപ്പെട്ട കാറിലേക്ക് ആനയിച്ചു. ഡോർ തുറന്ന് കാറിൽ ഇരുത്തി. അപ്പോൾ താമസിച്ചിരുന്ന എംഎൽഎ ഹോസ്റ്റലിലെ മുറിയിലേക്ക് പോ

യി. സത്യപ്രതിജ്ഞാ ചടങ്ങ് കാണാനെത്തിയ ഭാര്യയും മക്കളിൽ ചിലരും അപ്പോഴേക്കും മുറിയിൽ എത്തിയിരുന്നു. അതിനിടയിൽ മുഖ്യമന്ത്രിയുടെ ഓഫീസിൽനിന്ന് അനുവദിച്ച വകുപ്പിന്റെ അറിയിപ്പ് കിട്ടി. പൊതുമരാമത്തും ഹജ്ജും വഖഫും ആണ് വകുപ്പുകൾ.

പിറ്റേന്ന് രാവിലെ പൊതുമരാമത്ത് മന്ത്രിയായ ഞാൻ കുടുംബസമേതം കൊടിവെച്ച കാറിൽ നാട്ടിലേക്ക് പോന്നു. നേരെവന്നത് മഞ്ചേരിയിലേക്കായിരുന്നു. വിവരം കിട്ടിയ മഞ്ചേരിയിലെ സഖാക്കളും സുഹൃത്തുക്കളും ആവേശകരമായ സ്വീകരണത്തിന് തയാറായി നിൽക്കുകയായിരുന്നു. ഞങ്ങൾ വൈകുന്നേരം ഏഴ് മണിക്ക് മഞ്ചേരിയിലേക്ക് എത്തുമ്പോൾ, മഞ്ചേരിയുടെ കവാടമായ വാഴപാറപടിക്കൽ ജനങ്ങൾ തടിച്ചുകൂടിയിരുന്നു. അവർ കാറ് കൈകാണിച്ചുനിർത്തി. എന്നെ കാറിൽനിന്നിറക്കി മാല അണിയിച്ചു. ദിഗന്തങ്ങൾ മുഴങ്ങുമാറ് മുദ്രാവാക്യം വിളിച്ചു, എന്നെ മുന്നിൽനിർത്തി ജനം ജാഥയായി നടന്ന് അങ്ങാടിയിൽ എത്തി. റോഡിനിരുപുറവും കാണാൻനിന്ന ജനക്കൂട്ടം അഭിവാദ്യങ്ങൾ അർപ്പിച്ചു. ഒരു ഹ്രസ്വമായ നന്ദിപ്രസംഗത്തോടെ സംഘം പിരിഞ്ഞുപോയി.

ഞാൻ തിരുവനന്തപുരത്തിന് മന്ത്രി എന്ന നിലയിൽ കൊടിവെച്ച കാറിൽ യാത്രചെയ്തുപോരുമ്പോൾ തികച്ചും മൗനിയായിരുന്നു. ഹൃദയത്തിൽ പൂർവകാല സ്മരണകളുടെ തിരശ്ശീലകൾ നീങ്ങിക്കൊണ്ടിരുന്നു. പള്ളിയിൽ കിത്താബ് ഓതിയിരുന്ന മുസ്ല്യാർകുട്ടി ആയി തുടങ്ങിയ ഞാൻ, പിന്നെ ഹൈസ്കൂളിൽ ചേർന്ന് പഠിച്ചു, കോളേജിൽ പോയി, പഞ്ചായത്ത് എക്സിക്യൂട്ടീവ് ഓഫീസറായി, ഓഫീസറായ കാലത്ത് ഡൽഹി സർവകലാശാലയിൽനിന്ന് പ്രൈവറ്റായി ഡിഗ്രി എടുത്ത്, പിന്നെ ഉദ്യോഗം രാജിവച്ച് ലോകോളേജിൽ പോയി നിയമബിരുദം നേടി, മഞ്ചേരി ബാറിലെ വക്കീലായി. ഈ കാലങ്ങളിലെല്ലാം നിലനിർത്തിപ്പോന്ന രാഷ്ട്രീയബന്ധം, പ്രവർത്തനം, പ്രസംഗം ഇതെല്ലാം വർഷകാലത്തെ നദി പോലെ ഹൃദയത്തിലൂടെ പാഞ്ഞുപോയിക്കൊണ്ടിരുന്നു.

അതോടൊപ്പംതന്നെ ഏറ്റെടുത്ത ചുമതലയുടെ ഉത്തരവാദിത്തബോധം എന്നെ ഗൗരവമായ ചിന്തയിലേക്കും നയിച്ചു. എനിക്ക് അനുവദിച്ച പൊതുമരാമത്ത് വകുപ്പ്, കുത്തഴിഞ്ഞതും അഴിമതി നിറഞ്ഞതുമാണെന്ന് കേട്ടിട്ടുണ്ട്. ആ വകുപ്പ് കാര്യക്ഷമമാക്കണം, കഴിയുന്നത്ര റോഡും പാലവും നിർമിച്ചു വികസനകാര്യത്തിൽ നേട്ടങ്ങളുണ്ടാക്കണം, അതായിരുന്നു ചിന്ത.

റോഡുകളെയും പാലങ്ങളെയും പറ്റി ആലോചിച്ചപ്പോൾ എന്റെ മനസിലേക്ക് കടന്നുവന്ന ചിത്രം എന്റെ സ്വന്തം ഗ്രാമത്തിന്റേതായിരുന്നു. ഗ്രാമത്തിന്റെ ചരിത്രവും പശ്ചാത്തലവും ഇതിന്റെ തുടക്കത്തിൽ ഞാൻ വിവരിച്ചിട്ടുണ്ട്. രണ്ട് നദികൾ മലകളിൽനിന്നുത്ഭവിച്ച് സമാന്തരമായി ഗ്രാമത്തെ ചുറ്റി വളഞ്ഞുപുളഞ്ഞ് ഒഴുകുന്നു. പുഴ കടക്കാതെ എന്റെ ഗ്രാമത്തിൽ എത്താൻ കഴിയില്ല എന്ന് പറഞ്ഞല്ലോ. അതിൽ ഒന്നായ പ

രിയങ്ങാടൻ പുഴയിലെ ''വരമ്പൻകല്ല് കടവി''ലാണ് കൂരാട്ടുള്ളവർ പുഴ കടന്ന് നാട്ടിലെത്തുന്നത്. ആ കടവിൽവച്ച് എന്റെ പിതാമഹൻ കുഞ്ഞാമുട്ടിഹാജി ഹൃദയസ്തംഭനംമൂലം മരണപ്പെട്ട സംഭവം ബാപ്പയുടെ വിശദീകരണത്തിൽനിന്നും ഞാൻ കേട്ടറിഞ്ഞ കാര്യങ്ങൾ ഹൃദയത്തിലൂടെ കടന്നുപോയി.

1937 ലാണ് ആ സംഭവം നടന്നത്. അത് ഒരു മഴക്കാലമായിരുന്നു. പരിയങ്ങാടൻ പുഴ ഉയർന്ന മലവാരത്തിൽനിന്നുത്ഭവിച്ച് വരമ്പൻകല്ല് കടവിലെത്താൻ പത്ത് കിലോമീറ്റർ ദൂരമേയുള്ളൂ. അതിനാൽ പെട്ടെന്ന് വെള്ളം വരും; അതുപോലെ പോവുകയും ചെയ്യും. വരവും പോക്കും വളരെ ശക്തമാണ്, കഠിനമായ ഊക്കുള്ള ഒഴുക്ക്. എന്റെ വല്ലിപ്പ കുഞ്ഞാമുട്ടിഹാജി ഒരു വ്യവഹാരിയും പൊതുക്കാര്യ പ്രസക്തനുമായിരുന്നു. എപ്പോഴും കാളവണ്ടിയിലാണ് സഞ്ചരിക്കാറ് പതിവ്. അന്ന് അദ്ദേഹം കോഴിക്കോട്ടുനിന്ന് കേസ് കഴിഞ്ഞുവരികയായിരുന്നു. ഒന്ന് രണ്ട് ദിവസമായി അതിശക്തമായ മഴ പെയ്തുകൊണ്ടിരുന്നു. സമയം രാത്രി ഏതാണ്ട് എട്ട് മണി കഴിഞ്ഞിരുന്നു. കാളവണ്ടി വരമ്പൻകല്ല് കടവിന്നടുത്ത് വന്നുനിർത്തി. അദ്ദേഹത്തിന്റെ കൂടെ ഒരു സ്കൂൾ മാസ്റ്റർ അഹമ്മത്കുട്ടിയും ഉണ്ടായിരുന്നു. രണ്ടാളും വണ്ടിയിൽനിന്നിറങ്ങി. പുഴയുടെ സ്ഥിതി എന്താണെന്ന് നോക്കാനാണ് ഇറങ്ങിയത്. പുഴ കരകവിഞ്ഞൊഴുകുന്നു. മലവെള്ളം അതിശക്തമായി ഒഴുകുന്നു. കാലിന്നടിയിലേക്ക് വെള്ളം ഇരച്ചുകേറുന്നു. ആക്രമണം കണ്ട് ഞെട്ടിപ്പോയി. പെട്ടെന്ന് നെഞ്ചുവേദന അനുഭവപ്പെട്ടു. കുഴഞ്ഞുവീഴാൻ പോയി. അദ്ദേഹം കൂടെയുള്ളയാളോട് "അഹമ്മുട്ടി മാസ്റ്ററെ പിടിക്ക്" എന്നു ദീനസ്വരത്തിൽ വിളിച്ചുപറഞ്ഞു. വീഴുന്നതിനുമുമ്പു മാസ്റ്റർ താങ്ങിപ്പിടിച്ചു; മെല്ലെ തന്റെ മടിയിൽ തലവെച്ചു നിലത്ത് കിടത്തി. വണ്ടിയിലെ റാന്തൽ വിളക്കിന്റെ വെളിച്ചത്ത് കണ്ണ് മറിയുന്നതായി അദ്ദേഹം കണ്ടു. കാര്യം മരണത്തിലേക്കാണെന്ന് മാസ്റ്റർക്ക് ബോധ്യമായി. അദ്ദേഹം വഴിയരികിലെ ചാലിലൂടെ ഒഴുകുന്ന വെള്ളത്തിൽ നിന്ന് അൽപ്പം എടുത്തു വായിൽ പകർന്നുകൊടുത്തു. അതോടെ, കൂരാട ഗ്രാമത്തിന്റെ തലവനും പൗരപ്രധാനിയും എല്ലാവരുടെയും ആശ്രയവും ആയിരുന്ന പ്രഗത്ഭനായ കുഞ്ഞാമുട്ടിഹാജി അന്തരിച്ചു. ആ മരണം ഹൃദയസ്തംഭനം മൂലമായിരുന്നു എന്ന് പിന്നീട് സ്ഥിരീകരിക്കപ്പെട്ടു. അദ്ദേഹത്തിന്റെ മരണം ഞാൻ ജനിച്ച് തൊണ്ണൂറാമത്തെ ദിവസം ആയിരുന്നതിനാൽ ഈ സംഭവം എന്റെ ജന്മദിനത്തോടൊപ്പം എന്നും ഓർമിക്കും.

കുഞ്ഞാമുട്ടിഹാജിയുടെ മരണവും വരമ്പൻ കല്ല് കടവും എന്റെ മനോമുകുരത്തിൽ ആ യാത്രക്കിടെ പ്രതിബിംബിച്ചു കണ്ടു. ''ആ കടവിൽ ഒരു പാലം നിർമിക്കണം'' എന്ന് എന്റെ ഹൃദയം എന്നോട് ആജ്ഞാപിക്കുന്നതായി തോന്നി. ആത്മാവിന്റെ ആ വെല്ലുവിളി ഞാൻ സ്വീകരിച്ചു. പൊതുമരാമത്ത് വകുപ്പു കൈയിൽവന്ന സ്ഥിതിക്ക് അത് നിഷ്പ്രയാസം സാധിക്കുന്ന കാര്യമാണല്ലോ എന്നു ഞാനും കരുതി.

കോഴിക്കോട് എ കെ ജി ഓവർബ്രിഡ്ജ് ഉദ്ഘാടനവേളയിൽ

25 മന്ത്രിയായി സെക്രട്ടേറിയറ്റിൽ

മഞ്ചേരിയിലെ സ്വീകരണം കഴിഞ്ഞ് അന്ന് അവിടെ തങ്ങി. പിറ്റേന്നു കാലത്തുതന്നെ ബേപ്പൂരിലേക്ക് പോയി. മണ്ഡലത്തിലെ വിവിധ സ്വീകരണ പരിപാടികളിൽ പങ്കെടുത്ത് രണ്ടുദിവസം കഴിഞ്ഞു തിരുവനന്തപുരത്തെത്തി. അപ്പോഴേക്കും സെക്രട്ടേറിയറ്റിൽ സൗത്ത് ബ്ലോക്കിൽ ഓഫീസും താമസത്തിന് കവടിയാർ ഹൗസും സജ്ജമായിരുന്നു. എന്റെ പ്രൈവറ്റ് സെക്രട്ടറി കണ്ണൂരിലെ പി ശശിയും അഡീഷണൽ പ്രൈവറ്റ് സെക്രട്ടറി തിരുവനന്തപുരത്തുനിന്ന് ധർമദാസും ആയിരുന്നു. ശശി പാർട്ടിയിൽനിന്നും ധർമദാസ് ഡിപ്പാർട്ടുമെന്റിൽനിന്നും വന്നതാണ്. ധർമദാസ് ഔദ്യോഗിക കാര്യങ്ങളിൽ മിടുക്കനും ഭരണനിർവഹണത്തിൽ കഴിവുള്ള ഒരു ഉദ്യോഗസ്ഥനുമായിരുന്നു.

അന്നത്തെ പി ഡബ്ല്യു ഡി സെക്രട്ടറി ഐ എ എസുകാരനായ ആർ സി ചൗധരി ആയിരുന്നു. എന്റെ മുൻഗാമിയായ മന്ത്രി അവുക്കാദർകുട്ടി നഹയുടെ കാലത്തും സെക്രട്ടറി ഇദ്ദേഹംതന്നെ. ചൗധരിയെ എനിക്ക് മുമ്പേ അറിയാമായിരുന്നു. അദ്ദേഹം മലപ്പുറത്ത് ദീർഘകാലം കലക്ടറായി ജോലിനോക്കിയിട്ടുണ്ട്. അന്നൊക്കെ ധീരനും സത്യസന്ധനുമായ ഒരു ഓഫീസറായി ഞാൻ കണ്ടിരുന്ന ആളാണ്. അടിയന്തരാവസ്ഥക്കാലത്ത് മലപ്പുറം ജില്ലാ കലക്ടർ എന്ന നിലയിൽ ഒരുപാട് കാര്യങ്ങൾ ചെയ്തിരുന്നു. മലപ്പുറത്തിന്റെ വികസന പ്രക്രിയക്ക് അടിത്തറ

പാകുന്നതിൽ അദ്ദേഹത്തിന് വലിയ പങ്കുണ്ട്. അദ്ദേഹത്തെ സെക്രട്ടറി ആയി കിട്ടിയത് ഉപകാരമാണെന്നു ഞാൻ കരുതി. സെക്രട്ടറിയെയും പ്രൈവറ്റ് സെക്രട്ടറിമാരെയും വിളിച്ചിരുത്തി ഭാവിപ്രവർത്തന പരിപാടികൾ ഞാൻ ചർച്ചചെയ്തു.

ആദ്യമായി എന്റെ മനസിലുള്ള ഇംഗിതം ഞാൻ അവരെ അറിയിച്ചു. പൊതുമരാമത്ത് വകുപ്പ് ചിട്ടപ്പെടുത്തേണ്ടതിനെപ്പറ്റി ചില നിർദേശങ്ങൾ ഞാൻ ഉന്നയിച്ചു.

1. പൊതുമരാമത്ത് വകുപ്പിലെ അഴിമതി നിർമാർജനം ചെയ്യണം. അതിന് രണ്ടു വഴികളാണ് ഞാൻ കണ്ടത്. ഒന്ന് പി ഡബ്ല്യൂ ഡി മാന്വൽ അനുസരിച്ച് ടെൻഡർ വിളിക്കാതെ ഒരു പ്രവൃത്തിയും ചെയ്യാൻ പാടില്ല. അർജന്റ് റിപ്പേർ, സ്പെഷൽ റിപ്പേർ എന്നീ പേരുകളിൽ ടെൻഡർ വിളിക്കാതെ ജോലി കരാറുകാർക്ക് ഏൽപ്പിച്ചുകൊടുക്കുന്ന സമ്പ്രദായം നിർത്തലാക്കണം. അനിവാര്യമായ സാഹചര്യത്തിലല്ലാതെ ഡിപ്പാർട്ടുമെന്റൽ വർക്കും പാടില്ല.

രണ്ടാമതായി എൻജിനീയർമാരുടെ സ്ഥലംമാറ്റത്തിനും നിയമനത്തിനും നിലനിന്നിരുന്ന കൈക്കൂലി അവസാനിപ്പിക്കണം. സ്ഥലംമാറ്റത്തിനു മന്ത്രിയെ നേരിട്ടുവന്ന് ബോധ്യപ്പെടുത്തിയാൽ ഉടനെ ചെയ്തുകൊടുക്കുന്നതാണ്, ഒരു വളഞ്ഞ വഴിയും പാടില്ല. മൂന്നുകൊല്ലത്തിലധികം ഒരാൾ ഒരു തസ്തികയിൽ ഇരിക്കാൻ പാടില്ല.

2. സംസ്ഥാനത്ത് പ്രവൃത്തി ആരംഭിച്ച് പകുതിയാക്കി ഇട്ടേച്ചുപോയ പാലം, കെട്ടിടം എന്നീ എല്ലാ പ്രവൃത്തികളും പൂർത്തിയാക്കുക. പകുതിയാക്കി പാർട്ട്ബില്ലു വാങ്ങി കരാറുകാർ ഒഴിഞ്ഞുമാറുന്നത് നിർത്തലാക്കണം. അതിൽപ്പെട്ടതാണ് കോട്ടയം ജില്ലയിൽ കടവിനാൽകടവ് പാലം, കൊല്ലത്ത് തേവള്ളിപാലം എന്നീ ഉദാഹരണങ്ങൾ.

3. ദീർഘകാലമായി, പി എം അബൂബക്കർ, സി എച്ച് മുഹമ്മദ് കോയ തുടങ്ങി നഹ വരെ ലീഗ് മന്ത്രിമാരുടെ കൈയിലായിരുന്നു പൊതുമരാമത്ത് വകുപ്പ്. അതുകൊണ്ട് വടക്ക് ഏതാനും സ്ഥലങ്ങളിലെ ചില പ്രത്യേക പ്രവൃത്തികളിൽ മാത്രമായിരുന്നു അവർ മുൻതൂക്കം കൊടുത്തിരുന്നത്. ആ വടക്കുനോക്കിയന്ത്രത്തിന്റെ സമീപനം മാറ്റണം. നീതിയുക്തമായ പ്രവൃത്തിവിതരണം സംസ്ഥാനം മുഴുവൻ നടപ്പാക്കണം.

ഇങ്ങനെ ഏതാനും നോംസുകൾ ചർച്ച ചെയ്ത് നിശ്ചയിച്ചു മുന്നോട്ടുപോകാൻ തീരുമാനിച്ചു. അങ്ങനെ ഏതാനും മാസങ്ങൾ കഴിഞ്ഞപ്പോഴേക്കും എനിക്ക് തോന്നി സെക്രട്ടറിക്ക് മുൻ ധാരണകളിൽനിന്നും ശീലിച്ചുപോന്ന സമ്പ്രദായങ്ങളിൽനിന്നും മാറാൻ മടിയുണ്ടെന്ന്. അതിനു വ്യക്തമായ തെളിവുകളും എന്റെ കൈയിൽ കിട്ടി. ഞാൻ പിന്നെ ഒന്നും ആലോചിച്ചില്ല. അദ്ദേഹത്തെ പി ഡബ്ല്യൂ ഡി സെക്രട്ടറി സ്ഥാനത്തുനിന്നു മാറ്റാൻ ഒരു നോട്ട് എഴുതി മുഖ്യമന്ത്രിക്കയച്ചു. അന്നു തന്നെ അഞ്ച് മണിക്കുമുമ്പ് അദ്ദേഹത്തെ വകുപ്പിൽനിന്ന് മാറ്റി ഉത്തരവ്

ടി കെ രാമകൃഷ്ണൻ

ഇറക്കി. ഓർഡർ കിട്ടിയപ്പോൾ അദ്ദേഹം എന്നെ വന്നുകണ്ടു. സാർ എന്നെ തെറ്റിദ്ധരിച്ചിട്ടുണ്ടെന്നു അദ്ദേഹം പരിഭവം പറഞ്ഞു. എന്റെ കൈവശമുള്ള ഫയലുകൾ എടുത്തുവെച്ചു. ഞാൻ നിർദേശിച്ച നയങ്ങൾക്ക് വിരുദ്ധമായി അദ്ദേഹം ചെയ്ത കാര്യങ്ങൾ ചൂണ്ടിക്കാണിച്ചു കൊടുത്തു. എല്ലാം കേട്ട് കൂളായി മടങ്ങിപ്പോയി.

പിന്നീട് പി ഡബ്ല്യു ഡി സെക്രട്ടറി ആയി നിയമിതനായത് മുണ്ടക്കൽ ജോസഫ് എന്ന ഒരു ഐ എ എസുകാരനായിരുന്നു. അദ്ദേഹം മുമ്പ് കോഴിക്കോട് കലക്ടർ ആയിരുന്നു. വിശ്വസ്തനും സത്യസന്ധനുമായിരുന്നു. ഗവൺമെന്റിന്റെ നയങ്ങൾക്കനുസൃതമായും മന്ത്രി എന്ന നിലയിൽ കൊടുക്കുന്ന നിർദേശങ്ങൾക്കനുസരിച്ചും നടപടികൾ ദ്രുതഗതിയിൽ അദ്ദേഹം എടുത്തിരുന്നു. എനിക്ക് ഒരിക്കലും ഒരതൃപ്തിയും തോന്നാനിട വന്നിട്ടില്ല. അത്രയും നല്ല നിലയിൽ കാര്യങ്ങൾ നടന്നുവന്നു.

ഞങ്ങളുടെ നിർദേശങ്ങൾ നടപ്പിൽ വരുത്താൻ പ്രഗത്ഭരായ എൻജിനീയർമാരും ഉണ്ടായിരുന്നു. ജനറൽ ചീഫ് എൻജിനീയർ ശങ്കരയ്യർ, റോഡ്സ് ചീഫ് എൻജിനീയർ എ കെ നാരായണൻ, ബിൽഡിങ് ചീഫ് എൻജിനീയർ കുര്യൻമാത്യു തുടങ്ങി ഒരുപാട് നല്ല ആപ്പീസർമാരുണ്ടായിരുന്നു. അനുഭവത്തിൽ ഒരു കാര്യം എനിക്ക് ബോധ്യമായി. ഗവൺമെന്റിന്റെ നയവും സമീപനവുമാണ് പ്രധാനം. അതിൽ പിഴവ് വന്നാൽ ഉദ്യോഗസ്ഥരും വഴിമാറി സഞ്ചരിക്കും എന്നതാണ് സത്യം.

മേൽപ്പറഞ്ഞ സാഹചര്യങ്ങളിൽ അഞ്ചാറ് മാസംകൊണ്ട് മന്ത്രിസ്ഥാനവും വകുപ്പും കൈകളിൽ ഒതുക്കാൻ കഴിഞ്ഞു. പിന്നെ കാര്യങ്ങൾ വേഗത്തിൽ നീങ്ങാൻ തുടങ്ങി. പൊതുമരാമത്ത് വകുപ്പിന്റെ സുഗമമായ പ്രവർത്തനത്തിന് ധനകാര്യ വകുപ്പിന്റെ സഹകരണവും പിന്തുണയും അത്യാവശ്യമാണ്. ധനകാര്യമന്ത്രിയായിരുന്ന വിശ്വനാഥമേനോൻ ആ കാര്യത്തിൽ വലിയ സഹായം തന്നെയാണ് ചെയ്തിരുന്നത്. വളരെ പ്രധാനപ്പെട്ട പ്രവൃത്തിയാണെന്നും അത് ഉടനെ ആരംഭിക്കേണ്ടതാണെന്നും ഞാൻ നോട്ട് എഴുതി അയക്കുന്ന ഫയലുകൾ പെട്ടെന്ന് ക്ലിയർചെയ്ത് അംഗീകരിച്ച് അദ്ദേഹം തിരിച്ചയക്കും. ആ വിധത്തിലുള്ള സൗഹൃദമായിരുന്നു രണ്ട് വകുപ്പും രണ്ടു മന്ത്രിമാരും തമ്മിൽ ഉണ്ടായിരുന്നത്. പിന്നെ ആദരണീയനായ മുഖ്യമന്ത്രി സ. നായനാർ ഞങ്ങൾക്ക് നേതാവും കാരണവരും വഴികാട്ടിയും ആയിരുന്നു. അദ്ദേഹത്തിന്റെ വ്യക്തി

ത്വം അന്നും എന്നും വേറിട്ടുനിൽക്കുന്ന ഒന്നായിരുന്നു. ഒരിക്കലും സഹമന്ത്രിമാരുടെ വകുപ്പുകളിൽ ഒരുതരത്തിലും ഇടപെട്ടിരുന്നില്ല. എന്തെങ്കിലും കാര്യങ്ങൾ പറയാനുണ്ടെങ്കിൽ തന്നെ വിളിച്ച് ആ കാര്യങ്ങൾ പറഞ്ഞുതരും, എന്നിട്ട് എന്ത് ചെയ്യാൻ പറ്റുമെന്ന് നോക്ക് എന്നു മാത്രം പറയും. ഞങ്ങൾ എടുക്കുന്ന ഏത് തീരുമാനങ്ങൾക്കും അദ്ദേഹം പൂർണ പിന്തുണ തന്നിരുന്നു. ഒരിക്കൽ അദ്ദേഹത്തിന്റെ മണ്ഡലമായ തൃക്കരിപ്പൂരിൽനിന്ന് ഒരു നിവേദകസംഘം അദ്ദേഹത്തെ ചെന്നുകണ്ടു. അവരുടെ ആവശ്യം ദീർഘകാലമായി ആ നാട്ടുകാർ ആഗ്രഹിച്ചിരുന്നതും ആവശ്യപ്പെട്ടിരുന്നതുമായ ''എടച്ചാക്കൈ" പാലം നിർമിക്കണം എന്നതായിരുന്നു. നിവേദക സംഘത്തോട് അദ്ദേഹം പറഞ്ഞു. പാലം നിർമിക്കുന്ന മന്ത്രി ടി കെ ഹംസയാണ്, അവിടെ പോയി കൊടുക്ക് നിവേദനം. ന്യായമാണെങ്കിൽ അയാൾ നോക്കും എന്നുപറഞ്ഞ് അവരെ തിരിച്ചയച്ചു. അവർ എന്റെ ഓഫീസിൽ എത്തുന്നതിനുമുമ്പ് എന്നെ വിളിച്ച് അദ്ദേഹം പറഞ്ഞു: ഒരു നിവേദനവുമായി നമ്മുടെ കാഞ്ഞങ്ങാട്ടെ പടന്നയിലെ മുഹമ്മദാലിഹാജിയും സംഘവും വരുന്നുണ്ട്, "അതൊന്നു പരിശോധിച്ചു നോക്ക്'' എന്നുമാത്രം. അതായിരുന്നു നായനാരുടെ ഇടപെടലിന്റെയും ശുപാർശയുടെയും സമ്പ്രദായം. അദ്ദേഹത്തിന്റെ സ്നേഹമസൃണമായ പെരുമാറ്റവും സമീപനവും നമ്മളെ എന്തും ചെയ്യാൻ പ്രേരിപ്പിക്കും. ഏറ്റവും ചുരുങ്ങിയ കാലയളവിൽ എടച്ചാക്കൈ പാലം എന്റെ അധ്യക്ഷതയിൽ മുഖ്യമന്ത്രി നായനാർ ഉദ്ഘാടനംചെയ്തു.

മന്ത്രിയായി സത്യപ്രതിജ്ഞ കഴിഞ്ഞു പൊതുമരാമത്ത് വകുപ്പ് കിട്ടിയപ്പോൾതന്നെ ഉണ്ടായിരുന്ന ഒരേയൊരു ആഗ്രഹം എന്റെ പിതാമഹൻ മരണപ്പെട്ട വരമ്പൻകല്ല്കടവിൽ ഒരു പാലം നിർമിക്കണം എന്നതായിരുന്നു എന്ന് മുമ്പു ഞാൻ പറഞ്ഞല്ലോ. സത്യത്തിൽ കൂരാടഗ്രാമത്തിൽ എനിക്ക് വീടോ, ഒരു സെന്റ് സ്ഥലമോ ഇല്ല. പിതാവിന്റെ മരണാനന്തരം ഭാഗിച്ചുകിട്ടിയതെല്ലാം ഞാൻ വിറ്റ് മഞ്ചേരിയിൽ വീടും സ്ഥലവും മറ്റും വാങ്ങിയിരുന്നു. ഞാൻ നാൽപ്പത്തിമൂന്നു കൊല്ലമായി മഞ്ചേരിയിൽ താമസിക്കാൻ തുടങ്ങീട്ട്. തികച്ചും ഒരു മഞ്ചേരിക്കാരൻ. പക്ഷേ വരമ്പൻകല്ലിലെ വൈകാരികമായ ബന്ധവും എന്റെ പിറന്ന നാട്ടുകാരോടുള്ള സ്നേഹവും മാത്രമായിരുന്നു ആ പാലം പണിയിലുള്ള ആഗ്രഹം. ഒരു കൊല്ലംകൊണ്ട് കടലാസുപണികൾ പൂർത്തിയാക്കി പ്രവൃത്തി ആരംഭിച്ചു. 1990 നവംബർ 24ന് അതിന്റെ ഉദ്ഘാടനം നിർവഹിച്ചു. ആ പാലം ഇന്നും എന്റെ നാട്ടുകാർ എന്നെയും ഞാൻ അവരെയും ഓർക്കുന്ന ഒരു ബിന്ദുവായി നിൽക്കുന്നു.

ഞാൻ വകുപ്പിൽ ഇരുന്ന കാലം പാലങ്ങളുടെയും റോഡുകളുടെയും ഒരു മുന്നേറ്റംതന്നെ ഉണ്ടായി എന്ന് അഭിമാനത്തോടെ ഞാൻ ഓർക്കാറുണ്ട്. എല്ലാ ജില്ലകളിലും നീതിപൂർവമായ പ്രവൃത്തിവിഭജനം നടത്തി ആക്ഷേപരഹിതമായി കാര്യങ്ങൾ നടത്തിക്കൊണ്ടുപോകാൻ കഴിഞ്ഞു. തിരുവനന്തപുരവും കോഴിക്കോടും കാസർകോടും ഒരുപോലെ

ടി ശിവദാസമേനോൻ

കണ്ടാണ് പ്രവൃത്തികൾ ചെയ്തുപോന്നത്. എന്നാൽ സ്വന്തം നാട്ടിലും സ്വന്തം മണ്ഡലത്തിലും ഒരു മുൻതൂക്കം ഉണ്ടായി എന്നത് യാഥാർഥ്യമാണ്. അതിൽ ആദ്യത്തെതും പ്രധാനപ്പെട്ടതുമാണ് എന്റെ ബേപ്പൂർ മണ്ഡലത്തിലെ 'പൂളക്കടവ് പാലം'. നല്ലളവും ഒളവണ്ണയും വേർതിരിക്കുന്ന കല്ലായിപുഴയ്ക്ക് പൂളക്കടവിൽ ഒരു പാലം ആ നാട്ടുകാരുടെ വലിയ ആവശ്യവും അഭിലാഷവും ആയിരുന്നു. അതായിരുന്നു ഞാൻ ആദ്യം മുൻകൈയെടുത്തു തുടങ്ങുകയും പൂർത്തിയാക്കുകയും ചെയ്ത പാലം. അതിന്റെ ഉദ്ഘാടനം ഒരു ഉത്സവം തന്നെ ആയിരുന്നു. പിന്നെ കൊളത്തറ ചുങ്കം – കൊടിനാട്ടുമുക്ക് റോഡും ചുങ്കംപാലവും തുടങ്ങി. അരീക്കാട് – നല്ലളം റോഡ്, പേട്ട–ഫറോക്ക് കോളേജ് റോഡ്, മണ്ണൂർ–മുക്കത്ത് കടവ് റോഡും പാലവും അങ്ങനെ നിരവധി പ്രവൃത്തികൾ മണ്ഡലത്തിൽ ചെയ്തു. അതിൽ, പറയത്തക്ക ഒന്നായി ഇന്നും തലയുയർത്തി നിൽക്കുന്നതാണ് ഫറോക്ക് ഗണപതി ഹൈസ്കൂളിന്റെ മൂന്നു നിലക്കെട്ടിടം.

എനിക്ക് വളരെ ചാരിതാർഥ്യത്തോടെ ഓർക്കാൻ കഴിയുന്ന ഒന്നാണ് മഞ്ചേരി ബൈപാസുകളുടെ നിർമാണം. ഒരു റിങ്ങ്റോഡായിട്ടാണ് അത് പ്ലാൻ ചെയ്തത്. അത് ഘട്ടം ഘട്ടമായാണ് തീർത്തത്. അതിനാൽ ഇന്ന് മഞ്ചേരിയിലെ ഗതാഗതക്കുരുക്ക് നമ്മൾ അനുഭവിക്കുന്നില്ല. അതുപോലെതന്നെ ഞാൻ എന്നും അഭിമാനത്തോടെ ഓർക്കുന്നതാണ് നിലമ്പൂർ മണ്ഡലത്തിലെ ചാലിയാർ പാലവും മൂത്തേടംപാലവും. ചാലിയാർ പാലം 1987ലെ തെരഞ്ഞെടുപ്പ് പ്രഖ്യാപിക്കുന്നതിന്റെ ഒരുമാസം മുമ്പ് എന്റെ മുൻഗാമി മന്ത്രി നഹ തറക്കല്ല് ഇടുകമാത്രം ചെയ്തതായിരുന്നു. ഏപ്രിൽ 2ന് ഞാൻ വകുപ്പ് ഏറ്റെടുത്തശേഷം പ്രത്യേക പരിഗണന നൽകി പ്രവൃത്തി ആരംഭിച്ചു. ഞാൻ തന്നെ ഉദ്ഘാടനവും ചെയ്തു. മൂത്തേടം പാലം അതിനുമുമ്പ് ആരും ആലോചിക്കുകപോലും ചെയ്തിരുന്നില്ല. ആ നാട്ടുകാർ എന്നും മുറവിളി കൂട്ടിയിരുന്നു. ഞാൻ ആദ്യമായി നിയമസഭയിൽ കാലെടുത്ത് കുത്തുന്നത് നിലമ്പൂരിൽ നിന്നു 1982ൽ ജയിച്ചതിനു ശേഷമാണ്. ആ ഒരു ഉന്തൽ ഞാൻ ഒരിക്കലും മറക്കുന്നതല്ല.

മന്ത്രി എന്ന നിലയിൽ വികസനരംഗത്തെ നിർമാണ പ്രവർത്തനങ്ങൾ മാത്രമല്ല ഭരണപരമായ പല പരീക്ഷണഘട്ടങ്ങളും തരണം ചെയ്യേണ്ടതായി വന്നിട്ടുണ്ട്. അതിലൊന്നായിരുന്നു വയനാട്ടിലെ എം എൽ എ ആയിരുന്ന വർഗീസ്വൈദ്യന്റെ ആവലാതി. അദ്ദേഹം ഒരു

പഴയകാല കമ്യൂണിസ്റ്റ് നേതാവാണ്. സംഘടനാ പ്രവർത്തനവും സാമൂഹ്യ സേവനവും നടത്തുന്നതിനിടയിൽ ഇടക്കാലത്ത് അദ്ദേഹത്തിന് ചെറിയ തോതിൽ കോൺട്രാക്ട് പണികളും ഉണ്ടായിരുന്നു. അതിനാൽ മരാമത്ത് പണിയിലെ ടെൻഡറും കരാറും മെഷർമെന്റും എല്ലാം അദ്ദേഹത്തിന്നറിയാമായിരുന്നു. 1982–87 കാലത്തെ കരുണാകരൻ ഗവൺമെന്റിലെ പൊതുമരാമത്ത് വകുപ്പിൽ നടന്ന അഴിമതികളെ സംബന്ധിച്ച് അദ്ദേഹം വിശദമായി പഠിച്ച് വസ്തുതകളും തെളിവും ശേഖരിച്ച് മുഖ്യമന്ത്രി ഇ കെ നായനാർക്ക് ഒരു ആവലാതി ബോധിപ്പിച്ചു. മലബാറിൽ ആറ് ജില്ലകളിൽ 1987ലെ തെരഞ്ഞെടുപ്പിന് തൊട്ടുമുമ്പ് നടന്ന ചില അഴിമതികളായിരുന്നു വിഷയം. സ്പഷൽ റിപ്പേർ, അർജന്റ് റിപ്പേർ എന്നീ ഇനങ്ങളിൽ ടെൻഡറും കരാറുമില്ലാതെ ചില പ്രത്യേക സാഹചര്യങ്ങളിൽ ഡിപ്പാർട്ടുമെന്റൽ വർക്ക് എന്ന പേരിൽ എൻജിനീയർമാർ നേരിട്ടു ചെയ്യുന്നതാണ് ഇത്തരം പ്രവൃത്തികൾ. ഉരുൾപൊട്ടൽ, പേമാരി കൊണ്ട് ഇടിഞ്ഞുപൊളിഞ്ഞു പോകൽ തുടങ്ങിയതാണ് ഇതിനുള്ള സാഹചര്യങ്ങൾ. എന്നാൽ ഇത്തരം സാഹചര്യങ്ങളും കാരണങ്ങളും ഒന്നും കൂടാതെ കോടിക്കണക്കിന് ഉറുപ്പികയുടെ പ്രവൃത്തികൾ നേരിട്ടുചെയ്തു എന്നുവരുത്തി അളവും മേൽ അളവും (measurment & Check measurment) ഒക്കെ റിക്കാർഡുണ്ടാക്കി. ഒരു പ്രവൃത്തിയും ചെയ്യാതെ കടലാസുകൊള്ള നടത്തി കോടിക്കണക്കിന് ഉറുപ്പിക അഴിമതി നടത്തിയിട്ടുണ്ടെന്നാണ് വർഗീസ് വൈദ്യന്റെ ആവലാതി.

ഈ ആക്ഷേപം അദ്ദേഹം മുഖ്യമന്ത്രി നായനാർക്കാണ് കൊടുത്തത്. പൊതുമരാമത്ത് പ്രവൃത്തികളിൽ മേൽനോട്ടം വഹിക്കാനും ഏത് ഘട്ടത്തിലും ഇടപെട്ട് പരിശോധിക്കാനും അധികാരമുള്ള ഒരു സംസ്ഥാനതല ആപ്പീസറും സംഘവും ധനകാര്യ വകുപ്പിന്റെ കീഴിൽ പ്രവർത്തിക്കുന്നുണ്ട്. അതാണ് ചീഫ് ടെക്നിക്കൽ എക്സാമിനർ (Chief Technical Examiner) മുഖ്യമന്ത്രി ഈ കേസ് അന്വേഷിക്കാൻ ചീഫ് ടെക്നിക്കൽ എക്സാമിനറെയാണ് ചുമതലപ്പെടുത്തിയത്. സി ടി ഇ എന്നാണ് അദ്ദേഹത്തിന്റെ സ്ഥാനപ്പേരിന്റെ ചുരുക്കം. അന്ന് സി ടി ഇ തമിഴ്നാട്ടുകാരനായ ഒരു ചീഫ് എൻജിനിയർ മന്നാടിയാർ ആയിരുന്നു. അദ്ദേഹം സത്യസന്ധനും നീതിമാനും ആയിരുന്നു. അദ്ദേഹത്തിനു സ്വതന്ത്രമായി പ്രവർത്തിക്കാൻ പറ്റിയ ഭരണസാഹചര്യവുമുണ്ടെന്ന് അദ്ദേഹം കരുതീട്ടുണ്ടാകും. ആക്ഷേപങ്ങൾ വസ്തുനിഷ്ഠമായി അദ്ദേഹം പരിശോധിച്ചു. മലബാറിലെ ആറ് ജില്ലകളിലും അദ്ദേഹം തെളിവെടുപ്പും അന്വേഷണവും നടത്തി. നാല് മാസത്തിനുള്ളിൽ മുഖ്യമന്ത്രിക്ക് ധനകാര്യ വകുപ്പു മുഖേന റിപ്പോർട്ടു കൊടുത്തു.

കേരളം പൊതുമരാമത്ത് ഭരണസൗകര്യത്തിനായി മൂന്നു മേഖലകളാക്കി ഭാഗിച്ചിട്ടുണ്ട്. അതിൽ വടക്കൻ മേഖലയാണ് മലബാർ. അതിലെ ആറ് ജില്ലകളും ഈ മേഖലയുടെ സൂപ്രണ്ടിങ് എൻജിനീയർ ഒരു ശിവരാമപിള്ള ആയിരുന്നു. അദ്ദേഹത്തെയും ആറ് എക്സിക്യൂട്ടീ

വ് എൻജിനീയർമാരെയും ഏതാനും കീഴിലുള്ള ആപ്പീസർമാരെയും മൊത്തം 14 ആളുകളെ സസ്പെൻഡ്ചെയ്തു. ഡിപ്പാർട്ടുമെന്റൽ അന്വേഷണം (Departmental enquiry) നടത്താനാണ് മന്നാടിയാരുടെ റിപ്പോർട്ടിലെ നിർദേശം. അതിന്ന് ബന്ധപ്പെട്ട കുറ്റകൃത്യങ്ങൾ തെളിയിക്കാനാവശ്യമായ എല്ലാ തെളിവുകളും അദ്ദേഹം നിരത്തിവെച്ചിട്ടുണ്ട്.

ഈ ഫയൽ മുഖ്യമന്ത്രിയുടെ "ആവശ്യമായ നടപടികൾ സ്വീകരിക്കുക" എന്ന നോട്ടോടുകൂടി പൊതുമരാമത്ത് വകുപ്പിന്നയച്ചു. എന്റെ മുമ്പിലെത്തി. മുഖ്യമന്ത്രിയുടെ ആപ്പീസിൽനിന്നും വന്ന ഫയൽ അതും അഴിമതിയെപ്പറ്റി, അതീവ ജാഗ്രതയോടെ ഞാൻ പരിശോധിച്ചു. നടപടി നടത്തേണ്ട കുറ്റക്കാരുടെ ലിസ്റ്റ് പരിശോധിച്ചപ്പോൾ അതിൽ എനിക്ക് വിഷമം തോന്നിക്കുന്ന ഒരു എൻജിനീയറും ഉണ്ടായിരുന്നു. എന്റെ നാട്ടുകാരനും ഏഴാംതരം മുതൽ Pre-University വരെ ഒരു ക്ലാസിൽ ഒരുമിച്ച് പഠിച്ച ആളുമായിരുന്നു അദ്ദേഹം. ആ കാലം കഴിഞ്ഞുപോയതിനാൽ പേര് ഞാൻ വെളിപ്പെടുത്തുന്നില്ല. ഇടതുപക്ഷ പ്രസ്ഥാനത്തിന്റെയും മന്ത്രിസഭയിലുള്ള ഞങ്ങളുടെയും സമീപനം മുഖംനോക്കാതെ നടപടികൾ സ്വീകരിക്കുക എന്നതായിരുന്നു. ഒരു സഹപാഠിയുടെ അതും ഞാൻ മന്ത്രിയായതിൽ സന്തോഷിച്ചിരുന്ന ഒരാളുടെ പേരിൽ നടപടി സ്വീകരിക്കുമ്പോൾ ഉണ്ടാകുന്ന ഒരു മാനസികാവസ്ഥ എന്നതിനപ്പുറം ഒന്നും തോന്നിയില്ല. മന്നാടിയാറുടെ റിപ്പോർട്ടിൽ പറഞ്ഞ പതിനാല് ഓഫീസർമാരുടെമേലും ആരോപിക്കപ്പെട്ട കുറ്റങ്ങൾ അന്വേഷിക്കാനും അവരെ അന്വേഷണ വിധേയമായി സസ്പെൻഡു ചെയ്യാനുമുള്ള ഉത്തരവിൽ ഞാൻ ഒപ്പിട്ടു. ആദ്യത്തെ പരീക്ഷണം ഇതായിരുന്നു.

മറ്റൊരു സംഭവം, എനിക്ക് വഖഫിന്റെ കൂടി ചാർജ് ഉണ്ടായിരുന്നതുകൊണ്ട്, വഖഫ് ബോർഡിനെപ്പറ്റി വന്ന ഒരു ആരോപണത്തെപ്പറ്റി ഇനി പറയാം. അക്കാലത്ത് വഖഫ് ബോർഡ് മുഖേന വിതരണം ചെയ്തിരുന്ന ഒരു സഹായപദ്ധതി ഉണ്ടായിരുന്നു. അനാഥകളായ പെൺകുട്ടികളുടെ വിവാഹത്തിനും അഗതികളായ മുല്ല മുക്രിമാർക്കും സഹായം കൊടുക്കാനുള്ളതായിരുന്നു പദ്ധതി. ഒരുകൊല്ലത്തിൽ പതിനഞ്ച് ലക്ഷം ഉറുപ്പിക ഗവൺമെന്റ് ഈ ആവശ്യത്തിനായി വഖഫ് ബോർഡിനെ ഏൽപ്പിക്കും. സഹായത്തിനുള്ള അപേക്ഷകൾ പരിശോധിക്കാനും പാസാക്കാനും ഒരു പ്രത്യേക കമ്മിറ്റിയും ഉണ്ടായിരുന്നു. ആ കമ്മിറ്റിയുടെ ചെയർമാൻ വകുപ്പുമന്ത്രി തന്നെയാണ്. മന്ത്രിയില്ലാത്ത സമയം അധ്യക്ഷത വഹിക്കാൻ മാത്രം വഖഫ് ബോർഡ് ചെയർമാന് അധികാരം ഉണ്ടായിരുന്നു. ആ കമ്മിറ്റിയുടെ പേര് സാങ്ഷൻ കമ്മിറ്റി (Sanction Committee) എന്നാണ്. ചുരുക്കത്തിൽ ഈ സ്പെഷൽ ഗ്രാന്റ് 15 ലക്ഷം ഉറുപ്പിക അർഹിക്കുന്നവർക്ക് വിതരണം ചെയ്യാനുള്ള അധികാരം ഈ കമ്മിറ്റിക്കും അതിന്റെ ചെയർമാൻ വകുപ്പുമന്ത്രിക്കും മാത്രമാണ്. മന്ത്രി അവുക്കാദർകുട്ടിനഹയും വഖഫ് ബോർഡിന്റെ ചെയർമാൻ

മുസ്ലിംലീഗ് നേതാവ് ഉമ്മർ ബാഫഖി തങ്ങളുമായിരുന്നു.

ബോർഡ് ചെയർമാൻ ഉമ്മർ ബാഫഖി തങ്ങൾ മന്ത്രി നഹക്ക് ഒരു കത്ത് അയക്കുന്നു. വഖഫ് ബോർഡ് ചെയർമാന്റെ ആവശ്യത്തിനായി ഒരു കാറ് വാങ്ങാൻ അനുവദിക്കണം എന്നായിരുന്നു കത്തിലെ ഉള്ളടക്കം. അതിന് മന്ത്രി നഹ അയച്ച മറുപടിയിൽ ''വഖഫ് ബോർഡിന്റെ ഫണ്ടിൽ പണമുണ്ടെങ്കിൽ കാറ് വാങ്ങാവുന്നതാണ്'' എന്ന് വ്യക്തമായി പറഞ്ഞിരുന്നു. കാറു വാങ്ങാവുന്നതാണ് എന്ന ഭാഗം മാത്രം ബോർഡിൽ വെച്ചു കാറ് വാങ്ങാൻ തീരുമാനമെടുത്തു. വാങ്ങിയത് സാങ്ഷൻ കമ്മിറ്റിയുടെ പതിനഞ്ച് ലക്ഷം സഹായഫണ്ടിൽ നിന്നും പണം എടുത്താണ്. ആ ഫണ്ടിലേക്കുള്ള പണം വഖഫ് ബോർഡിന്റെ ഫണ്ടല്ല, അതെടുക്കാൻ അനുവാദവുമില്ല. ഇതായിരുന്നു പ്രധാനപ്പെട്ട ആരോപണം. അതുൾപ്പെടെ മറ്റു ചില ബന്ധപ്പെട്ട ബോർഡിലെ അധികാര ദുർവിനിയോഗങ്ങളും ഉണ്ടായിരുന്നു.

ഗൗരിയമ്മ

എല്ലാ ആരോപണങ്ങളെപ്പറ്റിയും ഓഡിറ്റ് ഡിപ്പാർട്ടുമെന്റിന്റെ ഒരു സ്പെഷൽ ടീം ആണ് അന്വേഷണം നടത്തിയത്. അവരുടെ ഓഡിറ്റ് കഴിഞ്ഞ് റിപ്പോർട്ട് വന്നപ്പോൾ മിക്ക ആരോപണങ്ങളും ശരിയാണെന്നു തെളിഞ്ഞു. കാറ് വാങ്ങിയത് ഗവൺമെന്റിന്റെ നിർദേശത്തിനു വിരുദ്ധമായി സാങ്ഷൻ കമ്മിറ്റിയുടെ പണം ഉപയോഗിച്ചാണ്. വഖഫ് ബോർഡിന്റെ പണം കൊണ്ടല്ല. കാറ് വാങ്ങാനുള്ള പണം കാറ് വാങ്ങി ചെക്ക് കൊടുത്തതല്ല, പണം ഫണ്ടിൽ നിന്നെടുത്ത് ആറ് മാസം കൈയിൽ വെച്ചു എന്നതും തെറ്റാണ്, Temporary mis appropriation. മാത്രമല്ല കാറ് വാങ്ങിയത് സ്റ്റോർ പർച്ചേസ് നിയമപ്രകാരമല്ല. അതല്ലാതെ വാങ്ങുന്നത് നിയമവിരുദ്ധമാണ്. ആ കാറ് ഒരിക്കലും ബോർഡിന്റെ ആവശ്യത്തിനായി ഉപയോഗിച്ചിട്ടില്ല. കാറിന് ഡ്രൈവറുടെ തസ്തിക ഗവൺമെന്റ് അനുവദിച്ചിട്ടില്ല. ഡ്രൈവറുടെ നിയമനം തെറ്റാണ്. കാറിന് ഇന്ധനം അടിച്ച ബില്ലുകൾ ഹാജരാക്കിയിട്ടില്ല, ഹാജരാക്കിയ ബില്ലുകളിൽ കാണുന്ന നമ്പർ ഈ കാറിന്റേതല്ല. ഇസ്ലാമിക്ക് നഴ്സറി എന്ന പേരിൽ മൂന്നുലക്ഷം ഉറുപ്പിക ഗ്രാന്റ് കൊടുത്തിട്ടുണ്ട്. അത് സ്വന്തം കുടുംബക്കാരനു തന്നെയാണ്. ഇങ്ങനെ ഒരുപാട് കുറ്റങ്ങൾ ചൂണ്ടിക്കാണിച്ച് ഓഡിറ്റ് വിഭാഗം റിപ്പോർട്ട് സമർപ്പിച്ചു. ക്രിമിനൽ കുറ്റംപോലും

റിപ്പോർട്ടിൽ പ്രതിപാദിച്ചിട്ടുണ്ട്. നിയമപരമായ നടപടി സ്വീകരിക്കണം എന്നാണ് അവരുടെ നിർദേശം.

ഉമ്മർ ബാഫഖി തങ്ങളെപ്പോലെ ഒരാളുടെ പേരിൽ നടപടിയെടുക്കുന്നത് വലിയ വിഷമം ഉള്ള കാര്യമാണ്. പക്ഷേ എനിക്ക് വേറെ വഴിയുണ്ടായിരുന്നില്ല. അദ്ദേഹമായതുകൊണ്ട് നടപടി എടുക്കുകയില്ലെന്നു പറയാൻ കഴിയുന്നതല്ല. ഈ കുറ്റകൃത്യങ്ങൾക്കെല്ലാം കൂട്ടുനിന്നതായി ഒരു മെമ്പറായ ഖാലിദാജിയുടെ പേരിലും ചാർജുണ്ട്. വഖഫ് ബോർഡ് പിരിച്ചുവിടുന്നതുൾപ്പെടെയുള്ള നടപടികൾ എടുക്കാതിരിക്കാൻ കാരണം വല്ലതുമുണ്ടെങ്കിൽ ബോധിപ്പിക്കണം എന്നാവശ്യപ്പെട്ടു ഞാൻ നോട്ടീസയച്ചു. നോട്ടീസ് കിട്ടിയ ഉടനെ തങ്ങളും മറ്റും ഹാജരായി ഒരു അപേക്ഷ തന്നു. അവർക്ക് ഒരു വക്കീലിനെ ഏർപ്പെടുത്തി കേസു വാദിക്കണം എന്നായിരുന്നു ആവശ്യം. അപേക്ഷ അപ്പോൾതന്നെ അനുവദിച്ചുകൊടുത്തു. കേസ് കേൾക്കാൻ തിയ്യതിയും നിശ്ചയിച്ചുകൊടുത്തു.

നിശ്ചിത ദിവസം വഖഫ് ബോർഡ് ചെയർമാനും മറ്റ് അംഗങ്ങളും വക്കീലുമായി ഹാജരായി. വക്കീൽ മുൻ പാർലമെന്റ് അംഗമായിരുന്ന എസ് ഈശ്വരയ്യരായിരുന്നു. എനിക്ക് അദ്ദേഹത്തെ നല്ല അടുപ്പമായിരുന്നു. മുമ്പ് അദ്ദേഹത്തിന്റെ ജൂനിയറായി ഞാൻ ഹൈക്കോടതിയിൽ ഹാജരായിട്ടുണ്ട്.

ഈശ്വരയ്യർ കടന്നുവന്നപ്പോൾ ഞാൻ എണീറ്റു നിന്ന് ബഹുമാനിച്ചു, എന്റെ മുമ്പിൽതന്നെ ഇരുത്തി. പിന്നിൽ ചെയർമാനും അംഗങ്ങളും ഇരുന്നു. വഖഫിന്റെ ചാർജുള്ള ഗവൺമെന്റ് സെക്രട്ടറി റവന്യൂ സെക്രട്ടറി ജേക്കബ് ആയിരുന്നു. അദ്ദേഹം എന്റെ ഇടത്തു ഭാഗത്തിരുന്നു. ഞങ്ങൾ ഈശ്വരയ്യരുടെ കേസ് വാദം കേട്ടു. ഓഡിറ്റ് റിപ്പോർട്ടിലെ ആരോപണങ്ങൾക്കൊന്നും വ്യക്തവും നിയമദൃഷ്ട്യ സ്വീകാര്യമായതുമായ ഒരു വാദം ഉന്നയിക്കാൻ അദ്ദേഹത്തിനു കഴിഞ്ഞില്ല. അദ്ദേഹം വാദം സംഹരിച്ചു സമാപിച്ചത് ഒരു കാര്യം പറഞ്ഞുകൊണ്ടാണ്. അതായത് ഈ ചെറിയ തെറ്റുകൾക്ക് ബോർഡ് പിരിച്ചുവിടുന്ന നടപടി അധികമാണ്. ആ കടുത്ത നടപടിയിലേക്ക് പോകാൻ പാടില്ല. അവിടെ എത്തിയപ്പോൾ ഞാൻ അദ്ദേഹത്തോട് ഒരു ചോദ്യം. ഏതായാലും കുറ്റം ഇല്ലെന്നു പറയാൻ കഴിയുമോ, ഉള്ള കുറ്റങ്ങൾക്ക് ഞാൻ എന്ത് നടപടി സ്വീകരിക്കണം എന്നുകൂടി അങ്ങ് പറയണം. ഉടനെ അദ്ദേഹത്തിന്റെ മറുപടി, ഉണ്ടെന്നു പറയുന്ന കുറ്റങ്ങൾ എല്ലാ അംഗങ്ങളും ചെയ്തിട്ടില്ല. അതിനാൽ ബോർഡ് മുഴുവൻ പിരിച്ചുവിടേണ്ടതില്ല. ഇതിൽ ആരാണോ കുറ്റം ചെയ്തത്, അവരെ വേറിട്ടു കണ്ടുപിടിച്ചു നടപടി സ്വീകരിക്കുക, അതാണ് ശരിയായ വഴി.

ഉടനെത്തന്നെ ഞാൻ ഫയൽ എടുത്ത് അദ്ദേഹത്തിന്റെ മുമ്പിൽ നിന്നുതന്നെ ഓർഡർ എഴുതി വായിച്ചുകൊടുത്തു. ''വക്കീലിന്റെ ഈ വാദം ഞാൻ സ്വീകരിക്കുന്നു. എല്ലാ അംഗങ്ങളും കുറ്റത്തിൽ പങ്കെടുത്തിട്ടില്ലെന്നത് ശരിയാണ്. അതുകൊണ്ട് റവന്യൂ സെക്രട്ടറി ഈ ഫയ

ലും റിപ്പോർട്ടും പരിശോധിച്ച് ആർക്കാണ് കുറ്റത്തിലെ ബാധ്യത എന്നു പരിശോധിച്ച് ഒരാഴ്ചക്കകം ഫയൽ തിരിച്ചയക്കണം'' അതായിരുന്നു ഓർഡർ. ഒരാഴ്ചക്കകത്ത് ഫയൽ സെക്രട്ടറി തിരിച്ചയച്ചു. അദ്ദേഹത്തിന്റെ നിഗമനം വഖഫ് ബോർഡ് ചെയർമാൻ ഉമ്മർ ബാഫഖി തങ്ങളും മെമ്പർ ഖാലീദാജിയും മാത്രമാണ് കുറ്റക്കാർ എന്നായിരുന്നു.

ചെയർമാൻ ഉമ്മർ ബാഫഖി തങ്ങളെയും മെമ്പർ ഖാലീദാജിയെയും വഖഫ് ബോർഡിൽനിന്നു പുറത്താക്കി. കോഴിക്കോട് ഫസൽ പൂക്കോയ തങ്ങളെ ചെയർമാനായി ബോർഡ് പുനഃസംഘടിപ്പിച്ചുകൊണ്ട് അന്നുതന്നെ ഉത്തരവ് പാസാക്കി. ഓർഡർ കിട്ടിയ ഉടനെ തങ്ങളും ഖാലിദാജിയും ഹൈക്കോടതിയിൽ അപ്പീൽ കേസ് ഫയൽചെയ്തു. ഗവൺമെന്റിന് നോട്ടീസ് കിട്ടി. ഹർജിക്കാർക്ക് വേണ്ടി സുപ്രീംകോടതിയിലെ സീനിയർ അഡ്വക്കറ്റ് വേണുഗോപാലൻ വന്ന് വാദം നടത്തി. ഗവൺമെന്റുഭാഗം അഡ്വക്കറ്റ് ജനറൽ സുധാകരൻ തന്നെയാണ് ഹാജരായത്. അദ്ദേഹത്തിന് ഫയൽ വെച്ചു കാര്യങ്ങൾ ബോധ്യപ്പെടുത്തിയിരുന്നു. ഇരുഭാഗവും വാദങ്ങൾ കേട്ടു, ബഹു: ഹൈക്കോടതി ഗവൺമെന്റ് സ്വീകരിച്ച നടപടി ശരിയാണെന്ന് വിധി എഴുതി തങ്ങളുടെയും ഖാലീദാജിയുടെയും അപ്പീൽ ഹരജി തള്ളിക്കളഞ്ഞു. എന്റെ നിലപാടും നടപടിയും സത്യസന്ധവും നീതിയുക്തവുമായിരുന്നെങ്കിലും അത്തരം നടപടികൾ എടുക്കേണ്ടിവരുമ്പോൾ മനസിൽ ഒരു നൊമ്പരത്തോടെയാണ് ചെയ്തിരുന്നത്.

ബഹറിൻ സന്ദർശനവേളയിൽ അമീറിനോടൊപ്പം

26 കേയി റുബാത്തും സൗദി സന്ദർശനവും

നൂറ്റാണ്ടുകൾക്കു മുമ്പ് തലശേരിക്കാരനായ ഒരു വലിയ പ്രമാണിയുംകേയി കുടുംബത്തിലെ അംഗവുമായ മായിൻകുട്ടിഎളയ (കണ്ണൂർ അറക്കൽ രാജകുടുംബത്തിൽനിന്ന് വിവാഹം കഴിച്ചതുകൊണ്ടാണ് എളയ എന്ന് പേരു വന്നത്) സൗദി അറേബ്യയിൽ ഹജ്ജ് കർമം നിർവഹിക്കാനും അവിടെ താമസിക്കാനും പോകാറുണ്ടായിരുന്നു. അന്ന് അറേബ്യ ദരിദ്രരാജ്യമാണ്. ഇങ്ങനെ ലോകത്തിന്റെ നാനാഭാഗത്തുനിന്നും ഹജ്ജിനും ഉംറക്കും ചെല്ലുന്നവരുടെ ആശ്രിതന്മാരായി ശുശ്രൂഷ ചെയ്തും സഹായിച്ചും വരുമാനമുണ്ടാക്കിയാണ് അവിടത്തെ സാധാരണക്കാർ ജീവിതം നയിച്ചിരുന്നത്. കച്ചവടക്കാരും കെട്ടിടം പരിപാലിക്കുന്നവരും ഈ തീർഥാടകരെ ആശ്രയിച്ചാണ് വരുമാനമുണ്ടാക്കിയിരുന്നത്. നമ്മുടെ കേയി വലിയ പണക്കാരനായിരുന്നതുകൊണ്ട് അദ്ദേഹം ക അബ (ഹറം പള്ളി)യുടെ തൊട്ടുമുമ്പിൽതന്നെ ഒരു വിശ്രമകേന്ദ്രം എടുത്തു. അതിനെയാണ് 'കേയി റുബാത്ത്' എന്ന് പറഞ്ഞിരുന്നത്. ഇതിൽ കാലാകാലങ്ങളിൽ കേയിയും കുടുംബങ്ങളും ഹജ്ജിനും ഉംറക്കും പോകുമ്പോൾ താമസിച്ചിരുന്നു. നാട്ടിൽനിന്ന് ഹജ്ജിന് വരുന്ന സാധുക്കൾക്കും അവിടെ താമസിക്കാമായിരുന്നു. തന്റെ മരണശേഷം കുടുംബത്തിലെ മറ്റ് പിൻഗാമികളും അത് ഉപയോഗിച്ചുവന്നു.

ആ സ്ഥാപനം ഹറമിന്റെ വിപുലീകരണാർഥം പൊളിച്ചുമാറ്റി ഗവൺമെന്റ് അതിന്റെ നഷ്ടപരിഹാരം കേയിമാർക്ക് കൊടുത്തു. അതു

കൊണ്ട് അവർ കുറച്ചു വിട്ട് രണ്ട് കെട്ടിടങ്ങൾ വാങ്ങി. ആ കാലത്ത് അവിടെ ഏത് നാട്ടുകാർക്കും സ്വത്ത് വാങ്ങാനും വിൽക്കാനും അവകാശമുണ്ടായിരുന്നു. ഈ കെട്ടിടങ്ങൾ അവർ ഹജ്ജിനും ഉംറക്കിനും വരുന്ന മലബാറുകാരുടെ സൗകര്യാർഥം വഖഫ് ചെയ്തു. കുറെ കഴിഞ്ഞു ഹറം പള്ളി വീണ്ടും വിപുലീകരിക്കുന്നതിനുവേണ്ടി ഗവൺമെന്റ് പിന്നെയും പൊളിച്ചുമാറ്റി. അതിന്റെ നഷ്ടപരിഹാരസംഖ്യ ഇത് വഖഫ് സ്വത്തായി മാറിയതിനാൽ സൗദി അറേബ്യ ഗവൺമെന്റ് അവിടത്തെ വഖഫ് ഡിപ്പാർട്ടുമെന്റിൽ നിക്ഷേപിച്ചിരിക്കയാണ്. ഇപ്പോഴത്തെ അറേബ്യ നിയമപ്രകാരം അവിടെ മറ്റു രാജ്യക്കാർക്ക് വസ്തു വാങ്ങാനോ കെട്ടിടം കെട്ടാനോ അവകാശമില്ല. അതിനാൽ ആ നഷ്ടപരിഹാര സംഖ്യ സംരക്ഷിക്കാൻ ഉള്ള അവകാശം നമ്മുടെ വഖഫ് വകുപ്പിന്നവകാശപ്പെട്ടതാണെന്ന നിലയ്ക്ക് അത് വിട്ടുകിട്ടാൻ ശ്രമം നടത്തുന്നതിനുവേണ്ടിയാണ് ഞാൻ 1988 ൽ അറേബ്യ സന്ദർശിക്കാൻ പോയത്.

ഞാൻ ഒരാഴ്ചക്കാലം അവിടെ താമസിച്ചു. അവിടെ ചെന്നിറങ്ങുന്നതിനു മുമ്പായിത്തന്നെ, എന്റെ സന്ദർശനത്തോടു ചിലർക്ക് മുറുമുറുപ്പും എതിർപ്പും ഉള്ളതായി ഞാൻ അറിഞ്ഞിരുന്നു. അക്കാലത്ത് കേരളത്തിൽനിന്ന് സൗദിയിലുള്ളവരുടെ ആധിപത്യം ലീഗിനായിരുന്നു. മറ്റൊരു പാർട്ടിക്കും അവിടെ ഒരു സാംസ്കാരിക സംഘടനപോലും ഉണ്ടാക്കാൻ കഴിയുമായിരുന്നില്ല. കമ്യൂണിസ്റ്റുകാരുടെ കാര്യം പറയേണ്ടതുമില്ല. ലീഗുകാരുടെ എന്നോടുള്ള എതിർപ്പ് വഖഫ് മന്ത്രി എന്ന നിലയിൽ വഖഫ് ബോർഡിന്റെ ചെയർമാൻ ഉമ്മർ ബാഫക്കി തങ്ങളെ ആ സ്ഥാനത്തുനിന്നു നീക്കിയതായിരുന്നു. ഈ എതിർപ്പ് ഉണ്ടാവാനിടയുണ്ടെന്നു മുൻകൂട്ടിക്കണ്ട് ഞാൻ ഒരുകാര്യം ചെയ്തിരുന്നു. ആ ബന്ധപ്പെട്ട ഫയൽ കൈയിൽ കരുതിയിട്ടാണ് പോയത്. ചെന്നിറങ്ങുമ്പോൾ ബഹളം വെക്കാനും മുദ്രാവാക്യം മുഴക്കാനും ഒന്നും അവിടെ കഴിയുമായിരുന്നില്ല. മാത്രമല്ല വിമാനം ലാൻഡ് ചെയ്തു നിർത്തുന്ന ഗ്രൗണ്ടിൽനിന്നുതന്നെ ഇന്ത്യൻ എംബസിയുടെ കാറ് വന്നു സ്വീകരിച്ചുകൊണ്ടുപോകും. അവരാണ് എന്റെ താമസസൗകര്യവും ഏർപ്പെടുത്തിയിരുന്നത്. ജിദ്ദയിലെ മദീന റോഡിൽ 'മാരിയട്ടു ഹോട്ടലി'ലായിരുന്നു താമസം. അവിടെ സൗദി ഗവൺമെന്റിന്റെ പൊലീസ്കാവലും ഉണ്ടായിരുന്നു. രാത്രിയാണ് ഞാൻ എത്തിച്ചേർന്നത്. രാവിലെ മുതൽ സന്ദർശകരുടെ തിരക്കുതന്നെ. അതിൽ ലീഗ് അനുകൂലികളായവരുടെ ചോദ്യം എന്തിനാണ് വഖഫ് ബോർഡ് ചെയർമാനെ നീക്കിയത് എന്നതാണ്. ഞാൻ അവരോടു പറഞ്ഞു, ഓരോരുത്തരെയും ഇതു പറഞ്ഞ് ബോധ്യപ്പെടുത്താൻ തുടങ്ങിയാൽ ഞാൻ വന്നകാര്യം നിർവഹിക്കാൻ സമയമുണ്ടാവില്ല. അതിനാൽ ഒരുദിവസം ഒരു സ്ഥലത്ത് എല്ലാവരും കൂടിയാൽ ഞാൻ വന്നു വിശദീകരിക്കാം. സംശയങ്ങൾക്ക് മറുപടിയും തരാം. അത് എല്ലാവരും അംഗീകരിച്ചു. നെടിയിരുപ്പുകാരൻ പുളിക്കൽ വലിയ ബാപ്പുവിന്റെ വീട്ടിൽവെച്ച് രണ്ടാംദിവസം കൂടാമെന്നു തീരുമാനിച്ചു. അതോടെ മുറുമുറുപ്പുകാർ പോയി.

ഉച്ചയ്ക്ക് ശേഷം അറേബ്യയിൽ തന്നെ ഉണ്ടായിരുന്ന കാന്തപുരം എ പി അബൂബക്കർ മുസ്ലിയാർ എന്റെ മുറിയിൽ വന്നു. സംഭാഷണങ്ങൾക്കിടയിൽ അദ്ദേഹം പറഞ്ഞു, നമുക്ക് ഉംറക്ക് പോകാം എന്ന്. പിറ്റേദിവസം രാവിലെത്തന്നെ ഞങ്ങൾ മക്കത്ത് ഹറമിൽ എത്തി ഉംറ കഴിച്ചു. അവിടെ മലപ്പുറത്തുകാർ ധാരാളം ഉണ്ടായിരുന്നു. എ പിയുടെ ഒരു സുഹൃത്തിന്റെ വക ഉച്ചഭക്ഷണം കഴിഞ്ഞ് ഞങ്ങൾ വൈകുന്നേരം മദീനത്തേക്ക് പോയി. രാത്രിയാണ് അവിടെയെത്തിയത്. അന്നവിടെ താമസിച്ചു പിറ്റേന്ന് റൗളാ സന്ദർശനവും മറ്റും കഴിഞ്ഞു ഞങ്ങൾ മടങ്ങി ജിദ്ദയിൽതന്നെ ഹോട്ടലിൽ എത്തിച്ചേർന്നു.

അതിന്റെ പിറ്റേദിവസമാണ് ഞാൻ വന്നകാര്യത്തിലേക്ക് കടന്നത്. ആദ്യം കേയി റുബാത്ത് സ്ഥാപിച്ച കാലത്ത് അതിന്റെ പരിചാരകനും കേയിയുടെ ആശ്രിതനുമായ ഒരു മലപ്പുറം കോട്ടൂർക്കാരൻ മലബാറി ഉണ്ടായിരുന്നു. അദ്ദേഹം മലപ്പുറത്ത് ജനിച്ചതാണെങ്കിലും അറബിപൗരത്വം സ്വീകരിച്ചു ദീർഘകാലം അവിടെ താമസിച്ചിരുന്നതാണ്. അദ്ദേഹത്തിന്റെ മകൻ അബ്ദുള്ള മലബാറിയാണ് ഞാൻ ചെന്നകാലത്ത് അയാളുടെ പിൻഗാമിയായിട്ടുള്ളത്. അബ്ദുള്ള മലബാറി സൗദി പോസ്റ്റൽ ഡിപ്പാർട്ടുമെന്റിലെ ഒരു ഉയർന്ന ഉദ്യോഗസ്ഥനാണ്. റുബാത്തിന്റെ കാര്യത്തിൽ അറിവും ബന്ധവുമുള്ള നമ്മുടെ നാട്ടുകാരൻ എന്ന നിലയ്ക്ക് ഞാൻ അദ്ദേഹത്തെ കാണാൻ വീട്ടിൽ പോയി. തലശേരിക്കാരൻ കേയിയുടെ കാര്യസ്ഥനായിരുന്നു ബാപ്പ. എന്നാൽ മകൻ അബ്ദുള്ള മലബാറിയെ കാണാൻ വീട്ടിൽ ചെന്ന കേരള പൊതുമരാമത്ത് മന്ത്രി അരമണിക്കൂർ പൂമുഖത്ത് കാത്തിരിക്കേണ്ടിവന്നു അത് കാലത്തിന്റെ മാറ്റമല്ല, സൗദി അറേബ്യയുടെ മാറ്റമാണ്. ഇന്ന് അറേബ്യ, ലോകത്തിൽ ഏറ്റവുമധികം എണ്ണയും പൊന്നും ഉണ്ടാക്കുന്ന നാടാണ്. സാമ്പത്തികമായി രാജ്യം ഉയർന്നു, കൂടെ അറബികളും ഒപ്പം നമ്മുടെ മലബാറിയും.

കണ്ടയുടനെ സ്വീകരണവും ഉപചാരവും ഗംഭീരം തന്നെ. ആതിഥ്യമര്യാദയിൽ അറബികളുടെ സംസ്കാരം മുൻപന്തിയിൽ തന്നെയാണല്ലോ. മലബാറിയും അറബിതന്നെ. ഞങ്ങൾ കേയി റുബാത്തിന്റെ ചരിത്രവും അതിന്റെ നഷ്ടപരിഹാരസംഖ്യ നിക്ഷേപവുമെല്ലാം ചർച്ച ചെയ്തു. അത് വിട്ടുകിട്ടാനുള്ള എല്ലാ ശ്രമവും നടത്താൻ സഹായിക്കുമെന്ന് അദ്ദേഹം വാക്കുതന്നു. അതനുസരിച്ച് സൗദി വഖഫ് മന്ത്രിയുമായി ചർച്ചയ്ക്ക് അവസരമുണ്ടാക്കി. ഞങ്ങൾ വിഷയം അവതരിപ്പിച്ചു ചർച്ച ചെയ്തു. എന്നാൽ സംഖ്യ വിട്ടുതരുന്നതിൽ അറബി മന്ത്രി ധൃതി കാണിക്കുന്നില്ലെന്നു തോന്നി. ഒരാഴ്ചക്കാലം ഞങ്ങളുടെ ശ്രമം തുടർന്നു. കാര്യങ്ങൾ കുറെ മുന്നോട്ടുപോയെങ്കിലും പൂർണമായും വിജയിച്ചില്ല.

അതിനിടയിൽ രണ്ടാംദിവസം രാത്രി ഞങ്ങൾ വലിയാപ്പുവിന്റെ വീട്ടിൽ കൂടി. കേരള വഖഫ് ബോർഡ് ചെയർമാന്റെ സ്ഥാനചലനത്തിന്റെ

ഇന്ത്യയിൽ നിന്നുള്ള ഹജ്ജ് പ്രതിനിധിസംഘം (1989)

കാര്യം അറിയാൻ ധാരാളംപേർ വന്നിരുന്നു. ഏതാണ്ട് അഞ്ഞൂറോളം ആൾക്കാർ. ഞാൻ ഓഡിറ്റ് റിപ്പോർട്ടും ഈശ്വരയ്യർ വക്കീലിന്റെ വാദവും അവസാനം ഹൈക്കോടതി വിധിയും വായിച്ചു കേൾപ്പിച്ചു വിശദമായി അരമണിക്കൂർ ക്ലാസെടുത്തു. അവരാരും ഇത്രയും കരുതിയിരുന്നില്ല. പിന്നെ ആരും ഒന്നും പറയാതെ പിരിഞ്ഞുപോയി. അതോടെ ആ പ്രശ്നം അവസാനിച്ചു.

നവോദയ എന്ന പ്രസ്ഥാനം പിറവിയെടുക്കുന്നു

ഞാൻ ജിദ്ദയിൽ മരിയട്ടു ഹോട്ടലിൽ താമസിച്ച 8 ദിവസങ്ങളിലും അവിടെ വന്നുപോയിരുന്ന ആൾക്കാരിൽ ഭൂരിപക്ഷവും ഇടതുപക്ഷ ചിന്താഗതിക്കാരായിരുന്നു. അവർതന്നെ പരസ്പരം കാണുന്നത് അപ്പോഴായിരുന്നു. അവർ ഇത്രയും വലിയ എണ്ണം ഉണ്ടെന്ന് അവർക്കറിഞ്ഞുകൂടായിരുന്നു. അവരിൽ കുറച്ചു നേതൃപാടവം ഉള്ളവർ ചിലരുണ്ടായിരുന്നു. അതിലൊരാളാണ് കുണ്ടൂർക്കാരൻ എം സി അബു. ഇപ്പോൾ കേരളാ പ്രവാസി സംഘത്തിന്റെ നേതാവായി പ്രവർത്തിക്കുന്നു. വേറെയും ചിലരുണ്ട്. അവരുടെയെല്ലാവരുടെയും പേര് ഓർമയില്ല.

അവരെന്നോട് പറഞ്ഞു, ഇവിടെയുള്ള ഈ അനുഭാവികളെ കോർത്തിണക്കി ഒരു സംഘടനയ്ക്ക് രൂപംനൽകാൻ നിങ്ങൾ സഹായിക്കണം. അതൊരു നല്ല നിർദേശമാണെന്ന് എനിക്കും തോന്നി. അവിടെ വിദേശീയർക്ക് സംഘടിക്കാൻ പാടില്ല, രാഷ്ട്രീയമായി തീരെ പാടില്ല, കമ്യൂണിസ്റ്റുകാർക്ക് ഒരിക്കലും പറ്റുകയില്ല. അപ്പോൾ തന്ത്രപരമായ ഒരു മാർഗം കണ്ടുപിടിക്കണം. കുറച്ചാളുകളെ കൂട്ടി ഞാൻ ഒരു ചർച്ചവെച്ചു. മുറിയുടെ പുറത്ത് വാതിൽക്കൽ രണ്ടു പൊലീസുകാർ മഫ്ടി ഡ്രസ്സിൽ ഇരിക്കുന്നുണ്ട്. അവരുടെ ഇരുത്തം എന്റെ സംരക്ഷണത്തിനാണെങ്കിലും നമ്മുടെ ഭാഗത്തുനിന്ന് എന്തെങ്കിലും അതിക്രമണങ്ങൾ ഉണ്ടാകുന്നുണ്ടോ എന്നും അവർ നിരീക്ഷിക്കും. ഞങ്ങൾ എട്ടുപത്ത് ആൾക്കാർ

കാന്തപുരം

സോഫകളിൽ അഭിമുഖമായി ഇരുന്നു. കൈകാലുകൾ ഇളക്കാനോ ചൂണ്ടി സംസാരിക്കാനോ പാടില്ല. തികച്ചും അശ്രദ്ധമായി ഓരോരുത്തരും അഭിപ്രായം പറയാൻ നിർദേശിച്ചു. അവസാനം എല്ലാവരുംകൂടി അഭിപ്രായപ്പെട്ടത് ഒരു ആർട്സ് & സ്പോർട്സ് ക്ലബ് രൂപീകരിക്കുകയെന്ന ആശയമാണ്. ഞാൻ ആമുഖമായി അവരോട് പറഞ്ഞു, നിങ്ങൾ ഇവിടെ വന്നത് പാർട്ടി കെട്ടിപ്പടുക്കാനല്ല, അധ്വാനിച്ച് കുടുംബം പോറ്റാൻ നല്ല മാർഗം കണ്ടുപിടിക്കാനാണ്. അതിനു വിഘ്നം വരുന്ന ഒന്നും ചെയ്തുകൂടാ. എല്ലാ കാര്യങ്ങളും പരിഗണിച്ച്, അവസാനം "നവോദയ ആർട്സ് ആൻഡ് സ്പോർട്സ് ക്ലബ്ബ്" എന്ന പേരിൽ ഒരു സംഘം രൂപീകരിച്ചു. അതിന്റെ കൊടിയിൽ ഒരു വട്ടം ഉണ്ട്. അതിന്റെ എട്ടിൽ ഒന്നു ചുവപ്പും ബാക്കി ഏഴ് ഭാഗവും മറ്റു വർണങ്ങളുമാണ്. ചുവപ്പു ഗോപ്യമായി നിൽക്കട്ടെ, മെല്ലെ വികസിപ്പിച്ചാൽ മതി. അതാണ് സൗദി മലയാളികളുടെ ആദ്യത്തെ ഇടതുപക്ഷ പ്രസ്ഥാനം. അതിനു കാർമികത്വം വഹിക്കാൻ സാധിച്ചതിൽ ഞാൻ സന്തോഷിക്കുകയും അഭിമാനം കൊള്ളുകയും ചെയ്യുന്നു.

സൗദിയിലെ ഒരാഴ്ചത്തെ താമസത്തിനും ജോലികൾക്കും ശേഷം ഞാൻ ബഹറൈനിലേക്കാണ് പോയത്. ബഹറൈൻ ഗൾഫ് രാജ്യങ്ങളിൽ താരതമമ്യേന ചെറുതാണ്. അവരുടെയും നിലനിൽപ്പ് എണ്ണയും പൊന്നും തന്നെ. അറേബ്യയോടു തൊട്ടുകിടക്കുന്ന രാജ്യമാണ് ബഹറൈൻ. രണ്ട് രാജ്യങ്ങളും തമ്മിൽ ബന്ധിപ്പിക്കുന്നതിന് കടലിൽ ഒരു പാലം നിർമിച്ചിട്ടുണ്ട്. അറേബ്യയുടെ കരയിൽനിന്ന് 13 കി മീറ്ററും ബഹറൈന്റെ കരയിൽനിന്ന് 13 കി.മീറ്ററും ദൂരത്തിൽ ഒരു ദ്വീപ് കൃത്രിമമായി മണ്ണിട്ടുയർത്തി ഉണ്ടാക്കിട്ടുണ്ട്. രണ്ടുഭാഗത്തും പതിമൂന്നു കിലോമീറ്റർ വീതം പാലങ്ങളും. ആധുനിക സാങ്കേതിക വിദ്യയുടെ അത്യുന്നതമായ നേട്ടം തന്നെയാണ് ആ കൗതുകകരമായ കാഴ്ച.

ബഹറൈനിൽ വിമാനമിറങ്ങുമ്പോൾ അവിടത്തെ ഇന്ത്യൻ അംബാസിഡർ എം പി എം മേനോൻ, ബഹറൈനിലെ പൊതുമരാമത്ത് മന്ത്രി അലി മുറാദ് എന്നിവർ ചേർന്ന് എന്നെ സ്വീകരിച്ചു. പിറ്റേന്നു രാവിലെത്തന്നെ ഞാൻ ബഹറൈനിലെ ഭരണാധികാരി അമീറിനെ സന്ദർശിച്ച് അദ്ദേഹം തന്റെ സ്വീകരണ മുറിയുടെ കവാടത്തിൽ വെച്ച് സ്വീകരിച്ചു ഉപചാരപൂർവം ആനയിച്ചു തന്റെ അടുത്ത സോഫയിൽ ഇരുത്തി അവരുടെ സംസ്കാരത്തിന്റെ ചിഹ്നമായ പാനീയം 'കവ്വ' സമ്മാ

നിച്ചു. കുറെനേരം കേരള, അറബി സംസ്കാരബന്ധങ്ങളെപ്പറ്റിയും പുരാതന വാണിജ്യ ചരിത്രവും മറ്റും സംസാരിച്ചിരുന്നു. അദ്ദേഹം ഒരു മാന്യനും മഹാനുമാണെന്ന് ഒറ്റനോട്ടത്തിൽതന്നെ മനസിലാകും. എന്റെ കൂടെ ഇന്ത്യൻ അംബാസിഡർ മേനോനും ഉണ്ടായിരുന്നു. ഹൃദ്യമായ സംഭാഷണത്തിനുശേഷം ഒരു ലഘു ചായസൽക്കാരം കഴിഞ്ഞു പിരിഞ്ഞു.

പിന്നെ ഞങ്ങൾ ബഹറൈന്റെ വികസന പരിപാടികളും പുരോഗതിയും കാണാൻ ഒരു ചെറിയ യാത്ര നടത്തി. ബഹറൈൻ ഏതാണ്ട് ഏറനാട്, വള്ളുവനാട് താലൂക്കുകൾ കൂടിച്ചേർന്ന അത്രക്കേ വിസ്തീർണമുള്ളൂ. അവിടെ എന്നെ അത്ഭുതപ്പെടുത്തിയത് അവർ നല്ല നിലയിൽ സംരക്ഷിച്ചുപോരുന്ന ഒരു മ്യൂസിയമാണ്. പുരാതന വസ്തുക്കൾ, നന്നങ്ങാടിക്കുടങ്ങൾ, കൈയെഴുത്ത് ഗ്രന്ഥങ്ങൾ തുടങ്ങി പഴയകാലത്തെ ഓർമകൾ ഉണർത്തുന്ന നിരവധി ചരിത്രസ്മാരകങ്ങൾ നടന്നുകണ്ടു.

ചെറിയ രാജ്യം, നന്നായി പ്ലാൻ ചെയ്തു നിർമിച്ച കെട്ടിടങ്ങൾ, റോഡുകൾ, മനോഹരമായ റോഡ് ജംഗ്ഷനുകൾ എല്ലാം അത്യാകർഷണീയം തന്നെ. അവിടെ വെച്ചാണ് മണ്ണിൽ ഫിലിംസിന്റെ പ്രൊഡ്യൂസർ മണ്ണിൽ മുഹമ്മദ് എന്നെ വന്നു കണ്ടതും ഞങ്ങൾ പരിചയപ്പെട്ടതും . അദ്ദേഹത്തിന്റെ ഒരാവശ്യം അന്ന് താൻ നിർമിക്കുന്ന ഏറനാടിന്റെ സമരകഥയായ *1921* എന്ന സിനിമയിലേക്ക് ഒരു പാലം പൊളിക്കുന്നതിന്റെ സീൻ ചിത്രീകരിക്കാൻ ഒരു പഴയ പാലം അനുവദിച്ചുതരണം എന്നായിരുന്നു. ബ്രിട്ടീഷ് പട്ടാളം വരുന്നത് തടയാൻ മാപ്പിള സമരക്കാർ ഒരു പാലം പൊളിച്ചു ഗതാഗതം മുടക്കുന്നതാണ് രംഗം. അതിന് എടവണ്ണ–നിലമ്പൂർ റോഡിൽ 'കുണ്ടുതോട്' പഴയപാലം ഞാൻ അനുവദിച്ചു കൊടുത്തു.

1988 ആദ്യമാണ് ഞാൻ സൗദിയിൽ പോയതും നവോദയ പിറവിയെടുത്തതും. ആ സംഘം ക്രമേണ വലുതായി പടർന്നു പന്തലിച്ചു. സൗദി അറേബ്യയിലെ ജിദ്ദ, ശറഫിയ, കിലോകംസി, മക്ക, മദീന, റിയാദ് തുടങ്ങി പത്ത് സ്ഥലങ്ങളിൽ ശാഖയും കമ്മിറ്റിയും രൂപീകരിച്ചു. ഒരുകൊല്ലം തികഞ്ഞപ്പോഴേക്കും പ്രസ്ഥാനം വലിയ ശക്തിയാർജിച്ചു. 1989 ൽ അതിന്റെ വാർഷികസമ്മേളനം നടത്താൻ അവർ തീരുമാനിച്ചു. വാർഷിക സമ്മേളനം ഉദ്ഘാടനം ചെയ്യാൻ അവർ എന്നെത്തന്നെ തിരുവനന്തപുരത്തുവന്നു ക്ഷണിച്ചു. ജോലിത്തിരക്കുകൊണ്ട് വരാൻ വിഷമമാണെന്ന് ഞാൻ മറുപടി പറഞ്ഞപ്പോൾ അവർ എ കെ ജി സെന്ററിൽ പോയി പാർട്ടി സെക്രട്ടറി സ. വി എസിനെ കണ്ടു സങ്കടം പറഞ്ഞു. ഉടനെ വി എസ് എന്നെ വിളിച്ചു വാർഷികത്തിൽ പങ്കെടുക്കണം എന്നു നിർബന്ധമായി പറഞ്ഞു.

അങ്ങനെ ഞാനും എന്റെ ഭാര്യ മൈമുനയും നവോദയയുടെ വാർഷികാഘോഷങ്ങളിൽ പങ്കെടുക്കാൻ പോയി. സമ്മേളനം അതിഗംഭീരം തന്നെയായിരുന്നു. സമ്മേളനത്തിന്ആവേശവും വലിയ തോതിൽ ജനകീ

യമായ പിന്തുണയും കൈവന്നതിനു കാരണം കായിക വിനോദ മത്സരങ്ങളും കലാപ്രകടനങ്ങളുമായിരുന്നു. ഏറ്റവും പ്രധാനപ്പെട്ടതും ആകർഷണീയമായിരുന്നതും കോൽക്കളിയും പന്തുകളിയുമാണ്. സമ്മേളനത്തിന്റെ മുന്നോടിയായി പന്തുകളി മത്സരങ്ങൾ നടന്നപ്പോൾ വലിയ ജനക്കൂട്ടം ഉണ്ടായിരുന്നതിൽ കൂടുതലും അറബികൾ തന്നെയായിരുന്നു. അവർക്ക് പന്തുകളിയിലും കോൽക്കളിയിലും വലിയ താൽപ്പര്യമാണ് കണ്ടത്. കോൽക്കളി പരിശീലനം നടത്തുമ്പോൾതന്നെ അറബികൾ ധാരാളമായിവന്നു കാണുമായിരുന്നു. അങ്ങനെയാണ് നവോദയ എന്ന സംഘടന അറബികൾക്കിടയിൽ പ്രചാരം വന്നതും അംഗീകാരം നേടിയതും. അതോടെ നവോദയ വെറും ഒരു കലാ–സാംസ്കാരിക സംഘടനയാണെന്ന വിശ്വാസം അറബികൾക്കിടയിൽ വേരൂന്നി.

സമ്മേളനവും കലാപരിപാടികളും രണ്ടുദിവസം നീണ്ടുനിൽക്കുന്നതായിരുന്നു. കുട്ടികളുടെ ഡാൻസും പാട്ടും കോൽക്കളിയും ചില ഫാൻസിഡ്രസ്സും എല്ലാംകൂടി വർണശബളമായ പരിപാടി. സമ്മേളനം ഞാൻ ഉദ്ഘാടനം ചെയ്തു. മുഖ്യ അതിഥിയായി ഇന്ത്യൻ അംബാസിഡറും അറബികളായ ഉന്നത പൊലീസ് ഉദ്യോഗസ്ഥന്മാരും പങ്കെടുത്തു. എന്റെ ഭാര്യ മൈമൂനയാണ് മത്സരവിജയികൾക്കുള്ള സമ്മാനദാനകർമം നിർവഹിച്ചത്. ആവേശകരവും ആഹ്ലാദകരവുമായ പരിപാടികളിൽ അറബികളും മലയാളികളും ധാരാളമായി പങ്കെടുത്തു. അതോടെ നവോദയ സൗദിയിൽ ജനകീയ അംഗീകാരം നേടുകയും പരസ്യമായും ഊർജിതമായും പ്രവർത്തിക്കാൻ തുടങ്ങുകയുമുണ്ടായി. നവോദയയുടെ വളർച്ചയിൽ ഞാൻ വ്യക്തിപരമായി അഭിമാനിക്കുകയും അന്നും ഇന്നും സന്തുഷ്ടനും ആയിരുന്നു. ആ സംഘടന ഇന്നും നല്ലനിലയിൽ അവിടെ പ്രവർത്തിക്കുന്നുണ്ട്. അറേബ്യയുടെ തലസ്ഥാനമായ റിയാദിൽ അതിന്റെ പേര് 'കേളി' എന്നാണ്. റിയാദിലും ദമാമിലും സംഘടന ഇപ്പോൾ സുശക്തമാണ്. സംഘടന ഇപ്പോൾ സൗദിയിലെ മലയാളികളുടെ വിവിധ പ്രശ്നങ്ങളിൽ ഇടപെടുകയും എംബസിയിലും ഗവൺമെന്റ് ഓഫീസുകളിലും ശുപാർശകൾ നടത്തി അവരുടെ പ്രശ്നങ്ങൾക്ക് പരിഹാരമുണ്ടാക്കാൻ ശ്രമിച്ചുവരികയും ചെയ്യുന്നുണ്ട്.

നവോദയ വാർഷിക സമ്മേളനം കഴിഞ്ഞു മൂന്നാം ദിവസം ഞാൻ നാട്ടിൽ തിരിച്ചെത്തി, ഔദ്യോഗിക കാര്യങ്ങളിൽ വ്യാപൃതനായി. സംസ്ഥാനത്തിന്റെ വിവിധ ഭാഗങ്ങളിൽ പൊതുമരാമത്തു വകുപ്പിന്റെ നിർമാണ പ്രവർത്തനങ്ങൾ നടന്നുവരുന്നു. അതിൽ എടുത്തുപറയത്തക്ക ചില പ്രവൃത്തികൾ ഞാൻ ഇന്നും ഓർക്കുന്നു. തിരുവനന്തപുരം ജില്ലയിലെ എരപ്പുപാലം, ആമയിഴഞ്ചാൻതോടിനു പാലം, കോട്ടയത്തെ തിരുവാർപ്പ് പഞ്ചായത്തുമായി ബന്ധിപ്പിക്കുന്ന കുളിപ്പുരകടവ് പാലം, കവണാർ, ചെണ്ണാർ, കൈപുഴയാർ എന്നീ പുഴകൾക്ക് പാലങ്ങൾ നിർമിച്ചു. കോട്ടയത്തെ വൈക്കം വഴി എറണാകുളത്തേക്കുള്ള എളുപ്പവഴി. മുഴുവൻ പ്രവൃത്തികളും പറയാൻ കഴിയുന്നതല്ല. ഓർമയിൽ വരുന്ന

ചിലത് കുറിച്ചുവെക്കുന്നു എന്നുമാത്രം. അതിൽപ്പെട്ട ഒന്നാണ് ചാമക്കാട് കടപ്പുറം പഞ്ചായത്തും ഒരുമനയൂരും തമ്മിൽ ബന്ധിപ്പിക്കുന്ന മൂന്നാം കല്ല് പാലം. ആ പാലത്തിനു വേണ്ടി ശ്രമിച്ചതിൽ മുന്നിലുണ്ടായിരുന്നത് കടപ്പുറത്തെ മൊയ്തുണ്ണിഹാജി ആയിരുന്നു. അതിനാൽ ആ പാലത്തിന് അനൗദ്യോഗികമായി "മൊയ്തുണ്ണിഹാജി പാലം" എന്ന് പേരുവന്നു. അദ്ദേഹം അത് ഉദ്ഘാടനം ചെയ്യുന്ന കാലത്ത് ജീവിച്ചിരുന്നതുകൊണ്ട് ഔദ്യോഗികമായി പേര് നൽകാൻ പാടുള്ളതല്ല. കടപ്പുറം പഞ്ചായത്തിലെ വിശേഷങ്ങൾ പറയുമ്പോൾ എടുത്തുപറയത്തക്ക വ്യക്തിത്വങ്ങളായിരുന്നു ഹമീദാജിയും പി സി ഷഹുവും. അവർ മൂന്നാളും ഇന്നു ജീവിച്ചിരിപ്പില്ല.

മലപ്പുറത്തും കോഴിക്കോട്, കാസർകോട് ജില്ലകളിലും കണ്ണൂരും നടന്നുവന്നിരുന്ന നിർമാണപ്രവർത്തനങ്ങളിലെല്ലാം ഞാൻ നേരിട്ടു ശ്രദ്ധിക്കുകയും കണ്ടു പരിശോധിക്കുകയും ചെയ്തിരുന്നു.

13-ാം പാർട്ടി കോൺഗ്രസ്

അതിനിടയിലാണ് പാർട്ടിയുടെ 13-ാം അഖിലേന്ത്യാ സമ്മേളനം തിരുവനന്തപുരത്തുവെച്ച് നടത്താൻ തീരുമാനിച്ചത്. 1988 ഡിസംബർ 27 മുതൽ ജനുവരി ഒന്നു കൂടിയായിരുന്നു സമ്മേളനം. പാർട്ടി കോൺഗ്രസ് എന്നാണ് സമ്മേളനത്തിന്റെ സങ്കേതികമായ സംജ്ഞ. ഞാൻ അന്ന് സംഘടനാപരമായി മഞ്ചേരി ഏരിയാ കമ്മിറ്റിയിൽ പ്രവർത്തിക്കുന്ന കാലമാണ്. സമ്മേളനത്തിലേക്ക് മലപ്പുറം ജില്ലയിൽനിന്ന് തെരഞ്ഞെടുക്കപ്പെട്ട പ്രതിനിധികളിൽ ഞാനും ഉണ്ടായിരുന്നു. പാർട്ടിയുടെ മലപ്പുറം ജില്ലാ സെക്രട്ടറി സ: സെയ്താലിക്കുട്ടിയാണ് ഞാൻ നിർബന്ധമായും ഉണ്ടാകണം എന്ന് അഭിപ്രായപ്പെട്ടതും തീരുമാനിച്ചതും. എന്നെ സംബന്ധിച്ചേടത്തോളം അത് വലിയ ഒരനുഭവമായിരുന്നു. പാർട്ടിയുടെ ഏറ്റവും വലിയ നയരൂപീകരണ സമിതിയാണ് സമ്മേളനം. പാർട്ടി പരിപാടിക്ക് അന്തിമ രൂപംകൊടുക്കുന്നതും പാർട്ടി ഭരണഘടനയ്ക്ക് കാലാനുസൃതമായി ഭേദഗതികൾ പാസാക്കി പൂർണമാക്കുന്നതും ഈ സമ്മേളനമാണ്. കുട്ടിക്കാലത്ത് ജാഥയും മുദ്രാവാക്യവും ചില ബീഡിക്കമ്പനിയിലെ സമരവും കണ്ടതല്ലാതെ മറ്റൊന്നും മനസിലാക്കാനുള്ള അവസരം ഉണ്ടായിട്ടില്ല.

എന്നാൽ ഈ പാർട്ടി കോൺഗ്രസിൽ പങ്കെടുത്തതോടുകൂടി സംഘടനാപരമായി, സാങ്കേതികവും ശാസ്ത്രീയവുമായ ചട്ടക്കൂടിനെപ്പറ്റി ഒരു സാമാന്യ വിവരം സമ്പാദിക്കാൻ അന്ന് കഴിഞ്ഞു. സമ്മേളനം നിയന്ത്രിക്കുന്നത് ഒരു പ്രസീഡിയമാണ്. ഓരോ സംസ്ഥാനത്തുനിന്നും പാർട്ടി അംഗങ്ങളുടെ അംഗസംഖ്യക്കനുസരിച്ച് പ്രതിനിധികൾ ഉണ്ടാകും. പാർട്ടി ജനറൽ സെക്രട്ടറിയാണ് കഴിഞ്ഞകാല പ്രവർത്തനങ്ങളുടെ റിപ്പോർട്ട് അവതരിപ്പിക്കുന്നത്. അതിനെപ്പറ്റി ഓരോ സംസ്ഥാനത്തെ പ്രതിനിധികളും ഓരോ ഗ്രൂപ്പായി തിരിഞ്ഞ് വേറെ വേറെ ചർച്ച നടത്തി,

അതിൽനിന്ന് ഉരുത്തിരിഞ്ഞുവരുന്ന അതാത് ഗ്രൂപ്പിന്റെ അഭിപ്രായം തെരഞ്ഞെടുത്ത് ഗ്രൂപ്പ് പ്രതിനിധികൾ സമ്മേളനത്തിൽ അവതരിപ്പിക്കും. അതെല്ലാം ക്രോഡീകരിച്ച് ആവശ്യമായ ഭേദഗതികൾ സ്വീകരിച്ച് റിപ്പോർട്ട് അംഗീകരിക്കും. പിന്നെ വിവിധ വിഷയങ്ങളെ സംബന്ധിക്കുന്ന പ്രമേയങ്ങൾ. ആകെപ്പാടെ ആറ് ദിവസത്തെ സമ്മേളനം കഴിയുമ്പോഴേക്കും നമുക്ക് പാർട്ടി വിദ്യാഭ്യാസത്തിൽ ഒരു വലിയ മുന്നേറ്റംതന്നെ സിദ്ധിക്കുന്നതാണ്. ഇങ്ങനെ ചിട്ടയായി ചട്ടപ്പടി പ്രവൃത്തിക്കുന്ന മറ്റൊരു പാർട്ടിയും നമ്മുടെ രാജ്യത്തില്ല. ഞാൻ പല തവണ ഇന്ത്യൻ നാഷണൽ കോൺഗ്രസിന്റെ എ ഐ സി സി സമ്മേളനങ്ങളിൽ പങ്കെടുത്തിട്ടുണ്ട്. അതിൽ പ്രതിനിധികളെ ഇരുത്തി, അഖിലേന്ത്യാ നേതാക്കൾ ഘോരഘോരം പ്രസംഗിക്കും. ഓരോ സംസ്ഥാനത്തിൽനിന്നും ഒന്നോ രണ്ടോ നേതാക്കൾക്ക് പ്രസംഗിക്കാം. റേഡിയോ പ്രഭാഷണം കേൾക്കും പോലെയാണ്, അംഗങ്ങൾക്ക് അഭിപ്രായപ്രകടനത്തിന് ഒരു ചർച്ചയും ഇല്ല. അത് കഴിഞ്ഞാൽ ഏതാനും പ്രമേയങ്ങളും പാസാക്കും. പാർട്ടി പരിപാടിയോ, ഭരണഘടനയോ ഒന്നുമവിടെ ചർച്ചയില്ല. ഇതാണ് കോൺഗ്രസ് അഖിലേന്ത്യാ സമ്മേളനത്തിലെ നടപടിക്രമങ്ങൾ. 1988 ന് ശേഷം ഉണ്ടായ, ഒന്നൊഴികെ സി പി ഐ (എം) ന്റെ എല്ലാ പാർട്ടി കോൺഗ്രസുകളിലും ഞാൻ പങ്കെടുത്തിട്ടുണ്ട്.

ഞാൻ ഹാജിയാവുന്നു

പാർട്ടി സമ്മേളനങ്ങളിലും രാഷ്ട്രീയ കാര്യങ്ങളിലും പങ്കെടുക്കുന്നതിനൊപ്പം തന്നെ ഭരണകാര്യങ്ങളും മുറയ്ക്ക് നടന്നുപോയിരുന്നു. ഈ കാലയളവിൽ ഇന്ത്യയിൽ വലിയ രാഷ്ട്രീയ മാറ്റങ്ങൾ സംഭവിച്ചിരുന്നു. ബോഫോഴ്സ് തോക്ക് ഇടപാടിൽ പ്രധാനമന്ത്രി രാജീവ്ഗാന്ധിക്കെതിരെ വലിയ ആരോപണങ്ങൾ പൊന്തിവന്ന കാലമായിരുന്നു അത്. രാജീവ് മന്ത്രിസഭയിലെ ധനകാര്യ മന്ത്രിയായിരുന്ന വി പി സിംഗ് ഭരണവും കോൺഗ്രസും വിട്ടുപോരുകയും സ്വന്തമായി പാർട്ടി രൂപീകരിക്കുകയും ഇടതുപക്ഷത്തിന്റെ പിന്തുണയോടെ തെരഞ്ഞെടുപ്പിൽ ഭൂരിപക്ഷം നേടി അധികാരത്തിൽ വരികയും ചെയ്തു. വി പി സിംഗിന്റെ ഗവൺമെന്റിലെ വിദേശകാര്യമന്ത്രി ഐ കെ ഗുജറാൾ ആയിരുന്നു. കേന്ദ്ര ഗവൺമെന്റിൽ ഹജ്ജിന്റെ വകുപ്പ് എക്കാലത്തും വിദേശകാര്യ മന്ത്രിമാരാണ് കൈകാര്യം ചെയ്തിരുന്നത്.

അങ്ങനെയിരിക്കെ വിദേശകാര്യമന്ത്രി ഐ കെ ഗുജറാൾ ഒരു ഹജ്ജ് കോൺഫറൻസ് ഡൽഹിയിൽ വിളിച്ചുചേർത്തു. കേരളത്തിലെ ഹജ്ജ് വകുപ്പ് മന്ത്രി എന്ന നിലയിൽ ഞാനും ആ സമ്മേളനത്തിൽ പങ്കെടുത്തിരുന്നു. പ്രധാനമന്ത്രി വി പി സിങ് ആയിരുന്നു ആ സമ്മേളനം ഉദ്ഘാടനം ചെയ്തത്. ആ യോഗത്തിനു ശേഷമാണ് തെക്കെ ഇന്ത്യക്കാർക്ക് ഹജ്ജിനു പോകാൻ മദിരാശി ഒരു കേന്ദ്രമായി അംഗീകരിച്ചു കിട്ടിയത്. അതിനുമുമ്പ് ഇന്ത്യയിലുള്ള എല്ലാ ഹാജിമാരും ബോം

ബെയിൽ നിന്നു മാത്രമായിരുന്നു പോയിരുന്നത്. ഈ ഹജ്ജ് കോൺഫ്രൻസിൽ വെച്ച്, വിദേശകാര്യ – ഹജ്ജ് വകുപ്പ് മന്ത്രി ഐ കെ ഗുജ്റാളുമായി പരിചയപ്പെടാനും സുഹൃദ്ബന്ധം പുലർത്താനും എനിക്ക് അവസരമുണ്ടായി. സമ്മേളനം കഴിഞ്ഞു പിരിഞ്ഞുപോരുമ്പോൾ ഞാൻ അദ്ദേഹത്തിന്റെ കൈയിൽ ഒരു തുണ്ടുകടലാസിൽ, അക്കൊല്ലത്തെ കേന്ദ്ര ഹജ്ജ് ഡെലിഗേഷനിൽ അംഗമാവാൻ ഞാൻ ആഗ്രഹിക്കുന്നതായി ഒരു കുറിപ്പ് കൊടുത്തു. ജോലിത്തിരക്കിന്നിടയിൽ അദ്ദേഹം അത് മറക്കുമോ എന്ന് എനിക്കു സംശയമുണ്ടായിരുന്നു.

ഒരുമാസം തികയുന്നതിനുമുമ്പ് എനിക്ക് കേന്ദ്ര വിദേശകാര്യ വകുപ്പിൽനിന്നും അറിയിപ്പു കിട്ടി, എന്നെ ഹജ്ജ് ഡെലിഗേഷനിൽ ഉൾപ്പെടുത്തിയിട്ടുണ്ടെന്ന്. കാലാകാലങ്ങളിൽ ഹജ്ജ് കർമത്തിൽ പങ്കെടുക്കാനും കാര്യങ്ങൾ നിരീക്ഷിക്കാനും സുഹൃദ്രാജ്യങ്ങളുടെ പ്രതിനിധസംഘം ഹജ്ജിൽ പങ്കെടുക്കാറുണ്ട്. ഇന്ത്യയും പാകിസ്താനും ഇന്തോനേഷ്യയുമൊക്കെ അറേബ്യ ഭരണകൂടം പ്രത്യേകം പരിഗണിക്കുന്ന രാജ്യങ്ങളാണ്.

അങ്ങനെ 1989 ൽ ഇന്ത്യയെ പ്രതിനിധീകരിച്ചുപോയ ഹജ്ജ് പ്രതിനിധി സംഘത്തിൽ ഞാനും അംഗമായി പോയി. എന്റെ കൂടെ ഭാര്യ മൈമൂനയും വന്നിരുന്നു. ഞങ്ങളുടെ ഹജ്ജ് പ്രതിനിധിസംഘത്തിൽ യു പി, തമിഴ്നാട്, കർണാടക, കേരളം എന്നീ സംസ്ഥാനങ്ങളുടെ ഹജ്ജ് വകുപ്പുമന്ത്രിമാരും അഞ്ച് പാർലമെന്റ് അംഗങ്ങളും മറ്റ് ഉദ്യോഗസ്ഥരും ഉണ്ടായിരുന്നു. സംഘത്തിന്റെ നേതാവ് ബിഹാർ ഗവർണർ യുനുസു സലിം ആയിരുന്നു. ഞങ്ങൾ ഡൽഹിയിൽനിന്ന് തന്നെ ഹജ്ജിനുള്ള ഇഹ്റാമിൽ പ്രവേശിച്ചു. വിമാനത്തിൽ യാത്രയായി. ജിദ്ദയിൽ എത്തിയതോടെ മറ്റു ഹാജിമാരുടെ കൂടെ ചേർന്നു. ഡെലിഗേഷൻ എന്ന നിലയ്ക്ക് താമസസൗകര്യങ്ങളും യാത്രാസംവിധാനങ്ങളും പ്രത്യേകം ഉണ്ടായിരുന്നു. തവാഫും സഹിഹും മിനായിലെ രാപാർക്കലും കഴിഞ്ഞ് അറഫാ സമ്മേളനത്തിൽ പങ്കെടുത്തു. അത് ലോകത്തിലെ ഏറ്റവും വലിയ ജനസഞ്ചയം പങ്കെടുക്കുന്ന സമ്മേളനമാണ്. മുപ്പത്തഞ്ച് ലക്ഷത്തിലധികം ആൾക്കാർ (ഹാജിമാർ) അന്ന് പങ്കെടുത്തിരുന്നു എന്നാണ് കണക്ക്.

അറഫാ സമ്മേളനം കഴിഞ്ഞാൽ എല്ലാവരും മിനായിൽ തന്നെ എത്തി ഹറമിൽ വന്നു പിരിഞ്ഞുപോകും. ഞങ്ങൾ പിന്നെ മദീന സന്ദർശനം നടത്തി. അതിന്നിടയിൽ സൗദി ഗവൺമെന്റിന്റെ ഹജ്ജ് വകുപ്പു മന്ത്രിയും മറ്റ് ഉദ്യോഗസ്ഥരുമായി ചേർന്നു ചർച്ച നടത്തി സൗഹൃദം പങ്കിട്ടു. മദീനയിലെത്തി രണ്ടുദിവസം കഴിഞ്ഞു ഞാനും ഭാര്യയും ജിദ്ദയിൽ വന്നു തിരുവനന്തപുരത്തേക്ക് വിമാനം കയറി. അങ്ങനെ ഞാനും ഹാജി ആയി, ഭാര്യ ഹജ്ജുമ്മയും.

ടെഹ്റാൻ വിമാനത്താവളം

27 ഇറാഖിന്റെ കുവൈത്ത് ആക്രമണവും കേരള പ്രവാസികളും

ആയിരത്തിത്തൊള്ളായിരത്തി എൺപത്തിഒൻപത് ജൂലൈയിലായിരുന്നു ഇറാഖ് കുവൈത്തിനെ ആക്രമിച്ചത്. ഇറാഖിന്റെ തലവൻ സദ്ദാം ഹുസൈന്റെ അനവസരത്തിലുള്ള അനാവശ്യമായ നടപടിയായിരുന്നു അത്. ആക്രമണത്തെ ന്യായീകരിക്കാൻ പ്രത്യേകമായി ഒരു കാരണവും പറയാനുമുണ്ടായിരുന്നില്ല. കുവൈത്താണെങ്കിൽ ചെറിയ ഒരു രാജ്യം. ഇറാഖിന്റെ തെക്ക്-കിഴക്കെ അറ്റത്ത്, അറേബ്യയുടെ വടക്ക്-കിഴക്കെ അതിർത്തിയിൽ പേർഷ്യൻ ഉൾക്കടലിന്റെ വക്കത്ത് സ്ഥിതി ചെയ്യുന്ന ഒരു കൊച്ചു രാഷ്ട്രം. 9000 ചതുരശ്ര നാഴിക വിസ്തീർണവും ഏതാണ്ട് 35 ലക്ഷം ജനങ്ങളും മാത്രമാണ് കുവൈത്തിലുള്ളത്. എണ്ണയും സ്വർണവും സമൃദ്ധമാണ്. അതിനാൽ ഒരു സമ്പന്ന രാജ്യമായാണ് കുവൈത്തിനെ പരിഗണിച്ചിരുന്നത്. അവിടുത്തെ പൗരന്മാരേക്കാളധികം പ്രവാസികളുണ്ട് ആ നാട്ടിൽ. അതിൽ ഭൂരിപക്ഷവും കേരളത്തിൽ നിന്നു പോയവരാണ്.

കേരള മുഖ്യമന്ത്രി നായനാർ എക്കാലത്തും പ്രവാസികളുടെ കാര്യത്തിൽ തൽപ്പരനും ഉൽക്കണ്ഠയുള്ള ആളുമായിരുന്നു. ഇറാഖിന്റെ ആക്രമണത്തിൽ ജോലിയും താമസ സൗകര്യങ്ങളും നഷ്ടപ്പെട്ടവരിൽ ബഹുഭൂരിപക്ഷവും കേരളീയരായ പ്രവാസികളായിരുന്നു. കുവൈത്തിൽ കുടുങ്ങിപ്പോയ അവരുടെ ദീനരോദനം പത്രങ്ങൾ മുഖേനയും ടി വി

ചാനൽ വഴിയും കിട്ടിക്കൊണ്ടിരുന്നു. അവർ കേരള ഗവൺമെന്റിനെയും മുഖ്യമന്ത്രിയെ നേരിട്ടും പല വിധത്തിലും ബന്ധപ്പെട്ട് രക്ഷപ്പെടുത്തണമെന്നും നാട്ടിലെത്താൻ സഹായിക്കണമെന്നും അഭ്യർഥിച്ചുകൊണ്ടിരുന്നു.

തൊട്ടടുത്ത മന്ത്രിസഭായോഗത്തിൽ മുഖ്യമന്ത്രി തന്നെ ഈ കാര്യം ചർച്ചയ്ക്ക് വിഷയമാക്കി. കേരള പ്രവാസികളുടെ കാര്യത്തിൽ ഉടൻ ഇടപെടണമെന്നും പ്രധാനമന്ത്രിയുമായി ബന്ധപ്പെട്ട് കേരളക്കാരെ തിരിച്ചുകൊണ്ടുവരാൻ എല്ലാ നടപടികളും സ്വീകരിക്കണമെന്നും തീരുമാനിച്ചു. മാത്രമല്ല ആക്രമണത്തിൽ കുവൈത്തിൽനിന്ന് ഓടിരക്ഷപ്പെട്ട് ജോർദാൻെറ അതിർത്തിയിൽ എത്തിപ്പെട്ട അഭയാർഥികളെ സമാധാനിപ്പിക്കാനും രക്ഷാപ്രവർത്തനങ്ങൾക്ക് നേതൃത്വം കൊടുക്കാനും അവരെ നാട്ടിലെത്തിക്കാനുള്ള നടപടികൾക്ക് സഹായിക്കാനും കേരളത്തിൽനിന്ന് ഒരു മന്ത്രി പോകുന്നത് ആവശ്യമാണെന്നും അഭിപ്രായപ്പെട്ടു. ആ നിർദേശം മുഖ്യമന്ത്രി അംഗീകരിക്കുകയും അങ്ങനെ പോകാൻ നല്ലത് ടി കെ ഹംസയാണെന്ന് നിർദേശിക്കുകയും ചെയ്തു.

ഈ മന്ത്രിസഭാ യോഗത്തിൽ ഞാൻ പങ്കെടുത്തിരുന്നില്ല. ഏതോ ഒരടിയന്തിര കാര്യത്തിന് കാസർകോട്ട് പോയതായിരുന്നു. മുഖ്യമന്ത്രി എന്നെ ഫോണിൽ വിളിച്ച് അന്നു രാത്രിതന്നെ തിരുവനന്തപുരത്ത് എത്താനാവശ്യപ്പെട്ടു. നിർദേശിച്ച പ്രകാരം ഞാൻ രാത്രിതന്നെ തിരിച്ചെത്തി രാവിലെ മുഖ്യമന്ത്രിയെ വസതിയിൽ പോയി കണ്ടു. മന്ത്രിസഭാ തീരുമാനങ്ങൾ അദ്ദേഹം എന്നോടു വിശദമായി പറഞ്ഞു. ഇത് ഗൗരവമുള്ള അടിയന്തിര കാര്യമായതിനാൽ ഉടനെത്തന്നെ പോകാൻ ഏർപ്പാടു ചെയ്യണമെന്നും നിർദേശിച്ചു. യാത്രയ്ക്കുള്ള അനുവാദത്തിനും പ്രവാസികളെ കൊണ്ടുവരാനുള്ള സഹായത്തിനും മുഖ്യമന്ത്രി അന്നു തന്നെ പ്രധാനമന്ത്രി വി പി സിങ്ങുമായി ബന്ധപ്പെട്ടു.

ഞാൻ രണ്ടു ദിവസംകൊണ്ട് യാത്രാരേഖകളെല്ലാം ശരിയാക്കി മൂന്നാം ദിവസം മുംബൈയിലേക്ക് പുറപ്പെട്ടു. മുംബൈയിൽനിന്ന് ഉച്ചയ്ക്കു ശേഷം പുറപ്പെട്ട് അറേബ്യയുടെ തലസ്ഥാനമായ റിയാദിൽ രാത്രി പത്തു മണിക്കാണ് എത്തിയത്. എനിക്ക് പോകേണ്ടത് ജോർദാനിലേക്കാണ്. രാത്രി 11 മണിക്കാണ് റിയാദിൽനിന്ന് ജോർദാനിലേക്ക് വിമാനം പുറപ്പെട്ടത്. വഴിമധ്യേ ഇറാനിലെ ടെഹറ്റാൻ വിമാനത്താവളത്തിൽ ഒരു സ്റ്റേയുണ്ട്. ഒരുമണിക്കൂർ ടെഹ്റാനിൽ താമസിച്ച് വിമാനം പുറപ്പെട്ടു. അർധരാത്രി, ലോകം മുഴുവനും ഉറങ്ങിക്കിടക്കുന്നു, വിമാനത്തിലുള്ളവരും. എനിക്ക് ഉറക്കം വരുന്നില്ല. വിമാനത്തിന്റെ സൈഡിലുള്ള കണ്ണാടിയിലൂടെ ഞാൻ പുറത്ത് കീഴ്പോട്ടുനോക്കി കുറെനേരം ഇരുന്നു. വൈദ്യുത ദീപങ്ങളാൽ അലങ്കൃതമായ ചെറിയ ചെറിയ പട്ടണങ്ങൾ പിന്നിട്ടു വിമാനം പറക്കുന്നു. ചെറിയ ഒരു ഉൾഭയം മനസിൽ ഇല്ലെന്ന് പറഞ്ഞുകൂടാ. വിമാനം പറക്കുന്നത് ഇറാഖിന്റെയും കുവൈത്തിന്റെയുമൊക്കെ മീതെത്തന്നെയാണ്. ഭൂമിയിലെ ആക്രമണം, എപ്പോഴാണ് ആകാശ ആക്രമണമായി മാറുക എന്നൊന്നും ഇക്കാലത്ത് പറയാൻ കഴിയുന്നതല്ല. ഞാനാണെങ്കിൽ ജീവിതത്തിലാദ്യമായാണ് ഇങ്ങനെയൊരു സംഘർഷ

മേഖലയിലേക്ക് പോകുന്നത്. രാഷ്ട്രീയരംഗത്ത് നാവിനെ പടവാളാക്കി പോർക്കളത്തിൽ എതിരാളിയെ നേരിടുന്ന പരിചയം മാത്രമേയുള്ളൂ.

കുവൈത്തിലെ പ്രവാസികൾ വാനിലും ജീപ്പിലും മറ്റുമായി കുവൈത്തിൽനിന്ന് അറേബ്യയുടെ ഒരു ചെറിയ ഭാഗം താണ്ടി മണലാരണ്യത്തിലൂടെ ജീവൻ കൈയിൽ പിടിച്ച്, എല്ലാ ക്ലേശങ്ങളും സഹിച്ചാണ് ജോർദാന്റെ അതിർത്തിയിൽ എത്തിയിരുന്നത്. അവരുടെ കൂട്ടത്തിൽ സ്ത്രീകളും കുട്ടികളും ധാരാളമുണ്ട്. വെള്ളവും ഭക്ഷണവും ഇല്ലാതെയാണ് യാത്ര. എല്ലാ വാഹനങ്ങളും മണൽക്കാടായ മരുഭൂമിയിലൂടെ പോകാൻ പറ്റുന്നതല്ല. വല്ലാത്ത ക്ലേശകരമായ യാത്ര. വാഹനസൗകര്യവും മനോധൈര്യവും ഉള്ളവർ മാത്രമേ അങ്ങനെ വരികയും ചെയ്യുന്നുള്ളൂ.

ഇതെല്ലാം ആലോചിച്ചിരുന്ന് അവസാനം ഞാനും ഉറങ്ങിപ്പോയി. ഉണർന്നപ്പോൾ കൃത്യം 6 മണിക്ക് പ്രഭാതത്തിൽ വിമാനം ജോർദാന്റെ തലസ്ഥാനമായ അമ്മാനിൽ എത്തിയിരുന്നു. വിമാനത്താവളത്തിൽ ഇന്ത്യൻ എംബസിയിലെ ഉദ്യോഗസ്ഥന്മാരും സെക്യൂരിറ്റിക്കാരും മറ്റും കാത്തുനിന്നിരുന്നു. ജോർദാനിൽ മറ്റു ഗൾഫ് രാജ്യങ്ങളെപ്പോലെയല്ല, ഒറ്റ കേരളക്കാരനെയും അവിടെ കാണാൻ കഴിയില്ല. മറ്റ് ഇന്ത്യക്കാരും ആരുമില്ല. എംബസി ഉദ്യോഗസ്ഥർ മാത്രം. ഒരു മന്ത്രി വിദേശത്ത് പോകുമ്പോൾ ഏത് സംസ്ഥാനത്തു നിന്നായാലും ഇന്ത്യാ ഗവൺമെന്റിന്റെ അംഗീകാരത്തോടെയാണ് പോകുന്നത്. അതിനാൽ സംരക്ഷണം, താമസസൗകര്യം എല്ലാം ഇന്ത്യൻ എംബസിയാണ് കൈകാര്യം ചെയ്യുന്നത്. അന്ന് 1989 ആഗസ്ത് 3 ആയിരുന്നെന്നാണ് എന്റെ ഓർമ.

ഞാൻ താമസത്തിന് എംബസി ഏർപ്പാടു ചെയ്ത മുറിയിലെത്തി. അൽപ്പനേരം വിശ്രമിച്ചു. കുളിയും മറ്റു കാര്യങ്ങളും നിർവഹിച്ചു. കൃത്യം 8 മണിക്ക് ജോർദാനിലെ ഇന്ത്യൻ അംബാസിഡർ മിസ്റ്റർ ഗജേന്ദ്രസിങ്ങും പരിവാരങ്ങളും എന്റെ മുറിയിലെത്തി. കുവൈത്തിൽനിന്ന് അഭയാർഥികൾ ജോർദാനിലെത്തുന്നത് ജോർദാന്റെ അതിർത്തി പ്രദേശമായ അൽ– റുവൈഷിദ് എന്ന സ്ഥലത്താണെന്നും അവരെക്കാണാൻ നമുക്ക് അങ്ങോട്ടു പോകണമെന്നും അദ്ദേഹം പറഞ്ഞു. അമ്മാനിൽ നിന്നു അൽ–റുവൈഷിദ് എന്ന സ്ഥലത്തേക്ക് സുമാർ 600 കി മീ ദൂരം വരും. നമുക്ക് ഉടനെ പുറപ്പെടാമെന്നും അദ്ദേഹം നിർദേശിച്ചു. അതനുസരിച്ച് ഉടനെത്തന്നെ പ്രാതൽ കഴിച്ചു ഞങ്ങൾ പുറപ്പെട്ടു. ഞാനും അംബാസിഡറും ഒരു കാറിലും സെക്യൂരിറ്റിക്കാർ മുന്നിലും പിന്നിലുമാണ് യാത്ര. വളഞ്ഞുപുളഞ്ഞു പോകുന്ന റോഡുകൾ, പ്രകൃതി മനോഹരമായ കാഴ്ചകൾ, കാടും മേടും നിറഞ്ഞ കുന്നുകളും താഴ്വരകളും. മറ്റ് അറബി നാടുകളിൽനിന്നു തികച്ചും വ്യത്യസ്തമായ അന്തരീക്ഷം.

അറേബ്യയുടെ വടക്കുഭാഗത്ത് പലസ്തീന്റെ കിഴക്കെ അതിർത്തിയിൽ കിടക്കുന്ന പ്രകൃതിസുന്ദരവും സമ്പൽസമൃദ്ധവുമായ ഭൂപ്രദേശമാണ് ജോർദാൻ. ഭൂപ്രകൃതിയും സമൃദ്ധിയും കണക്കിലെടുത്ത് ഇറാഖ്, സിറിയ, ജോർദാൻ, പലസ്തീൻ, ലബനോൺ എന്നീ അഞ്ച് അറബ് രാജ്യങ്ങളെ 'ഫർട്ടൈൽ ക്രസന്റ്' എന്നു ഭൂമിശാസ്ത്രജ്ഞന്മാർ വിലയി

രുത്തിയിട്ടുണ്ട്. ഇതെല്ലാം ഇസ്രയേൽ ജനതയുടെ ആവാസ കേന്ദ്രങ്ങളായിരുന്നു. മറ്റ് എട്ട് അറബി രാജ്യങ്ങളെ അറേബ്യ ഉൾപ്പെടെ ജസീറത്തുൽ അറബ് എന്ന പേരിലാണ് നാമകരണം ചെയ്തിട്ടുള്ളത്. ബാക്കി വരുന്ന ഒമ്പത് മുസ്ലിം രാജ്യങ്ങളും ആഫ്രിക്കൻ രാജ്യങ്ങളാണ്. എല്ലാം കൂടി 22 രാജ്യങ്ങൾ പുരാതന ഉസ്മാനിയ സാമ്രാജ്യത്തിൽ പെട്ടതായിരുന്നു. ആ സാമ്രാജ്യത്തെ യൂറോപ്യൻ ചരിത്രകാരന്മാർ ഓട്ടോമാൻ എമ്പയർ (Ottoman Empire) എന്നാണ് വിളിച്ചിരുന്നത്.

ഫർടൈൽ ക്രസന്റ് നാടുകളിൽ ഏറ്റവും പുരാതനമായി പ്രസിദ്ധിയാർജിച്ച സ്ഥലമാണ് സിറിയ. അതിനെ അറബി ചരിത്രത്തിൽ 'ഷാം' എന്നാണ് പറഞ്ഞിരുന്നത്. ഷാം അറബികളുടെയും യൂറോപ്യൻ നാടുകളുടെയും ഏതാണ്ടു മധ്യത്തിൽ കിടക്കുന്ന ലോക കമ്പോളമായിരുന്നു. അറബികൾ പൗരസ്ത്യ നാടുകളിൽനിന്നു സംഭരിക്കുന്ന മലഞ്ചരക്ക് സാധനങ്ങൾ കാരവൻ സംഘങ്ങളായി സിറിയയിൽ (ഷാം) എത്തിക്കും. പ്രധാനമായും ഇന്ത്യയിൽനിന്ന് കുരുമുളകും കശുവണ്ടിയും തേക്കും വീട്ടിയും തന്നെ. യൂറോപ്യൻ കച്ചവടക്കാർ ഇതെല്ലാം പരിചയപ്പെടുന്നത് ഷാമിൽ നിന്നാണ്. മക്കത്തെ ഖുറൈഷി ഗോത്രക്കാർ ഈ കച്ചവടത്തിന്റെ നായകന്മാരായിരുന്നു. മുഹമ്മദ് നബിയും ഒരു നല്ല കച്ചവടക്കാരനായിരുന്നു. അങ്ങനെയാണ് അദ്ദേഹം ഇസ്രയേൽ നാടുകളെക്കുറിച്ചും മറ്റും മനസിലാക്കിയത്.

ഞാനും അംബാസിഡറും മറ്റും അമ്മാനിൽനിന്ന് കൃത്യം 9 മണിക്കാണ് യാത്ര തിരിച്ചത്. സുമാർ 8 മണിക്കൂർ യാത്ര ചെയ്യണം അൽ-റുവൈഷിദിൽ എത്താൻ. കാറിലിരുന്നു കുവൈത്തിന്റെ ചരിത്രത്തെപ്പറ്റിയും ഇറാഖ് കുവൈത്തിനെ ആക്രമിക്കുവാനുണ്ടായ കാരണങ്ങളെ സംബന്ധിച്ചും സംസാരിച്ച അംബാസിഡർ പഴയ ചരിത്രങ്ങൾ പറയാൻതുടങ്ങി. അംബാസിഡർ നല്ല വായനാശീലമുള്ളയാളും സംഭാഷണപ്രിയനുമാണെന്ന് എനിക്കു മനസിലായി. ഒരു നയതന്ത്ര പ്രതിനിധി എന്ന നിലയിൽ ഇത്തരം കാര്യങ്ങളിൽ വിലപ്പെട്ട അറിവു നല്കാൻ അദ്ദേഹത്തിന് നല്ല കഴിവുണ്ടായിരുന്നു. എന്റെ ചരിത്രതാൽപ്പര്യം സംഭാഷണത്തിന്ആക്കംകൂട്ടി.

കുവൈത്ത് പഴയ ഉസ്മാനിയാ സാമ്രാജ്യത്തിൽപെട്ട പ്രദേശമായിരുന്നു. ഒന്നാം ലോകമഹായുദ്ധം തുടങ്ങിയപ്പോൾ ബ്രിട്ടൻ കുവൈത്ത് പിടിച്ചടക്കി. ഉസ്മാനിയ ഭരണകൂടത്തിൽനിന്നു മോചിപ്പിച്ച് ബ്രിട്ടന്റെ കീഴിൽ ഒരു സ്വതന്ത്രരാജ്യമായി അംഗീകരിച്ചു. 1919 നും 1928 നുമിടക്ക് നജദ് ഭരണാധികാരി ഇബ്നു സുഊദ് കുവൈത്ത് പിടിച്ചടക്കാൻ ഒരു ശ്രമം നടത്തിയതായിരുന്നു. എന്നാൽ ബ്രിട്ടന്റെ ഇടപെടൽ കാരണം ആ ശ്രമം നടന്നില്ല. പിന്നെ 1961 ജൂൺ 16 ന് ബ്രിട്ടനും കുവൈത്തും തമ്മിൽ മറ്റൊരു ഉടമ്പടി ഒപ്പുവച്ചു. അതു പ്രകാരം കുവൈത്തിനെ ഒരു പൂർണ സ്വതന്ത്ര രാഷ്ട്രമായി ബ്രിട്ടൻ അംഗീകരിക്കുകയും ചെയ്തു.

1938 ലാണ് കുവൈത്തിൽ ആദ്യമായി എണ്ണ കണ്ടെത്തിയത്. അതിനു മുമ്പ് അവിടത്തെ ജനങ്ങളുടെ തൊഴിൽ അറേബ്യൻ ഗൾഫിലെ മറ്റു രാജ്യങ്ങളെപ്പോലെത്തന്നെ മത്സ്യബന്ധനവും ഉരു (കപ്പൽ)

നിർമാണവും കടലിൽനിന്നു മുത്ത് വാരലുമായിരുന്നു. കുവൈത്ത് ഒരു വലിയ ഗ്രാമം എന്നതിലുപരി മറ്റൊന്നുമായിരുന്നില്ല ആ കാലത്ത്. എന്നാൽ ഇപ്പോൾ ലോകത്ത് ഏറ്റവും വലിയ സമ്പന്ന രാജ്യങ്ങളിലൊന്നാണ് കുവൈത്ത്. പ്രതിശീർഷ വരുമാനം അമേരിക്കയുടേതിന്റെ ഇരട്ടിയായിരുന്നു. 1974 ൽ കുവൈത്ത് ലോകത്തിലെ ഏറ്റവും വലിയ സമ്പന്നരാജ്യമായി പ്രഖ്യാപിക്കപ്പെടുകയുണ്ടായി.

ഇറാഖും എണ്ണയുൽപ്പാദന രംഗത്ത് ഒരു വൻ ശക്തി തന്നെയായിരുന്നു. അതിന്റെ സമ്പന്നതയും ശക്തിയും അവർക്കുമുണ്ട്. എണ്ണപ്പാടങ്ങളെ സംബന്ധിച്ച് അതിർത്തി പ്രദേശങ്ങളിൽ ഇരു രാജ്യങ്ങളും അവകാശവാദം ഉന്നയിക്കുകയും വലിയ തർക്കങ്ങൾക്ക് കാരണമാവുകയുമുണ്ടായി. സമ്പന്നതയുടെ ഹുങ്കും എണ്ണപ്പാടങ്ങളുടെ മേലുള്ള തർക്കവും ഇരു രാഷ്ട്രങ്ങളുടെയും വിരോധം വർധിപ്പിക്കാനിടയാക്കി. അങ്ങനെയാണ് ആൾബലത്തിലും സൈനിക ശക്തിയിലും മുൻതൂക്കമുള്ള ഇറാഖ് കുവൈത്തിനെ ആക്രമിക്കാനിടയായത്. ആക്രമണം തികച്ചും ഏകപക്ഷീയവും അപ്രതീക്ഷിതവുമായിരുന്നു. മുമ്പുതന്നെ, സ്വാതന്ത്ര്യം കിട്ടിയ കാലം മുതൽ അവർ തമ്മിൽ തർക്കം ഉണ്ടായിരുന്നു. കുവൈത്ത് ഇറാഖിന്റെ ഭാഗമാണെന്നായിരുന്നു ഇറാഖിന്റെ വാദം. സ്വാതന്ത്ര്യം കിട്ടി രണ്ടു കൊല്ലം കുവൈത്തിനെ ഇറാഖ് ഒരു രാഷ്ട്രമായി അംഗീകരിച്ചിരുന്നില്ല. പിന്നീട് 1963ലാണ് അംഗീകരിച്ചത്. അംഗീകരിച്ച സ്ഥിതിക്കും അതിര് തർക്കങ്ങൾ അറേബ്യ ഉൾപ്പെടെയുള്ള രാജ്യങ്ങൾ ഇടപെട്ടു മധ്യസ്ഥത പറഞ്ഞുകൊണ്ടിരിക്കുകയും ചെയ്യുന്ന സ്ഥിതിക്ക് ഇറാഖിന്റെ ആക്രമണം അപലപനീയമാണെന്നു തന്നെയായിരുന്നു പൊതുവെയുണ്ടായിരുന്ന അഭിപ്രായം. എന്തു തന്നെയായാലും നമ്മുടെ കേരള പ്രവാസികളാണ് ഈ സംഭവത്തിൽ ഏറെ കഷ്ടനഷ്ടങ്ങൾ സഹിക്കേണ്ടതായി വന്നത്.

ഇത്തരം കാര്യങ്ങളെ സംബന്ധിച്ച് ചർച്ച ചെയ്തും സംസാരിച്ചും സമയം പോയതറിഞ്ഞില്ല. ഞങ്ങളുടെ കാർ അഭയാർഥികേന്ദ്രമായ അൽ–റുവൈഷിദ് എന്ന സ്ഥലത്ത് വൈകുന്നേരം 5 മണിക്ക് എത്തിച്ചേർന്നു. ആവേശകരവും വികാരനിർഭരവുമായിരുന്നു അഭയാർഥികളുടെ അപ്പോഴത്തെ മാനസികാവസ്ഥ. സർവസ്വവും നഷ്ടപ്പെട്ടു ജീവൻ കൈയിൽ പിടിച്ചാണ് അവർ അവിടെയെത്തിയിരുന്നത്. സ്ത്രീകളുടെയും കുഞ്ഞുങ്ങളുടെയും അവസ്ഥയാണ് ഏറെ പരിതാപകരം. തൊണ്ണൂറു ശതമാനവും മലയാളികൾ. ഒരു കേരളമന്ത്രിയെ കണ്ടപ്പോഴുണ്ടായ സംതൃപ്തിയും മനസ്സമാധാനവും അവരുടെ മുഖത്ത് കാണാമായിരുന്നു.

ജോർദാൻ ഗവൺമെന്റ് എല്ലാ വിധത്തിലും ഉള്ളഴിഞ്ഞു സഹായിക്കുന്നുണ്ടായിരുന്നു. അതിർത്തിയിൽ ആയിരക്കണക്കിന് ടെന്റുകൾ നിർമിച്ചിരുന്നു. വരുന്നവർക്കെല്ലാം കുപ്പിവെള്ളവും ഭക്ഷണപ്പൊതിയും വിതരണം ചെയ്തിരുന്നു. ഈ ജീവകാരുണ്യ പ്രവർത്തനങ്ങൾക്കെല്ലാം നേതൃത്വം കൊടുത്തിരുന്നത് ജോർദാൻ ഭരണാധികാരിയുടെ ഭാര്യയും ഉന്നതരായ ഉദ്യോഗസ്ഥരും പൊലീസ് മേധാവികളുംതന്നെ. സന്നദ്ധ

സേനാംഗങ്ങളും വളണ്ടിയർമാരും ധാരാളം കൈയും മെയ്യും മറന്ന് സഹായിക്കുന്നു.

അവർക്കിടയിൽ ഓടിനടന്നും സേവന പ്രവർത്തനങ്ങൾക്ക് മുൻകൈയെടുത്തും ഒരാഴ്ചക്കാലം ഞാനും അവരുടെ കൂടെത്തന്നെ കഴിഞ്ഞു. അംബാസിഡറും ഞാനും അവരുടെ കൂട്ടത്തിലെ ഒരു ടെന്റിൽ തന്നെയായിരുന്നു താമസിച്ചിരുന്നത്. ഗോതമ്പ് റൊട്ടിയും കിഴങ്ങുകറിയും കോഴിക്കറിയും പാക്കറ്റിലാക്കി വിതരണം ചെയ്തിരുന്നു, കുപ്പിവെള്ളവും. അഭയാർഥികൾ കുവൈത്തിലെ ഇറാഖ് പട്ടാളത്തിന്റെ ആക്രമണങ്ങളെ സംബന്ധിച്ചും അവർക്കുണ്ടായ ഭീകരമായ അനുഭവങ്ങളെ സംബന്ധിച്ചും ഞങ്ങളോട് വിവരിച്ചു പറഞ്ഞിരുന്നു. ഒരുദിവസം അതികാലത്ത് സൂര്യനുദിച്ചു വരുന്ന സമയം അവരുടെയെല്ലാം താമസസ്ഥലത്തും മുറികളിലും പട്ടാളം. പുറത്തേക്ക് നോക്കുമ്പോൾ റോഡു നിറയെ പട്ടാളം. സാധന സാമഗ്രികളെടുത്ത് പുറത്തേക്ക് വലിച്ചെറിഞ്ഞും തോക്ക് കാണിച്ചു ഭീഷണിപ്പെടുത്തിയും ഭീകരാന്തരീക്ഷം സൃഷ്ടിച്ചു. അവർ പറഞ്ഞു: ''കിട്ടിയ പെട്ടികളും കൊട്ടകളും എടുത്ത് കുട്ടികളെയും കൂട്ടി ഞങ്ങൾ പുറത്തേക്കോടി. കാറുകളിലും ട്രക്കുകളിലുമായി രക്ഷപ്പെടാൻ തുടങ്ങി.'' എല്ലാ വാഹനങ്ങളും യാത്രയ്ക്ക് പറ്റുന്നതല്ല. മരുഭൂമിയിൽ സഞ്ചരിക്കുന്നതിന് ഒരുതരം വീതിയുള്ള പ്രത്യേകതരം ടയർ തന്നെ വേണം. അത്തരം ടയറുകളുള്ള വാഹനങ്ങളിലായിരുന്നു മരുഭൂമി താണ്ടി രക്ഷപ്പെട്ടത്. അതിനൊന്നും കഴിവില്ലാത്ത ആയിരക്കണക്കിന് നാട്ടുകാർ കുവൈത്തിൽ കുടുങ്ങിപ്പോയിട്ടുണ്ടെന്നും അവർ വിശദീകരിച്ചു.

ഒരാഴ്ച കഴിയുന്നതിന് മുമ്പ്, നാട്ടിൽനിന്ന് മുഖ്യമന്ത്രിയുടെ സന്ദേശം കിട്ടി. അഭയാർഥികളെ കൊണ്ടുവരാനുള്ള എല്ലാ സംവിധാനങ്ങളും ഏർപ്പെടുത്തിയതാണ് വിവരം. ജോർദാനിൽനിന്ന് അഭയാർഥികളെ വിമാനത്തിൽ മുംബൈയിൽ എത്തിക്കാനുള്ള നടപടികൾ ഇന്ത്യാ ഗവൺമെന്റും മുംബൈയിൽനിന്ന് എല്ലാവരെയും തീവണ്ടി മാർഗം നാട്ടിലെത്തിക്കാനുള്ള സംവിധാനം കേരള ഗവൺമെന്റും ചെയ്യാനായിരുന്നു തീരുമാനം. അന്നത്തെ പ്രധാനമന്ത്രി വി പി സിങ് വലിയ സഹകരണവും സഹായവുമാണ് ചെയ്തത്. മുഖ്യമന്ത്രി നായനാർ മുൻകൈയെടുത്ത് ചെയ്ത സേവനങ്ങൾ പ്രവാസികളുടെ ചരിത്രത്തിൽ എന്നും ഉജ്ജ്വലമായ സ്മരണകളായിരിക്കും. അതിൽ ഒരു എളിയ സേവനം ചെയ്യാൻ എനിക്കുണ്ടായ അവസരം ഞാൻ എന്നും ചാരിതാർഥ്യത്തോടെ സ്മരിക്കാറുണ്ട്. അഭയാർഥി പ്രവാഹത്തിനനുസരിച്ച് അവരെ നാട്ടിലെത്തിക്കാനുള്ള സംവിധാനങ്ങൾ ചിട്ടപ്പെടുത്തിയശേഷം ഞാൻ അൽ-റുവൈഷിദുംജോർദാനും വിട്ട് നാട്ടിലെത്തി.

കോഴിക്കോട് വിമാനത്താവളം

28 ജില്ലാസമിതി തിരഞ്ഞെടുപ്പും നായനാർ സർക്കാറും

നാട്ടിലെത്തിയപ്പോഴേക്കും കേരളത്തിൽ ജില്ലാ ഭരണസമിതികളിലേക്കുള്ള തെരഞ്ഞെടുപ്പിന്റെ ആരവങ്ങൾ തുടങ്ങിക്കഴിഞ്ഞിരുന്നു. 1987 ൽ അധികാരത്തിൽ വന്ന നായനാർ ഗവൺമെന്റിന്റെ ഒരു സംഭാവനയായിരുന്നു ജില്ലാ ഭരണനിയമം (District Administration Bill). അത് ഇന്ത്യയിൽതന്നെ ആദ്യത്തേതും പല പ്രത്യേകതകളുമുള്ള ഒരു നിയമമായിരുന്നു.

ആ നിയമത്തിന്റെ ഉദ്ദേശ്യ ലക്ഷ്യങ്ങളിൽ പ്രധാനം ജില്ലയിൽ ഒരു ഗവൺമെൻറ്-പ്രസിഡൻറും വൈസ് പ്രസിഡൻറും നാല് സ്റ്റാൻഡിങ് കമ്മിറ്റി ചെയർമാന്മാരും അടങ്ങിയതായിരുന്നു ഭരണകൂടം. സംസ്ഥാന ഗവൺമെന്റിന്റെ അധികാരങ്ങൾ എഴുപത്തഞ്ച് ശതമാനവും ജില്ലാ ഭരണകൂടത്തിന് ഏൽപ്പിച്ചുകൊടുക്കുക, വലിയ കാര്യങ്ങളും മേലധികാരവും മാത്രം സംസ്ഥാന ഗവൺമെന്റിന്. യാതൊരു തരത്തിലും ചെറിയ ചെറിയ കാര്യങ്ങൾക്ക് സാധാരണക്കാർ തലസ്ഥാന നഗരിയിലേക്ക് മന്ത്രിമാരെ കാണാനും ഗവൺമെന്റ് ഓഫീസുകളിൽ കറങ്ങാനും വരേണ്ടതില്ല. വിദ്യാഭ്യാസം, വികസനം, നീതിന്യായ പരിപാലനം എന്നീ കാര്യങ്ങളെല്ലാം ജില്ലാകേന്ദ്രത്തിൽനിന്നുതന്നെ നിർവഹിക്കപ്പെടുന്നു എന്നതായിരുന്നു വ്യവസ്ഥ.

ഈ നിയമം ഇന്ത്യയിൽ ആദ്യത്തേതും നൂതനവും ആയിരുന്നു. കോൺഗ്രസും വലതുപക്ഷ രാഷ്ട്രീയക്കാരും ഇത് ഇഷ്ടപ്പെട്ടിരുന്നില്ല. സംസ്ഥാന ഗവൺമെൻറിന് പുറമെ ഒരു ജില്ലാ ഗവൺമെന്റും വേണ്ട എന്നതായിരുന്നു അവരുടെ നിലപാട്. ഏതായാലും കേരളത്തിലെ ബ

ഹുജനങ്ങൾ ഇതിനെ വലിയ താൽപ്പര്യത്തോടെയാണ് സ്വീകരിച്ചത്. 1990 ഏപ്രിൽ, മാർച്ച് മാസങ്ങളിൽ ജില്ലാ ഭരണകൂടങ്ങളിലേക്കുള്ള തിരഞ്ഞെടുപ്പ് പ്രഖ്യാപിച്ചു. അതിന്റെ നടപടിച്ചട്ടങ്ങളെല്ലാം കേരള ഗവൺമെന്റ് തന്നെയാണ് ആവിഷ്കരിക്കുന്നത്.

ജില്ലാ ഭരണസമിതിയിലേക്കുള്ള തിരഞ്ഞെടുപ്പിൽ വാശിയേറിയ മത്സരംതന്നെ നടന്നു. സംസ്ഥാന ഗവൺമെന്റിന്റെ ഭരണനേട്ടങ്ങളും അധികാര വികേന്ദ്രീകരണത്തിന്റെ ആവേശവുംതന്നെയായിരുന്നു ഇടതുപക്ഷത്തിന്റെ പ്രചാരണായുധങ്ങൾ. എന്നാൽ വലതുപക്ഷത്തിന് പ്രത്യേകമായി ഒന്നും പറയാനുണ്ടായിരുന്നില്ല. രാജീവ്ഗാന്ധിയുടെ 21–ാം നൂറ്റാണ്ടിലേക്കുള്ള യാത്ര മാത്രമായിരുന്നു വിഷയം. അതിനെ ബൊഫോർസ് തോക്കിടപാടിലെ അഴിമതി ചൂണ്ടിക്കാണിച്ചുകൊണ്ട് ഇടതുപക്ഷം നേരിട്ടു. എന്നാൽ ജനങ്ങളെ സംബന്ധിച്ചിടത്തോളം ജില്ലയിൽ ഒരു ഗവൺമെന്റ് വരുന്നതിനെ അവർ മുഖ്യ വിഷയമായി കണ്ടു.

തിരഞ്ഞെടുപ്പു കഴിഞ്ഞ് ഫലപ്രഖ്യാപനം വന്നപ്പോൾ പതിനാലിൽ പതിമൂന്നു ജില്ലകളിലും ഇടതുപക്ഷ ജനാധിപത്യമുന്നണി വലിയ ഭൂരിപക്ഷത്തിന് തിരഞ്ഞെടുക്കപ്പെട്ടു. മലപ്പുറം ജില്ലാ ഭരണകൂടം മാത്രം വലതുപക്ഷത്തിന് കിട്ടി. അതോടെ പതിനാലു ജില്ലകളിലും തദ്ദേശ ഭരണസമിതികൾ നിലവിൽ വന്നു. പ്രസിഡന്റ് ജില്ലാ മുഖ്യമന്ത്രിയും മറ്റു നാലു സഹമന്ത്രിമാരും. നല്ല ആവേശകരമായ രാഷ്ട്രീയമാറ്റം. 1957 ലെ ഭൂപരിഷ്കരണം പോലെത്തന്നെ 1987 ൽ ഒരു ഭരണപരിഷ്കരണവും; ഇടതുപക്ഷം ചരിത്രം ആവർത്തിച്ചു. ജില്ലാ ഭരണസമിതിയിലേക്കുള്ള തെരഞ്ഞെടുപ്പിന് ശേഷവും സംസ്ഥാന ഗവൺമെന്റ് അതിന്റെ തനതായ പാതയിൽ മുന്നോട്ടു നീങ്ങി. അഴിമതി ആരോപണങ്ങളില്ലാതെ, സാമ്പത്തികമായ വലിയ പ്രയാസങ്ങളില്ലാതെ കാര്യങ്ങൾ മുന്നോട്ടുപോയി.

1987 ൽ അധികാരത്തിൽ വന്ന നായനാർ ഗവൺമെന്റ് ഏത് നിലയ്ക്കും 1957 ലെ ഇ എം എസ് മന്ത്രിസഭയുടെ ഒരു തുടർച്ചയായിരുന്നു. 1987 ൽ ഇടതുപക്ഷ മുന്നണിയിൽ പേരിനുപോലും ഒരു ജാതിമത രാഷ്ട്രീയ പാർട്ടിയും ഉണ്ടായിരുന്നില്ല. തികച്ചും വർഗീയവിമുക്ത മുന്നണി. അന്നും മാണിയും ജോസഫും ഒന്നിച്ചുകൂടി ഒറ്റ പാർട്ടിയായി വലതുപക്ഷത്ത് ചേർന്നുനിന്നു. അതുവരെ ഇടതുപക്ഷത്തിന്റെ കൂടെ ഉണ്ടായിരുന്ന അഖിലേന്ത്യാ ലീഗും മുന്നണി വിട്ട് യൂണിയൻ ലീഗിൽ ലയിച്ച് ഒന്നായി. ചുരുക്കത്തിൽ ഇടതുപക്ഷത്ത് ആനയും കുതിരയും കോണിയും തോണിയും ഒന്നുംതന്നെ ഉണ്ടായിരുന്നില്ല. കോണി കേറ്റിയ തോണി ഇടത്തെ കരയ്ക്ക് അടുപ്പിക്കണമെന്നു വീറോടെ വാദിച്ച് പാർട്ടിയിൽനിന്നു പുറത്തേക്ക് തെറിച്ചുവീണ എം വി രാഘവനും വലതുപക്ഷത്തുതന്നെ.

വലതുപക്ഷത്ത് പാർട്ടികളുടെയും ജാതിസംഘടനകളുടെയും ബാഹുല്യവും അതിനാൽ സ്വാഭാവികമായി ഉണ്ടാവുന്ന ആശയവൈരുധ്യങ്ങളും അഭിപ്രായ സംഘർഷങ്ങളും. പുറത്തുനിന്ന് കണ്ടാൽ ശാന്തമാണെന്ന് തോന്നുമെങ്കിലും അടിയൊഴുക്കുകൾ ശക്തമായിരുന്നു. ഈ സാ

വി വി ഗിരി

ഹചര്യത്തിലായിരുന്നു 1987 ൽ ഇടതുപക്ഷ ജനാധിപത്യമുന്നണി വിജയിച്ച് അധികാരത്തിൽ വന്നത്. ആ നയസമീപനം തുടരുകയും അഴിമതിയില്ലാത്തതും വർഗീയ സംഘട്ടനങ്ങളോ സംഘർഷങ്ങളോ ഇല്ലാത്തതുമായ ശാന്തമായ ഒരന്തരീക്ഷം കേരളത്തിൽ നിലവിൽ വരുത്തുകയും ചെയ്ത ഇടതുമുന്നണി ഭരണത്തെ ജനങ്ങൾ ഇഷ്ടപ്പെടുന്നു എന്നുള്ളതിന്റെ ഒരു വലിയ തെളിവായിരുന്നു പതിനാലിൽ പതിമൂന്ന് ജില്ലാ ഭരണകൂടങ്ങളും പിടിച്ചടക്കി തൂത്തുവാരിയത്. വോട്ടിന്റെ ഭൂരിപക്ഷവും ആവേശകരമായിരുന്നു.

1990 അവസാനമായപ്പോഴേക്കും ഇടതുപക്ഷമുന്നണി ഭരണത്തിന്റെ നല്ല റെക്കോഡും തിളക്കമാർന്ന വർഗീയ വിരുദ്ധ നയവും ജില്ലാഭരണ സമിതിയിലേക്കുള്ള തെരഞ്ഞെടുപ്പിലെ അത്ഭുതകരമായ വിജയവും ഇടതുപക്ഷത്ത് ഒരു പുതിയ ആശയത്തിനു തിരികൊളുത്തി. 1991 ൽ, ഒരു കൊല്ലം മുമ്പെ തന്നെ സംസ്ഥാന ഗവൺമെന്റ് പിരിച്ചുവിട്ട് അസംബ്ലിയിലേക്ക് തെരഞ്ഞെടുപ്പ് നടത്തിയാൽ നല്ലതാണെന്നുള്ള അഭിപ്രായത്തിന് മുൻതൂക്കം വന്നു.

ഈ അഭിപ്രായം പാർട്ടിക്കകത്തും മുന്നണിയിലും ആലോചിക്കുന്ന അവസരത്തിൽ ആർക്കും അത് ശരിയല്ലെന്നു പറയാനുള്ള ഒരു കാരണവും സാഹചര്യവും ഉണ്ടായിരുന്നില്ല. അത്രയ്ക്കും സുഗമവും ഭദ്രവുമായിരുന്നു ഗവൺമെന്റ് നിലപാടുകളും നടപടികളും. തിരഞ്ഞെടുപ്പിന്റെ സൂചന വന്നതോടെ ഓരോ വകുപ്പും അതാത് വകുപ്പുകളിൽപ്പെട്ട ജോലികൾ സമയബന്ധിതമായി തീർക്കാൻ തുടങ്ങി. അതിൽ, ഞാൻ കൈകാര്യം ചെയ്തിരുന്ന പൊതുമരാമത്ത് വകുപ്പിൽ 1987ന് ശേഷം ആരംഭിച്ച പ്രവൃത്തികൾതന്നെ, മലപ്പുറം ജില്ലയിൽ ചാലിയാർ പാലം, മൂത്തേടം പാലം, അരുച്ചിരുത്തി പാലം, ഏറ്റിരികടവുപാലം, താനൂർ പാലം, മമ്പറം സലാത്ത് പാലം, മൗണ്ട്രിക്കടവ് പാലം എന്നിങ്ങനെ പത്തിലധികം പാലങ്ങളും അനുബന്ധ റോഡുകളും, ഞാൻ പ്രതിനിധീകരിക്കുന്ന ബേപ്പൂർ മണ്ഡലത്തിൽ പൂളക്കടവ് പാലം, ചുങ്കംപാലം, ചെരക്കടവ് പാലം, മുക്കത്ത് കടവ് പാലം തുടങ്ങി ആറു പാലങ്ങളും വിവിധ റോഡുകളും, ബേപ്പൂർ ഹൈസ്കൂൾ കെട്ടിടം, ഫറോക്ക് ഗണപത് ഹൈസ്കൂളിന് മൂന്നുനില കെട്ടിടം എന്നിവയും കോഴിക്കോട് ഫ്രാൻസിസ് റോഡ്, എ കെ ജി ഓവർബ്രിഡ്ജ്, ചെറുവറ്റക്കടവ് പാലം തുടങ്ങി നിരവധി പ്രവൃത്തികൾ കേരളത്തിലങ്ങോളമിങ്ങോളം പണിതീർത്ത് ഉദ്ഘാടനം നടത്തി. കുറെ പ്രവൃത്തികൾ ആരംഭിക്കുകയും ചെയ്തു.

അഴിമതി, രാഷ്ട്രീയ നേതൃത്വത്തിലും ഭരണകൂടത്തിലും തീരെ

കാമരാജ്

ഇല്ലെന്ന ഖ്യാതി അപ്പോഴേക്കും കേരളത്തിൽ പരന്നു. ഉദ്യോഗസ്ഥതലത്തിലും പരമാവധി നിർമാർജനം ചെയ്തു. ഏതെങ്കിലും വിധത്തിൽ പിടിക്കപ്പെട്ടാൽ രക്ഷപ്പെടുകയില്ലെന്ന ഒരു അവബോധം എല്ലാവരിലും ഉണ്ടായിരുന്നു. സ്ഥലംമാറ്റത്തിനും ഉദ്യോഗക്കയറ്റത്തിനും കൈക്കൂലി കേരളത്തിന്റെ ശാപമായിരുന്നു. അതെല്ലാം നോംസ് അടിസ്ഥാനത്തിൽ മാത്രമായി പരിമിതപ്പെടുത്തുകയും അർഹിക്കുന്ന സ്ഥലംമാറ്റവും ഉദ്യോഗക്കയറ്റവും കോഴയില്ലാതെ താമസംവിനാ നടക്കുകയും ചെയ്തിരുന്നു. പൊതുമരാമത്ത് വകുപ്പിലും മറ്റും പ്രവൃത്തികൾ ടെൻഡർ മുഖേന മാത്രമാണ് ഏർപ്പെടുത്തിയിരുന്നത്. അങ്ങനെ ഒരഴിമതിവിമുക്ത കേരളം എന്ന സങ്കൽപ്പത്തിലേക്ക് നാട് നീങ്ങിത്തുടങ്ങി.

വിദ്യാഭ്യാസ വകുപ്പിൽ പോലും പ്രശ്നങ്ങൾ ഇല്ലാത്ത കാലം വന്നു. പ്രീഡിഗ്രി ബോർഡും മറ്റു അനാവശ്യ പരിഷ്കാരങ്ങളും ഇല്ലാതാക്കി. ഹയർ സെക്കൻഡറിയും വൊക്കേഷണൽ ഹയർസെക്കൻഡറിയും സാർവത്രികമാക്കി. വിദ്യാഭ്യാസ, സാംസ്കാരികരംഗത്ത് വലിയ മുന്നേറ്റമുണ്ടായി. അങ്ങനെ കേരളം ഇന്ത്യയിൽ ആദ്യത്തെ സമ്പൂർണ സാക്ഷരത നേടിയ സംസ്ഥാനമായി. കോഴിക്കോട്ടുവെച്ച് മുഖ്യമന്ത്രി നായനാരുടെ സാന്നിധ്യത്തിൽ സാക്ഷരത നേടിയ വൃദ്ധയായ പഠിതാവ് ചേലക്കോടൻ ആയിശുമ്മ കേരളം "സമ്പൂർണ സാക്ഷരതാ കേരളം" എന്ന് പ്രഖ്യാപിച്ചു.

വ്യവസായരംഗത്തും അക്കാലത്ത് പുത്തനുണർവുണ്ടായി. പൊതുമേഖലാ സ്ഥാപനങ്ങളെ നിരുത്സാഹപ്പെടുത്തലായിരുന്നു കേന്ദ്രഭരണത്തിൽ കോൺഗ്രസിന്റെ നയം. ലാഭത്തിലിരുന്ന സ്ഥാപനങ്ങൾ സ്വകാര്യമേഖലയ്ക്ക് വിൽക്കുക, നഷ്ടത്തിലായത് പൂട്ടുക എന്നതായിരുന്നു നയം. ആ നയത്തെ ഇടതുപക്ഷ ഭരണം നിരാകരിച്ചു. വിൽപ്പന തടയുകയും ക്ഷീണിച്ച വ്യവസായങ്ങൾ പുനരുദ്ധരിക്കുകയും ചെയ്തു. അതുവഴി പൂട്ടിയ എല്ലാ വ്യവസായശാലകളും തുറന്നു. അതിൽ ചിലതായിരുന്നു ചെറുവണ്ണൂരിലെ സ്റ്റീൽ കോംപ്ലക്സ്, തിരുവണ്ണൂർ കോട്ടൺമിൽ, മലബാർ സോപ്സ് ആൻഡ് ഓയിൽസ് മുതലായവ.

അക്കാലത്താണ് ഹാജിമാരെ യാത്രയയക്കുന്നതിന് ആദ്യമായി തെക്കെ ഇന്ത്യയിൽ മദിരാശി ഒരു കേന്ദ്രമായിത്തീർന്നത്. അതിനുമുമ്പ് ഹജ്ജിന്നു പോകാൻ മുംബൈ മാത്രമായിരുന്നു അവലംബം. അന്ന് കോഴിക്കോട് വിമാനത്താവളത്തിൽ പൂർണമായി സൗകര്യം നിലവിൽ വന്നിരുന്നില്ല. ഹാജിമാരെ അപേക്ഷകരിൽനിന്നു നറുക്കിട്ട് തെരഞ്ഞെടുക്കണം എന്നായിരുന്നു ചട്ടം. അന്നും ഇന്നും അങ്ങനെത്തന്നെ. എന്നാൽ

മുൻ ഭരണകാലത്ത് സ്വന്തക്കാരെയും ബന്ധുക്കളെയും നറുക്കിടുന്നതിൽനിന്നു മാറ്റി മുൻകൂട്ടി എടുത്ത് ബാക്കി മാത്രം നറുക്കിട്ട് പക്ഷപാതം കാണിച്ചിരുന്നു. അത് നിർത്തലാക്കി സത്യസന്ധവും സുതാര്യവുമായ തെരഞ്ഞെടുപ്പ് മാത്രമാക്കി ശുദ്ധീകരിച്ചു. ഹജ്ജ് വകുപ്പിന്റെ ചാർജുള്ള മന്ത്രി എന്ന നിലയിൽ ഞാൻ മദിരാശിയിൽ പോയി ഒരാഴ്ച താമസിച്ച് ഹജ്ജിനു പോകുന്ന കേരളക്കാരെ വിമാനത്തിൽ കയറ്റി യാത്രയയക്കുന്ന ചടങ്ങുകൾക്ക് നേതൃത്വം കൊടുത്തു. മദിരാശിയിലെ മലബാർ മുസ്ലിം അസോസിയേഷന്റെ ഹോസ്റ്റലും പരിസരവും അതിനോടനുബന്ധിച്ച പള്ളിയുമായിരുന്നു അവരുടെ താമസസ്ഥലവും ആവാസകേന്ദ്രവും.

1990 ൽ മദിരാശി കേന്ദ്രം ആദ്യമായി ഹജ്ജ് യാത്രയ്ക്ക് അനുവദിച്ച കൊല്ലമാണ് എന്റെ ഭാര്യാപിതാവ് കെ പി എച്ച് മുഹമ്മദ് നഹയും മാതാവും ഹജ്ജിനു പോയത്. അവരെ ഞാനും എന്റെ ഭാര്യ മൈമൂനയും മദിരാശിവരെ പോയി യാത്രയയച്ചു. എന്നാൽ ആ ഹജ്ജ്കർമത്തിനിടയിൽ അദ്ദേഹം അവിടെവെച്ചു മരണപ്പെട്ടു. മാതാവ് പിന്നെ, ജിദ്ദയിൽ ജോലി ചെയ്തിരുന്ന മകൻ മുഹമ്മദ് അമീന്റെ കൂടെയാണ് മടങ്ങിപ്പോന്നത്.

മദിരാശി പട്ടണം എനിക്ക് ഒരിക്കലും മറക്കാൻ പറ്റാത്ത നഗരമാണ്. ഞാൻ ഡൽഹി സർവകലാശാലയിൽ ബി എക്ക് കറസ്പോണ്ടൻസ് കോഴ്സിൽ ചേർന്ന് പഠിക്കുന്ന കാലത്തെ എന്റെ ഫൈനൽ ബി എക്കുള്ള പരീക്ഷാ സെന്റർ മദിരാശിയിൽ ആയിരുന്നു. 1966 ഏപ്രിൽ മാസത്തിലായിരുന്നു പരീക്ഷ. മൊത്തം പതിനൊന്നു പരീക്ഷാ പേപ്പറുകൾ എഴുതേണ്ടതുണ്ടായിരുന്നു. രണ്ടും മൂന്നും ദിവസങ്ങൾ ഇടവിട്ടാണ് ഓരോ പരീക്ഷാ തീയതിയും ഷെഡ്യൂൾ ചെയ്തിരുന്നത്. അതിനാൽ മുഴുവൻ പരീക്ഷാ ചോദ്യപേപ്പറുകളും തീരാൻ ഒരുമാസം വേണ്ടിയിരുന്നു. ആ ഒരു മാസം ഞാൻ മലബാർ മുസ്ലിം അസോസിയേഷൻ ഹോസ്റ്റലിലായിരുന്നു താമസിച്ചത്. ഈ ഹോസ്റ്റൽ മദിരാശിയിലെ എഗ്മൂർ റെയിൽവേ സ്റ്റേഷന്റെ അടുത്താണ്. പരീക്ഷാ സെന്റർ ടി നഗറിലെ ഒരു ഹൈസ്കൂളായിരുന്നു. ഹോസ്റ്റലിന്റെ സെക്രട്ടറി ചാവക്കാട്ടുകാരൻ ടി ഉമ്മർ കുട്ടി എന്ന ആളായിരുന്നു. അദ്ദേഹത്തെ എനിക്ക് അവിടെ പരിചയപ്പെടുത്തിത്തന്നത് അന്ന് അവിടെ നിയമവിദ്യാർഥി ആയിരുന്ന, ഇന്ന് കോഴിക്കോട് സീനിയർ വക്കീലായ എം മുഹമ്മദായിരുന്നു. എന്റെ ബന്ധുവും സ്നേഹിതനുമായ കെ അബ്ദുൽ അസീസ് നഹയും അക്കാലത്ത് അവിടെ ലോ കോളേജ് ഫൈനൽ വിദ്യാർഥി ആയിരുന്നു. പൂനമല്ലി ഹൈറോഡിലെ ഒരു ലോഡ്ജിലായിരുന്നു അദ്ദേഹം താമസിച്ചിരുന്നത്. പ്രൈവറ്റായി ബി എ ബിരുദത്തിന് പരീക്ഷ എഴുതുന്ന എനിക്ക് അവരുടെയെല്ലാം സഹായവും പ്രോത്സാഹനവും ഉത്തേജനം നൽകിയിരുന്നു. അങ്ങനെ 1966 ൽ മദിരാശിവെച്ചു പരീക്ഷ എഴുതിയാണ് ഞാൻ ഡിഗ്രി എടുക്കുന്നത് എന്ന ഓർമ, അവിടത്തെ താമസം, സ്നേഹിതന്മാർ എല്ലാം മനസിൽ ഇന്നും പച്ചപിടിച്ച സ്മരണകളാണ്.

അങ്ങനെ 1990 ലെ ഹാജിമാരെ യാത്രയാക്കലും മറ്റും കഴിഞ്ഞ്

തിരുവനന്തപുരത്ത് എത്തി ഔദ്യോഗിക ജോലികളിൽ വ്യാപൃതനായി ഇരിക്കുമ്പോഴാണ് മന്ത്രിസഭ പിരിച്ചുവിട്ട്, തെരഞ്ഞെടുപ്പ് നടത്താനുള്ള ചരിത്രപ്രസിദ്ധമായ തീരുമാനം ഉണ്ടായത്. 1991 ജനുവരി മാസത്തിലെ ക്യാബിനറ്റാണ് ആ തീരുമാനം എടുത്തത്. ഏത് സമയത്തും ഗവൺമെന്റു പിരിച്ചുവിട്ട് തിരഞ്ഞെടുപ്പ് നടത്താൻ തീരുമാനിക്കുന്നതിന് ഭരണഘടനപ്രകാരം മന്ത്രിസഭയ്ക്ക് അധികാരമുണ്ട്.

ആ തീരുമാനം എടുക്കുന്ന സമയത്ത് 1987 ൽ അധികാരത്തിൽ വന്ന ഗവൺമെന്റ് നാലുകൊല്ലം പൂർത്തിയാക്കിയിരുന്നു. നായനാർ ഗവൺമെന്റ് നാലുകൊല്ലമായി നടത്തിവന്ന ഭരണത്തിന്റെ സൽപ്പേരും ഭരണനേട്ടങ്ങളും ജനങ്ങൾക്കിടയിലുണ്ടായിരുന്ന അംഗീകാരവും അത് പ്രകടമായ ജില്ലാ ഭരണസമിതിയിലേക്ക് നടന്ന തെരഞ്ഞെടുപ്പിലെ ഞെട്ടിപ്പിക്കുന്ന വിജയവും എല്ലാംകൂടി കണക്കിലെടുക്കുമ്പോൾ ആ തീരുമാനം ശരിയും അവസരോചിതവും ആയിരുന്നു.

മന്ത്രിസഭാ തീരുമാനം കേന്ദ്ര ഗവൺമെന്റിനെയും കേന്ദ്ര ഇലക്ഷൻ കമീഷനെയും അറിയിച്ചു. അതിനുശേഷം ഗവൺമെന്റിന് പിന്നെ ഒരു കാര്യത്തിലും തീരുമാനമെടുക്കാൻ പാടില്ല. കെയർടേക്കർ ഭരണം എന്നാണ് പിന്നെ പേര്. തിരഞ്ഞെടുപ്പ് കഴിഞ്ഞ് പുതിയ ഭരണം വരുന്നതുവരെ അങ്ങനെ തുടരണം എന്നാണ് നിയമം. ഇങ്ങനെ ഒരു തീരുമാനം മുമ്പ് കേന്ദ്രത്തിൽ ഇന്ദിരാഗാന്ധി മാത്രമാണ് എടുത്തത്. സിൻഡിക്കേറ്റുകാരുടെ തടവറയിൽനിന്നു രക്ഷപ്പെടാനായിരുന്നു അത്. നിജലിംഗപ്പ, ബ്രഹ്മാനന്ദറെഡ്ഡി, കാമരാജ്, അതുല്യഘോഷ്, മൊറാർജി ദേശായി എന്നിവരായിരുന്നു സിൻഡിക്കേറ്റ് കോൺഗ്രസ് നേതാക്കൾ. അവരുടെ ഒരു പാവ പ്രധാനമന്ത്രിയായി ഇന്ദിര ഭരണം നടത്തും എന്നാണ് അവർ പ്രതീക്ഷിച്ചിരുന്നത്. എന്നാൽ ഇന്ത്യൻ യൂണിയൻ പ്രസിഡന്റു തിരഞ്ഞെടുപ്പിൽ സിൻഡിക്കേറ്റ് സ്ഥാനാർഥി സഞ്ജീവ റെഡ്ഡി പരാജയപ്പെടുകയും ഇന്ദിര സഹായിച്ച വി വി ഗിരി ജയിക്കുകയും ചെയ്തു. ഇന്ദിരയുടെ മനഃസാക്ഷി വോട്ടിന്റെ നയത്തിനുണ്ടായ വിജയമായിരുന്നു അത്. അതിനുശേഷമായിരുന്നു ഇന്ദിര മന്ത്രിസഭ പിരിച്ചുവിട്ട് നിലനിൽപ്പിനുവേണ്ടി രണ്ടും കൽപ്പിച്ച് ഉപതിരഞ്ഞെടുപ്പിന് പോയത്.

എന്നാൽ അതും ഞങ്ങളുടെ തീരുമാനവും രണ്ടും രണ്ടാണ്. ഞങ്ങൾ രക്ഷപ്പെടാനോ പകരം വീട്ടാനോ ആയിരുന്നില്ല മുൻകൂട്ടി പിരിച്ചുവിട്ട് തെരഞ്ഞെടുപ്പിന് പോയത്. 1991 ലെ പാർലമെന്റ് തിരഞ്ഞെടുപ്പിന്റെ കൂടെത്തന്നെ അസംബ്ലി തിരഞ്ഞെടുപ്പ് നടത്താനും നാലു കൊല്ലത്തെ ഭരണത്തിന്റെ സൽപ്പേര് ഉയർത്തിപ്പിടിച്ച്, ജില്ലാഭരണസമിതികൾ നിലവിൽവന്ന ആവേശം നിലനിർത്തിക്കൊണ്ട് കൂടുതൽ കെട്ടുറപ്പും കാലദൈർഘ്യവുമുള്ള ഒരു ഭരണത്തിനു വേണ്ടിയായിരുന്നു ഞങ്ങളുടെ തീരുമാനം. അതെങ്ങനെ പ്രതിഫലിച്ചു എന്നു നമുക്ക് നോക്കാം.

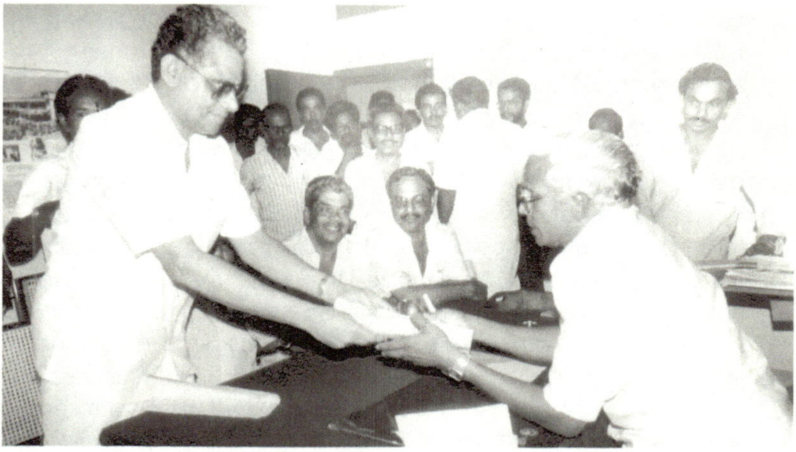

ബേപ്പൂരിൽ നോമിനേഷൻ കൊടുക്കുന്നു

29 കോ ലീ ബി സഖ്യം ബേപ്പൂർ മോഡൽ 1991

അഴിമതിരഹിതവും ജാതി–മത വർഗീയ കക്ഷികളുടെ യാതൊരു വിധ സ്വാധീനവും ഇല്ലാത്തതുമായിരുന്നു 1987–91 ലെ നായനാർ ഗവൺമെന്റ്. തികച്ചും മതേതരസ്വഭാവമുള്ള ജനകീയ ഗവൺമെന്റ്. ആനയും കുതിരയും കോണിയും തോണിയും ഇല്ലാത്ത ഗവൺമെന്റ്. കെ എം മാണിയുടെ തത്വശാസ്ത്രം വളരെ പ്രശസ്തമാണല്ലോ, വളരുംതോറും പിളരുകയും പിളരുംതോറും വളരുകയും ചെയ്യുന്ന അലാവുദ്ദീന്റെ അത്ഭുതവിളക്കാണ് കേരള കോൺഗ്രസ് എന്നതാണത്. 1980 ൽ തെറ്റിപ്പിരിഞ്ഞ് മാണി ഇടതുപക്ഷത്തും ജോസഫ് വലതുപക്ഷത്തുമായിരുന്നു. പിന്നെ രണ്ടുംകൂടി യോജിച്ച് 1982 ൽ കരുണാകരന്റെ മന്ത്രിസഭയിൽ കൂടി. പിന്നെ മാണി അവിടെ ഉറച്ചു. ജോസഫ് പുറത്തായി, ചുറ്റിക്കറങ്ങി നടന്നു. 1987ലെ തെരഞ്ഞെടുപ്പിലൊക്കെ ഒറ്റയ്ക്കായിരുന്നു. 1987–91 നായനാർ ഭരണകാലത്ത് രണ്ടും ഭരണത്തിനു പുറത്ത്. പിന്നെ ജോസഫ് ഇടതുപക്ഷത്തെത്തി, രണ്ടു തവണ. ഇപ്പോൾ വീണ്ടും കൂടിച്ചേർന്നു. ഈ പൊട്ടിത്തെറികളിലെല്ലാം പുറത്തേക്ക് തെറിച്ചുപോയ കൊള്ളിമീനുകളാണ് ജേക്കബും ആർ ബാലകൃഷ്ണപിള്ളയും. പിള്ള ഇപ്പോൾ സുപ്രീംകോടതി വിധി പ്രകാരം അഴിമതിക്കേസിൽ ശിക്ഷിക്കപ്പെട്ട് പൂജപ്പുര സെൻട്രൽ ജയിലിലാണ്. ജേക്കബിന്റെ പേരിലും അന്വേഷണം നടക്കുന്നുണ്ട്. ഇങ്ങനെ ഒരു നെറികെട്ട കൂട്ടം വേറെ അധികമില്ല. ഇതെല്ലാം മഹത്തായ ഒരാദർശത്തിനുവേണ്ടി ജീവൻ കുരിശിൽ ബലിയർപ്പി

ച്ച ഒരു മഹാപുരുഷന്റെയും മഹത്തായ ഒരു ചരിത്രസത്യത്തിന്റെ പ്രതീകമായ തത്വശാസ്ത്രത്തിന്റെയും പേരിലാണല്ലോ നടക്കുന്നത് എന്നോർക്കുമ്പോൾ ചരിത്രവിദ്യാർഥികൾ മൂക്കത്ത് വിരൽവച്ചു ഖേദിക്കുകയല്ലാതെ വേറെ വഴിയില്ല.

ഇതിനേക്കാൾ, ജാതി–മത വികാരം ഇളക്കിവിട്ടും വർഗീയ സംഘർഷങ്ങൾ ആസൂത്രണം ചെയ്തും ഒരു സമുദായത്തിലെ പാവങ്ങളെ എന്നും വട്ടംകറക്കുന്നവരാണ് മുസ്ലിം ലീഗുകാർ. ഏതാനും പ്രമാണികുടുംബങ്ങളുടെ അധികാരാരോഹണമല്ലാതെ മറ്റൊന്നും അവരുടെ അജൻഡയിലില്ല. ആദ്യകാലത്ത് "ന്യൂനപക്ഷ അവകാശ സംരക്ഷണം" എന്ന മുദ്രാവാക്യം മാത്രമേ അവർക്കുണ്ടായിരുന്നുള്ളു. ഒരു വിധിവൈപരീത്യമെന്നു പറയട്ടെ, 1967 ൽ സപ്തകക്ഷി മുന്നണി അധികാരത്തിൽ വന്നപ്പോൾ സ: ഇ എം എസിന്റെ ഔദാര്യത്തിൽ രണ്ടു മന്ത്രിസ്ഥാനം കിട്ടിയതു മുതൽക്കാണ് ഭരണത്തിന്റെ മിഠായിക്ക് മധുരമുണ്ടെന്ന് അവർക്ക് മനസിലായത്. പിന്നെ ആ മുന്നണിയെ പിറകിൽനിന്ന് കുത്തി മറുകണ്ടം ചാടി യു ഡി എഫ് ഭരണത്തിൽ പങ്കാളികളായി. അതിനുശേഷം ഭരണത്തിനു വേണ്ടിയുള്ള നെട്ടോട്ടമായിരുന്നു. ആദ്യകാലത്ത് ലീഗിൽ അഴിമതി ഉണ്ടായിരുന്നില്ല. പിന്നെ കുറേശ്ശെ രുചിക്കാൻ തുടങ്ങി. അപ്പോൾ പിളർപ്പും വന്നു. അങ്ങനെ ലീഗും അഖിലേന്ത്യാ ലീഗും രണ്ടായി. അഖിലേന്ത്യാ ലീഗ് പിന്നീട് ഇടതുപക്ഷത്തെത്തി, പി എം അബൂബക്കർ മന്ത്രിയായി. അഖിലേന്ത്യാ ലീഗുമായുള്ള ബന്ധം ഇടതുപക്ഷത്തിനു മടുത്തു. അപ്പോൾ വീണുകിട്ടിയ ഒരു ശരീഅത്ത് വിവാദത്തിന്റെ പേരിൽ രണ്ട് ലീഗും ഒന്നായി, സമുദായത്തിന്റെ മാനം കാക്കാനാണെന്നു പറഞ്ഞ് ഒറ്റ ലീഗായി.

കേരളാ കോൺഗ്രസിന്റെയും ലീഗിന്റെയും ചരിത്രമാണ് പറഞ്ഞുവന്നത്. ആ കാലയളവിൽ, ഇതിനു രണ്ടിനും നേതൃത്വം കൊടുക്കുന്ന കോൺഗ്രസാണെങ്കിൽ ഗ്രൂപ്പിസവും തമ്മിൽത്തല്ലുംകൊണ്ട് ആടിയുലഞ്ഞിരുന്നു. 1982–87ലെ ഭരണം മുഖച്ഛായ മാറ്റലും പ്രതിച്ഛായ നന്നാക്കലുംകൊണ്ട് ശിഥിലമായിരുന്നു. മാണിയിൽനിന്ന് ധനകാര്യം എടുത്ത് പുതിയ മന്ത്രി തച്ചടി പ്രഭാകരന് കൊടുത്തു. ആഭ്യന്തരമന്ത്രി വയലാർ രവിയെ മന്ത്രിസ്ഥാനത്തുനിന്ന് മാറ്റി, വകുപ്പ് കരുണാകരൻ ഏറ്റെടുത്തു. പത്മരാജനെ മന്ത്രിസ്ഥാനത്തുനിന്ന് ഒഴിവാക്കി കെ പി സി സി പ്രസിഡന്റാക്കി. ആകപ്പാടെ 1987ലെ തെരഞ്ഞെടുപ്പ് വന്നപ്പോഴേക്കും ഐക്യജനാധിപത്യമുന്നണി അലകും പിടിയും വേറിട്ട് തകർന്ന മട്ടിലായിരുന്നു. ആ കാലത്ത് അഴിമതിയാരോപണങ്ങൾ ഒന്നൊന്നായി വന്നുകൊണ്ടിരുന്നു. ഗംഗാധരന്റെ പൈപ്പ് അതിൽ പ്രസിദ്ധമായിരുന്നു. മകളുടെ വിവാഹക്കേസിലെ കോടതി പരാമർശത്തെ തുടർന്ന് അദ്ദേഹവും മന്ത്രിസ്ഥാനം രാജിവച്ചിരുന്നു.

ഇങ്ങനെ കോൺഗ്രസും കേരള കോൺഗ്രസും ലീഗും സംഘടനാപരവും ഭരണപരവുമായ പ്രതിസന്ധി നേരിടുന്ന ഘട്ടത്തിൽ, അഴിമതി

ക്കെതിരായ പോരാട്ടത്തിന്റെ ഗ്ലാമറും വർഗീയ കക്ഷികളില്ലാത്ത മുന്നണിയുടെ തിളക്കമാർന്ന നയവും ഊർജസ്വലമായ ഐക്യത്തോടെയുള്ള പ്രവർത്തനവുംകൊണ്ടാണ് 1987 ൽ ഇടതുപക്ഷം അധികാരത്തിൽ വന്നത്. ആ ഗവൺമെന്റ് മേൽ സംഗതികളിൽനിന്ന് പഠിച്ച പാഠമുൾക്കൊണ്ട് തികഞ്ഞ കെട്ടുറപ്പോടെ, ഐക്യത്തോടെ ഭരണം മുന്നോട്ടുകൊണ്ടുപോയി. വികസന പ്രവർത്തനങ്ങളും സാക്ഷരതാപ്രഖ്യാപനവും അഴിമതിരഹിതമായ ഇമേജും സെക്യുലർ സ്വഭാവത്തിന്റെ അന്തസ്സും സർവോപരി ജില്ലാ ഭരണസമിതിയിലേക്കുള്ള തെരഞ്ഞെടുപ്പിലെ തിളക്കമാർന്ന വിജയവും എല്ലാംകൂടി ഒരുകൊല്ലം മുമ്പ് ഗവൺമെന്റ് പിരിച്ചുവിട്ട് തെരഞ്ഞെടുപ്പ് നടത്താൻ ഇടതുപക്ഷ മുന്നണി തീരുമാനിക്കുകയായിരുന്നു. 1991 ജനുവരിയിൽ ചേർന്ന മന്ത്രിസഭാ യോഗമാണ് ആ തീരുമാനം കൈക്കൊണ്ടത് എന്ന് പറഞ്ഞുവല്ലോ.

അങ്ങനെ 1991 ൽ സംസ്ഥാന നിയമസഭയിലേക്കുള്ള തെരഞ്ഞെടുപ്പ് ഏപ്രിൽ-മെയ് കാലത്ത് നടത്താൻ തീരുമാനമായി. ഏതുനിലയ്ക്കും ഇടതുപക്ഷ മുന്നണി അധികാരത്തിൽ തിരിച്ചുവരും എന്ന കാര്യത്തിൽ ഇരുകൂട്ടർക്കും സംശയമുണ്ടായിരുന്നില്ല. തികഞ്ഞ ആത്മവിശ്വാസത്തോടെ ഇടതുപക്ഷ ജനാധിപത്യമുന്നണിയും ഗവൺമെന്റും തെരഞ്ഞെടുപ്പിനെ നേരിടാൻ തയാറെടുത്തു.

എന്നാൽ കരുണാകരന്റെ നേതൃത്വത്തിൽ ഐക്യജനാധിപത്യമുന്നണി എന്ത് മാർഗം സ്വീകരിച്ചും അധികാരം തിരിച്ചുപിടിക്കാനുള്ള മാർഗങ്ങൾ ആരായുന്നുണ്ടായിരുന്നു. കരുണാകരൻ, ഇതിന് മുമ്പ് പലപ്പോഴും ഒറ്റയ്ക്കും തെറ്റയ്ക്കും സ്വീകരിക്കുന്ന തന്ത്രങ്ങളിൽ ഒന്നാണ് വളരെ രഹസ്യമായി ബി ജെ പിയെ കൂടെനിർത്തുക എന്നത്. അത് മുമ്പൊക്കെ സ്വന്തം കാര്യത്തിലും ഗംഗാധരനെപ്പോലെയുള്ള ചില സ്വന്തക്കാരുടെ കാര്യത്തിലും മാത്രമേ പ്രയോഗിച്ചിരുന്നുള്ളൂ. 1982ന് മുമ്പ് ഈ അടവു പ്രയോഗിക്കുന്നത് ഞാനും രഹസ്യമായി കണ്ടു മനസിലാക്കിയിരുന്നു. കരുണാകരൻ ഗ്രൂപ്പുകാരനായിരുന്ന എനിക്ക് അത്തരം രഹസ്യസംഭാഷണങ്ങൾ കാണാൻ ഇടവന്നിട്ടുമുണ്ട്. കോൺഗ്രസ് നേതാക്കളിൽ ചിലരുടെ അത്തരം രഹസ്യബന്ധങ്ങളാണ് എന്റെ മനസിൽ വെറുപ്പ് തുടങ്ങാനുണ്ടായ കാരണം. എന്നോടുള്ള അവഗണനയ്ക്ക് കാരണവും ഇത്തരം ബന്ധങ്ങളുടെ ഭാഗമായിരുന്നുവെന്നും ഞാൻ കരുതി.

ഏതായാലും കരുണാകരന്റെ ആ അടവ് ഐക്യജനാധിപത്യമുന്നണിയിലേക്കും വ്യാപിപ്പിച്ചു. മുസ്ലിംലീഗും ആ വണ്ടിയിൽ കയറി. ബി ജെ പിയാണെങ്കിൽ കേരളത്തിൽ അക്കൗണ്ട് തുറക്കാൻ എന്നും എപ്പോഴും സന്ദർഭം നോക്കുന്ന ശ്രമത്തിലായിരുന്നു. ഒരു കാര്യം അവർ തുറന്നുപറഞ്ഞു, പഴയതുപോലെ രഹസ്യധാരണയും ബി ജെ പി വോട്ട് മറിക്കലും പ്രതിഫലം വാങ്ങലും ഇക്കുറി നടപ്പില്ല. പുടവ വാങ്ങി സംബന്ധത്തിന് തയാറല്ല, താലികെട്ടലും നിക്കാഹും തന്നെ വേണം. മാത്രമല്ല ബി ജെ പിക്ക് കുട്ടികളും ഉണ്ടാകണം.

ബി ജെ പിയുടെ ഈ നിർദേശത്തെ കോൺഗ്രസും ലീഗും അംഗീകരിച്ചു. നാല് മക്കളെ ഗർഭം ധരിക്കാനുള്ള തീരുമാനമായി. ബേപ്പൂരിൽ ഡോ. മാധവൻകുട്ടി, മഞ്ചേശ്വരത്ത് കെ ജി മാരാർ, തിരുവനന്തപുരത്ത് രാമൻപിള്ള എന്നിവർ അസംബ്ലിയിലേക്കും എം രത്നസിങ് സ്വതന്ത്രനായി വടകര പാർലമെന്റ് സീറ്റിലും മത്സരിക്കാൻ കോൺഗ്രസും ലീഗും സമ്മതിക്കുകയും പരസ്യമായി അവർക്കുവേണ്ടി പ്രവർത്തിക്കാൻ തീരുമാനിക്കുകയും ചെയ്തു. ഇതിനെയാണ് അന്നു മുതൽ കോ ലീ ബി സഖ്യം, ബേപ്പൂർ മോഡൽ എന്ന് വിളിച്ചുവരുന്നത്. കെ ജി മാരാരും രാമൻപിള്ളയും കേരളത്തിലെ ബി ജെ പി സ്ഥാപക നേതാക്കളാണ്. ഡോ. മാധവൻകുട്ടി കോഴിക്കോട്ടെ അറിയപ്പെടുന്ന ബി ജെ പി സഹയാത്രികനും നേതാവുമാണെന്ന് പരക്കെ അംഗീകരിക്കപ്പെട്ടതാണ്. രത്നസിങ്ങാണെങ്കിൽ ബി ജെ പി അനുഭാവിയാണെന്ന് എല്ലാവർക്കും അറിയാമായിരുന്നു.

കരുണാകരനാണെങ്കിൽ സ്വന്തം വിശ്വാസവും നിലപാടും കോൺഗ്രസ് സംഘടനയെക്കൊണ്ട് അംഗീകരിപ്പിച്ചു എന്ന ചാരിതാർഥ്യത്തിലായിരുന്നു. മുസ്ലിം ലീഗിനാണെങ്കിൽ ബാബറിമസ്ജിദ് തകർക്കാൻ നേതൃത്വംകൊടുത്ത ബി ജെ പിയുമായി കൂട്ടുകൂടാൻ യാതൊരു മനഃസാക്ഷിക്കുത്തും ഉണ്ടായില്ലെന്ന് ആശ്ചര്യത്തോടെയാണ് ജനം കണ്ടത്. അതും ബേപ്പൂർ മണ്ഡലത്തിൽ ഉറങ്ങിക്കിടന്നിരുന്ന ചരിത്രം മറനീക്കി പുറത്തുവരാനിടയായി. പതിറ്റാണ്ടുകൾക്കു മുമ്പ് നടന്ന നടുവട്ടം വെടിവയ്പ്പിനിടയാക്കിയ വർഗീയ സംഘട്ടനവും ആൾനാശവുമെല്ലാംചർച്ചാവിഷയമായി. അധികാരഭ്രാന്ത് പിടിച്ച ലീഗ് നേതാക്കൾക്ക് അതൊന്നും ആലോചിക്കാൻ തോന്നിയില്ല.

ബേപ്പൂരിലെ ഇടതുപക്ഷ മുന്നണി സ്ഥാനാർഥി ഞാനായിരുന്നു. കോ ലീ ബി സഖ്യത്തിന് ഒരേയൊരു സ്ഥാനാർഥി. ഡോ. മാധവൻകുട്ടി. ഞങ്ങൾ മുഖാമുഖം ഏറ്റുമുട്ടി. 1987 ൽ ഞാൻ ബേപ്പൂരിൽനിന്ന് ത്രികോണ മത്സരത്തിൽ 7331 വോട്ടുകൾക്കാണ് വിജയിച്ചിരുന്നത്. ബേപ്പൂരിൽ ബി ജെ പിക്ക് 19,500 വോട്ടുണ്ടായിരുന്നു അന്ന്. ഈ വോട്ട് യു ഡി എഫിനോട് ചേർന്നാൽ ഞാൻ 12,000 വോട്ടിന് തോൽക്കും എന്നതാണ് സ്ഥിതി. പരാജയം മുന്നിൽ കണ്ടുകൊണ്ടാണ് ഞാൻ ആദ്യം പ്രവർത്തനം തുടങ്ങിയത്. ബേപ്പൂർ മണ്ഡലത്തിലെ ലീഗിന്റെ കുട്ടിനേതാക്കൾ പൊട്ടന് നിധി കിട്ടിയപോലെ സന്തോഷിച്ചു തിമിർത്തുകൊണ്ടാണ് എന്നെ തോൽപ്പിക്കാൻ പ്രവർത്തനം തുടങ്ങിയത്. ഞാനാണെങ്കിൽ ദീർഘകാലമായി അവഗണിക്കപ്പെട്ട ബേപ്പൂരിനെ വികസനത്തിന്റെ പാതയിൽ വളരെ മുന്നോട്ടു കൊണ്ടുപോയിരുന്നു. റോഡുകളും പാലങ്ങളും സ്കൂൾ കെട്ടിടങ്ങളും. ഞാനും ബേപ്പൂരുകാരും തമ്മിൽ അഭേദ്യമായ ബന്ധമുള്ള കാലമായിരുന്നു അത്.

പ്രവർത്തനങ്ങളുടെ ആദ്യഘട്ടം കഴിഞ്ഞപ്പോൾതന്നെ നേതാക്കന്മാരുടെ വരവായി. അതിൽ പ്രധാനി കരുണാകരൻ തന്നെ. അദ്ദേഹം നേ

രിട്ടുവന്ന് ജനക്കൂട്ടത്തോട്, ടി കെ ഹംസയെ പരാജയപ്പെടുത്താൻ തന്നെയാണ് മാധവൻകുട്ടിക്ക് പിന്തുണ കൊടുത്തതെന്ന് പ്രഖ്യാപിച്ചു. മാധവൻകുട്ടി ആരാണെന്നും ബേപ്പൂരിലെ വോട്ടർമാർക്കറിയാം. കരുണാകരന്റെ അഭിപ്രായം കോൺഗ്രസുകാർക്കുതന്നെ ദഹനക്കേടുണ്ടാക്കിയെന്ന് പിന്നീട് ഞാൻ മനസിലാക്കി.

കരുണാകരൻ വന്നുപോയ ഉടനെതന്നെ ലീഗുകാർ പാണക്കാട് ശിഹാബ്തങ്ങളെ കൊണ്ടുവന്നു. അദ്ദേഹം ഫറോക്ക് പേട്ട, അരീക്കാട്, നല്ലളം, നടുവട്ടം, മാത്തോട്ടം എന്നീ മുസ്ലിം ഭൂരിപക്ഷ പ്രദേശങ്ങളിലാണ് പ്രസംഗിച്ചത്. പ്രസംഗത്തിന്റെ വിഷയം ആദ്യം ഒന്നു കഴിഞ്ഞപ്പോൾ തന്നെ സഖാക്കൾ എന്നോട് വന്നു പറഞ്ഞു. അദ്ദേഹം സ്റ്റേജിലിരിക്കുന്ന ഡോ. മാധവൻകുട്ടിയെ ചൂണ്ടിക്കൊണ്ട്, "ഈ ഇരിക്കുന്ന മാധവൻകുട്ടി ഞാനാണെന്ന് കരുതി നിങ്ങൾ അദ്ദേഹത്തിന് വോട്ട് ചെയ്യണം" എന്നാണ് പറഞ്ഞിരിക്കുന്നത്. മാധവൻകുട്ടിയെ "തങ്ങൾ" എന്ന് മനസിൽ കരുതി വോട്ട് ചെയ്യണം എന്നാണല്ലോ പറഞ്ഞതിനർഥം. അപ്പോൾ തങ്ങൾ എന്നതിന് പാവങ്ങൾ കൊടുക്കുന്ന സ്ഥാനം ദുർവിനിയോഗം ചെയ്ത് വോട്ടുപിടിക്കുന്നു. ആദ്യം കേട്ടപ്പോൾ ഞാൻ അത് വിശ്വസിച്ചിരുന്നില്ല. പിന്നെ ഞാൻ തന്നെ നേരിട്ട് ഒരു പ്രസംഗം കേട്ടു. അപ്പോൾ എനിക്കുണ്ടായ മനോവേദന പറഞ്ഞറിയിക്കാൻ സാധ്യമല്ല. എന്തുകൊണ്ടെന്നാൽ, നബികുടുംബത്തിൽ പെട്ടവരെയാണല്ലോ ജനങ്ങൾ, തങ്ങൾ എന്ന് വിശ്വസിക്കുന്നത്. ആ വിശ്വാസവും ബഹുമാനവും ഉപയോഗിച്ചാണല്ലൊ ഒരു ആർ എസ് എസ്–ബി ജെ പി നേതാവിന്റെ വിജയത്തിനുവേണ്ടി ദുർവിനിയോഗം ചെയ്യുന്നത് എന്നതാണ് എന്നെ ദുഃഖിപ്പിച്ച കാര്യം. ഇത് തിരിച്ചടിക്കാൻ എന്താണ് വഴി എന്ന് ഞാൻ തലപുകഞ്ഞാലോചിച്ചു. അപ്പോഴാണ് *വിശുദ്ധ–ഖുർആനിൽ* ഒരു ആയത്ത് എന്റെ ഓർമയിൽ വന്നത്. ''ലഖദ്, ഖലകനൽ ഇൻസാന ഫീ അഹ്സനിത ഖ്മിം, സുമ്മറദദ് നാഹു അസഫലസാഫിലീൽ'', ഉന്നതമായ ഘടകങ്ങളെക്കൊണ്ടാണ് ദൈവം മനുഷ്യനെ സൃഷ്ടിച്ചത്, അവൻ ഉയർന്നാൽ മാലാഖകളെക്കാൾ ഉന്നതസ്ഥാനത്തെത്തും. അവൻ തരംതാഴ്ന്നാൽ.... താഴെ അറ്റംവരെ എത്തും. ഈ ആയത്ത് ശിഹാബ് തങ്ങൾ പ്രസംഗിച്ച എല്ലാ സ്ഥലങ്ങളിലും വിളിച്ചുചേർത്ത എന്റെ പ്രചാരണയോഗത്തിൽ ഞാൻ ഉദ്ധരിച്ചുകൊണ്ട് സംസാരിച്ചു. അത് ഫലിച്ചു എന്ന് ബോധ്യമായി. കാരണം കരുണാകരനും തങ്ങളും പറഞ്ഞതൊന്നും ജനം സ്വീകരിച്ചില്ല. അവിശുദ്ധമായ കോ ലീ ബി സഖ്യം പ്രബുദ്ധ കേരളം തള്ളിക്കളഞ്ഞു. 12,000 വോട്ടിന് തോൽക്കേണ്ട ഞാൻ 6270 വോട്ടിന് ജയിച്ചുകയറി. കരുണാകരൻ പറഞ്ഞത് കോൺഗ്രസുകാരും തങ്ങൾ പറഞ്ഞത് മുസ്ലിങ്ങളും ചെവിക്കൊണ്ടില്ല.

30 സഖ്യം പൊളിഞ്ഞു സഹതാപം തുണച്ചു

ബേപ്പൂർ മോഡൽ സഖ്യം ബേപ്പൂരിലും മറ്റ് ബി ജെ പിക്ക് കൊടുത്ത മഞ്ചേശ്വരം, തിരുവനന്തപുരം, വടകര എന്നിവിടങ്ങളിലും പൊളിഞ്ഞു. ബി ജെ പിയുടെ നാല് നേതാക്കളും തോറ്റു. കേരളത്തിൽ പ്രതീക്ഷിച്ചമാതിരി ബി ജെ പിക്ക് അക്കൗണ്ട് തുറക്കാൻ കഴിഞ്ഞില്ല. എന്നാൽ ബി ജെ പി തിരിച്ചു സഹായിച്ച നാൽപ്പത് മണ്ഡലങ്ങളിൽ യു ഡി എഫ് സ്ഥാനാർഥികൾ വിജയിച്ചു. 1991 മെയ് 23ന് നിയമസഭാ–പാർലമെന്റ് തെരഞ്ഞെടുപ്പുകൾ. മെയ് 21ന് രാജീവ്ഗാന്ധി കൊല്ലപ്പെട്ടു. തെരഞ്ഞെടുപ്പുകൾ ജൂൺ 18 ലേക്ക് മാറ്റി. അതിന്റെ സഹതാപം യു ഡി എഫിനെ തുണച്ചു. നേരിയ ഭൂരിപക്ഷത്തിന് ഐക്യജനാധിപത്യമുന്നണി അധികാരത്തിൽ വന്നു. കരുണാകരൻ മുഖ്യമന്ത്രിയായി വീണ്ടും സത്യപ്രതിജ്ഞ ചെയ്തു. ഉമ്മൻചാണ്ടിക്ക് ധനകാര്യം, കുഞ്ഞാലിക്കുട്ടിക്ക് വ്യവസായം, കെ എം മാണിക്ക് റവന്യൂ.

സ. നായനാരും സ. അച്യുതാനന്ദനും മത്സരിച്ചു ജയിച്ചിരുന്നു. നായനാർ പാർട്ടി സംസ്ഥാന കമ്മിറ്റി സെക്രട്ടറിയായതിനാൽ അച്യുതാനന്ദനാണ് പ്രതിപക്ഷ നേതാവായത്. ഒരുകൊല്ലം പുതുതായി

ഭരണത്തിൽ കയറിയവർ ഭരണം പരിചയപ്പെടാനും പ്രതിപക്ഷത്ത് ഞങ്ങൾ ഭരണത്തെ നിരീക്ഷിക്കാനും ശ്രമിച്ചുപോന്നു.

ഭരണം രണ്ടാം കൊല്ലം ആരംഭിക്കുന്നതോടെ യു ഡി എഫിന്റെ എല്ലാ സ്വഭാവങ്ങളും പുറത്തുവരാൻ തുടങ്ങി. ബി ജെ പിക്കാർ തെരഞ്ഞെടുപ്പ് സഖ്യത്തിൽ ജയിച്ചില്ലെങ്കിലും അവരുടെ ഭരണത്തിലെ പങ്കാളിത്തം ഒഴിവാക്കാൻ കോൺഗ്രസ്- ലീഗുകാർക്ക് കഴിയുമായിരുന്നില്ല. സഖ്യത്തിലെ പങ്കിന്റെ ഹുങ്ക് ബി ജെ പിക്കാരും, ഭരണത്തിലെ പങ്കാളിത്തത്തിന്റെ അഹന്ത ലീഗുകാരും പ്രയോഗിക്കാൻ തുടങ്ങി. ആ സാഹചര്യത്തിലാണ് ബീമാപ്പള്ളി-പൂന്തുറ വർഗീയ കലാപം തുടങ്ങിയത്. ബീമാപ്പള്ളിയിലെ മുസ്ലിങ്ങളും പൂന്തുറയിലെ ഹിന്ദുക്കളും എതാണ്ട് ഇരുപത്തൊന്ന് ദിവസം നീണ്ടുനിൽക്കുന്ന കലാപം നടത്തി. കൊള്ളയും കൊള്ളിവയ്പ്പും വെട്ടും കുത്തും കൊലയും നടന്നു. ഇരുഭാഗത്തും ഒമ്പത് വീതം-പതിനെട്ടാളുകൾ മരിച്ചുവീണു. മുഖ്യമന്ത്രി കരുണാകരും പൊലീസും അന്തംവിട്ടു നിസ്സഹായരായി നോക്കിനിൽക്കുക മാത്രമാണുണ്ടായത്. യാതൊരു ഗത്യന്തരവും ഇല്ലാത്ത അവസ്ഥ.

അവസാനം പ്രതിപക്ഷ നേതാവ് സ. അച്യുതാനന്ദന്റെ നേതൃത്വത്തിൽ ഞങ്ങൾ പ്രതിപക്ഷ എം എൽ എമാർ രണ്ട് സ്ഥലത്തേക്കും പദയാത്ര നടത്തി. അതിനിടയിൽ ഒരാളുടെ കഴുത്തറുത്ത് തല മതിലിൽ വച്ചതായി ഞങ്ങൾ കണ്ടു. അവിടെ ഒരു പൊലീസുകാരൻ തോക്ക് കുത്തിപ്പിടിച്ച് നിൽക്കുന്നത് ഞങ്ങൾ കണ്ടു. ആ പൊലീസുകാരനോട് പ്രതിപക്ഷനേതാവ് ചോദിച്ചു, “ഈ മനുഷ്യന്റെ തല അറുത്തപ്പോൾ, ഈ തോക്കുമായി നിങ്ങൾ എന്ത് ചെയ്യുകയായിരുന്നു?” അപ്പോൾ ആ പൊലീസുകാരൻ പറഞ്ഞ മറുപടി ഞെട്ടിപ്പിക്കുന്നതായിരുന്നു. അയാൾ പറഞ്ഞു, “സാർ, ഈ അക്രമങ്ങൾ ചെയ്യുന്ന രണ്ട് ഭാഗക്കാർക്കും ഇന്നത്തെ ഭരണത്തിൽ പങ്കാളിത്തമുണ്ട്. ഞങ്ങൾക്ക്, പൊലീസുകാർക്ക് ഇടപെടാനോ അടിക്കാനോ വെടിവയ്ക്കാനോ അനുവാദമില്ല, ഞങ്ങൾക്ക് മൂകസാക്ഷികളായി നോക്കിനിൽക്കാനേ വഴിയുള്ളൂ.” ഇതിൽനിന്ന് വിഷയത്തിന്റെ കിടപ്പും ആഴപ്പരപ്പും മനസിലാക്കാവുന്നതേയുള്ളു.

ഇതായിരുന്നു ഭരണത്തിലെ സാമൂഹിക സ്ഥിതിയെങ്കിൽ, മറ്റെല്ലാ ദുർനടപടികളും മറനീക്കി പുറത്തുവരാൻ തുടങ്ങി. ഇടതുപക്ഷ ഭരണകാലത്ത് നിയന്ത്രിക്കപ്പെട്ട അഴിമതി എല്ലാ മേഖലകളിലും എല്ലാ അളവിലും പുനഃസ്ഥാപിക്കപ്പെട്ടു. ഉദ്യോഗസ്ഥന്മാരുടെ സ്ഥലംമാറ്റത്തിനും ഉദ്യോഗക്കയറ്റത്തിനും ലേലംവിളി തുടങ്ങി. എൻജിനീയർമാരും ഡോക്ടർമാരുമായിരുന്നു അഴിമതിയുടെ ഇരകൾ. കരാറുകാരുടെ അഴിഞ്ഞാട്ടം തിരിച്ചുവന്നു. ടെൻഡറുകൾക്ക് പരിധിയില്ലാതായി. ചിലപ്പോൾ ടെൻഡർ തന്നെ ഇല്ലാതായി. ഡിപ്പാർട്ട്മെന്റൽ വർക്ക് എന്ന പേരിൽ കരാറുകാർ ഇഷ്ടംപോലെ പ്രവർത്തിച്ചു. ഒരു ചെറിയ ഭാഗം ടെൻഡർചെയ്ത് കൊടുക്കുക, പിന്നീട് ഭൂരിഭാഗം പണി അതേ ടെൻഡർ നിരക്കിൽ നീട്ടിക്കൊടുക്കുക. ഇങ്ങനെ അഴിമതിയുടെ എല്ലാ ഉരുട്ടലും നീട്ടലും ആരംഭിച്ചു. വളരെ താമസിയാതെ ഖജനാവ് കാലിയായിത്തുടങ്ങി. ഓവർഡ്രാഫ്റ്റും കടംവാങ്ങലും പുനരാരംഭിച്ചു.

വ്യവസായമന്ത്രി കുഞ്ഞാലിക്കുട്ടിയുടെ വകുപ്പിൽ ഒന്നുംചെയ്യാതെ എല്ലാം വരുന്നു എന്ന് വാചകക്കസർത്തിന്റെ പെരുമ്പറയടിമാത്രം നടന്നു. അതിന്റെ ഒരു വലിയ ഉദാഹരണമായിരുന്നു 'ജിം' (Globel Investment Meet). ലോകത്തുള്ള പല ആൾക്കാരെയും വ്യവസായികളാണെന്ന പേരിൽ 2003 ജനുവരി 18 ന് കൊച്ചിയിൽ വിളിച്ചുചേർത്തു. മൂന്ന് ദിവസത്തെ ചർച്ച-അതിന്റെ ചെലവ് ഒന്നരക്കോടി ഉറുപ്പിക സംസ്ഥാനത്തിന് നഷ്ടമായി എന്ന് പത്രങ്ങളിൽ വന്നിരുന്നു.

വന്നുചേർന്ന വ്യവസായികൾ കേരളത്തിൽ മുതൽമുടക്കാൻ ഉദ്ദേശിക്കുന്ന മൂലധന സംഖ്യ മൂന്നാംദിവസം സമാപനത്തിൽ പ്രഖ്യാപിച്ചു. അതിൽ ബാക്കോ ഗ്രൂപ്പു (Bacco Group) കളുടെ ചെയർമാനായ ബഹ്റൈൻ രാജകുടുംബാംഗം ഇബ്രാഹിം-ബിൻ ഹമ്മത് അൽഖലീഫ അറിയിച്ചുവെന്ന് സംഗമത്തിൽ പങ്കെടുത്ത എം എൻ സതീശ് എന്നയാൾ അറിയിച്ചത് നെടുമ്പാശേരി "ലഹ്നാമി ഹോട്ടൽ ആൻഡ് റിസോർട്ട്" സ്ഥാപിക്കും എന്നായിരുന്നു. ഇങ്ങനെ നിരവധി പ്രഖ്യാപനങ്ങൾ നടത്തുകയുണ്ടായി. എല്ലാം കേട്ട് ഞങ്ങളും പത്രക്കാരും ഞെട്ടിപ്പോയി. എന്നാൽ ബഹ്റൈനിലെ ഭരണാധികാരി ശൈഖ് പിന്നീട് തന്റെ പേരിൽ വന്ന പ്രഖ്യാപനം നിഷേധിക്കുകയുണ്ടായി. ആ പ്രഖ്യാപനങ്ങളിൽപ്പെട്ട ഒരു കാപ്പിക്കടപോലും കേരളത്തിൽ പിന്നീടുണ്ടായിട്ടില്ല.

കുഞ്ഞാലിക്കുട്ടിയുടെ വ്യവസായ പെരുമ്പറയടി, പണ്ട് പള്ളിയിൽ ഉണ്ടായിരുന്ന പഴയ നാഗാരയടിമാത്രമായിരുന്നു. എന്നാൽ അനാശാസ്യ വ്യവസായങ്ങളുടെ ഊഹാപോഹങ്ങളും ഐതിഹ്യങ്ങളും മുഖംമൂടി ഉരിഞ്ഞ് യാഥാർഥ്യം അനുഭവ സംഭവങ്ങളായി പുറത്തുവന്നുകൊണ്ടിരുന്നു. ഐസ്ക്രീം പാർലറും ബ്യൂട്ടി പാർലറും കുട്ടികളെ കെണിവച്ചു പിടിക്കാനും ലക്ഷ്യസ്ഥാനത്തെത്തിക്കാനുമുള്ള കേന്ദ്രങ്ങളാണെന്ന് എല്ലാവരും കണ്ടു. കേരളത്തിന്റെ അഭിമാനമായിരുന്ന പ്രശസ്ത പിന്നണി ഗായകൻ കോഴിക്കോട് അബ്ദുൾഖാദറിന്റെ പേരക്കുട്ടി സുനൈന നജ്മലും സിബാന സണ്ണിയും-രണ്ടും 17 വയസ് പ്രായം, പ്രീഡിഗ്രി വിദ്യാർഥികൾ- ക്രൗൺ തിയറ്ററിന്റെ പിന്നിൽ പരശുറാം എക്സ്പ്രസിനു മുന്നിൽ ചാടി ആത്മഹത്യചെയ്തപ്പോൾ കോഴിക്കോട് നഗരം അക്ഷരാർഥത്തിൽ ഞെട്ടിപ്പോയി. ഈ വിഷയത്തിലെ കരളലിയിക്കുന്ന സംഭവങ്ങൾ കൂടുതൽ ഞാൻ ഇതിൽ പ്രതിപാദിക്കുന്നില്ല. കേരളജനത ധാരാളം ചർച്ചചെയ്തിട്ടുള്ളതാണ്. കർമങ്ങളുടെ ഫലം, കുറ്റകൃത്യങ്ങളുടെ ശിക്ഷ ഏതെങ്കിലും ഒരുകാലത്ത് തേടിവരാതിരിക്കുകയില്ല എന്നതാണ് ഞാൻ കരുതുന്നത്. കുറ്റവാളികൾക്ക് ഒരിക്കലും മനസ്സമാധാനം ഉണ്ടാവുകയില്ല. എന്നും കുറ്റങ്ങളുടെ കരാളഹസ്തങ്ങൾ വേട്ടയാടിക്കൊണ്ടിരിക്കും.

വ്യവസായരംഗത്ത് 91-96 കാലത്തും അതിനുശേഷവും മുഴുവൻ നിറഞ്ഞുനിന്നത് കൊച്ചിയിൽ സ്ഥാപിക്കുമെന്ന് പ്രഖ്യാപിച്ച സ്മാർട്ട് സിറ്റിയുടെ കോലാഹലങ്ങളായിരുന്നു. അങ്ങനെ ബഹളമല്ലാതെ സ്മാർട്ട്സിറ്റിയുടെ ഒരു ബോർഡുപോലും കൊച്ചിയിൽ സ്ഥാപിക്കാനായില്ല. അങ്ങനെ വ്യവസായവകുപ്പ് ഒരു കീറിപ്പറിഞ്ഞ പഴംകഥയായി മാറി. നിരവധി പൊതുമേഖലാ സ്ഥാപനങ്ങൾ അടച്ചുപൂട്ടുകയും ചെയ്തു. പൊ

തുവെ അന്നത്തെ കരുണാകരൻ ഗവൺമെന്റ് പരസ്പര ധാരണയില്ലാതെ ഇഴഞ്ഞുനീങ്ങുന്ന സ്ഥിതിയിലായിരുന്നു.

ഇതു തന്നെയായിരുന്നു വിദ്യുച്ഛക്തിവകുപ്പു മന്ത്രിയായിരുന്ന ജി കാർത്തികേയൻ കൊണ്ടുവന്ന എസ് എൻ സി ലാവ്‌ലിൻ കമ്പനിയുമായുണ്ടായ കരാറും. വാസ്തവത്തിൽ 1991 ൽ വിദ്യുച്ഛക്തി ബോർഡ് തീരുമാനിച്ചതായിരുന്നു പള്ളിവാസൽ, ചെങ്കുളം, പന്നിയാർ എന്നീ ജലവൈദ്യുത പദ്ധതികൾ നവീകരിക്കുക എന്ന പരിപാടി. എന്നാൽ ഇത്തരം കരാർ പണികൾ ആഗോള ടെൻഡർ വിളിക്കാതെ ഇങ്ങനെയുള്ള കമ്പനികൾക്ക് ഏൽപ്പിച്ചുകൊടുക്കരുതെന്ന് 1995 ജനുവരിയിൽതന്നെ കേന്ദ്ര ഊർജവകുപ്പ് എല്ലാ സംസ്ഥാന വൈദ്യുതി ബോർഡുകൾക്കും അറിയിപ്പ് കൊടുത്തിരുന്നു. ഇത് മറച്ചുവച്ചുകൊണ്ടാണ് 1995 ആഗസ്തിൽ മന്ത്രി കാർത്തികേയന്റെ നേതൃത്വത്തിൽ ലാവ്‌ലിൻ കമ്പനിയുമായി കേരള ഇലക്ട്രിസിറ്റി ബോർഡ് ധാരണാപത്രം ഒപ്പുവയ്ക്കുന്നത്. തുടർന്ന് 1995 ആഗസ്ത് 24ന് അടിസ്ഥാന കരാറും ഒപ്പിട്ടു. യഥാർഥത്തിൽ സാധ്യതാപഠനം പോലും നടത്താതെയായിരുന്നു ധാരണാപത്രം ഒപ്പിട്ടിരുന്നതെന്ന് കംപ്ട്രോളർ ആൻഡ് ഓഡിറ്റർ ജനറലുടെ റിപ്പോർട്ടിൽ കാണുന്നു.

ഇതെല്ലാം കഴിഞ്ഞ് 1996 ൽ നടന്ന തെരഞ്ഞെടുപ്പിൽ കാർത്തികേയനും യു ഡി എഫും അധികാരത്തിൽനിന്ന് പുറത്തു പോയി. എൽ ഡി എഫും വൈദ്യുതിമന്ത്രിയായി സ. പിണറായി വിജയനും അധികാരത്തിൽ വന്നു. ഈ കരാറുമായി മുന്നോട്ടുപോകുന്നത് ഗുണകരമല്ലെന്ന് എൽ ഡി എഫ് ഗവൺമെന്റിനറിയാമായിരുന്നു. എന്നാൽ കരാർ റദ്ദ് ചെയ്യാൻ അതിലെ നിബന്ധനകൾ കാരണം സാധിക്കുമായിരുന്നില്ല. പല നിബന്ധനകളിൽ ഒന്ന്, വല്ല കാരണവശാലും കരാർ ദുർബലപ്പെടുത്തണമെന്ന് ഏതെങ്കിലും കക്ഷിക്ക് തോന്നിയാൽ അതിനെ സംബന്ധിച്ച് തർക്കത്തിലെ കേസ് തീർപ്പുകൽപ്പിക്കേണ്ടത് കാനഡയിലെ കോടതിയാണെന്ന് ലാവ്‌ലിൻ കമ്പനിയും കേരള ഇലക്ട്രിസിറ്റി ബോർഡും ഒപ്പിട്ട കരാറിലുണ്ട്. ആ നിലയ്ക്ക് കരാറിൽനിന്ന് ഒഴിയാൻ കേരള ഗവൺമെന്റിന് കഴിയുന്നതല്ല. അപ്പോൾ കരാറിലെ പ്രതികൂലമായ ഭാഗങ്ങൾ ഭേദഗതിചെയ്തു കിട്ടാൻ ശ്രമിക്കുക മാത്രമേ വഴിയുള്ളൂ. അതിനുവേണ്ടിയാണ് സ. പിണറായി വിജയൻ ശ്രമിച്ചത്. 1997 ഫെബ്രുവരിയിൽ കേരളത്തിനനുകൂലമായ വ്യവസ്ഥകൾ ഭേദഗതി ചെയ്ത് ലാവ്‌ലിൻ കമ്പനിയെക്കൊണ്ട് അംഗീകരിപ്പിച്ചു. അനുബന്ധ കരാർ ഒപ്പിടുക മാത്രമാണ് അദ്ദേഹം ചെയ്തത്. ഈ കാര്യത്തിൽ ഉമ്മൻചാണ്ടി ഭരണം പോകുന്ന പോക്കിൽ 2006 ൽ പിണറായിക്കെതിരെ സി ബി ഐയെക്കൊണ്ട് അന്വേഷണം നടത്താൻ മന്ത്രിസഭാ യോഗം തീരുമാനിക്കുകയായിരുന്നു. കൊല്ലം അഞ്ച് കഴിഞ്ഞിട്ടും ഒന്നും കണ്ടുപിടിക്കാൻ സി ബി ഐക്ക് കഴിഞ്ഞിട്ടില്ല. എന്നാൽ അതിനിടയിൽ യഥാർഥ തെറ്റുകാരനായ കാർത്തികേയനെ കക്ഷിചേർക്കാൻ സുപ്രീംകോടതി വിധിക്കുകയും ചെയ്തു. ഇങ്ങനെയാണ് ഇടതുപക്ഷത്തിനെതിരെയുള്ള ആരോപണങ്ങളുടെ നിജസ്ഥിതി.

ഇങ്ങനെ കാര്യങ്ങൾ പോകുന്നതിനിടയിൽ കരുണാകരൻ ഗവൺമെന്റി (91–96) ലെ ആഭ്യന്തരക്കുഴപ്പങ്ങൾ മൂർഛിച്ചു. അതിനിടയിൽ ഒരു ദിവസം രാത്രി മുഖ്യമന്ത്രി കരുണാകരൻ കൊല്ലത്തുനിന്ന് തിരുവനന്തപുരത്തേക്ക് വരുന്നവഴി രാത്രി മാമംപാലത്തിനടുത്ത് പള്ളിപ്പുറത്ത് കാറ് റോഡിൽനിന്ന് തെന്നി സൈഡിലുള്ള കുഴിയിലേക്ക് മറിഞ്ഞു, ഒരു മരത്തിൽ തട്ടിനിന്നു. വലിയ അപകടം ഒഴിവായെങ്കിലും കരുണാകരന്റെ നട്ടെല്ലിന് ക്ഷതമേറ്റു. മെഡിക്കൽകോളേജിൽ അഡ്മിറ്റ് ചെയ്തു. ഡോക്ടർ വല്യത്താന്റെ വിദഗ്ധ പരിശോധനയിൽ കാര്യം എളുപ്പമല്ലെന്ന് ബോധ്യമായി. അവസാനം അമേരിക്കയിലേക്ക് കൊണ്ടുപോയി. അകത്ത് ഒരു എല്ല് പൊട്ടി, അത് ലങ്സിൽ തറച്ചു പഴുപ്പുവന്നു എന്നൊക്കെയാണ് പുറത്ത് പറഞ്ഞുകേട്ടിരുന്നത്. ഒരുമാസത്തെ അമേരിക്കയിലെ വിദഗ്ധ ചികിത്സയ്ക്കു ശേഷം അദ്ദേഹം തിരിച്ചെത്തി. അമേരിക്കയിലെ ഉപദേശപ്രകാരം ദിവസം രാവിലെയും വൈകുന്നേരവും വെള്ളത്തിൽ നീന്തണം എന്ന് നിർബന്ധമായി വന്നു. അതിനുവേണ്ടി ലക്ഷങ്ങൾ മുടക്കി ക്ലിഫ്ഹൗസ് കോമ്പൗണ്ടിൽ തന്നെ ഒരു നീന്തൽക്കുളം ഉണ്ടാക്കി. അതിനെപ്പറ്റി കോൺഗ്രസിനകത്തും പുറത്തും വലിയ വിമർശനങ്ങൾ വന്നു.

കരുണാകരന്, മുമ്പത്തെപ്പോലെ മേലിൽ കാര്യങ്ങൾ കൊണ്ടുനടക്കാനും നിയന്ത്രിക്കാനും കഴിയുന്നതല്ല എന്ന് വന്നതോടുകൂടി തന്റെ എതിർഗ്രൂപ്പുകാരുടെ ഉപജാപങ്ങൾ ആരംഭിച്ചുകഴിഞ്ഞിരുന്നു. പക്ഷേ തന്റെകൂടെ ഏത് കാലത്തും നിൽക്കുകയും അദ്ദേഹത്തെക്കൊണ്ടുമാത്രം സ്ഥാനമാനങ്ങളും സാമ്പത്തികനേട്ടങ്ങളും ഉണ്ടാക്കുകയും ചെയ്ത സ്വന്തം ഗ്രൂപ്പുകാർ ഈ ദുർഘട ഘട്ടത്തിൽ പിന്നിൽനിന്ന് കുത്തുന്നത് അദ്ദേഹം ഒരിക്കലും പ്രതീക്ഷിച്ചിരുന്നില്ല. അവർ ആരൊക്കെയാണ് എന്ന് അവരുമായി എനിക്കുള്ള സൗഹൃദംവച്ചുകൊണ്ട്, ഞാൻ ഇതിൽ വെളിപ്പെടുത്തുന്നില്ല. കേരളത്തിലെ എല്ലാ രാഷ്ട്രീയക്കാർക്കും അതെല്ലാം അറിയുന്നതാണ്.

കോൺഗ്രസിലുള്ള ഇരു ഗ്രൂപ്പുകാരും ചില ഘടകകക്ഷി നേതാക്കളും കരുണാകരൻ മുഖ്യമന്ത്രി സ്ഥാനത്തുനിന്ന് മാറണം എന്ന് അഭിപ്രായപ്പെട്ടു. കാര്യം ഡൽഹിയിൽ ഹൈക്കമാന്റിലും എത്തിച്ചു. അവരെല്ലാം ഏകകണ്ഠമായി അഭിപ്രായപ്പെട്ടത് ആന്റണിയെ കൊണ്ടുവരണം എന്നായിരുന്നു. ആന്റണി ആ കാലത്ത് നിയമസഭയിലും പാർലമെന്റിലും അംഗമായിരുന്നില്ല. കോൺഗ്രസിന്റെ അഖിലേന്ത്യാസെക്രട്ടറിയെന്ന നിലയിൽ പ്രവർത്തിക്കുന്ന കാലമാണ്.

അവസാനം ആ നിർദേശം കേന്ദ്രം അംഗീകരിച്ചു. കരുണാകരൻ, എല്ലാ സഹായവും ചെയ്ത് പ്രധാനമന്ത്രിയാക്കിയ നരസിംഹറാവു ആയിരുന്നു കരുണാകരനെ മാറ്റാൻ മുൻകൈയെടുത്ത് തീരുമാനം കൈക്കൊണ്ടത്. ദയാദാക്ഷിണ്യങ്ങൾക്കൊന്നും രാഷ്ട്രീയത്തിൽ ഒരു സ്ഥാനവും ഇല്ലെന്നുള്ളതിന് ഇത് മാത്രം മതി ഉദാഹരണം. മുഖ്യമന്ത്രി സ്ഥാനം കൊണ്ടുനടക്കാൻ വയ്യാത്ത സ്ഥിതിയൊന്നും അന്ന് കരുണാകരനുണ്ടായിരുന്നില്ല. പക്ഷേ കൂടെയുള്ളവരും ഘടകകക്ഷികളും എല്ലാം അദ്ദേഹത്തെ മടുത്തുകഴിഞ്ഞിരുന്നു. മാത്രമല്ല, കരുണാകരനെ മാറ്റി, ഒരു പു

തിയ മുഖ്യമന്ത്രിയെ പ്രതിഷ്ഠിച്ച് ഗവൺമെൻറിന്റെ പ്രതിഛായ മെച്ചപ്പെടുത്തി 1996 ലെ തിരഞ്ഞെടുപ്പിലേക്ക് പോകാമെന്നും അവർ കരുതി. അത്രയ്ക്കും മോശമായിരുന്നു ഭരണത്തെപ്പറ്റിയുള്ള മതിപ്പ്. അങ്ങനെ കേന്ദ്ര തീരുമാനപ്രകാരം ആന്റണി ഒരു പ്രത്യേക മിലിറ്ററി വിമാനത്തിൽ ഡൽഹിയിൽനിന്ന് തിരുവനന്തപുരത്തെത്തി.

കരുണാകരനും സ്ഥാനം ഒഴിയേണ്ടിവരുമെന്ന് ബോധ്യമാവുകയും മാനസികമായി തയാറെടുക്കുകയുംചെയ്തു. ഇങ്ങനെ ഒരവസ്ഥ ഇതിന് മുമ്പ് ഒരിക്കലും ജീവിതത്തിൽ ഉണ്ടായിട്ടില്ല. മുമ്പും മുഖ്യമന്ത്രിസ്ഥാനം ഒഴിയേണ്ടതായി വന്നിട്ടുണ്ട്. പക്ഷേ അതെല്ലാം താൽക്കാലികം മാത്രമായിരുന്നു. ഇത് ആ സ്ഥാനത്തുനിന്ന് അവസാനത്തെ രാജിക്കത്താണെന്ന് അദ്ദേഹത്തിന്നറിയാമായിരുന്നു. 20–3–1995 നാണ് ആന്റണി തിരുവനന്തപുരത്തെത്തിയത്. പിറ്റെ ദിവസം വൈകുന്നേരം ആറുമണിക്ക് കരുണാകരൻ പുത്തരിക്കണ്ടം മൈതാനിയിൽ ബഹുജനങ്ങളുടെ മുമ്പിൽ സ്ഥാനം ഒഴിയുന്നതായി പ്രഖ്യാപിച്ചു. നേരെ ഗവർണറെ കണ്ട് രാജി സമർപ്പിക്കാനായിരുന്നു അദ്ദേഹത്തിന്റെ തീരുമാനം എന്ന് പത്രത്തിൽ വന്നു.

കരുണാകരൻ പുത്തരിക്കണ്ടം മൈതാനത്തേക്ക് പുറപ്പെടുന്നതിന് രണ്ടുമണിക്കൂർ മുമ്പ് കൃത്യം നാലുമണിക്ക് ഞാൻ അദ്ദേഹത്തെ ഫോണിൽ വിളിച്ചു. "ഇതൊരു പഴയ ശിഷ്യനാണ്, അങ്ങയെ കാണാൻ ആഗ്രഹിക്കുന്നു, വരട്ടെ" എന്ന് ചോദിച്ചു. ഉടനെ, വരൂ, എന്ന് അദ്ദേഹം മറുപടി പറഞ്ഞു. ഞാൻ പെട്ടെന്ന് ക്ലിഫ് ഹൗസിലെത്തി. ഓഫീസിന്റെ വാതിൽ മലർക്കെ തുറന്നിട്ടിരിക്കുന്നു. ഒരു ഈച്ചപോലും അപ്പോൾ ക്ലിഫ്ഹൗസിൽ ഉണ്ടായിരുന്നില്ല. ഗൺമാനും പ്യൂണും മാത്രം കോലായിൽ ഇരിക്കുന്നു. ഞാൻ നേരെ കടന്നുചെന്ന് നമസ്കാരം പറഞ്ഞു. വളരെ ആദരവോടും സന്തോഷത്തോടും കൂടി കൈകൂപ്പി അദ്ദേഹം എന്നെ സ്വീകരിച്ച്, മുന്നിലുള്ള കസേരയിൽ ഇരിക്കാൻ ആംഗ്യം കാണിച്ചു. മുറിയിലുണ്ടായിരുന്ന സൗത്ത് വയനാട് എം എൽ എ രാഘവൻമാസ്റ്ററോട് അദ്ദേഹം പുറത്തിരിക്കാൻ പറഞ്ഞു. ഞങ്ങൾ ഒറ്റയ്ക്കായി. പന്ത്രണ്ട് കൊല്ലങ്ങൾക്കുശേഷം ഉണ്ടായ ഈ പുനഃസമാഗമത്തിന് ഒരു മധുരമായ പ്രതികാരത്തിന്റെ വികാരം ഉണ്ടാവാൻ സാധ്യതയുണ്ട്. പക്ഷേ കുഴങ്ങിയ നേരത്ത് അത്തരം ചിന്തകൾക്ക് സ്ഥാനമില്ലെന്നാണ് എന്റെ പ്രമാണം. ഞാൻ വളരെ വിനയത്തോടെ, അതിലേറെ താഴ്മയോടെ സംസാരിച്ചുതുടങ്ങി. അദ്ദേഹം അപ്പോൾ വളരെ വികാരഭരിതനായിരുന്നു. ഞാൻ പറഞ്ഞു, അങ്ങയുടെ സഹായംകൊണ്ടുമാത്രം രാഷ്ട്രീയത്തിൽ അർഹിക്കാത്ത പല സ്ഥാനമാനങ്ങൾ നേടുകയും സാമ്പത്തികനേട്ടങ്ങൾ ഉണ്ടാക്കുകയുംചെയ്ത ഒരാളെയും ഇപ്പോൾ കാണുന്നില്ലല്ലോ. ഉത്തമസുഹൃത്തുക്കൾ ആരൊക്കെയാണെന്ന് ഇപ്പോഴെങ്കിലും അങ്ങയ്ക്ക് ബോധ്യമായല്ലോ. "കല്യാണിക്കുട്ടിയമ്മയെ (കരുണാകരന്റെ ഭാര്യ) കോടതി കേറ്റും" എന്ന് പ്രസ്താവിച്ച ശിഷ്യനെപ്പറ്റി ചോദിച്ചപ്പോൾ അദ്ദേഹത്തിന്റെ കണ്ണ് കലങ്ങുന്നത് എനിക്ക് കാണാമായിരുന്നു. അങ്ങനെ കുറെ ഗ്രൂപ്പ് കൂട്ടാളികൾ അദ്ദേഹത്തിന് കണ്ണൂരും കോഴിക്കോ

ട്ടും വയനാട്ടിലും മറ്റുമുണ്ടായിരുന്നു. ആ ആശ്രിതവത്സലന്മാർ ആരൊക്കെയാണെന്ന് എനിക്കും അറിയാമെന്ന് കരുണാകരനും ബോധ്യമുണ്ട്.

അദ്ദേഹം കഴിഞ്ഞ കാലത്തെ പല അനുഭവങ്ങളും ഓർത്ത്, പറഞ്ഞു തുടങ്ങി. പണ്ട് കരുണാകരന് മാളയിൽ മത്സരിക്കാൻ ഒരു സീറ്റ് അനുവദിക്കണം എന്നാവശ്യപ്പെട്ടു ഞങ്ങൾ കെ പി സി സിയിൽ ഒപ്പു ശേഖരണം നടത്തിയതു മുതൽ ഇന്ദിരാഗാന്ധിയെ പ്രധാനമന്ത്രിയാക്കാൻ കരുണാകരൻ മുൻകൈയെടുത്തതുവരെ പറഞ്ഞു. കൂട്ടത്തിൽ ഒരു കാര്യം ഞാൻ അദ്ദേഹത്തോട് പറഞ്ഞു: "എനിക്ക് ഇന്ന് അങ്ങയെ സഹായിക്കാനോ പിന്തുണയ്ക്കാനോ കഴിയുന്നതല്ല. ഞാൻ ഇന്ന് മാർക്സിസ്റ്റ് കമ്യൂണിസ്റ്റ് പാർട്ടിയുടെ ജില്ലാകമ്മിറ്റി അംഗവും മുൻ മന്ത്രിയുമാണ്." അതു കേട്ട് അദ്ദേഹം മൗനിയായി മുഖത്തേക്ക് നോക്കി. ആ നോട്ടത്തിൽ പശ്ചാത്താപത്തിന്റെ നൊമ്പരം കാണാൻ കഴിഞ്ഞിരുന്നു. അപ്പോഴേക്കും സമയം അഞ്ചരമണി ആയി. അദ്ദേഹം എണീറ്റ് പുത്തരിക്കണ്ടം മൈതാനിയിലേക്ക് പോയി. ഞാൻ എം എൽ എ ഹോസ്റ്റലിലെ എന്റെ മുറിയിലേക്കും. പുത്തരിക്കണ്ടം മൈതാനത്ത് കരുണാകരൻ ഗദ്ഗദത്തോടെയാണ് സംസാരിച്ചത്. കേരള ജനത അന്നുവരെ നൽകിയ എല്ലാ പിന്തുണയ്ക്കും സഹായത്തിനും അദ്ദേഹം നന്ദി പറഞ്ഞു. പ്രസംഗം തീർന്ന് നേരെ രാജ്ഭവനിലേക്ക് പോയി ഗവർണർ പി ശിവശങ്കറിന് രാജി സമർപ്പിച്ചു.

കരുണാകരന്റെ രാജിയെ തുടർന്ന് 1995 മാർച്ച് 22 ന് എ കെ ആന്റണി മുഖ്യമന്ത്രിയായി സത്യപ്രതിജ്ഞചെയ്തു. ആന്റണി കരുതിയതുപോലെ അത്ര എളുപ്പമായിരുന്നില്ല കാര്യങ്ങൾ. സാമൂഹ്യ സാമ്പത്തിക മണ്ഡലങ്ങളിൽ കേരളം പ്രശ്നങ്ങളുടെ നടുവിൽ നട്ടംതിരിയുന്ന സാഹചര്യമായിരുന്നു. ഇടമലയാറും പാമോയിലും– അഴിമതികളുടെ അടങ്ങാത്ത ചർച്ച നിയമസഭയിലും പുറത്തും. നാല് കൊല്ലത്തെ കരുണാകര ഭരണത്തിലെ കൊള്ളരുതായ്മകളും ഗ്രൂപ്പുവഴക്കും ഭരണത്തെ ഒരിക്കലും നേരെയാക്കാൻ കഴിയാത്ത മട്ടിലാക്കിയിരുന്നു.

അതിന്നിടക്ക് ആന്റണിക്ക് നിയമസഭയിലേക്ക് മത്സരിച്ച് അംഗമാകേണ്ടതുണ്ടായിരുന്നു. അതിന് തൊട്ടുമുമ്പാണ് തിരൂരങ്ങാടി അംഗം യു എ ബീരാൻ രാജിവച്ച് ഒഴിവു വന്നത്. ഒരുകൊല്ലം മാത്രമല്ലെ എന്ന നിലയിൽ മുസ്ലിംലീഗ് ആ മണ്ഡലം ആന്റണിക്ക് മത്സരിക്കാൻ വിട്ടുകൊടുത്തു. എ കെ ആന്റണിയും ഇടതുപക്ഷ സ്ഥാനാർഥി സി പി ഐ സ്വതന്ത്രൻ പ്രൊഫ. എൻ എ കരീമും തമ്മിലായിരുന്നു മത്സരം. സ്വാഭാവികമായും ആന്റണി തെരഞ്ഞെടുക്കപ്പെട്ടു, മുഖ്യമന്ത്രി സ്ഥാനത്തിന് നിയമസാധുത കൈവന്നു.

അപ്പോഴേക്കും മുഖ്യമന്ത്രി ആന്റണിക്ക് മുമ്പിൽ പ്രശ്നങ്ങൾ ഒന്നൊന്നായി കുന്നുകൂടി വന്നു. ആ കാലത്താണല്ലോ പ്രമാദമായ സൂര്യനെല്ലി പെൺവാണിഭം, ഐസ്ക്രീം പാർലർ രതിവ്യവസായം, സുപ്രീംകോടതി വിധിയിലെ സംവരണ ക്രീമിലെയർ, ശിവഗിരി ദിനത്തിലെ പൊലീസ് മർദനം. ആകപ്പാടെ, ആന്റണി വീണ്ടും ഭരണം ഇട്ടേച്ചുപോകാൻ സമയമായി എന്ന് ജനങ്ങൾക്ക് തോന്നിത്തുടങ്ങി. ഇത്രയും കാര്യങ്ങൾ വളരെ വിശദമായി പറയേണ്ടതുണ്ട്.

കോഴിക്കോട് വലിയങ്ങാടി

31 ബേപ്പൂർ എം എൽ എ കോഴിക്കോട്ടുകാരനായി

ആയിരത്തിത്തൊള്ളായിരത്തി എൺപത്തിയേഴിലാണ് ഞാൻ ആദ്യമായി ബേപ്പൂരിൽനിന്നു നിയമസഭയിലേക്ക് മത്സരിക്കുന്നത്. അന്നത്തെ വിജയത്തോടെയാണ് ഞാൻ പൊതുമരാമത്ത് മന്ത്രിയാവുന്നതും. ബേപ്പൂർ മണ്ഡലം എന്നും കമ്യൂണിസ്റ്റുകാർ ജയിക്കുന്നതുകൊണ്ട് ദീർഘകാലമായി വികസനകാര്യത്തിൽ അവഗണിക്കപ്പെട്ടു കിടന്നിരുന്നതാണ്. കുറേക്കാലം സ. ചാത്തുണ്ണിമാസ്റ്ററായിരുന്നു മണ്ഡലത്തെ പ്രതിനിധീകരിച്ചിരുന്നത്. പിന്നെ സ. കെ മൂസ്സക്കുട്ടി വന്നു. അവരെല്ലാം പ്രതിപക്ഷത്തുതന്നെയായിരുന്നതിനാൽ യു ഡി എഫ് ഭരണം, പ്രത്യേകിച്ച് ലീഗ് സ്വാധീനംകൊണ്ട് ഈ മണ്ഡലത്തിൽ ഒന്നും ഉണ്ടാവാൻ അനുവദിച്ചിരുന്നില്ല.

ആ സാഹചര്യത്തിലാണ് ഞാൻ 1987 ൽ ജയിച്ച് മന്ത്രിയാവുന്നത്, അതും പൊതുമരാമത്തു വകുപ്പിൽ. ഞാൻ എത്തുമ്പോൾതന്നെ ബേപ്പൂർ മണ്ഡലത്തിന്റെ ഇടതുപക്ഷ രാഷ്ട്രീയ നേതൃത്വം സി പി ഐ എമ്മിന്റെ ഫറോക്ക് ഏരിയ കമ്മിറ്റിക്കായിരുന്നു. അതിന്റെ സെക്രട്ടറി സ. എൻ പി ദാമോദരനും. അദ്ദേഹം ഭാവനാ സമ്പന്നനായ നല്ല സംഘാടകനായിരുന്നു. പൊതുജീവിതത്തിൽ വിവിധ മേഖലകളിലുള്ളവരുമായി അദ്ദേഹത്തിന് നല്ല ബന്ധമാണുണ്ടായിരുന്നത്. എട്ടുപത്ത് ഓട്ടുകമ്പനികൾ വളരെക്കാലമായി ഫറോക്കിലും പരിസരത്തും പ്രവർത്തി

ച്ചുവരുന്നു. മൊത്തം ആറായിരത്തിലധികം ഓട്ടുകമ്പനിത്തൊഴിലാളികൾ മണ്ഡലത്തിലുണ്ട്. അതിനുപുറമെ ധാരാളം ചെറുകിട വ്യവസായങ്ങളും പ്രവർത്തിക്കുന്നു. കട്ടക്കമ്പനി, ചെരിപ്പുകമ്പനി, സ്റ്റീൽ കമ്പനി, പാത്രവ്യവസായം തുടങ്ങി ചെറുതും വലുതുമായി ധാരാളം ചെറുകിട വ്യവസായങ്ങൾ. ഓട്ടുകമ്പനിയിലെ തൊഴിലാളികളും ചെറുകിട വ്യവസായികളിൽ ഭൂരിഭാഗവും ഇടതുപക്ഷ പ്രവർത്തകരും സഹയാത്രികരുമായിരുന്നു, അന്നും ഇന്നും.

എന്നെ സംബന്ധിച്ച് കോഴിക്കോടും പരിസരവും ചെറുപ്പം മുതലേ വലിയ താൽപ്പര്യവും ആവേശവുമായിരുന്നു. ഞാൻ കുട്ടിക്കാലത്ത് എന്റെ പിതാവിനൊപ്പം കോഴിക്കോട്ട് പലതവണ പോയിട്ടുണ്ടായിരുന്നു. അന്നൊക്കെ ഐസിട്ട വെള്ളവും സേലം മാങ്ങയും ഓറഞ്ചും ബേക്കറി സാധനങ്ങളുമൊക്കെ രസകരമായ അനുഭവങ്ങളാണ്. സാധനങ്ങൾ ട്രോളിയിൽ ആളുകൾ വലിച്ചുകൊണ്ടുപോകുന്നതും മനുഷ്യൻ വലിച്ച് ഓടിക്കൊണ്ടു പോകുന്ന റിക്ഷകളിൽ കുടവയറന്മാരും വക്കീലന്മാരും യാത്രചെയ്യുന്നതും കൗതുകകരമായ കാഴ്ചതന്നെയായിരുന്നു. കോഴിക്കോടു കാണുന്നത് നാട്ടിൻപുറത്തുനിന്നുവരുന്ന കുട്ടികൾക്ക് ഹരംതന്നെ. കോഴിക്കോട്ട് എന്നും മുട്ടുംവിളി നേർച്ചയും പൂരവും നടക്കുകയാണെന്നാണ് ഞങ്ങളുടെ തോന്നൽ. ഞാൻ കുറച്ചുകൂടി വലുതായി ഹൈസ്കൂളിലെത്തിയപ്പോൾ സ്കൂളുകൾ തമ്മിലുള്ള ഇന്റർ ഡിസ്ട്രിക്റ്റ് സ്പോർട്സിൽ പങ്കെടുക്കാൻ മാനാഞ്ചിറ മൈതാനത്ത് ഒരുമിച്ചുകൂടും. പിന്നീട് ഫാറൂഖ് കോളേജിലും വെസ്റ്റ്ഹില്ലിലെ ഗവൺമെന്റ് പോളിടെക്നിക്കിലും പഠിച്ച കാലത്ത് താമസം തന്നെ കോഴിക്കോട്ടായി. വിദ്യാർഥി സംഘടനകളിലും മറ്റും ബന്ധപ്പെട്ട് രാഷ്ട്രീയ ട്രെയിനിങ്ങും പൂർത്തിയാക്കി.

ഈ കഴിഞ്ഞകാല അനുഭവങ്ങളുടെ പശ്ചാത്തലത്തിൽ 1987 ൽ കോഴിക്കോട് പട്ടണത്തിന്റെ ഒരു ഭാഗം തന്നെയായ ബേപ്പൂർ മണ്ഡലത്തിൽ ഒരു സ്ഥാനാർഥിയായി നിയമസഭയിലേക്ക് മത്സരിക്കാൻ അവസരം കിട്ടിയത്, തികഞ്ഞ അഭിമാനത്തോടെയും ചാരിതാർഥ്യത്തോടെയും ഞാൻ എന്നും ഓർക്കും.

1987 ൽ ബേപ്പൂരിൽനിന്ന് വിജയിച്ചു മന്ത്രിയായപ്പോൾതന്നെ ഞാനും ബേപ്പൂർക്കാരും തമ്മിൽ അടുപ്പം തുടങ്ങിക്കഴിഞ്ഞിരുന്നു. സാധാരണഗതിയിൽ മന്ത്രിമാരും ജനങ്ങളും തമ്മിൽ ഒരു ചെറിയ അകലം ഉണ്ടാവാറുണ്ട്. എന്നാൽ എന്നെ സംബന്ധിച്ച് അങ്ങനെ ഒരു വിടവ് ഉണ്ടായിരുന്നില്ല. ജീവിതത്തിന്റെ എല്ലാ മേഖലകളിലുംപെട്ട ജനങ്ങളുമായി ഞാൻ സൗഹൃദബന്ധം വർധിപ്പിച്ചുവന്നു. അതിൽ രാഷ്ട്രീയമോ മറ്റുവിധത്തിലുള്ളതോ ആയ ഒരു വ്യത്യാസവും കാണിച്ചിരുന്നില്ല. ഓട്ടുകമ്പനി ഉടമകളും തൊഴിലാളികളും എനിക്ക് ഒരുപോലെയായിരുന്നു. അവരുടെ തൊഴിൽത്തർക്കങ്ങളിൽ പലപ്പോഴും ഞാൻ മധ്യസ്ഥം വഹിച്ച്, തർക്കം തീർത്തിരുന്നു. മറ്റു ചെറുകിട വ്യവസായ മേഖലകളിലും ആ നില തന്നെയായിരുന്നു.

ഫറൂക്കിലെ ഓട്ടുകമ്പനി

ഞാൻ ആദ്യമായി ചെയ്തത് മണ്ഡലത്തിന്റെ മധ്യത്തിൽ ഫറോക്കിലുണ്ടായിരുന്ന പി ഡബ്ല്യു ഡിയുടെ ഒരു ഗോഡൗൺ രൂപംമാറ്റി താമസിക്കാൻ പറ്റുന്ന വിധത്തിലാക്കി, അതിനെ ഒരു ക്ലാസ് ഫോർ റസ്റ്റ് ഹൗസാക്കിയതായിരുന്നു. അതിൽ ഒരു വി ഐ പി മുറിയും ഉണ്ടാക്കി. ടെലിഫോണും സ്ഥാപിച്ചു. ഞാൻ കോഴിക്കോട്ടും നാട്ടിലും എത്തുമ്പോൾ ഈ റസ്റ്റ്ഹൗസിൽ മാത്രമാണ് താമസിച്ചിരുന്നത്. അതുകൊണ്ട് ജനങ്ങൾക്ക്, പ്രത്യേകിച്ചും മണ്ഡലത്തിലെ ആളുകൾക്ക് എന്നെ നേരിൽ വന്നുകാണാനും കാര്യങ്ങൾ പറയാനും സൗകര്യമായിരുന്നു. കോഴിക്കോട്, മലപ്പുറം ജില്ലകളുടെ മധ്യത്തിലാണ് ഫറോക്ക് എന്നതിനാൽ രണ്ടു ജില്ലക്കാർക്കും അവിടെയെത്താൻ ബുദ്ധിമുട്ടുണ്ടായിരുന്നില്ല. ഫറോക്ക് പുഴയുടെ കരയിൽ വിശാലമായ ഒരു കോമ്പൗണ്ടിലാണ് ആ റസ്റ്റ് ഹൗസ്. അതിനാൽ പരിസരം പ്രകൃതി സുന്ദരവും മനോഹരവുമാണ്.

അന്ന് കോഴിക്കോട്ട് സി പി ഐ (എം) ജില്ലാ സെക്രട്ടറി ആദരണീയനായ സ. കേളുഏട്ടനായിരുന്നു. അദ്ദേഹത്തിന്റെ ഉപദേശവും സഹായവും നിർലോഭം കിട്ടിയിരുന്നത് വലിയ സഹായംതന്നെ. അദ്ദേഹത്തിനുശേഷം യു കുഞ്ഞിരാമേട്ടൻ ഒട്ടും മോശമല്ലാത്ത പിന്തുണയും പിൻബലവും തന്നിരുന്നു. സ. എ കണാരൻ ഒരു അത്ഭുത പ്രതിഭാസം തന്നെ. ഇത്രയും ലളിതമായ ജീവിതം നയിക്കുന്ന, കാര്യങ്ങളിൽ കണിശക്കാരനായ ഒരു നേതാവിനെ ചുരുക്കമായേ കാണുകയുള്ളൂ. കോഴിക്കോട് മേയർമാരായിരുന്ന കുട്ടികൃഷ്ണൻനായരും ടി പി ദാസനും എനിക്ക് വളരെ അടുപ്പമുള്ളവരായിരുന്നു ആ കാലത്ത്. പിന്നെ മേയറായിരുന്ന ഇപ്പോഴത്തെ മേയർ പ്രേമജം അക്കാലത്ത് മീഞ്ചന്ത ഗവ. കോളേജിന്റെ പ്രിൻസിപ്പലായിരുന്നു. വളരെ ഊർജസ്വലമായി കാര്യങ്ങൾ നടത്തിയിരുന്ന അവർ ഒരിക്കൽ പാർലമെന്റ് അംഗവുംകൂടിയായിരുന്നു. പ്രിൻസിപ്പലായ കാലം മുതൽതന്നെ ഞാൻ അവരുമായി പരിചയത്തിലായിരുന്നു.

മണ്ഡലത്തിലെ എന്റെ പാർട്ടി കുടുംബത്തിൽ പ്രധാനി ഏരിയാ സെക്രട്ടറി സ. എൻ പി ദാമോദരൻതന്നെ. അദ്ദേഹം എല്ലാ പ്രശ്നങ്ങളിലും പ്രയാസങ്ങളിലും വഴികാട്ടിയായിരുന്നു. സ. മാനുകുട്ടൻ എന്നും

അദ്ദേഹത്തിന്റെ കൂട്ടുകാരനും സഹപ്രവർത്തകനുമാണ്. ദീർഘകാലം ബേപ്പൂർ പഞ്ചായത്ത് പ്രസിഡന്റായിരുന്ന ഹസ്സൻ ഒരു നല്ല സ്നേഹിതനും സഹചാരിയുമാണ്. പഞ്ചായത്തിലും പാർട്ടിയിലും അദ്ദേഹം നിരന്തരമായി പ്രവർത്തിച്ചുകൊണ്ടിരിക്കും. ചെറുവണ്ണൂർ പഞ്ചായത്ത് പ്രസിഡന്റ് മൊയ്തീൻകോയ, ഫറോക്ക് പഞ്ചായത്ത് പ്രസിഡന്റ് എളമ്പിലാശേരി ബാലകൃഷ്ണൻ എന്നിവർ അന്ന് പ്രായത്തിൽ ചെറുപ്പമായിരുന്നെങ്കിലും കർമകുശലതയോടെ പ്രവർത്തിക്കുന്നവരാണ്. അക്കാലത്ത് ഏരിയാതലത്തിൽ പ്രവർത്തിക്കുന്ന ഓരാളായിരുന്നു ഇന്നത്തെ ഏരിയാ സെക്രട്ടറി വാളക്കട ബാലകൃഷ്ണൻ. അദ്ദേഹത്തിന്റെ വലംകൈയായിരുന്നു കാട്ടീരി വേലായുധൻ, ചന്ദ്രശേഖരൻ എന്നിവർ. ഇവരുടെയെല്ലാം നേതാവും തെരഞ്ഞെടുപ്പിലും പാർട്ടി പ്രവർത്തനത്തിലും വഴികാട്ടിയായിരുന്ന എം വാസു, അതുപോലെതന്നെ എന്നും തെരഞ്ഞെടുപ്പ് കമ്മറ്റി പ്രസിഡണ്ടായി പ്രവർത്തിക്കാറുള്ള എസ് കോൺഗ്രസ് പ്രവർത്തകനായിരുന്ന രാധാകൃഷ്ണൻ നായർ എന്നിവർ എന്റെ നല്ല സുഹൃത്തുക്കളായിരുന്നു. ഇങ്ങനെ പേരെടുത്ത് പറഞ്ഞുതീർക്കാൻ കഴിയാത്ത അത്രയ്ക്ക് പാർട്ടി ബന്ധുക്കളെ എനിക്ക് ആദ്യംതന്നെ സമ്പാദിക്കാൻ കഴിഞ്ഞു. പാർട്ടിക്കപ്പുറത്ത് കോൺഗ്രസിലും ലീഗിലുംപെട്ട നേതാക്കളുമായും സൗഹൃദം സ്ഥാപിക്കാൻ കഴിഞ്ഞിരുന്നു. ഉമ്മർ പാണ്ടികശാല, മായിൻ ഹാജി എന്നിവർ വളരെ അടുപ്പമുള്ളവരായിരുന്നു.

പാർട്ടിയിലും അല്ലാതെയുമുള്ള അടുപ്പവും ബന്ധവുമാണ് വി കെ സി മമ്മത്കോയയുമായുണ്ടായിരുന്നത്. ആത്മാർഥതയുള്ള പാർട്ടി പ്രവർത്തകൻ, കർമകുശലനായ വ്യവസായി, കാര്യങ്ങളിൽ കണിശക്കാരൻ, ഏതിലും വ്യക്തമായ സ്വന്തം അഭിപ്രായമുള്ളയാൾ എന്നീ നിലകളിലെല്ലാം ഞാൻ അദ്ദേഹത്തെ കാണുന്നു.

ഈ പറഞ്ഞ ഗുണങ്ങളെല്ലാമുള്ള ആൾതന്നെയാണ് മുല്ലവീട്ടിൽ മൊയ്തീൻ എന്ന ബാവ. പക്ഷേ സ്വന്തം കാര്യങ്ങളെപോലും ഗൗരവമായി കാണാത്ത, പ്രശ്നങ്ങളെ അലസമായി കാണുന്ന പ്രകൃതക്കാരനാണ്. ആത്മാർഥതയും സത്യസന്ധതയുമുള്ള ഒരാത്മസുഹൃത്തായാണ് ഞാൻ ബാവയെ പരിഗണിച്ചുപോന്നത്.

മറ്റു ബന്ധുക്കളിൽ ഏറ്റവും അടുപ്പമുള്ള ആളായിരുന്നു കരിപ്പാത്ത് മുഹമ്മദ്കുട്ടി ഹാജി. അദ്ദേഹത്തിന്റെ മക്കളും അനുജൻ ബിച്ചാമുവും എല്ലാം എനിക്ക് കുടുംബാംഗങ്ങൾതന്നെ. നിലാട്ടു ഹസൻ ഹാജിയുടെ മക്കളായ വേങ്ങട്ടു പക്കുഹാജി, ബീരാൻ, അഹമ്മദ്കുട്ടി, ഇത്താലു, മരുമകൻ മഹബൂബ് അങ്ങനെ പോകുന്നു നീണ്ട നിര. ഫുട്ബോൾ കളിക്കാരനും ഫുട്ബോൾ കളി സംഘാടകനും നാഗ്ജി ടൂർണമെന്റ് കമ്മിറ്റിക്കാരനുമായ, ഫാറൂഖ് കോളേജ് മാനേജിങ് കമ്മറ്റി പ്രസിഡന്റ് കെ സി ഹസ്സൻകുട്ടി എന്റെ ഒരാത്മസുഹൃത്തും സഹോദരനുമായിരുന്നു.

ഏതാനും സുഹൃത്തുക്കളുടെയും ബന്ധുക്കളുടെയും പേരുകൾ ഉദ്ധരിച്ചതുകൊണ്ട് മണ്ഡലത്തിലെ മറ്റ് ആളുകളെ വിട്ടുപോയി എന്നു

കേളുവേട്ടൻ

കരുതാൻ സാധ്യമല്ല. എല്ലാവരെയും എടുത്തുപറയുന്നത് പ്രായോഗികമല്ലെന്നതിനാൽ ആ പ്രതിപാദനം ഇവിടെ നിർത്താം.

മണ്ഡലത്തിലെ ഈ സൗഹൃദബന്ധത്തിന്റെ പശ്ചാത്തലത്തിൽ ഒരു നിയമസഭാംഗം, അതും മന്ത്രിയെന്ന നിലയിൽ മറ്റു വികസന കാര്യങ്ങളിലും അതീവ ശ്രദ്ധയും താൽപ്പര്യവുമെടുക്കാൻ കഴിഞ്ഞു. റോഡുകളും പാലങ്ങളും സ്കൂൾ കെട്ടിടങ്ങളും മറ്റുപല കാര്യങ്ങളും ചെയ്തു തീർക്കാൻ കഴിഞ്ഞിരുന്നു. അരീക്കാട്-കുന്നത്തുപാലം റോഡും പൂളക്കടവു പാലവും ഫറോക്ക് ഗണപത് ഹൈസ്കൂളിന്റെ മൂന്നുനിലക്കെട്ടിടവും മണ്ഡലത്തിൽ എന്നും എന്റെ സ്മരണ നിലനിർത്തുമെന്നു ഞാൻ കരുതുന്നു. ആറ് പാലങ്ങളും അതിലേറെ റോഡുകളും വേറെയും ചെയ്തിട്ടുണ്ട്.

ഈ പശ്ചാത്തലത്തിലാണ് 1991ലെ നിയമസഭാ പൊതുതെരഞ്ഞെടുപ്പ് വന്നത്. അതിലെ പ്രത്യേകതയാണല്ലോ "കോ ലീ ബി സഖ്യം ബേപ്പൂർ മോഡൽ." ആ സഖ്യം മൊത്തത്തിൽ ഭരണം പിടിക്കാൻ യു ഡി എഫ് ആവിഷ്കരിച്ചതായിരുന്നെങ്കിലും "ബേപ്പൂർ മോഡൽ" എന്ന് പ്രത്യേകം പറയുന്നതിൽ ഒരു കാര്യം ഉണ്ടായിരുന്നു. അത് കോൺഗ്രസ്-ലീഗ് നേതാക്കൾക്ക് എന്നെ പരാജയപ്പെടുത്താനുണ്ടായിരുന്ന ദുരുദ്ദേശ്യം തന്നെ. മന്ത്രിയെന്ന നിലയിലും പാർട്ടി പ്രവർത്തകനെന്ന നിലയിലും എന്റെ നിലപാടുകൾ അവർക്ക് വലിയ എതിർപ്പിനു കാരണമായിരുന്നു. വർഗീയ വിരുദ്ധ പ്രചാരണത്തിലും ശരിയത്ത് വിവാദത്തിലും വഖഫ് ബോർഡ് ചെയർമാനെ അഴിമതി ചാർജിൽ നീക്കം ചെയ്ത കാര്യത്തിലും അവർക്ക് എന്നോട് വലിയ അമർഷമായിരുന്നു. കോൺഗ്രസ് വിട്ട്, കമ്യൂണിസ്റ്റ് പാർട്ടിയിലെത്തി ഇങ്ങനെ വളർന്നുവരുന്നത് അവർക്ക് സഹിക്കാവുന്നതിലപ്പുറമായിരുന്നു. അതായിരുന്നു കോൺഗ്രസ് നേതാക്കളുടെ വിരോധത്തിനു കാരണം. എന്നാൽ ഇതൊന്നും സാധാരണ ജനങ്ങൾക്കിടയിൽ ഏശിയില്ല. കോ ലീ ബി സഖ്യം തൂത്തെറിഞ്ഞ് അവർ എന്നെ 1991 ൽ വലിയ ഭൂരിപക്ഷത്തിന് വിജയിപ്പിച്ചു.

ആ തിരഞ്ഞെടുപ്പ് പ്രചാരണ പ്രസംഗങ്ങൾക്കിടയിൽ ഞാൻ ഒരു കാര്യം തറപ്പിച്ചുപറഞ്ഞിരുന്നു. അതായത്,

> ഒന്നുമല്ലാതെ വന്ന എന്നെ 1987ൽ നിങ്ങൾ എം എൽ എ ആക്കി, പാർട്ടി എന്നെ മന്ത്രിയാക്കി. ഞാൻ ഇന്ന് നിങ്ങളിൽ ഒരുവനാണ്. എന്റെ ജീവന്മരണ പോരാട്ടമാണ് ഈ തിരഞ്ഞെടുപ്പ് മത്സരം. തോറ്റാൽ അവസാനത്തേതും. ഈ പരീക്ഷണത്തിൽ എന്നെ

നിങ്ങൾ സഹായിച്ചു വിജയിപ്പിച്ചാൽ, ഞാൻ ഈ നാട്ടിൽ വീട് എടുത്ത് താമസിച്ച് നിങ്ങളുടെകൂടെ ജീവിക്കും.

ഈ തിരഞ്ഞെടുപ്പ് വാഗ്ദാനം പൂർത്തിയാക്കാനാണ് തിരഞ്ഞെടുപ്പ് കഴിഞ്ഞ്, വിജയിച്ച ഉടനെത്തന്നെ മീഞ്ചന്തയിൽ ഒരു വീട് സ്വന്തമായി വാങ്ങിയത്. ആ വീട് മുഖ്യമന്ത്രി കരുണാകരന്റെ ജ്യേഷ്ഠൻ ബാലകൃഷ്ണമാരാരുടേതായിരുന്നു. അത് വിൽക്കാനുള്ളതാണെന്ന വിവരം മനസിലാക്കി ഞാൻ അതിന്റെ നോട്ടക്കാരൻ കോയാക്കയോട് അന്വേഷിച്ചപ്പോൾ ശരിയാണെന്നു ബോധ്യമായി. ഞാനും ബാലകൃഷ്ണമാരാരും മുമ്പുതന്നെ പരിചയക്കാരായിരുന്നു. അദ്ദേഹം കാളികാവ് പുല്ലങ്കോട് റബ്ബർ എസ്റ്റേറ്റിലെ മാനേജരായിരുന്ന കാലത്ത് ഞാൻ കാളികാവിലെ എക്സിക്യൂട്ടീവ് ഓഫീസറായിരുന്നു. മുമ്പെ അറിയുമെങ്കിലും ആ കാലത്താണ് സൗഹൃദം കൂടുതൽ ശക്തിപ്പെട്ടത്.

അതിനാൽ അദ്ദേഹത്തെ ഞാൻ നേരിട്ടുകണ്ടു, കച്ചവടം ഉറപ്പിച്ചു. 13 സെന്റ് സ്ഥലവും കുളിമുറികൾ ബന്ധപ്പെടുത്തിയ മൂന്നു മുറികളും സ്വീകരണമുറിയും കോലായിയും അടുക്കളയുമുള്ള വീട് മൂന്ന് ലക്ഷം ഉറുപ്പിക വിലയ്ക്കാണ് അദ്ദേഹം എനിക്കു തന്നത്. അത് ബന്ധത്തിന്റെ അടിസ്ഥാനത്തിൽ വില കുറച്ചു തന്നതാണെന്ന് എനിക്ക് ബോധ്യമായി. ചില്ലറ മിനുക്കുപണികൾ നടത്തി ഞാൻ അതിൽ പത്തു കൊല്ലം താമസിച്ചു. ചെറിയ മകളെ കോഴിക്കോട് പ്രോവിഡൻസ് കോൺവന്റ് സ്കൂളിൽ ചേർത്തി. ആറാം ക്ലാസിൽ ചേർന്ന മകൾ സാറ പിന്നീട് ഫാറൂഖ് കോളേജിൽ ബി എ വരെ പഠിച്ചതും ആ വീട്ടിൽ താമസിക്കുന്ന കാലത്തായിരുന്നു.

പത്തു കൊല്ലത്തെ അവിടുത്തെ താമസവും ജീവിതവും-ഞാനൊരു കോഴിക്കോട്ടുകാരനായി മാറി. കോഴിക്കോട്ടെ സാമൂഹിക-സാംസ്കാരിക മണ്ഡലങ്ങളിലും രാഷ്ട്രീയ സംഘടനാരംഗങ്ങളിലും സജീവമായിരുന്നു. അന്ന് കോഴിക്കോട് ജില്ലാ കലക്ടർ അമിതാഭ്കാന്ത് ആയിരുന്നു. അദ്ദേഹം ഒരു ഭരണാധികാരി എന്നതിൽ കവിഞ്ഞ് നല്ല സംഘാടകനും സാമൂഹ്യപ്രവർത്തനങ്ങൾ സംഘടിപ്പിക്കുന്നതിൽ നിപുണനുമായിരുന്നു.

1992 ൽ അദ്ദേഹം മുൻകൈയെടുത്താണ് കോഴിക്കോട് വിമാനത്താവളം അന്താരാഷ്ട്ര വിമാനത്താവളമാക്കണം എന്ന പ്രസ്ഥാനം ഉയർത്തിക്കൊണ്ടുവന്നത്. ചേംബർ ഓഫ് കോമേഴ്സുകളെയും സാമൂഹിക-രാഷ്ട്രീയരംഗത്തെ പ്രധാനികളെയുമെല്ലാം സംഘടിപ്പിച്ച് വിമാനത്താവള വികസനകമ്മിറ്റി രൂപീകരിച്ചു പ്രവർത്തനം മുന്നോട്ടു കൊണ്ടുപോകാൻ അദ്ദേഹം മുൻകൈയെടുത്തു. ആ കമ്മിറ്റിയുടെ ആഭിമുഖ്യത്തിൽ വിമാനത്താവള വികസനഫണ്ട് സ്വരൂപിക്കാൻ ഒരു സംഘം ഗൾഫ് നാടുകളിൽ പര്യടനം നടത്തണം എന്നു തീരുമാനിച്ചു. ആ സംഘത്തിൽ വ്യവസായമന്ത്രി പി കെ കുഞ്ഞാലിക്കുട്ടി, പാർലമെന്റ് അംഗം കെ മുരളീധരൻ, പ്രതിപക്ഷത്തുനിന്ന് ഞാനും കൂടി പോകണമെന്നായിരുന്നു

യു കുഞ്ഞിരാമൻ

കമ്മിറ്റി തീരുമാനം. അതിന്റെ ജനറൽ കൺവീനർ കലക്ടർ അമിതാഭ്കാന്തും. ഇത് കേരള ഗവൺമെന്റ് അംഗീകരിച്ച ഒരു കമ്മിറ്റിയായിരുന്നു. ഇന്ത്യൻ എയർപോർട്ട് അതോറിറ്റിയുടെ സഹകരണവും പിന്തുണയും ഈ പ്രസ്ഥാനത്തിന് നിർലോഭം ഉണ്ടായിരുന്നു.

എയർപോർട്ട് അതോറിറ്റിയാണ് വികസന പ്രവർത്തനങ്ങൾ നടത്തേണ്ടത്. അതിന് സാമ്പത്തികസഹായം സംഘടിപ്പിക്കാനാണ് ഞങ്ങളുടെ കമ്മിറ്റിയുടെ പ്രവർത്തനങ്ങൾ വേണ്ടത്. നൂറു കോടി ഉറുപ്പിക ഗൾഫ് രാജ്യങ്ങളിലുള്ള മലയാളികളെക്കണ്ട് കടമായി വാങ്ങാനാണ് പദ്ധതി. ഞങ്ങളുടെ സംഘത്തിൽ *മാതൃഭൂമി* പത്രാധിപർ ചന്ദ്രൻ, ചിലപ്പോൾ പി വി ഗംഗാധരനും *മാതൃഭൂമി*യിലെ അസിസ്റ്റന്റ് എഡിറ്റർ രാജഗോപാലും *മനോരമ*യുടെ ഫറോക്കിലെ അമരക്കാരും മറ്റും ഉണ്ടായിരുന്നു. ഗൾഫിലെ എല്ലാ രാജ്യങ്ങളും സന്ദർശിക്കാനായിരുന്നു പരിപാടി.

ഞങ്ങൾ ആദ്യം ചെന്നിറങ്ങിയത് ഒമാന്റെ തലസ്ഥാനമായ മസ്കറ്റിലായിരുന്നു. അവിടുത്തെ വ്യവസായ പ്രമുഖനായ ഗൾഫാർ മുഹമ്മദാലിയായിരുന്നു ഞങ്ങളെ സ്വീകരിക്കാൻ വന്നവരുടെ മുൻനിരയിൽ ഉണ്ടായിരുന്നത്. ഇവിടുന്നുതന്നെ കമ്മിറ്റിയുമായി സഹകരിച്ചിരുന്ന അംഗങ്ങൾ പി വി അബ്ദുൽ വഹാബും ഡോ. ആസാദ് മൂപ്പനും വിമാനത്താവളത്തിൽ എത്തിയിരുന്നു. ഓരോ നാടുകളുടെയും വലുപ്പത്തിന്നനുസരിച്ച് രണ്ടോ മൂന്നോ ദിവസങ്ങൾ അവിടെ നിൽക്കാനും ഞങ്ങളുടെ ദൗത്യം നിർവഹിക്കാനുമായിരുന്നു തീരുമാനം. ആദ്യത്തെ ദിവസം ഒരു സ്വീകരണ സമ്മേളനം നടത്തും. അതിൽ ഞങ്ങൾ വിമാനത്താവളത്തിന്റെ വികസനം അത്യാവശ്യമായ സാഹചര്യങ്ങൾ വിശദീകരിച്ച് പ്രസംഗം നടത്തും. ഞങ്ങൾ മൂന്നു രാഷ്ട്രീയ പ്രസ്ഥാനങ്ങളെയും പ്രതിനിധീകരിക്കുന്നതിനാൽ എല്ലാ വിഭാഗം ആൾക്കാരും പങ്കെടുത്തിരുന്നു.

വിമാനത്താവള വികസനം ഞങ്ങളെക്കാൾ ആവശ്യം ഗൾഫ് മലയാളികൾക്കാണെന്ന് അവർക്കു നല്ലപോലെ അറിയാമായിരുന്നു. അതിനാൽ അവർ ആവേശത്തോടെ കൂട്ടംകൂട്ടമായി യോഗത്തിൽ പങ്കെടുത്തിരുന്നു. ഞങ്ങളുടെ പ്രസംഗങ്ങൾ കഴിയുന്നതോടെ ഗൾഫ് മലയാളികൾക്ക് ആവേശം ഒന്നുകൂടി വർധിക്കും. അതിനുശേഷം കലക്ടർ അമിതാഭ്കാന്ത് വികസനത്തിന്റെ സാങ്കേതികമായ കാര്യങ്ങളും കടമായി പണം വാങ്ങിയാലുണ്ടാകുന്ന ഗുണഗണങ്ങളുമെല്ലാം പ്രതിപാദിച്ചുകൊണ്ട് സംസാരിക്കും.

യോഗത്തിനുശേഷം കിട്ടുന്ന സമയത്തും പിറ്റെ ദിവസവും പിരിവ് നടത്തും. അങ്ങനെ പതിനഞ്ചോളം ഗൾഫ്നാടുകളിൽ ചുറ്റിക്കറങ്ങി ഒരു മാസത്തിലധികം കാലം നടത്തിയ ശ്രമത്തിന്റെ ഫലമായി അറുപത് (60) കോടിയോളം ഉറുപ്പികയുടെ ചെക്കും വാഗ്ദാനങ്ങളുമായി ഞങ്ങൾ മടങ്ങിയെത്തി. അതൊരു വല്ലാത്ത അനുഭവമായിരുന്നു. ഗൾഫ് നാടുകളിൽ മിക്കതും കാണാനുണ്ടായ ഒരു അവസരമായിരുന്നു അത്. വിവിധ സ്ഥലങ്ങൾ, വ്യത്യസ്തരായ ആൾക്കാർ, വൈവിധ്യമാർന്ന സ്വീകരണ സദസുകൾ, അതുപോലെ ഭക്ഷണവും എല്ലാം കൂടി ആഹ്ലാദകരം തന്നെ.

നാട്ടിലെത്തിയപ്പോൾ കരിപ്പൂർ വിമാനത്താവളത്തിൽ ഉദ്യോഗസ്ഥാനുദ്യോഗസ്ഥ പ്രമുഖരുടെ സ്വീകരണവും സന്തോഷ പ്രകടനങ്ങളും. ഒരു വലിയ ദൗത്യം നിർവഹിച്ച ചാരിതാർഥ്യം ഞങ്ങൾക്കുമുണ്ടായി. എന്നാൽ ഇങ്ങനെയെല്ലാം സംഘടിപ്പിച്ച പണം വിനിയോഗിക്കേണ്ടതായി വന്നില്ല. ഞങ്ങൾക്ക് വാഗ്ദാനം കിട്ടയതിനേക്കാൾ വലിയ സംഖ്യ ലൈഫ് ഇൻഷൂറൻസ് കോർപ്പറേഷൻ ഓഫ് ഇന്ത്യ, എയർപ്പോർട്ട് അതോറിറ്റിക്ക് ചുരുങ്ങിയ പലിശ നിരക്കിൽ കടം കൊടുക്കാൻ തയാറായി ഉത്തരവ് വന്നു.

അങ്ങനെയാണ് കോഴിക്കോട് വിമാനത്താവളത്തിൽ ഇന്നു കാണുന്ന വികസനങ്ങളെല്ലാം നടന്നത്. അന്താരാഷ്ട്ര വിമാനത്താവളത്തിന്റെ പദവിയിൽ എത്തണമെങ്കിൽ മൂന്നു കാര്യങ്ങൾ ആവശ്യമാണ്. ഒന്ന് റൺവെ ആയിരത്തി അഞ്ഞൂറ് അടി നീളം വേണം, രണ്ട് ഇൻസ്ട്രുമെന്റൽ ലാന്റിങ് സിസ്റ്റം നടപ്പാക്കണം, മൂന്ന് നൈറ്റ് ലാന്റിങ് സൗകര്യമുണ്ടാവണം. അത് മൂന്നും ഇന്ന് നിലവിൽ വന്നു. കോഴിക്കോട് അന്താരാഷ്ട്ര വിമാനത്താവളവുമായി. അങ്ങനെയാണ് ഹജ്ജിന് പോകാനുള്ള വിമാനസൗകര്യം കോഴിക്കോട് താവളത്തിൽ ഉണ്ടായത്. നമ്മുടെ കോഴിക്കോട് വിമാനത്താവളം ഇന്ന് ലക്ഷക്കണക്കിനു ഗൾഫ് മലയാളികളുടെ ഏറ്റവും വലിയ ആശ്രയകേന്ദ്രമായി വളർന്നു. നിരവധി വിദേശ സർവീസുകൾ ഇന്ന് ഇവിടെയുണ്ട് എന്നത് ആശ്വാസകരമാണ്. ഈ വളർച്ചയിൽ ഒരു എളിയ പങ്കുവഹിക്കാൻ എനിക്കും സാധിച്ചത് വലിയ കാര്യമായി ഞാൻ കാണുന്നു.

അതിന്റെ തുടർച്ചയെന്ന നിലയിൽ 2004 ൽ ഞാൻ പാർലമെന്റ് അംഗമായപ്പോൾ കരിപ്പൂർ എയർപോർട്ട് എന്റെ മണ്ഡലത്തിൽ പെട്ടതായതിനാൽ എയർപോർട്ട് കമ്മിറ്റിയുടെ ചെയർമാൻ എന്നനിലയിലും എനിക്കു സേവനം തുടരാൻ അവസരമുണ്ടായി. ഇന്ന് കരിപ്പൂർ എയർപോർട്ട് നമ്മുടെ അഭിമാനമായി വളർന്നതിൽ അതിയായ സന്തോഷമുണ്ട്.

അന്തമാൻ ദ്വീപ്

32 പെറ്റീഷൻ കമ്മിറ്റിയും അന്തമാൻ ദ്വീപും

ആയിരത്തിത്തൊള്ളായിരത്തി തൊണ്ണൂറ്റിയൊന്ന് – തൊണ്ണൂറ്റിയാറ് കാലത്ത് ഞാൻ പ്രതിപക്ഷത്ത് നിയമസഭാംഗമായി പ്രവർത്തിക്കുന്ന കാലത്ത്, നിയമസഭയുടെ പെറ്റീഷൻ കമ്മിറ്റിയിൽ അംഗമായിരുന്നു. ആ കാലത്ത് 1993 ൽ കമ്മിറ്റി പ്രവർത്തനത്തിന്റെ ഭാഗമായി ഞങ്ങൾ അന്തമാൻ–നിക്കോബാർ ദ്വീപുകൾ സന്ദർശിക്കുകയുണ്ടായി. അന്തമാൻ ദ്വീപ് ചരിത്ര പ്രധാനമായ ഒരു പ്രദേശമാണ്. ഇന്ത്യൻ സ്വാതന്ത്ര്യസമര സേനാനികളെ നാടുകടത്താനും നിഗ്രഹിക്കാനും ബ്രിട്ടീഷ് ഭരണകൂടം കണ്ടുപിടിച്ച ഒരു നരകമായിരുന്നു ആ ദ്വീപ് സമൂഹം.

1789 ലാണ് അന്തമാൻ–നിക്കോബാർ ദ്വീപ് സമൂഹത്തിന്റെ ചരിത്രം തുടങ്ങുന്നത്. ഇന്ത്യയിലെ ബ്രിട്ടീഷ് ഭരണത്തലവനായ ഗവർണർ ജനറൽ കോൺവാലിസ് പ്രഭുവിന്റെ നിർദേശപ്രകാരമാണ് ലഫ്റ്റനന്റ് ആർച്ചിബാൾഡ് ബ്ലെയർ ആണ് അന്തമാനിൽ എത്തുന്നത്. അദ്ദേഹത്തിന്റെ ദൗത്യം ദ്വീപിലെ ഭൂമി സർവെ ചെയ്ത് തിട്ടപ്പെടുത്തുക, ബ്രിട്ടീഷ് പതാക ദ്വീപിൽ ഉയർത്തുക, ഒരു ഹാർബർ നിർമിക്കുക എന്നിവയായിരുന്നു. യുദ്ധകാലങ്ങളിലും സംഘർഷങ്ങളുണ്ടാകുമ്പോഴും കപ്പലുകൾക്ക് തങ്ങാനുള്ള ഒരു പോർട്ട്– അതായിരുന്നു ലക്ഷ്യം. ഇതിന്റെയെല്ലാം സംഘാടകനും നിർമാതാവും ബ്ലെയർ ആയിരുന്നതുകൊണ്ട് ഹാർബറിനെ 'പോർട്ട് ബ്ലെയർ' എന്ന് പേര് വിളിക്കപ്പെട്ടു. അന്തമാൻ ദ്വീപ് സമൂഹത്തിന്റെ തലസ്ഥാനംതന്നെ പിൽക്കാലത്ത് 'പോർട്ട് ബ്ലെയർ' എന്നാണറിയപ്പെട്ടത്. ഇന്നവിടെ ഒരു നല്ല വിമാനത്താവളവുമുണ്ട്.

ബ്രിട്ടീഷ് ഇന്ത്യൻ അധിനിവേശത്തിനു മുമ്പുതന്നെ അവിടെ കാട്ടുമനുഷ്യർ ഉണ്ടായിരുന്നു. അവരെ കാനിബൽസ് എന്നാണ് വിളിച്ചിരുന്നത്. അവരെ കണ്ടാൻ നായയുടെ മുഖവും വാലുമുള്ളതായി തോന്നിയിരുന്നു. അവർ മനുഷ്യന്റെ മാംസം ഭക്ഷിക്കാൻ ഇഷ്ടപ്പെട്ടിരുന്നു. പതിനഞ്ചാം നൂറ്റാണ്ടിൽ യൂറോപ്യന്മാർ സുപ്രതീക്ഷ മുനമ്പ് (Cape of good hope) കടന്നു കിഴക്കോട്ടുള്ള വഴി കണ്ടുപിടിച്ച് സഞ്ചാരം തുടങ്ങിയപ്പോഴാണ് ഇങ്ങനെ ഒരു ദ്വീപ്സമൂഹം അവരുടെ ശ്രദ്ധയിൽപ്പെടുന്നത്. ക്രിസ്തുവർഷാരംഭം മുതൽക്കുതന്നെ ഈ ദ്വീപുകളെപ്പറ്റി ചില പരാമർശങ്ങൾ ശാസ്ത്ര പണ്ഡിതനായിരുന്ന ടോളമിയുടെ ഗ്രന്ഥങ്ങളിൽ കാണുമായിരുന്നു. ടോളമിയുടെ കുറിപ്പുകളിൽ ഈ ദ്വീപ് സമൂഹത്തെ അദ്ദേഹം പേര് വിളിച്ചത് അഗ്ഡാമൻ എന്നായിരുന്നു. അതാണ് പിന്നീട് അന്തമാൻ ആയിത്തീർന്നതെന്നു കരുതുന്നു.

എന്നാൽ രാമായണ ചരിത്രത്തിലെ ചില സൂചനകൾ പ്രകാരം സീതയെ മോചിപ്പിക്കാൻ ലങ്കയിലേക്ക് പാലം നിർമിക്കാൻ ഹനുമാൻ കണ്ട ആദ്യത്തെ സ്ഥലം ഇതായിരുന്നു എന്നും പരാമർശിക്കപ്പെടുന്നു. ഈ ഐതിഹ്യം അന്തമാൻ ദ്വീപുകൾ ഹനുമാനുമായി ബന്ധിപ്പിക്കാനിടയായി. മാത്രമല്ല മലയക്കാർ ഈ ദ്വീപുനിവാസികളെ ഹണ്ടുമാൻ എന്നു വിളിച്ചിരുന്നു. ആ ഹണ്ടുമാൻ പിന്നീട് അന്തമാനായി എന്നും കരുതപ്പെടുന്നു.

ഏതായാലും പ്രകൃതിസുന്ദരവും മർമപ്രധാനമായ സാഹചര്യങ്ങൾ ഉള്ളതുമായ ഒരു ഭൂപ്രദേശം. ഫലഭൂയിഷ്ഠമായ മണ്ണ്, കാർഷിക പ്രാധാന്യമുള്ള ചുറ്റുപാട്. നൂറ്റാണ്ടുകളായി കാടുപിടിച്ചുകിടന്നിരുന്ന മലമ്പ്രദേശങ്ങൾ. അവിടെ വന്യമൃഗങ്ങളും കാട്ടുജന്തുക്കളും സുലഭമാണ്. മരങ്ങൾ നിബിഡമായി വളർന്നു നിന്നിരുന്നു. ലോകപ്രശസ്തമായ വൻമരങ്ങൾ സുലഭം. അവിടെയായിരുന്നു ലോക പ്രസിദ്ധമായ ''ചാത്തം '' ഈർച്ചമില്ല്. മരവ്യവസായത്തിൽ അന്തമാൻ ദ്വീപിന് ലോകത്ത് രണ്ടാം സ്ഥാനമുണ്ടായിരുന്നു.

1857 മുതലാണ് അന്തമാൻ – നിക്കോബാർ ദ്വീപുകളുടെ ആധുനിക ചരിത്രം ആരംഭിക്കുന്നത്. 1857 ലെ ഒന്നാം സ്വാതന്ത്ര്യസമരത്തിലെ പോരാളികളെ നാടുകടത്താനുള്ള താവളമായി അതിനെ ബ്രിട്ടീഷ് ഭരണകൂടം ഉപയോഗിക്കാൻ ആരംഭിച്ചു. 1858 ജനുവരിയിലാണ് ആദ്യത്തെ സംഘത്തിൽ 200 സമരക്കാരെ അവിടെയെത്തിച്ചത്. പിന്നെ തുടർച്ചയായി നിരവധി സമരഭടന്മാരെ അന്തമാനിലേക്ക് നാടുകടത്തി. മുഴുവൻ തടവുകാരുടെയും പേരുവിവരങ്ങൾ ഇപ്പോൾ ലഭ്യമല്ല. എന്നാൽ സമരനായകന്മാർ എന്നനിലയിലും ഉന്നതരായ പണ്ഡിതന്മാർ എന്നനിലയ്ക്കും ഉജ്ജ്വല വ്യക്തിത്വത്തിന്നുടമകളായ ചില നേതാക്കൾ ആ കൂട്ടത്തിലുണ്ടായിരുന്നു. അല്ലാമഫസൽ അലിഹഖ്, മൗലാന ലിയാഖത്തലി, മീർ ജാഫർ അലി താനേശ്വരി എന്നിവരായിരുന്നു അവർ. അവരെല്ലാം തടവുകാരായി അവിടെ ദീർഘകാലം ജീവിച്ച് അവിടെത്തന്നെ മരിച്ചുപോയി.

സ്വാതന്ത്ര്യസമര സേനാനികളായ കാമഷ്യഘോഷ്, മൃത്യൻജോയ ബാനർജി, ഹരിപാടോ ചൗധരി, ഭൂപാൽ ചന്ദ്ര പണ്ഡെ തുടങ്ങി നിരവധി നേതാക്കൾ അപ്രകാരം അന്തമാനിലേക്ക് നാടുകടത്തി, അവിടെ കിടന്നു മരിച്ചുപോയിട്ടുണ്ട്. ആ കർമധീരന്മാരുടെ ചോരയിൽ നിന്നാണ് ഇന്ത്യൻ സ്വാതന്ത്ര്യം പടുത്തുയർത്തിയത്.

ഈ സ്വാതന്ത്ര്യസമര പോരാളികളെ ലഹളക്കാർ എന്നാണ് ബ്രിട്ടീഷുകാർ വിളിച്ചിരുന്നത്. അവരെ താമസിപ്പിക്കാനാണ് ചരിത്രത്തിൽ കുപ്രസിദ്ധിയാർജിച്ച "സെല്ലുലാർ ജയിൽ" നിർമിച്ചത്. നടുവിൽ ഒരു വലിയ ടവർ, അതിൽനിന്ന് ഏഴുവിഭാഗം നീണ്ടുപോകുന്നു. മൊത്തം മൂന്നു നിലക്കെട്ടിടം. ഏഴു വിങ്ങിലുംകൂടി മൊത്തം 698 സെൽ (മുറി)കൾ ആണ്. ഒരു സെല്ല് 13 അടി നീളം 7 അടി വീതി, ഒറ്റ ഇരുമ്പു വാതിൽ. മൂന്നടി നീളം ഒരടി വീതിയിലുള്ള ഒരു വെന്റിലേറ്റർ ഓരോ മുറിക്കുമുണ്ടാകും. ഒരു സെല്ലിൽ ഒരാൾക്ക് കഷ്ടിച്ചു കിടക്കാം. വിസർജനം അതിന്നകത്തുതന്നെ. കൂടുതൽ സമരക്കാരെ കൊണ്ടുവരുമ്പോൾ സെൽ ഒഴിവില്ലെങ്കിൽ ചുമരിൽ ഘടിപ്പിച്ച ഇരുമ്പിന്റെ വട്ടക്കണ്ണിയിൽ കൈ ഇട്ടു ചങ്ങലയ്ക്കിട്ട് പൂട്ടും. അവർ നിന്ന നിലയിൽതന്നെ കൈ സ്വാതന്ത്ര്യം ഇല്ലാതെ ജീവിക്കണം.

ഇതെല്ലാം ഞങ്ങൾ നടന്നുനോക്കിക്കണ്ടു. സെല്ലുലാർ ജെയിൽ ചില ഭാഗങ്ങൾ ഇടിഞ്ഞുപൊളിഞ്ഞ് കേടുവന്നിട്ടുണ്ടെങ്കിലും ഇന്നും ആ ചരിത്രസ്മാരകം നിലനിൽക്കുന്നു. അതിന്റെ മുമ്പിൽ ചെന്നുനിൽക്കുമ്പോഴാണ് സ്വാതന്ത്ര്യത്തിന്റെ വില മനസിലാവുക. ഇതിലാണ് 1921ലെ മലബാർ കലാപത്തിലെ തടവുകാരെയും പാർപ്പിച്ചിരുന്നത്. ജയിലിൽ കിടക്കുന്നവരോട് മനുഷ്യത്വരഹിതമായാണ് അധികാരികൾ പെരുമാറിയിരുന്നത്.

ജീവൻ നിലനിൽക്കാനാവശ്യമായ ഭക്ഷണം മാത്രമാണ് കൊടുത്തിരുന്നത്. ക്രൂരമായ മർദനങ്ങൾ, ചാട്ടവാറുകൊണ്ടുള്ള അടി, കെട്ടിത്തൂക്കിയുള്ള അടി. കുറെ തടവുകാർ ചോര ഛർദിച്ചു മരണമടയുന്നു. തൂക്കിക്കൊല്ലാനുള്ള യന്ത്രം അതിനകത്ത് സൂക്ഷിക്കുന്നത് ഞങ്ങൾ കണ്ടു. ഇതിൽനിന്ന് രക്ഷപ്പെടാൻ ഒരു വഴിയുമില്ലെന്ന് തടവുകാർക്ക് ബോധ്യമായി. മദിരാശിയിൽനിന്നും കൽക്കത്തയിൽനിന്നും സമദൂരത്ത് കിടക്കുന്നതാണ് ദ്വീപ്. രണ്ടു ഭാഗത്തുനിന്നും വിമാനത്തിൽ ഒരു മണിക്കൂർ സമയത്തെ യാത്രാ ദൂരമുണ്ട്. നാലുപാടും വിശാലമായ കടൽ, ദ്വീപ് തന്നെ ഒരു ജയിലാണ്. ജയിലിനുള്ളിലെ ജയിലാണ് സെല്ലുലാർ ജയിൽ.

തടവുകാർ രണ്ടുംകൽപ്പിച്ച് മർദനങ്ങൾക്കെതിരെ ശക്തമായ സമരമുറകൾ ആരംഭിച്ചു. പോരാട്ടത്തിന്റെയും എതിർപ്പിന്റെയും ശക്തി വർധിച്ചപ്പോൾ ബ്രിട്ടീഷ് അധികാരികൾ പടം താഴ്ത്തി. ഉഭയകക്ഷി ചർച്ച പ്രകാരം ജയിലിലുള്ളവരെ പുറത്തു വിടാനും ദ്വീപിനകത്ത് കൃഷി ചെയ്ത് പണിയെടുത്തു ജീവിക്കാനും അനുവദിച്ചു. മാത്രമല്ല അവരുടെ കുടുംബങ്ങളെ നാട്ടിൽനിന്ന് ദ്വീപിലേക്ക് ഗവൺമെന്റ് ചെലവിൽ കൊണ്ടുവരാനും അനുവദിച്ചു. അത് വളരെ ആവേശത്തോടെയാണ് അവരും

സെല്ലുലാർ ജയിൽ

കുടുംബങ്ങളും സ്വീകരിച്ചത്. നാട്ടിൽനിന്നു മിക്ക കുടുംബങ്ങളും ദ്വീപിലെ ത്തി. ഓരോ നാട്ടുകാരും അന്യോന്യം തിരിച്ചറിഞ്ഞു യോജിച്ച് ഓരോ പ്രത്യേക സ്ഥലം തെരഞ്ഞെടുത്തു.

ഓരോ സ്ഥലത്തിനും അവരവരുടെ നാട്ടിന്റെ പേരിട്ടു. ഇന്ന് അന്തമാൻ ദ്വീപിൽ വണ്ടൂർ, നിലമ്പൂർ, മഞ്ചേരി, മേലാറ്റൂർ, മണ്ണാർക്കാട് എന്നീ സ്ഥലങ്ങളെല്ലാം കാണാം. അതൊരു കൗതുകകരമായ കാഴ്ചയാണ്. ഞാൻ എന്റെ നാടായ വണ്ടൂർ സന്ദർശിച്ചു. പഴയ തലമുറക്കാരൊന്നും ഇല്ല. എന്റെ സമപ്രായക്കാരോട് പൂർവികരെപ്പറ്റി ചോദിച്ചറിഞ്ഞു മനസിലാക്കിയപ്പോൾ എനിക്കും അവർക്കും ഒരു വികാരപരമായ അനുഭൂതിയാണുണ്ടായത്.

ഞാൻ അന്തമാൻ കണ്ട കാലത്ത് അതിന്റെ ഭരണാധികാരി ലഫ്റ്റനന്റ് ഗവർണർ വക്കം പുരുഷോത്തമനായിരുന്നു. അദ്ദേഹം അവിടെ ഒരുപാട് പരിഷ്കാരങ്ങൾ വരുത്തിയിട്ടുണ്ട്. ഗവർണറെ സഹായിക്കാൻ ഒരു ഉപദേശകസമിതിയുമുണ്ട്. അതൊരു തിരഞ്ഞെടുക്കപ്പെട്ട അഞ്ചംഗ കമ്മിറ്റിയാണ്. അതിലെ അംഗങ്ങൾക്ക് നാട്ടിലെ മന്ത്രിക്ക് തുല്യമായ പദവിയുണ്ടായിരുന്നു. അതിലെ ഒരു മന്ത്രി എ പി അബൂക്കർ എനിക്ക് പരിചയമുള്ള ആളായിരുന്നു. കേരള നദ്‌വത്തുൽ മുജാഹിദീൻ സം

ഘടനയുടെ ഇപ്പോഴത്തെ പ്രസിഡന്റ് എ പി അബ്ദുൽ ഖാദർ മൗലവിയുടെ ജ്യേഷ്ഠനാണദ്ദേഹം. അദ്ദേഹം ഇപ്പോൾ ജീവിച്ചിരിപ്പില്ല. അദ്ദേഹത്തിന്റെ മകൻ ജാബിർ ഇപ്പോഴും നല്ല നിലയിൽ അന്തമാനിൽ ജീവിക്കുന്നുണ്ട്. ഞാനുമായുള്ള സൗഹൃദം ഇപ്പോഴും നിലനിർത്തുകയും ചെയ്യുന്നുണ്ട്.

അന്തമാൻ–നിക്കോബാർ ദ്വീപസമൂഹത്തിലെ പുരാതന വർഗത്തിൽ പെട്ട ഒരു വിഭാഗം മനുഷ്യർ ഇന്നും അവിടെ ജീവിക്കുന്നുണ്ട്. അവരുടെ വർഗത്തിന്റെ പേര് "ജാർവാസ്" എന്നാണ്. അവർ ഒരു പ്രത്യേക പ്രദേശത്ത് ഒറ്റപ്പെട്ട ഒരു ദ്വീപിലാണ് ജീവിക്കുന്നത്.

അവർ ഇന്നും പൂർണമായും നഗ്നരാണ്. സ്ത്രീകൾ മാത്രം അരയിൽ ഒരു നാര് കെട്ടി, അത് മുൻഭാഗത്ത് തൂക്കിയിടുന്നു. പുരുഷൻമാരും കുട്ടികളും ജനിച്ചപ്പോഴുള്ള അതേരൂപത്തിൽ തന്നെയാണ്. അവർ ഒരു കാരണവശാലും മറ്റു മനുഷ്യരുമായി ഇടപഴകുന്നതല്ല. അവരുടെ തരത്തിൽ പെട്ട മറ്റൊരു വിഭാഗമുണ്ട്. അതിനെ "ഓംങ്കെ" എന്നു വിളിക്കുന്നു. ഇത് രണ്ടും ഫലത്തിൽ ഒന്നുതന്നെയാണ്. ഇവർ പുരാതന ശിലായുഗത്തിലെ മനുഷ്യരുടെ മുമ്പുള്ള വർഗമാണെന്നാണ് നരവംശ ശാസ്ത്രജ്ഞന്മാർ പറയുന്നത്. ഇവരെ നിഗ്രിറ്റോസ് എന്നാണ് അവർ പറയുന്നത്. അവർക്ക് അവരുടേതായ ഭാഷയുണ്ട്. അതിനെ സംബന്ധിച്ചു പഠനം നടത്താൻ ഇന്നും ശാസ്ത്രജ്ഞന്മാർക്ക് കഴിഞ്ഞിട്ടില്ല. അവരുമായി അടുക്കാൻ യാതൊരു നിവൃത്തിയുമില്ല. മൃഗങ്ങളെ വേട്ടയാടിയും മത്സ്യം പിടിച്ചും കായ്കനികൾ എടുത്തുതിന്നും കഴിഞ്ഞുകൂടുന്നു. മരം മുറിച്ചുവീഴ്ത്തി നീണ്ട കഷ്ണമാക്കി അത് തുരന്നും കുഴിച്ചും തോണിയാക്കി അവർ കടലിൽ സഞ്ചരിക്കും. അവരുടെ വാസസ്ഥലത്തിന്നടുത്തു മാത്രം. മറ്റു മനുഷ്യരെ കണ്ടാൽ അവർക്ക് ദേഷ്യമാണ്, അടുത്തു ചെന്നാൽ വിഷം പുരട്ടിയ അമ്പ് എയ്ത് കൊന്നുകളയും.

ഇവരെ കൂടാതെ മറ്റ് പതിനൊന്ന് പട്ടികവർഗക്കാരായ ആദിവാസികൾ അന്തമാൻ–നിക്കോബർ ദ്വീപ് സമൂഹത്തിലുണ്ട്. അവർ സാമാന്യം ഭേദപ്പെട്ട ജീവിതം നയിക്കുന്നു. മറ്റു മനുഷ്യരുമായി ഇടപഴകി ജീവിക്കുകയും ചെയ്യുന്നു. അന്തമാൻ ദ്വീപുകളെ സംബന്ധിച്ച് ഇത്ര പഠിക്കാനും മനസിലാക്കാനും സാധിച്ചതിന് ഒരു പ്രത്യേക കാരണമുണ്ടായി. കമ്മിറ്റി ആവശ്യാർഥം വന്ന ഞങ്ങൾക്ക് മടങ്ങി കൽക്കത്തയിൽ പോകേണ്ടതായ വിമാനം ഇറങ്ങുമ്പോൾ ഒരു അപകടത്തിൽ കുടുങ്ങി. ആളപായം ഉണ്ടായില്ല. വിമാനം റൺവെ വിട്ടോടി ചതുപ്പുഭൂമിയിൽ ചക്രം താണുനിന്നു. അത് ക്ലിയർ ചെയ്തു വിമാനം തിരിച്ചുപോകാൻ ഒരാഴ്ച സമയമെടുത്തു. അത്രയും ദിവസങ്ങൾ കൂടി ഞങ്ങൾക്കവിടെ തങ്ങേണ്ടതായി വന്നു. അതൊരു നല്ല അവസരമായാണ് ഞാൻ കണക്കാക്കിയത്. ദ്വീപിലെ ജനങ്ങളുമായി കൂടുതൽ ഇടപഴകാനും ബന്ധപ്പെടാനും കിട്ടിയ സന്ദർഭം പാഴാക്കിയില്ല.

പറഞ്ഞുവന്നപ്പോൾ അവിടത്തെ ഒരു വലിയ പ്രത്യേകത ഓർമ വന്നു. 1857 മുതൽ അന്തമാനിലേക്ക് നാടുകടത്തപ്പെട്ട സ്വാതന്ത്ര്യസമര

സേനാനികൾ വിവിധ നാട്ടുകാരും ഭാഷക്കാരുമാണെന്നു മാത്രമല്ല, വിവിധ ജാതിമതക്കാരും കൂടിയായിരുന്നു. അവർ വ്യത്യസ്ത സമൂഹങ്ങളെന്ന നിലയ്ക്ക് വളരെ അംഗസംഖ്യയുള്ളവരാകണമെന്നില്ല. അതിനാൽ ഒരേ സമുദായത്തിൽനിന്നുതന്നെ വിവാഹം നടത്താൻ കഴിയാതെവന്നു. അതിനാൽ 1857 മുതൽക്കുതന്നെ വന്നവർ ജാതിമത ഭാഷാ വ്യത്യാസങ്ങൾ മറന്ന് അന്യോന്യം വിവാഹിതരായി. മക്കളും പേരമക്കളുമായി നാലും അഞ്ചും തലമുറക്കാരായി. ഒരേ വീട്ടിൽതന്നെ വ്യത്യസ്ത മതക്കാരും ജാതിക്കാരുമുണ്ടാകും. മാത്രമല്ല വ്യത്യസ്ത ഭാഷ സംസാരിക്കുന്നവരും. എനിക്ക്അവർക്കിടയിൽ ഇറങ്ങിച്ചെല്ലാനും ഇതെല്ലാം നേരിൽക്കണ്ട് അനുഭവിക്കാനും സാധിച്ചത്, ചെന്നയുടനെത്തന്നെ അവിടുത്തെ പാർട്ടി പ്രവർത്തകരുമായും മറ്റ് നാട്ടുകാരുടെ പിൻതലമുറക്കാരുമായും ബന്ധപ്പെട്ടതുകൊണ്ടായിരുന്നു. ഈ പറഞ്ഞ കാര്യങ്ങൾ എന്റെ മനസ്സിലുണ്ടാക്കിയ അനുഭൂതി വളരെ വലുതായിരുന്നു. ഏതായാലും ഒരാഴ്ച കഴിഞ്ഞ് ഞങ്ങൾ വിമാനത്തിൽ കയറി അന്തമാൻ ദ്വീപിനോടു വിട പറഞ്ഞു. ഏതാനും മണിക്കൂറുകൾക്കകം കൽക്കത്തയിലെത്തിച്ചേർന്നു. കമ്മിറ്റി യാത്ര അവസാനിപ്പിച്ചു നാലാം ദിവസം തിരുവനന്തപുരത്ത് എത്തിച്ചേർന്നു.

തിരുവനന്തപുരത്ത് എത്തിയപ്പോഴേക്കും കേരളത്തിലെ രാഷ്ട്രീയ അന്തരീക്ഷം സംഭവബഹുലവും സംഘർഷഭരിതവുമായിരുന്നു. സൂര്യനെല്ലി, ഐസ്ക്രീം പെൺവാണിഭക്കേസുകൾ പത്രപംക്തികളിലും പൊലീസ് അന്വേഷണവേദിയിലും നിറഞ്ഞുനിന്നിരുന്നു. ജനങ്ങൾക്കിടയിൽ അവയെല്ലാം സൃഷ്ടിച്ച വികാരങ്ങൾ വളരെ ആഴത്തിലുള്ളവയായിരുന്നു. അതിനിടക്കാണ് ഐ എസ് ആർ ഒ ചാരക്കേസ് വന്നത്. ഒരു മാലിക്കാരി പെണ്ണും ഉന്നതരായ ശാസ്ത്രജ്ഞന്മാരും ഒരു ഡി ജി പിയുമെല്ലാം ബന്ധപ്പെട്ട ഒരു വല്ലാത്ത കുരുക്ക്. അവരെ രക്ഷിക്കാൻ കരുണാകരൻ നടത്തിയ ഉപജാപങ്ങൾ എല്ലാം വലിയ സംഗതികളായി.

ഇതിന്റെയെല്ലാം നടുവിൽ പിടിച്ച് കോൺഗ്രസിലെ ഗ്രൂപ്പ് വടംവലി കൂടുതൽ ശക്തിപ്പെട്ടു. കോൺഗ്രസിൽ നടന്ന സംഘടനാ തെരഞ്ഞെടുപ്പിൽ വയലാർ രവി കരുണാകരപക്ഷത്തേക്ക് കാലുമാറി ആന്റണിയെ തോൽപ്പിച്ചു കെ പി സി സി പ്രസിഡന്റായി. അതിന്റെയെല്ലാം ഫലമായി വർധിച്ച ഗ്രൂപ്പ് വൈരം മൂത്തു നിൽക്കുന്ന സന്ദർഭത്തിലാണ് കരുണാകരന്റെ കാറ് അപകടത്തിൽപ്പെട്ടതും നട്ടെല്ലിനു ക്ഷതമേറ്റതും. ആ സന്ദർഭം നോക്കി കരുണാകരനെ താഴെയിറക്കി ആന്റണി 1995 മാർച്ച് 22 ന് മുഖ്യമന്ത്രിയായി. പിന്നെ ആന്റണിയുടെ നേതൃത്വത്തിൽ നടന്ന ഒരു കൊല്ലത്തെ ഭരണം ഗവൺമെന്റിനെയും കോൺഗ്രസിനെയും രക്ഷപ്പെടുത്തിയില്ല എന്നു മാത്രമല്ല കൂടുതൽ കുഴപ്പത്തിലും അവമതിപ്പിലും കൊണ്ടെത്തിക്കുകയാണുണ്ടായത്.

ഹിന്ദു ഫാസിസ്റ്റുകൾ ബാബറി മസ്ജിദ് പൊളിക്കുന്നു

33 ആന്റണി ഭരണവും 1996 ലെ തിരഞ്ഞെടുപ്പും

ആയിരത്തിത്തൊള്ളായിരത്തി തൊണ്ണൂറ്റി അഞ്ച് മാർച്ച് 22 നാണ് എ കെ ആന്റണി രണ്ടാംപ്രാവശ്യം കേരളത്തിന്റെ മുഖ്യമന്ത്രിയാവുന്നത്. കരുണാകരന്റെ ആകസ്മികമായ രാജിയെത്തുടർന്ന് മുമ്പൊരിക്കൽ അദ്ദേഹം മുഖ്യമന്ത്രിയായിട്ടുണ്ട്. അടിയന്തരാവസ്ഥയ്ക്കുശേഷം ഇന്ത്യ മുഴുവൻ കോൺഗ്രസും ഇന്ദിരാഗാന്ധിയും പരാജയപ്പെട്ടു. എന്നാൽ കേരളത്തിൽ വലിയ ഭൂരിപക്ഷത്തിന് കരുണാകരന്റെ നേതൃത്വത്തിൽ ഐക്യജനാധിപത്യ മുന്നണി വിജയിക്കുകയാണുണ്ടായത്. അടിയന്തരാവസ്ഥക്കുശേഷം 1977 മാർച്ച് 19 നാണ് തിരഞ്ഞെടുപ്പു നടന്നത്. ഐക്യജനാധിപത്യമുന്നണിക്ക് 111 സീറ്റും മാർക്സിസ്റ്റ് പാർട്ടി സഖ്യത്തിന് 29 സീറ്റും. അന്ന് മാർക്സിസ്റ്റ് പാർട്ടി ഏതാണ്ട് തനിച്ചായിരുന്നു.

ആദ്യം കരുണാകരന്റെ നേതൃത്വത്തിൽ രണ്ടംഗ മന്ത്രിസഭ 1977 മാർച്ച് 25 ന് സത്യപ്രതിജ്ഞ ചെയ്തു. പിന്നെ ഏപ്രിൽ 11 ന് മറ്റു 13 മന്ത്രിമാർകൂടി സത്യപ്രതിജ്ഞ ചെയ്തു. രാജൻ കേസിൽ കരുണാകരൻ ഫയൽ ചെയ്ത സത്യവാങ്മൂലം കള്ളമായിരുന്നു എന്ന ഹൈക്കോടതിയുടെ പരാമർശത്തിന്റെ അടിസ്ഥാനത്തിൽ 1977 ഏപ്രിൽ 25 ന് കരുണാകരൻ രാജിവെച്ചു. തികച്ചും ഒരുമാസം മാത്രമേ ഭരിച്ചുള്ളൂ. അതിനെത്തുടർന്ന് ഏപ്രിൽ 27ന് എ കെ ആന്റണി ആദ്യമായി മുഖ്യമന്ത്രിയായി. നിയമസഭാംഗമല്ലായിരുന്ന ആന്റണി കഴക്കൂട്ടം മണ്ഡലത്തിൽ

നിന്ന് ഉപതിരഞ്ഞെടുപ്പിൽ നിയമസഭാംഗമായി മുഖ്യമന്ത്രിസ്ഥാനം ഉറപ്പിച്ചു.

അതിനുശേഷം 1978 ൽ കോൺഗ്രസിൽ അഖിലേന്ത്യാടിസ്ഥാനത്തിൽ പിളർപ്പുണ്ടായി. കോൺഗ്രസ് സംഘടനാ പ്രസിഡൻറ് ബ്രഹ്മാനന്ദ റെഡ്ഡിയായിരുന്നു. ഇന്ദിരാഗാന്ധിയുടെ നേതൃത്വത്തിൽ ഇന്ത്യൻ നാഷണൽ കോൺഗ്രസ് (ഐ) വേറിട്ടുപോന്നു. കേരളത്തിൽ കരുണാകരൻ അതിന്റെ നേതൃസ്ഥാനം ഏറ്റെടുത്തു. സംഘടനാ നേതൃത്വത്തോടൊപ്പം നിന്ന ആന്റണി മുഖ്യമന്ത്രിയായി തുടർന്നു. കെ പി സി സി (ഐ) പ്രസിഡൻറ് പ്രൊഫ. കെ എം ചാണ്ടിയായിരുന്നു.

അഖിലേന്ത്യാടിസ്ഥാനത്തിൽ ഇന്ദിരാഗാന്ധിയുടെ നേതൃത്വത്തിൽ കോൺഗ്രസ് (ഐ) ശക്തിയാർജിച്ചു വലുതായി. റെഡ്ഡി കോൺഗ്രസ് ക്ഷയിച്ച് മഴ കൊണ്ട മണ്ണാംകട്ട പോലെയായി. താമസിയാതെ കർണാടകത്തിൽ ചിക്കമംഗളൂർ പാർലമെന്ററി നിയോജകമണ്ഡലത്തിൽ ഒരു ഉപതിരഞ്ഞെടുപ്പു വന്നു. അതിൽ ഇന്ദിരാഗാന്ധി ഒരു സ്ഥാനാർഥിയായി. ജനതാപാർട്ടിയും കോൺഗ്രസ് (ഐ)യും നേരിട്ടുള്ള ഒരു മത്സരം. അതിൽ റെഡ്ഢി കോൺഗ്രസ് ഇന്ദിരാഗാന്ധിക്ക് പിന്തുണ പ്രഖ്യാപിച്ചു. അതിൽ പ്രതിഷേധിച്ച് എ കെ ആന്റണി 1978 ഒക്ടോബർ 27ന് മുഖ്യമന്ത്രി സ്ഥാനം രാജിവെച്ചു. കൃത്യമായി ഒരുകൊല്ലം ആറു മാസം പൂർത്തിയാക്കി ആന്റണി പിരിഞ്ഞു (1977 ഏപ്രിൽ 27ന് തുടങ്ങി 1978 ഒക്ടോബർ 27ന് മതിയാക്കി). പിന്നെ അദ്ദേഹം സ്വന്തമായി കേരളത്തിൽ ഒരു കോൺഗ്രസുണ്ടാക്കി. അതായിരുന്നു ആന്റണി കോൺഗ്രസ്. ആ കോൺഗ്രസും ആന്റണിയും 1980 ൽ ഇന്ദിരാഗാന്ധി വീണ്ടും ഇന്ത്യൻ പ്രധാനമന്ത്രി ആയപ്പോൾ ഇന്ദിരാ കോൺഗ്രസിൽ ലയിച്ചു.

1995 മാർച്ച് 22 ന് ആന്റണി രണ്ടാം തവണ മുഖ്യമന്ത്രി ആവുന്നതിനു മുമ്പ് കേന്ദ്ര ഗവൺമെൻറിൽ ഒരുകൊല്ലം സിവിൽ സപ്ലൈസ് വകുപ്പിൽ സഹമന്ത്രി ആയിരുന്നു. അതും ഒരുകൊല്ലം ഇരുന്ന് ഒരു കാരണവും പറയാതെ രാജിവെച്ച് ഒഴിഞ്ഞു. ഇങ്ങനെ ഏത് സ്ഥാനവും തഞ്ചവും താളവും നോക്കി അവസരത്തിനൊത്ത് കേറുകയും ഇറങ്ങുകയും ചെയ്യാൻ അദ്ദേഹത്തിന് ഒരു പ്രയാസവുമുണ്ടായിരുന്നില്ല. കേരളത്തിലെ ഏത് നേതാക്കന്മാരായാലും ഞാനുൾപ്പെടെ ചില തെറ്റുകൾ ചെയ്തിട്ടുണ്ടെങ്കിൽതന്നെ പല ഗുണങ്ങളും ചെയ്തിട്ടും ഉണ്ടാകും. എന്നാൽ ആന്റണി ഏത് സ്ഥാനത്തിരുന്നാലും ഒരു ഗുണവും ഒരു ദോഷവും ഇന്നുവരെ ചെയ്തിട്ടില്ല. കേരള രാഷ്ട്രീയത്തിലെ ഒരു നിർഗുണ പ്രതിഭാസം വേറെയില്ല.

1991 ൽ അധികാരത്തിൽ വന്ന കരുണാകരൻ 92 സീറ്റ് കരസ്ഥമാക്കിയിരുന്നു. അന്ന് എൽ ഡി എഫിന് 48 സീറ്റ് മാത്രമാണുണ്ടായിരുന്നത്. അദ്ദേഹം മുഖ്യമന്ത്രി ആവുന്നതോടെ കോൺഗ്രസിൽ ഗ്രൂപ്പ് വഴക്കും ശക്തിപ്പെട്ടു. അന്നാണല്ലോ വയലാർ രവി കരുണാകരന്റെ ഭാഗത്തേക്ക് മാറി കെ പി സി സി പ്രസിഡന്റു തിരഞ്ഞെടുപ്പിൽ ആന്റണിയെ തോൽപിച്ചത്. മൂന്നാം ഗ്രൂപ്പും തിരുത്തൽവാദി ഗ്രൂപ്പും എല്ലാം തല പൊക്കി. അതിന്റെയെല്ലാം ഫലമായി ഭരണം കുത്തഴിഞ്ഞു. അഴിമതി

എ കെ ആന്റണി

കൊടികുത്തി വാഴുന്ന സ്ഥിതി ഉണ്ടായി. കോൺഗ്രസ് മന്ത്രിമാരും ഘടകകക്ഷി മന്ത്രിമാരും എല്ലാംതന്നെ അഴിമതി ആരോപണങ്ങൾക്ക് വിധേയരായി. ആ കാലത്താണ് പാം ഓയിൽ കേസും ചാരായക്കേസും ഉത്ഭവിക്കുന്നത്. അതിന്നിടയിൽ പ്രമാദമായ ഐ എസ് ആർ ഒ ചാരക്കേസും. ഇതിലെല്ലാം മുഖ്യമന്ത്രിയുടെ പങ്കും പിന്തുണയും പത്രപംക്തികളിൽ ഓലപ്പടക്കം തന്നെ പൊട്ടിച്ചിരുന്നു. ഐസ്ക്രീം പാർലർ പെൺവാണിഭത്തിന്റെ തുടക്കവും ആ കാലത്തുതന്നെ. ഇതെല്ലാം അരമനരഹസ്യം അങ്ങാടിയിൽ പരസ്യം എന്ന സ്ഥിതിയാണുണ്ടാക്കിയത്. എല്ലാ നിലയിലും കരുണാകരഭരണം ചീഞ്ഞുനാറിയ മട്ടിലായിരുന്നു.

ആയിടയ്ക്കാണ് ഒറ്റപ്പാലം ലോക്സഭാ നിയോജകമണ്ഡലത്തിൽ ഉപതിരഞ്ഞെടുപ്പു വന്നത്. ഇടതുപക്ഷ മുന്നണിയുടെ സ്ഥാനാർഥി യുവജന സംഘടനാപ്രവർത്തകനായിരുന്ന ശിവരാമനായിരുന്നു. കോൺഗ്രസ് സ്ഥാനാർഥി മുൻമന്ത്രി കെ കെ ബാലകൃഷ്ണനനും എല്ലാ ഉപതിരഞ്ഞെടുപ്പുകളിലും 1982 നുശേഷം ഞാൻ ഇടതുപക്ഷ മുന്നണിയുടെ പ്രചാരകനും പ്രാസംഗികനുമായിട്ടുണ്ട്. ഒരു മാസക്കാലം ഒറ്റപ്പാലത്തും താമസിച്ചു പ്രവർത്തിച്ചു. അയോധ്യപ്രശ്നം കത്തിക്കാളി നിൽക്കുന്ന കാലം. മസ്ജിദ് പൊളിച്ചത് സംഘപരിവാറാണെങ്കിലും കേന്ദ്ര–കോൺഗ്രസ് ഭരണത്തിന്റെ മൗനാനുവാദംകൊണ്ടുമാത്രമാണ് അത് തകർക്കാൻ കഴിഞ്ഞതെന്ന് ജനങ്ങൾക്ക് നല്ല ബോധ്യമുണ്ടായിരുന്നു. കേന്ദ്ര–സംസ്ഥാന ഗവൺമെൻറുകളുടെ അഴിമതിക്കഥകളും അയോധ്യയിലെ ചൂടുള്ള വാർത്തകളും ഒറ്റപ്പാലം തിരഞ്ഞെടുപ്പുനിലം ഉഴുതുമറിച്ചു. റെക്കോർഡ് ഭൂരിപക്ഷത്തിനാണ് എൽ ഡി എഫ് സ്ഥാനാർഥി ശിവരാമൻ ജയിച്ചത്– ഒന്നേമുക്കാൽലക്ഷം വോട്ടിന്റെ ഭൂരിപക്ഷം.

ആയിടയ്ക്ക് തന്നെയാണ് ഗുരുവായൂർ അസംബ്ലി മണ്ഡലത്തിലും ഉപതിരഞ്ഞെടുപ്പ് വന്നത്. പി എം അബുബക്കർ രാജിവെച്ച ഒഴിവിലായിരുന്നു ആ തിരഞ്ഞെടുപ്പ്. എൽ ഡി എഫ് സ്ഥാനാർഥി പി ടി കുഞ്ഞുമുഹമ്മദും യു ഡി എഫിന്റേത് മുസ്ലിംലീഗിലെ അബ്ദുസ്സമത് സമദാനിയും ആയിരുന്നു. അതൊരു വാശിയേറിയ, രസകരമായ തിരഞ്ഞെടുപ്പു തന്നെ. പാർട്ടി നിർദേശപ്രകാരം ഒരു മാസം മുമ്പ് തന്നെ ഗുരുവായൂരിലെത്തി. എനിക്ക് പ്രധാന ചാർജ് കടപ്പുറം പഞ്ചായത്തും പ്രസംഗത്തിന് മണ്ഡലത്തിൽ മുഴുവനും. മുസ്ലിംലീഗ് സ്ഥാനാർഥി സമദാനിക്ക് ഹിന്ദുസ്ഥാനിയിൽ ഭാഷാസ്വാധീനമുണ്ടായിരുന്നു. കൂടാതെ ഇഖ്ബാൽ കവിതകളിൽ നല്ല അറിവും. അദ്ദേഹം ഇഖ്ബാൽ കവിതകൾ ഉദ്ധരിച്ചുകൊണ്ടാണ് പ്രസംഗം നടത്തിയിരുന്നത്. ഇടയ്ക്ക് നബി വചനങ്ങളും

പ്രയോഗിക്കും. അതിനു ബദലായി ഞാനും പാടുകയും ഹദീസുകൾ ഉദ്ധരിക്കുകയുമല്ലാതെ വഴിയില്ലെന്നു കണ്ടു.

സമാദാനി പാടുന്നത് ഇഖ്ബാലിന്റെ "സാരെ ജഹാൻസെ അച്ചാ, ഹിന്ദുസ്ഥാൻ ഹമാരാ" എന്ന പ്രശസ്തമായ ഗാനമാണ്. പക്ഷേ കടപ്പുറം പഞ്ചായത്തിലെ മത്സ്യത്തൊഴിലാളികൾക്കിടയിൽ അത് ഫലിക്കുന്നില്ല. അതിന് ബദലായി ഞാൻ മഹാകവി മോയിൻകുട്ടി വൈദ്യരുടെ ബദർ പടപ്പാട്ടിലെ വികാരപരമായ നബിയുടെ യുദ്ധപ്പുറപ്പാട് പാട്ടാണ് പാടിയിരുന്നത്. "മുഹാജിറെണ്ടെ വാക്ക് കേട്ട് മുന്തി മൂണ്ട് സിംഹരാം, മുന്നിലെ ഉബൈദത്തും പിൻഹംസയും വഹൈദറാം". ഇത് മത്സ്യത്തൊഴിലാളികൾക്കിടയിൽ ക്ലച്ച് പിടിച്ചു. ആവേശകരമായി പാടുമ്പോൾ ജനം തടിച്ചുകൂടും. പിന്നെ പി ടി കുഞ്ഞുമുഹമ്മദിനെ ജയിപ്പിക്കേണ്ടതായ ആവശ്യം വിശദീകരിച്ച് ഒരു ചെറുപ്രസംഗം. അത് കഴിഞ്ഞ് അടുത്ത സ്ഥലത്ത്. അങ്ങനെ ഒരുമാസത്തെ പ്രവർത്തനം ഒരിക്കലും മറക്കാൻ സാധ്യമല്ല. ആ തിരഞ്ഞെടുപ്പ് പ്രവർത്തനങ്ങളിൽ എന്റെ സഹചാരിയും വഴികാട്ടിയും സഹായിയും കടപ്പുറം പഞ്ചായത്തിലെ സ: പി സി ശാഹു ആയിരുന്നു. ശാഹു ഒരു നല്ല സുഹൃത്തും വിശ്വസ്തനായ പാർട്ടി പ്രവർത്തകനും ആയിരുന്നു. ഞങ്ങൾ രണ്ടാളും കോൺഗ്രസ് വിട്ടുവന്നവരും. കിഡ്നി സംബന്ധമായ രോഗത്താൽ ഇയ്യിടെ അദ്ദേഹം അന്തരിച്ചു. എനിക്ക് ഒരു ഉത്തമ സുഹൃത്ത് നഷ്ടപ്പെട്ടു. അദ്ദേഹത്തിന്റെ ജ്യേഷ്ഠൻ അബ്ദുള്ള മോൻക്കയുടെ വീട്ടിലായിരുന്നു ഞാൻ ആ ഒരുമാസം താമസിച്ചത്. അയാളുടെ സംരക്ഷണവും ഭാര്യ തരുന്ന ഭക്ഷണവും ഞാൻ എന്നും ഓർക്കും. ആ തിരഞ്ഞെടുപ്പിൽ വമ്പിച്ച ഭൂരിപക്ഷത്തിന് എൽ ഡി എഫ് സ്ഥാനാർഥി പി ടി കുഞ്ഞുമുഹമ്മദ് ജയിച്ചു. അദ്ദേഹം ആദ്യമായി എം എൽ എ ആയി സഭയിലേക്ക് വന്നു.

ഈ രണ്ട് ഉപതിരഞ്ഞെടുപ്പിലെ ഫലപ്രഖ്യാപനത്തോടെ കരുണാകരൻ ഗവൺമെൻറിന് പിടിച്ചുനിൽക്കാൻ നിവൃത്തിയില്ലാത്ത നില വന്നുചേർന്നു. ആയിടയ്ക്കാണ് നാഷണൽ ഹൈവേയിൽ കാറു മറിഞ്ഞ് കരുണാകരന് നട്ടെല്ലിന് ക്ഷതം പറ്റിയത്. ഈ സാഹചര്യത്തിലാണ് കരുണാകരനെ മാറ്റി 22-3-1995 ൽ ആന്റണി മുഖ്യമന്ത്രിയായി ഒമ്പതാം കേരള നിയമസഭ മുന്നോട്ടുപോകുന്നത്. ആന്റണിയുടെ മുമ്പിൽ കാര്യമായി ഒരു കൊല്ലം മാത്രമെ ബാക്കിയുള്ളൂ.

കേരളത്തിൽ അതിനുമുമ്പ് ഉരുണ്ടുകൂടിയ പ്രശ്നങ്ങൾ പരിഹരിക്കാനും പുതുതായി വരുന്നവയെ ഒതുക്കാനും ഒരു മാർഗവും ആന്റണിക്ക് മുമ്പിലുണ്ടായിരുന്നില്ല. സ്വതവെ ഭരണത്തിൽ ഒരു കഴിവും പ്രകടിപ്പിക്കാത്ത ആളാണ് ആന്റണി. സ്വതവെ ദുർബല പിന്നെ ഗർഭിണി; എന്നു പറഞ്ഞപോലെ പുതിയ പ്രശ്നങ്ങൾ ഉരുണ്ടുകൂടുന്നു. അതിലൊന്നായിരുന്നു പ്രമാദമായ സൂര്യനെല്ലി പീഡനകേസ്.

സൂര്യനെല്ലി കേസിൽ പീഡിപ്പിക്കപ്പെട്ട കുട്ടി മൂന്നാർ നല്ലതണ്ണി ലിറ്റിൽ ഫ്ളവർ ഗേൾസ് ഹൈസ്കൂളിൽ ഒമ്പതാം തരത്തിൽ പഠിക്കുകയായിരുന്നു. അപ്പോൾ വെറും 14 വയസ്സ് പ്രായം. കോൺവെന്റിൽ താമസിച്ചാണ് പഠിച്ചത്. ആഴ്ചയിൽ ഒരിക്കലും അവധി ദിവസങ്ങളിലും വീ

പി ടി കുഞ്ഞുമുഹമ്മദ്

ട്ടിൽ വരും. സൂര്യനെല്ലിയിൽനിന്നു ആലുവയ്ക്ക് പോകുന്ന കമ്പാനിയൻ ബസ്സിലെ ഒരു കണ്ടക്ടറാണ് ഈ കുട്ടിയെ വഴിതെറ്റിച്ചത്. അവസാനം 1996 ജനുവരി 16 ന് കുട്ടി താമസിച്ച കോൺവെന്റിൽ കാണാതായ അവൾ 40 ദിവസത്തിനുശേഷമാണ് വീട്ടിൽ മടങ്ങിയെത്തിയത്. ഇതിനിടയിൽ അവൾ കോട്ടയം, എറണാകുളം, കുമളി, പാലക്കാട്, വാണിമേൽ, കമ്പം, തേനി, കന്യാകുമാരി, തിരുവനന്തപുരം, മുവാറ്റുപുഴ, ആലുവ എന്നിവിടങ്ങളിലെല്ലാം താമസിച്ചു. കുട്ടിയുടെ ജ്യേഷ്ഠനോ അച്ഛനോ മുത്തച്ഛനോ ആകാൻ പ്രായമുള്ള നാൽപ്പതിൽപ്പരം മനുഷ്യമൃഗങ്ങളുടെ ക്രൂരതകൾക്ക് വഴിപ്പെടേണ്ടതായി വന്നു എന്ന് അവൾ പൊലീസിനും കോടതിയിലും കൊടുത്ത മൊഴികളിൽ വ്യക്തമാക്കി.

1996 മാർച്ച് 28നാണ് ഈ പെൺകുട്ടി രക്ഷിതാക്കളുടെ കൂടെ വന്ന് മുഖ്യമന്ത്രി ആന്റണിക്ക് പരാതി കൊടുക്കുന്നത്. കുമളി ഗസ്റ്റ് ഹൗസിൽ വെച്ച് പെൺകുട്ടിയെ ബലാൽസംഗം ചെയ്ത, 40 വയസുള്ള വലത്തെ തോളിൽ അരിമ്പാറയുള്ള ഖദർ ധാരിയെയും മറ്റും പേര് വ്യക്തമാക്കിക്കൊണ്ടുതന്നെയാണ് പരാതി കൊടുത്തിരുന്നത്. ആ ദുഷ്ടൻ ഒന്നിലധികം തവണ ബലാൽസംഗം ചെയ്തു എന്നും പതിനാലുകാരി പെൺകുട്ടി പറയുന്നുണ്ട്. ആ കേസെല്ലാം തേച്ചുമായ്ച്ചു കളഞ്ഞതിനാൽ ഇപ്പോൾ ഞാൻ അതിന്റെ മറ്റു വിശദാംശങ്ങളും തെളിവുകളും ഇതിൽ ഉദ്ധരിക്കുന്നില്ല.

ആന്റണിയുടെ ഒരുകൊല്ലത്തെ ഭരണത്തിനിടയിൽ കൈകാര്യം ചെയ്യാനുള്ള പ്രശ്നങ്ങളിൽ പ്രധാനപ്പെട്ട ഒന്നായിരുന്നു സൂര്യനെല്ലി കേസ്. പക്ഷേ അതിൽ ഒരു തീരുമാനവും ഉണ്ടായില്ല. അന്വേഷണമായി,പിന്നെയും നീണ്ടുപോയി. പിന്നെ നായനാർ ഭരണകാലത്ത് 2000 സെപ്തംബർ 2ന് 35 പ്രതികളെയും 2002 ജൂലൈ 13 ന് മുഖ്യപ്രതി ധർമരാജൻ വക്കീലിനേയും വിചാരണക്കോടതി വിവിധ വകുപ്പുകളിൽ ശിക്ഷിച്ചു. എല്ലാ പ്രതികളും കേരള ഹൈക്കോടതിയിൽ അപ്പീൽ ബോധിപ്പിച്ചു. 2005 ജനുവരി 20 ന് അപ്പീൽ അനുവദിച്ചു. ഒന്നൊഴികെ എല്ലാ പ്രതികളെയും ഹൈക്കോടതി കുറ്റവിമുക്തരാക്കി. ധർമരാജന്റെ ജീവപര്യന്തം അഞ്ചുകൊല്ലമാക്കി. 40 പുരുഷാധമന്മാരുടെ പീഢനത്തെക്കാൾ ക്രൂരമായിരുന്നു ആ പെൺകുട്ടിക്ക് ഈ വിധി.

ആന്റണി ഭരണത്തിനു പിന്നെ അഭിമുഖീകരിക്കേണ്ടിവന്ന ഒരു പ്രശ്നമായിരുന്നു സംവരണത്തിലെ 'ക്രീമിലെയർ' പ്രശ്നം. വാസ്തവത്തിൽ 1992 നവംബർ 16 ന് സുപ്രീം കോടതിയിലെ ഒരു വിധിയിലാണ് ഈ പ്രശ്നം ഉത്ഭവിക്കുന്നത്. പിന്നോക്കക്കാർക്ക് 27 ശതമാനം സംവരണം സുപ്രീം കോടതി ശരിവെച്ചു. ഭരണഘടനയിലെ 16(4) വകുപ്പു വിഭാ

വനം ചെയ്ത പ്രകാരം പിന്നോക്കക്കാരിൽനിന്ന് സാമ്പത്തികമായി ഉയർന്ന മേൽത്തട്ടുകാരെ (Creamy Layer) ഒഴിവാക്കണം എന്നാണ് സുപ്രീംകോടതി നിർദേശിച്ചത്. മേൽത്തട്ടിന് മാനദണ്ഡം നിശ്ചയിക്കാൻ കേന്ദ്രഗവൺമെൻറിന് 4 മാസവും സംസ്ഥാനങ്ങൾക്ക് 6 മാസവും സമയം അനുവദിക്കുകയും ചെയ്തു. അതുവരെ അതാത് സംസ്ഥാനങ്ങളിൽ നിലവിലുള്ള സംവരണം തുടരാനും നിർദേശിച്ചു. 1992ന് വിധി വന്നശേഷം കരുണാകരൻ ഗവൺമെന്റ് അതിൽ ഒന്നും ചെയ്തിരുന്നില്ല. കാരണം സംവരണാനുകൂല്യം കിട്ടുന്നവരും അല്ലാത്തവരും തമ്മിൽ ഇതിൽ വലിയ തർക്കം നടക്കുകയായിരുന്നു. ക്രീമിലെയർ കാര്യത്തിൽ പ്രത്യേകിച്ചും. അതിനാൽ മാനദണ്ഡം നിശ്ചയിക്കാതെ മൂന്നുകൊല്ലം കഴിഞ്ഞുപോയി. അവസാനം സുപ്രീംകോർട്ട് കോടതിയലക്ഷ്യ നടപടികൾ ആരംഭിക്കും എന്ന നിലവന്നു. കോൺഗ്രസിന് ഈ കാര്യത്തിൽ വ്യക്തമായ ഒരു നയം ഉണ്ടായിരുന്നില്ല. അവസാനം കോടതി നടപടികളിൽ നിന്നു രക്ഷപ്പെടാൻ ഒരു വഴി കണ്ടെത്തിയത് ഒരു പുതിയ നിയമം പാസാക്കുക എന്നതായിരുന്നു.

മേൽത്തട്ടു മാനദണ്ഡം നിശ്ചയിക്കുന്നതിനുപകരം "1995ലെ സംവരണ സംരക്ഷണനിയമം" എന്ന പേരിൽ ഒരു നിയമം പാസാക്കി രക്ഷപ്പെടാൻ നോക്കി. ആ നിയമം സുപ്രീംകോടതി റദ്ദാക്കി, അത് ഭരണഘടനാ വിരുദ്ധമാണെന്ന് പ്രഖ്യാപിച്ചു. സത്യത്തിൽ സുപ്രീംകോടതി വിധി മറികടക്കാൻ ഭരണഘടനാഭേദഗതി മാത്രമേ വഴി ഉണ്ടായിരുന്നുള്ളു. അതിനു കേന്ദ്രം തയാറല്ല.

സുപ്രീം കോടതി പറഞ്ഞത് "ഭരണഘടന 16(4) വകുപ്പുപ്രകാരം പിന്നോക്കവിഭാഗം യഥാർഥ പിന്നോക്കമാകുന്നത് മേൽത്തട്ടുകാരെ ഒഴിവാക്കുമ്പോൾ മാത്രമാണ്" എന്നാണ്. പക്ഷേ മേൽത്തട്ടുകാരെ ഒഴിവാക്കാൻ കോൺഗ്രസിനു മനസുണ്ടായിരുന്നില്ല. സി പി ഐ (എം) ന്റെ നയം അതിനിടയ്ക്ക് തന്നെ വ്യക്തമാക്കി, "പിന്നോക്ക സമുദായത്തിൽ സംവരണാനുകൂല്യത്തിന് മുൻഗണന അതത് സമുദായത്തിലെ പാവപ്പെട്ടവർക്കാണ്" എന്ന്. ഏതായാലും ഇതിന്മേൽ തട്ടി സംവരണാനുകൂല്യം കിട്ടുന്ന പിന്നോക്കക്കാരുടെ വെറുപ്പ് ആന്റണി ഭരണം ഏറ്റുവാങ്ങി.

ആന്റണി ഗവൺമെൻറിന് നേരിടേണ്ടതായിവന്ന മറ്റൊരു പ്രശ്നമായിരുന്നു ശിവഗിരി തീർഥാടന കേന്ദ്രത്തിൽ സന്ന്യാസിമാർ തമ്മിലുള്ള അധികാരത്തർക്കം. സന്ന്യാസിമാർ തികച്ചും രണ്ടു ചേരിയായി പിരിഞ്ഞു. രണ്ടിന്റെയും പിന്നിൽ അനുയായികളെ അണിനിരത്തി ശിവഗിരി പിടിച്ചെടുക്കാനുള്ള മത്സരമായിരുന്നു നടന്നത്. ശക്തി ഉപയോഗിക്കാൻ തുടങ്ങിയപ്പോൾ ശ്രമം അക്രമാസക്തമായി.

അന്നു കേന്ദ്രത്തിൽ ബി ജെ പി ഭരണമായിരുന്നു ഉണ്ടായിരുന്നത്. ബി ജെ പി, ആർ എസ് എസുകാർക്ക് കേരളത്തിൽ വളരെക്കാലം ശ്രമിച്ചിട്ടും നിയമസഭയിൽ അക്കൗണ്ടു തുറക്കാൻ കഴിഞ്ഞിരുന്നില്ല. ശിവഗിരിയിലെ സന്ന്യാസിമാരുടെ തർക്കത്തിൽ ഒരുപക്ഷം പിടിക്കാനും അക്രമങ്ങൾ അഴിച്ചുവിടാനും അവർ ശ്രമങ്ങൾ ആരംഭിച്ചു. ദൗർഭാഗ്യ

വശാൽ ബി ജെ പി പിടിച്ച പക്ഷത്തിനായിരുന്നു ആന്റണി ഗവൺമെൻറിന്റെ പിന്തുണ. എന്നാൽ ഭൂരിപക്ഷം അനുയായികളും മറുപക്ഷത്തായിരുന്നു. സന്ന്യാസിമാരിലും ഭൂരിപക്ഷം മറുപക്ഷത്തുതന്നെ. ശിവഗിരി തീർഥാടനകേന്ദ്രം പിടിക്കാനുള്ള അന്തിമ പോരാട്ടം അക്രമാസക്തമായി. ആന്റണിയുടെ നിർദേശപ്രകാരം പൊലീസ് ഇടപെട്ടു. അക്രമികളെ പിരിച്ചുവിടാൻ എന്ന പേരിൽ അതിശക്തമായ ലാത്തിച്ചാർജ് നടത്തി. ഫലത്തിൽ പൊലീസ് നടപടി ഭൂരിപക്ഷത്തിന്നെതിരായിരുന്നു. ബി ജെ പി പക്ഷത്തിനും വെള്ളാപ്പള്ളി നടേശനും വേണ്ടിയാണ് പൊലീസ് നടപടി എന്ന നിലയാണ് അവസാന വിശകലനത്തിൽ എത്തിച്ചേർന്നത്.

നിരവധി പേർക്ക് പരിക്കേറ്റു. ഒടിവും ചതവും മുറിവും എല്ലാവർക്കും പറ്റി. ഒരുപാട് സന്ന്യാസിമാർക്ക് അടി കിട്ടി, തല പൊട്ടി. ചോര വാർന്നൊലിക്കുന്ന സന്ന്യാസിമാർ പ്രകടനം നടത്തി. ജനങ്ങൾക്കിടയിൽ ഈ സംഭവം വലിയ ആക്ഷേപത്തിനും വിമർശനത്തിനും ഇടയാക്കി. വടക്കെ ഇന്ത്യയിലെ സംഘപരിവാറിന്റെ ഇടപെടൽ എസ് എൻ ഡി പിയുടെ നിലനിൽപ്പിനുതന്നെ ഹാനികരമാവും എന്ന് ജനങ്ങൾ മനസിലാക്കി. വർഗീയശക്തികൾക്ക് ഫലത്തിൽ അനുകൂലമായിരുന്നു ആന്റണി ഭരണം ഇടപെട്ടത് എന്നും വിലയിരുത്തി. ഇതോടുകൂടി യു ഡി എഫ് ഭരണത്തിന്റെ പിടിപ്പുകേടും നെറികേടും പരിഹരിക്കാൻ കഴിയുന്നതല്ലെന്നും ആന്റണിയുടെ വരവുകൊണ്ട് ഗുണത്തെക്കാളേറെ ദോഷമാണ് ഉണ്ടാക്കിയതെന്നും കേരളജനത വിലയിരുത്തി.

അവസാനമായി എന്തെങ്കിലും ഒരു കാര്യം ചെയ്തു എന്നു വരുത്തി, അതിന്റെ പേരിൽ വരാനിരിക്കുന്ന തിരഞ്ഞെടുപ്പിൽ പിടിച്ചുനിൽക്കാനായി പിന്നത്തെ ശ്രമം. അങ്ങനെയാണ് 1996 ലെ തിരഞ്ഞെടുപ്പിന്റെ രണ്ടു മാസം മുമ്പ് ചാരായ നിരോധനനിയമം പാസാക്കിയത്. ചാരായം ഉണ്ടാക്കുന്നതും വിൽക്കുന്നതും വിതരണം നടത്തുന്നതും എല്ലാം ഇടതുപക്ഷക്കാരാണെന്നും അത് നിരോധിച്ചാൽ ഇടതുപക്ഷത്തിന്റെ ഗതി മുട്ടും എന്നും മറ്റുമാണ് യു ഡി എഫുകാർ കണ്ടുപിടിച്ചത്. ഉൽപ്പാദന, വിതരണരംഗത്ത് കൂടുതലും ഇടതുപക്ഷക്കാരാണെന്നത് ശരിതന്നെ. അവരും സംഘവും യൂണിയനും എല്ലാം വിഷമിക്കും എന്നതും ശരിയാണ്. പക്ഷേ ചാരായം കുടിക്കുന്നതിൽ ഭൂരിപക്ഷവും വലതുപക്ഷക്കാരാണെന്ന കാര്യം ആന്റണി ഓർത്തില്ല. അവസാനം അവരുടെയും പിന്തുണ നഷ്ടപ്പെടുന്ന സ്ഥിതിയാണുണ്ടായത്. മാത്രമല്ല സ്പിരിറ്റ് കള്ളക്കടത്തും കള്ളിൽ മായം ചേർക്കലും കേരളത്തിൽ വർധിക്കുകയും ചെയ്തു.

ഇങ്ങനെ കേരളജനത പൊറുതിമുട്ടിയ അവസരത്തിലാണ് 1996ലെ പൊതുതിരഞ്ഞെടുപ്പ് വന്നത്. ആ അവസരത്തിൽ കേരളത്തിലെ കക്ഷിബന്ധങ്ങളിൽ വലിയ മാറ്റങ്ങളൊന്നും ഉണ്ടായിരുന്നില്ല. ടി എം ജേക്കബിന്റെ നേതൃത്വത്തിൽ പുതിയ ഒരു കേരളകോൺഗ്രസു കൂടി ഉടലെടുത്തെങ്കിലും അതും യു ഡി എഫിൽ തന്നെ തുടർന്നു. എസ് ആർ പിയും എൻ ഡി പിയും നാഷണൽ ആർ എസ് പിയും ശ്രീകണ്ഠൻനായർ ആർ എസ് പി യും ഗോപാലൻ ജനതാപാർട്ടിയും ഡി എൽ പിയും

ഒക്കെ രംഗം വിട്ടുമറഞ്ഞുപോയി. കെ ആർ ഗൗരി അമ്മയുടെ പുതിയ പാർട്ടി– ജെ എസ് എസ് ഐക്യജനാധിപത്യ മുന്നണിക്കൊപ്പം തന്നെയാണ് മത്സരിച്ചത്.

ഞാൻ ആ തിരഞ്ഞെടുപ്പിൽ ബേപ്പൂർ നിയോജക മണ്ഡലത്തിൽ നിന്നുതന്നെ മൂന്നാമൂഴം മത്സരിക്കുകയായിരുന്നു. എന്റെ എതിർസ്ഥാനാർഥി മണ്ഡലത്തിൽതന്നെയുള്ള ഫറോക്ക് സ്വദേശി ഉമ്മർ പാണ്ടികശാല എന്ന ലീഗ് നേതാവായിരുന്നു. അദ്ദേഹം *ചന്ദ്രിക* ദിനപത്രത്തിന്റെ സഹപത്രാധിപരും ഒരു നല്ല പ്രാസംഗികനും എഴുത്തുകാരനും കൂടിയാണ്. മാത്രമല്ല എം എ ബിരുദധാരിയും. കെടാകെട തുല്യമത്സരംതന്നെ. അന്യോന്യം ഒരാക്ഷേപവും പറയാനുണ്ടായിരുന്നില്ല. എന്നാൽ പത്തു കൊല്ലമായി മന്ത്രിയും എം എൽ എയുമായി ആ മണ്ഡലത്തെ പ്രതിനിധീകരിക്കുന്ന എനിക്ക് രാഷ്ട്രീയ സാമൂഹ്യമണ്ഡലങ്ങളിൽ അഭേദ്യമായ ബന്ധമാണുണ്ടായിരുന്നത്. എന്നെ ആ മണ്ഡലത്തിലെ ആബാലവൃദ്ധം ഹംസാക്ക എന്നാണ് വിളിച്ചിരുന്നത്. തികഞ്ഞ ആത്മവിശ്വാസത്തോടെ തിരഞ്ഞെടുപ്പിനെ നേരിട്ടു. എതിരാളികളുടെ എല്ലാ പ്രതീക്ഷകളും മറികടന്നു മുന്നോട്ടുപോയി. 1991 ലെ കോ ലി ബിയുടെ തകർച്ച യു ഡി എഫുകാരെയും ബി ജെ പിക്കാരെയും ഒരു നല്ല പാഠം പഠിപ്പിച്ചിരുന്നു. പിന്നെ ഒരിക്കലും ആ മണ്ഡലത്തിൽ ഒരുമിച്ചു നിന്ന് അവിഹിതബന്ധം പുലർത്താൻ അവർക്ക് രണ്ടുകൂട്ടർക്കും ധൈര്യം ഉണ്ടായിട്ടില്ല. അനുഭവത്തിന്റെ വെളിച്ചത്തിൽ ബി ജെ പി അവരുടെ വോട്ടുകൾ പരമാവധി പിടിക്കാൻ ശ്രമിച്ചു. യു ഡി എഫിന് സ്വന്തം കാലിൽ നിൽക്കേണ്ടതായി വന്നു. ആ സാഹചര്യത്തിൽ മുമ്പ് രണ്ടുതവണ കിട്ടിയതിനേക്കാൾ ഭൂരിപക്ഷത്തിന്, 12500 വോട്ടുകൾക്ക് ഞാൻ ജയിച്ചുകേറി.

മൊത്തത്തിൽ ഇടതുപക്ഷ ജനാധിപത്യമുന്നണി 80 സീറ്റുകൾ നേടി. യു ഡി എഫിന് 59 സീറ്റുകൾ കിട്ടി. ഒരു സ്വതന്ത്രനും ജയിച്ചുകേറി. അങ്ങനെ പ്രതിപക്ഷത്ത് 60 അംഗങ്ങൾ. ഇടതുപക്ഷ ജനാധിപത്യമുന്നണിയെ നയിക്കുന്ന സ്ഥാനാർഥി നേതാവ് സ. വി എസ് അച്യുതാനന്ദൻ മാരാരിക്കുളത്ത് പരാജയപ്പെട്ടു. അതിനാൽ അന്ന് എം എൽ എ അല്ലാതിരുന്ന സ. ഇ കെ നായനാർ മുന്നണി ഭരണത്തിന് നേതൃത്വം നൽകണം എന്നാണ് പാർട്ടി തീരുമാനിച്ചത്. അങ്ങനെ നായനാർ മുഖ്യമന്ത്രിയായി സത്യപ്രതിജ്ഞ ചെയ്ത് അധികാരം ഏറ്റെടുത്തു. 1996 മെയ് 14ന് പത്താം കേരള നിയമസഭ നിലവിൽ വന്നു.

തുടർന്ന് തലശേരി എം എൽ എ മമ്മുമാസ്റ്റർ 1996 ജൂലൈ 1ന് സ്ഥാനം രാജിവെച്ചു നായനാർക്ക് മത്സരിക്കാനുള്ള സൗകര്യമൊരുക്കി.

ഞാൻ അന്ന് ബേപ്പൂർ മണ്ഡലത്തിൽ മീഞ്ചന്തയിലായിരുന്നു താമസിച്ചിരുന്നത്. മിക്കവാറും ദിവസങ്ങളിൽ ഞാൻ രാവിലെ പുറപ്പെട്ടു തലശേരി എത്തും. ഇരുപത്തൊന്നു ദിവസത്തെ പ്രവർത്തനം. 1996 ഒക്ടോബർ 11 ന് ആയിരുന്നു തിരഞ്ഞെടുപ്പ്. പൊതുതിരഞ്ഞെടുപ്പുകാലത്തെ രാഷ്ട്രീയ കാലാവസ്ഥയിൽ ഒരു മാറ്റവും ഉണ്ടായിരുന്നില്ല. മാത്രമല്ല മണ്ഡലത്തെ പ്രതിനിധീകരിക്കാൻ ഒരു മുഖ്യമന്ത്രി വരുന്നു, അതും സ: നായനാർ. ജനങ്ങൾക്ക് വലിയ താൽപ്പര്യവും ആവേശവുമായിരു

ന്നു. പ്രവർത്തകരും നേതാക്കളും സംസ്ഥാനത്തിന്റെ വിവിധ ഭാഗങ്ങളിൽ നിന്ന് ധാരാളം എത്തിയിരുന്നു. പ്രവർത്തനങ്ങളുടെ പരിപാടി തയാറാക്കുമ്പോൾ ഞങ്ങൾ ഒരു നിർദേശം വെച്ചു. കണ്ണൂർ ജില്ലക്കാർ വീട് കേറലും കത്തു കൊടുക്കലും; പ്രസംഗം പുറത്തുനിന്ന് വരുന്നവരും. ആ നിർദേശം അംഗീകരിച്ചു. ചിട്ടയോടെ പ്രവർത്തിച്ചു. സ. നായനാർ വലിയ ഭൂരിപക്ഷത്തിനു ജയിച്ചതായി പ്രഖ്യാപിച്ചു. മുഖ്യമന്ത്രിസ്ഥാനം ഉറപ്പിച്ചു. സ. ഇ കെ നായനാരുടെ മന്ത്രിസഭയിൽ മൊത്തം പതിനാല് മന്ത്രിമാരാണുണ്ടായിരുന്നത്; മുഖ്യമന്ത്രി ഉൾപ്പെടെ. പത്ത് എം എൽ എമാർക്ക് ഒരു മന്ത്രി എന്ന തോതിൽ മന്ത്രിമാരുടെ എണ്ണം ചുരുക്കണം എന്ന തത്വാധിഷ്ഠിതമായ ഒരു തീരുമാനമായിരുന്നു അന്ന് ഇടതുപക്ഷ മുന്നണി എടുത്തത്. അതിന് മുൻകൈയെടുത്തത് മാർക്സിസ്റ്റ് കമ്യൂണിസ്റ്റ് പാർട്ടി തന്നെയായിരുന്നു. പതിനാലംഗ മന്ത്രിസഭയിൽ മലപ്പുറം ജില്ലയെ പ്രതിനിധീകരിച്ച്, പൊന്നാനിയിൽനിന്ന് ജയിച്ച സ. പാലോളി മുഹമ്മദ്കുട്ടിയായിരുന്നു മന്ത്രി. അദ്ദേഹം പഞ്ചായത്ത് വകുപ്പാണ് കൈകാര്യം ചെയ്തത്.

പാലോളി പഞ്ചായത്ത് വകുപ്പ് മന്ത്രിയായിരിക്കുമ്പോഴാണ് 83, 84 ഭരണഘടനാഭേദഗതി പ്രകാരം ഇന്ത്യയിൽ പഞ്ചായത്ത്‌രാജ് സമ്പ്രദായം നടപ്പാക്കണം എന്ന നിർദേശം ഉണ്ടായത്. ഇന്ത്യയിൽ ആദ്യമായി പഞ്ചായത്ത്‌രാജ് നടപ്പാക്കിയത് അദ്ദേഹത്തിന്റെ നേതൃത്വത്തിൽ കേരളത്തിലാണ്. മാത്രമല്ല പഞ്ചായത്ത്‌രാജ് നൽകുന്ന അമിതാധികാരവും അധികധനവും ജനകീയ ആസൂത്രണത്തിന്റെ മാർഗത്തിൽ വിനിയോഗിക്കണം എന്ന സ. ഇ എം എസിന്റെ നിർദേശവും അക്ഷരംപ്രതി നടപ്പാക്കി വിജയത്തിലെത്തിച്ചു. അതിന്റെ രണ്ടിന്റെയും ക്രഡിറ്റ് പാലോളിക്ക് മാത്രമുള്ളതാണ്.

മന്ത്രിമാർക്കിടയിൽ എടുത്തുപറയത്തക്ക വ്യക്തിത്വം പ്രകടിപ്പിച്ച മന്ത്രി ആയിരുന്നു പിണറായി വിജയൻ. അദ്ദേഹത്തിന്റെ വകുപ്പ് വിദ്യുച്ഛക്തി വകുപ്പായിരുന്നു. ആർ ബാലകൃഷ്ണപിള്ള, കാർത്തികേയൻ തുടങ്ങിയവർ കൊത്തിപ്പെറുക്കിയ വകുപ്പിന്റെ അലകുംപിടിയും മാറ്റിയത് പിണറായി വിജയനായിരുന്നു. എന്റെ അഭ്യർഥന മാനിച്ചുകൊണ്ടായിരുന്നു അദ്ദേഹം എന്റെ മണ്ഡലത്തിൽ- ചെറുവണ്ണൂരിൽ- ഒരു ഡീസൽ പ്ലാന്റ് സ്ഥാപിച്ചത്. അത് കരുണാകരന്റെ കാലത്ത് കക്കോടിയിലെ ഒരു മലമുകളിലേക്ക് കൊണ്ടുപോയി, അവിടെ ശിലാസ്ഥാപനകർമം നിർവഹിച്ചതായിരുന്നു. അവിടെ ഇത് സ്ഥാപിക്കാൻ യാതൊരു സാഹചര്യവും ഉണ്ടായിരുന്നില്ല. പ്ലാന്റിന്റെ സാധനസാമഗ്രികളും യന്ത്രങ്ങളും കൊണ്ടുപോകാൻ അവിടേക്ക് റോഡുപോലും ഉണ്ടായിരുന്നില്ല. മലവാരത്തിന് വില കൂട്ടാനാണ് ആ മലയിൽ തറക്കല്ലിട്ടതെന്ന് അന്നു പരക്കെ ആക്ഷേപം ഉണ്ടായിരുന്നു.

ഇതെല്ലാം ഞാൻ പിണറായിയെ പറഞ്ഞു ബോധ്യപ്പെടുത്തി. അദ്ദേഹം ആ പ്ലാന്റ് ചെറുവണ്ണൂർക്ക് തന്നെ കൊണ്ടുവന്ന് സ്റ്റീൽകോംപ്ലക്സിന്നടുത്ത് സ്ഥാപിച്ച് പണി പൂർത്തിയാക്കി, തന്റെ കാലത്തു തന്നെ ഉൽപ്പാദനവും ആരംഭിച്ചു. അങ്ങനെ വേറെയും ചില പ്ലാന്റുകൾ ജല

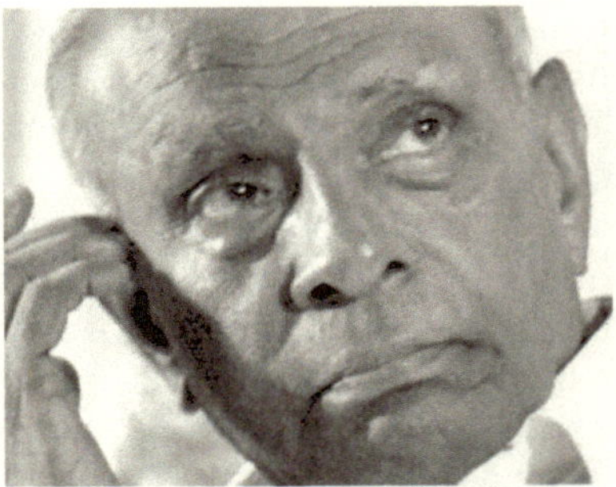
പാലൊളി മുഹമ്മദ്കുട്ടി

വൈദ്യുതപദ്ധതികൾ ഉൾപ്പെടെ പുതുതായി ആരംഭിച്ചു. വൈദ്യുതി ഉൽപ്പാദനം അത്ഭുതകരമായി വർധിച്ചു. അങ്ങനെ കേരളം ഇന്ത്യയിൽ ആദ്യത്തെ പവർകട്ടും ലോഡ്ഷെഡ്ഡിങ്ങും ഇല്ലാത്ത സംസ്ഥാനമായി പ്രഖ്യാപിക്കപ്പെട്ടു. ആ നില ഇന്നും തുടരുകയാണ്. അതിന്റെ എല്ലാ ബഹുമതിയും പിണറായി വിജയന് തന്നെയാണ്.

1996 ലെ ഗവൺമെൻറിൽ ഞാൻ ചീഫ് വിപ്പായിരുന്നു. കേബിനറ്റ് മന്ത്രിയുടെ പദവിയോടും മറ്റു ആനുകൂല്യങ്ങളോടുംകൂടി ഗവൺമെന്റിന്റെ ഭാഗമായി പ്രവർത്തിക്കുക എന്നതാണ് ചീഫ് വിപ്പിൻെറ ജോലി. പാർലമെന്ററി കാര്യങ്ങളും ഭരണപ്രതിപക്ഷ ഏകോപനവുമാണ് കൈകാര്യം ചെയ്യേണ്ട പ്രശ്നങ്ങൾ. അത് എന്നെ സംബന്ധിച്ച് ഒരു ഭാരമുള്ള ജോലി ആയിരുന്നില്ല. അതിനാൽ ഗവൺമെൻറിന്റെ ഭാഗമായി പ്രവർത്തിക്കുന്നതിനപ്പുറം സംഘടനാരംഗത്തും പൊതുപ്രചാരണ പ്രവർത്തനങ്ങളിലും ഞാൻ കൂടുതൽ വ്യാപൃതനായി.

ചീഫ് വിപ്പ് എന്ന നിലയിൽ എനിക്കും കുടുംബത്തിനും താമസിക്കാൻ തിരുവനന്തപുരത്ത് അനുവദിച്ചത് ഡി പി ഐ ജംഗ്ഷനിലെ "കൽപ്പന" ബംഗ്ലാവായിരുന്നു. ഞാൻ കുടുംബസമേതം അതിലേക്ക് താമസം മാറ്റി. അന്ന് എന്റെ ചെറിയ മകൾ സാറ ഫാറൂഖ് കോളേജിൽ ഒന്നാംവർഷ ബി എ പൂർത്തിയാക്കിയിരുന്നു. 1997 ജൂണിൽ അവളെയും കൽപ്പന ബംഗ്ലാവിന്റെ തൊട്ടുമുമ്പിലെ വിമൻസ് കോളേജിൽ ബി എ രണ്ടാം കൊല്ല ക്ലാസിൽ ചേർത്തു. അപ്പോൾ മണ്ഡലത്തിൽ മീഞ്ചന്തയിലുള്ള വീട് പൂട്ടിക്കിടക്കുകയായിരുന്നു. എനിക്ക് ഒരാലോചന തോന്നി. ആ വീട് വിറ്റ് മഞ്ചേരിയിൽ തന്നെ വീട് വെക്കണം എന്നായിരുന്നു ചിന്ത. അങ്ങനെ ചിന്തിക്കാൻ ഒരു കാരണം, ഞാൻ നിയമസഭയിൽ മൂന്നു തവണ മത്സരിച്ചു, ജയിച്ചു. ആദ്യം നിലമ്പൂരിൽനിന്ന്. പിന്നെ മൂന്നുതവണ ബേപ്പൂരിൽനിന്നും. മൂന്നുതവണ ജയിച്ചവർ സാധാരണഗതിയിൽ വീണ്ടും മത്സരിക്കേണ്ടതില്ലെന്നാണ് പാർട്ടിയിലെ കീഴ്വഴക്കം. ആ നിലയ്ക്ക് മലപ്പുറം ജില്ലയിലേക്ക് തന്നെ മടങ്ങി ബാക്കികാലം സംഘടനാ, പൊതുപ്രവർത്തനം നടത്താം എന്നായിരുന്നു ഞാൻ ആലോചിച്ചത്.

ആ ചിന്തയുടെ ഭാഗമായി ഞാൻ മീഞ്ചന്തയിലെ വീടു വിറ്റു. കടലുണ്ടിയിലെ അസീസ് എന്ന ഒരാൾക്കാണ് വിറ്റത്. 1991 ലായിരുന്നു ആ വീട് വാങ്ങിയത്, ഏഴ് കൊല്ലം കഴിഞ്ഞപ്പോൾ വാങ്ങിയ വിലയുടെ മൂന്നിരട്ടി വില കിട്ടി. ആ പണവുമായി മഞ്ചേരിയിൽ വന്നു മുള്ളമ്പാറ എന്ന സ്ഥലത്ത് എഴുപത്തിഅഞ്ച് സെന്റ് സ്ഥലം വാങ്ങി, വീട് പണി ആരംഭിച്ചു. മഞ്ചേരിയിൽ തന്നെ ഭാര്യയുടെ വക ഉണ്ടായിരുന്ന ഒരു ചെറിയ

വീടും പത്ത് സെന്റ് സ്ഥലവും കൂടി വിറ്റു. ദ്രുതഗതിയിൽ വീടുപണി ആരംഭിച്ചു.

1998 ഏപ്രിൽ മാസത്തിൽ വീടുപണി പൂർത്തിയായി. അപ്പോഴേക്കും വിമൻസ് കോളേജിൽ പഠിക്കുന്ന ചെറിയ മകൾക്ക് ഒരു വിവാഹ ആലോചന വന്നു. എന്റെ ഒരു സ്നേഹിതൻ ഒതുക്കുങ്ങൽ സി കെ അബ്ദുറഹിമാൻ മുഖേനയാണ് വന്നത്. പൂളക്കുണ്ടൻ അവറുമാസ്റ്ററുടെ മകൻ മുഹമ്മദ് റിയാസ്. റിയാസ് എം ബി ബി എസ് പരീക്ഷ എഴുതിക്കഴിഞ്ഞ കാലമാണ്. കുടുംബവും പഠനവും ഏത് നിലയ്ക്കും എനിക്കും കുടുംബത്തിനും സ്വീകാര്യമാണ്. കുട്ടികൾ തമ്മിൽ കണ്ടപ്പോൾ അവരും സമ്മതം പ്രകടിപ്പിച്ചു. അങ്ങനെ 1998 മെയ് മാസം 10ന് കല്യാണവും പുതിയ വീട് പാർക്കലും ഒരുമിച്ചു നടത്താൻ തീരുമാനിച്ചു.

കല്യാണം അനാർഭാടമായി നടത്താനായിരുന്നു തീരുമാനം. തെരഞ്ഞെടുക്കപ്പെട്ട ബന്ധുമിത്രാദികളും സുഹൃത്തുക്കളും മാത്രം. ഏതാനും സംഘടനാനേതാക്കളും പ്രവർത്തകരും. അങ്ങനെ ആയിരത്തിൽ താഴെ അതിഥികൾ മാത്രമാണ് പങ്കെടുത്തത്. കല്യാണം കഴിഞ്ഞ് ഏതാനും ദിവസങ്ങൾക്കുള്ളിൽതന്നെ റിയാസ് മെഡിക്കൽ ഡിഗ്രി പാസായി ഡോക്ടറായി. മകൾ രണ്ടാംവർഷ ബി എയും പാസായി. കുറച്ചുദിവസം മഞ്ചേരി ഗവൺമെൻറ് ആശുപത്രിയിൽ പ്രാക്ടീസ് ചെയ്തു.

പിന്നെ ഞാൻ ഒരു നിർദേശം വെച്ചു. മകൾ സാറ പഠിപ്പു തുടരണം. അവൾ ബി എക്ക് ഇംഗ്ലീഷ് ലിറ്ററേച്ചറായിരുന്നു എടുത്തിരുന്ന വിഷയം. പഠിപ്പു തുടരാനുള്ള നിർദേശം അവളും ഭർത്താവും കുടുംബവും അംഗീകരിച്ചു. അങ്ങനെ അദ്ദേഹത്തിനു ഫറോക്കിൽ ഫാറൂഖ് ആശുപത്രിയിൽ ജോലിയാക്കി, അവളെ ഫാറൂഖ് കോളേജിൽ മൂന്നാം വർഷ ബിഎക്കും ചേർത്തു.

മകളുടെ കല്യാണത്തിനുശേഷം എന്റെ കുടുംബം മഞ്ചേരിയിൽ മുള്ളമ്പാറ, പുതിയ വീട്ടിൽ തന്നെ സ്ഥിരതാമസമാക്കി. ഔദ്യോഗിക ജോലിക്കും സഭ ചേരുമ്പോഴും ഞാൻ തിരുവനന്തപുരത്ത് പോകുന്നതും പതിവാക്കി.

അങ്ങനെ രണ്ടുകൊല്ലം കടന്നുപോയി. അതിനിടയിൽ ഒരുദിവസം പാർട്ടി സെക്രട്ടറി പിണറായി വിജയൻ മഞ്ചേരിയിൽ വന്നു. അദ്ദേഹത്തിന്റെ കൂടെ പി ടി കുഞ്ഞുമുഹമ്മദ് എം എൽ എ യും ഉണ്ടായിരുന്നു. സ. ശ്രീധരൻ വക്കീലിന്റെ മകൾ നീതയുടെ വിവാഹത്തിൽ സംബന്ധിക്കാനായിരുന്നു വന്നത്. നീത മുൻമന്ത്രി ശിവദാസമേനോന്റെ ചെറുമകളാണ്. 2000 ഏപ്രിൽ 15ന് ആയിരുന്നു അത്. സഖാവ് വരുന്നതിന് തലേ ദിവസം തന്നെ എന്നെ ഫോണിൽ വിളിച്ചു വിവരം പറഞ്ഞു. ഒരു കാര്യം അദ്ദേഹം പ്രത്യേകം പറയുകയുണ്ടായി. രാവിലെ 10 മണിക്ക് നമുക്ക് വിവാഹച്ചടങ്ങിൽ പങ്കെടുക്കാം, ഭക്ഷണം ഹംസയുടെ വീട്ടിലാവണം. നമുക്ക് ചില കാര്യങ്ങൾ ആലോചിക്കാനുണ്ട് എന്നും പിണറായി പറഞ്ഞു. അദ്ദേഹം ഒന്ന് തീരുമാനിച്ചാൽ ഏതുനിലയ്ക്കും അത് നടന്നിരിക്കും.

KAIRALI

THE MALAYALAM CHANNEL

34 കൈരളി ചാനൽ പിറവിയെടുക്കുന്നു

രണ്ടായിരമാണ്ട് ഏപ്രിൽ 15ന് അഡ്വ. ശ്രീധരന്റെ മകൾ നീതയുടെ കല്യാണത്തിന് രാവിലെ കൃത്യം 10 മണിക്കുതന്നെ പിണറായി വിജയനും പി ടി കുഞ്ഞുമുഹമ്മദും എത്തി. ഞാൻ കല്യാണം നടക്കുന്ന വി പി ഹാളിൽ തന്നെയുണ്ടായിരുന്നു. അൽപ്പ സമയത്തിനുള്ളിൽ നമ്മുടെ സൂപ്പർതാരം മമ്മൂട്ടിയും എത്തിച്ചേർന്നു. മമ്മൂട്ടി ശ്രീധരൻ വക്കീലിന്റെ ജൂനിയറായി മഞ്ചേരി കോടതിയിൽ രണ്ടു കൊല്ലം പ്രാക്ടീസ് ചെയ്തിരുന്നു. ഞാനും ശ്രീധരനും ഒരു ഓഫീസിൽ അല്ലെങ്കിലും കോടതിയിൽ സഹകരിച്ചു പ്രവർത്തിക്കുന്ന കാലമാണ്. അങ്ങനെ മമ്മൂട്ടിയും ഞങ്ങളും തമ്മിൽ വളരെ അടുപ്പത്തിലായിരുന്നു. ആ കല്യാണത്തിൽ വച്ചാണ് പിണറായിയുടെ നിർദേശപ്രകാരം മമ്മൂട്ടിയെ കൈരളി ചാനലിന്റെ ഡയറക്ടർ ബോർഡ് ചെയർമാനാക്കുന്നതിനെപ്പറ്റി അദ്ദേഹവുമായി സംസാരിച്ചത്. വലിയ ആലോചനകൾക്കൊന്നും സമയം എടുക്കാതെ ആ നിർദേശം മമ്മൂട്ടി സ്വീകരിച്ചു. അത് ഞങ്ങൾക്കും വലിയ സന്തോഷമായി.

താലികെട്ടൽ ചടങ്ങു കഴിഞ്ഞു. പിണറായിയും പി ടിയും ഞാനും എന്റെ വീട്ടിലേക്കു പോന്നു. അവിടെ വച്ച് ഞങ്ങൾക്ക് ആലോചിക്കാനുണ്ടായിരുന്ന വിഷയം, കൈരളി ചാനലിന് മൂലധന നിക്ഷേപ സമാഹരണം നടത്തുന്ന കാര്യമായിരുന്നു. മുമ്പുതന്നെ അതിനാവശ്യമായ പണത്തിന്റെ ഏതാണ്ട് പകുതിയോളം സി പി ഐ (എം) സംഘടനയുടെ മുൻകൈയോടെ സമാഹരിച്ചിരുന്നു. പോരാതെവരുന്ന പകുതി സംഖ്യ സംഘടിപ്പിക്കുന്നതിനെ സംബന്ധിച്ചാണ് ആലോചിക്കുന്നത്. പിണറാ

യിയുടെ മനസിലെ തീരുമാനം ഗൾഫ് മലയാളികളിൽനിന്ന് ഷെയർ ആയി പിരിക്കണം എന്നതായിരുന്നു. ഞങ്ങൾ മൂന്നാളും അതിനെ സംബന്ധിച്ച് സംസാരിച്ചുകൊണ്ടിരിക്കുമ്പോൾ എനിക്ക് ഒരു ഫോൺ കോൾ വന്നു. പി വി അബ്ദുൾവഹാബിന്റേതായിരുന്നു വിളി. അദ്ദേഹം ഞങ്ങളുടെ വിഷയം മനസിലാക്കിയാണ് വിളിച്ചതെന്നാണ് എനിക്കു തോന്നിയത്. വഹാബ് ചോദിച്ചത്, "ഞാനും അങ്ങോട്ട് വരട്ടെ" എന്നായിരുന്നു. വിവരം ഞാൻ പിണറായിയോട് പറഞ്ഞു, മാത്രമല്ല, നമ്മുടെ ഉദ്യമത്തിന് വഹാബിന്റെ സഹായം ഗുണകരമാണെന്നും ഞാൻ കൂട്ടിച്ചേർത്തു. ഉടനെ സഖാവ് പറഞ്ഞു, അദ്ദേഹത്തോട് ഇങ്ങോട്ട് വരാൻ പറയൂ. പെട്ടെന്ന് വഹാബ് എത്തിച്ചേർന്നു. ഞങ്ങൾ നാലാളും കൂടി ചർച്ച ചെയ്തു. ഗൾഫ് പര്യടന പരിപാടി തയാറാക്കി.

2000 മെയ് 5 ന് കോഴിക്കോട് വിമാനത്താവളത്തിൽനിന്നാണ് പിണറായി വിജയനും പി ടി കുഞ്ഞുമുഹമ്മദും ഞാനും പുറപ്പെട്ടത്. ആദ്യമായി എത്തിച്ചേർന്നത് ഒമാനിലെ മസ്കറ്റിലായിരുന്നു. മുൻനിശ്ചയ പ്രകാരം പിവി അബ്ദുൾവഹാബും സംഘവും വിമാനത്താവളത്തിൽ കാത്തുനിന്നിരുന്നു. സംഘത്തിലെ പ്രധാനിയും പ്രമാണിയും വ്യവസായ പ്രമുഖനായ ഗൾഫാർ മുഹമ്മദാലിയായിരുന്നു. ഞങ്ങൾ പുറപ്പെടുന്നതിനു മുമ്പുതന്നെ എല്ലാ ഗൾഫ് നാടുകളിലും ഞങ്ങൾ വിവരം കൊടുത്തിരുന്നു. മിക്ക ഗൾഫ് രാജ്യങ്ങളിലും മാർക്സിസ്റ്റ് കമ്യൂണിസ്റ്റ് പാർട്ടിയെ പ്രതിനിധീകരിക്കുന്ന കലാസാംസ്കാരിക സംഘടനകൾ സുശക്തമായിരുന്നു. അത് ഇന്നും അങ്ങനെത്തന്നെ. അവരാണ് ഞങ്ങൾക്കുള്ള സ്വീകരണ പരിപാടികൾ സംഘടിപ്പിക്കുന്നതിൽ മുന്നിൽനിന്നു പ്രവർത്തിച്ചിരുന്നത്.

മസ്കറ്റിൽ ഗൾഫാർ മുഹമ്മദാലിയുടെ നേതൃത്വത്തിൽ ഒരു വമ്പിച്ച സ്വീകരണമാണ് ഞങ്ങൾക്കുവേണ്ടി സംഘടിപ്പിച്ചിരുന്നത്. ആ യോഗം ഫലത്തിൽ, ഗൾഫിലെ കൈരളി ഷെയർ സമാഹരണത്തിന്റെ ഉദ്ഘാടനമായി മാറി. വലിയ ജനാവലി ആ യോഗത്തിൽ സംബന്ധിച്ചിരുന്നു. ഒരു പ്രത്യേക ചാനൽ തുടങ്ങാനുള്ള സാഹചര്യം–അതും കമ്യൂണിസ്റ്റ് പ്രസ്ഥാനത്തിന്റെ ആഭിമുഖ്യത്തിൽ–എന്താണ് എന്ന് വിശദീകരിച്ചുകൊണ്ട് ഞാനാണ് സംഘത്തിൽനിന്ന് ആദ്യം പ്രസംഗിച്ചത്. കാലഘട്ടത്തിന്റെ കാൽപ്പെരുമാറ്റം ശ്രദ്ധിച്ചുകൊണ്ടാണ് ഞങ്ങൾ ഈ ഉദ്യമത്തിന്നു മുതിർന്നത്. രാഷ്ട്രീയ–സാമൂഹ്യരംഗത്ത് കർമം നിർവഹിച്ചാൽ പോര, അതിന്റെ ഫലം ജനങ്ങളെ ബോധ്യപ്പെടുത്തേണ്ടതും ആവശ്യമാണ്. സാമൂഹികമാറ്റത്തിന്റെ കൊടുങ്കാറ്റ് ഉയർത്തുന്നവർ പ്രത്യാക്രമണത്തെ പ്രതിരോധിക്കാൻ ആവശ്യമായ ആയുധമണിയുകയും വേണം. ആ ഗണത്തിൽ ദൃശ്യമാധ്യമങ്ങളുടെ ആനുകാലിക പ്രാധാന്യം വളരെ വലുതാണ്. ദൃശ്യമാധ്യമങ്ങൾ ബഹുജനങ്ങളിൽ ചെലുത്തുന്ന സ്വാധീനം വളരെ വലുതാണെന്നു ബോധ്യപ്പെടുത്തുന്ന ചില അനുഭവങ്ങളും കഥകളും നർമരസത്തിൽ പൊതിഞ്ഞു അവതരിപ്പിക്കാനാണ് ഞാൻ ശ്രമിച്ചിരുന്നത്.

എന്നാൽ പി ടി കുഞ്ഞുമുഹമ്മദിന്റെ അവതരണം മറ്റൊന്നായിരുന്നു.

കൊടുങ്ങല്ലൂർ ചേരമാൻ പെരുമാൾ പള്ളി

ദൃശ്യമാധ്യമ രംഗത്ത് നിലവിലുള്ള എല്ലാ ചാനലുകളും ഒരേ വഴിക്ക് സഞ്ചരിക്കുന്നവയാണ്. വിഷയാവതരണത്തിലും വാർത്താവിതരണത്തിലും അവ തമ്മിൽ ഒരു വ്യത്യാസവും ഇല്ല. അതിനാൽ പുതുതായി വരുന്ന 'കൈരളി' ചാനൽ തികച്ചും 'വേറിട്ട ഒരു ചാനൽ' ആയിരിക്കുമെന്ന് അദ്ദേഹം അടിവരയിട്ടു പറഞ്ഞിരുന്നു. പ്രശസ്തനായ ഒരു സിനിമാ സംവിധായകന്റെ എല്ലാ മെയ്‌വഴക്കവും കാണിക്കുന്നതായിരുന്നു അദ്ദേഹത്തിന്റെ പ്രസംഗത്തിന്റെ ശൈലി.

അവസാനത്തെ പ്രസംഗം പിണറായി വിജയന്റെതായിരുന്നു. ഈ ചാനൽ പുരോഗമന ചിന്താഗതിക്ക് മുൻതൂക്കം നൽകുന്നതും വസ്തുതാപരമായും സത്യസന്ധമായും വിഷയങ്ങളും വിവരങ്ങളും അവതരിപ്പിക്കുന്നതിൽ നിർബന്ധബുദ്ധിയുള്ളതുമായിരിക്കും. ഈ ആശയങ്ങളെ പ്രതിനിധീകരിക്കുന്നവരുടെതാണ് ഈ ചാനൽ, അത് ഒരു പാർട്ടി ചാനൽ മാത്രമായിരിക്കില്ല. അത് സ്ഥാപിക്കാനാവശ്യമായ മൂലധനത്തിന്റെ പകുതി നാട്ടിൽനിന്ന് ഞങ്ങൾ സംഭരിച്ചിട്ടുണ്ട്. ബാക്കി പകുതി സഹൃദയരായ ഗൾഫ് മലയാളികൾ ഇതിൽ ഷെയർ എടുത്തുകൊണ്ട് നൽകണം എന്ന് അഭ്യർഥിച്ചുകൊണ്ടും ഈ ചാനൽ ഏത് നിലയ്ക്കും അടുത്ത ചിങ്ങം ഒന്നിന് ഉദ്ഘാടനം ചെയ്യുമെന്നും പ്രഖ്യാപിച്ചുകൊണ്ടും അദ്ദേഹം പ്രസംഗം അവസാനിപ്പിച്ചു.

അതോടെ ആ സ്വീകരണ യോഗത്തിൽനിന്നുതന്നെ ചെക്ക് ആയും വാഗ്ദാനമായും ഷെയറുകൾ സമാഹരിക്കും. ഒന്നോ രണ്ടോ ദിവസം ഒരു രാജ്യത്ത് ഞങ്ങൾ താമസിക്കും, അതോടെ ഉദ്ദേശിച്ച ടാർജറ്റ് പൂർത്തിയാകും. ഒമാനിൽതന്നെ ഞങ്ങൾ സലാല എന്ന സ്ഥലത്തും പോയി. അതൊരു അത്ഭുതകരമായ പ്രദേശമാണ്. തികച്ചും കേരളത്തിന്റെ ഒരു ഭാഗമാണെന്നേ തോന്നുകയുള്ളൂ. കറുത്ത പശിമയുള്ള മണ്ണ്, വി

ശാലമായ കൃഷിയിടങ്ങൾ. അതിൽ വാഴ, കപ്പ, ചേമ്പ്, ചേന എന്നിവ സമൃദ്ധമായി കൃഷി ചെയ്തത് കാണാം. തെങ്ങും കവുങ്ങും സമൃദ്ധമാണ്. ഭൂമിശാസ്ത്രപരമായി പരിശോധിച്ചാൽ, അറബിക്കടൽ കുറെ തെക്കോട്ട് മാറിയാൽ അറേബ്യയുടെ തെക്കും കേരളത്തിന്റെ പടിഞ്ഞാറും ഒന്നായാൽ സലാല കേരളത്തിന്റെ ഭാഗമായിത്തീരും. അവിടത്തെ ജനങ്ങളും മുണ്ടും തലേക്കെട്ടുമായി നടക്കുന്നത് കാണാം. അവിടെ ഒരു പള്ളിയോടനുബന്ധിച്ച് ഒരു ശവകുടീരത്തി (മഖ്ബറ)ന്മേൽ 'അബ്ദുറഹിമാൻ സാമിരി' എന്ന മുദ്രണം ചെയ്തത് ഞങ്ങൾ കണ്ടു. അത് കോഴിക്കോട് സാമൂതിരി കുടുംബത്തിൽനിന്ന് ഒരാൾ അറേബ്യയിൽ പോയി മതപരിവർത്തനം നടത്തിയ ശേഷം മരിച്ചപ്പോൾ അടക്കം ചെയ്തതാവാനിടയുണ്ട് എന്നാണ് ഐതിഹ്യം. ഒമാനും യമനും ഒരു കാലത്ത് അറേബ്യയുടെ ഭാഗമായിരുന്നു.

പണ്ട് കേരളം ഭരിച്ചിരുന്ന ചേരമാൻ പെരുമാക്കന്മാരുടെ പരമ്പരയിലെ അവസാനത്തെ രാജാവ് രാമൻ നബിയുടെ കാലത്തുതന്നെ മക്കത്ത് പോയി ഇസ്ലാംമതം സ്വീകരിച്ച് താജുദ്ദീൻ എന്നു പേര് സ്വീകരിച്ചു, ദീർഘകാലം അറേബ്യയിൽ താമസിച്ചത് ചരിത്രത്തിൽ ഞാൻ പഠിച്ചിട്ടുള്ളത് ഓർത്തുപോയി. അദ്ദേഹം മരിച്ചതും മറവുചെയ്തതും ഷഹർമുഖല്ല എന്ന സ്ഥലത്താണ്. ഈ സംഭവം ചരിത്രപണ്ഡിതന്മാരായ ത്വബ്രിയും ഹാഷിം ഫിരിസ്തായും വിശദീകരിക്കുന്നുണ്ട്. ഈ സംഭവം, പ്രസ്തുത ചരിത്രത്തെ ആധാരമാക്കി മഹാകവി മോയിൻകുട്ടി വൈദ്യർ വിശദീകരിക്കുന്നത് നോക്കുക.

"ഏറി കപ്പൽ പായുയർത്തി രാപകൽ ഓടി
എത്തി ടൈ ശഹർ മുഖല്ല ബസ്തിതന്നിൽ കൂടി,
കേറി ഖുദൂസെത്തി അന്തെ താഹ തങ്കൾ അണ്ടെ
ഖീല ഹദ്ദാ അത്തലത്തുണ്ടായിരുന്നാർ എണ്ടെ,
ചിർകടാക്ഷ കോൾമലർ ചെന്താമര പദത്തിൽ
ചെമ്മതി കിരികിടം എടുത്ത് സീറൈ താഴ്ത്തി."

"ചേരമാൻ പെരുമാൾ പായക്കപ്പലിൽ കേറി രാപ്പകൽ തുടർച്ചയായി യാത്ര ചെയ്ത് 'ഷഹർമുഖല്ല' എന്ന സ്ഥലത്ത് എത്തിച്ചേർന്നു. അപ്പോൾ നബി തിരുമേനി 'ജിദ്ദ' എന്ന സ്ഥലത്ത് ഉണ്ടെന്നറിഞ്ഞ് അദ്ദേഹം അവിടെ എത്തി നബിയുടെ സദസിലേക്ക് കേറി. നബിയുടെ ചെന്താമര നിറത്തിലുള്ള പാദങ്ങളിൽ, രാജാവ് കിരികിടം എടുത്ത് തല താഴ്ത്തി'' എന്നാണ് വൈദ്യർ പ്രതിപാദിക്കുന്നത്. സലാലയിലെ സാമൂതിരിയുടെ സ്മാരകം കണ്ടപ്പോൾ ചേരമാൻ പെരുമാളുടെ ചരിത്രം ഓർമ വന്നതാണ്. നമുക്ക് കൈരളിയിലേക്കുതന്നെ മടങ്ങിവരാം.

ഒമാനിലെ മൂന്നു ദിവസത്തെ താമസത്തിനും ഷെയർ സംഭരണത്തിനും ശേഷം ഞങ്ങൾ കുവൈത്തിലെത്തിച്ചേർന്നു. കുവൈത്ത് ഇറാഖിന്റെ അപ്രതീക്ഷിതമായ ആക്രമണത്തിന് ശേഷം തകർന്നുതരിപ്പണമായിരുന്നു. എന്നാൽ വീണ്ടും മെല്ലെ, മെല്ലെ പച്ചപിടിച്ചുവരുന്ന ഘട്ടത്തിലാണ് ഞങ്ങളുടെ സന്ദർശനം. ഒരു കാലത്ത് ഗൾഫ് നാടുകളിൽ ഏറ്റവും സമ്പന്നമായ രാജ്യമായിരുന്നു കുവൈത്ത്. എണ്ണ ഉൽപ്പാദന

പിണറായി വിജയൻ

ത്തിൽ ഒന്നാം സ്ഥാനത്തായിരുന്നു. രണ്ടു ദിവസത്തെ കുവൈത്ത് സന്ദർശനം വളരെ ഹൃദ്യമായിരുന്നു. കുവൈത്തിൽ മലയാളികളിൽ ഭൂരിപക്ഷം മധ്യതിരുവിതാംകൂറുകാരായ ക്രിസ്ത്യാനികളാണ്. അതിൽ ഒരു പ്രധാനപ്പെട്ട വ്യക്തിയാണ് കുവൈത്ത് ചാണ്ടി. കുവൈത്തിലും നമ്മുടെ സുഹൃത്തുക്കൾ നല്ല സ്വീകരണം ഏർപ്പെടുത്തിയിരുന്നു, നല്ല പങ്കാളിത്തവും. പ്രസംഗങ്ങളും വിശദീകരണങ്ങളും എല്ലാം കേട്ട് അവരും സന്തുഷ്ടരായി. അവിടെയും പ്രതികരണം ആശാവഹമായിരുന്നു.

രണ്ടുദിവസത്തെ താമസത്തിനുശേഷം മൂന്നാംദിവസം ഞങ്ങൾ ബഹ്റൈനിലെത്തി. അതൊരു വളരെ ചെറിയ രാജ്യമാണ്. ഏറനാട്, വള്ളുവനാട് താലൂക്കുകൾ കൂടിച്ചേർന്ന അത്രക്കേ വിസ്തീർണമുള്ളൂ. ജനങ്ങളും വളരെ കുറവ്. എന്നാൽ അന്നാട്ടുകാരുടെ ഇരട്ടി അവിടെ ഇന്ത്യക്കാരാണ്, അതും കേരളീയർ തന്നെ. അവരുടെ സ്വീകരണത്തിൽ പങ്കെടുത്ത് നമ്മുടെ ദൗത്യം വിശദീകരിച്ചും രണ്ടു ദിവസം ബഹ്റൈനിലും താമസിച്ച് മൂന്നാംദിവസം ഖത്തറിലേക്ക് പോയി.

ഖത്തർ ചെറിയ രാജ്യമാണെങ്കിലും സമ്പന്നമാണ്. എണ്ണയേക്കാൾ ഗ്യാസ് സംഭരണമാണ് അവരുടെ ശക്തി. ഭൂമിക്കടിയിൽ രണ്ടോ മൂന്നോ നൂറ്റാണ്ടുകാലം എടുത്താൽ തീരാത്ത ഗ്യാസുണ്ടെന്നാണ് പറയുന്നത്. അതും പെട്രോളിയം ഉൽപ്പന്നങ്ങളിൽപ്പെട്ടതുതന്നെയാണ്. രണ്ടു ദിവസം മാത്രമേ അവിടെയും നിന്നുള്ളൂ.

അങ്ങനെ പത്താം ദിവസം ഞങ്ങൾ അറബ് എമിറേറ്റ്സ് (യു എ ഇ)ൽ എത്തിച്ചേർന്നു. അത്, ദുബായി, അബുദാബി, ഷാർജ, അൽ–ഐൻ തുടങ്ങി ആറേഴു രാജ്യങ്ങളുടെ ഒരു യൂണിയനാണ്. ആഭ്യന്തര ഭരണകാര്യങ്ങളിൽ ഓരോ രാജ്യവും സ്വതന്ത്രമാണ്. പൊതുവായ കാര്യങ്ങളിലും വിദേശ കാര്യങ്ങളിലും അവർ ഒറ്റ രാജ്യം. ഞങ്ങളെ സംബന്ധിച്ചിടത്തോളം ഓരോ രാജ്യങ്ങളിലും രണ്ടുദിവസം വീതം നിൽക്കേണ്ടതായിവന്നു. ദുബായിൽ മൂന്നു ദിവസവും. മൊത്തം യു എ ഇയിൽ പത്ത് ദിവസം പര്യടനം നടത്തി. അവിടത്തെ നമ്മുടെ നേതാവ് അബുദാബി കേന്ദ്രമായി താമസിക്കുകയും പ്രവർത്തിക്കുകയും ചെയ്തിരുന്ന മൂസ്സ മാസ്റ്ററായിരുന്നു. അദ്ദേഹം ഇപ്പോൾ കൈരളിയുടെ ഡയറക്ടറാണ്. അവിടെ എല്ലാ പ്രവിശ്യകളിലും അദ്ദേഹം ഞങ്ങളെ അനുഗമിക്കുകയും പരിപാടികൾക്ക് നേതൃത്വപരമായ പങ്കുവഹിക്കുകയും ചെയ്തിരുന്നു.

പത്ത് ദിവസത്തെ യു എ ഇ പര്യടനത്തിനിടയിൽ ഞങ്ങളുടെ ടാർജറ്റ് ഏതാണ്ട് പൂർത്തീകരിക്കാൻ കഴിഞ്ഞിരുന്നു. മൊത്തം ഗൾഫ് നാടുകളിലെ എല്ലാ പര്യടനത്തിലും പരിശ്രമങ്ങളിലും പി വി അബ്ദുൽ വഹാ

ബ് വലിയ സേവനവും സഹായവുമായിരുന്നു എന്ന് കൃതജ്ഞതയോടെ മാത്രമേ ഓർക്കാൻ കഴിയുകയുള്ളു. യു എ ഇ പര്യടനത്തിൽ വലിയ സഹകരണവും സഹായവും ചെയ്ത മറ്റൊരു വ്യക്തിയായിരുന്നു ഡോ. ആസാദ് മൂപ്പൻ. എടുത്തുപറയത്തക്ക വേറെയും പല സുഹൃത്തുക്കളും ഗുണകാംക്ഷികളും ഉണ്ടായിരുന്നു, സ്ഥലദൈർഘ്യം ഭയന്ന് ഇതിൽ ഞാൻ പ്രതിപാദിക്കുന്നില്ല. ഗൾഫ് പര്യടനത്തിലെ ഒരു നേട്ടം ഷെയർ പിരിവ് മാത്രമായിരുന്നില്ല, രാജ്യം കാണലും സുഹൃത്തുക്കളെ സമ്പാദിക്കലും വളരെ പ്രധാനമായിരുന്നു. ഇരുപത്തൊന്നു ദിവസത്തെ പര്യടനം കഴിഞ്ഞ് ഗൾഫ് വിട്ടുപോരുമ്പോൾ ഒരു കുടുംബബന്ധം പിരിയുമ്പോൾ ഉണ്ടാകുന്ന വ്യഥയും മനോവേദനയും അനുഭവപ്പെട്ടിരുന്നു.

കൈരളിയുടെ ഷെയർ സംഘടിപ്പിക്കുന്ന പരിപാടി നാട്ടിലും ഗൾഫിലും എല്ലാം നടക്കുമ്പോൾ തന്നെ, ചാനൽ ആരംഭിക്കാനുള്ള ശ്രമങ്ങൾ ദ്രുതഗതിയിൽ നടന്നുവരുന്നുണ്ടായിരുന്നു. ഇങ്ങനെ വേറിട്ടുള്ള ഒരു ചാനലിന്റെ ആവശ്യകത ബോധ്യമായ എല്ലാ സഹൃദയരും പരമാവധി പിന്തുണയും സഹകരണവും നൽകിയതിന്റെ അടിസ്ഥാനത്തിൽ കൈരളി ചാനലിന്റെ തുടക്കത്തിനുള്ള എല്ലാ നടപടിക്രമങ്ങളും പൂർത്തീകരിച്ചു. കേരളത്തിന്റെ പ്രിയപ്പെട്ട സൂപ്പർതാരം മമ്മൂട്ടി ചെയർമാനും സിദ്ധാർഥ മേനോൻ മാനേജിങ് ഡയറക്ടറുമായി ഭരണസമിതി നിലവിൽവന്നു. പി വി അബ്ദുൽ വഹാബും ഒരു ഡയറക്ടറായിരുന്നു. പി ടി കുഞ്ഞുമുഹമ്മദ് ഇന്നും ഡയറക്ടറായി തുടരുന്നു. പിണറായി വിജയൻ പ്രഖ്യാപിച്ചിരുന്നതുപോലെത്തന്നെ 2000–ാമാണ്ട് ആഗസ്ത് മാസത്തിൽ –ചിങ്ങം ഒന്നാം തീയതി–തിരുവനന്തപുരത്തെ ചന്ദ്രശേഖരൻ നായർ സ്റ്റേഡിയത്തിൽ ജനലക്ഷങ്ങളെ സാക്ഷിനിർത്തി ‘മലയാളം കമ്യൂണിക്കേഷൻസ്’ എന്ന കൈരളി ചാനൽ ഉദ്ഘാടനം ചെയ്യപ്പെട്ടു.

കൈരളി ചാനൽ കേരളത്തിലെ ഇടതുപക്ഷ പ്രസ്ഥാനത്തിന്റെ അഭിമാനകരമായ ഒരു നേട്ടം തന്നെയാണ്. അത് എല്ലാ ബാലാരിഷ്ടതകളെയും തരണം ചെയ്തും പ്രതിബന്ധങ്ങളെ അതിജീവിച്ചും മുന്നേറിക്കൊണ്ടിരിക്കുന്നു. എല്ലാ ബാധ്യതകളും തീർന്ന് ഇന്ന് മൂന്നു ചാനലുകളായി മാറി, ലാഭകരമായി നടന്നുകാണുന്നതിൽ ഞാനും ആദ്യകാലത്തെ ഒരു എളിയ പ്രവർത്തകൻ എന്ന നിലയിൽ അകമഴിഞ്ഞു സന്തോഷിക്കുന്നു. കൈരളി ചാനലിലെ ജനലക്ഷങ്ങൾ ഇഷ്ടപ്പെടുന്ന ഒരു പരിപാടിയാണ് ‘പട്ടുറുമാൽ’. കേരളീയരായ എല്ലാ വിഭാഗം ജനങ്ങളും വലിയതോതിൽ ഇഷ്ടപ്പെടുന്ന ഒരു ഗാനശാഖയാണ് മാപ്പിളപ്പാട്ട്. ഇടക്കാലത്ത് മാപ്പിളപ്പാട്ട് നാടകങ്ങളിലും സിനിമയിലും ഇടം നേടി. ശ്രവണസുന്ദരവും മധുരമനോഹരവുമായ മാപ്പിളപ്പാട്ട് എല്ലാവരും ഇഷ്ടപ്പെട്ടു. മാപ്പിളപ്പാട്ടിനെ വാനോളം ഉയർത്തുകയും മലയാളികൾ ജീവിക്കുന്ന ലോകരാജ്യങ്ങളിലെല്ലാം ആവിഷ്കരിക്കുകയും ചെയ്ത “പട്ടുറുമാൽ” പരിപാടി കൈരളിക്ക് ജനപ്രീതി നേടിക്കൊടുത്തു. “പട്ടുറുമാൽ” റിയാലിറ്റി ഷോയിൽ ജഡ്ജിമാരുടെ പാനലിൽ ഒരംഗമായി കുറേക്കാലം പ്രവർത്തിക്കാൻ എനിക്കും അവസരം ഉണ്ടായതിൽ ഞാൻ അഭിമാനിക്കുന്നു.

മഞ്ചേരി ബൈപാസ് റോഡ് ഉദ്ഘാടനവേളയിൽ

35 2001 ലെ തിരഞ്ഞെടുപ്പും എന്റെ പരാജയവും

രണ്ടായിരം ആഗസ്തിൽ കൈരളി ചാനലിന്റെ ആവിർഭാവത്തിനു ശേഷം ഞാൻ എന്റെ ഔദ്യോഗിക കൃത്യനിർവഹണത്തിൽ മുഴുകി. ചീഫ് വിപ്പ് എന്ന നിലയിൽ ഗവൺമെന്റിനെ നിയമനിർമാണത്തിലും ഭരണത്തിലും സഹായിക്കുക എന്ന ചുമതലയാണ് ഞാൻ നിർവഹിച്ചുവന്നത്. ആറ് മാസത്തിന് ശേഷം അഞ്ചുകൊല്ലം പൂർത്തിയാക്കി നായനാർ ഗവൺമെന്റ് പൊതുതിരഞ്ഞെടുപ്പിനെ നേരിടാൻ ഒരുങ്ങിക്കഴിഞ്ഞിരുന്നു. ഔദ്യോഗികമായ ജോലികൾക്ക് ശേഷം ഞാൻ സംഘടനാ, രാഷ്ട്രീയരംഗത്ത്, പ്രത്യേകിച്ചും പ്രചാരണ രംഗത്ത് കൂടുതൽ പ്രവർത്തിച്ചുവന്നു. കേരളത്തിൽ അങ്ങോളമിങ്ങോളം പൊതുയോഗങ്ങളിൽ ധാരാളമായി പങ്കെടുത്തു.

1996 മുതൽ 2001 വരെ നിലനിന്ന നായനാർ ഭരണം കെട്ടുറപ്പോടെ നല്ല നിലയിൽ പ്രവർത്തിച്ചുവന്നു. ആ കാലത്ത്, മുൻ ഗവൺമെന്റിന്റെ കാലത്തെ അപേക്ഷിച്ച് സമാധാനപരമായ അന്തരീക്ഷവും നിലനിന്നിരുന്നു. എവിടെയും വർഗീയ കലാപമോ സംഘർഷമോ ഉണ്ടായിരുന്നില്ല. പൂട്ടിക്കിടന്ന എല്ലാ വ്യവസായങ്ങളും തുറന്നു പ്രവർത്തിച്ചിരുന്നു. കോഴിക്കോട്ടുതന്നെ കുറേക്കാലമായി അടഞ്ഞുകിടന്നിരുന്ന മലബാർ സോപ്സ് & ഓയിൽസ് തുറന്നു പ്രവർത്തിച്ചു. അതുപോലെത്തന്നെ തിരുവണ്ണൂർ കോട്ടൺമില്ലും സ്റ്റീൽ കോംപ്ലക്സും അങ്ങനെ പലതും.

വിദ്യുച്ഛക്തി ഉൽപ്പാദനത്തിൽ വലിയ വർധനവാണുണ്ടായത്. അതാണല്ലോ പവർകട്ടും ലോഡ്ഷെഡ്ഡിങ്ങും ഒഴിവാക്കാൻ കഴിഞ്ഞത്. ആ ഗവൺമെന്റിന്റെ തൊപ്പിയിലെ തൂവലായിരുന്നു പഞ്ചായത്ത് രാജും ജനകീയാസൂത്രണവും നടപ്പാക്കിയത്.

അങ്ങനെയൊക്കെയാണെങ്കിലും ടാക്സ് വെട്ടിപ്പും കള്ളക്കണക്കും കണ്ടുപിടിക്കാനുള്ള ഗവൺമെന്റിന്റെ ശ്രമത്തിൽ വ്യാപാരി വ്യവസായികൾക്കെതിരെ ചല നടപടികൾ എടുക്കേണ്ടിവന്നപ്പോൾ സ്വാഭാവികമായും അവർക്കിടയിൽ അസംതൃപ്തിവന്നു. കച്ചവട സ്ഥാപനങ്ങളിൽ പൊലീസ് പിന്തുണയോടെ റെയ്ഡ് നടത്തേണ്ടി വന്നപ്പോൾ അമർഷം വർധിച്ചു. ഗവൺമെന്റിന് സാമ്പത്തികപ്രയാസം ഉള്ള കാലമായിരുന്നു നായനാർ ഭരണത്തിന്റെ അവസാനനാളുകൾ.

ആ സന്ദർഭത്തിലാണ് കല്ലുവാതുക്കൽ മദ്യദുരന്തം ഉണ്ടായത്. വ്യാജമദ്യവ്യാപനത്തിന്റെ അനന്തരഫലമായിരുന്നു അത്. നിരവധി ആൾക്കാർ ആ ദുരന്തത്തിൽ മരിക്കാനിടവന്നു. കേരളം ശരിക്കും ഞെട്ടിപ്പോയി. ഗവൺമെന്റ് ശക്തമായ നടപടിസ്വീകരിച്ചു. വ്യാജമദ്യരാജാക്കന്മാരായ മണിച്ചൻ, അശോകൻ തുടങ്ങി പലരെയും അറസ്റ്റ് ചെയ്തു, കേസെടുത്ത് തുറുങ്കിലടച്ചു. അതിന്റെ ഫലമായി മദ്യലോബി, പ്രത്യേകിച്ചും വ്യാജമദ്യലോബി രോഷാകുലരായി. മദ്യദുരന്തവും മരണവും വന്നപ്പോൾ പ്രതിപക്ഷം അതിന്റെ പേരിൽ ഗവൺമെന്റിനെ പ്രതിക്കൂട്ടിൽ നിർത്താൻ ഒരുവശത്ത് ശ്രമിക്കുകയും മറുവശത്ത് മദ്യലോബിക്ക് സഹായകരമായ നിലപാടുകൾ സ്വീകരിക്കുകയുമാണുണ്ടായത്. ഗവൺമെന്റിന്റെ സാമ്പത്തിക പ്രതിസന്ധി, വ്യാപാരി വ്യവസായി രംഗത്തെ അസ്വസ്ഥത, മദ്യദുരന്തം ഉണ്ടാക്കിയ നടുക്കം, ഈ പശ്ചാത്തലത്തിലാണ് 2001ലെ പൊതു തിരഞ്ഞെടുപ്പ് വന്നത്. മാത്രമല്ല തിരഞ്ഞെടുപ്പ് അടുത്തപ്പോഴേക്കും ബിജെ പി ക്കാർ ഒരുകാലത്തും ഇല്ലാത്തവിധം വോട്ടുകച്ചവടം ആരംഭിച്ചിരുന്നു. മുമ്പൊക്കെ ചില നീക്കുപോക്കുകൾ യു ഡി എഫുമായി അവർ ഉണ്ടാക്കിയിരുന്നു. ഒരിക്കൽ ബേപ്പൂർ മോഡലും നടന്നു.

എന്നാൽ 2001 ലെ തിരഞ്ഞെടുപ്പിൽ മുമ്പില്ലാത്തവിധം ബി ജെ പിയിലെ പ്രാദേശിക, ഇടത്തരം നേതാക്കൾ വ്യാപകമായി യു ഡി എഫുമായി വിലപേശി കച്ചവടം നടത്തിയെന്ന് അവർ തന്നെ പിന്നീട് സമ്മതിക്കുകയുണ്ടായി. അവരുടെ പാർട്ടിക്കകത്ത് ചില നടപടികളും അഴിച്ചുപണികളും പിന്നെ നടക്കുകയും ചെയ്തു. അതിനുപുറമെ യു ഡി എഫ് നേതാക്കൾ പി ഡി പിയുമായി പരസ്യമായി ധാരണയുണ്ടാക്കി. അന്നു പി ഡി പിക്ക് ചില ജില്ലകളിൽ മോശമല്ലാത്ത ശക്തിയുണ്ടായിരുന്നു. ആ കാലത്ത് അബ്ദുൽ നാസർ മഅ്ദനി കോയമ്പത്തൂർ ജയിലിൽ വിചാരണ തടവുകാരനായിക്കിടക്കുകയായിരുന്നു. കോടതി കുറ്റവിമുക്തനായി പ്രഖ്യാപിച്ചിരുന്നില്ല. അവരുടെ ധാരണപ്രകാരം കഴക്കൂട്ടത്തും കുന്ദമംഗലത്തും രണ്ട് സീറ്റുകൾ പി ഡി പിക്ക് കൊടുക്കുകയും ചെയ്തു. ഭരണം വന്നാൽ വഖഫ് ബോർഡിലെ അംഗത്വവും. മേൽപ്പറഞ്ഞ എല്ലാ

സാഹചര്യങ്ങളും ഉപയോഗപ്പെടുത്തി യു ഡി എഫ് ഭരണം പിടിക്കാൻ എല്ലാ കുത്സിതശ്രമങ്ങളും ആരംഭിച്ചുകഴിഞ്ഞിരുന്നു. അഞ്ചുകൊല്ലം കൂടുമ്പോൾ ഭരണം മാറുക എന്ന ഒരു പാരമ്പര്യം എന്നും കേരളത്തിൽ ഉണ്ടായിരുന്നല്ലോ. ഇതെല്ലാമായിരുന്നു യു ഡി എഫിന്റെ കണക്കുകൂട്ടൽ.

എന്നെ സംബന്ധിച്ചിടത്തോളം 2001ലെ തിരഞ്ഞെടുപ്പിൽ ഞാൻ മത്സരിക്കേണ്ടതില്ല എന്നായിരുന്നു ആദ്യഘട്ടത്തിൽ പാർട്ടിയിൽനിന്നു കിട്ടിയ നിർദേശം. ഒരിക്കൽ സ്വതന്ത്രനായും മൂന്നുതവണ പാർട്ടി ഔദ്യോഗിക സ്ഥാനാർഥിയായും മൊത്തം 20 കൊല്ലം നിയമസഭാംഗമായിട്ടുണ്ട്. ആ നിലയ്ക്ക് ഒഴിഞ്ഞുനിൽക്കലാണ് പാർട്ടിയിലെ കീഴ്വഴക്കവും. ഞാനും ആ സമസ്യ ഉൾക്കൊണ്ട് തിരഞ്ഞെടുപ്പ് പ്രവർത്തനങ്ങളിൽ വ്യാപൃതനായി. അങ്ങനെയിരിക്കുമ്പോഴാണ് ഒരുദിവസം പാലോളി മുഹമ്മദ്കുട്ടി എന്നെ വിളിച്ച് മലപ്പുറം പാർട്ടി ഓഫീസിൽ വച്ചു പറഞ്ഞു: "നിങ്ങൾ പൊന്നാനിയിൽ പോയി നോമിനേഷൻ കൊടുക്കണം" എന്നാണ് പാർട്ടി തീരുമാനം എന്നും അദ്ദേഹം മത്സരിക്കുന്നില്ല എന്നും.

അങ്ങനെ ഏപ്രിൽ ആദ്യവാരത്തിൽതന്നെ ഞാൻ പൊന്നാനിയിൽ എത്തി. 2001 ഏപ്രിൽ 18 നായിരുന്നു നോമിനേഷൻ കൊടുത്തത്. 2001 മെയ് 10 ന് ആണ് പോളിങ്. വെറും ഇരുപത്തൊന്നു ദിവസം മാത്രമാണുള്ളത്. എന്റെ എതിർസ്ഥാനാർഥി എം പി ഗംഗാധരനായിരുന്നു. അദ്ദേഹം രണ്ടുതവണ പൊന്നാനിയിൽനിന്ന് മത്സരിച്ചു ജയിക്കുകയും ഒരുതവണ മന്ത്രിയായി പ്രവർത്തിക്കുകയും ചെയ്ത ആളാണ്. ജനങ്ങളുമായി പരിചയമുണ്ടായിരുന്നു. മണ്ഡലത്തിന്റെ എല്ലാ ഭാഗങ്ങളും നേരിട്ട് അറിയുകയും ചെയ്തിരുന്നു.

എന്നാൽ ഞാൻ അവിടെ ഒരു പുതുമുഖം എന്ന നിലയിൽ ഒപ്പമെത്താൻ കൂടുതൽ അധ്വാനിക്കേണ്ടിയിരുന്നു. ഞാൻ മണ്ഡലത്തിൽതന്നെ താമസമാക്കി. വാർഡ്, ബൂത്ത് അടിസ്ഥാനത്തിൽ ഓടിനടന്നും വീടുകൾ സന്ദർശിച്ചും കുടുംബയോഗങ്ങളിൽ സംബന്ധിച്ചും പൊതുയോഗങ്ങളിൽ പ്രസംഗിച്ചും പ്രവർത്തനം ഊർജിതമാക്കി. എ വിജയരാഘവൻ എം പി, നന്ദകുമാർ, പ്രൊഫ. നാരായണൻ എന്നിവരാണ് പ്രവർത്തനങ്ങൾക്ക് നേതൃത്വം കൊടുത്തിരുന്നത്. ഇ വി മോഹനനായിരുന്നു അന്നത്തെ ഏരിയാസെക്രട്ടറി. അദ്ദേഹവും മറ്റ് നേതാക്കന്മാരും കിണഞ്ഞ് പരിശ്രമിച്ചു എന്നുതന്നെ പറയാം. ഞാനും എല്ലാ മുക്കിലും മൂലയിലും എത്തി വ്യക്തിബന്ധങ്ങൾ സ്ഥാപിക്കുകയും എല്ലാ പരിപാടികളിലും സജീവമായി പങ്കെടുക്കുകയും ചെയ്തു.

എന്നിരുന്നാലും അവസാനഫലം ഇടതുപക്ഷത്തിനനുകൂലമായിരുന്നില്ല. സാമ്പത്തിക പ്രതിസന്ധി ഉളവാക്കിയ ചില്ലറ പരിക്കുകൾ ഏൽക്കേണ്ടിവന്നു. ബി ജെ പി പണ്ടും കരുണാകരനും ശിഷ്യൻ ഗംഗാധരനുമായി രഹസ്യബന്ധം ഉണ്ടായിരുന്നവരാണ്. കൂട്ടത്തിൽ വോട്ടുകച്ചവടം ശീലിച്ചുവന്ന കാലം. ഗംഗാധരൻ കാണേണ്ടപോലെ കണ്ടപ്പോൾ ബി ജെ പി എന്നെ തോൽപ്പിക്കാൻ സജീവമായി രംഗത്തുവന്നു. പി ഡി പി

മുമ്പൊരിക്കലും മാത്രമല്ല, പിന്നീടൊരിക്കലും ഇല്ലാത്ത വാശിയും വീറും കാണിച്ചു ഗംഗാധരനുവേണ്ടി പരസ്യമായി പ്രവർത്തിക്കുന്നതാണ് കണ്ടത്. വ്യാപാരി വ്യവസായി ഏകോപനക്കാരും മദ്യലോബിയും എല്ലാം കൈകോർത്ത് പിടിച്ച് ഒരു വലിയ ഭരണവിരുദ്ധ വികാരം എൽ ഡി എഫിനെതിരെ ഉണ്ടാക്കി.

ഇതിനെല്ലാം പുറമെ ജമാഅത്തെ ഇസ്ലാമിയും അവസാന നിമിഷത്തിൽ എതിർസ്ഥാനാർഥിക്ക് പിന്തുണ പ്രഖ്യാപിച്ചു. അത് എന്നെ അക്ഷരാർഥത്തിൽ ഞെട്ടിച്ചുകളഞ്ഞു. ഒന്നുകൊണ്ടുമല്ല, അതിനുമുമ്പ് അവരുമായി എനിക്കും പാർട്ടിക്കും നല്ല ബന്ധമായിരുന്നു. എന്തുകൊണ്ടെന്നാൽ ജമാഅത്തെ ഇസ്ലാമി യാഥാസ്ഥിതികത്വത്തിനും സാമ്രാജ്യത്വത്തിനും എതിരായി പോരാടുന്ന ഒരു ഇസ്ലാമിസ്റ്റ് സംഘടനയാണെന്നാണ് കരുതിയിരുന്നത്. അതായിരുന്നു അവർ ഉയർത്തിയിരുന്ന മുദ്രാവാക്യവും. പക്ഷേ പല ഘട്ടത്തിലും അവർ സ്ഥാനാർഥികളുടെ മൂല്യം നോക്കിയാണ് പിന്തുണ കൊടുക്കാറ്. എനിക്ക് പിന്തുണ തരാതിരുന്നതിലല്ല വിഷമം തോന്നിയത്, എന്നേക്കാൾ വ്യക്തിപരമായി 'മൂല്യം' ഉള്ളത് എം പി ഗംഗാധരനാണെന്നുള്ള ജമാഅത്തെ ഇസ്ലാമിയുടെ കണ്ടെത്തൽ എന്നെ വല്ലാതെ വേദനിപ്പിച്ചു. തിരൂരങ്ങാടിയിലെ, കക്കാട് വച്ച് നടന്ന ജമാഅത്തെ ഇസ്ലാമിയുടെ സംസ്ഥാന സമ്മേളനത്തിൽ വച്ച് പുസ്തകപ്രകാശനകർമം നിർവഹിക്കാൻ ഈ മൂല്യം കുറഞ്ഞ എന്നെ ഒരുകൊല്ലം മുമ്പ് വിളിച്ച് ആദരിച്ചിരുന്നതോർത്ത് ഞാൻ ദുഃഖിച്ചുപോയി. ഏതായാലും എല്ലാ പ്രഹരവും കൂടി ഒന്നായി കിട്ടിയപ്പോൾ ഞാൻ 6706 വോട്ടിന് 2001 ലെ തിരഞ്ഞെടുപ്പിൽ പൊന്നാനിയിൽ തോറ്റുപോയി.

2001 മെയ് 10 ന് നടന്ന തിരഞ്ഞെടുപ്പിൽ ഐക്യജനാധിപത്യമുന്നണി 99 സീറ്റ് നേടി വലിയ വിജയം കൈവരിച്ചു. മെയ് 17 ന് ആന്റണി മുഖ്യമന്ത്രിയായി ഇരുപതംഗ മന്ത്രിസഭ അധികാരമേറ്റെടുത്തു. മലമ്പുഴയിൽ മത്സരിച്ചു ജയിച്ച വി എസ് അച്യുതാനന്ദൻ പ്രതിപക്ഷ നേതാവായി. 41 അംഗങ്ങൾ മാത്രമാണ് ഇടതുപക്ഷ ജനാധിപത്യമുന്നണിക്കുണ്ടായിരുന്നത്.

വലിയ ഭൂരിപക്ഷവും അധികാരസിദ്ധിയും കോൺഗ്രസിൽ ഗ്രൂപ്പുപോരിന് ശക്തിപകർന്നു. ആന്റണി മുഖ്യമന്ത്രി ആയപ്പോൾതന്നെ കെ മുരളീധരനെ കേരള പ്രദേശ് കോൺഗ്രസ് പ്രസിഡന്റായി നിയമിച്ചു. മുഖ്യമന്ത്രിസ്ഥാനം കൈവിട്ട അന്നുമുതൽ അസന്തുഷ്ടനായിരുന്ന കരുണാകരൻ വിമർശനത്തിന്റെയും ആക്ഷേപത്തിന്റെയും പാതയിൽ മുന്നോട്ടുപോയി. അധികം താമസിയാതെ കോൺഗ്രസ് രണ്ടു പാർട്ടികളെപ്പോലെയാണ് പ്രവർത്തിച്ചിരുന്നത്. ഒറ്റ കരളും ജീവനും ആണെങ്കിലും ഇരുമെയ്യായിത്തീർന്നു. അതിനിടയ്ക്കാണ് രാജ്യസഭാ തിരഞ്ഞെടുപ്പ് വന്നത്. അതിൽ കോൺഗ്രസിൽ ഒരു വിമത സ്ഥാനാർഥി കോടോത്ത് ഗോവിന്ദൻ നായർ മത്സരിച്ചു പരാജയപ്പെട്ടത് ഭിന്നത വർധിപ്പിച്ചു. പിന്നെയാണ് എറണാകുളം പാർലമെന്റ് സീറ്റിൽ ഉപതെരഞ്ഞെടുപ്പ് ഉ

മുത്തങ്ങാ സമരം

ണ്ടായത്. അതിൽ കോൺഗ്രസിന്റെ ഔദ്യോഗിക സ്ഥാനാർഥിക്കെതിരെ കരുണാകരൻ ഗ്രൂപ്പ് പരസ്യമായിത്തന്നെ പ്രവർത്തിച്ചു. അതോടെ കരുണാകരപക്ഷത്തുനിന്ന് പലരും മറുകണ്ടം ചാടി. എങ്കിലും കരുണാകരൻ എറണാകുളത്ത് വിളിച്ചുചേർത്ത ഗ്രൂപ്പ് സമ്മേളനത്തിൽ നേതാക്കളില്ലെങ്കിലും ജനബാഹുല്യംകൊണ്ട് അതൊരു വമ്പിച്ച റാലിയായി മാറി.

കോൺഗ്രസിലെ സ്ഥിതി അതായിരുന്നെങ്കിൽ രണ്ടാം കക്ഷിയായിരുന്ന മുസ്ലിം ലീഗിനകത്തും പ്രശ്നങ്ങൾ ഉരുണ്ടുകൂടിവന്നു. അഴിമതി ആരോപണങ്ങളും വ്യവസായ മന്ത്രി കുഞ്ഞാലിക്കുട്ടി എറണാകുളത്ത് നടത്തിയ ഗ്ലോബൽ ഇൻവെസ്റ്റ്മെന്റ് മീറ്റും(GIM) ഗുണത്തെക്കാളേറെ ദോഷമാണ് വരുത്തിവച്ചത്. 2003 ജനുവരി 18 നായിരുന്നു ജിം (GIM). ലോകവ്യവസായികളെന്ന പേരിൽ കൊച്ചിയിൽ ഒരു മാമാങ്കം നടത്തി. മൂന്നു ദിവസത്തെ സമ്മേളനത്തിന് ഒന്നരക്കോടി രൂപ ചെലവായി എന്ന് കേട്ടിരുന്നു. മൂന്നാം ദിവസം വ്യവസായ മൂലധന നിക്ഷേപത്തിന്റെ കുറേ പ്രഖ്യാപനങ്ങൾ നടന്നു എന്നല്ലാതെ ആ പേരിൽ ഇന്നുവരെ ഒരു 'ചായമക്കാനി' പോലും ഉണ്ടായില്ല.

ആയിടയ്ക്കാണ് കുഞ്ഞാലിക്കുട്ടി ഉംറക്ക് മക്കത്ത് പോയത്. അവിടെവച്ചു സത്യം പുലരട്ടെ എന്ന അദ്ദേഹത്തിന്റെ പ്രാർഥന സ്വീകരിച്ച മട്ടായിരുന്നു ഇന്ത്യാവിഷന്റെയും റജീനയുടെയും വെളിപ്പെടുത്തൽ. അതിൽ ക്ഷുഭിതരായ തന്റെ അനുയായികൾ കോഴിക്കോട് വിമാനത്താവളത്തിൽ വന്നിറങ്ങിയ നേതാവിനു നൽകിയ സ്വീകരണം ഒരു യുദ്ധക്കളമായി മാറി. പത്രക്കാർക്കും സ്ത്രീകൾക്കും മർദനമേറ്റു. ഫോട്ടോഗ്രാഫർമാരുടെ ക്യാമറകൾ തല്ലിപ്പൊളിച്ചു. വിമാനത്താവളത്തിൽ പച്ചക്കൊടി നാട്ടി, കറാച്ചിയാക്കി. തുടർന്നുണ്ടായ പത്രക്കാരുടെ സംഘടിത സമരത്തിനു മുമ്പിൽ പൊറുതിമുട്ടി കുഞ്ഞാലിക്കുട്ടി രാജിവച്ചു.

ഇതിന്റെയെല്ലാം കൂടെത്തന്നെ വന്ന ഒരു വിനയായിരുന്നു 2003ലെ മാറാട് രണ്ടാം കലാപം. അതിൽ ഒമ്പത് നിരപരാധികളെയാണ് വാളുകൊണ്ട് വെട്ടിക്കൊന്നത്. അതിൽ യു ഡി എഫ് ഭരണകൂടം സ്വീകരിച്ച നിലപാട് ഏറെ വിമർശിക്കപ്പെട്ടു. പൊലീസും ഭരണവും അക്രമികളെ സഹായിക്കുന്ന നിലപാടെടുത്തു എന്നായിരുന്നു ആക്ഷേപം.

ആന്റണി ഭരണത്തിന്റെ കൊട്ടിക്കലാശമായിരുന്നു ജാനുവിന്റെ മുത്തങ്ങാ ആദിവാസിസമരം. സ്വതവെ പ്രശ്നങ്ങളെക്കൊണ്ടു തലതല്ലിപൊളിക്കേണ്ട സ്ഥിതിയായിരുന്നു അന്ന് ആന്റണിയുടേത്. ഇടിപറ്റിയവനെ പാമ്പ് കടിച്ചു എന്നുപറഞ്ഞപോലെയാണ് മുത്തങ്ങാസമരം പൊട്ടിവീണത്. യാഥാർഥത്തിൽ അത് വരുത്തിവച്ച വിനയായിരുന്നു. മുൻ നായനാർഭരണം ഭൂരഹിതരായ ആദിവാസികൾക്ക് ഭൂമി കൊടുക്കാനുള്ള നിയമവും ചട്ടങ്ങളും ഉണ്ടാക്കിയിരുന്നു. അത് പൊളിക്കാനും തങ്ങളാണ് ആദിവാസി ബന്ധുക്കളെന്നു വരുത്താനും ഒരു ഭരണവിലാസം സമരം ജാനുവിന്റെ നേതൃത്വത്തിൽ യു ഡി എഫ്തന്നെ സെക്രട്ടറിയറ്റിന്റെ മുമ്പിൽ സംഘടിപ്പിച്ചു. അത് ഒന്നരമാസം നീണ്ടുനിന്നു. അതിന്റെ പര്യവസാനം ഗവർമെണ്ടും ആദിവാസികളും തമ്മിൽ ഒരു കരാറുണ്ടാക്കി.

ആ കരാർ പ്രകാരമാണ്, നായനാർ ഭരണത്തിലെ നിയമപ്രകാരമല്ല, ആദിവാസികൾക്ക് ഭൂമി കിട്ടിയത് എന്നു വരുത്തിത്തീർക്കാനായിരുന്നു സമരവും കരാറും. കരാറിലെ വ്യവസ്ഥയിൽ പ്രധാനപ്പെട്ടത് (1) ഭൂമിയില്ലാത്ത എല്ലാ ആദിവാസിക്കും 5 ഏക്കർ വീതം ഭൂമി പതിച്ചുകൊടുക്കും (2) 300 ആദിവാസി യുവാക്കൾക്ക് 6 മാസത്തിനകം വനത്തിൽ വാച്ചർ ജോലി കൊടുക്കും എന്നും മറ്റുമായിരുന്നു.

കരാറിലെ വ്യവസ്ഥകൾ വിളംബരം ചെയ്യാൻ മുഖ്യമന്ത്രി ആന്റണിയുടെ നിർദേശപ്രകാരം 2002 ജനുവരി ഒന്നിന് ഇടുക്കി ജില്ലയിൽ മറയൂർ ആദിവാസി കോളനിയിൽ ആദിവാസികൾക്ക് സൗജന്യമായി ഭൂമി കൊടുക്കുന്നതിന്റെ സംസ്ഥാനതല ഉദ്ഘാടനം സംഘടിപ്പിച്ചു. ഉദ്ഘാടന സമ്മേളനം ഒരു ഉത്സവമായിരുന്നു. കൊട്ടും വാദ്യവും പാട്ടും കളിയും ആവേശകരമാക്കി. ഹരം മൂത്ത ആന്റണി ആദിവാസികളുടെ കൂടെ തലയിൽ പാളത്തൊപ്പി ധരിച്ച് കൈയിൽ കോലെടുത്ത് അവരുടെ കൂടെ കോൽക്കളി കളിക്കുന്നത് ജനം ടെലിവിഷൻ ചാനലിലൂടെ കണ്ടു. ഉത്സവമല്ലാതെ, ഉപകാരം ഉണ്ടായില്ല. ഈ കരാറിന്റെ ലംഘനമായിരുന്നു ജാനുവിന്റെ മുത്തങ്ങാ സമരത്തിന് കാരണം.

മുത്തങ്ങയിൽ കേറിയ ആദിവാസികൾ ഒന്നരമാസം അവിടെ കുടിലുകൾ കെട്ടിയും ഭക്ഷണം പാകം ചെയ്തും കാടുവെട്ടി കൃഷിസ്ഥലമാക്കിയും താമസിച്ചു. അവസാനം ഫോറസ്റ്റ് ഉദ്യോഗസ്ഥരും അവരുടെ ഗുണ്ടകളും ഒഴിപ്പിക്കാൻ ശ്രമം തുടങ്ങി. കുടിലുകളും മറ്റും തീയിട്ടു. കണ്ണിൽ ചോരയില്ലാതെ, അവിടെ മുഴുവൻ തീവെച്ചതിനാൽ ആദിവാസികളുടെ മുഴുവൻ ജീവിതസമ്പാദ്യങ്ങളും കത്തി നശിച്ചു. തീയിൽ പെട്ട് ആളപായവും ഉണ്ടായി എന്നു ശ്രുതി പരന്നു. ആദിവാസികൾ സംഘടിച്ചു തിരിച്ചടിക്കാൻ ശ്രമം നടത്തി. അവർ അക്രമം ചെയ്തവരെ കാണിച്ചുകൊടുക്കണം എന്നാവശ്യപ്പെട്ട് ഫോറസ്റ്റ് ഉദ്യോഗസ്ഥരെയും ഒരു പൊലീസുകാരനെയും ബന്ദിയാക്കി. ആ ബന്ദികളെ മോചിപ്പിക്കാനാണ് സംഘടിത പൊലീസ് നടപടിയും വെടിവയ്പ്പും നടന്നത്. രണ്ടുഭാഗത്തും ഒന്നുവീതം മരിച്ചു എന്നു മുഖ്യമന്ത്രി പറഞ്ഞു. നാല് ആദിവാസി

കൾ മരിച്ചു എന്ന് അന്നത്തെ പട്ടികജാതി–വർഗ ക്ഷേമ മന്ത്രി കുട്ടപ്പൻ പറയുകയുണ്ടായി. എന്നാൽ സ്ഥലത്തുനിന്ന് കിട്ടിയ വിവരങ്ങൾ വെച്ചു പരിശോധിക്കുമ്പോൾ മരണം അമ്പത്തിരണ്ടിലധികമാണെന്ന് എല്ലാവർക്കും ബോധ്യമായിരുന്നു. മരിച്ചവരെ ജെ സി ബി കൊണ്ടുപോയി കുഴിച്ചുമൂടുകയാണുണ്ടായത്. വിവിധ കക്ഷി നേതാക്കൾ സ്ഥലത്തെത്തി. സി പി ഐ എം സംസ്ഥാന സെക്രട്ടറി പിണറായി വിജയൻ അവിടെ ക്യാമ്പ് ചെയ്ത് വിവരങ്ങൾ ശേഖരിക്കുകയും സഹായങ്ങൾ ചെയ്യുകയുമുണ്ടായി. ഞാനും പാലോളി മുഹമ്മദ് കുട്ടിയും അവിടെ എത്തി. ആരെയും വനത്തിൽ പ്രവേശിക്കാൻ അനുവദിച്ചിരുന്നില്ല. അത് നിജഃസ്ഥിതി മറച്ചുപിടിക്കാനായിരുന്നു എന്ന് ഞങ്ങൾക്ക് ബോധ്യമായി. അതിനിടയിൽ ഒളിവിൽപോയ ജാനു, ആദിവാസികളെ പൊലീസ് അറസ്റ്റ് ചെയ്തുകൊണ്ടുപ്പോയി ലോക്കപ്പിലിട്ടു ക്രൂരമായി മർദിക്കുന്നുണ്ടെന്നറിഞ്ഞ് കാട്ടിൽ നിന്നിറങ്ങിവന്ന് സ്റ്റേഷനിൽ പോയി. ജാനുവിനെ ഒളിവിൽനിന്ന് അറസ്റ്റ് ചെയ്തു എന്ന് രേഖപ്പെടുത്തി ലോക്കപ്പിലിട്ടു നന്നായി മർദിച്ചു.

ഇതെല്ലാംകൂടി ഒരുമിച്ചു വന്നപ്പോൾ മിഴിച്ചുനിന്ന ആന്റണിയെ നോക്കി ഘടകകക്ഷികൾ ശക്തമായ വിമർശനങ്ങൾ അഴിച്ചുവിട്ടു. ലീഗും മാണി കേരള കോൺഗ്രസുമായിരുന്നു വിമർശകർ. ആന്റണിക്കും ശുണ്ഠി വന്നു. അദ്ദേഹം പറഞ്ഞു. ''ന്യൂനപക്ഷങ്ങളുടെ പേരിൽ ജാതി വികാരം ഇളക്കിവിട്ട് ചില പാർട്ടികൾ അനർഹമായ നേട്ടങ്ങൾ കൊയ്തെടുക്കുന്നു. അതാണ് കേരളത്തിന്റെ പുരോഗതിക്ക് തടസം'' എന്നും. അതോടെ ജാതി പാർട്ടികളായ ഘടകകക്ഷികൾ ഇളകി. ആന്റണിയുടെ പ്രസ്താവന ന്യൂനപക്ഷങ്ങളോടുള്ള ഒരു വെല്ലുവിളിയാണെന്നാണ് ലീഗും മാണിയും പ്രതികരിച്ചത്. 'ന്യൂനപക്ഷ വിരുദ്ധ പ്രസ്താവന' എന്നാണ് അതിനെ അവർ വിളിച്ചത്. അതോടെ ഐക്യജനാധിപത്യ മുന്നണി 'അനൈക്യ ഏകാധിപത്യമുന്നണി'യായി മാറി. ആന്റണി സർക്കാറിലെ ആഭ്യന്തര കലഹത്തിന്റെയും കോൺഗ്രസിന്റെ ഗ്രൂപ്പ് വഴക്കിന്റെയും മൂർധന്യത്തിലാണ് 2004 ലെ പാർലമെന്റ് തിരഞ്ഞെടുപ്പ് പ്രഖ്യാപിച്ചത്. തിരഞ്ഞെടുപ്പുഫലം ആന്റണി ഭരണത്തിന്റെ അന്ത്യംകുറിക്കുന്ന മരണവാറണ്ടായിരുന്നു.

ടി കെ ഹംസ പ്രസംഗിക്കുന്നു

36 മഞ്ചേരിയിലെ ചരിത്ര വിജയം

രണ്ടായിരത്തി നാല് മെയ് 10 ന് ആയിരുന്നു 14-ാം ലോക്സഭയിലേക്കുള്ള തിരഞ്ഞെടുപ്പ്. 2001 മേയ് 17 ന് അധികാരമേറ്റ ആന്റണി മന്ത്രിസഭ അപ്പോഴേക്ക് തികച്ചും മൂന്നുകൊല്ലം പൂർത്തിയാക്കിയിരുന്നു. മൂന്നുകൊല്ലത്തെ ഭരണം തികഞ്ഞ പരാജയമായിരുന്നു. അക്ഷരാർഥത്തിൽ കേരളജനത പൊറുതിമുട്ടിയിരുന്നു. അഴിമതി, അഹന്ത എന്നിവകൊണ്ടു ദുഷിച്ചുനാറി. വിദ്യാഭ്യാസ, വ്യവസായ വകുപ്പുകളിൽ അഴിമതിയുടെ ദുർഗന്ധം കേരള രാഷ്ട്രീയത്തെ മലിനപ്പെടുത്തി. വയനാട്ടിലെ സുൽത്താൻ ബത്തേരി ആർച്ച് ബിഷപ്പിനോടുവരെ കൈക്കൂലി ചോദിച്ചു കുഴപ്പത്തിലായ ലീഗിലെ രണ്ടു ജില്ലാ നേതാക്കളും ഒരു മുൻ എം എൽ എയും കോഴിക്കോട് ഒന്നാം ക്ലാസ് മജിസ്ട്രേറ്റ് കോടതിയിൽ പ്രതികളായി കേസ്വന്നു. കൊല്ലത്ത് സി എച്ച് മുഹമ്മദ്കോയ ട്രസ്റ്റ് മാനേജരോട് ആവശ്യപ്പെട്ട കോഴ കൊടുക്കാതെ വന്നപ്പോൾ ബി എഡ് കോളേജ് അനുവദിക്കാതിരുന്ന സംഭവം പരസ്യമായി.

വ്യവസായവകുപ്പിൽ 'ജിമ്മും', സ്മാർട്സിറ്റിയും പുകഞ്ഞുകൊണ്ടിരുന്നു. ഉംറക്ക് പോയി വന്ന കലാപം വേറെ. 2003ലെ മാറാട് രണ്ടാം കൂട്ടക്കൊല, ആദിവാസി സമരത്തിൽ മുത്തങ്ങയിലെ വെടിവയ്പ്പും മരിച്ചവരെ തീയിട്ടു കരിച്ചുകളഞ്ഞതും ഇങ്ങനെ കേരള ജനത വിറങ്ങലിച്ചുനിന്ന ഘട്ടത്തിലാണ് 14-ാം ലോക്സഭാ തിരഞ്ഞെടുപ്പിനുള്ള പ്രഖ്യാപനം വന്നത്.

സ്ഥാനാർഥി നിർണയത്തെപ്പറ്റി സി പി ഐ എമ്മിന്റെ സമ്പ്രദായം അനുസരിച്ച് സാധാരണഗതിയിൽ പാർട്ടി ജില്ലാ സെക്രട്ടറിയറ്റാണ് നിർദേശം സമർപ്പിക്കുക പതിവ്. അതനുസരിച്ച് ഞങ്ങൾ മലപ്പുറം ജില്ലാ സെക്രട്ടറിയറ്റ് യോഗം ചേർന്നു. ഞാൻ അന്ന് ജില്ലാ സെക്രട്ടറിയറ്റ് അംഗമായിരുന്നു. മേൽകമ്മറ്റിയിൽനിന്ന് പാലോളി മുഹമ്മദ് കുട്ടിയും പങ്കെടുത്തിരുന്നു. പത്തംഗ ജില്ലാസെക്രട്ടറിയറ്റിലെ ഒമ്പതംഗങ്ങളും ഒരേ അഭിപ്രായക്കാരായിരുന്നു. "ജയിക്കും എന്നൊന്നും പറയുന്നില്ല, ടി കെ ഹംസ നിന്നാൽ നമുക്ക് ഒരു നല്ല പോരാട്ടം നടത്താം, ചിലപ്പോൾ ജയിച്ചുകൂടായ്കയില്ല" എന്നായിരുന്നു ഒമ്പതാളും ഏകകണ്ഠമായി പറഞ്ഞ അഭിപ്രായം. അവസാനം എന്നോട് അഭിപ്രായം എന്താണെന്നു പറയാൻ ആവശ്യപ്പെട്ടു. ഞാൻ പറഞ്ഞത് "നമ്മുടെ സംഘടനാ ശൈലി അനുസരിച്ച് ഭൂരിപക്ഷം പറഞ്ഞ അഭിപ്രായം ന്യൂനപക്ഷം സ്വീകരിക്കണം എന്നല്ലെ, ഇവിടെ ഒമ്പതാളും പറഞ്ഞ അഭിപ്രായത്തെ ഞാൻ എതിർക്കുന്നില്ല, ഈ വെല്ലുവിളി ഞാൻ സ്വീകരിച്ചിരിക്കുന്നു" എന്നായിരുന്നു.

ഉടനെ അത് കമ്മിറ്റി തീരുമാനമായി അംഗീകരിച്ചു. രണ്ടാംദിവസം അതിനെ മേൽക്കമ്മിറ്റി അംഗീകരിച്ചതായി പാലോളി അറിയിച്ചു. അപ്പോൾ ശരിക്കും ഒന്നരമാസം പ്രവർത്തിക്കാൻ സമയം ഉണ്ടായിരുന്നു. ഞാൻ പാലോളിയോട് ചോദിച്ചു, പാർട്ടിയുടെ ഔദ്യോഗിക പ്രഖ്യാപനം വരാൻ കാത്തുനിൽക്കാതെ ഞാൻ പ്രവൃത്തി തുടങ്ങട്ടെ എന്ന്. അദ്ദേഹം 'ശരി' എന്നു സമ്മതം മൂളി. പിന്നെ ഒരുനിമിഷം പാഴാക്കാതെ ഓട്ടം തുടങ്ങി. ആദ്യം പോയത് കുടുംബബന്ധമുള്ളവരെ കാണാനാണ്. പാർലമെന്റ് മണ്ഡലത്തിലെ എല്ലാ മണ്ഡലങ്ങളിലും എനിക്ക് കുടുംബങ്ങളോ ബന്ധുക്കളോ ഉണ്ട്. അവരുടെ വീടുകളിലെല്ലാം ഞാൻ നേരിട്ടുപോയി. പിന്നെ വ്യക്തിപരമായ ബന്ധങ്ങളുള്ള സുഹൃത്തുക്കൾ, ഒപ്പം പഠിച്ചവർ, ഒന്നിച്ചു പന്ത് കളിച്ചവർ അങ്ങനെയുള്ള സ്നേഹിതന്മാരെയെല്ലാം കണ്ടു. മണ്ഡലത്തിലെ എല്ലാ നമ്പൂതിരി ഇല്ലങ്ങളിലും ഞാൻ പോയി. ചുരുക്കത്തിൽ ഈ പടയോട്ടംതന്നെ മണ്ഡലത്തിനകത്ത് ഉഴുത് മറിക്കാൻ എനിക്ക് അവസരമുണ്ടായി. ഞാൻ ജനിച്ച വണ്ടൂരും പഠിച്ച നിലമ്പൂരും മൂന്നു തവണ അസംബ്ലിയിലേക്ക് മത്സരിച്ചു ജയിച്ച ബേപ്പൂരും എൽ ഡി എഫിന് നല്ല വേരോട്ടമുള്ള കുന്നമംഗലവും മഞ്ചേരി പാർലമെന്റ് മണ്ഡലത്തിലായിരുന്നു അന്ന്. ഇതായിരുന്നു എന്റെ ആത്മധൈര്യത്തിനുള്ള പ്രചോദനം.

അതിനിടയ്ക്ക് സ്ഥാനാർഥി പ്രഖ്യാപനം ഔദ്യോഗികമായി വന്നു. എതിർസ്ഥാനാർഥിയെയും നിശ്ചയിച്ചു. ഐക്യജനാധിപത്യമുന്നണിയിലെ മുസ്ലിംലീഗിന്റെ ജില്ലാസെക്രട്ടറി കെ പി എ മജീദായിരുന്നു എന്റെ എതിർസ്ഥാനാർഥി. വ്യക്തിപരമായി ആക്ഷേപങ്ങളൊന്നും ഉള്ള ആളല്ല. യഥാർഥത്തിൽ അദ്ദേഹം വിവാഹം ചെയ്തത് എന്റെ അമ്മാവന്റെ മകളെയാണ്, ആ ബന്ധുത്വവും ഞങ്ങൾ തമ്മിലുണ്ട്. എന്തുകൊണ്ടോ മജീദിന്റെ സ്ഥാനാർഥിത്വം പൊതുവെ സ്വീകരിക്കപ്പെട്ടില്ല എന്ന ഒരു

തോന്നൽ പരക്കെ ഉണ്ടായി. അത് എനിക്ക് കുറച്ചുകൂടി അനുകൂല സാഹചര്യമുണ്ടാക്കി. മാത്രമല്ല ലീഗിന്റെ ചില നടപടികൾ അവരുടെ അണികളിൽതന്നെ മുറുമുറുപ്പുണ്ടാക്കിയതായി കണ്ടു. ദീർഘകാലം മഞ്ചേരി പാർലമെന്റ് മണ്ഡലത്തെ പ്രതിനിധീകരിച്ചിരുന്നത് ഇ അഹമ്മദായിരുന്നു. അദ്ദേഹം ഈ തിരഞ്ഞെടുപ്പിൽ പൊന്നാനി മണ്ഡലത്തിലേക്ക് മാറി. മുസ്ലിംലീഗിന്റെ അഖിലേന്ത്യാ പ്രസിഡന്റും നിലവിലുള്ള പൊന്നാനി എംപിയും ആയിരുന്ന ബനാത്ത്വാലെയെ കാലുവാരിക്കൊണ്ടായിരുന്നു ആ മാറ്റം. അതിനെപ്പറ്റി പത്രക്കാർ ചോദിച്ചപ്പോൾ "സീനിയർ നേതാക്കൾ കൂടുതൽ സുരക്ഷിതമായ സീറ്റിൽ മത്സരിക്കും" എന്ന മറുപടിയാണ് അഹമ്മദ് പറഞ്ഞത്. ധാർഷ്ട്യം നിറഞ്ഞ മറുപടിയായാണ് ജനം ആ പ്രസ്താവന കേട്ടത്. മാത്രമല്ല, മഞ്ചേരി മണ്ഡലം സുരക്ഷിതമല്ല എന്നൊരർഥംകൂടി ജനങ്ങൾക്കിടയിൽ ചർച്ചാവിഷയമായി. ഈ തീരുമാനങ്ങൾക്കിടയിലാണ് രാജ്യസഭാ തിരഞ്ഞെടുപ്പ് വന്നത്. ലോക്സഭയിലേക്ക് സീറ്റ് നിഷേധിക്കപ്പെട്ട അഖിലേന്ത്യാ പ്രസിഡന്റ് ബനാത്ത്വാലക്ക് അത് കൊടുക്കും എന്ന് ലീഗ് അണികൾ ന്യായമായും വിചാരിച്ചിരുന്നു. എന്നാൽ അത് സമ്പന്നനായ ഗൾഫുകാരൻ പി വി അബ്ദുൽവഹാബിനാണ് അനുവദിച്ചത്. അതൊരു പേയ്മെന്റ് സീറ്റാണെന്നു പരക്കെ സംസാരമുണ്ടായിരുന്നു. കാരണം വഹാബ് അന്ന് ലീഗിൽ ഒരു കമ്മിറ്റിയിലും ഉണ്ടായിരുന്നില്ല.

ഇതിനെല്ലാം പുറമെ മുസ്ലീം സമുദായത്തിൽ പ്രബലമായ എ പി സുന്നി വിഭാഗത്തെ വഖഫ് ബോർഡിൽനിന്നും ഹജ്ജ് കമ്മിറ്റിയിൽനിന്നും ഒഴിവാക്കി. അവർക്ക് ഒരു വിദ്യാഭ്യാസ സ്ഥാപനംപോലും അനുവദിക്കാതെ അവഗണിച്ചു. "എ പി സുന്നികളുടെ വോട്ട് ഞങ്ങൾക്ക് വേണ്ട" എന്നുവരെ ധാർഷ്ട്യത്തോടെ പ്രഖ്യാപിച്ചത് അവർക്ക് വലിയ വേദനയായി.

മാത്രമല്ല 2001ലെ അസംബ്ലി തിരഞ്ഞെടുപ്പുകാലത്ത് ഉമ്മൻചാണ്ടിയും കുഞ്ഞാലിക്കുട്ടിയും അബ്ദുന്നാസർ മഅ്ദനിയെ ജയിലിൽ പോയിക്കണ്ടാണ് അവർക്ക് കുന്ദമംഗലം, കഴക്കൂട്ടം എന്നീ രണ്ട് സീറ്റുകൾ കൊടുത്ത് സഖ്യം ഉണ്ടാക്കിയത്. അധികാരത്തിൽ വന്നാൽ മഅ്ദനിയെ ജയിലിൽനിന്ന് ഇറക്കിക്കൊണ്ടുവരും എന്നും അവർ ഉറപ്പുകൊടുത്തിരുന്നു. എന്നാൽ മൂന്നുകൊല്ലം ഭരണത്തിലിരുന്നിട്ടും അവർ മഅ്ദനിയെ തിരിഞ്ഞുനോക്കിയില്ല. അതിന്റെ അമർഷം പി ഡി പിക്കും യു ഡി എഫിനോടുണ്ടായിരുന്നു.

ഇതിനെല്ലാം പുറമെ കോൺഗ്രസിലെ ഗ്രൂപ്പ്വഴക്കു കൂടുതൽ ശക്തിപ്പെട്ടുവന്നു. ആർ എസ് പി ശരിക്കും പിളർന്നു. അല്ലെങ്കിൽതന്നെ ഒരു ചെറിയ പാർട്ടി, അത് പിളരുകയുംകൂടി ചെയ്താൽ എന്താ സ്ഥിതി– പറയേണ്ടതില്ല. ഇടതുപക്ഷമുന്നണി പാർലമെന്റ് തിരഞ്ഞെടുപ്പിൽ സ്വീകരിച്ച നയം, പാർലമെന്റിലെത്തിയാൽ ബി ജെ പി ഭരണം ഒഴിവാക്കാൻ കോൺഗ്രസാണെങ്കിലും ഞങ്ങൾ സഹായിക്കും എന്നതായിരു

ന്നു. ഈ തീരുമാനം സ്വതവെ ലീഗിനോടു വിരോധമുള്ള ജില്ലയിലെ കോൺഗ്രസുകാർക്ക് എനിക്ക് വോട്ടു ചെയ്യാൻ പ്രചോദനമായി.

ഏതുനിലയ്ക്കും ഏറ്റവും നല്ല ഒരനുകൂല സാഹചര്യംതന്നെ ഇടതുപക്ഷ മുന്നണിക്കനുകൂലമായി പൊതുവെ കേരളത്തിൽ ഉണ്ടായി. പ്രത്യേകിച്ച് മലപ്പുറം ജില്ലയിൽ മഞ്ചേരി മണ്ഡലത്തിൽ എനിക്ക് വിജയിക്കാനാവശ്യമായ ഒരു നിലപാട് ഞാൻ വ്യക്തമായി കണ്ടു. തിരഞ്ഞെടുപ്പ് പ്രവർത്തനങ്ങളും പ്രചാരണ പരിപാടികളും ആവേശകരമായും ഊർജസ്വലതയോടെയും മുന്നേറി. സ്ഥാനാർഥിപര്യടനം തീർന്നപ്പോഴേക്കു തന്നെ ഞാൻ വിജയിക്കും എന്ന് എനിക്ക് ഉറച്ച വിശ്വാസമുണ്ടായിരുന്നു. ആ വിവരം അന്നുതന്നെ നേതാക്കളെ അറിയിച്ചിരുന്നു. ശുഭാപ്തിവിശ്വാസത്തോടെ തിരഞ്ഞെടുപ്പ് പ്രചാരണ പരിപാടികൾ 2004 മെയ് എട്ടിന് അഞ്ചുമണിക്ക് അവസാനിപ്പിച്ചു.

പത്താം തീയതിയാണ് പോളിങ്. താമസിക്കുന്ന വീട്ടിൽനിന്നു നടന്നുപോയി മുള്ളമ്പാറ എൽ പി സ്കൂളിൽ എനിക്ക് തന്നെ ഞാൻ വോട്ടു ചെയ്തു. പിന്നെ കാറെടുത്ത് മണ്ഡലത്തിൽ ഒന്നു ചുറ്റി. എല്ലാ ബൂത്തിലും എത്താൻ സാധിക്കുമായിരുന്നില്ല. കണ്ടേടത്തോളം വലിയ നീണ്ട 'ക്യൂ' തന്നെ. പർദധാരികളായ സ്ത്രീകൾ ധാരാളം. മുൻകാലങ്ങളിലെല്ലാം അങ്ങനെ കണ്ടാൽ മലപ്പുറം ജില്ലയിൽ അത് ലീഗിന്റെ വിജയം ഉറപ്പാക്കിയിരുന്നു. എന്നാൽ ഈ തവണ അതിൽ വലിയ ഒരു മാറ്റമാണ് കണ്ടത്. വിജയിക്കും എന്ന ശുഭപ്രതീക്ഷയോടെ 6 മണിക്ക് മലപ്പുറം ജില്ലാപാർട്ടി ഓഫീസിൽ തിരിച്ചെത്തി, സഖാക്കളെക്കണ്ടു കുശലം പറഞ്ഞു അൽപ്പനേരം ഇരുന്നു, വീട്ടിലേക്ക് മടങ്ങിപ്പോയി. പിന്നെ രണ്ടുദിവസം പൂർണ വിശ്രമമായിരുന്നു.

പതിമൂന്നിനായിരുന്നു വോട്ടെണ്ണലും ഫലപ്രഖ്യാപനവും. മലപ്പുറം കലക്ടറായിരുന്നു വരണാധികാരി. കലക്ടറേറ്റിൽതന്നെയായിരുന്നു വോട്ട് എണ്ണിയിരുന്നതും. രാവിലെ 8 മണിക്ക് തന്നെ വോട്ട് എണ്ണാനാരംഭിച്ചു. വോട്ടെണ്ണുന്ന ദിവസം രാവിലെ ഞാൻ വീട്ടിൽത്തന്നെ ഇരുന്നു. മലപ്പുറം ജില്ലയാണ്; മണ്ഡലം മഞ്ചേരിയും. ചരിത്രം അറിയുന്നവർക്ക് പ്രതീക്ഷയ്ക്ക് വകയില്ല. എന്നാൽ ഈ തവണ അതിൽ മാറ്റം വരും എന്ന് നല്ല പ്രതീക്ഷയുണ്ടെങ്കിലും ഭയം ഉള്ളിൽ ഉണ്ടായിരുന്നു. ജീവനില്ലാത്ത പാമ്പാണെങ്കിലും തൊട്ടുനോക്കാൻ ഒരു ഭയം സ്വാഭാവികമാണല്ലോ. ജയിച്ചാൽ അതൊരു ചരിത്ര വിജയംതന്നെ. വീട്ടുകാരെപ്പോലും വിളിക്കാതെ ഞാൻ ഒറ്റയ്ക്ക് ടി വിയുടെ മുന്നിലിരുന്നു. കംപ്യൂട്ടറായതുകൊണ്ട് എണ്ണൽപ്രക്രിയ വളരെ വേഗം നടക്കുന്നു.

ആദ്യത്തെ റൗണ്ട് എണ്ണിത്തീർന്നപ്പോൾ ഞാനും മജീദും ഒപ്പത്തിനൊപ്പം വന്നു. അപ്പോൾ മനസ്സമാധാനം. രണ്ടാം റൗണ്ടിലേക്ക് കടന്നപ്പോൾ തന്നെ എനിക്ക് നേരിയ മുൻതൂക്കം ഉണ്ടായി. അപ്പോൾ ഞാൻ ഭാര്യയെയും കുടുംബാംഗങ്ങളെയും എല്ലാം വിളിച്ചുവരുത്തി. മിനുട്ടുകൾക്കകം മുൻതൂക്കം വർധിച്ചു. പിന്നെ മുൻതൂക്കത്തിന്റെ വേഗത കൂടി. ഒ

രോ പത്ത് നിമിഷങ്ങൾ കൂടുമ്പോഴും വർധനയുടെ കണക്കുകൾ വന്നു കൊണ്ടിരുന്നു. ഭൂരിപക്ഷം പതിനായിരം കടന്നപ്പോൾ ആവേശവും ആ ഹ്ലാദവും കൂടിവന്നു. അതോടെ പാർട്ടി പ്രവർത്തകരും സുഹൃത്തുക്കളും ഫോൺവിളി തുടങ്ങി.

ഞാൻ അപ്പോൾ പാർട്ടി ജില്ലാസെക്രട്ടറി സ. കെ സൈതാലിക്കുട്ടിയെ വിളിച്ചു, വേഗം എന്റെ വീട്ടിലേക്കെത്താൻ പറഞ്ഞു. അദ്ദേഹം എത്തിയപ്പോഴേക്കും എന്റെ ഭൂരിപക്ഷം 25,000 കവിഞ്ഞിരുന്നു. അപ്പോൾ സമയം 12 മണി ആയിട്ടുണ്ടാകും. ഞാനും സൈതാലിക്കുട്ടിയും ചില സുഹൃത്തുക്കളും ഗേറ്റിൽ നിന്നിരുന്ന രണ്ടുമൂന്നു പൊലീസുകാരുംകൂടി ഭക്ഷണം കഴിച്ചു. ഞങ്ങൾ രണ്ടാളും മലപ്പുറം പാർട്ടി ജില്ലാകമ്മിറ്റി ഓഫീസിലേക്ക് പോയി. അവിടെ എത്തിയപ്പോഴേക്കും സഖാവ് പാലോളി മുഹമ്മദ്കുട്ടി, ഉമ്മർ മാസ്റ്റർ, മഞ്ഞളാംകുഴി അലി എം എൽ എ, ഡി വൈ എഫ് ഐ നേതാക്കളായ കെ പി അനിൽ, വി പി അനിൽ എന്നിവരും ധാരാളം പ്രവർത്തകരും ഓഫീസിനു മുമ്പിൽ തടിച്ചുകൂടിയിരുന്നു.

ഞാനും സ. സൈതാലിക്കുട്ടിയും കേറിച്ചെല്ലുമ്പോൾ തന്നെ പാലൊളി എന്നെ ഹാരമണിയിച്ച് കെട്ടിപ്പിടിച്ചു. ആഹ്ലാദത്തിന്റെ ഓലപ്പടക്കങ്ങൾ. സഖാക്കൾ വികാരഭരിതരായി തുള്ളിച്ചാടി. സ്വാതന്ത്ര്യം കിട്ടി അമ്പത്തേഴ് കൊല്ലം കഴിഞ്ഞതിന് ശേഷം ആദ്യമായിട്ടാണ് മലപ്പുറം ജില്ലയിൽ മുസ്ലിംലീഗിനെ പരാജയപ്പെടുത്തി ഒരു മതേതര ജനാധിപത്യ പാർട്ടിയിലെ സ്ഥാനാർഥി ജയിക്കുന്നത്. അതും മാർക്സിസ്റ്റ് കമ്യൂണിസ്റ്റ് പാർട്ടിയുടെ ഔദ്യോഗിക സ്ഥാനാർഥി. ലീഗിന്റെ ഭാഷയിൽ പറഞ്ഞാൽ ഖായിദെമില്ലത്ത് ഇസ്മായിൽ സാഹേബു മുതൽ സുലൈമാൻ സേട്ടു വരെയുള്ള നേതാക്കൾ മണ്ഡലം കാണാതെ ജയിച്ചുപോകുന്ന അനുഭവമായിരുന്നു മഞ്ചേരിയുടെ ചരിത്രം.

ഞാൻ നേരെ കലക്ടറാഫീസിൽ പോയി വോട്ടെണ്ണുന്ന മുറിയിൽ കടന്നു. അപ്പോഴേക്കും കൗണ്ടിങ് തീർന്നിരുന്നു. വരണാധികാരി കലക്ടർ എന്നെ ഹസ്തദാനം ചെയ്ത് ഇരിക്കാൻ പറഞ്ഞു. അതോടെ ഫലപ്രഖ്യാപനവും വന്നു. "മഞ്ചേരി പാർലമെന്റ് നിയോജകമണ്ഡലത്തിൽനിന്ന് 14–ാം ലോകസഭയിലേക്ക് ടി കെ ഹംസ 48,178 വോട്ട് ഭൂരിപക്ഷത്തിന് വിജയിച്ചു" എന്ന് പ്രഖ്യാപിച്ചു. വോട്ടുകണക്കിൽ ഒപ്പിട്ടു ഞാൻ പുറത്തിറങ്ങി. ഹാളിന് പുറത്ത് ഇടതുപക്ഷ മുന്നണി പ്രവർത്തകർ, പ്രത്യേകിച്ച് ഡി വൈ എഫ് ഐ പ്രവർത്തകർ നേതാക്കളായ കെ പി അനിൽ, വി പി അനിൽ എന്നിവരുടെ നേതൃത്വത്തിൽ കാത്തുനിൽപ്പുണ്ടായിരുന്നു. അവർ എന്നെ മാലയിട്ടു പൊക്കി മലപ്പുറം നഗരത്തിൽ ആഹ്ലാദപ്രകടനം നടത്തി.

പിന്നെ ഒരു തുറന്ന ജീപ്പിൽ മണ്ഡലത്തിന്റെ എല്ലാ മുക്കിലും മൂലയിലും സ്വീകരണവും നന്ദിപ്രകാശന പ്രസംഗവുമായി മൂന്നുനാലു ദിവസം കഴിഞ്ഞു. അതിനിടയ്ക്ക് പാർലമെന്റിലെ ലോക്സഭാ സെക്രട്ടറി ജനറൽ മൽഹോത്രയുടെ കത്ത് കിട്ടി. അഭിനന്ദനങ്ങൾ അറിയിക്കുക

യും പ്രാഥമികമായ ചില നടപടിക്രമങ്ങൾക്ക് ഡൽഹിയിൽ എത്താൻ ആവശ്യപ്പെടുകയും ചെയ്തുകൊണ്ടായിരുന്നു കത്ത്. അതുപ്രകാരം ഞാൻ 2004 ജൂൺ ഒന്നാം തീയതി ഇന്ത്യൻ എയർലൈൻസ് വിമാനത്തിൽ കോഴിക്കോട്ടുനിന്നും ഡൽഹിയിലേക്ക് പോയി.

ഞങ്ങൾക്കെല്ലാം താമസിക്കാൻ താൽക്കാലികമായി സൗകര്യം ഏർപ്പെടുത്തിയിരുന്നത് കേരള ഹൗസിലായിരുന്നു. ഞാൻ രാത്രി 8.30നാണ് എത്തിയത്. 9–ാം നമ്പർ മുറിയാണ് എനിക്ക് അനുവദിച്ചിരുന്നത്. ഞാൻ രാത്രി ഭക്ഷണം കഴിച്ച്മുറിയിൽ കിടന്ന് ഉറങ്ങിപ്പോയി. രാവിലെ ആറ് മണിക്ക് വാതിൽ തുറന്ന് നോക്കുമ്പോൾ തൊട്ടു എതിർവശത്ത് 10–ാം നമ്പർ മുറി തുറന്ന് പി വി അബ്ദുൽ വഹാബ്, രാജ്യസഭാ എം പി പുറത്തുവരുന്നു.

ഞങ്ങൾ രണ്ടാളും കൈപിടിച്ചു പൊട്ടിച്ചിരിച്ചു കെട്ടിപ്പിടിച്ച് അന്യോന്യം അഭിവാദ്യം ചെയ്തു. പൊട്ടിച്ചിരിക്ക് ഒരു കാരണമുണ്ടായിരുന്നു. രണ്ടു പാർട്ടിക്കാരാണെങ്കിലും ഞാനും വഹാബും വളരെ അടുത്ത സുഹൃത്തുക്കളും സ്നേഹിതന്മാരുമാണ്. കഷ്ടിച്ച് ഒരുമാസം മുമ്പാണ് വഹാബ് രാജ്യസഭയിലേക്ക് തിരഞ്ഞെടുക്കപ്പെട്ടത്. അതിനുശേഷം എന്റെ തിരഞ്ഞെടുപ്പ് പ്രചാരണ പ്രവർത്തനത്തിനിടയിൽ ഞങ്ങൾ ഒന്നു രണ്ടു തവണ കണ്ടുമുട്ടിയിരുന്നു.

ഒരിക്കൽ വഹാബ് എന്നോട് തമാശയ്ക്ക് പറഞ്ഞു ''ഇത് മഞ്ചേരിയാണ് കേട്ടോ, രക്ഷപ്പെടും എന്നു കരുതണ്ട'' എന്ന്. അതേ തമാശയിൽ ഞാനും തിരിച്ചടിച്ചു. "ഇക്കുറി ചരിത്രം മാറ്റിക്കുറിക്കും. നമുക്ക് ഡൽഹിയിൽനിന്നു കാണാം, അടുത്ത മുറിയിൽ ഞാനും ഉണ്ടാകും", വല്ലാത്ത ഒരു അത്ഭുതംതന്നെ. രാവിലെ യാദൃച്ഛികമായി മുറികളുടെ വാതിൽ തുറന്നപ്പോൾ ഞാൻ 9, വഹാബ് 10. തൊട്ടടുത്ത മുറികൾ. പ്രവചനം യാഥാർഥ്യമായതായിരുന്നു ഞങ്ങളുടെ ചിരിക്ക് കാരണം.

ഒരാഴ്ചയ്ക്കുള്ളിൽ എല്ലാ നടപടിക്രമങ്ങളും പൂർത്തിയാക്കി, ഒപ്പം സ്ഥിരമായി താമസത്തിന് ക്വാർട്ടേഴ്സും അനുവദിച്ചു. എനിക്ക് കിട്ടിയത് നോർത്ത് അവന്യു 35, 37 എന്ന ഡബിൾ ഫ്ളാറ്റ് ആയിരുന്നു. അത് മറ്റൊരു യാദൃച്ഛികമായ സന്തോഷത്തിന്നിടയായി. ഞാൻ ഡൽഹി സർവകലാശാലയിലെ കറസ്പോണ്ടൻസ് കോഴ്സിൽ ബി എ ക്ക് പഠിക്കുന്ന കാലത്ത് 1964 ൽ ഏതാനും മാസം ഡൽഹിയിൽ താമസിച്ചിരുന്നത് ഇതിന്റെ എതിർവശത്തുള്ള 222 ക്വാർട്ടേഴ്സിലായിരുന്നു. അത് രാജ്യസഭാംഗമായിരുന്ന പാലാട്ടു കുഞ്ഞിക്കോയ സാഹിബിന്റെതായിരുന്നു. അദ്ദേഹം എന്റെ നേതാവും ഒരകന്ന ബന്ധുവും കൂടി ആയിരുന്നതിനാലാണ് അവിടെ താമസിക്കാനിടയായത്. നാൽപ്പത് കൊല്ലങ്ങൾക്കുശേഷം ഞാനും എം പി ആയി അതേ നോർത്ത് അവന്യൂവിൽതന്നെ ഒരു ക്വാർട്ടേഴ്സിൽ എത്തി എന്നത് വികാരപരമായ ഒരനുഭവമായിരുന്നു.

പാർലമെന്റ് സെൻട്രൽ ഹാൾ

37 പാർലമെന്റ് അനുഭവങ്ങൾ

അങ്ങനെ 2004 ജൂൺ രണ്ടിന് 14-ാം ലോകസഭയുടെ ആദ്യ സമ്മേളനം ചേർന്നു. വലിയ പ്രതീക്ഷയോടും അതിലേറെ അഭിമാനത്തോടുംകൂടിയാണ് പാർലമെന്റ് സമ്മേളനത്തിൽ ആദ്യമായി പങ്കെടുക്കുന്നത്. സഭാഹാളിലേക്ക് കാലെടുത്തുവച്ചപ്പോൾ ശരീരം രോമാഞ്ചമണിയുന്നത്പോലെ തോന്നി. ഇന്ത്യൻ പാർലമെന്ററി ജനാധിപത്യത്തിന്റെ പ്രതീകമായ ലോക്സഭയിൽ ഒരംഗം എന്ന നിലയിൽ കടന്നു ചെല്ലാൻ കിട്ടിയ അവസരം, അത് പ്രദാനം ചെയ്യുന്ന മനോവികാരം, ആവേശം, അഭിമാനം എല്ലാം വിസ്തരിക്കാൻ എന്റെ ആവനാഴിയിൽ പദങ്ങളില്ല.

"പാൽകടൽ തിരമാലയേറിവരുന്നപോലെ പദങ്ങളെൻ
നാക്കിലങ്ങനെ നൃത്തമാണൊരു ഭോഷ്ക്ക് ചൊല്ലുകയല്ല ഞാൻ"
എന്ന് കുഞ്ചൻ നമ്പ്യാർ പാടിയതാണ് എനിക്ക് അപ്പോൾ ഓർമ വന്നത്. പക്ഷേ എനിക്ക് സന്തോഷംകൊണ്ടും ആവേശംകൊണ്ടും ഒന്നും പറയാൻ കഴിഞ്ഞിരുന്നില്ല. പണ്ഡിറ്റ് ജവഹർലാൽ നെഹ്റു മുതൽ എ കെ ജിവരെയുള്ള മഹാരഥന്മാരെ ഞാൻ ഓർത്തുപോയി. ഇന്ത്യയുടെ പരമാധികാരസഭയാണ് ലോക്സഭ. സാങ്കേതികമായി ഉപരിസഭ എന്ന് പറയുന്നത് രാജ്യസഭയാണ്. അതിലെ അംഗങ്ങളെ തിരഞ്ഞെടുക്കുന്നത്

ഇന്ത്യയിലെ സംസ്ഥാന നിയമസഭാ സാമാജികന്മാരാണ്. ലോക്സഭയിലെ അംഗങ്ങളെ ജനങ്ങൾ നേരിട്ട് തിരഞ്ഞെടുക്കുകയാണ്. അതിനാൽ ജനപ്രാതിനിധ്യമുള്ള വേദി എന്ന നിലയിൽ പ്രായോഗികമായി ലോക്സഭയാണ് ഉന്നതാധികാരസഭ.

നമ്മുടെ പാർലമെന്റ് മന്ദിരം ബ്രിട്ടീഷ് വാസ്തുശിൽപ്പകലയുടെ ഉന്നതമായ പൈതൃകമാണ്. ലോക്സഭാ ഹാളും രാജ്യസഭാ ഹാളും രണ്ടുഭാഗത്തായി സ്ഥിതി ചെയ്യുന്നു. അതിന്റെ നടുവിലായി വൃത്താകൃതിയിൽ ഒരു വലിയ സഭാഹാളുണ്ട്. അതിനെ 'സെൻട്രൽ ഹാൾ' എന്നാണ് പറയുക. ഈ ഹാളിൽ വച്ചായിരുന്നു ഇന്ത്യൻ ഭരണഘടന രൂപംകൊണ്ടത്. ഡോ. അംബേദ്കറും അല്ലാടി കൃഷ്ണസ്വാമി അയ്യരും പോലെയുള്ള മഹദ്‌വ്യക്തികൾ ഈ ഹാളിലിരുന്നുകൊണ്ടാണ് ഭരണഘടനയ്ക്ക് രൂപംനൽകിയത്. ദീർഘമായ വാഗ്വാദങ്ങൾക്കും ചർച്ചകൾക്കും ശേഷം നമ്മുടെ ഭരണഘടനാ നിർമാണസമിതി ഡോ. അംബേദ്കറുടെ അധ്യക്ഷതയിൽ പ്രഖ്യാപിച്ചു: "We the people of India having solemnly resolved to constitute India into a soverign democratic republic" (ഞങ്ങൾ, ഇന്ത്യയിലെ ജനങ്ങൾ, ഇന്ത്യയെ ഒരു പരമാധികാരമുള്ള ജനാധിപത്യ രാഷ്ട്രമായി പ്രഖ്യാപിക്കുന്നു) ഭരണഘടനയിലെ ആദ്യത്തെ ആമുഖ പ്രഖ്യാപനം. അതിനകത്ത് ആദ്യമായി കടന്നിരുന്നപ്പോൾ ഞാൻ ഓർത്തുപോയി അതെല്ലാം.

ഈ സെൻട്രൽ ഹാളിലാണ് എല്ലാ വർഷവും പാർലമെന്റിന്റെ ഇരുസഭകളിലെയും അംഗങ്ങളുടെ സംയുക്ത യോഗത്തിൽ ഇന്ത്യാ യൂണിയൻ പ്രസിഡന്റ് ഗവൺമെന്റിന്റെ നയപ്രഖ്യാപന പ്രസംഗം നടത്താറുള്ളത്. റിപ്പബ്ലിക്ദിനാഘോഷം പോലെയുള്ള ചടങ്ങുകളും ഇവിടെ നടത്താറുണ്ട്. വിദേശ രാഷ്ട്രങ്ങളുടെ നയതന്ത്ര പ്രതിനിധികളും രാഷ്ട്രത്തലവന്മാരും ഇവിടെതന്നെയാണ് പാർലമെന്റ് അംഗങ്ങളെ അഭിമുഖീകരിച്ചു സംസാരിക്കാറുള്ളതും.

ഇങ്ങനെയുള്ള ഔദ്യോഗിക ചടങ്ങുകൾ ഇല്ലാത്ത ബാക്കി മുഴുവൻ സമയങ്ങളിലും ഇരുസഭകളിലെയും അംഗങ്ങളും മുൻ അംഗങ്ങളും അവിടെ വന്നിരിക്കും. ടെലിവിഷനിലൂടെ പാർലമെന്റ് നടപടികൾ കാണാൻ അതിനകത്ത് സൗകര്യമുണ്ട്. മൂന്ന് ക്യാന്റീനുകൾ, വെജിറ്റേറിയൻ, നോൺ വെജിറ്റേറിയൻ, റെയിൽവെ കാന്റീൻ എന്നിവ അതിനകത്ത് പ്രവർത്തിക്കുന്നു. ഭക്ഷണസാധനങ്ങൾക്ക് ഗവൺമെന്റ് സബ്സിഡി അനുവദിക്കുന്നുണ്ട്. അതിനാൽ അംഗങ്ങൾ മിക്കവാറും അതിനകത്തുനിന്നുതന്നെയാണ് ഭക്ഷണം കഴിക്കാറ് പതിവ്.

പതിനാലാം ലോക്സഭയിൽ യു പി എ ക്കും എൻ ഡി എ ക്കും വ്യക്തമായ ഭരണ ഭൂരിപക്ഷം ഉണ്ടായിരുന്നില്ല. കൂട്ടത്തിൽ വലിയ പാർട്ടി യു പി എ തന്നെയാണ്. തിരഞ്ഞെടുപ്പുകാലത്ത് ഇടതുപക്ഷമുന്നണി വ്യക്തമാക്കിയ നയം, ബി ജെ പിയുടെ ഭരണം ഏതുനിലയ്ക്കും ഒഴിവാക്കും എന്നായിരുന്നു. അതിനാൽ ഒരു പൊതു മിനിമം പരിപാടിയു

ടെ അടിസ്ഥാനത്തിൽ ഇടതുപക്ഷപാർട്ടികൾ യു പി എ ക്ക് പിന്തുണ കൊടുത്തു. അങ്ങനെയാണ് യു പി എ ഗവൺമെന്റ് രൂപീകരിച്ചത്. മിനിമം പരിപാടിയിലെ യോജിച്ചെടുത്ത തീരുമാനങ്ങളിൽ പ്രധാനപ്പെട്ടവ – ഒന്ന്: ലാഭത്തിൽ നടക്കുന്ന പൊതുമേഖലാ സ്ഥാപനങ്ങൾ വിറ്റുതുലയ്ക്കാൻ പാടില്ല. രണ്ട്: സാമ്രാജ്യത്വശക്തികൾ അടിച്ചേൽപ്പിക്കുന്ന സാമ്പത്തികനയങ്ങൾ അപ്പടി ഇന്ത്യയിൽ നടപ്പാക്കരുത്. മൂന്ന്: ആഗോളവൽക്കരണത്തിന് പൂർണമായി കീഴടങ്ങരുത്. നാല്: വിദേശ മൂലധന നിക്ഷേപം പരമാവധി തടയണം തുടങ്ങിയ മർമപ്രധാനമായ ചില കാര്യങ്ങളായിരുന്നു. ഞങ്ങൾ, ഇടതുപക്ഷ പാർട്ടികൾ നിരുപാധിക പിന്തുണ എന്നല്ലാതെ, യാതൊരുതരത്തിലും പങ്കാളിത്തവും ആനുകൂല്യങ്ങളും സ്വീകരിക്കുന്നതല്ല. ഇങ്ങനെ ആയിരുന്നു പ്രധാന നിബന്ധനകൾ.

മേൽപ്പറഞ്ഞ തീരുമാനങ്ങൾക്ക് വിധേയമായി ഭരണം കുറേക്കാലം തുടർന്നു. ഏതാണ്ട് രണ്ടുകൊല്ലം കഴിയുമ്പോഴേക്ക് പതുക്കെ നയങ്ങളിലും കരാർ നിശ്ചയങ്ങളിലും ചില വ്യതിയാനങ്ങൾ കണ്ടുതുടങ്ങി. കണ്ണുചിമ്മി നവ ലിബറൽ നയങ്ങൾ നടപ്പാക്കാൻ ശ്രമങ്ങൾ ആരംഭിച്ചു. അതിന്റെ ഭാഗമായി ഇൻഷുറൻസ് മേഖലയിൽ എഫ് ഡി ഐ 261.42 ശതമാനമാക്കി ഉയർത്തി. വിദേശമാധ്യമങ്ങൾക്ക് ഇന്ത്യയിൽ സ്ഥാപനങ്ങളുണ്ടാക്കാനുള്ള അനുമതിയും രഹസ്യമായി നൽകി. ഇത്തരം കാര്യങ്ങളിൽ പ്രതിപക്ഷത്തെപ്പോലെ ഞങ്ങൾ എതിർക്കുകയും നിർണായക ഘട്ടങ്ങളിൽ പിന്തുണയ്ക്കുകയും ചെയ്തുവന്നു.

യഥാർഥത്തിൽ പ്രധാന പ്രതിപക്ഷം ബി ജെ പിയുടെ നേതൃത്വത്തിലുള്ള എൻ ഡി എ ആയിരുന്നു. അവർക്ക് യു പി എ ഭരണത്തിന്റെ ഇത്തരം സാമ്പത്തിക നയത്തിലൊന്നും എതിർപ്പുണ്ടായിരുന്നില്ല. ചില കാര്യങ്ങൾ മുൻ ഗവൺമെന്റിൽ അവർതന്നെ ആരംഭംകുറിച്ചതുമായിരുന്നു. അവരുടെ സ്വഭാവം അവർ പ്രഥമസമ്മേളനത്തിൽതന്നെ കാണിച്ചിരുന്നു. സമനില തെറ്റിയപോലെ ആയിരുന്നു ബി ജെ പിയും സഖ്യകക്ഷികളും സഭയ്ക്കകത്ത് പെരുമാറിയിരുന്നത്. ചെറിയ ചെറിയ കാരണങ്ങൾ കണ്ടുപിടിച്ച് സഭ സ്തംഭിപ്പിക്കുക, നടുത്തളത്തിലിറങ്ങി കടലാസുകൾ വലിച്ചു കീറി എറിയുക. ആർപ്പും വിളിയും നടത്തി സഭ നിർത്തിവയ്പ്പിക്കുക, സ്പീക്കർ സോമനാഥ ചാറ്റർജിക്കു നേരെപോലും ഒളിയമ്പുകളും ആരോപണങ്ങളും ഉന്നയിച്ച് അന്തസ്സില്ലാത്ത വിധമാണ് പെരുമാറിയിരുന്നതും. ഒരു നിലയ്ക്കും മര്യാദയ്ക്ക് സഭ നടത്തിക്കൊണ്ടുപോകാൻ അനുവദിച്ചിരുന്നില്ല.

മൂന്നുമാസം മുമ്പ് വരെ ഭാരതത്തിന്റെ ഭരണം നടത്തിയ രാഷ്ട്രീയ നേതൃത്വത്തിന്റെ സാന്നിധ്യത്തിലും അറിവോടും കൂടിയാണ് ഈ പേക്കൂത്തുകളെല്ലാം നടത്തിയിരുന്നത്. എൻ ഡി എ സഖ്യം തികച്ചും നിഷേധാത്മകവും നിരുത്തരവാദപരവുമായിട്ടായിരുന്നു പെരുമാറിയിരുന്നത്. 2004 ലെ പൊതുതിരഞ്ഞെടുപ്പിലെ പരാജയം സമ്മതിക്കാൻ ഒരിക്കലും അവർക്ക് മനസുണ്ടായിരുന്നില്ല.

ആദ്യംതന്നെ ബഹളം തുടങ്ങുന്നത്, കുറ്റാരോപിതരായ അംഗങ്ങളെ മന്ത്രിമാരാക്കരുത് എന്ന ഡിമാൻഡ് വച്ചുകൊണ്ടായിരുന്നു. അംഗങ്ങളും മന്ത്രിമാരും സത്യസന്ധരാകണം എന്ന കാര്യത്തിൽ ഞങ്ങൾക്കും തർക്കമുണ്ടായിരുന്നില്ല. എന്നാൽ ബാബറി മസ്ജിദ് തകർത്ത കേസിൽ, ഉപപ്രധാനമന്ത്രി ആയിരുന്ന അദ്വാനി, മുൻമന്ത്രിമാരായ മുരളിമനോഹർ ജോഷി, ഉമാഭാരതി എന്നിവർ പ്രതികളായിരുന്നു. പെട്രോൾ പമ്പ് കുംഭകോണകേസിൽ മുൻമന്ത്രി രാംനായക്ക്, തെഹൽക്ക അഴിമതിക്കേസിലും ശവപ്പെട്ടി കുംഭകോണത്തിലും എൻ ഡി എയുടെ കൺവീനർ, മുൻമന്ത്രി ജോർജ് ഫെർണാണ്ടസ് എന്നിവരും പ്രതികളായിരുന്നു. ഇത്തരം കാര്യങ്ങൾ നിരവധി വിസ്തരിക്കാനുണ്ട്. അതെല്ലാം വിസ്മരിച്ചുകൊണ്ട് യാതൊരു കാരണവുമില്ലാതെ പോലും ചില സന്ദർഭങ്ങളിൽ സഭ സ്തംഭിപ്പിക്കുന്നത് എൻ ഡി എ പ്രതിപക്ഷത്തിന്റെ സ്ഥിരം പരിപാടി ആയിരുന്നു.

എന്നാൽ ഈ വീറും വാശിയും ഒന്നുംതന്നെ ആണവക്കരാറിന്റെ കാര്യം വന്നപ്പോൾ ബി ജെ പിയുടെ ഭാഗത്തുനിന്ന് ഉണ്ടായില്ല. അവിടെയാണ് യു പി എയും ഇടതുപക്ഷവും തീർത്തും തെറ്റിപ്പിരിയുന്നത്. ഗവൺമെന്റിന്റെ പല നയങ്ങളോടും ശക്തമായ എതിർപ്പും വിമർശനവും സി പി ഐ എമ്മിനും ഇടതുപക്ഷ പാർട്ടികൾക്കുമുണ്ടായിരുന്നു. ബജറ്റിലെ പൊതുചർച്ചകളിൽതന്നെ അതെല്ലാം വിശദീകരിക്കുകയും വ്യക്തമാക്കുകയും ചെയ്തിരുന്നു. എന്നാൽ അത്തരം ചർച്ചകളിലൊന്നും ബി ജെ പി പങ്കെടുത്തിരുന്നില്ല.

പാർലമെന്റ് അംഗങ്ങളെല്ലാംതന്നെ ഏതെങ്കിലും ഒരു പാർലമെന്ററി കമ്മിറ്റിയിൽ അംഗമായി പ്രവർത്തിക്കണം എന്നതാണ് പാർലമെന്ററി ചട്ടം. ആ ചുവടുപിടിച്ചാണ് സംസ്ഥാന നിയമസഭാംഗങ്ങളും വിവിധ കമ്മിറ്റികളിൽ പ്രവർത്തിക്കുന്നത്. ഞാൻ 2004–2009 കാലയളവിൽ പ്രവർത്തിച്ചിരുന്നത് ആഭ്യന്തര വകുപ്പു കമ്മിറ്റിയിലായിരുന്നു. അതായത് Home Committee. അതിന്റെ അധ്യക്ഷ പ്രതിപക്ഷത്ത് അന്ന് സുഷമ സ്വരാജ് എന്ന ബി ജെ പി നേതാവായിരുന്നു. അവർ നല്ല ഭരണപാടവവും കുശാഗ്രബുദ്ധിയും ഉള്ള വനിതയാണ്. ഇപ്പോൾ ലോകസഭയിലെ പ്രതിപക്ഷ നേതാവാണ് അവർ.

ആഭ്യന്തര ഭരണം, മിലിട്ടറി, അതിർത്തി സംരക്ഷണസേന പ്രവർത്തനം ഇതെല്ലാം ഈ കമ്മിറ്റി പരിശോധിക്കേണ്ട വിഷയങ്ങളാണ്. അവയോട് ബന്ധപ്പെട്ട നിയമനിർമാണ കാര്യങ്ങളും പഠനവിധേയമാക്കണം. ഈ കമ്മിറ്റിയിൽ അന്ന് കേരളത്തിൽനിന്ന് ഞാൻ മാത്രമേ ഉണ്ടായിരുന്നുള്ളൂ. മൈസൂരുകാരനായ കരുണാകര റെഡ്ഡി, നവീൻ ജിണ്ടൽ, രാഹുൽഗാന്ധി, സച്ചിൻ പൈലറ്റ് എന്നീ യുവ എം പി മാരും ഉണ്ടായിരുന്നു. മൊത്തം ഇരുപത്തൊന്നംഗങ്ങൾ.

ഈ കമ്മറ്റിയിൽ ഇരുന്നതുകൊണ്ട് ഒരുപാട് കാര്യങ്ങൾ പഠിക്കാനും മർമപ്രധാനമായ രാജ്യരക്ഷാ പ്രാധാന്യമുള്ള പ്രദേശങ്ങൾ സന്ദർ

ശിക്കാനും എനിക്കവസരം കിട്ടി. ഹിമാചൽ പ്രദേശ്, ഉത്തരഖണ്ട്, ആസാം അതിർത്തി പ്രദേശങ്ങൾ, നാഗാലാൻഡ്, അരുണാചൽ പ്രദേശ് തുടങ്ങി സിക്കിം, ഭൂട്ടാൻ, ത്രിപുര, മണിപ്പൂർ എന്നിവിടങ്ങളിലെല്ലാം സന്ദർശനം നടത്തി. കുട്ടിക്കാലത്ത് 365 ദിവസവും മഴ പെയ്യുന്ന ഒരു സ്ഥലത്തിന്റെ പേര് പഠിച്ചിരുന്നു, അതാണ് "ചിറാപ്പുഞ്ചി". അവിടെ ഞങ്ങൾ ഒരു ദിവസം താമസിച്ചു. പക്ഷേ കാലം മാറിപ്പോയിട്ടുണ്ടാവാം, ഇപ്പോൾ അവിടെ അങ്ങനെതന്നെ മഴ പെയ്യുന്നില്ല. ഇവിടെയെല്ലാം പോകുന്നത് ആഭ്യന്തര സുരക്ഷാക്രമീകരണങ്ങളെപ്പറ്റി പഠിക്കാനും റിപ്പോർട്ട് സമർപ്പിക്കാനുമാണ്.

ആഭ്യന്തര സുരക്ഷയുടെ പരിധിയിൽ വരുന്നതാണ് സുനാമി ബാധിതപ്രദേശങ്ങളിലുള്ള സ്ഥിതിഗതികൾ പഠിച്ചു റിപ്പോർട്ട് കൊടുക്കുന്നതും. അതിന് ഞങ്ങൾ തമിഴ്നാട്, പോണ്ടിച്ചേരി, ഗോവ, അന്തമാൻ നിക്കോബാർ ദ്വീപുകൾ എല്ലാം സന്ദർശിച്ച് പഠനം നടത്തി. അന്തമാൻ ദ്വീപുസമൂഹത്തിൽ ഒരു ദ്വീപുതന്നെ മുഴുവനായി സുനാമിയിൽ അടിച്ചുതുടച്ച് കടൽ കൊണ്ടുപോയിരുന്നു. മറ്റ് ദ്വീപുകാരുടെ റിപ്പോർട്ടനുസരിച്ച് സുനാമിയിൽ പൊന്തിവരുന്ന തിരമാല ഏതാണ്ട് എട്ട് അടി ഉയരത്തിൽ അതിശക്തമായി ദ്വീപിനെ ആക്രമിച്ച്, ആളും കെട്ടിടവും വളർത്തുമൃഗങ്ങളും എല്ലാം അടിച്ചുകൊണ്ടുപോയി. ആ ദ്വീപ് ശൂന്യമായിക്കിടക്കുന്നത് ഞങ്ങൾ കണ്ടു. ഇതിനെ അപേക്ഷിച്ചു നോക്കുമ്പോൾ ചില്ലറ നാശനഷ്ടങ്ങളാണ് കേരളം, പോണ്ടിച്ചേരി, തമിഴ്നാട് എന്നീ കടൽക്കരകളിൽ ഉണ്ടായത്. എന്നെ സംബന്ധിച്ച് ഈ കമ്മിറ്റിയിൽ ഇരുന്ന് അഞ്ച് കൊല്ലത്തെ പ്രവർത്തനം ഒരു വലിയ അനുഭവജ്ഞാനം സമ്പാദിക്കാൻ സഹായകരമായി.

പാർലമെന്റംഗമായ അഞ്ച് കൊല്ലവും ഞാൻ അലിഗർ മുസ്ലിം സർവകലാശാലയുടെ "കോർട്ട് മെമ്പർ" ആയിരുന്നിട്ടുണ്ട്. അത് ലോക്സഭയിൽനിന്ന് മത്സരിച്ചാണ് അംഗമാവുന്നത്. ഇടതുപക്ഷം യു പി എ ഗവൺമെന്റിനെ പിന്താങ്ങുന്നതുകൊണ്ട്, അവരുടെ പിന്തുണയും ഉണ്ടായിരുന്നതു കൊണ്ടാണ് ഞാൻ അംഗമായത്. രാജ്യസഭയിൽനിന്ന് അബ്ദുസ്സമദ് സമദാനിയും ഉണ്ടായിരുന്നു. 'കോർട്ട് മെമ്പർ' എന്നാൽ കേരളത്തിൽ അതിന്റെ പേര് 'സിൻഡിക്കേറ്റ് മെമ്പർ' എന്നാണ്. അലിഗർ സർവകലാശാലയുടെ കോർട്ട്മെമ്പറായി നാലു കൊല്ലം പ്രവർത്തിക്കാൻ സാധിച്ചത് ജീവിതത്തിലെ അഭിമാനകരമായ നേട്ടംതന്നെ ആയിരുന്നു. അലിഗർ സർവകലാശാല ഇന്ത്യയിലെ അഞ്ച് കേന്ദ്രസർവകലാശാലയിൽ ഒന്നാണ്. അവിടെ ഞാൻ പ്രീ യൂണിവേഴ്സിറ്റി വിദ്യാർഥിയായിരുന്ന കാലത്ത് 1958ൽ പോയിട്ടുണ്ട്. അന്ന് ഫാറൂഖ് കോളേജിൽനിന്നു പോയ വിദ്യാർഥികളുടെ excursion ൽ അംഗമായിട്ടായിരുന്നു പോയത്. നാൽപ്പത്തഞ്ച് കൊല്ലങ്ങൾക്ക് ശേഷമാണ് ഇപ്പോൾ അതിന്റെ ഭരണസമിതി അംഗം എന്ന നിലയിൽ പാർലമെന്റ് മെമ്പറായ ഞാൻ അലിഗറിൽ എത്തുന്നത്. ഇത്രയും സന്തോഷമുള്ള മറ്റൊന്നില്ലെന്നാണ് ഞാൻ കരുതുന്നത്.

അതിനിടയിൽ 2006 ലായിരുന്നു രജീന്ദ്ര സച്ചാർ കമീഷന്റെ റിപ്പോർട്ട് ഇന്ത്യാഗവൺമെന്റിന് സമർപ്പിച്ചത്. ഇന്ത്യയിലെ മുസ്ലിങ്ങളുടെ സാമൂഹ്യവും വിദ്യാഭ്യാസപരവുമായ പിന്നോക്കാവസ്ഥ പരിഹരിക്കുന്നതിനെ സംബന്ധിച്ച് പഠിച്ചു റിപ്പോർട്ട് സമർപ്പിക്കാനായിരുന്നു സുപ്രീം കോർട്ട് ജഡ്ജി ആയിരുന്ന രജീന്ദ്ര സച്ചാർ അധ്യക്ഷനായ ഏഴംഗ കമ്മിറ്റിയെ മൻമോഹൻസിങ് ഗവൺമെന്റ് നിയമിച്ചിരുന്നത്. 2005 മാർച്ച് ഒമ്പതിന്റെ ഉത്തരവ് പ്രകാരം പ്രവർത്തനം ആരംഭിച്ച കമീഷൻ ഒന്നരക്കൊല്ലംകൊണ്ട് 2006 നവംബർ 17ന് പ്രധാനമന്ത്രിക്ക് റിപ്പോർട്ട് സമർപ്പിച്ചു. അതിലെ നിരവധി നിർദേശങ്ങളിൽ ഒന്ന് മുസ്ലിങ്ങൾ കൂടുതൽ താമസിക്കുന്ന പ്രദേശങ്ങൾ തെരഞ്ഞെടുത്ത്, അലിഗർ സർവകലാശാലയുടെ കേന്ദ്രങ്ങൾ (Off Campus) സ്ഥാപിക്കണം എന്നതായിരുന്നു. അതിന്റെ അടിസ്ഥാനത്തിൽ തെരഞ്ഞെടുത്ത സംസ്ഥാനങ്ങളിൽ ഒന്ന് കേരളമായിരുന്നു. ആ നിർദേശം കിട്ടിയപ്പോൾ നമ്മുടെ കേരളത്തിലെ അച്യുതാനന്ദൻ ഗവൺമെന്റ് അത് മലപ്പുറം ജില്ലയിൽ സ്ഥാപിക്കാനാണ് തീരുമാനമെടുത്തത്. അതിന്റെ ആദ്യകാല പ്രവർത്തനങ്ങളിലും തീരുമാനങ്ങളിലും കോർട്ട് മെമ്പർ എന്ന നിലയ്ക്കും എം പി എന്ന നിലയിലും പ്രവർത്തിക്കാൻ അവസരം ഉണ്ടായത് എനിക്ക് വലിയ സന്തോഷം തന്നെയായിരുന്നു.

സച്ചാർ കമീഷന്റെ നിർദേശങ്ങൾ നടപ്പാക്കാൻ സംസ്ഥാന ഗവൺമെന്റുകൾക്കും അതിൽ ചില ചുമതലകൾ നിശ്ചയിച്ചിരുന്നു. സച്ചാർ കമീഷന്റെ ആ നിർദേശങ്ങളുടെ അടിസ്ഥാനത്തിൽ കേരളത്തിൽ മുസ്ലിങ്ങളുടെ പ്രശ്നങ്ങൾ പഠിക്കാനും പരിഹാര മാർഗങ്ങൾ നിർദേശിക്കാനും തദ്ദേശസ്വയംഭരണമന്ത്രി പാലോളി മുഹമ്മദ്കുട്ടി ചെയർമാനായി 11 അംഗകമ്മിറ്റി 2007 ഒക്ടോബർ 15 ന് സംസ്ഥാന ഗവൺമെന്റ് രൂപീകരിച്ചു. അതിലും ഒരംഗമായി പ്രവർത്തിക്കാൻ എനിക്ക് ഭാഗ്യമുണ്ടായി. ഒറ്റക്കൊല്ലംകൊണ്ട് ആ കമ്മിറ്റി പഠനം പൂർത്തിയാക്കി 2008 മെയ് 6 ന് മുഖ്യമന്ത്രി അച്യുതാനന്ദൻ മുമ്പാകെ റിപ്പോർട്ട് സമർപ്പിച്ചു.

പാലോളിയുടെ നേതൃത്വത്തിൽ ഞങ്ങൾ സമർപ്പിച്ച റിപ്പോർട്ടിലെ നടപ്പാക്കിയ ചില പ്രധാന കാര്യങ്ങൾ:

> (1) ഗവൺമെന്റിൽ ഒരു ന്യൂനപക്ഷ വകുപ്പ് ഏർപ്പെടുത്തുക, (2) നിർധനരായ മുസ്ലിം പെൺകുട്ടികൾക്ക് ഉപരിപഠനത്തിന് 10,000 രൂപ വരെ സ്കോളർഷിപ്പ് കൊടുക്കുക, (3) ഒരു ലക്ഷത്തിലധികം വരുന്ന മദ്രസ അധ്യാപകർക്ക് ക്ഷേമപദ്ധതിയും പെൻഷനും നടപ്പാക്കുക, (4) 19 ഐ ടി ഐ യും 136 ഐ ടി സിയും സ്ഥാപിച്ചു, (5) പയ്യന്നൂർ, കോഴിക്കോട്, പൊന്നാനി എന്നിവിടങ്ങളിൽ മൂന്ന് ഐ എ എസ് ആൻഡ് ഐ പി എസ് കോച്ചിങ് കേന്ദ്രങ്ങൾ സ്ഥാപിച്ചു, (6) പ്രവാസി ക്ഷേമബോർഡ് രൂപീകരിച്ചു, (7) പിന്നോക്ക, അവശ കലാകാരന്മാർക്ക് പെൻഷൻ പദ്ധതി നടപ്പാക്കി.

തുടങ്ങി 14 നിർദേശങ്ങൾ 2011ന് മുമ്പ്തന്നെ നടപ്പാക്കിക്കഴിഞ്ഞു.

അതിൽ 6–ാമത് പറഞ്ഞ പ്രവാസി ക്ഷേമബോർഡ് രൂപീകരിച്ചപ്പോൾ അതിന്റെ ചെയർമാനായി നിയമിതനായത് ഞാൻതന്നെ ആയിരുന്നു. 2010 ജനുവരി ഒന്നിനാണ് ഞാൻ ചെയർമാനായ 14 അംഗ 'ക്ഷേമ ബോർഡ്' അധികാരം ഏറ്റെടുത്തത്. ഞങ്ങളുടെ ബോർഡ് നിലവിൽ വന്നത് മുതൽ ഊർജസ്വലമായി പ്രവർത്തനങ്ങൾ സംഘടിപ്പിച്ചു. ഇപ്പോൾ ഒരു ലക്ഷത്തോളം പ്രവാസികൾ അംഗത്വം എടുത്തിട്ടുണ്ട്. നല്ല ആസ്തിയുള്ള ഒരു ക്ഷേമബോർഡായി അത് രൂപാന്തരപ്പെട്ടു. പ്രവാസികളുടെ ജീവിതത്തിൽ ദീർഘനിശ്വാസത്തിന്റെ ഒരു നാഴികക്കല്ലാണ് ഈ ക്ഷേമബോർഡ്. ഇടതുപക്ഷ ഗവൺമെന്റിന്റെ ക്ഷേമപദ്ധതികളിൽ പ്രധാനപ്പെട്ട ഒന്നാണിത്. ക്ഷേമബോർഡിന്റെ കേന്ദ്രഓഫീസ് തിരുവനന്തപുരത്താണ്. ഇപ്പോൾ എറണാകുളത്തും കോഴിക്കോട്ടും ശാഖകൾ തുടങ്ങാൻ നടപടികൾ സ്വീകരിച്ചിട്ടുണ്ട്.

പ്രവാസികളുടെ പ്രശ്നങ്ങളിൽ അതീവ തൽപ്പരനായിരുന്ന സ. നായനാർ മുഖ്യമന്ത്രി ആയിരുന്ന കാലത്താണ് സംസ്ഥാന ഗവൺമെന്റിൽ ഒരു പ്രവാസി വകുപ്പുവരുന്നത്. അവരെ സഹായിക്കാൻ നോർക്ക സെൽ (Norka Cell) എല്ലാ ജില്ലകളിലും ഏർപ്പെടുത്തി. പ്രവാസികളുടെ റിക്രൂട്ട്മെന്റിലും വിസ കാര്യത്തിലും നടന്നിരുന്ന തട്ടിപ്പും വെട്ടിപ്പും തടയാനായിരുന്നു പ്രധാനമായും നോർക്ക (Norka) രൂപീകരിച്ചത്. പ്രവാസികളുടെ സർട്ടിഫിക്കറ്റുകൾ അറ്റസ്റ്റ് ചെയ്യാനും എമിഗ്രേഷൻ (Emigration) കാര്യങ്ങളിൽ സഹായിക്കാനും Norka-Roots എന്ന പേരിൽ ഒരു വിഭാഗവും ഏർപ്പെടുത്തി. അദ്ദേഹം അന്നുതന്നെ ഒരു സമ്പൂർണ ക്ഷേമപദ്ധതിയെപ്പറ്റി സംസാരിക്കാറുണ്ടായിരുന്നു. എന്നാൽ ആ സ്വപ്നം സാക്ഷാൽക്കരിച്ചത് 2006 ൽ അധികാരത്തിൽവന്ന അച്യുതാനന്ദൻ സർക്കാറാണ്. പ്രവാസി ക്ഷേമപെൻഷൻ പദ്ധതി ആവിഷ്കരിക്കാൻ 2008 ൽ തന്നെ നടപടികൾ ആരംഭിച്ച്, നിയമം പാസാക്കി 2009 ൽ നിലവിൽ വന്നു.

പ്രവാസി ക്ഷേമ–പെൻഷൻ പദ്ധതി കേരളത്തിൽനിന്ന് വിദേശത്ത്, പ്രത്യേകിച്ച് ഗൾഫ് നാടുകളിൽ ജോലി ചെയ്യുന്ന സാധാരണക്കാർക്ക് വളരെ പ്രയോജനകരമായ ഒരു പദ്ധതിയാണ്. ലക്ഷക്കണക്കിനാളുകൾ കേരളത്തിൽനിന്നുതന്നെ ഗൾഫിൽ ജോലി ചെയ്യുന്നുണ്ടല്ലോ. അവർക്ക് ചികിത്സാസഹായം, വിവാഹ ധനസഹായം, പ്രസവാനുകൂല്യം, വിദ്യാഭ്യാസാനുകൂല്യം, ഭവനവായ്പ, മരണാനന്തര സഹായം എന്നീ നിലകളിലെല്ലാം സഹായിക്കാൻ ഇതിൽ വകുപ്പുണ്ട്. അംഗങ്ങളായിക്കഴിഞ്ഞാൽ 60 വയസ്സ് പൂർത്തിയാകുന്ന മുറയ്ക്ക് പെൻഷനും കുടുംബപെൻഷനും നൽകുന്നതാണ്. ഈ പദ്ധതി കേരളത്തിൽനിന്നു പോയ പ്രവാസികളുടെ സംരക്ഷണത്തിന് ഇടതുപക്ഷ ഭരണം ഏർപ്പെടുത്തിയ മഹത്തായ ഒരു സംഭാവനയാണ്. ഇടതുപക്ഷ മുന്നണി ഭരണത്തിലെ മുഖ്യമന്ത്രിമാർ സ: ഇ കെ നായനാരെയും വി എസ് അച്യുതാനന്ദനെയും പ്രവാസികൾക്ക് ഒരിക്കലും മറക്കാൻ സാധ്യമല്ല.

മലപ്പുറത്തു നടന്ന സി പി ഐ (എം) സംസ്ഥാന സമ്മേളനം

38 2006 ലെ തിരഞ്ഞെടുപ്പും എന്റെ ബൈപാസും

രണ്ടായിരത്തിനാലിൽ എ കെ ആന്റണി വീണ്ടും രാജിവെച്ചു ഉമ്മൻ ചാണ്ടി മുഖ്യമന്ത്രിയായി. എ കെ ആന്റണി രാഷ്ട്രീയത്തിലെ ഒരത്ഭുത പ്രതിഭാസം തന്നെയാണ് എന്നും. ഇന്നുവരെ ഒരാൾക്കും ഒരു ദോഷവും ചെയ്തിട്ടില്ല, ഒരു ഗുണവും ഒരാൾക്കും ചെയ്തുകൊടുത്തിട്ടുമില്ല. വെള്ളത്തിലെ മുതലപോലെ ആർക്കും ഗുണമില്ലാതെ എന്നാൽ ചീഞ്ഞുപോകാതെ കിടക്കും. മുട്ടുശാന്തിക്ക് മുഖ്യമന്ത്രിസ്ഥാനം ഏറ്റെടുക്കും; ഒന്നും ആലോചിക്കാതെ രാജിയും വെക്കും. അതാണ് അദ്ദേഹത്തിന്റെ പ്രകൃതം. 1977 ഏപ്രിൽ 27ന് ആദ്യമായി മുഖ്യമന്ത്രിയായി. അത് കോടതി പരാമർശം വന്നപ്പോൾ കരുണാകരൻ സ്ഥാനമൊഴിഞ്ഞപ്പോഴായിരുന്നു. പിന്നീട് കോൺഗ്രസ് പിളർന്ന് കരുണാകരൻ കോൺഗ്രസ് (ഐ)യും ആന്റണി കോൺഗ്രസ് (റെഡ്ഡി)യുമായി. ചിക്കമംഗളൂർ ഉപതിരഞ്ഞെടുപ്പിൽ റെഡ്ഢി കോൺഗ്രസ് ഇന്ദിരാഗാന്ധിയുടെ സ്ഥാനാർഥിത്വത്തിനു പിന്തുണ കൊടുത്തു. അതിൽ പ്രതിഷേധിച്ച് ആരോടും ആലോചിക്കാതെ ഒന്നരക്കൊല്ലം തികഞ്ഞ മുഖ്യമന്ത്രിസ്ഥാനം 1978 ഒക്ടോബർ 27 ന് രാജിവച്ചു.

പിന്നെ 1995 ൽ കരുണാകരൻ വീണ്ടും മുഖ്യമന്ത്രിസ്ഥാനം രാജിവച്ചപ്പോൾ മുട്ടുശാന്തിക്ക് ആന്റണി വന്നു മുഖ്യമന്ത്രിയായി. അത് 1996 ലെ തിരഞ്ഞെടുപ്പിൽ ഭൂരിപക്ഷം നഷ്ടപ്പെട്ടപ്പോൾ രാജിവച്ചു. അതിനി

ടയ്ക്ക് കേന്ദ്ര സിവിൽസപ്ലൈസ് മന്ത്രിസ്ഥാനവും രാജിവച്ചു വ്യക്തിത്വം തെളിയിച്ചിട്ടുണ്ട്. പിന്നെ ആന്റണി മുഖ്യമന്ത്രിയാവുന്നത് 2001ലെ തിരഞ്ഞെടുപ്പിൽ ഐക്യജനാധിപത്യമുന്നണിക്ക് ഭൂരിപക്ഷം കിട്ടിയപ്പോഴാണ്. എന്നാൽ ഇത്തവണ അദ്ദേഹം മൂന്നുകൊല്ലം പൂർത്തിയാക്കി. 2002ലും 2003ലും ഉണ്ടായ മാറാട് കലാപം, മുത്തങ്ങയിലെ ആദിവാസി സമരം, ഇവ രണ്ടിലും നടന്ന കൂട്ടക്കൊല, സ്വാശ്രയ കോളേജിലെ കോഴ, സുൽത്താൻ ബത്തേരി ബിഷപ്പിൽനിന്നു കോളേജ് വാഗ്ദാനം ചെയ്തു കോഴ വാങ്ങിയ സംഭവം-ഇതിലെല്ലാം ഉണ്ടായ മാനസിക സംഘർഷം കാരണം ആന്റണി ഒരിക്കൽ പൊട്ടിത്തെറിച്ചു. അദ്ദേഹം പറഞ്ഞു, "ജാതി രാഷ്ട്രീയക്കാർ സംഘടിതശക്തിയുടെ ബലം ഉപയോഗിച്ച് ന്യൂനപക്ഷത്തിന്റെ പേരിൽ ഭരണത്തിൽ കൈയിട്ടുവാരി അവിഹിത നേട്ടങ്ങൾ ഉണ്ടാക്കുന്നു" എന്ന്. ഇതായിരുന്നു കുപ്രസിദ്ധമായ "ന്യൂനപക്ഷ വിരുദ്ധ പ്രസ്താവന" എന്ന പേരിൽ ലീഗും കേരളകോൺഗ്രസും ആന്റണിക്കെതിരായി തിരിഞ്ഞതിനു കാരണം.

വിഷയം കേന്ദ്ര കോൺഗ്രസ് നേതാക്കളുടെ മുമ്പിലെത്തി. സോണിയാഗാന്ധി തന്നെ നേരിട്ട് ഇടപെട്ടു. അങ്ങനെ 2004 ആഗസ്ത് 29 ന് എ കെ ആന്റണി വീണ്ടും മുഖ്യമന്ത്രിസ്ഥാനം രാജിവച്ചു. ആഗസ്ത് 31 ന് ഉമ്മൻചാണ്ടി മുഖ്യമന്ത്രിയായി പുതിയ ഗവൺമെന്റ് അധികാരമേൽക്കുകയും ചെയ്തു.

അതോടെ കേരളത്തിൽ കോൺഗ്രസ് ഗ്രൂപ്പ്പ്രവർത്തനം ഒന്നുകൂടി ശക്തിയാർജിച്ചു. പൂർണമായും അവഗണിക്കപ്പെടുകയും എല്ലാ രംഗത്തുനിന്നും തഴയപ്പെടുകയും ചെയ്തു എന്നു തോന്നിയ കെ കരുണാകരനെ കടുത്ത തീരുമാനങ്ങളെടുക്കാൻ നിർബന്ധിതനാക്കി. അങ്ങനെ 2005 മെയ് ഒന്നിന് കരുണാകരന്റെ നേതൃത്വത്തിൽ പുതിയ പാർട്ടി രൂപീകരിക്കപ്പെട്ടു. നാഷണൽ കോൺഗ്രസ് (ഇന്ദിര) എന്ന പേര് അംഗീകരിക്കപ്പെടാത്തതിനെ തുടർന്ന് ഡെമോക്രാറ്റിക് ഇന്ദിരാ കോൺഗ്രസ് (കരുണാകരൻ) എന്ന പേര് സ്വീകരിച്ചു.

ഈ കാലയളവിൽ തന്നെയാണ് ആർ എസ് പിയിലും പിളർപ്പുണ്ടായത്. ആർ എസ് പി ഔദ്യോഗിക വിഭാഗം ഇടതുപക്ഷ മുന്നണിയുടെ കൂടെയും ബേബി ജോണിന്റെ പേരിൽ പുതുതായി രൂപംകൊണ്ട ആർ എസ് പി ഐക്യജനാധിപത്യമുന്നണിയിലും നിലയുറപ്പിച്ചു. യു ഡി എഫിന്റെ പ്രധാന ഘടകകക്ഷിയായ ലീഗ് കൈയാളുന്ന വിദ്യാഭ്യാസവകുപ്പിലെ അഴിമതിയുടെ ദുർഗന്ധവും സൂര്യനെല്ലി, ഐസ്ക്രീം പാർലർ പെൺവാണിഭക്കേസുകളിലെ ചീഞ്ഞുനാറ്റവും എല്ലാംകൂടി ഐക്യജനാധിപത്യമുന്നണിക്കും ഉമ്മൻചാണ്ടി ഭരണത്തിനും തല നിവർത്തി നടക്കാൻ കഴിയാത്ത സ്ഥിതിവന്നു.

ഭരണം സ്വതവെ ദുർബല, കൂടെ ഗർഭിണിയും എന്ന പഴഞ്ചൊല്ലുപോലെയാണ് 2004 ലെ പാർലമെന്റ് തെരഞ്ഞെടുപ്പു വന്നത്. തൊട്ടുമുമ്പു നടന്ന പഞ്ചായത്ത് തിരഞ്ഞെടുപ്പിലും എറണാകുളം ലോകസഭാമണ്ഡലത്തിലെ ഉപതിരഞ്ഞെടുപ്പിലും കാറ്റിന്റെ ഗതി ഏതാണ്ട് മനസിലാക്കാമായിരുന്നു. തുടർച്ചയായി വന്ന ലോക്സഭാ തിരഞ്ഞെടുപ്പിൽ 20ൽ

18 സീറ്റും ഇടതുപക്ഷമുന്നണി വിജയിച്ചു. രണ്ടു സീറ്റിൽ ഒന്നു പൊന്നാനിയിൽ ലീഗ് നേതാവ് അഹമ്മദും മൂവാറ്റുപുഴയിൽ സ്വതന്ത്രനായ പി സി തോമസും മാത്രമായിരുന്നു. അതിൽ യു ഡി എഫിന് ഒന്നു മാത്രം, അഹമ്മദ്. പി സി തോമസ് ബി ജെ പി പിന്തുണയുള്ള സ്വതന്ത്രനായിരുന്നു.

2004 ലെ ലോകസഭാ തിരഞ്ഞെടുപ്പിൽ ഇടതുപക്ഷ ജനാധിപത്യ മുന്നണിക്കനുകൂലമായി ഉണ്ടായ മലവെള്ളപ്പാച്ചിലിലാണ് ഞാനും മഞ്ചേരി പാർലമെന്റ് മണ്ഡലത്തിൽനിന്ന് ഏതാണ്ട് അരലക്ഷം വോട്ടിന്റെ ഭൂരിപക്ഷത്തിന് ജയിച്ചത്.

ആ തിരഞ്ഞെടുപ്പ് വിജയം ഉണ്ടാക്കിയ ആവേശത്തള്ളിച്ചയിലാണ് മാർക്സിസ്റ്റ് കമ്യൂണിസ്റ്റ് പാർട്ടിയുടെ ഡൽഹിയിൽ വെച്ചു നടന്ന 18–ാം പാർട്ടി കോൺഗ്രസിന്റെ മുന്നോടിയായി പാർട്ടി സംസ്ഥാനസമ്മേളനം മലപ്പുറത്ത് വെച്ചു നടന്നത്. ആ സമ്മേളനം ഒരു ചരിത്ര സംഭവം തന്നെയായിരുന്നു. സമ്മേളനത്തിൽ സാധാരണ, കാലാകാലങ്ങളിൽ സമ്മേളനത്തിൽ നടക്കുന്നതുപോലെയുള്ള ചർച്ചകളും വിമർശനങ്ങളും തന്നെയാണ് നടന്നത്. ഉൾപാർട്ടി ജനാധിപത്യത്തിന്റെ അടിസ്ഥാനത്തിലുള്ള സംഘടനാ തിരഞ്ഞെടുപ്പും പാർട്ടിക്ക് പുത്തരിയല്ല. എന്നാൽ പത്രങ്ങളും ദൃശ്യമാധ്യമങ്ങളും വടംവലിയും പൊട്ടലും ചീറ്റലും ഒക്കെയായി റിപ്പോർട്ടുകൾ പലതും വന്നു. 2005 ഫെബ്രുവരി 19 മുതൽ 22 വരെ. അഞ്ചുദിവസത്തെ സമ്മേളനം ഒടുവിൽ പിണറായി വിജയനെ പാർട്ടി സെക്രട്ടറി ആയി വീണ്ടും തിരഞ്ഞെടുത്തുകൊണ്ടു തീർന്നു.

പൊതുസമ്മേളനം അഭൂതപൂർവമായ ജനക്കൂട്ടംകൊണ്ടു ശ്രദ്ധേയമായി. അക്ഷരാർഥത്തിൽ മലപ്പുറം ഒരു ചെങ്കടലായി മാറി. ആവേശഭരിതരായ ജനമുന്നേറ്റം. മലപ്പുറം കോട്ടക്കുന്ന് മൈതാനം ജനലക്ഷങ്ങളെക്കൊണ്ടു തിങ്ങിനിറഞ്ഞു. സമ്മേളനം പാർട്ടി ജനറൽ സെക്രട്ടറി പ്രകാശ് കാരാട്ട് ഉദ്ഘാടനം ചെയ്തു. പ്രതിപക്ഷ നേതാവ് അച്യുതാനന്ദനും വീണ്ടും തിരഞ്ഞെടുക്കപ്പെട്ട പാർട്ടി സെക്രട്ടറി പിണറായി വിജയനും പ്രസംഗിച്ചു. ഞാനായിരുന്നു ആ സമ്മേളനത്തിനു സ്വാഗതം പറഞ്ഞത്. സമ്മേളനലഹരിയിൽ ആർത്തിരമ്പിയ ജനലക്ഷങ്ങളെക്കണ്ടു പത്രക്കാർ "മലപ്പുറം ചുവന്നു" എന്നാണ് പിറ്റേദിവസം റിപ്പോർട്ടിന്റെ തലക്കെട്ടു കൊടുത്തത്.

അതിനുശേഷം 2005 ഏപ്രിൽ 6 മുതൽ 11 വരെ ഡൽഹിയിൽ വെച്ചായിരുന്നു 18–ാം പാർട്ടി കോൺഗ്രസ് നടന്നത്. ഞാൻ ലോക്സഭാംഗമായ ശേഷം ഇത് ആദ്യത്തെ സമ്മേളനമായിരുന്നു. ഡൽഹിയിലെ താൽക്കത്തോറ സ്റ്റേഡിയത്തിൽ വെച്ചായിരുന്നു സമ്മേളനം. ഡൽഹി സംസ്ഥാനത്തിനകത്ത് പാർട്ടിയുടെ നില ദുർബലമായിരുന്നു. ഡൽഹിക്കകത്തും പുറത്തും സമ്മേളനം വിജയിപ്പിക്കാനുള്ള പ്രചാരണ പരിപാടികളും സംഘാടകസമിതികളും പൊതുയോഗങ്ങളും നടന്നിരുന്നു. മലയാളികൾ കൂടുതൽ തിങ്ങിപ്പാർക്കുന്ന പ്രദേശങ്ങളിലേക്ക് എന്നെയും മറ്റു മലയാളി എം പിമാരെയും അയച്ചു. ഡൽഹിക്കകത്തുള്ള മലയാ

ളികളുടെ കേന്ദ്രത്തിലും ചണ്ഡിഗഢിൽ മലയാളികളുടെ ഒരു വലിയ യോഗത്തിലും ഞാൻ സംബന്ധിച്ചിരുന്നു.

ഞാനും സമ്മേളനത്തിലെ പ്രതിനിധിയായിരുന്നു. മലപ്പുറം ജില്ലാ സെക്രട്ടറി സെയ്താലിക്കുട്ടിയും കോഴിക്കോട് ജില്ലാസെക്രട്ടറി ദക്ഷിണാമൂർത്തിയും എന്റെ ക്വാർട്ടേഴ്സിൽതന്നെ ആയിരുന്നു താമസിച്ചിരുന്നത്. ആറു ദിവസത്തെ സമ്മേളനത്തിലും ഏഴാം ദിവസം നടന്ന പൊതുറാലിയിലും ഞങ്ങൾ സജീവമായി പങ്കെടുത്തു. ജന്തർമന്ദിർ റോഡിൽ നിന്ന് പുറപ്പെട്ട പ്രകടനം രണ്ടുകിലോമീറ്റർ നടന്നു രാംലീലാ മൈതാനത്താണ് എത്തിച്ചേർന്നത്. വമ്പിച്ച ജനാവലി റാലിയിൽ പങ്കെടുത്തു.

18-ാം പാർട്ടി കോൺഗ്രസിനുശേഷം ഒരുകൊല്ലം വലിയ സംഭവങ്ങളൊന്നുമില്ലാതെ കടന്നുപോയി. പാർലമെന്റ് സമ്മേളനങ്ങളും കമ്മിറ്റി പ്രവർത്തനങ്ങളും ചട്ടപ്പടി നടന്നുവന്നു. നാട്ടിൽ വരുമ്പോൾ സംഘടനാ പ്രവർത്തനവും മറ്റു കാര്യങ്ങളുമായി. അതിനിടയ്ക്ക് കോഴിക്കോട് എയർപ്പോർട്ട് കാഷ്വൽ വർക്കേഴ്സ് യൂണിയന്റെ പ്രസിഡന്റ് സ്ഥാനത്തേക്ക് എന്നെ തെരഞ്ഞെടുത്തിരുന്നു. കാഷ്വൽ വർക്കേഴ്സ് പതിനെട്ടു കൊല്ലത്തിലധികമായി താൽക്കാലിക ജീവനക്കാരായി ജോലി ചെയ്തു വരികയാണ്. ഇന്ത്യയിൽ മറ്റു വിമാനത്താവളങ്ങളിൽ അതിലും കൂടുതൽ കൊല്ലം ജോലി ചെയ്യുന്നവരും ഉണ്ട്. ഒരു സ്ഥലത്തും അവരെ ഇന്നേവരെ സ്ഥിരപ്പെടുത്തുകയോ തൊഴിലാളികൾക്ക് മറ്റു മേഖലകളിൽ കിട്ടുന്ന ആനുകൂല്യങ്ങൾ കൊടുക്കുകയോ ചെയ്തിരുന്നില്ല.

ഈ കാഷ്വൽ തൊഴിലാളികളെ സ്ഥിരപ്പെടുത്തണം എന്നാവശ്യപ്പെട്ടുകൊണ്ട് ലോക്സഭയിൽ ഞാൻ ഒരു ശ്രദ്ധ ക്ഷണിക്കൽ പ്രമേയം അവതരിപ്പിച്ചു. നല്ല ചർച്ചയും മന്ത്രിയുടെ മറുപടിയും ഉണ്ടായി. പരിഗണിക്കാമെന്ന ഉറപ്പുതന്നു. അത് തൊഴിലാളികൾക്കിടയിൽ നല്ല ആവേശമുണ്ടാക്കി. എന്നാൽ പിന്നീട് മേൽനടപടികൾ ഒന്നും ഉണ്ടായില്ല. പക്ഷേ നിരന്തരമായ നിവേദനത്തിന്റെയും സമ്മർദങ്ങളുടെയും ഫലമായി കൂലിയിലും ഓവർടൈം കാര്യത്തിലും യൂണിഫോം, പ്രവൃത്തിദിനങ്ങൾ എന്നിവയിലും ചില്ലറ നേട്ടങ്ങൾ ഉണ്ടാക്കാൻ കഴിഞ്ഞിട്ടുണ്ട്.

14-ാം ലോകസഭയുടെ കാലാവധി 2004 ജൂൺ മുതൽ 2009 ജൂൺ വരെയായിരുന്നു. ആദ്യമായി പാർലമെന്റിലെത്തിയ എനിക്ക് ഏത് നിലക്കും സഭയിൽ വ്യക്തിത്വം ഉയർത്തിപ്പിടിക്കണം എന്ന ആഗ്രഹം ഉണ്ടായിരുന്നു. അത് സ്വാഭാവികവുമാണല്ലോ. ഇരുപതു കൊല്ലം കേരള നിയമസഭയിൽ ഇരുന്നു പ്രവർത്തിച്ച പരിചയം ഉപയോഗിച്ച് പല കാര്യങ്ങളും സഭയിൽ ഉയർത്തിക്കൊണ്ടുവരാൻ ശ്രമിച്ചു. പക്ഷേ ഭാഷ ഒരു പ്രശ്നം തന്നെയായിരുന്നു. ഹിന്ദി സംസാരിക്കുന്നവരുടെ മേധാവിത്വം സഭയിൽ മുഴച്ചുനിൽക്കുന്നത് കാണാമായിരുന്നു. ഇംഗ്ലീഷ് അറിഞ്ഞിട്ടുപോലും ഭൂരിപക്ഷത്തിന്റെ ഹിന്ദി കലപില ശബ്ദത്തിൽ രക്ഷപ്പെടാൻ വലിയ പ്രയാസം തന്നെ.

യഥാർഥത്തിൽ യു പി എക്കും എൻ ഡി എക്കും ലോകസഭയിൽ ഭൂരിപക്ഷം ഉണ്ടായിരുന്നില്ല. ഇടതുപക്ഷ പാർട്ടികളുടെ പിന്തുണയോടെ ആയിരുന്നു യു പി എ ഗവൺമെന്റ് രൂപീകരിച്ചത്. ഒരു പൊതുമിനിമം പരിപാടിയുടെ അടിസ്ഥാനത്തിലാണ് നാലരക്കൊല്ലം യു പി എ ഭരണം നടത്തിയത്. എന്നാൽ പൊതുമിനിമം പരിപാടിയിൽനിന്ന് വ്യതിചലിച്ച് അമേരിക്കയുമായി ആണവകരാർ ഒപ്പിട്ടതിനെത്തുടർന്ന് ഇടതുപാർട്ടികൾ പിന്തുണ പിൻവലിക്കുകയാണുണ്ടായത്. അപ്പോൾ പാർലമെന്റിൽ വിശ്വാസവോട്ട് നേടി ഭൂരിപക്ഷം തെളിയിക്കാൻ യു പി എ പെട്ടപാട് പറയാൻ കൊള്ളാത്തതാണ്. ഇന്ത്യൻ പാർലമെന്റിന്റെ ചരിത്രത്തിൽ ഇത്രയും അപമാനകരമായ ഒരു സ്ഥിതി മുമ്പുണ്ടായിട്ടില്ല. പ്രതിപക്ഷ പാർടികളിൽനിന്ന് പന്ത്രണ്ടു മെമ്പർമാരെ ചാക്കിട്ടുപിടിച്ചു കാലുമാറ്റി വോട്ട് സമ്പാദിച്ചാണ് ഭൂരിപക്ഷം തെളിയിച്ചത്. ഒരു അംഗത്തിനു പത്ത് കോടി ഉറുപ്പിക കോഴ കൊടുത്തു എന്നാണ് പുറത്തുവന്ന കഥ. ഇടതുപാർട്ടികൾ ഒഴികെയുള്ള പല പാർട്ടികൾക്കും പരിക്കുപറ്റി. ബി ജെ പി ഉൾപ്പെടെ പല പാർട്ടികൾക്കും അംഗങ്ങളെ പുറത്താക്കേണ്ടതായി വന്നു.

പിന്തുണ കൊടുത്തപ്പോഴും പിൻവലിച്ചപ്പോഴും ജനകീയ പ്രശ്നങ്ങൾ പാർലമെന്റിലുയർത്താനും പരിഹാരം കാണാനും ഇടതുപക്ഷം എല്ലാ ശ്രമങ്ങളും നടത്തിയിട്ടുണ്ട്. ചില നേട്ടങ്ങൾ കൈവരിക്കാനും കഴിഞ്ഞിട്ടുണ്ട്. ബാങ്കിങ് ഭേദഗതിനിയമം, ഇൻഷൂറൻസ് ഭേദഗതി നിയമം, എഫ് ഡി ഐയുടെ അനിയന്ത്രിതമായ കടന്നുവരവ് തുടങ്ങിയ കുറെ പ്രശ്നങ്ങളിൽ യു പി എക്ക് തന്നിഷ്ടപ്രകാരം ചെയ്യാൻ സാധിക്കാതെ പോയി. തൊഴിലുറപ്പുപദ്ധതി, വനപാലനനിയമം, ഗാർഹികപീഡന നിരോധനനിയമം, വിവരാവകാശ നിയമം തുടങ്ങിയ നിയമനിർമാണങ്ങൾ കൊണ്ടുവരുന്നതിന് ഇടതുപക്ഷ പാർട്ടികൾ തക്കസമയങ്ങളിൽ ഇടപെടുകയും സമ്മർദം ചെലുത്തുകയും ചെയ്തിട്ടുണ്ട്. ഇടതുപക്ഷം പിന്തുണ പിൻവലിച്ചശേഷം നവലിബറൽ നയങ്ങൾ നടപ്പാക്കാൻ കോൺഗ്രസ് കാണിച്ച ധൃതിയിൽനിന്ന് തന്നെ കാര്യങ്ങൾ വ്യക്തമാണ്. അതിനുശേഷമാണ് ഇൻഷൂറൻസ് മേഖലയിലെ എഫ് ഡി ഐ 261.42 ശതമാനമാക്കി കേന്ദ്രഗവൺമെന്റ് ഉയർത്തിയത്. യഥാർഥത്തിൽ പിന്തുണ കൊടുത്തിരുന്ന സമയത്തും പിൻവലിച്ചതിനു ശേഷവും ശരിയായ പ്രതിപക്ഷത്തിന്റെ ജോലി നിറവേറ്റിയിരുന്നത് ഇടതുപക്ഷം തന്നെ ആയിരുന്നു.

14-ാം ലോകസഭയുടെ പ്രധാന പ്രതിപക്ഷം ബി ജെ പിയും സഖ്യകക്ഷികളുമായിരുന്നു. അവർ തുടക്കം മുതൽക്ക് തന്നെ സമനില തെറ്റിയപോലെയാണ് സഭയിൽ പെരുമാറിയിരുന്നത്. വലിയ കാരണങ്ങളൊന്നും ഇല്ലാതെ നടുത്തളത്തിലിറങ്ങി സഭ സ്തംഭിപ്പിക്കുക, അനാവശ്യ മുദ്രാവാക്യം വിളിച്ചു ബഹളം വെച്ചു സഭ നിർത്തിവെപ്പിക്കുക അവരുടെ പതിവ് കൃത്യമായിരുന്നു. കുറ്റാരോപിതരായവരെ മന്ത്രിമാരാക്കിയത് ചോദ്യം ചെയ്തുകൊണ്ടാണ് ബഹളം ആരംഭിച്ചത്. എന്നാൽ ബി ജെ പി ഭരണകാലത്ത് ബാബരി മസ്ജിദ് തകർത്ത കേസിലെ പ്രതി

കളും പെട്രോൾ പമ്പ് കുംഭകോണക്കേസിൽപ്പെട്ട രാംനായിക്കിനെ പോലെയുള്ളവരും തെഹൽക്ക അഴിമതി കേസിലും ശവപ്പെട്ടി കുംഭകോണക്കേസിലും പ്രതികളായിരുന്നവരും ഒക്കെ മന്ത്രിമാരായിരുന്നു എന്ന കഥ അവർ സൗകര്യപൂർവം മറക്കുകയായിരുന്നു.

14–ാം ലോകസഭ തുടങ്ങുന്നതിന് മൂന്നുമാസം മുമ്പുവരെ ഇന്ത്യയുടെ ഭരണം നടത്തിയിരുന്ന രാഷ്ട്രീയ നേതൃത്വത്തിന്റെ അറിവും സമ്മതത്തോടെയുമായിരുന്നു സഭയിലെ എല്ലാ പേക്കൂത്തുകളും. എന്നെപ്പോലെയുള്ള കന്നിക്കാരായ അംഗങ്ങൾ പലതും പ്രതീക്ഷിച്ചും, ആഗ്രഹിച്ചും കൊണ്ടാണ് ആദ്യമായി ലോകസഭയിലേക്ക് കടന്നുവന്നത്. ഞങ്ങൾക്ക് കടുത്ത നിരാശയും സങ്കടവും തോന്നിത്തുടങ്ങി. ആരോട്, എവിടെ ആവലാതി ബോധിപ്പിക്കും? സഭയുടെ പൊതുസ്ഥിതി ദയനീയം തന്നെ. 546 അംഗങ്ങളുള്ള ലോകസഭയിൽ 356 അംഗങ്ങളും കൊലപാതകം ഉൾപ്പെടെയുള്ള ക്രിമിനൽ കേസുകളിൽ പ്രതികളാണ്. ബിഹാറിൽനിന്നുള്ള അംഗം പപ്പുയാദവ്, കൊലക്കേസിൽ ശിക്ഷിക്കപ്പെട്ട് ജയിലിൽ കിടക്കുന്നു. അദ്ദേഹം പരോൾ വാങ്ങിയും സഭയിൽ വോട്ടിങ്ങിൽ പങ്കെടുക്കാൻ പ്രത്യേക അനുവാദം സമ്പാദിച്ചുമായിരുന്നു സഭയിൽ എത്തിയിരുന്നത്. ലോകസഭയിൽ 300 ൽ അധികം അംഗങ്ങൾ ശതകോടീശ്വരന്മാരും ആയിരുന്നു. അവർക്കെല്ലാം ജനാധിപത്യവും പാർലമെന്റും വെറും നിശാക്ലബ്ബുകൾ മാത്രം. സഭയിൽ രാവിലെ കൃത്യസമയത്ത് എത്തുന്നതും എല്ലാം കഴിഞ്ഞു അവസാനം സഭ വിട്ടുപോകുന്നതും കേരളത്തിൽനിന്നുള്ള അംഗങ്ങളായിരുന്നു. അതിൽ ഒരാളാകാൻ കഴിഞ്ഞതിൽ എനിക്ക് അഭിമാനം തോന്നാറുണ്ട്.

2005 ൽ ഡൽഹിയിൽ വെച്ചു നടന്ന മാർക്സിസ്റ്റ് പാർട്ടിയുടെ അഖിലേന്ത്യാ സമ്മേളനം (പാർട്ടി കോൺഗ്രസ്) കഴിഞ്ഞ് ഞങ്ങൾ നാട്ടിൽ എത്തിയപ്പോൾതന്നെ കേരളത്തിൽ സംസ്ഥാന നിയമസഭയിലേക്കുള്ള തിരഞ്ഞെടുപ്പിന്റെ ആരവങ്ങൾ തുടങ്ങിക്കഴിഞ്ഞിരുന്നു. 2006 ഏപ്രിൽ–മെയ് മാസങ്ങളിലാണ് തിരഞ്ഞെടുപ്പ് പ്രചാരണം. ഞാൻ പതിവിൻപടി ഏപ്രിൽ ആദ്യവാരത്തിൽ തന്നെ തെരഞ്ഞെടുപ്പ് പ്രവർത്തനങ്ങളിൽ മുഴുകിയിരുന്നു. എന്റെ പ്രധാന ജോലി പ്രസംഗവും പ്രചാരണവും തന്നെ.

ലോകസഭയുടെ മാർച്ചു സമ്മേളനം നടന്നുകൊണ്ടിരുന്ന സമയത്തു തന്നെ എനിക്ക് ഹൃദ്രോഗസംബന്ധമായ ചില സൂചനകൾ കണ്ടിരുന്നു. ഒരുദിവസം അർധരാത്രി ഞാൻ ഞെട്ടിയുണർന്നു. ശ്വാസം കിട്ടുന്നില്ല. ഞാൻ വിഷമിക്കുന്നത് അടുത്തുണ്ടായിരുന്ന ഭാര്യക്കും മനസിലായി. ഒരു പത്ത് സെക്കന്റ് ഞാൻ വിഷമിച്ചു. പിന്നെ ശ്വാസം കിട്ടി. നേരം പുലർന്നപ്പോൾ ഞാൻ അതിനെപ്പറ്റിത്തന്നെ ചിന്തിച്ചു. അതൊരു നല്ല ലക്ഷണമല്ലെന്ന് എനിക്ക് തോന്നി. ഞാൻ പാർലമെന്റ് മെമ്പർമാർക്ക് ചികിത്സാ സൗകര്യം ഏർപ്പെടുത്തിയിട്ടുള്ള പാർലമെന്റ് അനക്സിൽ പോയി, വിദഗ്ധ ഡോക്ടറെ കണ്ടു വിവരം പറഞ്ഞു. ഡോ. ഭരദ്വാജ് ഉടനെത്തന്നെ എല്ലാ വിദഗ്ധ പരിശോധനയും നടത്തി. ചെറിയ തോതിൽ ശ്വാസതടസമുണ്ടെന്നും ടെഡ്മീലും ആൻജിയോഗ്രാമും ചെയ്യണമെന്നും ഉപദേശി

ച്ചു. കഴിഞ്ഞേടത്തോളം റിപ്പോർട്ടുകളും വാങ്ങി, വലിയ കാര്യമാക്കാതെ നാട്ടിലേക്ക് പോന്നു.

നാട്ടിലെത്തിയ ഉടനെ എന്റെ ഏറ്റവും അടുത്ത സ്നേഹിതനും ചെറുപ്പത്തിലെ സഹപാഠിയുമായ ഡോ. രാജനെ കണ്ടു വിവരം പറഞ്ഞു. അദ്ദേഹം എന്നെ താൻ ജോലി ചെയ്യുന്ന മഞ്ചേരിയിലെ മലബാർ ആശുപത്രിയിലേക്ക് കൊണ്ടുപോയി. ആദ്യം ടെഡ്മീൽ പരിശോധന കഴിച്ചു. ഹൃദ്രോഗ ചികിത്സയ്ക്ക് അവിടെ വരുന്ന ഡോ. വാരിയർ പറഞ്ഞു, ചെറിയ പെശകുണ്ട് ശ്രദ്ധിക്കണം.

ഈ റിപ്പോർട്ടുകളെല്ലാം മനസിൽ ഒതുക്കി ഞാൻ തിരഞ്ഞെടുപ്പ് പ്രചാരണപ്രസംഗങ്ങളിൽ തന്നെ മുഴുകി. ഏപ്രിൽ 12ന് മങ്കട മണ്ഡലത്തിലെ ഇടതുപക്ഷ സ്ഥാനാർഥി മഞ്ഞളാംകുഴി അലിയുടെ തിരഞ്ഞെടുപ്പ് റാലി ഉദ്ഘാടനത്തിൽ പങ്കെടുത്ത്, പിറ്റേന്ന് 13ന് പൊന്നാനിയിലെത്തി. അവിടെ പാലോളി മുഹമ്മദ്കുട്ടി ആയിരുന്നു സ്ഥാനാർഥി. അവിടെ രണ്ട് യോഗങ്ങളിൽ സംബന്ധിച്ചു. പിറ്റേന്ന് 14 ന് ഞാൻ കൊച്ചിയിലെത്തി. കൊച്ചിയിലെ സ്ഥാനാർഥി ജോസഫിന്റെയും എറണാകുളത്ത് എം എം ലോറൻസിന്റെയും രണ്ടു പൊതുയോഗങ്ങളിൽ പ്രസംഗിച്ച്, രാത്രി കിടക്കാൻ എന്റെ ചെറിയ മകൾ സാറയും ഭർത്താവ് ഡോക്ടർ മുഹമ്മദ് റിയാസും താമസിക്കുന്ന ഇടപ്പള്ളിയിലെ ഫ്ളാറ്റിൽ എത്തി. റിയാസ് എളമക്കരയിലെ അമൃത ഇൻസ്റ്റിറ്റ്യൂട്ട് ഓഫ് മെഡിക്കൽ സയൻസിലെ ഡോക്ടറായിരുന്നു. ആ സ്ഥാപനം മാതാഅമൃതാനന്ദമയിയുടെ നേതൃത്വത്തിൽ സ്ഥാപിതമായ ഒരു നല്ല മെഡിക്കൽ സർവകലാശാലയാണ്. സൂപ്പർ സ്പെഷ്യാലിറ്റി ആശുപത്രിയും മെഡിക്കൽ കോളേജും വളരെ പ്രശസ്തമായി നടത്തിവരുന്നുണ്ട്. എന്റെ മരുമകൻ റിയാസ് അവിടെ ക്യാൻസർ വിഭാഗത്തിൽ റേഡിയോ തെറാപ്പിസ്റ്റായിരുന്നു അന്ന്.

ഞാൻ പോകുമ്പോൾ തന്നെ ഡൽഹിയിൽനിന്നും മഞ്ചേരിനിന്നും നടത്തിയ പരിശോധനകളുടെ എല്ലാ രേഖകളും കൈവശം വെച്ചിരുന്നു. അതെല്ലാം ഞാൻ രാത്രി റിയാസിനെ കാണിച്ചു. മുഴുവനും പരിശോധിച്ച്, കുറെ ആലോചിച്ചു. റിയാസ് എന്നോട് പറഞ്ഞു, ഇനി പ്രസംഗിക്കരുത്. കാര്യം വളരെ നിസ്സാരമല്ല. പ്രശ്നം ഹൃദ്രോഗസംബന്ധമാണ്, ഉടനെ അതിന്റെ ഡോക്ടറെ കാണിക്കണം. അതിന് ഏറ്റവും പറ്റിയ ആശുപത്രി അമൃത തന്നെയാണ്, ഡോക്ടർമാരും.

മരുമകൻ ഡോ. റിയാസിന്റെ അഭിപ്രായങ്ങൾ സ്വീകരിച്ച് 2006 ഏപ്രിൽ പതിനാറിന് അമൃത ആശുപത്രിയിൽ അഡ്മിറ്റായി. അന്നു തന്നെ ഹൃദ്രോഗ വിദഗ്ധൻ ഡോ. പ്രകാശ്കാമ്മത്ത് എല്ലാ പരിശോധനകളും പൂർത്തിയാക്കി. ആൻജിയോഗ്രാം ചെയ്തു. എന്റെ മുമ്പിൽ ഘടിപ്പിച്ച സ്ക്രീനിൽ അദ്ദേഹം എനിക്ക് കാണിച്ചുതന്നു, മൂന്ന് സ്ഥലത്ത് ബ്ലോക്കുകൾ. അത് ആൻജിയോപ്ലാസ്റ്റി ചെയ്തു നീക്കം ചെയ്യാൻ കഴിയില്ലെന്നും ബ്ലോക്ക് നീക്കാൻ ശ്രമിച്ചാൽ തീരെ അടഞ്ഞുപോയി എന്തും സംഭവിക്കാനിടയുണ്ടെന്നും അദ്ദേഹം എനിക്കും ഭാര്യക്കും മക്കൾക്കും വിവരിച്ചുതന്നു. അപ്പോൾ ഞാൻ അദ്ദേഹത്തോട് ചോദിച്ചു, ഡോക്ടറെ ഇനി എന്താണ് വഴി എന്ന്. അദ്ദേഹം പറഞ്ഞു, ഓപ്പൺ ഹാർട്ട് സർജറി

– ബൈപാസ് മാത്രമെ വഴിയുള്ളൂ. അത് എത്രയും വേഗം ചെയ്യുന്നുവോ അത്രയും നല്ലതാണ് എന്നും അദ്ദേഹം കൂട്ടിച്ചേർത്തു. അപ്പോഴാണ് ഞാൻ രോഗത്തിന്റെ ഗൗരവം മനസിലാക്കുന്നത്. ഞാൻ എന്റെ ചുറ്റും നിൽക്കുന്ന മൂന്നു മക്കളുടെയും മുഖത്ത് നോക്കി. അവരെ മരുമകൻ ഡോ. റിയാസ് മുമ്പെ വിളിച്ചുവരുത്തിയതായിരിക്കണം. അവർ തമ്മിൽ മുൻകൂട്ടി ഒരാലോചനയും നടന്നിരിക്കണം. അതിനാലാണ് മൂന്നാളും ഏകസ്വരത്തിൽ ഓപ്പറേഷൻ നടക്കട്ടെ അതിന് ഉപ്പ സമ്മതിക്കണം എന്ന് നിർബന്ധമായി പറഞ്ഞത്. പിന്നെ ഒന്നും ആലോചിച്ചില്ല, അങ്ങനെ ആവട്ടെ, ഉടനെ ചെയ്യുക എന്നു ഞാൻ സമ്മതം കൊടുത്തു.

അങ്ങനെ എളമക്കര അമൃത ആശുപത്രിയിൽനിന്ന് പിറ്റേന്ന് പതിനേഴിന് തന്നെ ബൈപാസ് ഓപ്പറേഷൻ നടത്തി. പരിശോധിച്ചതും തീരുമാനം എടുത്തതും ഹൃദ്രോഗ വിദഗ്ധൻ ഡോ. പ്രകാശ് കാമ്മത്ത് ആണെങ്കിലും ഓപ്പറേഷൻ നടത്തിയത് വിദഗ്ധനായ സർജൻ ഡോ. എസ് കെ നായരായിരുന്നു. 2006 ഏപ്രിൽ 16 എനിക്ക് ജീവിതത്തിൽ ഒരിക്കലും മറക്കാൻ സാധ്യമല്ല. അന്ന് ഞാൻ അമൃത ആശുപത്രിയിൽ എത്തി ഡോ. പ്രകാശ് കാമ്മത്തിനെ കണ്ടില്ലായിരുന്നുവെങ്കിൽ ഇന്ന് ഞാൻ ഉണ്ടാകുമായിരുന്നില്ല. തിരഞ്ഞെടുപ്പ് പ്രചാരണ യോഗങ്ങളിൽ ഏതെങ്കിലും സ്റ്റേജിൽ വെച്ചു കുഴഞ്ഞുവീണു തീർന്നുപോയി എന്ന് പത്രത്തിൽ ഒരു റിപ്പോർട്ടു വരുമായിരുന്നു. അത്രയ്ക്ക് ഗുരുതരാവസ്ഥയിൽ എത്തിയിരുന്നു രോഗസ്ഥിതി എന്ന് ഞാൻ പിന്നീടാണ് മനസിലാക്കുന്നത്. അതിൽ എന്റെ മരുമകൻ ഡോ. റിയാസിന്റെ അവസരോചിതമായ ഇടപെടൽ വളരെ പ്രധാനം തന്നെ.

ഓപ്പറേഷൻ കഴിഞ്ഞ് 24 മണിക്കൂർ ഐ സി യുവിൽ കിടന്നു, പിറ്റേന്ന് വൈകുന്നേരം മുറിയിലേക്ക് മാറ്റി. കുടുംബാംഗങ്ങളെയും മറ്റും കണ്ടു. അവരുടെയെല്ലാം മുഖം തെളിഞ്ഞു വരുന്നേയുള്ളൂ. എനിക്കും കൈവിട്ടുപോയ എന്തോ ഒന്നു തിരിച്ചു കിട്ടിയതിലുള്ള ആശ്വാസം. കിട്ടിയത് ജീവൻ തന്നെയാണെന്നു ബോധ്യം വരുമ്പോൾ ഉണ്ടാകുന്ന സന്തോഷവും ആവേശവും അക്ഷരങ്ങളിൽ പകർത്താൻ കഴിയുന്നതല്ല.

ഒരാഴ്ച ആശുപത്രിയിലെ പരിചരണത്തിനുശേഷം 24–ാം തീയതി ആശുപത്രി വിട്ടു. നാട്ടിലേക്ക് പെട്ടെന്നു മടങ്ങിയില്ല. അവിടെതന്നെ ഇടപ്പള്ളിയിൽ മകളും ഭർത്താവ് ഡോ. റിയാസും താമസിക്കുന്ന ഫ്ളാറ്റിൽ വിശ്രമിക്കുകയായിരുന്നു. അപ്പോൾ കേരളത്തിൽ അസംബ്ലി തിരഞ്ഞെടുപ്പിന്റെ പ്രചാരണ കോലാഹലങ്ങൾ മൂർധന്യത്തിൽ എത്തിനിൽക്കുന്നു. എന്റെ വിശ്രമമുറിയിലേക്കും അതിന്റെ ആരവങ്ങൾ മുഴങ്ങിക്കേൾക്കാമായിരുന്നു. ഒരു ബന്ധനസ്ഥനായ തടവുപുള്ളിയെപ്പോലെ ഞാൻ എല്ലാം അകത്തുനിന്ന് ശ്രദ്ധിക്കുകയും ടി വി– പത്രവാർത്തകളിലൂടെ കാണുകയും ചെയ്തു. കണ്ടും കേട്ടും കരളിൽ ആവേശം കത്തിനിൽക്കുന്നു. 1954ന് ശേഷം കേരളത്തിൽ നടന്ന ഞാനില്ലാത്ത ആദ്യത്തെ തിരഞ്ഞെടുപ്പ്, അതായിരുന്നു എന്റെ മനോവികാരം.

ഞാൻ രാഷ്ട്രീയത്തിൽ എത്തിച്ചേർന്നത് എന്റെ ജീവിതത്തിലെ ഒരു നിയോഗം മാത്രമായിരുന്നു. പ്രാഥമിക വിദ്യാഭ്യാസത്തിനുശേഷം

പള്ളിയിൽ കിതാബ് ഓതുന്ന മുതഅല്ലിമായി (വിദ്യാർഥി). ഹൈസ്കൂൾ പഠനത്തിനുശേഷം എൻജിനീയറാവാൻ രണ്ടുകൊല്ലം പഠിച്ചു. പിന്നെ നാലരക്കൊല്ലം ഗവൺമെന്റ് ഉദ്യോഗസ്ഥനായി പഞ്ചായത്ത് എക്സിക്യൂട്ടീവ് ഓഫീസറുടെ ജോലി നോക്കി. അതും വിട്ട് നിയമപഠനം പൂർത്തിയാക്കി ഇരുപതുകൊല്ലം കോടതിയിൽ വക്കീലായി പ്രാക്ടീസ് ചെയ്തു. ഈ മേഖലകളിലെല്ലാം തന്നെ ജീവിതമാർഗം തേടാനും സാമ്പത്തികനേട്ടങ്ങളുണ്ടാക്കാനും കഴിയുമായിരുന്നു. അടിസ്ഥാനപരമായി സാമ്പത്തിക പിൻബലമുള്ള ഒരു കുടുംബത്തിലായിരുന്നു ഞാൻ ജനിച്ചതും വളർന്നതും. ആ പശ്ചാത്തലവും ധനസമ്പാദനത്തിന് വഴിയൊരുക്കാൻ പറ്റിയതായിരുന്നു.

എന്നാൽ ചെറുപ്പകാലം മുതൽക്കുതന്നെ അനുവർത്തിച്ച ജീവിതചുറ്റുപാടുകളും പഠനവും ചിന്തയും ഒരു സാമൂഹിക പ്രതിബദ്ധതയുള്ള വീക്ഷണമാണ് എന്റെ മനസിൽ രൂപപ്പെട്ടു വന്നത്. അതുകൊണ്ടായിരുന്നു കുട്ടിക്കാലത്തുതന്നെ 'ചെത്ത് വഴി' പണിക്കാരോടും കർഷകത്തൊഴിലാളികളോടും പിന്നെ ബീഡിത്തൊഴിലാളികളോടും അടുത്തിടപഴകാനും അവരുടെ ജീവിതപ്രയാസങ്ങളും പ്രശ്നങ്ങളും മനസിലാക്കാനും കഴിഞ്ഞത്. ആ അടുപ്പം കാരണമാണ് ഇടതുപക്ഷ വീക്ഷണത്തോട് അനുകമ്പ തോന്നാനും കാരണമായത്. അക്കാലത്തെ അധ്വാനിക്കുന്ന ജനവിഭാഗത്തിന്റെ ജീവിതം വളരെ കഷ്ടമായിരുന്നു. ബ്രിട്ടീഷ് ആധിപത്യം വിതച്ച അടിമത്തത്തിന്റെ വിത്ത് ജനജീവിതത്തെ ഒരു അധമബോധം പിടികൂടിയ മട്ടായിരുന്നു. പ്രഭാതം മുതൽ പ്രദോഷംവരെ അധ്വാനിച്ചാലും കർഷകത്തൊഴിലാളിക്ക് പുരുഷന് 2 ഇടങ്ങഴിയും പെണ്ണിന് ഒരു ഇടങ്ങഴിയും നെല്ലാണ് കൂലി കിട്ടിയിരുന്നത്. അന്ന് പ്രധാന സമ്പത്തും ധനവും നെല്ലും നെൽകൃഷിയും മാത്രമായിരുന്നു. തൊഴിലെടുക്കുന്നവർ കർഷകത്തൊഴിലാളികളും.

ഇടതുപക്ഷ പുരോഗമന പ്രസ്ഥാനവുമായി ബന്ധപ്പെട്ട് ചെറുപ്പത്തിൽതന്നെ രാഷ്ട്രീയ, സാമൂഹ്യപ്രശ്നങ്ങൾ മനസിലാക്കാൻ ശ്രമിച്ചിരുന്നതിനാൽ, അത്തരം കാര്യങ്ങൾ കൂടുതൽ സ്വായത്തമാക്കാൻ പഠനവും ചിന്തയും ആവശ്യമാണെന്നു ബോധ്യമായി. അതിന്റെ ഫലമായി വായനയും പഠനവും ശീലിച്ചു. മേൽപ്പറഞ്ഞ ആശയങ്ങൾ ഉൾക്കൊള്ളുന്ന പ്രസിദ്ധീകരണങ്ങളും പുസ്തകങ്ങളും വായിക്കാൻ തുടങ്ങി. താരതമ്യേന ചരിത്രം പഠിക്കുന്നതിലായിരുന്നു ഏറെ താൽപ്പര്യം. അത് ഇന്നും അങ്ങനെത്തന്നെ. ആ വായനയും പഠനവുമാണ് പിൽക്കാലത്ത് എല്ലാ ജോലിയും ഉപേക്ഷിച്ച് രാഷ്ട്രീയ, സാമൂഹ്യരംഗത്ത് മുഴുവൻ സമയ പ്രവർത്തകനായി മാറാൻ ഉണ്ടായ പ്രേരകശക്തി എന്ന് ഞാൻ കരുതുന്നു.

39 ചരിത്രപഠനവും സ്ഥിതിസമത്വ ചിന്തയും

എനിക്ക് ബുദ്ധിയുറച്ചുവരുന്ന കാലത്ത് ഭാരതത്തിന്റെ ഭരണം ബ്രിട്ടീഷ് ആധിപത്യത്തിൻ കീഴിലായിരുന്നു. രാജകീയ ഭരണത്തിന്റെ പ്രൗഢിയും ആഭിജാത്യവും എങ്ങും ദർശിക്കാമായിരുന്നു. ജന്മി, മുതലാളിത്ത, പാട്ടക്കുടിയാൻ വ്യവസ്ഥ അതിന്റെ മൂർധന്യത്തിലെത്തിയിരുന്നു. പാട്ടം വടിച്ചു നട്ടെല്ലൊടിഞ്ഞ കർഷകക്കുടിയാനും കൃഷിപ്പണിയെടുത്ത് മുട്ടുമടങ്ങിയ തൊഴിലാളിയും അവരെ അടിച്ചമർത്തി ചൂഷണം ചെയ്തു ജീവിക്കുന്ന ജന്മി, മുതലാളിയും ഇതിനെല്ലാം കുടപിടിക്കുന്ന സാമ്രാജ്യാധിപത്യവും. ദാരിദ്ര്യം കറുത്തിരുണ്ട കാർമേഘംപോലെ സാമൂഹ്യ അന്തരീക്ഷത്തെ മൂടിക്കെട്ടി നിൽക്കുന്നത് കാണാമായിരുന്നു. കൃഷിപ്പണിയല്ലാത്ത ജോലികൾ ചെത്ത് വഴി പണി (റോഡ്), തോട്ടം കെള ഇതെല്ലാം സ്ഥിരമായി ഉണ്ടാവാറില്ല.

എത്ര കഠിനമായി അധ്വാനിച്ചിട്ടും തൊഴിലാളികൾക്കിടയിൽ ഒരു പുരോഗതിയും ഉണ്ടായിരുന്നില്ല. അരപ്പട്ടിണിയും മുഴുപ്പട്ടിണിയും മാത്രം മിച്ചം. പട്ടികജാതി-വർഗങ്ങളെ മനുഷ്യരായി ഗണിക്കുകപോലും ചെയ്തിരുന്നില്ല, ആ കാലത്ത്. ആഹാരമില്ലാതെ മാറാരോഗങ്ങൾക്കടിമപ്പെട്ടു കഴിഞ്ഞിരുന്ന ജനത. ആശുപത്രിയും മരുന്നും ഉണ്ടായിരുന്നില്ല. അന്ധവിശ്വാസങ്ങളും അനാചാരങ്ങളും വളരെ ആഴത്തിൽ വേരുപിടിച്ചിരുന്ന ഒരു കാലഘട്ടം. ഇതെല്ലാം കണ്ടും കേട്ടും കൊണ്ടാണ് എന്റെ ബാല്യം കടന്നുപോയത്. ശാരീരികമായി വളരുന്നതിനൊപ്പം മാനസികമായി വ്യത്യാസം വരുന്നത് സ്വാഭാവികമാണല്ലൊ. അതിനാൽ ചുറ്റുപാടുകളിൽ കാണുന്ന ജീവിതസാഹചര്യങ്ങളെക്കുറിച്ചു ഞാൻ പലപ്പോഴും ആലോചിക്കാറുണ്ടായിരുന്നു. ലക്ഷക്കണക്കിനു പ്രവാചകന്മാരും അവതാര പുരുഷന്മാരും മാനവരാശിയുടെ ചരിത്രത്തിൽ കടന്നുകഴിഞ്ഞു

പോയിട്ടുണ്ട്. അവരെല്ലാം മനുഷ്യസമൂഹത്തെ ചില ആരാധനകളും പൂജകളും പ്രാർഥനകളും പഠിപ്പിക്കാൻവേണ്ടി മാത്രമാണ് വന്നതെന്ന് കരുതുന്നത് ശരിയല്ല. അതിനപ്പുറത്ത് എന്തോ ചില ലക്ഷ്യങ്ങൾ അവർക്കെല്ലാം ഉണ്ടായിരുന്നതായി ചരിത്രം വിശകലനം ചെയ്തു പഠിക്കുന്നവർക്ക് മനസിലാക്കാൻ പ്രയാസമില്ല.

5200 കൊല്ലങ്ങൾക്കുമുമ്പ് ജീവിച്ചു എന്ന് കരുതപ്പെടുന്ന ഭാരതത്തിലെ ആരാധ്യപുരുഷനാണ് ശ്രീകൃഷ്ണൻ. അദ്ദേഹത്തെ ചുറ്റിപ്പറ്റി ധാരാളം ഐതിഹ്യങ്ങളും ഭാവനാസുന്ദരമായ കൽപ്പിതകഥകളും നമ്മുടെ മുമ്പിലുണ്ട്. അതിലേക്കെല്ലാം കടന്നുചെന്നു വസ്തുനിഷ്ഠമായി പരിശോധിക്കുമ്പോൾ ചില മാതൃകാപരമായ അനുഭവങ്ങൾ നമ്മെ ആവേശഭരിതരാക്കുന്നുണ്ട്. മറ്റുപല മഹാപുരുഷന്മാരെയുംപോലെ ശ്രീകൃഷ്ണനെയും ചെറുപ്പത്തിൽതന്നെ കൊന്നുകളയാൻ ഭോജരാജാവ് കംസൻ പദ്ധതി ആസൂത്രണം ചെയ്യുന്നു. വിവരം മണത്തറിഞ്ഞ കൃഷ്ണൻ തന്റെ അമ്മ ദേവകിയോടൊപ്പം ഒളിവിൽ പോകുന്നു. അന്നൊക്കെ എല്ലാ ചരിത്രപുരുഷന്മാരും ഒളിവു ജീവിതം നയിച്ചിരുന്നത് കാട്ടിലാണ്. ദീർഘകാലത്തെ വനവാസത്തിനുശേഷം അദ്ദേഹം പ്രത്യക്ഷപ്പെടുന്നു. മനഃശക്തിയും ജനശക്തിയും ആർജിച്ചുകൊണ്ടാണ് അദ്ദേഹം പുറത്തുവന്നതെന്ന് പിൽക്കാലത്തെ സംഭവങ്ങൾ തെളിയിക്കുന്നുണ്ട്. സൂക്ഷ്മമായി പരിശോധിച്ചാൽ ഒരു യോദ്ധാവിന്റെ റോളാണ് കൃഷ്ണനിൽ കാണാൻ കഴിയുന്നത്.

ശ്രീകൃഷ്ണൻ ആദ്യം ചെയ്യുന്ന കാര്യം, തന്നെ വകവരുത്താൻ പരിപാടി ആസൂത്രണം ചെയ്തിരുന്ന കംസനെ കൊലപ്പെടുത്തലായിരുന്നു. കംസൻ ശ്രീകൃഷ്ണന്റെ അമ്മാവനാണ് എന്നറിയുമ്പോൾ നമ്മൾ അത്ഭുതസ്തബ്ധരാകുന്നു. കംസൻ എന്തിനാണ് കൃഷ്ണനെ വധിക്കാൻ ആലോചിച്ചിരുന്നത്. അധികാരവും സമ്പത്തും നിലനിർത്താൻ ശ്രമിക്കുന്ന ദുഷ്ടശക്തിക്കു മുമ്പിൽ രക്തബന്ധത്തിന് ഒരു സ്ഥാനവും ഇല്ലെന്ന് ഇതിൽനിന്നു വ്യക്തമാണ്. രാജാധികാരത്തോട് പോരാടി, അടിച്ചമർത്തപ്പെട്ട ജനതയുടെ മോചനം നേടുന്നതിന് രക്തബന്ധം തടസമല്ലെന്ന് കൃഷ്ണനും തെളിയിക്കുന്നു.

പിന്നീട് കൃഷ്ണൻ പോകുന്നത് ധൃതരാഷ്ട്ര മഹാരാജാവിന്റെ കൊട്ടാര സദസിലേക്കാണ്. നൂറ്റൊന്നു മക്കളുടെയും എണ്ണമറ്റ സൈന്യത്തിന്റെയും അളവറ്റ സമ്പത്തിന്റെയും ഉടമയായ രാജാധിരാജന്റെ മുഖത്തു നോക്കി കൃഷ്ണൻ ഗർജിക്കുന്നു. മഹാരാജാവേ! നിങ്ങൾക്ക് ഈ രാജ്യത്തിന്റെ ഭരണാധികാരിയായിരിക്കാൻ അവകാശമില്ല. നിങ്ങൾ രാജഭരണം ചതിപ്രയോഗത്തിലൂടെ നേടിയെടുത്തതാണ്. അതിനാൽ രാജാധികാരം വിട്ടൊഴിഞ്ഞ്, അതിന്റെ ശരിയായ അവകാശികളായ പാണ്ഡവന്മാർക്ക് ഏൽപ്പിച്ചുകൊടുക്കണം എന്നാവശ്യപ്പെടുന്നു. കൃഷ്ണന്റെ ആവശ്യം രാജാവ് അവജ്ഞയോടെ തള്ളിക്കളയുന്നു. മാത്രമല്ല പാണ്ഡവന്മാർക്ക് രാജ്യത്ത് സൂചികുത്താൻ ഇടം കൊടുക്കില്ലെന്നും പ്ര

ഖ്യാപിക്കുന്നു. നിരാശനായ കൃഷ്ണൻ ക്രുദ്ധനാകുന്നു. അദ്ദേഹം രാജാവിന്റെ മുഖത്തു നോക്കി പ്രഖ്യാപിച്ചു. ''നമുക്ക് കുരുക്ഷേത്രത്തിൽ വച്ചു കാണാം''. അതൊരു യുദ്ധപ്രഖ്യാപനമായിരുന്നു, വെല്ലുവിളിയും.

ഇവിടെ എന്റെ മനസ്സിൽ തോന്നിയ പ്രസക്തമായ ഒരു ചോദ്യമുണ്ട്. ആ പ്രഖ്യാപനവും വെല്ലുവിളിയും ശ്രീകൃഷ്ണന്റെ ദിവ്യശക്തികൊണ്ടാണോ, അതോ ജനശക്തികൊണ്ടാണോ എന്നതാണ് ആ ചോദ്യം. ദിവ്യശക്തി കൊണ്ടാണെങ്കിൽ കൊട്ടാരവും രാജകീയ സദസ്സും നൊടിയിടകൊണ്ട് ഭസ്മമാക്കിക്കളയാൻ "ഭഗവാൻ കൃഷ്ണനു" സാധിക്കുമായിരുന്നില്ലെ. എന്നാൽ അതല്ല സംഭവിച്ചത്, കൃഷ്ണൻ കുരുക്ഷേത്രത്തിലേക്ക് രാജാവിനെ വെല്ലുവിളിക്കുന്നത് ജനശക്തി കൊണ്ടു യുദ്ധം ചെയ്യാനാണ്. അങ്ങനെയാണ് മഹാഭാരത യുദ്ധം ആരംഭിക്കുന്നത്. കുരുക്ഷേത്രത്തിൽ ഇരുവിഭാഗം സൈന്യവും ജനങ്ങളും അഭിമുഖമായി അണിനിരക്കുന്നു.

ഡൽഹിയിൽനിന്നു സുമാർ 60 കി.മീ. ദൂരത്ത് ഹരിയാന സംസ്ഥാനത്തിൽപെട്ട വിശാലമായ ഒരു മൈതാനമാണ് കുരുക്ഷേത്ര. ഞാൻ ആ ചരിത്രം ഉറങ്ങിക്കിടക്കുന്ന മൈതാനിയിലൂടെ നടന്നുപോയപ്പോൾ മഹാഭാരത യുദ്ധരംഗങ്ങൾ എന്റെ ഹൃദയത്തിലൂടെ കടന്നുപോയി. വില്ലാളിവീരനായ അർജുനനും തേരാളിയായ ശ്രീകൃഷ്ണനും കുതിരകളെ പൂട്ടിയ തേരിൽ യുദ്ധസന്നദ്ധമായി നിൽക്കുന്ന രംഗം മനസിൽ തെളിഞ്ഞപ്പോൾ ഞാനറിയാതെ ചെറുശേരി നമ്പൂതിരിയുടെ കൃഷ്ണഗാഥയിലെ നാലു വരികൾ എന്റെ ചുണ്ടിൽ കളിയാടി:

"വിജയനെത്തേരിൽ വിളങ്ങിക്കാണായി
വിഭൂതികളധിപതിയോടുംകൂടി
തരുണഭാസ്കരനരുണനോടുകൂ
ടൊരുമിച്ചു തെളിഞ്ഞുദിച്ചതുപോലെ"

എന്ന മനോഹരമായ വരികൾ, മനസിൽ പതിഞ്ഞ ഉപമാലങ്കാരം, വിശകലനവും വ്യാഖ്യാനവും ആവശ്യമില്ലാത്ത അവതരണ രീതി. എനിക്കെന്നും ഇഷ്ടം തോന്നിയിട്ടുള്ള കവിയാണ് ചെറുശ്ശേരി.

അങ്ങനെ മഹാഭാരതയുദ്ധം ആരംഭിക്കുകയായി. ഇരുപക്ഷത്തും കാലാൾപ്പട അണിനിരന്നു. ആനയും അമ്പാരിയും കുതിരയും തേരും.

അത്ഭുതകരമായ യുദ്ധസന്നാഹങ്ങൾ. ദിവ്യശക്തി കൊണ്ടു കീഴ്പ്പെടുത്താനല്ല, മനുഷ്യശക്തികൊണ്ടും യുദ്ധനൈപുണ്യം കൊണ്ടും ജയിച്ചടക്കാനാണ് ശ്രീകൃഷ്ണന്റെ നേതൃത്വം തീരുമാനിച്ചത്.

യുദ്ധം ആരംഭിക്കാനുള്ള കൊമ്പും കുഴൽവിളിയും വരാൻ പോകുന്നു. അപ്പോഴാണ് അർജുനൻ അമ്പും വില്ലും താഴെ വയ്ക്കുന്നത്. എന്നിട്ട് അർജുനൻ, കൃഷ്ണനോട് പറയുന്നു.

"കൃഷ്ണാ! എനിക്ക് യുദ്ധം ചെയ്യാൻ കഴിയുന്നില്ല, മറുവശത്ത് കാണുന്നത് രക്തബന്ധങ്ങളും ഗുരുക്കളുമാണ്. അവരെയെല്ലാം കൊലപ്പെടുത്തിയിട്ട് എനിക്കു രാജ്യം വേണ്ട, എന്തിനാണ് കൃഷ്ണാ ഈ യുദ്ധം?" എന്നും ചോദിക്കുന്നു. അപ്പോൾ ശ്രീകൃഷ്ണൻ പറയുന്ന മറുപടിയിലെ തത്വം ക്രോഡീകരിച്ചതാണ് *ഭഗവദ് ഗീത*. ആ ഗീത നമ്മുടെ കൈയിലുണ്ട്, പക്ഷേ പലരും അത് നിവർത്തി വായിച്ചുനോക്കാറില്ല. എന്തിനാണ് ഈ യുദ്ധം എന്ന ചോദ്യത്തിന് കൃഷ്ണൻ പറയുന്ന മറുപടിയിലെ പ്രസക്തഭാഗം മാത്രം ഞാൻ ഉദ്ധരിക്കുന്നു, നോക്കുക.

"പരിത്രാണായ സാധൂനാം
വിനാശായ ച ദുഷ്കൃതാം
ധർമസംസ്ഥാപനാർത്ഥായ
സംഭവാമി യുഗെ, യുഗെ"

"സാധുജനങ്ങളെ രക്ഷിക്കാനും അക്രമികളെയും അഴിമതിക്കാരെയും ഇല്ലായ്മ ചെയ്യാനും ധർമവും സാമൂഹ്യനീതിയും ഈ ഭൂമിയിൽ സ്ഥാപിക്കാനും യുഗാന്തരങ്ങളിൽ വരുന്നവനാണ് ഞാൻ, ഞാനാണ് കൃഷ്ണൻ", അർജുനാ! അമ്പും വില്ലും എടുത്ത് യുദ്ധം ആരംഭിക്കൂ-അതായിരുന്നു കൃഷ്ണന്റെ ആജ്ഞ.

ഇതിൽനിന്ന് നാം മനസിലാക്കേണ്ടത് എന്താണ്? അധർമകാരികളായ രാജാക്കന്മാരുടെ ആധിപത്യത്തിൽനിന്നും രാജാധികാരത്തിന്റെ അടിമത്തത്തിൽനിന്നും സാധുജനങ്ങളെ മോചിപ്പിക്കണം. അക്രമികളെയും അഴിമതിക്കാരെയും നിഗ്രഹിച്ച് ധർമവും സാമൂഹ്യനീതിയും സ്ഥാപിക്കണം, അതാണ് കൃഷ്ണന്റെ "ദൂത്" അഥവാ സന്ദേശം. അപ്പോൾ സാമൂഹ്യനീതിക്കു വേണ്ടിയുള്ള ഒരു ഉഗ്രൻ പോരാട്ടമായിരു

ന്നില്ലേ കൃഷ്ണന്റെ ദൗത്യം? ആ ദൗത്യം ഏറ്റെടുക്കാനും സാമൂഹ്യനീതിക്കുവേണ്ടി ഭരണാധിപത്യത്തോടും ചൂഷണത്തിലധിഷ്ഠിതമായ പണാധിപത്യത്തോടും പോരാടാനുള്ള കൃഷ്ണന്റെ ആഹ്വാനം എന്തുകൊണ്ട് നാം സ്വീകരിക്കുന്നില്ല എന്ന് കൃഷ്ണന്റെ കഥ പഠിച്ച കാലം മുതൽ ഞാൻ ചിന്തിക്കാറുണ്ടായിരുന്നു.

മേൽപ്പറഞ്ഞ ദൗത്യത്തിന്റെ മറ്റൊരു സന്ദേശവാഹകനാണ് യേശുക്രിസ്തു അഥവാ 'ഈസാനബി'. പതിനെട്ടാമത്തെ വയസിൽ അദ്ദേഹവും ഒളിവിൽ പോകുന്നുണ്ട്. റോമാസാമ്രാജ്യത്തോടും ജറുസലേം പലസ്തീൻ രാജ്യത്തിന്റെ ഭരണാധികാരിയായിരുന്ന നരോദ്നോടും പോരാടാനുള്ള ശക്തി സംഭരിക്കാനാണ് അപ്രത്യക്ഷനായതെന്നു ചില ചരിത്രകാരന്മാർ പറയുന്നു.

പലസ്തീൻ അന്ന് റോമാ സാമ്രാജ്യത്തിന്റെ അധിനിവേശ പ്രദേശമായിരുന്നു. സാമ്രാജ്യത്വത്തിന്റെ കൂടെപ്പിറപ്പായ, കൊല്ലും കൊലയും അക്രമവും ചൂഷണവും നടമാടിയിരുന്ന പട്ടാളഭരണം. അതിന്റെ തലവനായിരുന്നു നരോദ്. സാമ്രാജ്യത്വത്തിന്റെയും ഭരണകൂടത്തിന്റെയും ദല്ലാളുമാരായ പുരോഹിതന്മാർ ജറുസലേം പള്ളി കേന്ദ്രമാക്കി ഭരണകൂടത്തെ നിയന്ത്രിച്ചിരുന്ന കാലം. അതായിരുന്നു 2000 കൊല്ലങ്ങൾക്ക് മുമ്പുള്ള ക്രിസ്തുവിന്റെ കാലഘട്ടം. സാമ്രാജ്യത്വത്തിന്റെ അടിമത്തത്തിൽ നിന്നും പൗരോഹിത്യത്തിന്റെ ചൂഷണത്തിൽനിന്നും മോചനം നേടാനുള്ള സാമാന്യജനങ്ങളുടെ ജന്മാവകാശത്തിന് ലക്ഷ്യം കണ്ടെത്താനുള്ള പോരാട്ടത്തിന് നേതൃത്വം കൊടുക്കേണ്ടതാണെന്ന് ക്രിസ്തു കാണുന്നു. ആ ലക്ഷ്യം കണ്ടെത്താൻ മൂന്നു കാര്യങ്ങൾ നിർബന്ധമായും സ്വായത്തമാക്കണമെന്നു ജോസഫ് യേശുവിനെ ഉപദേശിക്കുന്നു. ഒന്നാമതായി നല്ല സഹനശക്തി വേണം. സഹനം കൈവരിക്കാനുള്ള ജ്ഞാനം രണ്ടാമതായി വേണം, ജ്ഞാനത്തിൽ പ്രധാനം ആത്മജ്ഞാനം തന്നെ. ആത്മജ്ഞാന സമ്പാദനത്തിനാവശ്യമായ ധ്യാനമാണ് പിന്നത്തേത്. ധ്യാനനിരതമായ ചിന്തയിലൂടെ നേടിയെടുക്കുന്ന മാനസിക തയാറെടുപ്പ്. ആ ധ്യാനത്തിലൂടെ ജ്ഞാനം, ജ്ഞാനത്തിലൂടെ സഹനം അതായിരുന്നു ചിന്ത.

ആ മാനസിക പരിശീലനവും ശക്തിയും ആർജിച്ചുകൊണ്ട് മുപ്പതാമത്തെ വയസിൽ പ്രത്യക്ഷപ്പെട്ട യേശു, പതിനായിരങ്ങളുടെ നേതാവായി. മത്സ്യത്തൊഴിലാളികളും മറ്റ് അധ്വാനിക്കുന്ന ജനങ്ങളുമായ എല്ലാ അടിമകളും യേശുവിന്റെ അനുയായി വൃന്ദത്തിൽ അടിയുറച്ച് അണിചേരുന്നതായി കാണാം. സാമ്രാജ്യത്തത്തിനും പൗരോഹിത്യത്തിനും വലിയ വെല്ലുവിളി ഉയർത്തിക്കൊണ്ട് അദ്ദേഹത്തിന്റെ പ്രസ്ഥാനം വളർന്നു. അദ്ദേഹത്തെ പിടിച്ചുകെട്ടാൻ സാമ്രാജ്യത്വത്തിന്റെ പട്ടാളം എല്ലാ ശ്രമവും നടത്തി പരാജയപ്പെടുന്നു. അവസാനം തന്റെ അടുത്ത അനുയായികളിൽ ഒരാൾ യേശുവിനെ ഒറ്റിക്കൊടുക്കുന്നു. പിടിച്ചുകെട്ടി പിലാത്തോസിന്റെ കോടതിയിൽ ഹാജരാക്കുന്നു. ദീർഘമായ വിചാ

രണയ്ക്കുശേഷം യേശു ഒരു കുറ്റവും ചെയ്തിട്ടില്ലെന്നു ജഡ്ജിക്ക് ബോധ്യമാകുന്നുണ്ട്. യേശുവിന്റെ ദൗത്യം എന്താണെന്ന ചോദ്യത്തിന് യേശു പറയുന്ന ഉത്തരം ഇന്ന് നമ്മുടെ കൈയിലുള്ള ബൈബിളിൽ തന്നെ രേഖപ്പെടുത്തി വച്ചിട്ടുണ്ട്. അതെന്താണ്? യേശു പറഞ്ഞു: "അധ്വാനിക്കുന്നവന്റെയും ഭാരം ചുമക്കുന്നവന്റെയും രാജ്യം ഈ ഭൂമിയിൽ സ്ഥാപിക്കലാണ്" എന്ന്.

അപ്പോൾ യേശുക്രിസ്തുവിന്റെയും ലക്ഷ്യം എന്താണ്. അത് മേൽപ്പറഞ്ഞതിൽനിന്ന് വ്യക്തമല്ലേ. അധ്വാനിക്കുന്നവനും ഭാരം ചുമക്കുന്നവനും അത് രണ്ടും തൊഴിലാളി തന്നെ. അപ്പോൾ തൊഴിലാളിയുടെ രാജ്യം ഭൂമിയിൽ സ്ഥാപിക്കണം എന്നുപറഞ്ഞാൽ, അതു തന്നെയല്ലേ തൊഴിലാളിവർഗ രാഷ്ട്രം. ആ രാഷ്ട്രം സ്ഥാപിക്കാനുള്ള രാഷ്ട്രീയം, അതാണ് തൊഴിലാളിവർഗ രാഷ്ട്രീയം.

എന്തുകൊണ്ടാണ് തൊഴിലാളിവർഗ രാഷ്ട്രം സ്ഥാപിക്കണം, അതിന് തൊഴിലാളിവർഗ രാഷ്ട്രീയം (working class politics) വേണം എന്നുപറയുന്നത് എന്ന് പരിശോധിക്കാം. ഈ ഭൂമിയിൽ സമ്പത്ത് (ധനം) ഉൽപ്പാദിപ്പിക്കുന്നത് അധ്വാനിക്കുന്ന തൊഴിലാളിയാണ്. ഉൽപ്പന്നങ്ങളാണ് സമ്പത്ത് അഥവാ ധനം. അത് കാർഷിക, വ്യാവസായിക ഉൽപ്പന്നങ്ങൾ എല്ലാംതന്നെ തൊഴിലാളികളുടെ അധ്വാനംകൊണ്ട് ഉണ്ടാകുന്നതു തന്നെയാണ്. തൊഴിലാളിയുടെ അധ്വാനംകൊണ്ട് ഉൽപ്പാദിപ്പിക്കപ്പെടുന്ന സമ്പത്ത് അനുഭവിക്കാനുള്ള ജന്മാവകാശം തൊഴിലാളിക്കുണ്ടാവണം. അത് സ്ഥാപിച്ചെടുക്കണമെങ്കിൽ അധ്വാനിക്കുന്ന തൊഴിലാളിക്ക് സ്വാധീനമുള്ള ഭരണകൂടം വേണം. അതുണ്ടാക്കണമെങ്കിൽ തൊഴിലാളിവർഗ രാഷ്ട്രീയവും ആവശ്യമാണ്.

ഇതുതന്നെയാണ് സോഷ്യലിസ്റ്റ് രാഷ്ട്രങ്ങളുടെ അടിസ്ഥാനമായ ആശയങ്ങളും എന്ന് ഇസ്ലാമിക ചരിത്ര പണ്ഡിതനും ചിന്തകനുമായ ഇബ്നു ഖൽദുൽ വിവരിക്കുന്നത് കാണുമ്പോൾ ഏതൊരു രാഷ്ട്രീയ വിദ്യാർഥിയും അത്ഭുതപ്പെട്ടുപോകും. 'ധനം' അല്ലെങ്കിൽ 'മൂലധനം' എന്ന് വിവർത്തനം ചെയ്യപ്പെടുന്ന അറബ്പദം 'കസബ്' എന്നതിനെ ഇബ്നു ഖൽദുൽ ഇങ്ങനെ നിർവചിക്കുന്നു. അതായത്, 'അൽ കസബ് ഖീമത്തുൽഅമൽ' 'അധ്വാനത്തിന്റെ വിലയാണ് ധനം'. (*മുഖദ്ദിമ,* പേജ് XIX, 579 ഇബനു ഖൽദുൽ)

14-ാം നൂറ്റാണ്ടിലാണ് ഇബ്നു ഖൽദുൽ ജീവിച്ചത്. (എഡി 1332ൽ ജനനം 1407ൽ മരണം). എഴുന്നൂറ് കൊല്ലങ്ങൾക്ക് മുമ്പാണ് ഖൽദുൽ "അധ്വാനത്തിന്റെ വിലയാണ് ധനം" എന്ന നിർവചനം പറഞ്ഞത്. അദ്ദേഹത്തിന് ഈ നിഗമനത്തിൽ എത്താനുള്ള പഠനവും സാഹചര്യവും എന്തായിരുന്നു എന്നു മനസിലാക്കേണ്ടതുണ്ട്. അത് ഇസ്ലാമിന്റെ അടിത്തറയായ *ഖുർആനും* അത് നടത്തിച്ചു കാണിച്ച നബിയുടെ ചര്യയും തന്നെയായിരുന്നു. മാത്രമല്ല ഒരുചരിത്ര ചിന്തകൻ എന്ന നിലയിൽ അദ്ദേഹം മുമ്പുള്ള പ്രവാചകന്മാരുടെയും ദിവ്യപുരുഷന്മാരുടെയും എല്ലാ

ചരിത്രവും സന്ദേശവും അപഗ്രഥിച്ചു പഠിക്കുകയും വിശകലനം നടത്തുകയും ചെയ്തിട്ടുണ്ടാവാം.

ചരിത്രത്തിൽ എണ്ണമറ്റ മഹാപുരുഷന്മാർ മാനവരാശിയെ, കയ്യൂക്കുള്ളവൻ കാര്യക്കാരനായി വന്ന പ്രമാണിവർഗത്തിന്റെ ആധിപത്യത്തിൽ നിന്ന് മോചിപ്പിക്കാനും ജനങ്ങളെ നേരായ ജീവിതത്തിലേക്കു നയിക്കാനും ശ്രമിച്ചതായി കാണാം. ഞാൻ ആദ്യം സൂചിപ്പിച്ചതുപോലെ ഈ മഹാപുരുഷന്മാരെല്ലാം മനുഷ്യരെ ഏതാനും പ്രാർഥനയും പൂജയും ആചാര-അനുഷ്ഠാനങ്ങളും പഠിപ്പിക്കാൻ വേണ്ടി മാത്രം വന്നതായിരുന്നില്ല. മറിച്ച് സാമ്പത്തികവും സാംസ്കാരികവുമായ അടിമത്തത്തിൽനിന്ന് ജനതയെ മോചിപ്പിക്കാനുംകൂടി ആയിരുന്നു എന്ന് അവരുടെയെല്ലാം ചരിത്രവും സന്ദേശങ്ങളും പരിശോധിച്ചാൽ മനസ്സിലാക്കാൻ പ്രയാസമില്ല.

ഇസ്ലാമിന്റെ പഞ്ചകർമ തത്വങ്ങൾതന്നെ പരിശോധിക്കാം. വിശ്വാസം, പ്രാർഥന, നോമ്പ്, സക്കാത്ത്, ഹജ്ജ്. അതിൽ വിശ്വാസം എന്നാൽ ഏകദൈവ വിശ്വാസം, നബിക്ക് മുമ്പുള്ള എല്ലാ പ്രവാചകന്മാരും അവതാരപുരുഷന്മാരും അതുതന്നെയാണ് പറഞ്ഞത്. 5200 കൊല്ലങ്ങൾക്കു മുമ്പ് ഭാരതത്തിൽ ജീവിച്ചു എന്നു വിശ്വസിക്കുന്ന ശ്രീകൃഷ്ണൻ പറയുന്നതായി *ഭഗവദ്ഗീത*യുടെ വ്യാഖ്യാനത്തിൽ സ്വാമി അഢഗഡാനന്ദജി പറയുന്നത് കാണുക, "പരമാത്മാവ് മാത്രമാണ് സത്യം. ധ്യാനത്തിലൂടെ മാത്രമേ ബ്രഹ്മത്വം നേടാനാവൂ. വിഗ്രഹാരാധന നടത്തുന്നത് ദുർബല മനസ്കരാണ്". ഈശ്വര വിശ്വാസത്തെപ്പറ്റി അദ്ദേഹം വീണ്ടും പറയുന്നു "ഏകനായ ആ പരമാത്മാവിനെ പൂർണമായി ശരണം പ്രാപിക്കുക". ഏകദൈവ വിശ്വാസം വ്യക്തമാണല്ലൊ.

പിന്നെ മറ്റു കർമങ്ങളും ചില്ലറ വ്യത്യാസത്തോടെ മുൻപ്രവാചകരുടെ കാലത്തുതന്നെ ഉണ്ടായിരുന്നതാണ്. അതിൽ കടന്നുകൂടിയത് ഒഴിവാക്കിയും കാലോചിതമായ മാറ്റങ്ങൾ വരുത്തിയും അവ തുടരാൻ തന്നെയാണ് നബിയും നിർദേശിച്ചത്. എന്നാൽ ഇതിനപ്പുറം ചില ഉദ്ദേശ്യലക്ഷ്യങ്ങൾ അദ്ദേഹത്തിനും ഉണ്ടായിരുന്നു. കേവലം മക്കയുടെ അധികാരസ്ഥാനത്തെത്താനായിരുന്നു അദ്ദേഹത്തിന്റെ ഉദ്ദേശ്യമെങ്കിൽ അതിന് ഒരു പ്രയാസവും ഉണ്ടായിരുന്നില്ല. അദ്ദേഹത്തിന്റെ പിതാമഹൻ തന്നെയായിരുന്നു ഭരണാധികാരിയും ദേവാലയത്തിന്റെ ഊരാളനും. പിതാമഹൻ അബ്ദുൽ മുത്തലിബിനു മുഹമ്മതിനോടു പ്രത്യേക വാത്സല്യവും അടുപ്പവും ഉണ്ടായിരുന്നുതാനും. അദ്ദേഹത്തിന്റെ മരണശേഷം അധികാരത്തിൽ വന്ന പിതൃവ്യൻ അബുതാലിബ് മുഹമ്മദിനോട് ഭരണാധികാരം ഏല്പിച്ചുകൊടുക്കാമെന്ന് നിർദേശം വെക്കുകകൂടി ചെയ്തിരുന്നു. പക്ഷേ ഒരു നിബന്ധനയുണ്ടായിരുന്നു. നിലവിലുള്ള സാമൂഹ്യ-സാമ്പത്തിക ഘടനയിൽ ഒരു വ്യത്യാസവും വരുത്താൻ പാടില്ല. പരമ്പരാഗതമായ വിശ്വാസ-ആചാരങ്ങൾ മാറ്റിമറിക്കണമെന്നുപറയാനും പാടില്ല. ആ നിർദേശത്തിനു മുഹമ്മദ് നബി പറഞ്ഞ മറുപടി എന്താണ്.

"വലത്തെ കൈയിൽ സൂര്യനും ഇടത്തെ കൈയിൽ ചന്ദ്രനും വെച്ചു തന്നാലും ഞാൻ എന്റെ ആദർശത്തിൽനിന്ന് ഒരു അണു മാറുകയില്ല" എന്നാണ്. അപ്പോൾ മുഹമ്മദിനോടു ചോദിച്ചു തന്റെ ആദർശം എന്താണ്, അദ്ദേഹം പറഞ്ഞ മറുപടി "ഹുവല്ലദീ ഖലകലക്കും മാഫിൽ അർളിജമിഅ" എന്നായിരുന്നു. ഈ പ്രപഞ്ചത്തിലുള്ള എല്ലാ വസ്തുവഹകളും മനുഷ്യരാശിക്കു വേണ്ടി സൃഷ്ടിക്കപ്പെട്ടതാണ് (ഖുർആൻ 2: 29). അത് ആരും കുത്തകയാക്കരുത്. മനുഷ്യന്റെ ജന്മാവകാശം നേടിക്കൊടുക്കലായിരുന്നു തന്റെ ലക്ഷ്യമെന്ന് ഇതിൽനിന്നു വ്യക്തമാണ്.

തന്റെ മാർഗം വെടിഞ്ഞവർ രണ്ടു വിഭാഗമാണെന്ന് അദ്ദേഹം മറ്റൊരു വചനം ഉദ്ധരിക്കുന്നുണ്ട്. "അറഅയിത്തല്ലദീയുക്ക ദ്ദിബു ബിദ്ദീൻ, ഫദാലിക്കല്ലദീയദുഹുൽ യത്തീം, വലായഹള്ളു അലാതഹാമിൽ മിസ്ക്കീൻ". അർഥം: "ഈ മാർഗം വെടിഞ്ഞവൻ ആരാണ്, അനാഥകളെ സംരക്ഷിക്കാത്തവർ, പിന്നെയോ അഗതികൾക്ക് അർഹതപ്പെട്ട ഭക്ഷണം കിട്ടുന്ന ഒരു വ്യവസ്ഥക്കുവേണ്ടി നില്ക്കാത്തവൻ" (വി. ഖു: 107: 1, 2,3). ഇതിൽനിന്നു സംഗതി വ്യക്തമാണല്ലൊ, സാമ്പത്തിക സമത്വവും സാമൂഹ്യനീതിയും സ്ഥാപിക്കലാണ് നബിയുടെ ലക്ഷ്യം എന്നത്.

എന്നാൽ ഈ വഴിക്ക് എത്ര ആളുകൾ ചിന്തിക്കുന്നുണ്ട്. ഈ ലക്ഷ്യത്തിനുവേണ്ടി തന്റെ അനുയായികൾ പ്രവർത്തിക്കുന്നുണ്ടോ? അതാണ് പ്രശ്നം. ഒരു കാര്യം വളരെ വ്യക്തമാണ്. അതായത്; അധ്വാനത്തിന്റെ വിലയാണ് ധനം, ആ ധനം ഭൂമിയിലുള്ളത് മുഴുവനും എല്ലാ ജനങ്ങൾക്കും വേണ്ടിയുള്ളതാണ് എന്നുപറയുമ്പോൾ സാമ്പത്തിക സ്ഥിതിസമത്വവാദം തന്നെയാണ് തന്റെ ലക്ഷ്യം എന്നു നാം മനസ്സിലാക്കുന്നു. ആ ലക്ഷ്യത്തിലേക്കുള്ള മാർഗം വെട്ടി തെളിയിക്കലാണ് നബിയുടെ ദൗത്യം. ആ മാർഗത്തിൽനിന്ന് വ്യതിചലിക്കുന്നവർ അനാഥകളെ സംരക്ഷിക്കാത്തവരും അഗതികൾക്ക് ഭക്ഷണം കിട്ടാൻ ശ്രമിക്കാത്തവരും ആണെന്നും പറയുമ്പോൾ കാര്യം കൂടതൽ വ്യക്തമാവുന്നുണ്ട്. അനാഥകളും അഗതികളും ഇല്ലാത്ത ഒരു ലോകം- അതായിരുന്നു അദ്ദേഹത്തിന്റെ സ്വപ്നം. അതിനാൽ സാമ്പത്തിക സമത്വത്തിനും ഉന്നതമായ സാമൂഹ്യനീതിക്കും വേണ്ടിയാണ് നബി പോരാടിയത് എന്നു വ്യക്തമാകുന്നുണ്ട്.

ലോകത്ത് ഇന്നേവരെ ഉണ്ടായ എല്ലാ മതങ്ങളും ഉയർത്തിപ്പിടിച്ച ആദർശങ്ങളും ആശയങ്ങളും ഒരേ ലക്ഷ്യത്തെ മുൻനിർത്തിക്കൊണ്ടു തന്നെയായിരുന്നു. സാമ്പത്തികവും സാംസ്കാരികവുമായ അടിമത്തത്തിൽനിന്ന് ജനങ്ങളെ മോചിപ്പിക്കുക എന്നതായിരുന്നു അത്. എന്നാൽ പിൽക്കാലത്ത് എല്ലാ മതസമൂഹങ്ങളിലും അപചയങ്ങൾ ഉണ്ടായിട്ടുണ്ട്. ആദർശങ്ങളിലോ ആശയങ്ങളിലോ ആയിരുന്നില്ല വ്യത്യാസങ്ങൾ ഉടലെടുത്തത്. മതാനുയായികൾക്കിടയിലെ ആചാരങ്ങളിലും അനുഷ്ഠാനങ്ങളിലുമായിരുന്നു-പുതിയ, പുതിയ ആചാര-അനുഷ്ഠാനങ്ങൾ സമൂഹത്തിൽ അടിച്ചേൽപ്പിക്കുകയും അതിന്റെ ആവശ്യകതയും ഗുണങ്ങളും ശക്തിയായി പ്രചരിപ്പിക്കുകയും അതെല്ലാം മതത്തിന്റെ ഭാഗമാണെന്ന് ജനങ്ങളെ വിശ്വസിപ്പിക്കുകയും ചെയ്യുന്നു. ഇത്തരം പുതിയ

ഏത് സംഗതികൾ കൊണ്ടുവരുമ്പോഴും അതിന്റെയെല്ലാം പിന്നിൽ സാമ്പത്തിക താൽപ്പര്യങ്ങൾ ഒളിഞ്ഞു കിടക്കുന്നതായി കാണാം. കൊണ്ടുവരുന്നവർക്ക് നേട്ടവും ബഹുജനങ്ങൾക്ക് ബാധ്യതയും അവ ഉണ്ടാക്കുന്നു.

അത് കാരണമായി ഇത്തരം കാര്യങ്ങളിൽ മതങ്ങൾ തമ്മിലും ഒരേ മതത്തിലെ അവാന്തര വിഭാഗങ്ങൾ തമ്മിലും സ്പർധയും സംഘർഷങ്ങളും ഉണ്ടായിത്തീരുന്നു. അന്യോന്യം കീഴ്പെടുത്താനാണ് വർഗീയവാദവും തീവ്രവാദവും അവസാനം ഭീകരവാദം ഉണ്ടാക്കിത്തീർക്കുന്നത്. എല്ലാറ്റിന്റെയും ലക്ഷ്യം ഒന്നുതന്നെ, അധികാരവും അതു വഴി ധനസമ്പാദനവും. എന്നാൽ ഇതിനൊന്നും സാധാരണ ജനങ്ങളോ മതാനുയായികൾ തന്നെയുമോ ഉത്തരവാദികളല്ല. പിന്നെ ആരാണ് ഇതിനെല്ലാം കാരണക്കാർ എന്ന് ആലോചിക്കുമ്പോഴാണ് നാം ഞെട്ടിപ്പോകുന്നത്. ആ കാരണക്കാരെ *വിശുദ്ധ-ഖുർആൻ* ചൂണ്ടിക്കാണിച്ചുതരുന്നത് നോക്കുക:-

> സത്യവിശ്വാസികളെ! മതപണ്ഡിതന്മാരിലും പുരോഹിതന്മാരിലും ഏറെ പേരും ജനങ്ങളുടെ ധനം അന്യായമായി അനുഭവിക്കുന്നവരാണ്. (അതിനുവേണ്ടി) ജനങ്ങളെ അള്ളാഹുവിന്റെ മാർഗത്തിൽനിന്ന് അവർ തടയുകയും ചെയ്യുന്നു. സ്വർണവും വെള്ളിയും സൂക്ഷിച്ചുവെക്കുകയും അള്ളാഹുവിന്റെ മാർഗത്തിൽ അവ ചെലവഴിക്കാതിരിക്കുകയും ചെയ്യുന്നവരെ വേദനാജനകമായ ശിക്ഷയെ കൊണ്ട് സന്തോഷവാർത്ത അറിയിക്കുക. (വി: ഖു - 9: 34)

ഖുർ-ആന്റെ ലക്ഷ്യവും നബിയുടെ ആദർശവും ഇതിൽനിന്നു സുവ്യക്തമായി മനസിലാക്കാവുന്നതാണ്. അത് പൗരോഹിത്യത്തിനും പണാധിപത്യത്തിനും എതിരാണ് എന്നതാണ്. ബ്രിട്ടീഷ് സാമ്രാജ്യത്വം ഇന്ത്യയിൽനിന്ന് കെട്ടുകെട്ടി പോയപ്പോൾ പൗരസ്വാതന്ത്ര്യവും മനുഷ്യാവകാശവും സംരക്ഷിക്കപ്പെടും എന്നാണ് സാധാരണ ജനങ്ങൾ പ്രതീക്ഷിച്ചിരുന്നത്. സ്വാതന്ത്ര്യസമര സേനാനികൾ സ്വപ്നം കണ്ടിരുന്ന സ്വതന്ത്രഭാരതം അതുതന്നെയായിരുന്നു. ബ്രിട്ടീഷ് ആധിപത്യത്തിനും അവരുടെ ആജ്ഞാനുവർത്തികളായ ഭൂവുടമ-ജന്മിതമ്പുരാക്കന്മാരോടും മുഖാമുഖം പോരാടിയ ഏറനാട്-വള്ളുവനാട്ടിലെ മാപ്പിള സഖാക്കളുടെ ധീരോദാത്തമായ ചെറുത്തുനിൽപ്പ്, കമ്പളത്ത് ഗോവിന്ദൻ നായർ വരച്ചു കാണിക്കുന്നത് ശ്രദ്ധിക്കുക:

"അന്നിരുപത്തൊന്നിൽ നമ്മൾ ഇമ്മലയാളത്തില്
ഒന്ന് ചേർന്ന്വെള്ളയോടെതിർത്ത് നല്ലെ മട്ടില്
ഏറനാട്ടിൽ ധീരമക്കൾ ചോര ചിന്തിയ നാടിതിൽ
ചീറിടുംപീരങ്കികൾക്ക് മാറുകാട്ടിയ നാടിതിൽ
*　　　*　　　*　　　*
രാജ്യസ്നേഹം വീറ് കൊണ്ടെ, ധീരരുണ്ടീനാട്ടില്
രക്ഷ വേണങ്കില് മണ്ടിക്കോട്ടവർ ഇംഗ്ലണ്ടില്"

മലബാറിലെ അധ്യാപക പ്രസ്ഥാനത്തിന്റെ ആദ്യത്തെ സെക്രട്ടറി ആയിരുന്നു ഗോവിന്ദൻ നായർ. നല്ല അധ്യാപകനും സംഘാടകനും കലാ –സാഹിത്യ രംഗങ്ങളിൽ തൽപ്പരനുമായിരുന്നു അദ്ദേഹം. സർവോപരി ഒരു ഇടതുപക്ഷ സഹയാത്രികനും.

മഹാന്മാരുടെ ചരിത്രവും അവർ ഉയർത്തിപ്പിടിച്ച ആദർശങ്ങളുടെ പൊരുളും വായിക്കാനും പഠിക്കാനും ചെറുപ്പത്തിലേ എനിക്ക് താൽപ്പര്യമായിരുന്നു. മനുഷ്യാവകാശ പോരാട്ടങ്ങളുടെയും മഹാഭാരതയുദ്ധം മുതൽ ബദർയുദ്ധം വരെയുള്ള സംഘട്ടനങ്ങളുടെയും സംഭവബഹുലമായ ചരിത്രം എന്നെ ആവേശഭരിതനാക്കുകയും വികാരാധീനനാക്കുകയും ചെയ്തിരുന്നു. അതെല്ലാം തന്നെ മനുഷ്യർക്കിടയിൽ സാമ്പത്തിക സ്ഥിതിസമത്വം സ്ഥാപിക്കുന്നതിനും അതിന്റെ ശത്രുക്കളായ സമ്പത്ത് കുന്നുകൂട്ടി വയ്ക്കുന്ന ചൂഷകവർഗത്തോടും അതിനു കൂട്ടുനിൽക്കുന്ന പൗരോഹിത്യത്തോടും എതിരിട്ട് മനുഷ്യാവകാശം സ്ഥാപിക്കാനുള്ള സമരങ്ങളായിരുന്നു എന്നും ഞാൻ മനസ്സിലാക്കിയിരുന്നു.

മേൽപ്പറഞ്ഞ പഠനങ്ങളും ആലോചനകളും സംഭാവന ചെയ്ത ഉൾക്കാഴ്ചയും ബോധവുമാണ് നന്നെ ചെറുപ്പത്തിൽതന്നെ ഞാൻ ഒരു ഇടതുപക്ഷ സഹയാത്രികനായി രാഷ്ട്രീയരംഗത്ത് പ്രവേശിക്കാനിടയാക്കിയത്. ഇടക്കാലത്ത് കാൽ വഴുതി മറുവശത്തേക്ക് വീണുപോയെങ്കിലും എത്തിപ്പിടിച്ച മേച്ചിൽസ്ഥലത്ത് ചുറ്റിനടന്നപ്പോഴും എന്റെ രാഷ്ട്രീയവും സാമൂഹ്യവുമായ കാഴ്ചപ്പാടുകൾക്ക് ഒരു മാറ്റവും ഉണ്ടായിരുന്നില്ല. സാമൂഹ്യസാമ്പത്തിക കാര്യങ്ങളിൽ മേൽപ്പറഞ്ഞ വീക്ഷണം ഉള്ളതുകൊണ്ട്, രാഷ്ട്രീയ സംഘടനാ രംഗങ്ങളിൽ സ്വതന്ത്രമായ അഭിപ്രായം ഉള്ളതുകൊണ്ടും വലതുപക്ഷ രാഷ്ട്രീയത്തിൽ അധികകാലം പിടിച്ചുനിൽക്കാൻ കഴിഞ്ഞില്ല. തിരിച്ച് സ്വന്തം പാതയിലെത്തിച്ചേർന്നപ്പോൾ വലിയ സന്തോഷവും സമാധാനവും തോന്നുകയുണ്ടായി.

എന്നാൽ സാമൂഹ്യദ്രോഹശക്തികൾ വലിയ തോതിൽ വളർന്നുവരികയും രാഷ്ട്രീയ ഭരണരംഗങ്ങൾ പിടിച്ചടക്കാൻ ശ്രമിക്കുകയും ചെയ്യുന്ന ഒരു പുതിയ ഘട്ടത്തെയാണ് നമ്മൾ ഇന്ന് അഭിമുഖീകരിക്കുന്നത്. മനുഷ്യാവകാശങ്ങൾക്കുവേണ്ടി നിലകൊള്ളുന്ന രാഷ്ട്രീയ പ്രസ്ഥാനങ്ങളെ വളർന്നുവരാൻ അനുവദിക്കുന്നില്ല. ജനങ്ങളെ ജാതീയമായും വർഗീയമായും വേർതിരിച്ചു രാഷ്ട്രീയമുഖം നൽകി രംഗം കീഴടക്കാൻ കിടമത്സരം നടത്തുന്നതാണ് ഇന്നത്തെ രാഷ്ട്രീയത്തിലെ ദുഃഖകരമായ അവസ്ഥ. എല്ലാ ജാതിപ്പാർട്ടികളുടെയും തലപ്പത്ത് സമ്പന്നരും പൗരോഹിത്യവും ആധിപത്യം സ്ഥാപിച്ചിട്ടുണ്ട്. വിദ്യാഭ്യാസ –ആരോഗ്യ മേഖലകളെല്ലാം അവർ കൈയടക്കുന്നു. ഇതെല്ലാം വ്യവസായ അടിസ്ഥാനത്തിൽ ലാഭേച്ഛയോടെ നടത്താൻ അവർക്ക് കഴിയുന്നുണ്ട്. അതിനെല്ലാം പറ്റിയ വിധത്തിൽ ജാതിരാഷ്ട്രീയപ്പാർട്ടികളുടെ കോൺഫെഡറേഷൻ ഉണ്ടാക്കാനാണ് മുന്നണി രാഷ്ട്രീയം ഉപയോഗിക്കുന്നത്. രാഷ്ട്രീയപ്പാർട്ടികളെ അവരുടെ തടവുകാരാക്കാൻ ആ ശക്തികൾക്ക് കഴിയുന്നുണ്ട്. ഇതിൽനിന്നുള്ള ഒരു വിമോചനപ്രസ്ഥാനമായി വളരട്ടെ രണ്ടാം സ്വാതന്ത്ര്യസമരം എന്നു ഞാൻ ആശിക്കുന്നു

മോയിൻകുട്ടിവൈദ്യർ സ്മാരകം

40 മാപ്പിളകലാ പ്രേമവും വൈദ്യർ സ്മാരക കമ്മിറ്റിയും

അറബി-മലയാള സങ്കര സംസ്കാരത്തിന്റെ ഉൽപ്പന്നമാണ് മാപ്പിളകലകൾ. അറബന, ദഫ്മുട്ട്, കോൽക്കളി, ഒപ്പന എന്നിവയാണ് പൊതുവെ മാപ്പിളകലകൾ. 4-ാം തരത്തിൽ സ്കൂൾ പഠനം നിർത്തി പള്ളിയിൽ മതപഠനം നടത്താൻ ദർസിലെ മുസ്ലിയാർകുട്ടിയായി കഴിഞ്ഞിരുന്ന കാലത്താണ് എനിക്ക് മാപ്പിള കലകളോട് അഭിനിവേശം ഉണ്ടാവാൻ ഇടയായത്. അറബനയും ദഫ്മുട്ടും പൂർണമായും അറബികളുടെ കലാപ്രകടനംതന്നെയാണ്. എന്നാൽ കോൽക്കളി വടക്കെ മലബാറിലെ ആയോധന കലകളിൽനിന്നും ഉരുത്തിരിഞ്ഞുവന്ന ഒരു കളിയാണ്. അതിന്റെ പൈതൃകം ഈഴവ സമുദായത്തിനവകാശപ്പെട്ടതാണ്. കോൽക്കളിയായി രൂപാന്തരപ്പെട്ടതിനു ശേഷം അത് മാപ്പിളമാരുടെ ഒരു മുഖമുദ്രയായി മാറി, അഥവാ കോൽക്കളി ഒരു മാപ്പിള സ്വത്തായിത്തീർന്നു. ഒപ്പന ആദ്യം ആണുങ്ങൾ മാത്രമാണ് കളിച്ചിരുന്നത്. പിന്നീടാണ് പെൺ ഒപ്പന നിലവിൽ വന്നത്. അത് വേണമെങ്കിൽ കോൽക്കളിയുടെ ഒരു വകഭേദം പോലെയാണ്.

കോൽക്കളിക്കും ഒപ്പനക്കും മിഴിവേകുന്നത് ശ്രവണ സുന്ദരമായ പാട്ടുകളാണ്. അവിടെയാണ് മാപ്പിളപ്പാട്ടുകളുടെ മികവും പ്രാധാന്യവും കാണാൻ കഴിയുന്നത്. അറബി ബൈത്തും കേരളത്തിലെ നാടൻ നാടോടിപ്പാട്ടും കൂടിക്കലർന്നാണ് മാപ്പിളപ്പാട്ട് ഉൽഭവിച്ചത്. അതിന്റെ രീതി

അഥവാ ഇശൽ, അതാണ് മാപ്പിളപ്പാട്ടിന്റെ ഭംഗി. 'ഇശൽ' എന്ന പദം തമിഴിലെ 'ഇയൽ' എന്ന വാക്കിൽനിന്നാണുത്ഭവിച്ചത്.

ഇശൽഭംഗിയുള്ള മാപ്പിള പാട്ടുകൾ കുട്ടിക്കാലത്ത് പഠിക്കുകയും പാടുകയും ചെയ്തിരുന്നു. അതിന് സഹായിക്കുകയും പ്രോത്സാഹിപ്പിക്കുകയും ചെയ്തിരുന്നത് പള്ളിയിലെ മുതിർന്ന മതപഠന വിദ്യാർഥികളായിരുന്നു. മാപ്പിളപ്പാട്ടിന്റെ ഉത്ഭവംതന്നെ പള്ളിയിൽനിന്നും മുസ്ലിയാക്കന്മാരുടെ കൈകളിൽനിന്നുമായിരുന്നു. ആദ്യത്തെ മാപ്പിളപ്പാട്ട് മാലപ്പാട്ടുകളായിരുന്നല്ലോ. മാലപ്പാട്ടുകളിൽ ആദ്യത്തേത് 'മുഹിയുദ്ദീൻ മാലയും' അതിന്റെ കർത്താവ് കോഴിക്കോട്ടു വലിയ പള്ളിയിലെ ഖാസി മുഹമ്മതുമായിരുന്നു. അദ്ദേഹമാണ് മാലപ്പാട്ടു പ്രസ്ഥാനത്തിനു തുടക്കം കുറിച്ചത്. എന്നാൽ അറബി മലയാളഗാന കാവ്യ പ്രസ്ഥാനത്തിന് രൂപം നൽകിയത് 'നൂൽമാല' എന്ന കാവ്യം എഴുതിക്കൊണ്ട് തലശേരിക്കാരനായ കുഞ്ഞായിൻ മുസ്ലിയാർ ആയിരുന്നു.

പിന്നീട് മാപ്പിളപ്പാട്ടുകളുടെ ഒരു പ്രവാഹം തന്നെയുണ്ടായി, എണ്ണമറ്റ കവികളും. അതെല്ലാം ലേഖന വിസ്താരം ഭയന്ന് ഞാൻ ഇതിൽ പ്രതിപാദിക്കുന്നില്ല. എനിക്ക് മാപ്പിള കലകളിലും പാട്ടിലും താൽപ്പര്യമുണ്ടാവാൻ ഇടയായ സാഹചര്യം വിശദീകരിക്കുക മാത്രമേ ഇവിടെ ഉദ്ദേശിക്കുന്നുള്ളു. മാപ്പിളപ്പാട്ടിനെ സംബന്ധിച്ച് ഒരു തുടക്കക്കാരന് പരിചയപ്പെടാനും മനസിലാക്കാനുമുതകുന്ന ഒരു പുസ്തകം ഞാൻ എഴുതി പ്രസിദ്ധീകരിച്ചിട്ടുണ്ട്. അതാണ് 'മാപ്പിളപ്പാട്ടിന്റെ മാധുര്യം' എന്ന ചെറുപുസ്തകം. ആ പുസ്തകത്തിന് 2006ലെ എസ് കെ പൊറ്റെക്കാട്ട് അവാർഡ് ലഭിക്കുകയും ചെയ്തിട്ടുണ്ട്.

എന്റെ മാപ്പിള കലകളിലും പാട്ടിലുമുള്ള പ്രേമവും താൽപ്പര്യവും വർധിച്ചുവന്നപ്പോൾ ഞാൻ പഴയ കാലത്തെ പരമ്പരാഗത രീതിയിലുള്ള പാട്ടുകളെല്ലാം വായിക്കാനും പഠിക്കാനും തുടങ്ങി. സഖും പടപ്പാട്ട്, ഇബ്റാഹിമിബ്നു അദഹം ഖിസ്സ പാട്ട്, ഉമർ ഖിസ്സ, വലിയ കച്ചവട പാട്ട് എന്നീ ചരിത്ര കാവ്യങ്ങളും സഫലമാല, കപ്പപ്പാട്ട് എന്നീ ദാർശനിക കാവ്യങ്ങളും ഞാൻ വായിച്ചു പാടി മനസിലാക്കി. അതിനു പുറമെ പരമ്പരാഗത ശൈലിയിലുള്ള കാവ്യങ്ങളിൽ വലിയൊരു മേഖലയാണ് പടപ്പാട്ടുകൾ. ബദർപട, ഒഹ്ദ്, ഹുനൈൻ, ഖന്തഖ്, ഖൈബർ, ഷാം വിജയം തുടങ്ങി മലപ്പുറംപടവരെയുള്ള യുദ്ധകാവ്യങ്ങൾ വായിക്കാനും പരിചയപ്പെടാനും സാധിച്ചു.

ഉന്നതശീർഷരായ കവികൾ ഉമർ ആലിം ലബ്ബ, കുഞ്ഞായൻ മുസ്ലിയാർ, ഖാളി മുഹമ്മത്, ശുജായി മൊയ്തു മുസ്ല്യാർ, മോയിൻകുട്ടി വൈദ്യർ, ചേറ്റ്വാ പരീക്കുഴി, മുണ്ടമ്പ്ര ഉണ്ണിമമ്മത്, പുലിക്കോട്ടിൽ ഹൈദർ തുടങ്ങി എസ് എ ജമീൽവരെയുള്ള കവികളെ സംബന്ധിച്ചും ഒരു സാമാന്യ വിവരം സമ്പാദിക്കാൻ കഴിഞ്ഞു.

ഇതിന്റെയെല്ലാം ഫലമായി കൈരളി ചാനലിൽ മാപ്പിളപ്പാട്ട് റിയാലിറ്റി ഷോ ആരംഭിക്കാൻ ആലോചിച്ചപ്പോൾതന്നെ ഞാനും അതിലൊരു പങ്കാളിയായി. കൈരളിയിൽ ശ്രീ. ജ്യോതി വള്ളൂർ ആയിരുന്നു ഇതി

ദഫ് മുട്ട്

ന്റെ ചാർജ് വഹിച്ചിരുന്നത്. അദ്ദേഹം ഒരു നല്ല സംഘാടകനും ബിസിനസ് മാനേജ്മെന്റിൽ ദീർഘവീക്ഷണമുള്ള ആളുമാണ്. കലാപരിപാടികളെ സംബന്ധിച്ച് ഭാവനാ സമ്പന്നനുമാണ്. അദ്ദേഹത്തിന്റെ ബുദ്ധിയിലാണ് ഈ സംരംഭത്തിന് 'പട്ടുറുമാൽ' എന്ന് നാമകരണം ചെയ്യാൻ ഇടയായത്. അതൊരു ആകർഷണീയവും അനുയോജ്യവുമായ പേരു തന്നെയെന്ന് പിന്നീട് എല്ലാവരും അഭിപ്രായപ്പെടുകയുണ്ടായി. പ്രേക്ഷകർക്കും ആ പേര് നല്ലപോലെ ഇഷ്ടപ്പെട്ടു.

പട്ടുറുമാൽ പരിപാടി ഒന്നാമത്തെ റൗണ്ട് കഴിഞ്ഞപ്പോൾ അതിലെ ജഡ്ജിങ് പാനലിൽ ചില മാറ്റങ്ങളുണ്ടായി. ഒരു ഘട്ടത്തിൽ ജ്യോതി എന്നോടു പറഞ്ഞു "ഹംസക്ക ചാനലിൽ ഒരു അംഗമായി വരണം" എന്ന്. യഥാർത്ഥത്തിൽ ഞാൻ അങ്ങനെ ഒരു രംഗത്ത് മുമ്പ് ഉണ്ടായിട്ടില്ല. ആ പരിചയക്കുറവും ജോലിത്തിരക്കും ആലോചിച്ച് ഞാൻ ഒഴിഞ്ഞുമാറാൻ ശ്രമിച്ചു. അന്നു ഞാൻ പാർലമെന്റ് അംഗവും കൂടിയായിരുന്നല്ലോ. അവസാനം ജ്യോതിയുടെ നിർബന്ധത്തിനു വഴങ്ങി ഒരു വിധികർത്താവിന്റെ റോളും നിർവഹിച്ചു. ഞാൻ ശ്രുതി, താളം, ലയം ഒന്നും പരിശോധിച്ച് മാർക്കിടുന്ന കൂട്ടത്തിലല്ല. ഞാനും എന്റെ സുഹൃത്ത് ഫൈസൽ എളേറ്റിലും പ്രധാനമായും പരിശോധിച്ചിരുന്നതും മാർക്കിടുന്നതും മാപ്പിളപ്പാട്ടിന്റെ ഭാവം, അവതരണത്തിലെ ഇശൽ ഭംഗി, ട്രഡീഷണൽ പാട്ടുകളിലെ പദങ്ങൾ, അവയുടെ ഉച്ചാരണം ഇത്യാദി കാര്യങ്ങളായിരുന്നു. പാട്ടിന്റെ തെരഞ്ഞെടുപ്പും ഒരു പ്രധാന കാര്യമായിരുന്നു. മത്സരാർഥികൾ ഈ കാര്യങ്ങളെല്ലാം ശ്രദ്ധിച്ചു നന്നായി അവതരിപ്പിച്ചാൽ മാത്രമെ വിജയിക്കുമായിരുന്നുള്ളു.

ജഡ്ജ്മെന്റിന്റെ കാര്യത്തിൽ പ്രൊഡ്യൂസർ ജ്യോതിയോ, കൈരളിയിലെ മറ്റേതെങ്കിലും സ്ഥാനത്തുള്ളവരോ ഒരിക്കലും ഇടപെട്ടിരുന്നില്ല. അത് ജഡ്ജിമാർക്ക് പൂർണമായും വിവേചനാധികാരത്തോടെ തീരുമാനിക്കാമായിരുന്നു. ജഡ്ജിങ് പാനലിൽ ചിലപ്പോൾ ശാസ്ത്രീയ സംഗീതത്തിലെ ഗുരുക്കളായ വിദ്യാധരൻമാസ്റ്റർ, ജോൺസൺമാസ്റ്റർ എന്നിവരും ഉണ്ടാകാറുണ്ട്. പാനലിൽ മറ്റംഗങ്ങൾ നിലമ്പൂർ റഹ്ന, തിരൂർ ഫിറോസ്ബാബു എന്നിവരായിരുന്നു.

ഇവരുടെയെല്ലാം കൂടെ 'പട്ടുറുമാൽ' പരിപാടിയിൽ രണ്ടു റൗണ്ടിൽ പങ്കെടുക്കാൻ എനിക്കുണ്ടായ അവസരം ശരിക്കും ഉപകാരപ്രദമായിരുന്നു. സംഗീതത്തെ സംബന്ധിച്ച് ഒരുപാട് കാര്യങ്ങൾ മനസിലാക്കാനും പല വിഷയങ്ങളും പരിചയപ്പെടാനും സാധിച്ചു. മാത്രമല്ല ടെലിവിഷൻ പ്രേക്ഷകർക്കിടയിൽ വലിയ ഒരു ബന്ധം ഇതുവഴി ഉണ്ടാവാനും ഇടവന്നു. രാഷ്ട്രീയ സാമൂഹ്യ രംഗങ്ങളിലെ ദീർഘകാലത്തെ പ്രവർത്തനങ്ങൾകൊണ്ട് എനിക്ക് ജനങ്ങൾക്കിടയിലുണ്ടായ ബന്ധത്തിനപ്പുറം ഒരു അടുപ്പം ജനങ്ങൾക്കിടയിൽ ഉണ്ടാവാനും ഇത് ഉപകരിച്ചു. നിങ്ങൾക്ക് ഇങ്ങനെയും ഒരു മുഖമുണ്ട്, അല്ലെ എന്നും ചിലർ എന്നോട് ചോദിച്ചിരുന്നു. ഏതായാലും അതും ഒരു ജീവിതാനുഭവമായി. പട്ടുറുമാൽ പരിപാടിയിലൂടെ മാപ്പിളപ്പാട്ടിനെ ലോകത്തോളം വളർത്താൻ കൈരളി ചാനലിനു കഴിഞ്ഞു എന്നത് കൈരളി ചാനലിന് എന്നും അഭിമാനിക്കാവുന്നതാണ്.

വൈദ്യർ സ്മാരക കമ്മിറ്റി

2006ലെ തെരഞ്ഞെടുപ്പു കഴിഞ്ഞ് കേരളത്തിൽ ഇടതുപക്ഷ ജനാധിപത്യ മുന്നണി അധികാരത്തിൽ വന്നു. സ: അച്യുതാനന്ദൻ മുഖ്യമന്ത്രിയായി. സാംസ്കാരിക വകുപ്പു മന്ത്രി സ: എം എ ബേബിയായിരുന്നു. മാപ്പിള കലാസാംസ്കാരിക കേന്ദ്രമായ 'മഹാകവി മോയിൻകുട്ടി വൈദ്യർ സ്മാരക കമ്മിറ്റി'യുടെ ചെയർമാൻ ടി കെ ഹംസയാവട്ടെ എന്ന് അദ്ദേഹം പറഞ്ഞു. അങ്ങനെ 2006 നവംബർ 20ലെ ഉത്തരവു പ്രകാരം വൈദ്യർ സ്മാരക കമ്മിറ്റി പുനസംഘടിപ്പിച്ചു. ഞാൻ ചെയർമാനും, എം എൻ കാരശേരി വൈസ് ചെയർമാനും, ബഷീർ ചുങ്കത്തറ സെക്രട്ടറിയും റസാഖ് പയമ്പ്രോട്ട് ജോയിന്റ് സെക്രട്ടറിയുമായി ഇരുപത്തൊമ്പത് അംഗങ്ങളുള്ള കമ്മിറ്റി നിലവിൽ വന്നു.

എനിക്ക് സ്വന്തം നിലയിൽ മാപ്പിള കലകളോടും സാഹിത്യം, പാട്ട് എന്നിവയോടും വലിയ താൽപ്പര്യവും ആവേശവുമായിരുന്നു മുമ്പുതന്നെ. അതിനാൽ ഈ സ്ഥാപനത്തിന്റെ വളർച്ചയ്ക്കും മാപ്പിള കലാസാഹിത്യത്തിന്റെ ഉയർച്ചയ്ക്കും പരമാവധി സമയം കണ്ടെത്തി പ്രവർത്തിക്കാൻ ശ്രമിച്ചു. അതിനു പറ്റിയ, കർമനിരതരായ കൂട്ടുകാരെയാണ് കമ്മിറ്റിയിൽ സഹപ്രവർത്തകരായി കിട്ടിയത്. ഭാരവാഹികൾക്കുപുറമെ അംഗങ്ങളിൽ ഒരാളായ ഇഖ്ബാൽ കോപിലാൻ ഏതാണ്ട് മുഴുവൻ സമയ പ്രവർത്തകനായി എല്ലാ കാര്യങ്ങളിലും സഹായിച്ചുവന്നു. പ്രസിദ്ധീകരണ രംഗത്താണ് അദ്ദേഹം കൂടുതൽ ശ്രദ്ധ കേന്ദ്രീകരിച്ചത്, പഠനകേന്ദ്രത്തിലും. ഞങ്ങളുടെ നാലു കൊല്ലത്തെ പ്രവർത്തനം മൂലം വൈദ്യർ സ്മാരകത്തിന്റെ തണലിൽ മാപ്പിള കലാസാഹിത്യത്തിനും പാട്ടുകൾക്കും വലിയ മുന്നേറ്റം ഉണ്ടാക്കാൻ കഴിഞ്ഞിട്ടുണ്ട്. ഞങ്ങളുടെ കമ്മിറ്റി അധികാരത്തിൽ വന്നതിനു ശേഷമുണ്ടായ നേട്ടങ്ങളിൽ ചി

ലത് ഞാൻ താഴെ ഉദ്ധരിക്കാം. മാപ്പിള കലകളും പാട്ടും സംരക്ഷിച്ചു നിലനിർത്താൻ ഞങ്ങൾ പല സംരംഭങ്ങളും ആവിഷ്കരിച്ചിട്ടുണ്ടെന്ന് ചാരിതാർഥ്യത്തോടെ ഞാൻ ഓർക്കുന്നു.

മാപ്പിള കലാ പഠന കേന്ദ്രം

പഠന കേന്ദ്രം ഞങ്ങളുടെ കാലത്തെ പരിഷ്കാരങ്ങളിൽ പ്രധാനപ്പെട്ട ഒന്നാണ്. കേന്ദ്രത്തെ എസ് സി എ ആർ ഇ (Study Centre &Reserch on Folk-Mappila Arts) എന്ന പേരിലാണ് അറിയപ്പെടുന്നത്. അച്യുതാനന്ദൻ ഗവൺമെന്റ് കന്നി ബജറ്റിൽ തന്നെ വൈദ്യർ സ്മാരകത്തിനായി 10 ലക്ഷം രൂപ വകയിരുത്തിയത് മാപ്പിള കലാപഠന കേന്ദ്രത്തിന് കെട്ടിടം നിർമിക്കാൻ വേണ്ടിയായിരുന്നു. എന്നാൽ സ്മാരകത്തിൽ നിലവിലുള്ള സൗകര്യങ്ങൾ ഉപയോഗപ്പെടുത്തിയും അതിൽ തന്നെ പുതുതായി രണ്ടു മുറികളുണ്ടാക്കിയും പഠനകേന്ദ്രം പ്രവർത്തിക്കാമെന്ന് കമ്മിറ്റി അഭിപ്രായപ്പെട്ടു. അപ്പോൾ അനുവദിച്ച തുകകൊണ്ട് 3 വർഷം യുവജനങ്ങൾക്ക് മാപ്പിള കലകളിൽ സൗജന്യമായി പരിശീലനം കൊടുക്കാൻ സാധിക്കും. അതിനായി ഗവൺമെന്റിൽനിന്ന് അനുമതി സമ്പാദിച്ചു കേന്ദ്രം പ്രവർത്തനം തുടങ്ങി.

20 ദിവസം പഠിതാക്കളെ വൈദ്യർ സ്മാരകത്തിൽ ഭക്ഷണവും താമസ സൗകര്യവും നൽകി പരിശീലിപ്പിച്ചു. മാപ്പിളപാട്ട്, ഒപ്പന, ദഫ്, അറബന, കോൽക്കളി, വട്ടപ്പാട്ട് എന്നീ 6 വിഭാഗങ്ങളിലായി തിയറി, പ്രാക്ടിക്കൽ ക്ലാസുകൾ രാവിലെ 8 മണിമുതൽ രാത്രി 10 മണിവരെ തു

സംഗീതനാടക അക്കാദമിയുടെ മാപ്പിള കലോൽസവത്തിൽ
ടി കെ ഹംസ സംസാരിക്കുന്നു

ടർന്നു. വിദഗ്ധരായ അധ്യാപകരെത്തന്നെ പഠിപ്പിക്കാൻ കിട്ടി എന്നതും ഭാഗ്യംതന്നെ. 84 പേരടങ്ങുന്ന ആദ്യ ബാച്ച് 2008 മെയ് മാസത്തിൽ പരിശീലനം പൂർത്തിയാക്കി. 2008 ജൂൺ 12ന് മന്ത്രി എം എ ബേബി അവർക്കുള്ള സർട്ടിഫിക്കറ്റ് വിതരണം ചെയ്തു. 2009 മെയ്, 2010 മെയ് വർഷങ്ങളിൽ രണ്ടും മൂന്നും ബാച്ചുകൾക്ക് പരിശീലനം നൽകി. അങ്ങനെ മൂന്നു വർഷങ്ങളിലായി 269 പേർക്ക് പരിശീലനം കൊടുക്കുകയുണ്ടായി. പിന്നീട് 2010 ജൂൺ 13ന് വിദ്യാർഥികൾക്ക് ഒന്നര വർഷത്തെ മാപ്പിളപ്പാട്ടു പരിശീലനവും ആരംഭിച്ചു. ഇതിനു പുറമെ ആദ്യ ബാച്ചിൽ പരിശീലനം പൂർത്തിയാക്കിയ 34 വിദ്യാർഥികൾക്കും രണ്ടാം ബാച്ചിൽ ഹാർമോണിയം പഠിക്കാൻ യോഗ്യത നേടിയ 35 വിദ്യാർഥികളും ഉൾപ്പെടെ 69 പേർക്ക് സ്വന്തമായി വാങ്ങിയ ഹാർമോണിയത്തിൽ പരിശീലനം നൽകി, മാപ്പിളപ്പാട്ട് ആലാപന പരിശീലനം കൊടുത്തുവരുന്നു.

അറബി മലയാള ഗവേഷണ ഗ്രന്ഥാലയം

അറബി മലയാള കൃതികളുടെ ശേഖരമുള്ള ഗവേഷണ ഗ്രന്ഥാലയം ഈ മേഖലയിലെ പ്രഥമ സംരംഭമാണ്. വൈദ്യർ സ്മാരകത്തിലുള്ള ഗവേഷണ കേന്ദ്രത്തിൽ, കണ്ടെടുക്കപ്പെട്ടതിൽ ഏറ്റവും പഴക്കമുള്ള അറബി മലയാള മാപ്പിളപ്പാട്ടു കൃതിയായ *മുഹിയിദ്ദീൻമാല*യുടെ കൈയെഴുത്തുപ്രതി ഉൾപ്പെടെയുണ്ട്. ലക്ഷദ്വീപ് പ്രദേശങ്ങളിൽനിന്ന് ശേഖരിച്ചിട്ടുള്ള ഗ്രന്ഥങ്ങളും പകർപ്പുകളും ഗവേഷകർക്ക് സൗകര്യപൂർവം ഉപയോഗപ്പെടുത്താൻ ഈ ഗ്രന്ഥാലയത്തിൽ ക്രമീകരിച്ചിട്ടുണ്ട്.

ചരിത്ര സാംസ്കാരിക മ്യൂസിയം

ചരിത്ര സാംസ്കാരിക മ്യൂസിയത്തിൽ സ്ഥാപിക്കുന്നതിനായി മലബാർ കലാപവുമായി ബന്ധപ്പെട്ടതും മലബാറിന്റെ സാമൂഹിക, രാഷ്ട്രീയ പാരമ്പര്യങ്ങളെ ഓർമപ്പെടുത്തുന്നതുമായ ചിത്രങ്ങൾ ശേഖരിക്കുകയുണ്ടായി. ആ ചിത്രങ്ങളും മറ്റു ചരിത്ര സ്മാരക വസ്തുക്കളും ഒരു താൽക്കാലിക മ്യൂസിയമായി സ്മാരകത്തിന്നകത്തുതന്നെ പ്രദർശിപ്പിച്ചിട്ടുണ്ട്. ഞാൻ എന്റെ എം പി ഫണ്ടിൽനിന്ന് അനുവദിച്ച 8 ലക്ഷം ഉറുപ്പിക ചെലവുചെയ്ത് ഒരു കെട്ടിടം മ്യൂസിയത്തിനു വേണ്ടി പണി പൂർത്തിയാക്കി ഉദ്ഘാടനം ചെയ്തിട്ടുണ്ട്.

മൊഗ്രാൽ മാപ്പിള കലാപഠന ഗവേഷണ കേന്ദ്രം

കാസർകോട് ജില്ലയിലെ മൊഗ്രാൽ, മാപ്പിളപ്പാട്ടു കാവ്യസംസ്കാരത്തിന്റെ പൈതൃകം നിലനിർത്തുന്ന പ്രദേശമാണ്. പുരാതനമായ ഒരു മാപ്പിളപ്പാട്ടു കേന്ദ്രമാണ് മൊഗ്രാൽ. മൊഗ്രാൽകാരനായ നടുത്തോപ്പിൽ അബ്ദുള്ള ഒരു നൂറ്റാണ്ടു മുമ്പെഴുതിയ 'പക്ഷിപ്പാട്ട്' വളരെ പ്രശസ്തമാണ്. ഇന്നും മാപ്പിളമാർക്കിടയിൽ പ്രചാരത്തിലുള്ളതുമാണ്. ഈ

സാഹചര്യത്തിൽ മൊഗ്രാലിൽ ഒരു മാപ്പിള കലാകേന്ദ്രം സ്ഥാപിക്കണമെന്ന് സി എച്ച് കുഞ്ഞമ്പു എംഎൽഎ അസംബ്ലിയിൽ ആവശ്യപ്പെട്ടതനുസരിച്ച്, അവിടെ വൈദ്യർ സ്മാരകത്തിലെ മാപ്പിള കലാപഠന കേന്ദ്രത്തിന്റെ ഒരു ഉപകേന്ദ്രം സ്ഥാപിക്കാൻ ഗവൺമെന്റ് അനുമതി നൽകി. അതു പ്രകാരം മൊഗ്രാൽ മാപ്പിള കലാപഠന ഗവേഷണ കേന്ദ്രം 2010 ഏപ്രിൽ 9ന് പ്രവർത്തനമാരംഭിച്ചു. അസീസ് തായിനേരി ചെയർമാനായും, അബ്ദുള്ള മൊഗ്രാൽ കൺവീനറായും നോമിനേറ്റ് ചെയ്യപ്പെട്ട ഒരു പതിനഞ്ചംഗ കമ്മിറ്റിയാണ് മൊഗ്രാൽ കേന്ദ്രത്തിന്റെ ഭരണകാര്യങ്ങൾ നിർവഹിക്കുന്നത്.

പ്രസിദ്ധീകരിച്ച പുസ്തകങ്ങൾ

2000 ജൂലായ് 30 ന് വൈദ്യർ സ്മാരകത്തിൽ സംഘടിപ്പിച്ച 'മാപ്പിള ജീവിതം' ദേശീയ സെമിനാറിൽ അവതരിപ്പിക്കപ്പെട്ട പ്രബന്ധങ്ങളുടെ സമാഹാരം *മാപ്പിള ജീവിതം* എന്ന പേരിൽ ഒരു പുസ്തകമായി പ്രസിദ്ധീകരിച്ചു.

2006 ൽ *മഹാകവി മോയിൻകുട്ടി വൈദ്യർ പഠനങ്ങൾ* എന്ന ഗ്രന്ഥം പ്രസിദ്ധീകരിച്ചു. കാസർകോട്ടുകാരനായ കമ്മിറ്റി അംഗം കെ എം അഹമ്മതായിരുന്നു അതിന്റെ എഡിറ്റർ.

2007 ജൂലായ് 8 ന്, സംഗീത മാസ്മരികതയിൽ ജീവിതം കൊണ്ട് അടയാളം വെച്ച് കടന്നുപോയ കൊണ്ടോട്ടിക്കാരുടെ പ്രിയപ്പെട്ട ഗായകൻ കെ എസ് മുഹമ്മത്കുട്ടിയെ ഓർമിക്കുന്ന *കണ്ണീരിന്റെ ഈണത്തെ ഇങ്ങനെ വിളിക്കാം* എന്ന പുസ്തകം പുറത്തിറക്കി. സ്മാരക കമ്മിറ്റി ജോയിന്റ് സെക്രട്ടറി റസാഖ് പയമ്പ്രോട്ട് ആണ് അതിന്റെ എഡിറ്റർ.

2007 ൽ തന്നെ കവി കെ ടി മൊയ്തീന്റെ സമ്പൂർണ കൃതികളും സമാഹരിച്ചു പുറത്തിറക്കി. സമ്പാദകൻ കമ്മിറ്റി അംഗം ഇഖ്ബാൽ കോപ്പിലാൻ ആണ്.

2008 ൽ പ്രസിദ്ധീകരിച്ച ഇഖ്ബാൽ കോപ്പിലാൻ എഴുതിയ ഫോക്ലോർ പഠന ഗവേഷണം *വട്ടപാട്ട്* എന്ന കൃതി മാപ്പിള കലകളിൽ അന്യംനിന്നുപോയ ഒന്നിന്റെ ഉയർത്തെഴുന്നേൽപ്പായിരുന്നു. 2009 ൽ *വൈദ്യർ എന്ന കാവ്യപ്രപഞ്ചം* എന്ന പേരിൽ റസാഖ് പയമ്പ്രോട്ട് ക്രോഡീകരിച്ചത് പ്രസിദ്ധീകരിച്ചു.

വൈദ്യർ സ്മാരകത്തിന്റെ ദശവാർഷികം

വൈദ്യർ സ്മാരകം 10 വർഷം പിന്നിടുന്ന വേളയിൽ സംഘടിപ്പിക്കുന്ന ദശവാർഷികാഘോഷത്തിൽ വൈവിധ്യമാർന്ന കലാസാംസ്കാരിക പരിപാടികൾ വിവിധ ജില്ലകളിലായി നടത്തി. വലിയ തോതിൽ ജനപങ്കാളിത്തവും പിന്തുണയുമാണ് പരിപാടികൾക്കുണ്ടായത്. മഹാകവി മോയിൻകുട്ടി വൈദ്യരെക്കുറിച്ചും അദ്ദേഹത്തിന്റെ സാഹിത്യ സം

ഭാവനകളെപ്പറ്റിയും പരാമർശിക്കുന്ന ഒരു ലക്ഷം ലഘുലേഖകൾ ഇക്കാലയളവിൽ സംസ്ഥാനത്ത് പ്രചരിപ്പിച്ചു. ദശവാർഷിക ആഘോഷ പരിപാടികൾ 2009 മെയ് 14ന് 4 മണിക്ക് തലശേരിയിലെ ജഗന്നാഥ ക്ഷേത്രത്തിനു സമീപത്തുള്ള തന്റെ വസതിയിൽവച്ച് സംഗീത സാമ്രാട്ട് കെ രാഘവൻമാസ്റ്ററാണ് ഉദ്ഘാടനം ചെയ്തത്. അതിനു ശേഷം പതിനെട്ടു പരിപാടികൾ വിവിധ സ്ഥലത്തുവെച്ച് നടത്തി. 18–ാമത്തെത് ദശവാർഷികത്തിന്റെ സമാപനമായിരുന്നു. അത് 2011 ഫെബ്രുവരി 16ന് വളാഞ്ചേരി എംഇഎസ് കോളേജിൽ വെച്ചാണ് നടന്നത്. വൈദ്യർ കൃതികളുടെ ആലാപനം, വൈദ്യർ സ്മാരക പ്രഭാഷണം, വിവിധ വിഷയങ്ങളിലുള്ള സെമിനാർ ഇങ്ങനെ വിവിധ പരിപാടികളുമായി സമുചിതമായി സമാപിച്ചു. ഇതിന്റെയൊക്കെ ഭാഗമായി വൈദ്യർ സ്മാരകത്തിൽ ലഭ്യമായിട്ടുള്ള അറബി മലയാള കൃതികളെ സംബന്ധിക്കുന്ന വിവരങ്ങൾ പ്രത്യേകമായി പ്രസിദ്ധീകരിച്ചിട്ടുണ്ട്. അവയുടെ പകർപ്പുകൾ ആവശ്യക്കാർക്ക് കൊടുക്കുന്നതിനും തീരുമാനിക്കുകയുണ്ടായി. അതൊരു 'അറബി മലയാള ഗ്രന്ഥാവലി' എന്ന നിലയിൽ സ്മാരകത്തിൽ സൂക്ഷിക്കുന്നതാണ്.

ഇശൽപൈതൃകം ത്രൈമാസിക

പ്രത്യേകമായി എടുത്തുപറയത്തക്ക ഒരു നേട്ടമാണ് *ഇശൽ പൈതൃകം ത്രൈമാസിക* പ്രസാധനം തുടങ്ങുവാൻ സാധിച്ചത്. 2010ലെ വൈദ്യർ മഹോത്സവത്തിന്റെ സമാപന ദിവസമായ ഡിസംബർ 30ന് ഡോ. കെ എൻ ഗണേശ് ആണ് അതിന്റെ ആദ്യപതിപ്പ് പ്രകാശനം ചെയ്തത്. അറബിമലയാള കൃതികളെക്കുറിച്ചുള്ള പഠനങ്ങൾ, മാപ്പിള സാഹിത്യത്തെ അധികരിച്ചുള്ള ഗവേഷണ പ്രബന്ധങ്ങൾ, ലേഖനങ്ങൾ, മൗലിക രചനകളായ മാപ്പിളപ്പാട്ടുകൾ, അറബി മലയാള പാഠഭാഗം എന്നിവയാണ് അതിന്റെ ഉള്ളടക്കം. മലയാളം നമ്മുടെ അഭിമാനമായി നിലനിൽക്കുന്നതുപോലെ അറബിമലയാളം ഒരു കാലഘട്ടത്തിന്റെ സാംസ്കാരിക ചരിത്രവും പാരമ്പര്യവുമാണ്. അറബി മലയാളത്തിലും, മാപ്പിള സാഹിത്യശാഖയിലും, മാപ്പിള കലാരംഗങ്ങളിലും പുതിയ പഠനങ്ങളും ഗവേഷണങ്ങളും കണ്ടെത്തലുകളും നടക്കുന്ന ഇക്കാലത്ത് ഈ ശാഖയെ മുഖ്യധാരയുമായി ബന്ധപ്പെടുത്തുവാൻ ഒരു പ്രസിദ്ധീകരണം അനിവാര്യമാണെന്ന തിരിച്ചറിവിൽ നിന്നാണ് *ഇശൽ പൈതൃകം* എന്നപേരിൽ ഈ ത്രൈമാസിക പ്രസിദ്ധീകരിക്കാൻ ഞങ്ങൾ തീരുമാനിച്ചത്. അതിന്റെ ആദ്യത്തെ ചീഫ് എഡിറ്റർ ഞാനും എഡിറ്റർ റസാഖ് പയമ്പ്രോട്ടുമാണ്.

ചുരുക്കത്തിൽ 2006ൽ ഞാനും സഹപ്രവർത്തകരും വൈദ്യർ സ്മാരക കമ്മിറ്റിയുടെ ഭരണം ഏറ്റെടുത്ത് നാലുകൊല്ലത്തെ പ്രവർത്തനത്തിനിടയിൽ മോയിൻകുട്ടി വൈദ്യർ മലബാറിന്റെ മാത്രം കവിയല്ല, കേരളത്തിന്റെയും, വൈദ്യർ കൃതികൾ മാപ്പിളസമൂഹത്തിന്റെതല്ല

മലയാള സാഹിത്യത്തിന്റെ ഭാഗമാണെന്നുമുള്ള ആശയത്തിനു വൈപുല്യം നൽകാൻ കഴിഞ്ഞിട്ടുണ്ട്. വൈദ്യർ കൃതികളെ മാറ്റിനിർത്തിക്കൊണ്ടുള്ള മലയാള സാഹിത്യം സമ്പൂർണമല്ലെന്ന പ്രസിദ്ധ നിരൂപകനായ ശൂരനാട്ടു കുഞ്ഞൻപിള്ളയുടെ അഭിപ്രായം അന്വർഥമാക്കാൻ വലിയ ശ്രമം നടത്താൻ കഴിഞ്ഞു എന്നതിൽ എന്റെ കമ്മിറ്റിക്കൊപ്പം ഞാനും അഭിമാനം കൊള്ളുന്നു.

മേൽപറഞ്ഞ കാര്യങ്ങളെല്ലാം നിർവഹിക്കാൻ കഴിവുള്ള സഹപ്രവർത്തകർ കമ്മിറ്റിയിൽ ഉണ്ടായിരുന്നു. എങ്കിലും ചെയർമാൻ എന്ന നിലയിലും വിഷയത്തിലുള്ള വ്യക്തിപരമായ താൽപ്പര്യം കൊണ്ടും ഞാനും നന്നായി പണിയെടുക്കേണ്ടതായി വന്നിട്ടുണ്ട്. അക്കാലത്ത് പാർലമെന്റ് മെമ്പർ എന്ന നിലക്കുള്ള ജോലിയും, പാർടി സംഘടനാ പ്രവർത്തനത്തിലെ ബാധ്യതയും ധാരാളമായി നിർവഹിക്കേണ്ടതായിട്ടുണ്ടായിരുന്നു. അതിൽപെട്ട ഒരു പ്രധാന സംഗതിയായിരുന്നു കേന്ദ്ര വഖഫ് കമ്മിറ്റി പ്രവർത്തനം.

ജോയിന്റ് പാർലമെന്ററി കമ്മിറ്റി (വഖഫ്)

2006 ജനുവരി 2 ലെ രാജ്യസഭാ ചെയർമാൻ (ഇന്ത്യൻ വൈസ് പ്രസിഡന്റ്) ഓർഡർ പ്രകാരമാണ് ഈ കമ്മിറ്റി നിലവിൽ വന്നത്. ഇന്ത്യയിലെ മുസ്ലിങ്ങളുടെ വഖഫ് സ്വത്തുക്കൾ മേൽനോട്ടം ഇല്ലാതെയും അന്യാധീനപ്പെടുത്തിയും ദുർവിനിയോഗം ചെയ്യുന്നത് മനസിലാക്കിയതിന്റെ അടിസ്ഥാനത്തിൽ, അതിന്റെ നിജസ്ഥിതി പഠിച്ച് ഗവൺമെന്റിലേക്ക് റിപ്പോർട്ട് കൊടുക്കാനാണ് കമ്മിറ്റിയെ നിയമിച്ചത്. ജോയന്റ് പാർലമെന്ററി കമ്മിറ്റിയിൽ രാജ്യസഭയിൽനിന്ന് ആറ് അംഗങ്ങളും ലോകസഭയിൽ നിന്ന് പത്ത് അംഗങ്ങളുമാണുണ്ടായിരുന്നത്. ആ പതിനാറ് അംഗ കമ്മിറ്റിയുടെ ചെയർമാൻ രാജ്യസഭാ ഡെപ്യൂട്ടി ചെയർമാൻ റഹ്മാൻഖാൻ ആയിരുന്നു. അദ്ദേഹം കർണാടകയിൽനിന്നുള്ള രാജ്യസഭാംഗവും നല്ല കഴിവും ഭരണപാഠവവുമുള്ള ഒരു വ്യക്തിയുമാണ്. ഈ കമ്മിറ്റിയിൽ ഒരംഗമായി രണ്ടുകൊല്ലം പ്രവർത്തിക്കാൻ എനിക്കും അവസരം കിട്ടിയതിൽ ഞാൻ അതീവ സന്തുഷ്ടനാണ്. കമ്മിറ്റിയുടെ കാലാവധി ഒരു കൊല്ലത്തേക്കായിരുന്നെങ്കിലും, പൂർണമായി ജോലി തീരാത്തതുകൊണ്ട് രണ്ടുമൂന്ന് തവണ കാലാവധി നീട്ടിത്തരികയുണ്ടായി. അവസാനം 2008 ഒക്ടോബർ 20നാണ് അന്തിമ റിപ്പോർട്ട് സമർപ്പിക്കാൻ കഴിഞ്ഞത്. കമ്മിറ്റി പരിശോധിച്ച് പഠിച്ചു റിപ്പോർട്ട് കൊടുക്കേണ്ട കാര്യങ്ങൾ താഴെപ്പറയുന്നവയായിരുന്നു.

1. 1995 ലെ വഖഫ് നിയമം സംസ്ഥാനങ്ങൾ നടപ്പാക്കിയതിന്റെ വിവരങ്ങൾ.
2. 1995ലെ വഖഫ് നിയമത്തിൽ, അതിന്റെ ലക്ഷ്യപ്രാപ്തിക്കുവേണ്ടി എന്തെങ്കിലും ഭേദഗതികൾ ആവശ്യമുണ്ടോ, ഉണ്ടെങ്കിൽ ഏതെല്ലാം?

3. കേന്ദ്ര വഖഫ് കൗൺസിലിന്റെ പ്രവർത്തനങ്ങൾ വിലയിരുത്തുകയും കൂടുതൽ ഫലപ്രദമാക്കാൻ നിർദേശങ്ങൾ സമർപ്പിക്കുകയും ചെയ്യുക.
4. സംസ്ഥാന വഖഫ് ബോർഡുകളുടെ പ്രവർത്തനങ്ങൾ പരിശോധിക്കുക, പ്രവർത്തനങ്ങൾ സുഗമമാക്കുന്നതിനുള്ള നിർദേശങ്ങൾ സമർപ്പിക്കുക.

മേൽപറഞ്ഞ നാലു കാര്യങ്ങളായിരുന്നു പരിശോധന വിഷയങ്ങൾ (terms of reference). ഈ കാര്യങ്ങളെ സംബന്ധിച്ചുള്ള കമ്മിറ്റി അന്വേഷണം യഥാർഥത്തിൽ 1996ൽ തുടങ്ങിയതാണ്. 1996 സപ്തംബറിൽ പാർലമെന്റിൽ ഒരു ശ്രദ്ധ ക്ഷണിക്കൽ പ്രമേയത്തിന്മേൽ നടന്ന ചർച്ചയിൽ സംസ്ഥാനങ്ങളിലെ വഖഫ് സ്വത്തുക്കൾ ദുർവിനിയോഗം ചെയ്യപ്പെടുന്നതും അന്യാധീനപ്പെടുത്തി വഖഫ് അധികാരികൾ സാമ്പത്തിക നേട്ടങ്ങളുണ്ടാക്കുന്നതും ചർച്ചയ്ക്ക് വന്നിരുന്നു. വഖഫ് സ്വത്തുക്കൾ പാട്ടത്തിനു കൊടുത്തും വിൽപ്പന നടത്തിയും വലിയ തോതിൽ തട്ടിപ്പ് നടത്തിയിരുന്ന കാര്യങ്ങൾ സഭയിൽ ഉന്നയിച്ചപ്പോൾ അതൊരു കോളിളക്കം തന്നെ സൃഷ്ടിക്കുകയുണ്ടായി. അതിന്റെയെല്ലാം അടിസ്ഥാനത്തിൽ 1996ൽ ഗവൺമെന്റ് സഭയിൽ കൊടുത്തിരുന്ന ഉറപ്പിനെ ആധാരമാക്കി ഒരു ഹൗസ് കമ്മിറ്റിയെ നിയോഗിച്ചു. ആ കമ്മിറ്റി അന്വേഷണവും തെളിവെടുപ്പും നടത്തുന്ന കമ്മിറ്റിയായിരുന്നില്ല. പൊതുവെ ഇന്ത്യയിലെ വഖഫ് കാര്യങ്ങളിൽ മേൽനോട്ടം വഹിക്കുകയായിരുന്നു ആ കമ്മിറ്റിയുടെ ചുമതല.

ആ ഹൗസ് കമ്മിറ്റിയുടെ 1996 നവംബർ 13ന് ചേർന്ന ആദ്യത്തെ യോഗത്തിൽതന്നെ ഒരു സംയുക്ത പാർലമെന്ററി കമ്മിറ്റി രൂപീകരിക്കാനും ഇന്ത്യയിലെ വഖഫ് സ്വത്തുക്കളെ സംബന്ധിച്ചും സംസ്ഥാന വഖഫ് ബോർഡുകളുടെ പ്രവർത്തനങ്ങളെപ്പറ്റിയും പഠിച്ചു റിപ്പോർട്ടു ചെയ്യാനും നിർദേശമുണ്ടായിരുന്നു. അങ്ങനെയാണ് വഖഫ് കാര്യങ്ങളിൽ പഠനം നടത്താൻ ഇന്ത്യയിൽ ആദ്യമായി 1997 ജനുവരി 8 ന് ഒരു സംയുക്ത പാർലമെന്ററി കമ്മിറ്റി രൂപീകൃതമായത്. പക്ഷേ ആ കമ്മിറ്റി, ഇടക്കിടെ ഗവൺമെന്റുകൾ മാറിവരികയും പാർലമെന്റ് പിരിച്ചുവിടുകയുമെല്ലാം ചെയ്തിരുന്നതിനാൽ ഫലപ്രദമായി ഒരു സമയത്തും പ്രവർത്തിച്ചിരുന്നില്ല. 2000 മെയ് 27 നായിരുന്നു അവസാനം ഒരു കമ്മിറ്റി വന്നത്, അതും പഴയ കമ്മിറ്റികളുടെ വഴിയെ പോയി.

ഈ സാഹചര്യത്തിലാണ് 2006 ജനുവരി 2ന് ഞങ്ങളുടെ ഈ കമ്മിറ്റി നിലവിൽ വന്നത്. രാജ്യസഭാ ഡെപ്യൂട്ടി ചെയർമാൻ റഹ്മാൻ ഖാന്റെ നേതൃത്വത്തിലുള്ള ഞങ്ങളുടെ കമ്മിറ്റി ഉടനെത്തന്നെ പ്രവർത്തനമാരംഭിച്ചു. രണ്ടുകൊല്ലത്തിനിടയിൽ മൊത്തം 32 കമ്മിറ്റി യോഗങ്ങൾ ചേർന്നു. രാജ്യത്തിന്റെ വിവിധ ഭാഗങ്ങളിലായിരുന്നു ചേർന്നത്. ഒമ്പത് ഘട്ടങ്ങളിലായി പതിനഞ്ച് സംസ്ഥാനങ്ങളിൽ പഠനപര്യടനങ്ങൾ നടത്തി. 2006 ജൂലായ് 10 മുതൽ 14 കൂടി നാലു ദിവസങ്ങളിൽ ആദ്യമാ

യി രാജസ്ഥാനിലെ അജ്മീർ, ജോഡ്പൂർ, ജെയ്പൂർ എന്നീ സ്ഥലങ്ങൾ സന്ദർശിച്ചു. തുടർന്ന് സപ്തംബറിൽ കർണാടക സംസ്ഥാനത്ത് ബാംഗ്ലൂർ, ഗുൽബർഗ, റെയിച്ചൂർ എന്നിവിടങ്ങളിൽ പര്യടനം നടത്തി. പിന്നെ പടിഞ്ഞാറൻ ബംഗാളിൽ കൊൽക്കത്ത, ആസാമിൽ ഗോഹാട്ടി, മഹാരാഷ്ട്രയിൽ ഔറംഗാബാദ്, മുംബൈ, മധ്യപ്രദേശിൽ ഭോപാൽ, ഉത്തർ പ്രദേശിൽ ലഖ്നോ, ബീഹാറിൽ പാട്ന എന്നീ സ്ഥലങ്ങൾ 2007ൽ വിവിധ ഘട്ടങ്ങളിലായി സന്ദർശിച്ചു. കമ്മിറ്റിയുടെ പ്രവർത്തന കാലാവധി 2006–2008 കഴിയുന്നതിനു മുമ്പ് ചാണ്ടീഗർ, ജലന്തർ, അമ്പാല, സിംല എന്നീ വടക്കൻ പ്രദേശങ്ങളും ചെന്നൈ, ഹൈദരാബാദ്, കൊച്ചി എന്നീ തെക്കൻ പ്രദേശങ്ങളും ഞങ്ങൾ പരിശോധന നടത്തി.

ഈ കമ്മിറ്റിയിൽ അംഗമായതുകൊണ്ട് മേൽപ്പറഞ്ഞ എല്ലാ സ്ഥലങ്ങളും നേരിട്ടുപോയി കാണാനും അവിടത്തെ ജനങ്ങളുടെ ജീവിതരീതിയും സ്ഥിതിവിവരങ്ങളും മനസിലാക്കാനും അവസരം കിട്ടിയത് ജീവിതത്തിലെ ഒരു വലിയ നേട്ടമായി ഞാൻ കരുതുന്നു. അതോടൊപ്പം തന്നെ ഇന്ത്യാ രാജ്യത്തുള്ള മുസ്ലിം വഖഫ് സ്വത്തുക്കൾ എവിടെയൊക്കെയാണെന്നും എത്രത്തോളമുണ്ടെന്നും കണ്ടു മനസിലാക്കാൻ കഴിഞ്ഞതും വലിയ നേട്ടം തന്നെയാണ്. യാതൊരു സംരക്ഷണവും മേൽനോട്ടവുമില്ലാതെ ഇടിഞ്ഞും പൊളിഞ്ഞും കുത്തിയൊലിച്ച് ഉപയോഗശൂന്യമായിക്കിടക്കുന്ന സ്ഥലങ്ങൾ ധാരാളം കാണാനിടയായി. അവിടെയൊക്കെയുള്ള മുസ്ലിങ്ങളുടെ സ്ഥിതി വളരെ കഷ്ടത്തിലാണ്. പട്ടികജാതിക്കാരേക്കാൾ പിന്നിലാണെന്ന് രജീന്ദ്രസച്ചാർ കമീഷൻ റിപ്പോർട്ടിൽ പറഞ്ഞത് ഇവരെ സംബന്ധിച്ചാണെന്ന് ബോധ്യമായി. ഭക്ഷണവും വസ്ത്രവും വെടിപ്പും വൃത്തിയുമില്ലാത്തവരാണധികവും. പ്രാഥമിക വിദ്യാഭ്യാസംപോലും ഇല്ലാത്തവർ.

എന്നാൽ മഹാഭൂരിപക്ഷം വഖഫ് സ്വത്തുക്കളും വിശാലമായതും ഫലഭൂയിഷ്ഠമായതുമാണ്. വ്യവസായ സ്ഥാപനങ്ങളുണ്ടാക്കാനും വാണിജ്യ പ്രാധാന്യമുള്ളതും കെട്ടിട നിർമാണങ്ങൾക്ക് പറ്റിയതുമാണ്. എല്ലാ സ്ഥലങ്ങളിലും ഒരു പള്ളിയോ ദർഗ്ഗയോ ഉണ്ടായിരിക്കും. അവയോടു ബന്ധപ്പെട്ടാണ് വഖഫ് സ്ഥലങ്ങൾ വിസ്തൃതിയിൽ കിടക്കുന്നത്. പട്ടണങ്ങളോട് അടുത്തു കിടക്കുന്നതും പ്രധാനപ്പെട്ടതുമായ മിക്ക സ്ഥലങ്ങളിലും വലിയ തോതിൽ അനധികൃത കയ്യേറ്റങ്ങൾ നടന്നത് ഞങ്ങൾ നോക്കിക്കണ്ടു. യാതൊരു തടസവുമില്ലാതെ കയ്യേറിയ സ്ഥലത്ത് വലിയ കെട്ടിടങ്ങൾ നിർമിച്ചുകൊണ്ടിരിക്കുന്നതും കാണാൻ സാധിച്ചു. ഈ കയ്യേറ്റങ്ങളെല്ലാം വഖഫ് ബോർഡ് അധികൃതരുടെയും മുതവല്ലിമാരുടെയും അറിവോടെയും സമ്മതത്തോടെയും തന്നെയാണെന്നും ഞങ്ങൾക്ക് ബോധ്യമായി. ഇതെല്ലാം ഇന്ത്യാഗവൺമെന്റിന് അറിവുള്ളതാണ്. അതുകൊണ്ടാണല്ലോ, ഈ കാര്യങ്ങളെല്ലാം പഠിച്ചു റിപ്പോർട്ടു കൊടുക്കാൻ ഈ ജെപിസി കമ്മിറ്റിയെ നിയോഗിച്ചതും. കയ്യേറ്റങ്ങളുടെ പിന്നിൽ വലിയതോതിൽ സാമ്പത്തിക തിരിമറിയും അഴിമതിയും നടന്നി

ട്ടുണ്ടെന്നും ഇപ്പോഴും നടക്കുന്നുണ്ടെന്നും മനസിലായി. ഈ അഴിമതി മുഴുവൻ നടത്തുന്നത് വഖഫ് ബോർഡ് മേധാവികളും മുതവല്ലികളും തന്നെയാണ്. വഖഫ് സ്വത്തുക്കളും അതിന്റെ ദുർവിനിയോഗവും പൂർണമായി വിസ്തരിക്കാൻ ഇതിൽ ഇടം പോര. അതിനാൽ ചില ഉദാഹരണങ്ങൾ മാത്രം ഞാൻ ചൂണ്ടിക്കാണിക്കാം.

ഇന്ത്യയിലെ ഏറ്റവും വലിയ സംസ്ഥാനങ്ങളിൽ ഒന്നാണല്ലൊ ആന്ധ്ര. അതിന്റെ കേന്ദ്രമാണ് ഹൈദരാബാദ്. നൂറ്റാണ്ടുകളായി മുസ്ലിം രാജാക്കന്മാർ ഭരണം നടത്തിയിരുന്നതും ഇപ്പോഴും മുസ്ലിം ജനസാമാന്യം തിങ്ങിപ്പാർക്കുന്നതുമാണ് പല പ്രദേശങ്ങളും. ഏറെ വിസ്തീർണ്ണമുള്ള, വിലപിടിച്ച, പ്രാധാന്യമുള്ള സ്ഥലങ്ങൾ വഖഫായിട്ടുള്ളതും അവിടെത്തന്നെയാണ്. ആന്ധ്ര സംസ്ഥാനത്ത് റജിസ്റ്റർ ചെയ്യപ്പെട്ട 37,470 വഖഫ് സ്ഥാപനങ്ങളും 1,45,411 ഏക്കർ സ്ഥലങ്ങളും ഉണ്ട്. അതിൽ 81, 591 ഏക്കർ സ്ഥലങ്ങൾ കയ്യേറ്റക്കാരുടെ കൈവശത്തിലാണ് ഇന്നും കിടക്കുന്നത്. അവർ കൃഷി ചെയ്തും കെട്ടിടങ്ങൾ നിർമിച്ചും അനധികൃതമായി കൈവശംവെച്ചും അനുഭവിച്ചും വരുന്നു. കൈയ്യേറ്റമില്ലാതെ സ്ഥാപനങ്ങളുടെ മേൽനോട്ടത്തിൽ ഇപ്പോൾ ബാക്കികിടക്കുന്നത് 63,920 ഏക്കർ മാത്രമാണ്.

ഒരു സംസ്ഥാനത്തിലെ സ്ഥിതി ഇതാണെങ്കിൽ മൊത്തം 28 സംസ്ഥാനത്തിലെയും സ്ഥിതി എന്തായിരിക്കും. മിക്ക സംസ്ഥാനങ്ങളിലും വിസ്തൃതമായ വഖഫ് സ്വത്തുക്കളുണ്ട്. മിക്കതും രാജകുടുംബങ്ങൾ പണ്ടുകാലത്ത് പാവപ്പെട്ടവരുടെ നിലനിൽപ്പിനും ഉന്നമനത്തിനും വേണ്ടി വഖഫ് ചെയ്തതാണ്. ദർഗകളുടെയും പള്ളികളുടെയും പരിപാലനത്തിനു വേണ്ടിയുള്ളത് ധാരാളം കാണാം. ഒരിക്കൽ ഞങ്ങളുടെ കമ്മിറ്റി ചെയർമാൻ റഹ്മാൻഖാൻ പറഞ്ഞു, "ഇവിടുത്തെ മുഴുവൻ വഖഫ് സ്വത്തുക്കളും വീണ്ടെടുത്താൽ ഇന്ത്യയിലെ 15 കോടി മുസ്ലിങ്ങൾക്ക് പട്ടിണിയില്ലാതെ ജീവിക്കാം" എന്ന്. അത് സത്യവുമാണ്.

41 ഇടതുമുന്നണിയുടെ വിജയവും യു ഡി എഫിന്റെ വീഴ്ചയും

രണ്ടായിരത്തിനാലിൽ നടന്ന പാർലമെന്റ് തിരഞ്ഞെടുപ്പുവിധി കേരള ചരിത്രത്തിലെ ഒരു അത്ഭുത സംഭവം തന്നെയായിരുന്നു. ആകെയുള്ള 20 പാർലമെന്റ് സീറ്റുകളിൽ 18 എണ്ണത്തിലും ഇടതുപക്ഷ ജനാധിപത്യമുന്നണി നല്ല ഭൂരിപക്ഷത്തിൽ വിജയിക്കുകയുണ്ടായി. അതിൽ ഏറ്റവും തിളക്കമാർന്നത് മഞ്ചേരിയിലെ ചരിത്രവിജയംതന്നെയാണ്. അങ്ങനെ ഒരു സ്ഥിതിയുണ്ടാവാൻ ഇടയായത് കേരളത്തിലെ രാഷ്ട്രീയ ഭരണകാലാവസ്ഥ തന്നെ.

മൂന്നുകൊല്ലം ഭരിച്ച് മനം മടുത്ത് എ കെ ആന്റണി മുഖ്യമന്ത്രി സ്ഥാനം ഇട്ടേച്ചുപോയി. പിന്നെ ഉമ്മൻചാണ്ടി ആ സ്ഥാനം ഏറ്റെടുത്ത് ഭരണം തുടങ്ങി. അത് കൂടുതൽ മോശമായ പതനത്തിലേക്കാണെത്തിച്ചേർന്നത്. മന്ത്രിമാരുടെ അഴിമതികൾ ചുരുളഴിഞ്ഞ്, നാറുന്ന കഥകൾ ഓരോന്നായി പുറത്ത് വന്നുകൊണ്ടിരുന്നു. കത്തുന്ന പുരയ്ക്ക് ഊരുന്ന കഴുക്കോൽ ലാഭം എന്ന നിലയിലെത്തി.

ചന്ദനമുട്ടിയും ചന്ദനത്തൈലവും വൻമരക്കൊള്ളയും– അവസാനം ഹൈക്കോടതി പരാമർശത്തിന്റെ അടിസ്ഥാനത്തിൽ വനംമന്ത്രി കെ പി വിശ്വനാഥൻ സ്ഥാനം രാജിവെച്ചു പോയി. അഴിമതി നിരോധന കോടതിയായ ലോകായുക്തയുടെ വിധി വന്നപ്പോൾ ആരോഗ്യമന്ത്രി കെ കെ രാമചന്ദ്രൻ മാസ്റ്ററും രാജിവെക്കേണ്ടി വന്നു. വിദ്യാഭ്യാസ വകു

പ്പായിരുന്നു ഏറ്റവുമധികം അഴിമതികൊണ്ട് മലിനമായത്. വയനാട്ടിലെ സുൽത്താൻ ബത്തേരി ബിഷപ്പിനോടുവരെ കൈക്കൂലി ചോദിച്ചുവാങ്ങിയ കാര്യം കോടതിയിലെത്തി. കൊല്ലത്തെ സി എച്ച് മെമ്മോറിയൽ ട്രസ്റ്റ് ഭാരവാഹികൾ കൈക്കൂലി കൊടുത്തില്ലെന്നു പറഞ്ഞ് അവരുടെ കോളേജിനുള്ള അപേക്ഷ നിരസിച്ചു. സ്വാശ്രയ കോളേജ് കോഴയും കൊള്ളയും അങ്ങാടിപ്പാട്ടായി. ഇതിനെല്ലാം പുറമെ പത്താം ക്ലാസിലെ ചോദ്യപേപ്പർ ചോർച്ചയുടെ ദുരൂഹതകൾ ചുരുളഴിഞ്ഞപ്പോൾ പുറത്തുവന്ന നാറ്റം. അന്വേഷണ കമീഷന്റെ റിപ്പോർട്ട് പുറത്തുവന്നപ്പോൾ ഗവൺമെന്റിന് പിടിച്ചുനിൽക്കാൻ കഴിഞ്ഞില്ല. അവസാനം മന്ത്രി സൂപ്പിക്കും സ്ഥാനം നഷ്ടമായി.

ഇതിനെല്ലാം മകുടം ചാർത്തുന്ന വിധത്തിലായിരുന്നു വ്യവസായമന്ത്രി കുഞ്ഞാലിക്കുട്ടിക്കെതിരെ റജീനയുടെ രണ്ടാം വെളിപ്പെടുത്തൽ. അദ്ദേഹം മക്കത്ത് 'ഉംറ'ക്ക് പോയതായിരുന്നു. മുസ്ലിങ്ങളുടെ ഒരു പ്രധാന തീർഥാടനമാണ് 'ഉംറ'. ഒരു ചെറിയ ഹജ്ജ് തന്നെയാണത്. ചെയ്തുപോയ തെറ്റുകൾക്കെല്ലാം പശ്ചാത്തപിച്ച് മാപ്പു പറഞ്ഞ് മനസ്സമാധാനം വരുത്തി തിരിച്ചുവരുന്നതാണ് ആ കർമത്തിന്റെ പ്രാധാന്യം. അവിടെ വെച്ച് സ്വാഭാവികമായും അദ്ദേഹം തെറ്റുകൾ ഏറ്റുപറഞ്ഞു മാപ്പു ചോദിച്ചിരിക്കണം. കൂട്ടത്തിൽ തനിക്കെതിരെ വന്ന ആരോപണങ്ങളുടെ നിജസ്ഥിതിയും സത്യവും വെളിവാക്കണം എന്നും ദൈവത്തോട് അപേക്ഷിച്ചിട്ടുണ്ടാവണം. ആ കാര്യങ്ങൾ അടുത്ത് നിൽക്കുന്നവർ ആരെങ്കിലും കേൾക്കണം എന്ന ഉദ്ദേശ്യം വെച്ചായിരിക്കണം പ്രാർഥിച്ചതെന്നാണ് പിന്നീട് ഉണ്ടായ സംഭവങ്ങൾ ബോധ്യപ്പെടുത്തുന്നത്.

കാരണം, അദ്ദേഹത്തിന്റെ പ്രാർഥന പടച്ചതമ്പുരാൻ സ്വീകരിച്ച മട്ടാണ് ഇന്ത്യാവിഷൻ ചാനലിൽ പ്രത്യക്ഷപ്പെട്ട് റജീന നടത്തിയ വെളിപ്പെടുത്തൽ. ഒരേ നിമിഷംതന്നെ പ്രാർഥനയുടെ അവസാനവും വെളിപ്പെടുത്തലിന്റെ തുടക്കവും ചാനലിൽ ലോകം കണ്ടു. ഇന്ത്യാവിഷൻ ചാനലിന്റെ വിശ്വാസ്യത ആർക്കും, ഒരു നിലയ്ക്കും നിഷേധിക്കാൻ സാധ്യമല്ല. കാരണം, അതിന്റെ ഉടമസ്ഥനും മാനേജിങ് ഡയറക്ടറും ചെയർമാനും എല്ലാംതന്നെ ഇന്ത്യൻ യൂണിയൻ മുസ്ലിംലീഗിന്റെ സംസ്ഥാന സെക്രട്ടറിയും മന്ത്രിയുമായ എം കെ മുനീറാണ്. സി എച്ച് മുഹമ്മദുകോയ പത്രാധിപരായ ചന്ദ്രികയെ വിശ്വസിക്കുംപോലെ മുനീർ ചെയർമാനായ ചാനലിനെയും വിശ്വസിക്കേണ്ടത് ലീഗുകാർക്കെങ്കിലും നിർബന്ധമാണല്ലോ. മുനീറിന്റെ നിയന്ത്രണത്തിലുള്ള ചാനലിൽനിന്നുണ്ടാകുന്ന വെളിപ്പെടുത്തൽ നമുക്ക് വിശ്വസിക്കാതിരിക്കാൻ ഒരു കാരണവും ഇല്ല. ഇന്നും, അദ്ദേഹത്തിന് വേണം എന്നു തോന്നുമ്പോൾ വെളിപ്പെടുത്തലുണ്ടാകും, അദ്ദേഹം നിർത്തണം എന്നു കരുതുമ്പോൾ വെളിപ്പെടുത്തൽ അപ്രത്യക്ഷമാകും. റൗഫിന്റെ വെളിപ്പെടുത്തലും അപ്രകാരം തന്നെ.

ഏതായാലും ഈ വെളിപ്പെടുത്തലിന്റെയും ഇന്ത്യാവിഷൻ ചാനലിന്റെ പ്രചാരണത്തിന്റെയും ഫലമായി കുഞ്ഞാലിക്കുട്ടിക്കുണ്ടായ

അപമാനം പ്രതിരോധിക്കാൻ, അദ്ദേഹത്തെ കണ്ണടച്ച് അനുകൂലിക്കുന്ന ഒരു വിഭാഗം ലീഗ് പ്രവർത്തകർ, 'ഉംറ' കഴിഞ്ഞ് വരുമ്പോൾ കോഴിക്കോട് വിമാനത്താവളത്തിൽ അദ്ദേഹത്തിന് ഒരു സ്വീകരണം ഏർപ്പെടുത്തി. വിമാനം എത്തുന്ന സമയം ആയിരക്കണക്കിന് ലീഗ് പ്രവർത്തകർ കൊടി കെട്ടിയ വടിയുമായി, എന്തിനും തയാറായി വിമാനത്താവളത്തിന്റെ പരിസരത്ത് തടിച്ചുകൂടി.

വെളിപ്പെടുത്തിയ സംഭവത്തിലുള്ള പ്രതിഷേധം പ്രകടിപ്പിക്കാൻ ഏതാനും മഹിളാ പ്രവർത്തകരും യുവജന സംഘടനക്കാരും സ്ഥലത്തെത്തി. സംഭവം ബഹളമാകും എന്നു കണ്ടാൽ പിന്നെ പത്രക്കാരും ചാനലുകാരും അടങ്ങിയിരിക്കുകയില്ല. അവരും കൂട്ടംകൂട്ടമായി വിമാനത്താവളത്തിലെത്തിച്ചേർന്നു. ഏതാണ്ട് ഒരു മഹാഭാരതയുദ്ധം നടക്കാൻ പോകുന്നു എന്ന പ്രതീതി.

യഥാസമയം വിമാനം കുഞ്ഞാലിക്കുട്ടിയെയും വഹിച്ചുകൊണ്ട് റൺവേയിലിറങ്ങി. അപ്പോഴേക്കും ലീഗ് പ്രവർത്തകർ ആർപ്പും വിളിയും തുടങ്ങിക്കഴിഞ്ഞു. അവർക്ക് നേതാവിന്റെ വരവിലുള്ള വികാരാവേശമല്ല പ്രശ്നം, കാത്തുനിൽക്കുന്ന പ്രതിഷേധക്കാരെ നിഷ്പ്രഭരാക്കുകയും പത്ര-ചാനലുകാരുടെ ശ്രദ്ധ തിരിക്കലുമാണ് ഉദ്ദേശ്യം. കുഞ്ഞാലിക്കുട്ടി വിമാനത്താവളത്തിൽനിന്നു പുറത്ത് വന്നതോടെ, പത്ര-ചാനലുകാർ പ്രതിഷേധപ്രകടനക്കാരായ സ്ത്രീകളുടെയും യുവാക്കളുടെയും പ്രകടനത്തെ ക്യാമറയിൽ പകർത്താൻ ശ്രമം തുടങ്ങി. ഇത് ലീഗ് പ്രവർത്തകർക്ക് ഇഷ്ടമായില്ല. അവർ ഒന്നടങ്കം പത്ര-ചാനലുകാരുടെ നേർക്ക് തിരിഞ്ഞു. അവരെ അടിച്ചുവീഴ്ത്തിയും ചവിട്ടിയും വളരെ ക്രൂരമായ അക്രമങ്ങൾ അഴിച്ചുവിട്ടു. കൂട്ടത്തിൽ മഹിളാ പ്രവർത്തകരെയും യുവാക്കളെയും കൈയേറ്റം ചെയ്തു. മൊത്തത്തിൽ ഒരു 'ബദർപട' തന്നെ നടന്നു. പലർക്കും കൈക്കും കാലിനും പരിക്ക് പറ്റി. ഓടിവീണ് ഒടിവും ചതവും പറ്റിയവർ വേറെയും. പത്ര-ചാനലുകാരുടെ വിലപിടിച്ച ക്യാമറകൾ പിടിച്ചുവാങ്ങി നിലത്തെറിഞ്ഞും അടിച്ചും ഉടച്ചുകളഞ്ഞു.

സംഭവങ്ങൾ കണ്ടുനിന്ന പൊലീസും വിമാനത്താവള അധികൃതരും രംഗം ശാന്തമാക്കാൻ പരമാവധി ശ്രമിച്ചുനോക്കി. അപ്പോൾ ലീഗുകാർക്ക് കലി കൂടി. അവർ വിമാനത്താവളത്തിലെ ദേശീയ പതാകക്ക് പകരം ലീഗിന്റെ പച്ചക്കൊടി വിമാനത്താവളത്തിന്റെ കെട്ടിടത്തിൽ ഉയർത്തി തങ്ങളുടെ വീര്യം പ്രദർശിപ്പിച്ചു. ഈ സംഭവത്തിനുശേഷം കേരളം കണ്ടത്, സ്ത്രീകളും യുവാക്കളും പത്ര-ചാനലുകാരും ഒരു ഭാഗത്തും കുഞ്ഞാലിക്കുട്ടിയും ലീഗുകാരും മറുഭാഗത്തുമായി നേരിട്ടുള്ള സംസ്ഥാന വ്യാപകമായ സംഘർഷങ്ങളായിരുന്നു. യു ഡി എഫിലെ ഘടകകക്ഷികൾ പ്രത്യേകിച്ച് കോൺഗ്രസുകാർ കാഴ്ചക്കാരായി നോക്കിനിൽക്കുകയായിരുന്നു. ഭരണം സ്വതവെ ദുർബല, ഇപ്പോൾ ഈ കാരണം കൊണ്ട് ഗർഭിണിയും. ഒരു നിലക്കും മുന്നോട്ടുപോകാൻ വഴിയില്ലെന്നു അവർക്ക് ബോധ്യമായി. ഒടുവിൽ മുഖം രക്ഷിക്കാൻ കുഞ്ഞാലിക്കുട്ടി മന്ത്രിസ്ഥാനം രാജിവെച്ചു. മുഖ്യമന്ത്രി ഉമ്മൻചാണ്ടിയാണെങ്കിൽ 'അതി

വേഗം ബഹുദൂരം' സഞ്ചരിച്ച് യാത്രയ്ക്കിടയിൽ ഒരു ഐസ്കട്ടയിൽ തട്ടിവീണു കാലൊടിഞ്ഞു കിടപ്പിലുമായി. ഈ സാഹചര്യത്തിലാണ് 2004 ലെ പാർലമെന്റ് തിരഞ്ഞെടുപ്പിൽ 20ൽ 18 സീറ്റും എൽ ഡി എഫ് കരസ്ഥമാക്കിയത്.

ആകപ്പാടെ ഐക്യജനാധിപത്യമുന്നണി ഭരണം കേരളത്തിൽ കാറ്റൊഴിഞ്ഞ ബലൂണുപോലെയായ ഘട്ടത്തിലാണ് 2006ലെ നിയമസഭാ തിരഞ്ഞെടുപ്പും വരുന്നത്. കക്ഷിബന്ധങ്ങളിൽ പറയത്തക്ക മാറ്റങ്ങളൊന്നും ഉണ്ടായില്ല. കെ കരുണാകരന്റെ ഡി ഐ സി (കെ) എന്ന പുതിയ പാർട്ടി യു ഡി എഫുമായി ധാരണയിൽ മത്സരിക്കാൻ തീരുമാനിച്ചത് മാത്രമാണ് ഒരു പുതിയ സംഗതി. ഇടതുപക്ഷ ജനാധിപത്യമുന്നണി ഒറ്റക്കെട്ടായി മുന്നേറി. ആദ്യം അച്യുതാനന്ദൻ മത്സരിക്കുന്നില്ല എന്നൊരു അഭിപ്രായം ഉണ്ടായിരുന്നു. എന്നാൽ അന്തിമ വിശകലനത്തിൽ അദ്ദേഹം മത്സരരംഗത്തുണ്ടാവണം എന്നു പാർട്ടി തീരുമാനിച്ചു. അതോടെ ഊർജസ്വലമായി ഇടതുപക്ഷം മുന്നേറി. തിരഞ്ഞെടുപ്പു കഴിഞ്ഞപ്പോൾ 98 സീറ്റ് ഇടതുപക്ഷത്തിനും 42 സീറ്റ് ഐക്യജനാധിപത്യമുന്നണിക്കും കിട്ടി. അച്യുതാനന്ദൻ മുഖ്യമന്ത്രിയായി ഇടതുപക്ഷ ഗവൺമെന്റ് വീണ്ടും അധികാരത്തിൽ വന്നു.

ആ ഗവൺമെന്റ് കേരളം കണ്ട നല്ല ഭരണങ്ങളിൽ ഒന്നായിരുന്നു. 1957ലും 1987ലും വന്ന ഗവൺമെന്റുകളിൽനിന്ന് ഒട്ടും വ്യത്യസ്തമല്ലാത്ത ഒരു ഭരണം, നോട്ടത്തിലും നേട്ടത്തിലും ഇത് കാഴ്ചവെച്ചു. 2006 ൽ തുടങ്ങിയ ഭരണത്തിന് 2011 ൽ കാലാവധി പൂർത്തിയാക്കി, തിരിഞ്ഞുനോക്കുമ്പോൾ നല്ല റെക്കോർഡു മാത്രമെ ഉണ്ടായിരുന്നുള്ളൂ. 2011 ഏപ്രിൽ മാസം നടന്ന തിരഞ്ഞെടുപ്പിൽ ഈ ഗവൺമെന്റിനെതിരായി ഒരു ഭരണവിരുദ്ധ വികാരം എവിടെയും കാണാനുണ്ടായിരുന്നില്ല. പ്രതിപക്ഷ കക്ഷികളുടെ ഭാഗത്തുനിന്നും അങ്ങനെ ഒരു ആക്ഷേപം പൊന്തിവരികയും ചെയ്തിരുന്നില്ല.

ഒരു മന്ത്രിയുടെ പേരിൽപോലും ഒരഴിമതി ആരോപണം നിയമസഭയിലോ, പുറത്തോ ആരും ഉന്നയിച്ചിരുന്നില്ല. ആ അഞ്ച് കൊല്ലം കേരളത്തിൽ ഒരിടത്തും ഒരു പുതിയ പെൺവാണിഭക്കഥയും നേതാക്കളെ ബന്ധപ്പെടുത്തി ഉണ്ടായിരുന്നില്ല. ചെറിയ ഒരപവാദം വിമാനയാത്രയിൽ ഉണ്ടായപ്പോൾ ആ മന്ത്രിക്കെതിരെ ഒരു ദാക്ഷിണ്യവുമില്ലാത്ത, വലിയ നടപടിയാണുണ്ടായത്. മന്ത്രിസ്ഥാനത്ത് നിന്നും നീക്കം ചെയ്തു. കേരളത്തിൽ എവിടെയും ഒരു വർഗീയ സംഘർഷം പോലും ഉണ്ടാവാനിടവന്നിരുന്നില്ല. സാമ്പത്തികമായി കേരളം ശക്തിപ്പെട്ട ഒരു കാലം ഇതുപോലെ മുമ്പൊരിക്കലും ഉണ്ടായിട്ടില്ല. കേരളം മുമ്പ് എല്ലാകാലത്തും സാമ്പത്തിക പരാധീനതകൊണ്ട് വികസനം ഗതിമുട്ടിനിന്ന അനുഭവങ്ങളാണുണ്ടായിരുന്നത്. മാത്രമല്ല, ശമ്പളം കൊടുക്കാൻ പോലും വിഷമിച്ചപ്പോൾ സംസ്ഥാന സഹകരണബാങ്കിൽനിന്ന് കടം എടുക്കേണ്ടതായ ഘട്ടം കേരള ഭരണത്തിൽ ഉണ്ടായിരുന്നു. എന്നാൽ സാമ്പത്തികമായി

ഒരു വിഷമവും ഇല്ലാത്ത ഒരു നല്ല കാലമായിരുന്നു അച്യുതാനന്ദൻ ഗവൺമെന്റിന്റെ ഭരണകാലം.

വികസനരംഗത്ത് നല്ല മുന്നേറ്റംതന്നെ ഉണ്ടായി. ജീവനക്കാരുടെ ശമ്പളം, പെൻഷൻ എന്നിവ ഒരു സമരത്തിനു ഇടം കൊടുക്കാതെ യഥാകാലം നടപടി സ്വീകരിച്ചു വർധിപ്പിച്ചു കൊടുത്തിരുന്നു. ക്ഷേമപദ്ധതി ആനുകൂല്യങ്ങളും പെൻഷനുകളും കിട്ടിയിരുന്ന എല്ലാ വിഭാഗങ്ങൾക്കും കാലോചിതമായ വർധനവു അനുവദിച്ചുകൊടുത്തു. വിദ്യാഭ്യാസരംഗത്ത് വലിയ പ്രശ്നങ്ങൾ ഇല്ലാതെ മുന്നോട്ടുപോയി. ആഭ്യന്തര സമാധാനം ശ്ലാഘനീയമായിരുന്നു.

അച്യുതാനന്ദൻ ഗവൺമെന്റിന്റെ മുഴുവൻ ഭരണനേട്ടങ്ങളും നടപടികളും ഇതിൽ വിസ്തരിക്കാൻ ഞാൻ മുതിരുന്നില്ല. എന്നാൽ സാമ്പത്തിക മാനേജ്മെന്റിലും, സാമൂഹ്യക്ഷേമ പരിപാടികൾ നടപ്പാക്കുന്നതിലും ഉണ്ടായ അത്ഭുതകരമായ നേട്ടങ്ങൾ എടുത്തുപറയാതിരിക്കാൻ സാധ്യമല്ല.

എന്നാൽ ന്യൂനപക്ഷ രാഷ്ട്രീയം എന്നും കേരളത്തിന് ഒരു പ്രശ്നംതന്നെ ആയിരുന്നിട്ടുണ്ട്. ന്യൂനപക്ഷ സമുദായങ്ങളുടെ സാമൂഹികമായ ഉയർച്ചയും പുരോഗതിയും ലക്ഷ്യം വെച്ചുള്ളതല്ല ന്യൂനപക്ഷ രാഷ്ട്രീയം. അതാണെങ്കിൽ ഇടതുപക്ഷം പൊതുവിലും അച്യുതാനന്ദൻ ഭരണം പ്രത്യേകിച്ചും അടിസ്ഥാനപരമായ നടപടികൾ പലതും സ്വീകരിച്ചതായി തിരിഞ്ഞുനോക്കുമ്പോൾ കാണാൻ കഴിയും. പ്രധാനപ്പെട്ട മതന്യൂനപക്ഷങ്ങൾ മുസ്ലിങ്ങളും ക്രിസ്ത്യാനികളുമാണ്. അവർ അടിസ്ഥാനപരമായി കൃഷിക്കാരായിരുന്നു. അതും കർഷകക്കുടിയാന്മാർ. ജന്മിക്കരം കൊടുത്തും പാട്ടം വടിച്ചും നൂറ്റാണ്ടുകളായി തളർന്ന വിഭാഗങ്ങൾ. അവർ കഠിനമായി അധ്വാനിച്ചുണ്ടാക്കുന്ന നെല്ല് പാട്ടം വടിച്ചു കഴിഞ്ഞാൽ കഞ്ഞി കുടിക്കാൻ പോലും ഗതിയില്ലാത്തവരായിരുന്നു. ആ കടുത്ത ചൂഷണത്തിന് കുട പിടിക്കുന്ന നീതിന്യായ വ്യവസ്ഥയാണ് സ്വാതന്ത്ര്യത്തിനുമുൻപും പിൻപും ഇവിടെ ഉണ്ടായിരുന്നത്. ആ കാലത്തെ യഥാർഥ സ്ഥിതി മനസ്സിലാക്കാനുതകുന്ന, നിലമ്പൂർക്കാരൻ കെ ജി ഉണ്ണീൻ എഴുതിയ ഒരു പാട്ട് ഇതിലെ നാലാം അധ്യായത്തിൽ ഉദ്ധരിച്ചിട്ടുണ്ട്.

അങ്ങനെ കഷ്ടപ്പാടിന്റെയും കണ്ണീരിന്റെയും കദനകഥകളാണ് അന്നത്തെ സാമൂഹ്യവ്യവസ്ഥ. ഈ വ്യവസ്ഥ മാറ്റാനുള്ള ഒരു ശ്രമവും ഈ ന്യൂനപക്ഷ രാഷ്ട്രീയക്കാർ ഇന്നേവരെ നടത്തിയിട്ടില്ല.

കേരളം, മൈസൂർ രാജാവ് ടിപ്പുസുൽത്താന്റെ കീഴിലായിരുന്നു, ബ്രിട്ടീഷ് ആധിപത്യത്തിന് മുമ്പ്. ടിപ്പുസുൽത്താൻ കേരളത്തിൽ ചില ഭൂപരിഷ്കരണ നടപടികൾ സ്വീകരിച്ചതായി ചരിത്രത്തിൽ കാണുന്നുണ്ട്.

എന്നാൽ 1792 ലെ മൂന്നാം ആംഗ്ലോ–മൈസൂർ യുദ്ധത്തിൽ ടിപ്പുസുൽത്താൻ ഇംഗ്ലീഷുകാരോട് പരാജയപ്പെട്ടു. ടിപ്പുസുൽത്താനും ഈസ്റ്റ് ഇന്ത്യാ കമ്പനിക്കുവേണ്ടി വെല്ലസ്ലി പ്രഭുവും ഒപ്പുവെച്ച ശ്രീരം

ഗപട്ടണം കരാറനുസരിച്ച് മലബാറിലെ 14 താലൂക്കുകൾ ബ്രിട്ടീഷുകാർക്ക് വിട്ടുകൊടുത്തു. അതിനെ മലബാർ പ്രവിശ്യ എന്നു പുനർനാമകരണം ചെയ്തു.

മലബാറിന്റെ അധികാരം ഏറ്റെടുത്തുകൊണ്ട് ഈസ്റ്റ് ഇന്ത്യാ കമ്പനിക്കുവേണ്ടി ബോംബെ ഗവർണറും പ്രസിഡന്റുമായ മേജർ ജനറൽ റോബർട്ടു അംബർ ക്രോംബി കോഴിക്കോട് ഗവൺമെന്റ് ഹൗസിൽ(പഴയ ഇംഗ്ലീഷ് ഫാക്ടറി) ബ്രിട്ടീഷ് പതാക ഉയർത്തിക്കൊണ്ട് തന്റെ നയപ്രഖ്യാപനപ്രസംഗം നടത്തി. അദ്ദേഹം പറഞ്ഞു, "സ്വതന്ത്രവ്യാപാരവും ഇടപാടുകളും സാർവത്രികമാക്കും, സമൂഹത്തിലെ മേലേക്കിട വർഗക്കാരുടെ അവകാശങ്ങളും താൽപ്പര്യങ്ങളും സംരക്ഷിക്കും" (മലബാർ മാന്വൽ –പേജ് 539– വില്യം ലോഗൻ). ഇതോടെ മലബാറിൽ നാടുവാഴികളുടെ രാഷ്ട്രീയ അധികാരം അവസാനിക്കുകയുണ്ടായി. എന്നാൽ നാടുവാഴികൾക്കും ജന്മിമാർക്കും ഒരേയൊരു ഉൽപ്പാദന ഉപകരണമായ ഭൂമിയിന്മേലുള്ള കുത്തകാവകാശവും ചൂഷണ വ്യവസ്ഥയും ജാതിമേധാവിത്വവും സംരക്ഷിക്കാനുള്ള ബാധ്യത ബ്രിട്ടീഷ് ഭരണം ഏറ്റെടുക്കുകയും ചെയ്തു.

അതിനുശേഷം ജന്മി–ജാതിവ്യവസ്ഥ കൂടുതൽ പിടിമുറുക്കി. കൈവശക്കുടിയാനും കുടികിടപ്പുകാരനും താൻ കൈവശം വെക്കുന്ന ഭൂമിയിൽ അവകാശം ഉണ്ടായിരുന്നില്ല. പാട്ടം കൊടുത്ത് പട്ടിണി കിടക്കുന്ന കർഷകനും പണിയെടുത്ത് മുഴുപ്പട്ടിണിയിലായ കർഷകത്തൊഴിലാളിയും ക്രൂരമായ ചൂഷണത്തിനു വിധേയരായി വീർപ്പുമുട്ടിക്കഴിയുകയായിരുന്നു. ഏത് സമയത്തും ഒരു മുന്നറിയിപ്പുമില്ലാതെ കൈവശഭൂമിയിൽനിന്ന് ഒഴിപ്പിക്കപ്പെടും. ഈ നിലയ്ക്ക് അറുതി വരുത്തിയത് 1957ലെ കമ്യൂണിസ്റ്റ് ഗവൺമെന്റായിരുന്നു. അതിന്റെ മുഖ്യമന്ത്രി ആദരണീയനായ സ: ഇ എം എസിന്റെ നേതൃത്വത്തിൽ നടപ്പാക്കിയ കാർഷികബന്ധ ബില്ലാണ് ഇന്ത്യയിലെ ആദ്യത്തെ ഭൂപരിഷ്കരണ നിയമം.

കേരളത്തിൽ വ്യാപകമായി ഹൈസ്കൂളുകൾ സ്ഥാപിച്ചു. കോഴിക്കോട് മെഡിക്കൽ കോളേജും കോഴിക്കോട് സർവകലാശാലയും സ്ഥാപിച്ചതും ഇ എം എസ് ഗവൺമെന്റ് തന്നെയായിരുന്നു. അങ്ങനെ ന്യൂനപക്ഷ പിന്നോക്ക വിഭാഗങ്ങളുടെ ഉന്നമനം ലക്ഷ്യം വെച്ചുകൊണ്ട് അദ്ദേഹം ഒരുപാട് നല്ല കാര്യങ്ങൾ ചെയ്തിരുന്നു. അതിൽ പ്രധാനപ്പെട്ട ഒന്നാണ് മലപ്പുറം ജില്ല രൂപീകരണം. ഇതെല്ലാം ന്യൂനപക്ഷ പ്രീണനമാണെന്ന് ദുർവ്യാഖ്യാനം നടത്തിയവരും ഉണ്ടായിരുന്നു. സമൂഹത്തിലെ ഒരു വിഭാഗം വിദ്യാഭ്യാസപരമായും സാമ്പത്തികമായും അവഗണിക്കപ്പെട്ടുകിടക്കുന്നത് ഇല്ലായ്മ ചെയ്ത് സമതുലിതാവസ്ഥ കൈവരിച്ചാൽ മാത്രമേ രാജ്യപുരോഗതി നേടാനാവുകയുള്ളു എന്ന സദുദ്ദേശ്യം മാത്രമായിരുന്നു ഇതിന്റെയെല്ലാം പിന്നിൽ എന്ന് വ്യക്തമാണ്.

മലപ്പുറം ജില്ലയിൽ പ്രത്യേകിച്ചും കർഷകക്കുടിയാന്മാർ ഭൂരിപക്ഷം

മുസ്ലിങ്ങളായിരുന്നു. അവർ ജാതി–ജന്മി ചൂഷണത്തിനെതിരായി നിരന്തരം പോരാട്ടം നടത്തിവന്നിരുന്നു. അത് ചിലപ്പോൾ സംഘർഷങ്ങളും സംഘട്ടനങ്ങളുമായി മാറുകയും ചെയ്തിരുന്നു. നൂറുകണക്കിന് ലഹളകൾ തന്നെ അങ്ങനെ നടന്നിട്ടുണ്ട്. അതിൽ ഏറ്റവും വലിയതും അവസാനത്തേതുമായിരുന്നു 1921ലെ മാപ്പിള ലഹള എന്ന് വിളിക്കപ്പെട്ട സംഭവം. ഇതിനെ സംബന്ധിച്ച് വ്യാഖ്യാനിച്ചവർക്കിടയിൽ അഭിപ്രായഭേദങ്ങളുണ്ടായിരുന്നു. എന്നാൽ പ്രബലമായ അഭിപ്രായം ജാതി–ജന്മിത്വത്തിനും അതിന് എല്ലാ ഒത്താശയും ചെയ്തിരുന്ന ബ്രിട്ടീഷ് ഭരണത്തോടുമുള്ള എതിർപ്പായിരുന്നു എന്നു കാണാൻ പ്രയാസമില്ല. സവർണരായ ജന്മിതമ്പുരാക്കന്മാരോടും അവരുടെ താൽപ്പര്യം സംരക്ഷിക്കാൻ പോലീസിനെയും പട്ടാളത്തെയും ഉപയോഗിക്കുന്ന ബ്രിട്ടീഷ് സാമ്രാജ്യത്തോടുമുള്ള രോഷമാണ് ലഹളക്ക് കാരണമായത്. അതിലെ കർഷകന്റെ ഹൃദയവികാരം കമ്പളത്ത് ഗോവിന്ദൻ നായരുടെ കവിത വ്യക്തമാക്കുന്നത് കാണുക:

“നമ്മളുണ്ടാക്കുന്ന നെല്ല് ജന്മിമാരെ തീറ്റുവാൻ
സമ്മതിക്കില്ലെന്നതാണ് ഹേതു ഏറ്റുമുട്ടുവാൻ
നമ്മളുടെ കാശ് വാങ്ങി, ഇംഗ്ലണ്ടിലേക്കയക്കുവാൻ
സമ്മതിക്കില്ലെന്നതാണ് ഹേതു ഏറ്റുമുട്ടുവാൻ.”

അപ്പോൾ ലഹളയുടെ കാരണം എന്തായിരുന്നു എന്ന് ഇതിൽനിന്നു വ്യക്തമാണ്. ബ്രിട്ടീഷുകാർ ഇന്ത്യയിൽനിന്ന് പോകുന്നതുവരെയും പോയിട്ട് പത്ത് കൊല്ലവും കൃഷിക്കാരുടെ നിലയിൽ ഒരു മാറ്റവും ഉണ്ടായിരുന്നില്ല. അതിനെല്ലാം അറുതിവരുത്തിയത് 1957ലെ ഭൂപരിഷ്കരണ നിയമംതന്നെയാണ്. അതുപ്രകാരം ഭൂമിയിൽ ഉടമാവകാശം കിട്ടിയ കൃഷിക്കാരൻ അതിലെ പത്ത് സെന്റ് വിറ്റ്, വിസക്കുള്ള പണവും വിമാനക്കൂലിയും നൽകി മക്കളെ ഗൾഫിലേക്കയച്ചു. അതിന്റെ പരിണിതഫലമാണ് ഇന്ന് മലപ്പുറം ജില്ലയിൽ കാണുന്ന പിന്നോക്കത്തിന്റെ മുന്നേറ്റം.

പിന്നെയും ഇടതുപക്ഷ ഭരണം 1987ലും 1996ലും വന്നിട്ടുണ്ട്. പഞ്ചായത്ത് രാജും ജനകീയാസൂത്രണവും സമ്പൂർണ സാക്ഷരതയും കേരളത്തിന്റെ നേട്ടങ്ങളായി. എന്നാൽ 2006ലെ അച്യുതാനന്ദൻ ഭരണം ഏറ്റവും മികവുറ്റതായിരുന്നു. അഴിമതിക്കെതിരായി ശക്തമായ നിലപാടെടുത്തു എന്നു മാത്രമല്ല, അഴിമതിക്കാരെ കോടതിയിൽനിന്നു ശിക്ഷ വാങ്ങിക്കൊടുത്ത് ജയിലിലടച്ചു. സ്ത്രീകൾക്കു നേരെയുള്ള അതിക്രമം ചെയ്യുന്നവരെ കർശനമായി നേരിട്ടു. സാമ്പത്തികമായി നല്ല നിലയിൽ കേരളം അഭിവൃദ്ധിപ്പെട്ടു. അതുകൊണ്ടാണ് പെൻഷൻ ക്ഷേമപദ്ധതി ആനുകൂല്യങ്ങൾ എല്ലാം വർധിപ്പിച്ചുകൊടുത്തത്.

ന്യൂനപക്ഷങ്ങളെ സംബന്ധിച്ച് പല നടപടികളും സ്വീകരിച്ചു. സച്ചാർ – പാലോളി കമീഷൻ റിപ്പോർട്ടുകൾ താമസംവിനാ നടപ്പാക്കി. മലപ്പുറം ജില്ലയിലെ പെരിന്തൽമണ്ണയിൽ അലിഗഡ് സർവകലാശാലയു

ടെ ഓഫ് ക്യാമ്പസ് സ്ഥാപിക്കാൻ 300 ഏക്കർ സ്ഥലം വാങ്ങി കൈമാറി. അവിടെ താൽക്കാലിക ക്ലാസുകൾ ആരംഭിച്ചു. 8 കോടി ഉറുപ്പിക ചെലവിൽ കോഴിക്കോട് വിമാനത്താവളത്തിനടുത്ത് ഹജ്ജ് ഹൗസുണ്ടാക്കി. പതിനായിരം മുസ്ലിം പെൺകുട്ടികൾക്ക് 3000 മുതൽ 5000 രൂപ വരെ ഉപരിപഠനത്തിന് സ്കോളർഷിപ്പ് അനുവദിച്ചു. 1000 രൂപ ഹോസ്റ്റലിൽ മാസത്തിൽ സ്റ്റൈപ്പൻഡും കൊടുത്തു. ചുരുക്കത്തിൽ ആർക്കും ഒരു ആക്ഷേപവും ഇല്ലാതെയാണ് ഭരണം പൂർത്തിയാക്കിയത്. മദ്രസ അധ്യാപകർക്ക് ചരിത്രത്തിൽ ആദ്യമായി ക്ഷേമപദ്ധതിയും പെൻഷനും ഏർപ്പെടുത്തി.

എന്നാൽ അച്യുതാനന്ദഭരണം വലിയ എതിർപ്പ് നേരിടേണ്ടിവന്നത് ന്യൂനപക്ഷത്തിന്റെ പേരിലായിരുന്നു. എക്കാലത്തും ന്യൂനപക്ഷത്തിന്റെ പേരിൽ ആനുകൂല്യങ്ങൾ നേടിയെടുക്കുന്ന ഒരു വിഭാഗം അതാത് ന്യൂനപക്ഷ സമുദായങ്ങളിൽ കാണാം. അത് സമുദായങ്ങളിലെ വരേണ്യ വർഗമാണ്. അവർ വിദ്യാഭ്യാസസ്ഥാപനങ്ങൾ നടത്തും, അനാഥാലയങ്ങളും ആശ്രമങ്ങളും ഉണ്ടാക്കും. ഇതെല്ലാം സമുദായത്തിനുവേണ്ടിയാണെന്നവർ പറയും. എന്നാൽ സമുദായത്തിന് അതിന്മേൽ ഒരവകാശവും നിയന്ത്രണാധികാരവും ഇല്ലതന്നെ. അവർ നടത്തുന്ന വിദ്യാഭ്യാസസ്ഥാപനങ്ങളിൽ അതാത് സമുദായത്തിൽപെട്ട ദുർബല വിഭാഗങ്ങൾക്ക് എന്തെങ്കിലും സൗജന്യമോ ഇളവുകളോ അനുവദിക്കുമോ? മെഡിക്കൽകോളേജുകളിലും എൻജിനീയറിങ് കോളേജിലും മറ്റും സാമ്പത്തികസംവരണം ഏർപ്പെടുത്തണം എന്നുപറയുമ്പോൾ വരേണ്യവർഗത്തിന്റെ സ്വഭാവം മാറും. അവർക്ക് ഇതിനെല്ലാം കൂട്ടുനിൽക്കുകയും പിന്തുണ നൽകുകയും ചെയ്യുന്നത് അതാത് സമുദായങ്ങളിലെ പുരോഹിതന്മാരിലും പണ്ഡിതന്മാരിലുംപെട്ട ഒരു വിഭാഗമാണ്. പണ്ഡിത–പുരോഹിത–വരേണ്യവർഗ കൂട്ടുകെട്ട് എന്നും സമുദായത്തെ അടിച്ചമർത്തുകയും പാവപ്പെട്ടവനെ ചൂഷണം ചെയ്യുകയുമായിരുന്നു. അത് ഇന്നും തുടരുന്നു. ഇവരെ സംബന്ധിച്ച് വിശുദ്ധ ഖുർ–ആൻ പറയുന്നത് കഴിഞ്ഞ അധ്യായത്തിൽ ഞാൻ ഉദ്ധരിച്ചിട്ടുണ്ട്.

ആപ്തവാക്യത്തിലെ പരാമർശനങ്ങളൊന്നും അവർ ഗൗനിക്കാറില്ല. സാമ്പത്തിക നേട്ടത്തിനും ധനസമ്പാദനത്തിനും എന്ത് മാർഗവും സ്വീകരിക്കും. ആ ലക്ഷ്യം വെച്ചുകൊണ്ട് അവർ ന്യൂനപക്ഷ രാഷ്ട്രീയം കളിക്കുകയാണ് ചെയ്യുന്നത്. ന്യൂനപക്ഷങ്ങളെ അവർ ഭിന്നിപ്പിക്കുകയും ആവശ്യം വരുമ്പോൾ ഒന്നിപ്പിക്കുകയും ചെയ്യും. ഈ ന്യൂനപക്ഷ രാഷ്ട്രീയമാണ് കേരള കോൺഗ്രസ് മാണി–ജോസഫ് ഗ്രൂപ്പുകളെ ഒന്നിപ്പിച്ചത്. മുമ്പ് ഭിന്നിപ്പിച്ചതും അതുതന്നെ. അതുതന്നെയാണ് മുസ്ലിം ന്യൂനപക്ഷ രാഷ്ട്രീയത്തിലും ഉള്ളത്. സ്വാർഥ താൽപ്പര്യത്തിനും സാമ്പത്തിക നേട്ടങ്ങൾക്കും വേണ്ടി ഭിന്നിപ്പിക്കുകയും രാഷ്ട്രീയലക്ഷ്യം നേടിയെടുക്കാൻ വേണ്ടി ഒന്നിപ്പിക്കുകയും ചെയ്യും.

ഈ തന്ത്രമാണ് ഇടതുപക്ഷ ഭരണകൂടങ്ങളെ പലപ്പോഴും പരാ

ജയപ്പെടുത്തുന്നത്. ആ തന്ത്രത്തെ മറികടന്നും അതിജീവിച്ചുംകൊണ്ടാണ് എന്നും ഇടതുപക്ഷം അധികാരത്തിൽ എത്തീട്ടുള്ളതും. ന്യൂനപക്ഷ രാഷ്ട്രീയത്തിലെ എല്ലാ കുടില തന്ത്രങ്ങളും വരേണ്യവർഗത്തിന്റെ സാമ്പത്തിക മേൽക്കോയ്മയും പരമാവധി ഉപയോഗപ്പെടുത്തിയ ഒരു തെരഞ്ഞെടുപ്പായിരുന്നു 2011ലെ അസംബ്ലി തിരഞ്ഞെടുപ്പ്. പക്ഷേ അത് രണ്ടും പണ്ടെപ്പോലെ ഫലിക്കുന്നില്ല എന്നല്ലെ അനുഭവം നമ്മെ പഠിപ്പിച്ചത്. തെരഞ്ഞെടുപ്പുഫലം അതിനുള്ള വ്യക്തമായ തെളിവാണ്. 140ൽ 68ഉം ഇടതുപക്ഷം നേടിയെടുത്തു. മറുപക്ഷത്ത് 72ഉം. കേരളത്തിൽ മൊത്തം വോട്ടിന്റെ വ്യത്യാസം ഇരുമുന്നണികളും തമ്മിൽ ഒന്നരലക്ഷം മാത്രം. ആയിരത്തി മുന്നൂറ് വോട്ടും മൂന്ന് സീറ്റും മാത്രമാണ് ഭരണത്തിൽ വരാൻ ഐക്യജനാധിപത്യ മുന്നണിക്ക് സഹായകമായത്.

ഇത് കാണിക്കുന്നത് സമുദായ നേതാക്കന്മാരുടെയും വരേണ്യവർഗത്തിന്റെയും പൂർണമായ നിയന്ത്രണത്തിലല്ല, അതാത് ന്യൂനപക്ഷ സമുദായങ്ങളിലെ സാധാരണ ജനങ്ങൾ എന്നതാണ്. മാത്രമല്ല അവരുടെ കുടിലതന്ത്രങ്ങൾ സാധാരണ ജനങ്ങൾ കൂടുതൽ മനസിലാക്കി വരികയും ചെയ്യുന്നുണ്ട്. കേരളത്തിൽ ഇടതുപക്ഷത്തെ സാങ്കേതികമായി പരാജയപ്പെടുത്താൻ കഴിഞ്ഞിട്ടുണ്ടെങ്കിലും ജയിച്ചുനിൽക്കുന്നത് ഇടതുപക്ഷം തന്നെയാണെന്നു കാണാവുന്നതാണ്.

ഐക്യജനാധിപത്യമുന്നണി ഭരണം മൂന്നുമാസം പൂർത്തിയായിട്ടില്ല. അപ്പോഴേക്കും അസ്വാരസ്യങ്ങളും ആഭ്യന്തര കലഹങ്ങളും തുടങ്ങിക്കഴിഞ്ഞു. ഘടകകക്ഷികളെ ദൂരെനിന്നു നിയന്ത്രിക്കുന്ന (remot control) പൗരോഹിത്യ - വരേണ്യ വർഗ ശക്തികൾ സ്വാധീനിക്കാനും കൈയിട്ടുവാരാനും ശ്രമം തുടങ്ങി. മുഖ്യമന്ത്രി ഉമ്മൻചാണ്ടി ആദ്യം തന്നെ പ്രഖ്യാപിച്ചു, “ഈ കൊല്ലം സ്വാശ്രയ മെഡിക്കൽ എൻജിനീയറിങ് കോളേജുകളിൽ വിദ്യാർഥികളെ തെരഞ്ഞെടുക്കാനും ഫീസ് നിശ്ചയിക്കാനും മാനേജ്മെന്റുകൾക്ക് അധികാരം ഉണ്ടായിരിക്കുന്നതാണ്” എന്ന്. ആ പ്രഖ്യാപനം ഒരു വലിയ ന്യൂനപക്ഷത്തിന്റെ സ്വാധീനത്തിനു വഴങ്ങിയും അവരെ സഹായിക്കാനുമായിരുന്നു. അപ്പോഴേക്കും മറ്റു ന്യൂനപക്ഷ രാഷ്ട്രീയക്കാർ വിമർശനവും ആക്ഷേപവുമായി ഇറങ്ങിപ്പുറപ്പെട്ടു. അവരോടു മുഖ്യമന്ത്രി പറഞ്ഞത് ഗവൺമെന്റിന് 50 ശതമാനത്തിൽ കുട്ടികളെ തെരഞ്ഞെടുക്കാൻ വേണ്ടത്ര സമയം കിട്ടിയില്ല എന്നാണ്. അതുകേട്ട് വിമർശകർ അഭിപ്രായപ്പെട്ടത്, സമയം നീട്ടിക്കിട്ടാൻ സുപ്രീംകോടതിയിൽപോകണം എന്നാണ്. ഉടനെ ഭരണകൂടം സുപ്രീംകോടതിയിലെത്തി. സുപ്രീംകോടതി സമയം അനുവദിച്ചു. ഉടനെ സ്വാശ്രയ മാനേജ്മെന്റുമായി ചർച്ച പുനരാരംഭിച്ചു. പക്ഷേ കാര്യം എവിടെയും എത്തിയിട്ടില്ല. സീറ്റിലും ഫീസിലും യോജിപ്പുണ്ടായിട്ടില്ല. ന്യൂനപക്ഷം ഇടഞ്ഞുതന്നെ.

അതിനിടക്ക് മുഖ്യമന്ത്രി മറ്റൊരു പ്രഖ്യാപനം നടത്തി. ഇക്കൊല്ലം 500 സി ബി എസ് സി സ്കൂളുകൾക്ക് എൻ ഒ സി കൊടുക്കാൻ തീരു

മാനിച്ചിട്ടുണ്ട് എന്ന്. അതുകേട്ട് അതിന്റെ ആവശ്യക്കാരും താൽപ്പര്യക്കാരും ആവേശഭരിതരായി. എല്ലാ ഒരുക്കങ്ങളും തുടങ്ങിക്കഴിഞ്ഞു. അതിന്റെ ഗുണം ഒരു പ്രത്യേക ന്യൂനപക്ഷത്തിനാണ്. അവരെ തൃപ്തിപ്പെടുത്താനാണ് മുഖ്യമന്ത്രി അങ്ങനെ പ്രഖ്യാപിച്ചത്. അപ്പോഴേക്ക് മറ്റു ന്യൂനപക്ഷ രാഷ്ട്രീയക്കാർ ഇടംകോലിട്ടു. മാത്രമല്ല ശക്തിയായ എതിർപ്പും പ്രകടിപ്പിച്ചു. അവരെ യു ഡി എഫിന് എന്നും ഭയമായിരുന്നു. അവർക്ക് വേണ്ടി 500 സി ബി എസ് സി സ്കൂളുകൾക്ക് എൻഒസി കൊടുക്കാനുള്ള ഗവൺമെന്റ് തീരുമാനം മാറ്റി, ഇക്കൊല്ലം കൊടുക്കുന്നില്ലെന്നു പ്രഖ്യാപിച്ചു.

ഇതെല്ലാം കേൾക്കുകയും കാണുകയും ചെയ്യുമ്പോൾ പണ്ടുകാലത്തെ ഒരു തട്ടാന്റെ തൊടിയിൽ മുയൽ ഇറങ്ങിയ കഥയാണ് ഓർമ വരുന്നത്. അന്നൊക്കെ തട്ടാന്മാർ സ്വന്തം വീട്ടിലിരുന്നാണ് മിക്കവാറും സ്വർണപ്പണി എടുക്കാറുള്ളത്. വീടിന് നല്ല വളപ്പും ഉണ്ടാകും. തട്ടാൻ സ്വർണപ്പണി തുടങ്ങിയ നേരത്ത് തന്നെ തൊടിയിൽ ഒരു മുയൽ ഇറങ്ങി. കറുകപ്പുല്ല് വെട്ടിത്തിന്നാനാണ് മുയൽ വരുന്നത്. തട്ടാൻ മേട്ടം തുടങ്ങി, ഓരോ മേട്ടത്തിനും മുയൽ ഞെട്ടിച്ചാടും. തട്ടാൻ മേട്ടം നിർത്തുന്നില്ല, മുയലിന് ഞെട്ടിച്ചാടാനേ സമയമുള്ളു. ചുരുക്കത്തിൽ മുയലിന് പുല്ല് വെട്ടിത്തിന്നാൻ സമയം കിട്ടാതെ പോയി. അപ്രകാരം ഈ ന്യൂനപക്ഷ രാഷ്ട്രീയക്കാരുടെ മേട്ടം കേട്ടു ഞെട്ടിച്ചാടാനേ ഈ ഗവൺമെന്റിന് നേരമുള്ളു. ഫലപ്രദമായി ഒന്നും ചെയ്യാൻ സാധിക്കുന്നില്ല. അതാണ് സ്വാശ്രയ കോളേജ് പ്രവേശനത്തിന്റെയും ഫീസിന്റെയും കാര്യത്തിലും 500 സിബിഎസ്സി സ്കൂളുകൾക്ക് എൻഒസി കൊടുക്കുന്ന കാര്യത്തിലും ഉമ്മൻചാണ്ടി ഗവൺമെന്റിന് പറ്റിയ തിരിച്ചടി.

ഇങ്ങനെ ഈ ന്യൂനപക്ഷ രാഷ്ട്രീയക്കാരുടെ സമ്മർദങ്ങൾക്ക് വഴങ്ങി, വഴങ്ങി കോൺഗ്രസ് ശോഷിച്ച് ചുരുങ്ങിച്ചുരുങ്ങി വരുന്ന ദയനീയമായ സ്ഥിതിയാണിന്നുള്ളത്. കോൺഗ്രസിനകത്ത് ഉണ്ടാകുന്ന അസ്വസ്ഥതകൾക്കും കാരണം ഇതുതന്നെയാണ്. എ കെ ആന്റണി ഒരിക്കൽ തുറന്നു പറഞ്ഞ "ന്യൂനപക്ഷ വിരുദ്ധ പ്രസ്താവന"യും ഇതുതന്നെ ആയിരുന്നു. അതിന്റെ വിശദാംശങ്ങൾ മുമ്പ് വിവരിച്ചിട്ടുണ്ട്.

ലക്ഷദ്വീപ്

42 19–ാം പാർട്ടി കോൺഗ്രസും ലക്ഷദ്വീപ് സന്ദർശനവും

കമ്യൂണിസ്റ്റ് പാർട്ടി ഓഫ് ഇന്ത്യ (മാർക്സിസ്റ്റ്)ന്റെ 19–ാം പാർട്ടി കോൺഗ്രസ് 2008 മാർച്ച് 29 മുതൽ ഏപ്രിൽ 3 വരെ കോയമ്പത്തൂരിൽ വെച്ചാണ് നടന്നത്. പാർട്ടിയിൽ 1984ൽ അംഗത്വം എടുത്തതിനു ശേഷം ഞാൻ ആദ്യമായി പങ്കെടുക്കുന്നത് തിരുവനന്തപുരത്ത് വെച്ച് 1988ൽ ചേർന്ന 13–ാം പാർട്ടി കോൺഗ്രസിലാണ്. അതിനുശേഷം ചണ്ഡിഗഢിൽ ചേർന്ന 15–ാം പാർട്ടി കോൺഗ്രസ് ഒഴികെയുള്ള എല്ലാ പാർട്ടി കോൺഗ്രസുകളിലും ഞാൻ പ്രതിനിധി ആയിരുന്നിട്ടുണ്ട്. അതൊരു അസുലഭമായ അവസരവും അസാധാരണമായ അനുഭവവും ആയിരുന്നു. കമ്യൂണിസ്റ്റ് പാർട്ടിയുടെ ഇത്തരം സമ്മേളനങ്ങളിൽ പഠനാർഹമായ പല നേട്ടങ്ങളും കൈവരിക്കാനുള്ള നല്ല അവസരമാണ് കിട്ടുന്നത്. മറ്റു പല പാർട്ടികളുടെയും സമ്മേളനങ്ങൾ അനുയായികൾക്ക് ആഘോഷവും നേതാക്കൾക്ക് എഴുന്നള്ളത്തുമാണ്. കോൺഗ്രസിന്റെ പല എ ഐ സി സി സമ്മേളനങ്ങളിലും ഞാൻ പങ്കെടുത്തിട്ടുണ്ട്. അതിന്റെ എല്ലാം അനുഭവങ്ങളും എന്റെ ഓർമയിലുണ്ട്.

പാർട്ടി കോൺഗ്രസിനുമുമ്പ് ബ്രാഞ്ച് കമ്മറ്റിമുതൽ സംസ്ഥാനകമ്മിറ്റി വരെയുള്ള സമ്മേളനങ്ങൾ ക്രമപ്രകാരം നടത്തി തീർക്കും. ഇത്തവണ പാർട്ടി സംസ്ഥാന സമ്മേളനം 2008 ഫെബ്രുവരി 11–14 തീയതികളിൽ കോട്ടയത്ത് വെച്ചാണ് നടന്നത്. എന്നെ സംബന്ധിച്ചേടത്തോളം ആ

സമ്മേളനത്തിന് പ്രത്യേക പ്രാധാന്യം തന്നെയുണ്ട്. കാരണം, ഞാൻ ആദ്യമായി കമ്യൂണിസ്റ്റ് പാർട്ടി ഓഫ് ഇന്ത്യ (മാർക്സിസ്റ്റ്) സംസ്ഥാനകമ്മിറ്റിയിൽ അംഗമായിത്തീരുന്നത് ഈ സമ്മേളനത്തിൽ വെച്ചാണ്. ഒരു പാർട്ടി പ്രവർത്തകൻ എന്ന നിലയിൽ അതൊരു അഭിമാനകരമായ നേട്ടം തന്നെയാണ്.

കോൺഗ്രസ് (ഐ) സംഘടനയിൽ നിന്നാണല്ലോ 1982ൽ ഞാൻ വിട്ടുപോരുന്നത്. വിട പറയുമ്പോൾ കോൺഗ്രസ് (ഐ)യുടെ സംസ്ഥാന എക്സിക്യൂട്ടീവ് അംഗവും മലപ്പുറം ജില്ലാപ്രസിഡന്റുമായിരുന്നു. വിട്ടുപോരാനുണ്ടായ സാഹചര്യം ഞാൻ ഇതിനുമുമ്പ് പലതവണ വിശദീകരിച്ചിട്ടുണ്ട്. എന്നാൽ ഇതൊരു രേഖ എന്ന നിലയിൽ അതിലെ പ്രധാനപ്പെട്ട കാര്യം മാത്രം ഞാൻ ആവർത്തിക്കുകയാണ്. കോൺഗ്രസ് അടിയന്തിരാവസ്ഥക്കാലത്തും അതിനുമുമ്പും ഇന്ദിരാഗാന്ധിയുടെ നേതൃത്വത്തിൽ ഏകാധിപത്യപരമായ സമീപനമായിരുന്നു ഭരണത്തിലും സംഘടനയിലും അനുവർത്തിച്ചിരുന്നത്. അന്നൊക്കെ കോൺഗ്രസ് (ഐ) പ്രസിഡന്റ് ബ്രഹ്മാനന്ദ റഡ്ഡി മുതൽ സംസ്ഥാന പ്രസിഡന്റ് എ കെ ആന്റണി വരെയുള്ളവരും അവരുടെ കൂട്ടാളികളും, അമിതാധികാരത്തിന്റെ എല്ലാ അതിക്രമങ്ങളെയും തേർവാഴ്ചകളെയും ന്യായീകരിക്കുകയും, സ്തുതിഗീതം പാടുകയും ചെയ്തിരുന്നവരാണ്. എന്നാൽ ആ അടിയന്തരാവസ്ഥയും അമിതാധികാര പ്രയോഗവുംകൊണ്ടുമാത്രം കോൺഗ്രസ് (ഐ) ജനങ്ങളിൽനിന്ന് ഒറ്റപ്പെടുകയും 1977ലെ പൊതു തെരഞ്ഞെടുപ്പിൽ ഇന്ത്യ മുഴുവൻ തോറ്റ് തുന്നം പാടുകയും ചെയ്തു. അപ്പോൾ മേൽപ്പറഞ്ഞ പ്രഭൃതികൾ എല്ലാം ഇന്ദിരാഗാന്ധിയെ തെറിവിളിച്ചും ആട്ടി എറിഞ്ഞും സംഘടന വിട്ടുപോയി. കേരളത്തിൽ അവസാനം എ കെ ആന്റണിയുടെ നേതൃത്വത്തിൽ ഒരു കോൺഗ്രസ് (എ) തന്നെ രൂപം കൊണ്ടു. കാര്യങ്ങൾ എന്തുതന്നെ ആയിരുന്നാലും ഈ നിലപാട് നന്ദിയില്ലായ്മയും വഞ്ചനാപരവുമാണെന്നു ഞാൻ അന്നും ഇന്നും വിശ്വസിച്ചിരുന്നു.

പിന്നെ 1980 ൽ പോയവരുടെ സഹായമില്ലാതെ ഇന്ദിരാഗാന്ധിയും കോൺഗ്രസ് (ഐ)യും ഇന്ത്യയിൽ അധികാരത്തിൽ തിരിച്ചെത്തി. ആ തിരിച്ചുവരവിൽ ഒരു എളിയ പങ്ക് എനിക്കും ഉണ്ടായിരുന്നു. അങ്ങനെ ഒരു രാഷ്ട്രീയ മാറ്റത്തിനു വേണ്ടി എന്നെപ്പോലെയുള്ള സാധാരണ പ്രവർത്തകർ വിയർപ്പൊഴുക്കി ജാഥ നടത്തുകയും ചങ്ക് പൊട്ടി മുദ്രാവാക്യം വിളിക്കുകയും ചെയ്തപ്പോൾ റോഡരികിൽ ഉയരത്ത് കേറിനിന്നു കൂക്കിവിളിക്കുകയും കല്ലെടുത്തെറിയുകയും ചെയ്തവരാണ് ആന്റണി കോൺഗ്രസുകാർ. വയലാർ രവിയും, ഉമ്മൻചാണ്ടിയും, ആര്യാടനും എല്ലാം അതിന്റെ മുൻനിരക്കാരായിരുന്നു.

1980ൽ കോൺഗ്രസ് (ഐ) അധികാരത്തിൽ തിരിച്ചെത്തിയപ്പോൾ ആന്റണി കോൺഗ്രസുകാർക്ക് ഒരു സംശയവും പിന്നെയില്ല, ഉടനെ കോൺഗ്രസ് (ഐ) ൽ ലയിക്കണം. ഇന്ദിരാഗാന്ധിയെ ഭാരതയക്ഷി

എന്നു വിളിച്ചവർ, ഇന്ദിരാഗാന്ധി ഭാരതമാതാ എന്ന് വിളിക്കാൻ ഒരു മടിയും കാണിച്ചില്ല. ഈ അവസരവാദികളായ അധികാരമോഹികൾക്ക് സ്വാഗതം അരുളുന്ന നിലപാടാണ് അന്ന് കരുണാകരൻ സ്വീകരിച്ചത്. അതിന് അദ്ദേഹത്തെ പ്രേരിപ്പിച്ച ചേതോവികാരം ഒരൊറ്റ കാര്യം മാത്രമായിരുന്നു. കേരളത്തിൽ അധികാരത്തിലിരിക്കുന്ന ഇടതുപക്ഷ മുന്നണിയിൽനിന്നു ആന്റണി കോൺഗ്രസിനെ അടർത്തിയെടുത്ത് ഇടതു ഗവൺമെന്റിനെ പൊളിച്ച്, പെട്ടെന്നു ബദൽ ഗവൺമെന്റ് ഉണ്ടാക്കി മുഖ്യമന്ത്രി ആവുക, അതാണ് കരുണാകരന്റെ ലക്ഷ്യം.

കരുണാകരന്റെയും ആന്റണിയുടെയും ഈ അവസരവാദ രാഷ്ട്രീയം അംഗീകരിക്കാൻ കഴിയാത്ത ഏതാനും പ്രവർത്തകർ അന്ന് കോൺഗ്രസ് (ഐ)യിൽ ഉണ്ടായിരുന്നു. അതിൽ ഒരാളാണ് ഞാൻ. മറ്റുള്ളവരിൽ ചിലർ ഇന്നും സംയുക്ത കോൺഗ്രസിൽ ഡെയിലി വേജസിൽ പണിയെടുക്കുന്നുണ്ട്. അവരോട് ഇന്നും എന്റെ മനസിൽ സഹതാപമുണ്ട്. അതിനാൽ അവരുടെ പേരുവിവരം ഞാൻ ഇതിൽ വെളിപ്പെടുത്തുന്നില്ല.

അന്നത്തെ എന്റെ കൂട്ടാളികളുടെ ദയനീയാവസ്ഥ വളരെ പരിതാപകരമാണ്. എന്നെപ്പോലെ ജില്ലാപ്രസിഡന്റും സംസ്ഥാന എക്സിക്യൂട്ടീവ് അംഗങ്ങളുമായിരുന്നു. ടി എച്ച് മുസ്തഫയും കെ കെ രാമചന്ദ്രൻ മാസ്റ്ററും എ എസ് വിജയരാഘവനും, സാദിരിക്കോയയും എൻ രാമൃഷ്ണനും പി പി തങ്കച്ചനും. അതിൽ തങ്കച്ചന് മാത്രം ബസ്സിലെ കണ്ടക്ടറെപോലെ കോൺഗ്രസിൽ പണിയുണ്ട്. അതും ഉമ്മൻചാണ്ടിക്ക് വലിയ താൽപ്പര്യമൊന്നുംഇല്ല. മന്ത്രിസഭാരൂപീകരണത്തിലും ഉഭയകക്ഷി ചർച്ചകളിലും ഒന്നിലും തങ്കച്ചനെ കാണാറില്ല. ഏതായാലും 'എ' കോൺഗ്രസുകാർ 'ഐ'ക്കകത്ത് കടന്നു, ആന ഓടക്കാട്ടിൽ കേറിയ പോലെ ചവിട്ടിമെതിച്ചു നിലംപരിശാക്കി. അവസാനം കരുണാകരനോടും എടുത്ത നിലപാടു വളരെ ദയനീയം. അദ്ദേഹം കോൺഗ്രസിൽനിന്ന് പുറത്തു പോകേണ്ടതായി വന്നു. സ്വന്തം വീട്ടിൽ ശത്രുക്കൾക്ക് അഭയം കൊടുത്ത ഗൃഹനാഥന്റെ അവസ്ഥയാണുണ്ടായത്. തന്റെ മക്കൾ മുരളിയും പത്മജയും ഇപ്പോൾ കോൺഗ്രസിലെ അഭയാർഥികൾ മാത്രം.

അവസരവാദ രാഷ്ട്രീയത്തോട് എതിർത്ത് പോരാടി പുറത്തുപോന്ന ഞാൻ 1982 ൽ മാർക്സിസ്റ്റ് കമ്യൂണിസ്റ്റ് പാർട്ടിയിലെത്തി. 1984 ൽ പാർട്ടി അംഗത്വം എടുത്തു. മഞ്ചേരി ഏരിയാകമ്മിറ്റിയിൽ പ്രവർത്തിക്കാനായിരുന്നു ആദ്യത്തെ നിർദേശം. പിന്നെ ജില്ലാക്കമ്മിറ്റിയിലെത്തി. താമസിയാതെ ജില്ലാസെക്രട്ടറിയറ്റ് അംഗമായിത്തീർന്നു. അങ്ങനെയിരിക്കുമ്പോഴാണ് 19-ാം പാർട്ടി കോൺഗ്രസ് വന്നതും അതിന്റെ മുന്നോടിയായി കോട്ടയത്ത് വെച്ചു കേരള സംസ്ഥാന സമ്മേളനം നടന്നതും. 2008 ഫെബ്രുവരി 11ന് ആരംഭിച്ച സമ്മേളനം എന്തുകൊണ്ടും പ്രധാനപ്പെട്ടതായിരുന്നു. സാർവദേശീയവും, ദേശീയവും, പ്രാദേശികവുമായ എല്ലാ കാര്യങ്ങളെ സംബന്ധിച്ചും സമ്മേളനം ചർച്ച ചെയ്യും. സംഘടനാ

പരവും ഭരണപരവുമായ കാര്യങ്ങളും ഗൗരവത്തിൽ ചർച്ചക്ക് വന്നു.

അന്നു ഇടതുപക്ഷ കക്ഷികൾ യു പി എ ഭരണത്തിന് പിന്തുണ കൊടുക്കുന്ന കാലമായിരുന്നു. പിന്തുണ കൊടുക്കുന്ന സമയത്തുണ്ടായിരുന്ന ധാരണയും കരാറും യു പി എ ഭരണം ലംഘിച്ചുകൊണ്ടിരിക്കുന്ന സന്ദർഭവും കൂടിയാണ് ഈ സമ്മേളനകാലം. അത്തരം കാര്യങ്ങളും സ്വാഭാവികമായും ചർച്ചയ്ക്ക് വന്നു. അതിന്റെ വിശദീകരണം വഴിയെ വരുന്നുണ്ട്.

സമ്മേളനത്തിന്റെ അവസാന ദിവസം ഫെബ്രുവരി 14 ആയിരുന്നു. അജണ്ടയിലെ അവസാനത്തെ ഇനം സംഘടനാ തിരഞ്ഞെടുപ്പാണ്. സംഘടനാ ശൈലി അനുസരിച്ച് നിലവിലുള്ള കമ്മിറ്റി പുതിയ കമ്മറ്റിയുടെ നിർദേശം പാനലായി സമ്മേളനത്തിനു മുമ്പാകെ വയ്ക്കും. ആർക്കെങ്കിലും ഭിന്നാഭിപ്രായമുണ്ടെങ്കിൽ അത് പ്രകടിപ്പിക്കാനും വേണ്ടിവന്നാൽ ബദൽ നിർദേശം വയ്ക്കാനും പ്രതിനിധികൾക്ക് അവകാശമുണ്ട്.

പാർട്ടി സംസ്ഥാനസെക്രട്ടറി സ. പിണറായി വിജയൻ പാനൽ അവതരിപ്പിക്കാൻ തുടങ്ങി. 85 അംഗങ്ങളാണ് വേണ്ടത്. വായന തുടങ്ങി. എല്ലാവരും ശ്രദ്ധിച്ചു കേട്ടുകൊണ്ടിരുന്നു. 84 അംഗങ്ങളുടെ പേരുകൾ വായിച്ചുതീർന്നു അവസാനം 85–ാമതായി അദ്ദേഹം വായിച്ച പേര് ടി കെ ഹംസ എന്നായിരുന്നു. അതോടെ അവതരണം തീർന്നു. അധ്യക്ഷസ്ഥാനത്തുനിന്നും എന്തെങ്കിലും ഭിന്നാഭിപ്രായമുണ്ടോ എന്നു ആരാഞ്ഞു. ആരും ഒന്നും പറഞ്ഞില്ല. അപ്പോൾ അധ്യക്ഷൻ തന്റെ ചുമതല നിർവഹിക്കുന്നു. ഈ പാനലിനെ അനുകൂലിക്കുന്നവർ കൈ പൊക്കുക. എല്ലാ പ്രതിനിധികളും കൈപൊക്കി. എതിർപ്പുള്ളവർ? ആരുമില്ല. അപ്പോൾ പുതിയ സംസ്ഥാനകമ്മിറ്റി തിരഞ്ഞെടുക്കപ്പെട്ടതായി പ്രഖ്യാപിച്ചു. അങ്ങനെ ഞാൻ മാർക്സിസ്റ്റ് കമ്യൂണിസ്റ്റ് പാർട്ടിയുടെ സംസ്ഥാനകമ്മിറ്റി അംഗമായിത്തീർന്നു.

ഈ സ്ഥാനലബ്ധിയിൽ ഞാൻ സന്തോഷിക്കുക മാത്രമല്ല അഭിമാനം കൊള്ളുകയും ചെയ്യുന്നു. എന്തുകൊണ്ടെന്നാൽ, കോൺഗ്രസുമായും മറ്റു പാർട്ടികളുമായും തെറ്റിപ്പിരിഞ്ഞു പലേ പ്രവർത്തകരും നേതാക്കളും ഇടതുപക്ഷത്തേക്ക് വന്നിട്ടുണ്ട്. അവരിൽ പലരും ഇടതുപക്ഷ മുന്നണിയുടെ സഹായത്തോടെ അസംബ്ലിയിലേക്കും മറ്റും മത്സരിക്കുകയും വിജയിക്കുകയും ചെയ്തിട്ടുണ്ട്. അവരെല്ലാം അവരുടെ തൽക്കാല വികാരവും ആവേശവും കഴിഞ്ഞാൽ ഇടതുപക്ഷത്തെ തിരിഞ്ഞുകുത്തി തിരിച്ചുപോവുകയാണുണ്ടായത്. ആ വഞ്ചകന്മാരിൽ പ്രമുഖർ ആരൊക്കെ ആയിരുന്നു എന്നു ബഹുജനങ്ങൾക്കറിയാം. അതിൽ ഒരംഗമാകാൻ ഒരിക്കലും എനിക്ക് ആലോചിക്കേണ്ടതായി വന്നിട്ടില്ല. ഞാൻ 1982ൽ പാർട്ടി പിന്തുണയോടെ നിലമ്പൂരിൽ മത്സരിക്കാൻ തീരുമാനിച്ചപ്പോൾതന്നെ അതൊരു കേവലം മത്സരമല്ല, രാഷ്ട്രീയമായ കാഴ്ചപ്പാടിന്റെ ഒരു പുനഃസമാഗമം ആണെന്നും ഞാൻ കരുതിയിരുന്നു.

തിരഞ്ഞെടുപ്പിൽ വിജയിച്ച് എം എൽ എ ആയതിനുശേഷം നിശ്ചയദാർഢ്യത്തോടെ പ്രവർത്തിക്കുകയും പാർട്ടി തീരുമാനങ്ങൾ കഴി

വിന്റെ പരമാവധി നടപ്പാക്കാൻ ശ്രമിക്കുകയും ചെയ്തുവന്നു. ഒരിക്കലും പതറാതെ മുന്നോട്ടുപോയി. അതിനാൽ പടിപടിയായി സംഘടനയ്ക്കകത്ത് വളർന്ന് സംസ്ഥാനകമ്മിറ്റി വരെ എത്തിച്ചേർന്നു.

കോട്ടയം സംസ്ഥാനസമ്മേളനം കഴിഞ്ഞു, സംസ്ഥാനകമ്മിറ്റി അംഗം എന്ന നിലയിൽ ആദ്യത്തെ പാർട്ടി അഖിലേന്ത്യാ സമ്മേളനത്തിൽ (പാർട്ടി കോൺഗ്രസ്) പങ്കെടുക്കാൻ പ്രതിനിധിയായി ഞാൻ കോയമ്പത്തൂരിലേക്ക് പോയി. കോയമ്പത്തൂരിൽവെച്ചു നടന്ന 19–ാം പാർട്ടി കോൺഗ്രസ് 2008 മാർച്ച് 29 മുതൽ ഏപ്രിൽ 3 വരെ ആയിരുന്നു. ആറ് ദിവസം നീണ്ടുനിന്ന ആ സമ്മേളനം ഇന്ത്യയെ സംബന്ധിച്ചേടത്തോളം അതിപ്രധാനമായ ഒരു കാലമായിരുന്നു.

അന്ന് ഇടതുപക്ഷമുന്നണി മൻമോഹൻ സിങ്ങിന്റെ നേതൃത്വത്തിലുള്ള യു പി എ ഭരണത്തിന് പുറത്തുനിന്ന് പിന്തുണ കൊടുക്കുന്ന കാലമാണ്. തൊട്ടുമുമ്പു കഴിഞ്ഞ 18–ാം പാർട്ടി കോൺഗ്രസിൽ അംഗീകരിച്ച യു പി എ ഗവൺമെന്റിനോടുള്ള സമീപനം പാർട്ടി പിന്തുടരുകയാണ്. പിന്തുണ നൽകുമ്പോൾ തന്നെ, പാർട്ടി ഒരു സ്വതന്ത്ര നിലപാട് സ്വീകരിച്ചിരുന്നു. യു പി എ ഗവൺമെന്റിന്റെ തെറ്റായ സാമ്പത്തികനയങ്ങളെ പാർട്ടി എതിർത്തിരുന്നു. ഇരുവിഭാഗവും അംഗീകരിച്ച പൊതുമിനിമം പരിപാടിയിലെ ജനോപകാരപ്രദമായ നടപടികൾ നടപ്പിലാക്കുന്നതിനുവേണ്ടി പാർട്ടി ജനങ്ങളെ അണിനിരത്തുകയും അടിസ്ഥാന വർഗത്തിന്റെ പ്രശ്നങ്ങൾ ഏറ്റെടുക്കുകയും അധ്വാനിക്കുന്ന ജനങ്ങളുടെ അവകാശങ്ങൾക്ക് വേണ്ടി പ്രക്ഷോഭം നടത്തുകയും ചെയ്തിരുന്നു.

യഥാർഥത്തിൽ, പാർലമെന്റിൽ ഗവൺമെന്റ് ഇടതുപക്ഷത്തെ ആശ്രയിച്ചാണ് നിൽക്കുന്നത് എന്നതുകൊണ്ടും, ബഹുജന സമരങ്ങളിൽ ജനങ്ങളെ അണിനിരത്തിയതിനാലും ചില ലക്ഷ്യങ്ങൾ നേടിയെടുക്കാൻ പാർട്ടിക്ക് കഴിഞ്ഞിരുന്നു. പല പിന്തിരിപ്പൻ നയങ്ങളും നിയമനിർമാണങ്ങളും തടയാൻ കഴിഞ്ഞു. മാത്രമല്ല ചില നല്ല കാര്യങ്ങൾ നടപ്പാക്കാൻ സമ്മർദം ചെലുത്താനും സാധിച്ചു.

മാത്രമല്ല സാമ്രാജ്യത്വത്തിന്റെ സ്വാധീനത്തിൽപ്പെട്ടു, നവലിബറൽ നയങ്ങൾ നടപ്പാക്കുന്നതിൽനിന്നും ഗവൺമെന്റിനെ ഒരു പരിധിവരെ നിരുത്സാഹപ്പെടുത്താനും കഴിഞ്ഞിരുന്നു. ലോകസമ്പദ്‌വ്യവസ്ഥയിൽ വാർഷിക വളർച്ച കുറയുന്നതിനുള്ള സാധ്യതയായിരുന്നു അന്നു അഭിമുഖീകരിച്ചിരുന്ന പ്രശ്നം. അതൊരു ലോകസാമ്പത്തിക മാന്ദ്യമായി വളരുന്ന സ്ഥിതിയും ഉണ്ടായിരുന്നു. അതിനുകാരണം അമേരിക്കയിലെ റിയൽ എസ്റ്റേറ്റിന്റെ മുന്നേറ്റത്തിനു സംഭവിച്ച തകർച്ചയായിരുന്നു. ഐടിയുടെയും ഓഹരി വിപണിയുടെയും കുതിപ്പിനു സംഭവിച്ച തകർച്ചയും മറ്റൊരു കാരണമായിരുന്നു. ഇതിന്റെയെല്ലാം ഫലമായി ആഗോളതലത്തിൽ ഉണ്ടാകുന്ന സാമ്പത്തിക സ്ഥിതിയിൽ പിടിച്ചുനിൽക്കാൻ അമേരിക്കൻ സാമ്രാജ്യത്വം ചെറിയ രാജ്യങ്ങളെ ചൂഷണം ചെയ്യാൻ ശ്രമിക്കുമെന്നത് സ്വാഭാവികമാണ്. അത്തരം കാര്യങ്ങളിൽ ഉണ്ടാകുന്ന സമ്മർദ

ങ്ങളെ പ്രതിരോധിക്കാനും നാം ശ്രമിക്കേണ്ടതുണ്ടായിരുന്നു. ഏതായാലും കൊണ്ടും കൊടുത്തും സഹകരിച്ചും വിമർശിച്ചും ഇടതുപക്ഷം യു പി എ ഭരണത്തെ പിന്തുണച്ചു പോകാനായിരുന്നു അന്നത്തെ തീരുമാനം. അങ്ങനെ രാഷ്ട്രീയ, സംഘടനാ കാര്യങ്ങളിൽ ആറ് ദിവസം നടന്ന പഠനാർഹമായ ചർച്ചകളും വിശകലനങ്ങളും വിലപ്പെട്ടതായിരുന്നു. ഞങ്ങൾക്കും ഇന്ത്യാരാജ്യത്തുള്ള പ്രധാനപ്പെട്ട എല്ലാ പാർട്ടിനേതാക്കളെയും സംസ്ഥാനതല പ്രവർത്തകരെയും കണ്ടുപരിചയപ്പെടാനുള്ള ഒരസുലഭമായ അവസരം കൂടിയാണ് പാർട്ടി കോൺഗ്രസ്.

19–ാം പാർട്ടി കോൺഗ്രസും അതിന്റെ മുന്നോടിയായ കീഴ്ഘടകങ്ങളുടെ സമ്മേളനങ്ങളും തുടങ്ങുന്നതിനു മുമ്പായി എനിക്ക് പാർട്ടി നേതൃത്വത്തിൽനിന്നു കിട്ടിയ ഒരു നിർദേശം കേന്ദ്രകമ്മിറ്റി അംഗം സ. ഇ പി ജയരാജന്റെ കൂടെ ലക്ഷദ്വീപിൽ സന്ദർശനം നടത്താനായിരുന്നു. ലക്ഷദ്വീപിൽ പാർട്ടി സംഘടന ശാസ്ത്രീയമോ, കെട്ടുറപ്പുള്ളതോ ആയിരുന്നില്ല. പ്രവർത്തകരുടെയും അനുഭാവികളുടെയും കൂട്ടം മാത്രമായിരുന്നു, എങ്കിലും ഇടതുപക്ഷ വീക്ഷണമുള്ളവരും അനുകൂലികളും ദ്വീപ് സമൂഹത്തിൽ ധാരാളം ഉണ്ടായിരുന്നു.

അവരെ സംഘടനാശൈലിയിൽ സജ്ജമാക്കാനും ആശയപ്രചരണം നടത്തുന്നതിനും വേണ്ടിയാണ് ഞങ്ങളുടെ യാത്ര. അതിന്റെ പ്രധാനകാർമികത്വം സ: ഇ പി തന്നെ നിർവഹിക്കും. കൂടെ സഹായിക്കാനും പൊതുയോഗത്തിൽ പ്രസംഗിക്കാനും കൂടിയാണ് ഞാൻ വന്നത്. 2007 ഡിസംബറിലാണ് ഞങ്ങളുടെ സന്ദർശനം.

ഞാൻ മുമ്പൊരിക്കൽ 1989ൽ ലക്ഷദ്വീപ് സന്ദർശിച്ചിട്ടുണ്ട്. അന്നു ഞാൻ പൊതുമരാമത്ത് വകുപ്പുമന്ത്രി ആയിരുന്നു. മുഖ്യമന്ത്രി സ: നായനാരുടെ കൂടെയായിരുന്നു അന്നത്തെ സന്ദർശനം. അന്ന് ദ്വീപുകാരുടെ ഒന്നുരണ്ടു പ്രതിനിധി യോഗത്തിൽ പങ്കെടുക്കുകയും ചില സ്വീകരണയോഗങ്ങളിൽ സംബന്ധിക്കുകയും മാത്രമാണുണ്ടായത്. ദ്വീപ് സമൂഹത്തിന്റെ മൊത്തം സ്ഥിതി അന്നു മനസിലാക്കാൻ കഴിഞ്ഞിരുന്നില്ല. എന്നാൽ ഈ തവണ ദ്വീപ് സമൂഹത്തിലെ പതിനൊന്നു ദ്വീപുകളിലും സന്ദർശിക്കുകയും പാർട്ടി പ്രവർത്തകരും അനുഭാവികളുമായി സംവദിക്കുകയും ബഹുജനങ്ങളെ അഭിമുഖീകരിക്കുകയും ചെയ്യാൻ സൗകര്യം കിട്ടി. അത് ജീവിതത്തിലെ ഒരു ആഹ്ലാദകരമായ അനുഭവമായിരുന്നു.

ലക്ഷദ്വീപ് എന്ന മഹാഅത്ഭുതം

ദ്വീപ് സമൂഹത്തിലേക്ക് വിമാനം അടുക്കുമ്പോൾ തന്നെ കാണുന്ന കാഴ്ച നമ്മെ അത്ഭുതപ്പെടുത്തും. ശാന്തമായ അറബിക്കടലിൽ, അങ്ങിങ്ങായി, ഉന്നക്കായ പൊട്ടിത്തെറിച്ച കഷ്ണങ്ങൾ കിടക്കുമ്പോലെ ചെറിയ, ചെറിയ തുരുത്തുകൾ തമ്മിൽ തമ്മിൽ തൊടാതെ കിടക്കുന്നു. മൊത്തം പതിനൊന്നു ദ്വീപുകളാണ്. കേരളക്കരയിൽനിന്ന് 250 മു

തൽ 500 കിലോ മീറ്റർ വരെ ദൂരമുണ്ട് വിവിധ ദ്വീപുകളിലേക്ക്. അഗത്തി, ആന്ത്രോത്ത്, അമീനി, ബങ്കാരം, ബിത്ര, ചെട്ടിലാട്ട്, കടമത്ത്, കൽപേനി, കവരത്തി, കിൽത്താൻ, മിനിക്കോയി എന്നിവയാണ് പതിനൊന്ന് ദ്വീപുകൾ. കരയോട് ഏറ്റവും അടുത്ത് കിടക്കുന്നത് കൽപേനി ദ്വീപാണ്. 287 കി.മീ ആണ് ദൂരം, ഏറ്റവും അകലത്തുള്ള ദ്വീപ് ബിത്രയാണ്, അതിന്റെ ദൂരം 483 കി.മീ. അവയുടെ തലസ്ഥാനം കവരത്തിയാണ്.

കടലിനോട് ഉരുമിക്കിടക്കുന്ന ദീപ് ഏത്സമയത്തും കടലിൽ മുങ്ങിപ്പോകും എന്നു തോന്നും അതിന്റെ കിടപ്പ് കണ്ടാൽ. വെള്ളപ്പൊക്കമോ സുനാമിയോ വന്നാൽ പൂർണമായും തുടച്ചുനീക്കപ്പെടും എന്നു തോന്നും. എന്നാൽ ഇന്നേവരെ അങ്ങനെ ഒരനുഭവം ദ്വീപ് നിവാസികൾക്കുണ്ടായിട്ടില്ല. എന്നാൽ അതിന്നൊരപവാദം എന്ന നിലയിലാണ് 2004 മെയ് 6ന് ഉണ്ടായ ഒരാക്രമണം. ബങ്കാരം ദ്വീപിന്റെ വടക്കുഭാഗത്ത് കേന്ദ്രീകരിച്ച ന്യൂനമർദം മൂലം അമേനി, കിൽത്താൻ എന്നീ ദ്വീപുകളിൽ പ്രത്യേകമായും മറ്റു ദ്വീപുകളിൽ പൊതുവിലും ശക്തിയായ ചുഴലിക്കാറ്റും വലിയ തോതിൽ മഴയും ഉണ്ടായി, അതിനെ തുടർന്നു വെള്ളപ്പൊക്കവും. ദ്വീപുനിവാസികൾ അന്നു വളരെ വിഷമങ്ങൾ സഹിക്കേണ്ടി വന്നിട്ടുണ്ട്. പിന്നീട് ഇന്നേവരെ ഒരു അനിഷ്ട സംഭവവും ഉണ്ടായിട്ടില്ല.

തലസ്ഥാനമായ കവരത്തിയിൽ ഹെലികോപ്റ്റർ ഇറങ്ങാനുള്ള ഹെലിപാഡുണ്ട്. എന്നാൽ അടുത്തുള്ള അഗത്തി ദ്വീപിലാണ് വിമാനത്താവളം ഉള്ളത്. അവിടെ കൊച്ചിയിൽനിന്നും ചെറിയ വിമാനം സർവീസ് നടത്തുന്നുണ്ട്. കൊച്ചിയിൽനിന്നും ബേപ്പൂരിൽനിന്നും കപ്പൽ സർവീസും ഉണ്ട്. ദ്വീപുകൾ തമ്മിൽ ബന്ധപ്പെടുന്നതിന് ബോട്ട് സർവീസാണ് അവർക്കുള്ളത്. മിനിക്കോയി ദ്വീപ് ഒഴികെയുള്ള എല്ലാ ദ്വീപുകളിലും മലയാളമാണ് ഭാഷ. മിനിക്കോയി ദ്വീപിൽ മഹൽ ഭാഷയാണ് സംസാരിക്കുന്നത്. 'ദിവേഹി' എന്ന ലിപിയിലാണ് മഹൽഭാഷ എഴുതുന്നത്. ഇതുതന്നെയാണ് മാലദ്വീപിലെയും ഭാഷ. ഈ മിനിക്കോയി പണ്ടു ഒരിക്കൽ മാലദ്വീപിലെ ഭരണാധികാരി പിടിച്ചടക്കുകയും കുറെക്കാലം മാലദ്വീപിന്റെ കീഴിൽ നിൽക്കുകയും ചെയ്തിരുന്നു. അതുകൊണ്ടാണ് ഈ ഭാഷാബന്ധം ഉണ്ടായത് എന്നു കരുതുന്നു.

സാമൂഹ്യവും സാമ്പത്തികവുമായ കാരണങ്ങളാൽ ഈ ദ്വീപുനിവാസികൾ വളരെ പിന്നോക്കമാണ്. അതുകൊണ്ടാണ് അവരെ മൊത്തം പട്ടികവർഗത്തിന്റെ ഗണത്തിൽ പെടുത്തിയിരിക്കുന്നത്. നമ്മുടെ, കേരളത്തിലെ പ്രത്യേകിച്ചു മലബാറിലെ ഒരു നൂറുകൊല്ലം മുമ്പുള്ള ജനങ്ങളെയും അവരുടെ നിലവാരത്തെയും കാണണമെങ്കിൽ ലക്ഷദ്വീപ് സമൂഹത്തിൽ ചെന്നാൽ കാണാൻ കഴിയുന്നതാണ്. അവർ ഇപ്പോൾ മെല്ലെ, മെല്ലെ, തലപൊക്കി ഉയർന്നു വളർന്നു വരുന്നു എന്നത് സന്തോഷം തന്നെ.

അവരുടെ പ്രധാന ഉപജീവനമാർഗം മീൻപിടുത്തവും തെങ്ങുകൃഷിയും കയറ് പിരിയും തന്നെയാണ്. 2001ലെ കാനേഷുമാരി കണക്കെടു

പ്പുപ്രകാരം ദ്വീപുകളിലെ മൊത്തം ജനസംഖ്യ 60,595 ആണ്. നിവാസികൾ എല്ലാം മുസ്ലിമിങ്ങളും 95 ശതമാനവും ഷാഫിമദ്ഹബക്കാരായ യാഥാസ്ഥിക സുന്നികളുമാണ്.

ഇവർക്കിടയിൽ ഇന്നു എല്ലാ രാഷ്ട്രീയ പ്രസ്ഥാനങ്ങളും പ്രവർത്തിക്കുന്നുണ്ട്. മുസ്ലിങ്ങൾക്കിടയിൽ ബി ജെ പിയുള്ളത് ഇവിടെ കാണാം. കമ്യൂണിസ്റ്റ് പാർട്ടിയും നല്ല നിലയിൽ കരുപ്പിടിച്ചു വരുന്നുണ്ട്. വിദ്യാഭ്യാസ സ്ഥാപനങ്ങളും മറ്റു സാമൂഹ്യ വളർച്ചയ്ക്കാവശ്യമായ സാഹചര്യങ്ങളും ദ്വീപിൽ വേഗം വളർന്നു വരുന്നുണ്ട്.

ലക്ഷദ്വീപ് സമൂഹത്തിന്റെ എഴുതപ്പെട്ട ചരിത്രങ്ങളൊന്നും ലഭ്യമല്ല. പരമ്പരാഗതമായ വിശ്വാസങ്ങളും ഐതിഹ്യങ്ങളുമാണ് അവരെ സംബന്ധിച്ചു കിട്ടുന്ന വിവരങ്ങൾ. അതിൽ പ്രബലമായ ഒരു കഥ, ദ്വീപിൽ ജനവാസം ആരംഭിക്കുന്നത് കേരളത്തിലെ അവസാനത്തെ ചേരമാൻ പെരുമാൾ രാജാവിന്റെ കാലത്താണ് എന്നാണ്. പെരുമാൾ ഇസ്ലാമിക വിശ്വാസത്തോട് ആകൃഷ്ടനായി ഏതാനും അറബികളുടെ കൂടെ മക്കത്തേക്ക് രഹസ്യമായി കപ്പൽ കേറി, തലസ്ഥാനമായ കൊടുങ്ങല്ലൂർ വിട്ടു. അദ്ദേഹം പോയതറിഞ്ഞ്, കൊടുങ്ങല്ലൂരിൽനിന്നും കേരളത്തിലെ മറ്റ് പ്രദേശങ്ങളിൽനിന്നും അന്വേഷണ സംഘങ്ങൾ പിന്തുടർന്നു. അതിൽപ്പെട്ട, കണ്ണൂർ രാജാവിന്റെ ഒരു ബോട്ടു ചുഴലിക്കാറ്റിൽപ്പെട്ടു ഓട്ടം തടസ്സപ്പെട്ടു. അവസാനം ഒരു കരയ്ക്കണഞ്ഞു. അത് ബങ്കാരം ദ്വീപിലായിരുന്നു. കാറ്റ് അവസാനിച്ചപ്പോൾ അവർ അടുത്ത ദ്വീപിൽ പോയി, അത് അഗത്തിയിലായിരുന്നു. അന്തരീക്ഷം ശാന്തമായപ്പോൾ അവർ കരയിലേക്ക് മടങ്ങി. മടക്കയാത്രയിൽ മറ്റ് ദ്വീപുകളും അവർ കണ്ടു. പിന്നീട് മറ്റൊരു സംഘം, ആസൂത്രിതമായി ദ്വീപുകളിൽ പോവുകയും അവിടെ താമസം തുടങ്ങുകയും ചെയ്തു. അങ്ങനെയാണ് ദ്വീപുകളിൽ ജനവാസം ആരംഭിക്കുന്നത് എന്നാണ് ഒരു ചരിത്രകഥ.

ദ്വീപ് നിവാസികളെല്ലാം തന്നെ അന്ന് ഹിന്ദുക്കളായിരുന്നു. പിന്നെ ഹിജറ 41 ൽ മക്കത്ത്നിന്ന് ഉബൈദുള്ള എന്ന ഒരു സൂഫിവര്യൻ ദ്വീപ് സമൂഹത്തിൽ എത്തിച്ചേരുകയും ദീർഘകാലത്തെ കഠിനമായ ശ്രമത്തിന്റെ ഫലമായി അവരെയെല്ലാം ഇസ്ലാം മതവിശ്വാസികളാക്കി മാറ്റിത്തീർക്കുകയും ചെയ്തു എന്നാണ് ഐതീഹ്യം. ദ്വീപിലെ ഒറിജിനൽ ജനസമൂഹം പൂർണമായും മുസ്ലിമിങ്ങളാണ് എന്നത് ഈ ചരിത്രത്തിന് പിൻബലം നൽകുന്നുണ്ട്.

അറേബിയയിലെ ആദ്യകാല മുസ്ലിമിങ്ങളുടെ ജീവതരീതിയായിരുന്നു പഴയ ദ്വീപുകാർ തുടർന്നുവന്നത്. പണ്ടുകാലത്തെ അറബികൾ സിലോണിലേക്കും ചൈനയിലേക്കും കടൽമാർഗം സഞ്ചരിക്കുമ്പോൾ കേരളതീരത്തെ കൊടുങ്ങല്ലൂർ, കൊല്ലം, കോഴിക്കോട് മുതലായ സ്ഥലങ്ങളുമായി ബന്ധപ്പെട്ടു. അറേബിയയിൽനിന്നു കോഴിക്കോട്ടേക്ക് വരുന്ന സഞ്ചാരികളുടെ യാത്രാവഴിയിൽ തന്നെയായിരുന്നു ലക്ഷദ്വീപ് സമൂഹം സ്ഥിതിചെയ്യുന്നത്. അങ്ങനെ അറബികൾക്ക് ദ്വീപുമായി ബന്ധമു

ണ്ടായി എന്നു അനുമാനിക്കാം. 15–ാം നൂറ്റാണ്ടിൽ പോർച്ചുഗീസ് നാവിക പടത്തലവൻ വാസ്ക്കോഡഗാമയ്ക്ക് കോഴിക്കോട്ടേക്ക് വഴികാണിച്ചുകൊടുത്ത അറബിനാവികനായ ഇബ്നു മജീദ് എഴുതിയ 'സുഫാലിയ' എന്ന ഗ്രന്ഥത്തിൽ കോഴിക്കോട്ടേക്കുള്ള യാത്ര 'കൽചേനി' ദ്വീപ് കേന്ദ്രീകരിച്ചായിരുന്നു എന്നു രേഖപ്പെടുത്തിട്ടുണ്ട്.

ലക്ഷദ്വീപുകാരുടെ ഭാഷ പരിശോധിക്കുമ്പോൾ അവിടെ പുരാതനമായി എല്ലാ ഭാഷക്കാരും കുടിയേറി പാർത്തിരുന്നു എന്നു കരുതാം. അറബി, ഉറുദു, തമിഴ് എന്നിവ കൂടിക്കലർന്ന ഒരു പ്രത്യേക ദ്വീപ് ഭാഷ– 'ജസ്രി' ആയിരുന്നു. കാലാന്തരത്തിൽ മലയാള ഭാഷ സംസാരിക്കുന്നവർ വർധിച്ചുവന്നു. അങ്ങനെ ഏതാണ്ട്, ഇപ്പോൾ പൂർണമായും മലയാളം തന്നെ. ജസ്രി ഭാഷ നശിച്ചുകൊണ്ടിരിക്കുന്നു.

ലക്ഷദ്വീപിന്റെ സൗന്ദര്യം ആരെയും ഹഠാദ് ആകർഷിക്കത്തക്കതാണ്. ദ്വീപിന് ചുറ്റും തിരമാലകളില്ല, ആഴമില്ലാത്ത തെളിഞ്ഞ കടൽ എന്തൊരു മനോഹരമാണ്. തെളിഞ്ഞ വെള്ളത്തിന്നടിയിൽ പച്ചപിടിച്ച ചെടികൾ നിറഞ്ഞ സ്വാഭാവികമായ പൂന്തോട്ടം, പവിഴപ്പുറ്റുകൾ, അതിന്നിടയിൽ കൗതുകമേറിയ വിവിധ വർണത്തിലുള്ള ചിത്രശലഭ മത്സ്യങ്ങൾ എല്ലാംകൂടി അതിമനോഹര കാഴ്ച തന്നെ. ഇത്തരം കാഴ്ചകൾ കൂടുതലും 'ബങ്കാരം' ദ്വീപിലാണ്. ഏതായാലും ഞങ്ങൾക്ക് ലക്ഷദ്വീപ് സന്ദർശനം ജീവിതത്തിലെ ഒരു വലിയ അനുഭവമായിരുന്നു.

ഞാനും സ. ഇ പി ജയരാജനും ഏതാണ്ട് പതിനഞ്ച് ദിവസം അവിടെ കഴിച്ചുകൂട്ടി. ഒന്ന് രണ്ട് ദ്വീപുകൾ ഒഴികെ എല്ലാ ദ്വീപുകളിലും ഞങ്ങൾ പര്യടനം നടത്തി. എല്ലാ ദ്വീപുകളിലും ചിലേടത്ത് എണ്ണത്തിൽ കുറവുണ്ടെങ്കിലും ഇടതുപക്ഷ പ്രവർത്തകരും പാർട്ടി അനുഭാവികളും ഉണ്ടായിരുന്നു. പാർട്ടികമ്മിറ്റികൾ ഉള്ളേടത്ത്, മീറ്റിങ്ങുകൂടി സജീവമാക്കിയും ഇല്ലാത്തേടത്ത് അനുഭാവിഗ്രൂപ്പുകൾ സംഘടിപ്പിച്ചും ഞങ്ങൾ ദ്വീപിലെ ജനസമ്പർക്ക പരിപാടി ഊർജിതമാക്കി. നാലഞ്ച് സ്ഥലത്ത് നല്ല സ്വീകരണയോഗങ്ങൾ സംഘടിപ്പിച്ചിരുന്നു. വളർന്നുവരുന്ന രാഷ്ട്രീയ പ്രബുദ്ധത എങ്ങും കാണാമായിരുന്നു. സ്വീകരണയോഗങ്ങളിൽ ഞങ്ങൾ രണ്ടാളും പ്രസംഗിച്ചു. ജനങ്ങൾക്കിടയിൽ പാർട്ടിയെ കൂടുതൽ ബന്ധപ്പെടുത്താൻ കഴിഞ്ഞിരുന്നു. യോഗങ്ങളിൽ മറ്റു രാഷ്ട്രീയക്കാരുൾപ്പെടെ ബഹുജനങ്ങൾ ധാരാളമായി പങ്കെടുത്തിരുന്നു. ജനങ്ങളെല്ലാം മുസ്ലിമിങ്ങളാണെങ്കിലും മുസ്ലിംലീഗ് എന്ന പാർട്ടി ദ്വീപുകളിൽ വേരുപിടിച്ചിട്ടില്ല.

ലക്ഷദ്വീപിലെ ഞങ്ങളുടെ പ്രവർത്തനങ്ങൾക്ക് ചുക്കാൻ പിടിച്ചിരുന്നതും വേണ്ട എല്ലാ സഹായങ്ങളും ചെയ്തിരുന്നതും കവരത്തിയിലെ സ. അബ്ദുൽഖാദർ, സ. മുഹമ്മദാലി, സ. ലുക്ക്മാൻ എന്നിവരും അഗത്തിയിലെ സ. മുത്തു എന്ന ചെറുപ്പക്കാരനും മറ്റുമായിരുന്നു. അതിൽ അബ്ദുൽഖാദർ ഒരു റിട്ടയേർഡ് ഉദ്യോഗസ്ഥനാണ്. മറ്റുള്ള യുവാക്കളും നല്ല ആവേശമുള്ള പ്രവർത്തകരാണ്. അവർ ഞങ്ങളുമായി ഒറ്റകുടും

ബം പോലെ അങ്ങ് അടുത്തുപോയി. ഞങ്ങൾക്ക് ഭക്ഷണവും താമസവും എല്ലാം ഒരുക്കുന്നതിൽ അവർ ബദ്ധ ശ്രദ്ധരായിരുന്നു.

പതിനഞ്ച് ദിവസത്തെ ഞങ്ങളുടെ ദ്വീപ് ജീവിതം പതിനഞ്ച് കൊല്ലത്തെ ബന്ധമാണ് അവിടത്തെ സഖാക്കളും നാട്ടുകാരുമായി ഉണ്ടാക്കിയത്. ആ കൂട്ടത്തിൽ മുമ്പ് എന്റെ ഗുരുവായിരുന്ന അബ്ദുൽഖാദർ മാസ്റ്റർ ദ്വീപിൽ പോയി ജോലി ചെയ്തിരുന്ന കാലത്ത്, അവിടെ വിവാഹം ചെയ്തതിൽ ഉള്ള രണ്ട് മക്കൾ റിട്ടയേർഡ് കൃഷി ആപ്പീസർ ശംശുദ്ധീൻ, ഡോ. റഹമത്ത് ബീഗം എന്നിവരുടെ വീടും ഞാൻ സന്ദർശിക്കുകയുണ്ടായി. അവരെ ഞാൻ മുമ്പെ അറിയുമായിരുന്നു. ആ സൗഹൃദം പുതുക്കാനും സാധിച്ചു. ഏതായാലും ദ്വീപിലെ അനുഭവം എന്നും ഹൃദയത്തിൽ പച്ചപിടിച്ചു കിടക്കുന്നതാണ്. അവരുടെ സ്വാദിഷ്ഠമായ ഒരു പലഹാരമാണ് 'കൈമലഞ്ചി' എന്ന ഒരു അപ്പം. അത് എനിക്ക് വളരെ പ്രിയങ്കരമായി തോന്നി. എല്ലാം എന്നും മറക്കാത്ത ഓർമകൾ തന്നെ.

മുംബൈ താജ്ഹോട്ടൽ ഭീകരാക്രമണം

43 2004 ൽ യു പി എക്ക് ഇടതുപക്ഷ പിന്തുണ

രണ്ടായിരത്തിനാലിലെ പൊതുതിരഞ്ഞെടുപ്പ് പല കാര്യങ്ങളിലും പ്രത്യേകതകൾ ഉള്ളതായിരുന്നു. 1998 മാർച്ച് മുതൽ 2004 ഏപ്രിൽ വരെ ആറ് വർഷക്കാലം ബിജെപി നേതൃത്വത്തിലുള്ള ഗവൺമെന്റ് തുടർച്ചയായി ഇന്ത്യയിൽ ഭരണം നടത്തുകയായിരുന്നു. സംഘപരിവാർ നിയന്ത്രണത്തിലുള്ള ഭരണത്തിന്റെ അപകടം ഈ കാലത്ത് ജനങ്ങൾ പൂർണമായും തിരിച്ചറിഞ്ഞിട്ടുണ്ട്. ആറ് വർഷക്കാലത്തെ ഭരണത്തിലെ സാമ്പത്തിക, രാഷ്ട്രീയ, സാമൂഹിക രംഗങ്ങളിൽ സ്വീകരിച്ച നയങ്ങളും നടപടികളും സ്വതന്ത്ര ഭാരതത്തിലെ ഏറ്റവും മോശമായ ഒരു കാലത്തെയാണ് പ്രതിനിധീകരിക്കുന്നത്. അത് ജനാധിപത്യവിരുദ്ധവും സാമ്രാജ്യത്വ അനുകൂലവുമായ സാമ്പത്തികനയങ്ങൾ, വർഗീയവും വിഘടനപരവുമായ നയപരിപാടികൾ, വൻതോതിലുള്ള അഴിമതി, ജനാധിപത്യ അവകാശങ്ങൾക്ക് മേൽ നടത്തിയ കടന്നാക്രമണങ്ങൾ ഇത്യാദി കാരണങ്ങളാൽ ജനജീവിതം അക്ഷരാർഥത്തിൽ വീർപ്പുമുട്ടി കഴിയുകയായിരുന്നു.

ബി ജെ പി അധികാരത്തിൽ വന്നത് മുതൽ ന്യൂനപക്ഷ വിരുദ്ധ പ്രചാരണത്തിന്റെയും ആക്രമണങ്ങളുടെയും രൂക്ഷത വർധിച്ചുവന്നു. ന്യൂനപക്ഷങ്ങളായ ക്രൈസ്തവരും മുസ്ലിങ്ങളും വലിയ കെടുതികൾ അനുഭവിക്കേണ്ടതായി വന്നു. 1998ൽ തന്നെ ഗുജറാത്തിൽ ആദ്യം ക്രൈ

സ്തവർക്ക് നേരെ വ്യാപകമായ ആക്രമണങ്ങൾ നടന്നു. 1999 ആയപ്പോഴേക്കും മറ്റു സംസ്ഥാനങ്ങളിലേക്കും അത് വ്യാപിക്കുകയുണ്ടായി. ഒറീസയിലെ 'കിയോൻ ഝാർ' ജില്ലയിൽ ഗ്രഹാം സ്റ്റെയിൻസും അദ്ദേഹത്തിന്റെ രണ്ടു കുഞ്ഞുമക്കളും കാറിനകത്തിട്ടു ചുട്ടുകരിക്കപ്പെട്ടു. ഉത്തർപ്രദേശ്, മധ്യപ്രദേശ്, മഹാരാഷ്ട്ര എന്നിവിടങ്ങളിലും മറ്റും ക്രൈസ്തവ ദേവാലയങ്ങൾക്കും പുരോഹിതന്മാർക്കും കന്യാസ്ത്രീകൾക്കും നേരെ ആക്രമണങ്ങൾ നടന്നു. ഒരു കന്യാസ്ത്രീ കാട്ടിൽ വെച്ചു ബലാൽസംഗം ചെയ്യപ്പെട്ടു എന്നുവരെയുണ്ടായി.

അയോധ്യയിൽനിന്നു മടങ്ങുകയായിരുന്ന കർസേവകരും റെയിൽവേ സ്റ്റേഷനിലെ മുസ്ലിം കച്ചവടക്കാരും തമ്മിൽ ഗോദ്റയിൽ വച്ച് സംഘർഷമുണ്ടായി എന്ന സംഭവത്തിന്റെ പേരിൽ ഗുജറാത്തിൽ മുസ്ലിം സമുദായത്തെ അതിക്രൂരമായ ആക്രമണത്തിനു വിധേയരാക്കി. അത് ഗവൺമെന്റ് ആഭിമുഖ്യത്തിലുള്ള ആസൂത്രിത ഹിംസയായി രൂപാന്തരപ്പെട്ടു. സംഘപരിവാർ മുസ്ലിങ്ങളെ ഒന്നടങ്കം വേട്ടയാടി. അവരുടെ വീടുകളും കടകളും സ്വത്തുക്കളും ചുട്ടുചാമ്പലാക്കി. സ്ത്രീകൾ ബലാത്സംഗത്തിനിരയായി. അവരുടെ കുട്ടികളും ജീവനോടെ ദഹിപ്പിക്കപ്പെട്ട സംഭവങ്ങളുണ്ടായി. ഇന്ത്യാവിഭജനത്തിനുശേഷം ഉണ്ടായിട്ടില്ലാത്ത കാടത്തം സർവത്ര നടമാടി. പൊലീസ് നിഷ്ക്രിയരായി നോക്കിനിൽക്കുകയും പലപ്പോഴും അക്രമികൾക്ക് ഒത്താശ ചെയ്തുകൊടുക്കുകയുമായിരുന്നു. ആർ എസ് എസ് നേതാവായ മുഖ്യമന്ത്രി നരേന്ദ്രമോഡി ഈ ആക്രമണങ്ങൾ ഗോദ്രക്കുള്ള പ്രതികാരമാണെന്ന് പറഞ്ഞ് അവയെ ന്യായീകരിച്ചു. ദേശീയതലത്തിൽ പൂർണമായ അധികാരം കിട്ടിയാൽ ന്യൂനപക്ഷങ്ങളെ എങ്ങനെയാണ് കൈകാര്യം ചെയ്യുക എന്നതിന്റെ സൂചന, ഗുജറാത്തിൽ സംഘപരിവാറിന്റെ ഈ സംഘടിത ആക്രമണത്തിൽനിന്നും ഭരണകൂട ഭീകരതയിൽനിന്നും വ്യക്തമായി മനസിലാക്കാൻ കഴിഞ്ഞിരുന്നു.

ബി ജെ പി ഭരണം സാമ്പത്തികരംഗത്ത് വിദേശകുത്തകകൾക്ക് കടന്നുകയറാൻ പറ്റിയ വിധത്തിൽ പുതിയ അയവേറിയ സാമ്പത്തിക നയങ്ങൾ സ്വീകരിച്ചു. വിദേശ ഉൽപ്പന്നങ്ങളുടെ ഇറക്കുമതിമൂലം ഇന്ത്യൻ സമ്പദ്‌വ്യവസ്ഥ ആടിയുലഞ്ഞു പോകാൻ ഇടവന്നു. നമ്മുടെ കാർഷിക വ്യാവസായികരംഗങ്ങളിൽ വളർച്ചാനിരക്ക് കുത്തനെ താഴോട്ടുവന്നു. അതിന്റെ ഫലമായി ഗ്രാമീണർക്കിടയിലെ തൊഴിലില്ലായ്മ രൂക്ഷമാവുകയും നഗരത്തിലെ തൊഴിൽ വളർച്ച താഴോട്ടു പോവുകയും ചെയ്തു.

ഗ്രാമങ്ങളിലെ തൊഴിലില്ലായ്മ വർധിച്ചപ്പോൾ കാർഷികരംഗത്ത് പ്രത്യേകിച്ച് ഭക്ഷ്യധാന്യ ഉൽപ്പാദന മേഖലയിൽ വലിയ തകർച്ചയാണുണ്ടായത്. സബ്സിഡികൾ വെട്ടിക്കുറച്ചപ്പോൾ കാർഷികമേഖലയിൽ ഉൽപ്പാദനക്ഷമത കൂടുതൽ മോശമായി. ഇതുപോലെ വേറെയും തലതിരിഞ്ഞ നയങ്ങൾ കാർഷികരംഗത്ത് നടപ്പാക്കിയതോടെ കാർഷിക മേഖല മൊത്തത്തിൽ പ്രതിസന്ധിയിലായി. ഭരണകൂടത്തിന്റെ പിന്തുണ പിൻവലിച്ചാൽ കൃഷിക്ക് നിലനിൽക്കാനാവില്ല എന്ന വസ്തുത ബി ജെ പി ഭരണകൂടം അംഗീകരിച്ചില്ല. അതിന്റെ ഫലമായി കാർഷികമേഖലയാ

കെ താറുമാറായി. ആയിരക്കണക്കിന് കർഷകർ ആത്മഹത്യ ചെയ്തു.

വ്യവസായരംഗത്തും ഇതേ അനുഭവം തന്നെയാണുണ്ടായത്. വ്യവസായ വളർച്ച കുറയുകയും നഗരത്തിലെ തൊഴിലില്ലായ്മ വർധിക്കുകയും ചെയ്തു. ബി ജെ പി ഭരണം അതിന്റെ അവസാന ഘട്ടത്തിൽ പൊതുമേഖലാ വ്യവസായങ്ങൾക്കെതിരായ ആക്രമണവും ശക്തിപ്പെടുത്തി. നൂറു ശതമാനം സ്വകാര്യമേഖലക്ക് രംഗം തുറന്നിട്ടുകൊടുത്തു.

ഇതിനെല്ലാം പുറമെ ബി ജെ പി ഭരണത്തിൽ അഴിമതി കൊടികുത്തി വാഴുന്ന സ്ഥിതിയാണുണ്ടായത്. പുതിയ സാമ്പത്തിക നയത്തിന്റെ സന്തതിയായ അഴിമതി, ബി ജെ പി നേതാക്കളുടെ അത്യാർത്തിയുടെ ലാളനയേറ്റതോടെ തഴച്ചുവളർന്നു. പെട്രോൾ പമ്പുകൾ അനുവദിക്കുന്നതിലായിരുന്നു അഴിമതിയുടെ ഒരു സാമ്പിൾ. പമ്പുകൾക്ക് ആവശ്യമുള്ളേടത്തും ഇല്ലാത്തേടതും ഒരു തത്വദീക്ഷയും ഇല്ലാതെ ലൈസൻസ് അനുവദിക്കുക, ആര് എവിടെ ആവശ്യപ്പെട്ടാലും പമ്പ് അനുവദിക്കും. നിശ്ചിത സംഖ്യ കൈക്കൂലി കൊടുക്കണം എന്നുമാത്രം. ചില ചെറിയ ടൗണിൽപോലും റോഡിന്റെ ഇരുവശത്തും പെട്രോൾപമ്പു കാണാം. ഈ വകുപ്പിൽ കോടിക്കണക്കിൽ ഉറുപ്പികയുടെ അഴിമതിയാണ് നടന്നത്.

കാർഗിൽ യുദ്ധത്തിൽ മരിച്ചവരുടെ മൃതദേഹം നാട്ടിലേക്ക് കൊണ്ടുവരാൻ ശവപ്പെട്ടി ഏർപ്പെടുത്തുന്നതിന് വിദേശക്കമ്പനികൾക്കാണ് കരാറ് കൊടുത്തത്. ശവപ്പെട്ടിക്കച്ചവടത്തിൽ കൈക്കൂലി രാജ്യത്തെ ചരിത്രത്തിൽ ആദ്യത്തെ സംഭവമായിരുന്നു. ഇങ്ങനെ അഴിമതിയും കൈക്കൂലിയും നേതാക്കൾക്കിടയിൽ വർധിക്കുകയും അതിന്റെ അനന്തരഫലമായ മാത്സര്യവും വിദ്വേഷവും ശക്തിപ്പെടുകയും ചെയ്തു. അഴിമതിയുടെ കിടമത്സരത്തിൽ സമുന്നതനായ ബി ജെ പി നേതാവും മന്ത്രിയുമായിരുന്ന പ്രമോദ് മഹാജനെപ്പോലെയുള്ള ഒരു നേതാവ് വെടിയേറ്റ് പിടഞ്ഞു മരിക്കേണ്ടതായി വന്നു.

അഴിമതിയും കൊലപാതകവും കൊള്ളയും കൊള്ളിവയ്പ്പും തൊഴിലില്ലായ്മയും കർഷക ആത്മഹത്യയും സർവോപരി വർഗീയ കലാപങ്ങളും അതിന്റെ ദീനരോദനങ്ങളുംകൊണ്ട് ഭാരതത്തിന്റെ രാഷ്ട്രീയ സാമൂഹ്യ അന്തരീക്ഷം ഏറ്റവും അധികം കറുത്തിരുണ്ട ഒരു കാലഘട്ടം, അതിലാണ് 2004ലെ 14-ാം ലോകസഭാ തിരഞ്ഞെടുപ്പ് വരുന്നത്.

എന്നാൽ മേൽപ്പറഞ്ഞ സാഹചര്യങ്ങൾ ബി ജെ പി നേതൃത്വത്തിനു പൂർണമായും അറിയുമായിരുന്നില്ല. അതുകൊണ്ടായിരുന്നു അവർ തങ്ങളുടെ കാലാവധി തീരുന്നതിന് ആറ് മാസം മുമ്പുതന്നെ തെരഞ്ഞെടുപ്പ് പ്രഖ്യാപിക്കാൻ തീരുമാനിച്ചത്. മധ്യപ്രദേശ്, ചത്തീസ്ഗഢ്, രാജസ്ഥാൻ എന്നീ സംസ്ഥാനങ്ങളിലെ തിരഞ്ഞെടുപ്പുകളിൽ ബി ജെ പിയ്ക്കുണ്ടായ വിജയം ഇന്ത്യ മുഴുവൻ ആവർത്തിക്കും എന്നു അവർ കണക്കുകൂട്ടി. അന്നത്തെ മൊത്തം ജനവികാരം വിലയിരുത്താൻ അവർക്ക് കഴിഞ്ഞില്ല.

മേൽപ്പറഞ്ഞ സാഹചര്യങ്ങളെ കണക്കിലെടുത്ത് സി പി ഐ (എം) മുൻകൂട്ടിത്തന്നെ ഒരു തീരുമാനം എടുത്തിരുന്നു. ബി ജെ പിയെ ഒറ്റപ്പെ

ടുത്തുകയും പരാജയപ്പെടുത്തുകയും ബി ജെ പി നേതൃത്വത്തിലുള്ള ഗവൺമെന്റിനെ കേന്ദ്രത്തിൽനിന്നു പുറത്താക്കുകയും ചെയ്യുന്ന സ്ഥിതി ഉണ്ടാക്കുക എന്നതായിരുന്നു ആ തീരുമാനം. മറ്റു ഇടതുപക്ഷ പാർട്ടികളും ആ നയം അംഗീകരിക്കുകയാണുണ്ടായത്. അതുപ്രകാരം ബി ജെ പി ഭരണം ഒഴിവാക്കാൻ ഇടതുപക്ഷമുന്നണി, ആരായാലും ഒരു മതേതര ഗവൺമെന്റ് രൂപീകരിച്ചാൽ, പിന്തുണ നൽകും എന്നു പ്രഖ്യാപിച്ചു.

അങ്ങനെ 2004 ഏപ്രിൽ മാസത്തിൽ 14-ാം ലോക്സഭയിലേക്കുള്ള തിരഞ്ഞെടുപ്പു നടന്നു. കേന്ദ്രത്തിലെ ബി ജെ പി ഭരണത്തിലെ മേൽപ്പറഞ്ഞ സ്ഥിതിഗതികൾ ജനങ്ങളിലുണ്ടാക്കിയ വികാരത്തിന്റെ അടിസ്ഥാനത്തിലും അതിനോട് ഇടതുപക്ഷ പാർട്ടികൾ കൈക്കൊണ്ട തിളക്കമാർന്ന നയതീരുമാനത്തിന്റെ വെളിച്ചത്തിലും ബി ജെ പിയെ പരാജയപ്പെടുത്തണം എന്ന സ്ഥിതി നാട്ടിലുണ്ടായി.

കേരളത്തിലാണെങ്കിൽ ഐക്യജനാധിപത്യമുന്നണി ഭരണം പിന്നിട്ട മൂന്നുവർഷത്തെ അനുഭവത്തിൽ അവരോടും ശക്തിയായ എതിർപ്പ് ജനങ്ങൾക്കിടയിലുണ്ടായിരുന്നു. അതിന്റെ വിശദാംശങ്ങൾ ഇതിന് മുമ്പ് വിവരിച്ചിട്ടുണ്ട്, ആവർത്തിക്കേണ്ടതില്ല.

മേൽപ്പറഞ്ഞ രണ്ട് സാഹചര്യങ്ങളെയും മുൻനിർത്തി ജനങ്ങളുടെ തീരുമാനം വന്നപ്പോൾ ഇടതുപക്ഷ മുന്നണി കേരളത്തിൽനിന്നുള്ള 20 പാർലമെന്റ് സീറ്റുകളിൽ 18 ഉം നേടിയെടുത്തു. അതിലാണല്ലോ മഞ്ചേരിയിൽ എന്റെയും ചരിത്രവിജയം ഉണ്ടായത്. മൊത്തം ഇന്ത്യയിൽ ഇടതുപക്ഷമുന്നണിക്ക് 61 അംഗങ്ങൾ ലോകസഭയിൽ എത്തി.

ഇടതുപക്ഷ പാർട്ടികളുടെ മുൻ തീരുമാനത്തിന്റെ അടിസ്ഥാനത്തിൽ, കേന്ദ്രത്തിൽ ബി ജെ പി ഭരണം ഒഴിവാക്കാൻ വേണ്ടി, ഒരു മതനിരപേക്ഷ ഗവൺമെന്റ് രൂപീകരിക്കാൻ കോൺഗ്രസ് നേതൃത്വത്തിലുള്ള സഖ്യ(യു പി എ)ത്തിന്നു പിന്തുണ നൽകാൻ തീരുമാനിച്ചു.

യു പി എ തയാറാക്കിയ പൊതുമിനിമം പരിപാടിയെ സി പി ഐ എമ്മും മറ്റു ഇടതുപാർട്ടികളും പൊതുവിൽ അംഗീകരിക്കുകയും ചെയ്തു. ഇടതുപക്ഷങ്ങൾക്ക് സ്വീകാര്യമായ പരിപാടികൾ അതിൽ ഉൾപ്പെടുത്തിയിരുന്നു. അമേരിക്കൻ നയങ്ങളെ കണ്ണടച്ചു സ്വീകരിക്കുന്ന നിലപാടുകൾ ഒഴിവാക്കുകയും ചെയ്തിരുന്നു.

അങ്ങനെ 14-ാം ലോകസഭയുടെ ആദ്യത്തെ നാലര വർഷം ഇടതുപക്ഷ പാർട്ടികൾ യു പി എ ഭരണത്തിന് പിന്തുണ കൊടുത്തു. പിന്തുണ നൽകുന്നതോടൊപ്പംതന്നെ സർക്കാരിന്റെ ജനവിരുദ്ധ നയങ്ങൾക്കെതിരായുള്ള പോരാട്ടത്തിനു വേദിയായി പാർലമെന്റിനെ ഇടതുപക്ഷം ഉപയോഗപ്പെടുത്തുകയും ചെയ്തു. പല നിയമങ്ങളും കൊണ്ടുവരുന്നതിനെ തടസ്സപ്പെടുത്താൻ കഴിഞ്ഞിരുന്നു. പൊതുമേഖലാ സ്ഥാപനങ്ങളുടെ ഓഹരി വിൽപ്പന തടയിടാൻ കഴിഞ്ഞത് വലിയ നേട്ടമായിരുന്നു. അതുകൊണ്ടാണ് അമേരിക്ക ഉൾപ്പെടെയുള്ള വിദേശ രാജ്യങ്ങളിൽ സാമ്പത്തികമാന്ദ്യം ശക്തിപ്പെട്ടപ്പോൾ ഇന്ത്യയുടെ ബാങ്കിങ് മേഖലയിൽ പെട്ടെന്ന് ഒരു പ്രത്യാഘാതവും ഉണ്ടാകാതിരുന്നത് എന്ന് സാമ്പത്തിക

വിദഗ്ധന്മാർ തന്നെ വിലയിരുത്തിയത്. തൊഴിലുറപ്പുപദ്ധതി, അസംഘടിത തൊഴിലാളികൾക്കുള്ള നിയമനിർമാണം എന്നിവ കൊണ്ടുവരാൻ നിർബന്ധിക്കുന്നതിനും നമുക്ക് കഴിഞ്ഞിരുന്നു.

കാര്യങ്ങൾ ഇങ്ങനെ വലിയ അലമ്പില്ലാതെ നീങ്ങിക്കൊണ്ടിരിക്കുമ്പോഴാണ് കോൺഗ്രസ് മുന്നണി ഭരണം അമേരിക്കയുമായി ആണവക്കരാറുണ്ടാക്കാൻ തീരുമാനിച്ചത്. തീരുമാനം പുറത്തുവന്നപ്പോൾതന്നെ ഇടതുപക്ഷ പാർട്ടികൾ തങ്ങളുടെ അഭിപ്രായം രേഖപ്പെടുത്തുകയും ശക്തിയായ എതിർപ്പ് അറിയിക്കുകയും ചെയ്തു. എന്നാൽ അതൊന്നും ഗൗനിക്കാതെ യു പി എ ഗവൺമെന്റ് അമേരിക്കയുമായി രഹസ്യമായി കൂടിയാലോചനകളിൽ ഏർപ്പെട്ടു. ആണവക്കരാറ് വന്നാലുണ്ടായേക്കാവുന്ന ആപത്ത് പലതവണ ഇടതുപക്ഷ നേതാക്കൾ പാർലമെന്റിനകത്തും പുറത്തുംവെച്ചു ഗവർമെന്റിന്റെ ശ്രദ്ധയിൽ കൊണ്ടുവന്നു. മഹാനായ പണ്ഡിറ്റ് ജവഹർലാൽ നെഹ്റുവും പ്രഗത്ഭമതിയായ ഇന്ദിരാഗാന്ധിയും അമേരിക്കയുടെ കെണിയിൽ പെടാതെ മാറിനിന്നതാണ് ഈ കാര്യമെന്നു അവർ മനസിലാക്കിയില്ല. ആണവക്കരാറിന്റെ മുന്നോടിയായി ഒപ്പിടേണ്ടതായ 'ആണവനിർവ്യാപനക്കരാറിൽ' ഒരാലോചനയും മുന്നറിയിപ്പുമില്ലാതെ യു പി എ ഗവൺമെന്റ് ഒപ്പിട്ടു. പിന്നെ ഇടതുപക്ഷപാർട്ടികൾക്ക് ഒന്നും ആലോചിക്കാനുണ്ടായിരുന്നില്ല. നാലരക്കൊല്ലമായി തുടർന്നുവന്ന നിരുപാധിക പിന്തുണ ഇടതുപക്ഷങ്ങൾ പിൻവലിച്ചു. ഇടതുപക്ഷ പാർട്ടികൾ പൊതുമിനിമം പരിപാടിക്കായിരുന്നു പിന്തുണ നൽകിയിരുന്നത്. അതിൽ ഈ ആണവക്കരാറിനെ സംബന്ധിച്ച ഒന്നും പറഞ്ഞിരുന്നില്ല. ഗവൺമെന്റിന്റെ നയപ്രഖ്യാപനപ്രസംഗം നടത്തിയ പ്രസിഡന്റിന്റെ പ്രസംഗത്തിലും ഇതിനെ സംബന്ധിച്ച് ഒരു പരാമർശം പോലും ഉണ്ടായിരുന്നില്ല. ഇടതുപക്ഷ പാർട്ടികളോട് ആലോചിച്ചില്ലെന്നുമാത്രമല്ല, പാർലമെന്റിനെ വിശ്വാസത്തിൽ എടുത്ത് ഒരു പ്രസ്താവന പോലും സഭയിൽ നടത്തിയില്ല, അങ്ങനെയാണ് ആണവക്കരാറിൽ ഒപ്പിടാൻ ഗവൺമെന്റ് തീരുമാനിച്ചത്. പിന്നെ ഇടതുപക്ഷ പാർട്ടികൾക്ക് പിന്തുണ പിൻവലിക്കുകയല്ലാതെ മറ്റ് വഴിയുണ്ടായിരുന്നില്ല. നാലരക്കൊല്ലം തുടർന്നുപോന്ന ബന്ധം അതോടെ അവസാനിച്ചു.

കോൺഗ്രസ് മുന്നണി ഭരണത്തിന് ഇടതുപക്ഷ പാർട്ടികൾ നാലരക്കൊല്ലമായി നൽകിവന്ന പിന്തുണ പിൻവലിച്ചതോടെ സംഗതികൾ കുഴഞ്ഞ മട്ടായി. സഭയിൽ വിശ്വാസവോട്ടു നേടി ഭൂരിപക്ഷം ഉണ്ടെന്നു തെളിയിക്കേണ്ടതായ ബാധ്യത ഗവൺമെന്റിന് വന്നുചേർന്നു. വിശ്വാസവോട്ടു നേടുന്നതിനുവേണ്ടി 2008 ജൂലൈ 21, 22 തീയതികളിൽ സഭ ചേരാൻ തീരുമാനിച്ചു.

സംഘർഷം നിറഞ്ഞ രംഗങ്ങളാണ് പിന്നീട് പാർലമെന്റിനെ സംബന്ധിച്ച് ഡൽഹിയിൽ നാം കണ്ടത്. വിശ്വാസപ്രമേയം വിജയിപ്പിക്കാൻ എന്ത് വൃത്തികെട്ട നടപടികളും സ്വീകരിക്കാൻ ഭരണകൂടം തീരുമാനിച്ചു. കോൺഗ്രസ് മുന്നണി, അതിന്റെ തന്ത്രജ്ഞന്മാരെയും സൂത്രശാലികളെയും രംഗത്തിറക്കി. കോൺഗ്രസിലെ അഹമ്മദ്പട്ടേൽ, മുലായം സി

ങ്ങിന്റെ സോഷ്യലിസ്റ്റ് പാർട്ടി നേതാവായിരുന്ന അമർസിങ് എന്നിവരായിരുന്നു ഉപജാപങ്ങൾക്ക് ചുക്കാൻ പിടിച്ചിരുന്നത്. അധികാര ദുർവിനിയോഗം, പണത്തിന്റെ സ്വാധീനം, ഭീഷണി തുടങ്ങിയ എല്ലാ ജനാധിപത്യവിരുദ്ധമായ ഹീന പ്രവർത്തനങ്ങളുമാണ് പിന്നെ നടന്നത്.

ചില നാടകീയരംഗങ്ങൾക്ക് ഞങ്ങളെല്ലാം സാക്ഷ്യം വഹിക്കേണ്ടിവന്നു. പ്രമേയത്തിന്മേൽ നടന്ന ചർച്ചകൾക്കിടയിൽ ബി ജെ പിയിലെ മൂന്ന് അംഗങ്ങൾ വലിയ ഒരു ബാഗുമായി സഭയിൽവന്നു. തങ്ങളെ സ്വാധീനിക്കാൻ ഭരണകക്ഷി നേതാക്കൾ, ദൂതന്മാർ വശംകൊടുത്തയച്ച പണമാണെന്ന് പറഞ്ഞ് ബാഗ് തുറന്ന്, 2 കോടി ഉറുപ്പിക മേശപ്പുറത്തു വെച്ചു. ചർച്ച നടക്കുന്നതിനിടയിൽ ബി എസ് പി ഉപനേതാവ് ബ്രിജേഷ് പാഠക്ക് രോഷാകുലനായി സഭയിൽ പൊട്ടിത്തെറിച്ചുകൊണ്ട്പറഞ്ഞു. തലേദിവസം സി ബി ഐ ഉദ്യോഗസ്ഥൻ തന്റെ വീട്ടിൽവന്നു, വിശ്വാസ പ്രമേയത്തിനനുകൂലമായി വോട്ടു ചെയ്തില്ലെങ്കിൽ മായാവതിക്കെതിരെ കേസെടുക്കുമെന്നു ഭീഷണിപ്പെടുത്തുകയും ചാർജ് ഷീറ്റ് കാണിച്ചുകൊടുക്കുകയും ചെയ്തു എന്നു പറഞ്ഞു. തുടർന്ന് അംഗങ്ങൾ നടുത്തളത്തിലിറങ്ങി, വാക്കേറ്റവും കൈയാങ്കളിയും നടന്നു. അപ്പോൾ സഭ നിർത്തിവച്ച് ഡെപ്യൂട്ടി സ്പീക്കർ എണീറ്റുപോയി.

പിന്നീട് സ്പീക്കർ കക്ഷി നേതാക്കളുടെ യോഗം വിളിച്ചു ദീർഘനേരം ചർച്ച ചെയ്തു. ഒടുവിൽ, രണ്ടുദിവസം നടന്ന ചർച്ച അവസാനിപ്പിക്കാനും വിശ്വാസപ്രമേയം വോട്ടിനിട്ടു തീരുമാനിക്കാനും നിശ്ചയിച്ചു. അത്പ്രകാരം സഭ വീണ്ടും ചേർന്നു. പ്രമേയം വോട്ടിനിട്ടു. അപ്പോൾ സഭയിലെ 543 അംഗങ്ങളിൽ 531 അംഗങ്ങൾ ഹാജരുണ്ടായിരുന്നു. അവർ വോട്ടു രേഖപ്പെടുത്തി. ഭരണപക്ഷത്ത് 275 ഉം പ്രതിപക്ഷ–ഇടതുപക്ഷത്ത് 256ഉം വോട്ടുകളാണ് രേഖപ്പെടുത്തിയത്. 19 വോട്ടുകളുടെ ഭൂരിപക്ഷത്തിനു വിശ്വാസപ്രമേയം പാസായി.

കൂറുമാറ്റവും കാലുമാറ്റവും നിർബാധം നടത്താൻ ഭരണകൂടം നേരിട്ട് ഇടപെട്ട ആദ്യത്തെ സംഭവം ആയിരുന്നു അത്. ബി ജെ പി, ടി ഡി പി, ജെ ഡി (എസ്), ബിജു ജനതാദൾ എന്നീ പാർട്ടികളിൽനിന്നെല്ലാം അംഗങ്ങൾ കൂറുമാറി വോട്ടുചെയ്തു. ബി ജെ പിക്കാണ് ഏറ്റവും വലിയ പരിക്ക് പറ്റിയത്. പണത്തിന് ഇത്രയും ശക്തിയുണ്ടെന്ന് അന്നാണ് ഞങ്ങൾ കണ്ടത്. ഇടതുപക്ഷ പാർട്ടികളിൽനിന്ന് ഒരാളെപ്പോലും കൂറുമാറ്റാനും തട്ടിയെടുക്കാനും കഴിഞ്ഞിരുന്നില്ല. ഒരംഗത്തിന് 10 കോടി രൂപയാണ് വില എന്നാണ് അറിയാൻ കഴിഞ്ഞത്.

2008 ജൂലൈ 21, 22 തീയതികളിൽ ചേർന്ന പാർലമെന്റ് സമ്മേളനം വിശ്വാസപ്രമേയം ചർച്ച ചെയ്തു പ്രമേയം പാസാക്കി പിരിഞ്ഞെങ്കിലും, സമ്മേളനം വീണ്ടും ചേരാൻ നീട്ടിവെക്കുകയാണുണ്ടായത്. ഫലത്തിൽ അത് 14–ാം ലോകസഭയുടെ പതിനാലാം സമ്മേളനമായിരുന്നു. നീട്ടിവെക്കൽ (adjournment) കഴിഞ്ഞു പുനരാരംഭിച്ചത് ഡിസംബർ 10ന് ആയിരുന്നു, 23ന് അവസാനിക്കുകയും ചെയ്തു. വീണ്ടും ആരംഭിച്ചത് മുംബൈ ഭീകരാക്രമണത്തിനു ശേഷം നടന്ന സമ്മേളനമായതുകൊണ്ട് സ്വാഭാവികമായും രാജ്യത്തിന്റെ സുരക്ഷയെ ആസ്പദമാക്കി സഭയ്ക്കക

ത്ത് നല്ല നിലയിൽതന്നെ ചർച്ച വന്നു. രാജ്യസഭയിലും ലോക്സഭയിലും ഒരേസമയത്ത് തന്നെ വിഷയം ഗൗരവമായി ചർച്ച ചെയ്തു. ലോകസഭയിൽ പ്രതിപക്ഷ നേതാവ് എൽ കെ അദ്വാനിയാണ് ചർച്ച തുടങ്ങിയത്, രാജ്യസഭയിൽ ബി ജെ പി നേതാവ് അരുൺ ഷൂരിയും. സി പി ഐ (എം) നെ പ്രതിനിധീകരിച്ച് സീതാറാം യെച്ചൂരി, മുഹമ്മദ് സലിം എന്നിവരും ചർച്ചയിൽ പങ്കെടുത്തു. ഭീകരാക്രമണത്തിൽനിന്ന് അത്ഭുതകരമായി രക്ഷപ്പെട്ട എൻ എൻ കൃഷ്ണദാസിന്റെയും ഗോവിന്ദ സിങ് സോളങ്കിയുടെയും വിശദീകരണങ്ങൾ സഭ നിശബ്ദമായി, വികാരനിർഭരമായി കേട്ടു ഞടുങ്ങി.

മുംബൈ ഭീകരാക്രമണത്തിൽ ഏതാണ്ട് 60 മണിക്കൂർ നീണ്ടുനിന്ന പോരാട്ടത്തിൽ നമ്മുടെ കമാന്റോകളും പൊലീസുകാരും ഉൾപ്പെടെ 11 പേർ മൃതിയടഞ്ഞു. നിരവധി പേർക്ക് പരിക്ക് പറ്റി. ഭീകരവിരുദ്ധ പോരാട്ടത്തിന്റെ തലവൻ, രാജ്യത്തിന്റെ അഭിമാനമായിരുന്ന ഹേമന്ത് കാർക്കറെ ഉൾപ്പെടെ ധീരപോരാളികളാണ് രക്തസാക്ഷികളായത്. ഒരു മലയാളി സന്ദീപ് ഉണ്ണികൃഷ്ണനും അതിൽ ഉൾപ്പെട്ടിരുന്നു.

ലോകമാകെ ഈ നികൃഷ്ടമായ ആക്രമണത്തെ അപലപിച്ചു. നമ്മുടെ സുരക്ഷാസംവിധാനത്തിൽ വീഴ്ച പറ്റിയിട്ടുണ്ടെന്നു ഗവൺമെന്റ് സമ്മതിച്ചു. അതിൽ പ്രധാനമന്ത്രി പരസ്യമായി മാപ്പ് പറയുകയും ചെയ്തു. 7500 കിലോമീറ്റർ ദൈർഘ്യമുള്ള നമ്മുടെ കടൽത്തീരം സംരക്ഷിക്കാൻ ശരിയായ സുരക്ഷാ സംവിധാനം നമുക്കില്ലെന്ന വാർത്ത നമ്മളെ യഥാർഥത്തിൽ ഞെട്ടിച്ചുകളഞ്ഞു.

ദീർഘമായ ചർച്ചയ്ക്കുശേഷം "എന്തു ത്യാഗം സഹിച്ചും രാജ്യത്തിന്റെ ഐക്യം നിലനിർത്തണമെന്നും ജനങ്ങൾ ആകെ അതിന്റെ പിന്നിലുണ്ടാകണമെന്നും" ഉള്ള പ്രധാനമന്ത്രിയുടെ പ്രമേയം ഐകകണ്ഠ്യേന സഭ അംഗീകിച്ചു. സഭ അനിശ്ചിതകാലത്തേക്ക് പിരിഞ്ഞു.

14–ാം ലോകസഭയുടെ അവസാനത്തെ സമ്മേളനം ആരംഭിക്കുന്നത് 2009 ഫെബ്രുവരി 11 ന് ആയിരുന്നു. ഒരു ഹ്രസ്വകാല സമ്മേളനം. യഥാർഥത്തിൽ ഇത് ബ്ജറ്റ് സമ്മേളനമാണ്. എന്നാൽ പൂർണമായ ബഡ്ജറ്റായിരുന്നില്ല അവതരിപ്പിച്ചത്, ഒരു ഇടക്കാല ബഡ്ജറ്റ് മാത്രം. പാർലമെന്റിലെ സമ്പ്രദായമനുസരിച്ച് ഫെബ്രുവരി 13ന് റെയിൽവേമന്ത്രി ലാലുപ്രസാദ് യാദവ് റെയിൽവേ ബഡ്ജറ്റ് അവതരിപ്പിച്ചു. രണ്ടുദിവസത്തെ ചർച്ചക്ക്ശേഷം അതിന്മേൽ വോട്ട് ഓൺ അക്കൗണ്ട് പാസാക്കി. ഫെബ്രുവരി 20നാണ് ധനകാര്യവകുപ്പ് മന്ത്രി ധനകാര്യ ബഡ്ജറ്റ് സഭയിൽ അവതരിപ്പിച്ചത്. അതും ഒരു ഇടക്കാല ബഡ്ജറ്റായിരുന്നു. തിരഞ്ഞെടുപ്പിലേക്ക് പോകുന്ന ഗവൺമെന്റ് ഹ്രസ്വകാല ബഡ്ജറ്റ് അവതരിപ്പിക്കുന്നത് തിരഞ്ഞെടുപ്പ് കഴിഞ്ഞു വരുന്ന ഗവൺമെന്റിന് സമ്പൂർണ–സമഗ്ര ബഡ്ജറ്റ് അവതരിപ്പിക്കാൻ വേണ്ടിയാണ്. 20ന് വെള്ളിയാഴ്ചയായിരുന്നു. ശനി, ഞായർ ഒഴിവ് കഴിഞ്ഞ് 23 മുതൽ നാലു ദിവസത്തെ ചർച്ചക്കുശേഷം വോട്ട് ഓൺ അക്കൗണ്ട് പാസാക്കി. സഭാനടപടികൾക്ക് തിരശ്ശീല വീണു, സഭ അനിശ്ചിതകാലത്തേക്ക് പിരിഞ്ഞു.

അത് 14–ാം ലോകസഭയുടെ അവസാനത്തെ സമ്മേളനമായിരുന്നു.

എല്ലാ അംഗങ്ങളും ഹസ്തദാനം ചെയ്തും കെട്ടിപ്പിടിച്ചും അന്യോന്യം യാത്ര പറഞ്ഞാണ് പിരിയുന്നത്. അഞ്ച് കൊല്ലം മുമ്പ് പുതുതായി പരിചയപ്പെട്ട മുഖങ്ങൾ, വിവിധ ജാതിക്കാർ, വേഷക്കാർ, ഭാഷക്കാർ, വ്യത്യസ്ത ശരീരപ്രകൃതമുള്ളവർ അഞ്ചുകൊല്ലം കൊണ്ടുംകൊടുത്തും സൗഹൃദം പറഞ്ഞും ചിരിച്ച് കളിച്ചും കഴിഞ്ഞുപോന്നവർ തമ്മിൽ പിരിഞ്ഞുപോകുമ്പോൾ ഉണ്ടാകുന്ന സ്വാഭാവികമായ ഗൃഹാതുരത്വം എല്ലാവരുടെ മുഖത്തും കാണാമായിരുന്നു. അതൊരു മധുരമായ നൊമ്പരം തന്നെയാണ്.

വൈവിധ്യമാർന്ന ഭാരതസംസ്കാരത്തിന്റെ നാനാത്വത്തിന് ഏകത്വം എന്ന ഭാവം വല്ലാത്ത ഒരുനുഭവമായിരുന്നു. ഹിമാലയ പർവതം മുതൽ കന്യാകുമാരി വരെ നീണ്ടുപരന്ന് കിടക്കുന്ന വിശാലഭാരതത്തിലെ ബഹുസമൂഹങ്ങളുടെ സമ്മോഹനമായ സംഗമമാണ് ഇന്ത്യൻ പാർലമെന്റ്. അതിൽ അഞ്ച് കൊല്ലക്കാലം അംഗമായി പ്രവർത്തിക്കാൻ അവസരംകിട്ടിയതിൽ ഞാൻ അഭിമാനം കൊള്ളുകയും അളവറ്റ് സന്തോഷിക്കുകയും ചെയ്യുന്നു. അതിനു വഴിയൊരുക്കിയ എന്റെ പാർട്ടിയെയും എന്നെ അവിടെ എത്തിച്ച ഏറനാട്ടിലെ ജനങ്ങളെയും ഞാൻ കൃതജ്ഞതാപൂർവം സ്മരിക്കുകയും സ്നേഹിക്കുകയും ചെയ്യും. സഭ ഔദ്യോഗികമായി പിരിഞ്ഞെങ്കിലും അംഗങ്ങളുടെ കാലാവധി പൊതുതിരഞ്ഞെടുപ്പ് കഴിഞ്ഞ് പുതിയ സഭ രൂപീകരിക്കുന്നത്വരെയാണ്. പുതിയ സഭാരൂപീകരണത്തിനുള്ള തീയതി പ്രഖ്യാപിച്ചത് 2009 ജൂൺ 2 നായിരുന്നു

സഭ പിരിഞ്ഞ് ഞങ്ങളെല്ലാം നാട്ടിലെത്തിച്ചേരുമ്പോഴേക്കും നാട്ടിൽ തിരഞ്ഞെടുപ്പ് പനി ചൂടായി വന്നിരുന്നു. മാർച്ച് ഒന്നിന് തന്നെ 15-ാം ലോകസഭയിലേക്കുള്ള തിരഞ്ഞെടുപ്പിന്റെ വിജ്ഞാപനം വന്നുകഴിഞ്ഞു. ഞാൻ 2004 ൽ ജയിച്ചുകേറിയ മഞ്ചേരി പാർലമെന്റ് മണ്ഡലം ഇപ്പോൾ നിലവിലില്ലാതായിട്ടുണ്ട്. മണ്ഡലങ്ങളുടെ അതിർത്തി പുനർനിർണ (Delimitation) യത്തിൽ മഞ്ചേരി മണ്ഡലം തന്നെ ഇല്ലാതായി. മഞ്ചേരി മണ്ഡലത്തിലെ അവസാനത്തെ പാർലമെന്റ് അംഗം ഞാനാണ് എന്ന സ്ഥിതി വന്നു.

യഥാർഥത്തിൽ മഞ്ചേരി മണ്ഡലത്തിന്റെ ആദ്യത്തെ പേര് മലപ്പുറം എന്നായിരുന്നു. 1952 ൽ മുസ്ലിം ലീഗ് നേതാവ് ബി പോക്കർ സാഹിബാണ് ആദ്യം പാർലമെന്റിലേക്ക് ജയിച്ചത്. പിന്നെ 1957 ൽ മലപ്പുറം മണ്ഡലം മാറി മഞ്ചേരിയായി, പോക്കർ സാഹിബ് തന്നെ വീണ്ടും തെരഞ്ഞെടുക്കപ്പെട്ടു. 1962 ലും 67 ലും 71 ലും മുഹമ്മദ് ഇസ്മായിൽ സാഹിബാണ് വിജയിച്ചത്. 1973ൽ നടന്ന ഒരു ഉപതെരഞ്ഞെടുപ്പിൽ സി എച്ച് മുഹമ്മദ്കോയയും ജയിക്കുകയുണ്ടായി. പിന്നീട് 1977 ലും 80 ലും 84 ലും 89 ലും മഞ്ചേരിയെ പ്രതിനിധീകരിച്ചത് ഇബ്രാഹിം സുലൈമാൻ സേട്ടുവാണ്. 1991 മുതൽ 2004 വരെ ഇ അഹമ്മദാണ് മഞ്ചേരിയുടെ പ്രതിനിധിയായത്. മേൽപ്പറഞ്ഞ എല്ലാവരും മുസ്ലിംലീഗ് നേതാക്കളായിരുന്നു.

2004ലെ തിരഞ്ഞെടുപ്പിൽ മുസ്ലിം ലീഗിലെ കെ പി എ മജീദിനെ

പരാജയപ്പെടുത്തിക്കൊണ്ടാണ് ഞാൻ ഏറനാട്ടിലെ ആദ്യത്തെ ചരിത്ര വിജയം നേടുന്നത്. ഇത് മഞ്ചേരി മണ്ഡലത്തിലെ ലീഗിന്റെ ആദ്യത്തേതും അവസാനത്തേതുമായ പരാജയമാണ്. കാരണം ഇനി മഞ്ചേരി മണ്ഡലം ഇല്ല, മലപ്പുറമാണ് പകരം വന്നത്.

പുതിയ മലപ്പുറം മണ്ഡലത്തിൽ മുൻ മഞ്ചേരിയിൽനിന്ന് എനിക്ക് വിജയം തന്ന ബേപ്പൂരും കുന്നമംഗലവും കോഴിക്കോട്ടേക്കും നിലമ്പൂരും വണ്ടൂരും വയനാട്ടിലേക്കും എടുത്തുമാറ്റി. പകരം മലപ്പുറം മണ്ഡലത്തിൽ കൂട്ടിച്ചേർത്തത് പെരിന്തൽമണ്ണയും മങ്കടയും വേങ്ങരയും വള്ളിക്കുന്നുമായിരുന്നു. അത് നാലും ലീഗിനു നിർണായക ഭൂരിപക്ഷം ഉള്ള അസംബ്ലി മണ്ഡലങ്ങളാണ്.

ഈ മാറ്റങ്ങളുടെ അടിസ്ഥാനത്തിൽ പുതിയ മലപ്പുറം മണ്ഡലത്തിൽ നിന്ന് എനിക്ക് ജയിച്ചുകേറാൻ സാധ്യത കുറവാണെന്ന് എനിക്കും പാർട്ടിക്കും അറിയാമായിരുന്നു. മണ്ഡലം ലീഗിനു കുറച്ചുകൂടി അനുകൂലമാണെന്ന് കണ്ടപ്പോൾ ഇ അഹമ്മദ് പൊന്നാനി വിട്ടു മലപ്പുറത്തേക്ക് വന്നു. ഈ സാഹചര്യത്തിൽ ഞാൻ അദ്ദേഹത്തെ എതിർത്ത് മത്സരിക്കണം എന്നാണ് പാർട്ടി തീരുമാനം. ആ നിലയ്ക്ക് ഒരു കൈ നോക്കാമെന്നു ഞാനും തീരുമാനിച്ചു.

അങ്ങനെ 2009 മാർച്ച് 26 ന് മലപ്പുറം മണ്ഡലത്തിന്റെ റിട്ടേണിങ് ഓഫീസർ ജില്ലാ കലക്ടർ മുമ്പാകെ ഞാൻ നോമിനേഷൻ ബോധിപ്പിച്ചു. പിറ്റേ ദിവസം ഇ അഹമ്മദും നോമിനേഷൻ കൊടുത്തു. മണ്ഡലത്തിന്റെ പുനഃസംഘടന കാരണം ഇടതുപക്ഷം പുറകിലാണെന്നു അറിഞ്ഞുകൊണ്ടുതന്നെ നല്ല പോരാട്ടം കാഴ്ചവെച്ചു. ഇടതുപക്ഷ മുന്നണി പ്രവർത്തകർ രണ്ടും കൽപ്പിച്ച് കച്ച മുറുക്കി പോരാടി. തിരഞ്ഞെടുപ്പു കഴിഞ്ഞു. ഫലം പ്രഖ്യാപിച്ചപ്പോൾ 1,15,559 വോട്ടിന് ഞാൻ പരാജയപ്പെട്ടു.

പിന്നെ 2010 ജനുവരി ഒന്നിന് കേരളാ പ്രവാസി ക്ഷേമബോർഡിന്റെ ചെയർമാനായി ഗവൺമെന്റ് എന്നെ നിയോഗിച്ചു. ആ സ്ഥാനത്ത് 2011 ജൂൺ ഒന്ന് വരെ ഞാൻ പ്രവർത്തിച്ചു. ഞാൻ ചാർജെടുത്തപ്പോൾ പതിനായിരത്തിൽ താഴെ അംഗങ്ങൾ മാത്രമേ ഉണ്ടായിരുന്നുള്ളു. ഞാൻ ഗൾഫ് നാടുകളിലെല്ലാം പര്യടനം നടത്തി, പ്രവാസികളെ ഈ ക്ഷേമപദ്ധതിയിൽ ചേരുന്നതിനു അവബോധം ഉണ്ടാക്കുകയും പ്രേരിപ്പിക്കുകയും ചെയ്തു. ഇപ്പോൾ ഏതാണ്ട് ഒരു ലക്ഷത്തോളം അംഗങ്ങളും അരക്കോടിയോളം ഉറുപ്പിക ആസ്തിയുമുള്ള ഒരു നല്ല പ്രവാസി ക്ഷേമ ധനകാര്യ സ്ഥാപനമായി അത് വളർന്നു. അത് ഇനിയും വലുതായി വരും. 2011 ജൂണിൽ ഞാൻ സ്ഥാനമൊഴിയാൻ കാരണം കേരളത്തിലെ ഭരണമാറ്റം മാത്രമായിരുന്നു. ഗവൺമെന്റ് മാറുമ്പോൾ ഇത്തരം സ്ഥാനങ്ങൾ ഒഴിഞ്ഞുകൊടുക്കുന്നതാണ് നമ്മുടെ കീഴ്വഴക്കം. അതിനു ശേഷം ഞാൻ പാർട്ടി സംഘടനയിൽ കൂടുതൽ സമയം പ്രവർത്തിക്കുന്നതിൽ വ്യാപൃതനായി.

ടി കെ ഹംസ കുടുംബത്തോടൊപ്പം

44 കുടുംബചരിത്രം അഥവാ ആത്മകഥ

കഴിഞ്ഞ അധ്യായങ്ങളിൽ ഞാൻ എന്റെ രാഷ്ട്രീയ, സാമൂഹിക ജീവിതത്തിൽ അനുഭവിച്ചതും അഭിമുഖീകരിച്ചതുമായ സംഭവങ്ങളെയും പ്രശ്നങ്ങളെയും സംബന്ധിച്ചാണ് പ്രതിപാദിച്ചത്. എന്നാൽ ഈ ലേഖനപരമ്പര അവസാനിക്കുമ്പോൾ ഞാൻ എന്റെ കുടുംബചരിത്രത്തിലേക്ക് വീണ്ടും ഒരു എത്തിനോട്ടം നടത്തുകയാണ്.

ഓരോ കുടുംബത്തിനും അതിന്റേതായ ചരിത്രവും ചരിത്രാതീത കാലവും ഉണ്ടാകും. ആ ചരിത്രാതീതകാലത്തെ (പ്രാക് ചരിത്രം) സംബന്ധിച്ച് നിരീക്ഷണവും ഗവേഷണവും നടത്തി അതാതിന്റെ വേരുകൾ കണ്ടുപിടിക്കാൻ ഓരോ കുടുംബത്തിനും സാധിക്കണമെന്നില്ല. എന്നാൽ കുടുംബ പാരമ്പര്യത്തെ സംബന്ധിച്ച് കുടുംബത്തിലെ കാരണവന്മാരുടെയും ചില കാര്യവിവരമുള്ളവരുടെയും ഓർമകളിൽനിന്നു അവർ ഉദ്ധരിക്കുന്ന ഐതിഹ്യങ്ങളും ഊഹങ്ങളും ചിലപ്പോൾ വസ്തുതകളും വാസ്തവങ്ങളും ഉൾക്കൊള്ളുന്നവയായിരിക്കും. അതിൽ സത്യങ്ങളും അർധസത്യങ്ങളുംനിറഞ്ഞ വിശദീകരണങ്ങളും ഉണ്ടാവാം.

അങ്ങനെ എന്റെ ചെറുപ്പകാലംമുതൽ ഞാൻ കുടുംബത്തിൽനിന്ന് കണ്ടതും കേട്ടതുമായ എല്ലാ സംഗതികളെയും സംഭവങ്ങളെയും സംബന്ധിച്ച് ആലോചിക്കുകയും ഗൗരവമായി തന്നെ ചിന്തിക്കുകയും ചെയ്തിരുന്നു. കുടുംബമഹിമയെ സംബന്ധിച്ചും തറവാടിത്തത്തെപ്പറ്റിയും ഓരോ വിഭാഗവും അഭിമാനം കൊള്ളുകയും ചിലപ്പോൾ ചിലർ അഹങ്കരിക്കുകയും ചെയ്യുന്നത് നാം കാണാറുണ്ട്.

ഏറനാട്ടിലെ മുസ്ലിം മാപ്പിള സമുദായത്തിൽ ഒരു ഇടത്തരം കുടുംബത്തിലാണ് ഞാൻ ജനിച്ചതും വളർന്നതും. മലബാറിലെ മുസ്ലിങ്ങളെയാണ് മാപ്പിളമാർ എന്നുപറയുന്നത്. വടക്കെ ഇന്ത്യയിലെ മുസ്ലിങ്ങൾ

അഫ്ഘാനിസ്ഥാനിൽ നിന്നും മംഗോളിയയിൽനിന്നും കടന്നുവന്നവരും കുടിയേറിപ്പാർത്തവരുമാണ്. എന്നാൽ കേരളത്തിൽ പൊതുവിലും മലബാറിൽ പ്രത്യേകിച്ചും ഉള്ള മാപ്പിളമാർ എവിടെനിന്നും കുടിയേറിപ്പാർത്തവരല്ല. അറബികളും കേരളത്തിലെ പഴയ ദ്രാവിഡ–ആദിവാസി സമൂഹത്തിൽപ്പെട്ടവരും തമ്മിൽ ഉണ്ടായിരുന്ന ദീർഘകാലത്തെ ബന്ധത്തിൽനിന്ന് ഉത്ഭവിച്ച ഒരു പ്രത്യേക വിഭാഗമാണ് മാപ്പിളമാർ. മുഹമ്മദ് നബിയുടെ കാലത്തിന്റെ നൂറ്റാണ്ടുകൾക്ക് മുമ്പുതന്നെ അറബികൾ കേരളത്തിൽ കച്ചവടത്തിന് വന്നിരുന്നു. ആ ബന്ധത്തിന്റെ വഴിക്കുതന്നെയാണ് ഇസ്ലാംമതവും കേരളത്തിൽ പ്രചാരത്തിൽ വന്നത്. ചേരമാൻ പെരുമാളുടെ ഇസ്ലാം വിശ്വാസവും മക്കാ സന്ദർശനവും നടന്നതിനു ശേഷം മാലിക്ക്ബ്ന്ദിനാറും സംഘവും കേരളത്തിലേക്ക് വന്നു. ഇസ്ലാം ദീൻ പ്രചാരണമായിരുന്നു അവരുടെ ലക്ഷ്യം.

കേരളത്തിലെ ജനങ്ങളും ഭരണാധികാരികളായ ഹിന്ദുരാജാക്കന്മാരും അവരെ സ്വാഗതം ചെയ്യുകയും വീട് വയ്ക്കാനും മതം പ്രചരിപ്പിക്കാനും അവർക്ക് അനുവാദം കൊടുക്കുകയും ചെയ്തു. മാത്രമല്ല ആരാധനാലയങ്ങൾ സ്ഥാപിക്കാനും കേരള ജനസമൂഹത്തിൽനിന്ന്വിവാഹം കഴിക്കാനും അവർക്ക് അനുവാദം നല്കി. ആ സമീപനവും പ്രോത്സാഹനവുമാണ് കേരളത്തിൽ ഇസ്ലാം വളരെവേഗം പടർന്നുപിടിച്ചത്. ഇന്ത്യയിലെ ആദ്യത്തെ മുസ്ലിംപള്ളി അങ്ങനെയാണ് കൊടുങ്ങല്ലൂരിൽ സ്ഥാപിതമായത്.

അങ്ങനെ വന്നവരും ഇവിടത്തുകാരും തമ്മിൽ സമ്മിശ്ര ജീവിതം നയിച്ചും സഹവസിച്ചും അന്യോന്യം വിവാഹബന്ധത്തിൽ ഏർപ്പെട്ടും കഴിഞ്ഞ് കടന്നുപോന്നതിൽ രണ്ടു വിഭാഗവും കൂടിക്കലർന്ന ഒരു സങ്കരസമൂഹം രൂപപ്പെട്ടുവന്നു. ആ പുതിയ വിഭാഗമാണ് മാപ്പിളമാർ.

മാലിക്ക്ബ്നുദിനാറുടെയും സംഘത്തിന്റെയും ശ്രമഫലമായി കേരളത്തിലെ എല്ലാ വിഭാഗത്തിൽപ്പെട്ടവരും ഇസ്ലാമിലേക്ക് പരിവർത്തനം ചെയ്യപ്പെട്ടിട്ടുണ്ട്. നമ്പൂതിരി മുതൽ നായാടിവരെ അതിൽ ഉൾപ്പെടുന്നതാണ്.

കയ്യൂക്കുള്ളവർ കാര്യക്കാർ എന്ന ചൊല്ല് അന്വർഥമാക്കുന്ന, സമൂഹത്തിലെ ശക്തിയുള്ളവർ ഭരണാധികാരികളായപ്പോൾ, ദുർബല വിഭാഗങ്ങളെ അടിച്ചമർത്തുകയും അടിമകളാക്കി പണിയെടുപ്പിക്കുകയും ചെയ്തിരുന്നു. ദുർബല ജനവിഭാഗത്തെ തൊഴിലിന്റെ അടിസ്ഥാനത്തിൽ ജാതികളായി തരം തിരിച്ചതും മേലാളവർഗം തന്നെയായിരുന്നു. മരപ്പണിക്കാരൻ ആശാരി, കൽപ്പണിക്കാരൻ മണ്ണാൻ, ഇരുമ്പു പണിക്കാരൻ കൊല്ലൻ, സ്വർണപ്പണിക്കാരൻ തട്ടാൻ ഈ വിധത്തിലായിരുന്നു വിഭജനം. ഈ തൊഴിൽ വിഭജനം വിശ്വാസത്തിലും മതത്തിലും അധിഷ്ഠിതമായി പിന്നീട് മാറി. അതിന് പുറമെ പാണരും, പറയരും, കണക്കരും, ചെറുമക്കളും ഇങ്ങനെയും പല ജാതികൾ. ഇവരെയെല്ലാം അധമരും അധഃകൃതരുമായി ഗണിച്ചുവന്നിരുന്നു. അവരുടെ സ്ഥിതി മഹാകവി കുമാരനാശാൻ പാടിയത്:

"തൊട്ടുകൂടാത്തവർ, തീണ്ടിക്കൂടാത്തവർ
ദൃഷ്ടിയിൽ പെട്ടാലും ദോഷമുള്ളോർ"

ഇതായിരുന്നു അന്നത്തെ, കേരളത്തിലെ സാമൂഹ്യ വ്യവസ്ഥ. സവർണ്ണ മേധാവിത്വം നടപ്പാക്കിയിരുന്ന ചാതുർവർണ്യ വ്യവസ്ഥ. ഇതിനിടയിലാണ് ഇസ്ലാമിന്റെ വരവ്. സാമൂഹ്യഘടനയെ സംബന്ധിച്ച് ഇസ്ലാം മുന്നോട്ടുവെച്ച മുദ്രാവാക്യം ''സത്യവിശ്വാസികൾ എല്ലാം സഹോദരന്മാരാണ്'' എന്ന സന്ദേശമായിരുന്നു. അപ്പോൾ സാമൂഹ്യസമത്വത്തിനു വേണ്ടി താഴ്ന്ന ജാതിക്കാർ പ്രത്യേകിച്ചും കൂട്ടംകൂട്ടമായി ഇസ്ലാമിലേക്ക് പരിവർത്തനം ചെയ്യപ്പെട്ടു.

വടക്ക് മംഗലാപുരം മുതൽ തെക്ക് കൊല്ലം വരെയുള്ള പശ്ചിമതീരത്തെ മത്സ്യത്തൊഴിലാളികളായ മുക്കുവകുടുംബങ്ങളെ ഇസ്ലാമിലേക്ക് വളരെ വേഗം ആകർഷിച്ചു. കോഴിക്കോട് സാമൂതിരി രാജാവ് തന്നെ അതിനെ പ്രോത്സാഹിപ്പിച്ചിരുന്നതായി കാണാം. പശ്ചിമതീരത്തെ അതിർത്തി കാക്കാനും അക്രമികളായ പറങ്കികളെ ചെറുക്കാനും കുഞ്ഞാലിമരക്കാരുടെ പിന്നിൽ ആ വിഭാഗത്തെ അണിനിരത്തേണ്ടത് ആവശ്യമാണെന്ന് സാമൂതിരി കാണുകയുണ്ടായി. അറബികൾക്കും സാമൂതിരിക്കും അതിൽ കച്ചവടതാൽപ്പര്യവും ഉണ്ടായിരുന്നു. കച്ചവടം കയ്യടക്കാൻ വന്ന പറങ്കികളെ തുരത്തിയാൽ മാത്രമേ അറബികൾക്കും നിലനിൽപ്പുള്ളൂ എന്നവർ കണ്ടു. കേരളത്തിൽനിന്നുള്ള പ്രധാന കയറ്റുമതി മലഞ്ചരക്ക് ഉൽപ്പന്നങ്ങളായിരുന്നു. കുരുമുളകും ഇഞ്ചിയും കശുഅണ്ടിയും കയ്യടക്കാൻ പറങ്കികൾ ശ്രമിച്ചിരുന്നു. ഇവരെ പ്രതിരോധിക്കാൻ കൊച്ചിയിൽനിന്നും കോഴിക്കോട്ടെത്തിയ കുഞ്ഞാലിമരക്കാർക്ക് പിന്തുണ വർധിപ്പിക്കാൻ തീരദേശവാസികളെ അദ്ദേഹത്തിന്റെ പിന്നിൽ അണിനിരത്താനാണ് സാമൂതിരി ഇസ്ലാമിലേക്ക് മതംമാറ്റം പ്രോത്സാഹിപ്പിച്ചത്.

അറേബിയയിലെ ഹളറുൽ മൗത്ത് എന്ന ദേശത്തുനിന്നുവന്ന, പണ്ഡിതന്മാരും സൂഫികളും നടത്തിയ മതപ്രചാരണം കേരളത്തിലെ ഉന്നത ജാതിക്കാരിലും കടന്നുകേറി എന്നുവേണം കരുതാൻ. ഗൗഡപാദ മഹർഷിയുടെ 'അദ്വൈത സിദ്ധാന്ത'വും ഹല്ലാജ് മൻസൂറിന്റെ 'വഹ്ദത്തുൽ വുജൂദും' തമ്മിലുള്ള സാമ്യവും ഉയർന്ന ജാതിക്കാർക്കിടയിൽ ഇസ്ലാം കടന്നുകേറാൻ പ്രോത്സാഹനമായിട്ടുണ്ട് എന്നുതോന്നുന്നു. 'അഹംബ്രഹ്മാസ്മി' എന്നു ഗൗഡപാദർ പറഞ്ഞപ്പോൾ 'അനൽഹഖ്' എന്ന് ഹല്ലാജ് പറഞ്ഞു. രണ്ടും ഒന്നുതന്നെ എന്നവർ കരുതിയിരിക്കണം. ചുരുക്കത്തിൽ ഞാൻ ആദ്യം പറഞ്ഞപോലെ നമ്പൂതിരി മുതൽ നായാടിവരെ ഇസ്ലാമിക വൃത്തത്തിലേക്ക് പരിവർത്തനം ചെയ്യപ്പെട്ടു എന്നു കാണാം.

മാപ്പിള സമൂഹത്തിന്റെ ഉത്ഭവവും ഘടനയും ഇങ്ങനെ ഒക്കെ ആണെങ്കിൽതന്നെ, തറവാട്ടുമഹിമയുടെയും ആഭിജാത്യത്തിന്റെയും പേരിൽ മുൻഗാമികൾ വെച്ചുപുലർത്തിപ്പോന്നിരുന്ന ധാരണകളും വിചാരവികാരങ്ങളും അവരെ പൂർണമായും വിട്ടുമാറിയിരുന്നില്ല. ഒറ്റ സമുദായമായിത്തീർന്നിരുന്നെങ്കിലും ചെറിയ, ചെറിയ കാര്യങ്ങളിൽ പോലും വ്യത്യസ്ത തറവാട്ടുകാർ അന്യോന്യം പക വെച്ചു പെരുമാറുകയും കടിച്ചുകീറുകയും ചെയ്തിരുന്നു. കേവലമായ ദുരഭിമാനം മാത്രമായിരുന്നു അതിന്നവലംബം. ആ തറവാട്ടുകാരെ വെല്ലുവിളിച്ചുകൊണ്ട് മഹാനായ

വെളിയങ്കോട്ട് ഉമ്മർഖാസി പാടിയ ഒരു ബൈത്ത കാണുക.

"അയാ ഫാഖിറൻ ബിന്നസബി കൈഫത്ത ഫാഖിറു
വഅസുല്ലൂക്കും മിൻ ഖബ്‌ലു തിയ്യൻവ നായരു
വആശാരിമൂശാരി വ മണ്ണാനുപാണരു
വകൊയപാനു ചെട്ടി വ നായാടി പറയരു".

മേൽപ്പറഞ്ഞ അവർണ ജാതിക്കാരായ, അധഃകൃത സമൂഹത്തിൽപ്പെട്ടവരുടെയും കൂടി പിൻഗാമികളാണ് ഇന്നു തറവാട്ടുമഹിമയുടെ പേരിൽ ദുരഭിമാനം കൈക്കൊള്ളുന്നതും കലഹിക്കുന്നതും എന്നാണ് അദ്ദേഹം ഓർമിപ്പിക്കുന്നത്. ഏതായാലും എല്ലാ സവർണ–അവർണ ജാതികളിൽപ്പെട്ടവരുടെയും പിൻഗാമികളാണ് മാപ്പിളസമൂഹം എന്നു കാണാം.

മാപ്പിള സമൂഹത്തിനു അവരുടേതായ ഭാഷയും സംസ്കാരവും സാഹിത്യവും സംഗീതവും എല്ലാം വേറെത്തന്നെയായിരുന്നു. അതിന്റെ തുടർച്ച ഇന്നും കാണാവുന്നതാണ്. പണ്ടുകാലത്ത് അവർ മലയാള ഭാഷ അറബി ലിപിയിൽ എഴുതിയാണ് വിനിമയം നടത്തിയിരുന്നത്. അതിൽ അറബിപദങ്ങളുടെയും അതിപ്രസരം കാണാം. അതിനെ അറബി–മലയാളം എന്നാണ് പറഞ്ഞിരുന്നത്. അതിൽ എഴുത്തും കത്തും, ഗ്രന്ഥങ്ങളും പാട്ടുകളും ഉത്ഭവിച്ചു. അതിന്റെ ഉൽപ്പന്നമാണ് മനോഹരമായ മാപ്പിളപ്പാട്ട്. അത് ഇന്നും വേദികളിൽ അരങ്ങ് ഹൃദ്യമാക്കുന്നുണ്ട്.

ഈ മഹത്തായ മാപ്പിള പാരമ്പര്യത്തിൽ എന്റെ കുടുംബത്തിന്റെ വേര് എവിടെയാണ് കിടക്കുന്നതെന്ന് അന്വേഷിക്കാൻ ഞാൻ എന്നും താൽപ്പര്യം കാണിച്ചിരുന്നു. അങ്ങനെ ഞാൻ നടത്തിയ അന്വേഷണത്തിന്റെ ഫലമായി കിട്ടിയ വിവരങ്ങളും അടയാളങ്ങളും വിശകലനം ചെയ്ത് നോക്കുകയും ഹ്രസ്വമായ ഗവേഷണങ്ങൾ നടത്തുകയും ചെയ്തപ്പോൾ ഞാൻ എത്തിച്ചേർന്ന നിഗമനങ്ങളാണ് ഇതിൽ പ്രതിപാദിക്കുന്നത്.

ആര്യന്മാരുടെയും അതിനുമുമ്പ് ദ്രാവിഡന്മാരുടെയും കുടിയേറ്റത്തിന് എത്രയോ മുമ്പുതന്നെ ഭാരതത്തിൽ ജനജീവിതം ആരംഭിച്ചിരുന്നു എന്ന വസ്തുത ഇന്ന് ചരിത്രത്തിന്റെ ഭാഗമാണ്. ആ വിഭാഗങ്ങൾ മലകളിലും മലയോര പ്രദേശങ്ങളിലും നിബിഡമായ കാടുകളിലുമാണ് കഴിഞ്ഞുവന്നത്. അതിനാലാണ് പിൽക്കാലത്ത് അവരെ ഗിരിവർഗങ്ങളെന്നും ആദിവാസികളെന്നും മറ്റും പറഞ്ഞുവന്നത്. ഭാരതത്തിന്റെ വടക്കൻ മേഖലകളിൽ നാഗാലാന്റ്, സിക്കിം, ഭൂട്ടാൻ, മണിപ്പൂർ, ഹിമാചൽപ്രദേശ് എന്നിവിടങ്ങളിലും തെക്കെ ഇന്ത്യയിൽ എല്ലാ മലമ്പ്രദേശങ്ങളിലും അവരെ കാണാം. നമ്മുടെ മലബാറിൽ തന്നെ വയനാട്, നീലഗിരിയുടെ ഭാഗങ്ങൾ, നിലമ്പൂർ കാടുകൾ എന്നിവിടങ്ങളിലും ആദിവാസികളെ ധാരാളമായി കണ്ടുവരുന്നു. അവർ കുടുംബമായി, കൂട്ടായി താമസിക്കുന്നു. കുടുംബങ്ങളുടെ സമൂഹത്തെ ഗോത്രങ്ങൾ എന്നാണ് അറിയപ്പെടുന്നത്. ഗോത്രജീവിതം പുരാതന സംസ്കാരത്തിന്റെ അടിത്തറയാണ്.

മേൽപ്പറഞ്ഞ വിഭാഗങ്ങളിൽ കൂടുതൽ മാറ്റം വന്നവരും പരിഷ്കരിച്ചവരുമായ സംഘങ്ങൾ ചെറിയ കുന്നുകളിലും താഴ്‌വാരങ്ങളിൽ ഇറ

ങ്ങി താമസിച്ചും കൃഷി ചെയ്തും ഉപജീവനം കഴിച്ചുവന്നിരുന്നു. അവർക്ക് അവരുടേതായ ജീവിതരീതിയും സംസ്കാരവും വിശ്വാസവും ആരാധനാ സമ്പ്രദായങ്ങളും ഉണ്ടായിരുന്നു. മലദൈവങ്ങളായിരുന്നു അവരുടെ ആരാധനാമൂർത്തി. അങ്ങനെയുള്ള കൂട്ടുകുടുംബങ്ങൾ ഒരുമിച്ചു കഴിയുന്ന ഗോത്രങ്ങൾക്ക് ഗോത്രത്തലവനും ഉണ്ടായിരുന്നു. അവർ പരിഷ്കൃതരും മറ്റു ജനവിഭാഗങ്ങളുമായി ബന്ധപ്പെട്ടും ഇടപഴകിയും ജീവിച്ചിരുന്നവരുമായിരുന്നു.

അങ്ങനെയുള്ള ഒരു വിഭാഗം മലപ്പുറം – വേങ്ങര റോഡിന്റെ വടക്കുഭാഗത്ത് സ്ഥിതിചെയ്യുന്ന ഊരകം മലവാരത്തിൽ 'നടുവക്കാട്' എന്ന സ്ഥലത്ത് ഉള്ള ''തിരുവർച്ചനാം കുന്നി''ൽ പുരാതനമായി താമസിച്ചു വന്നിരുന്നു. അവർ ഒരു ഗോത്രമായി കൂട്ടുകുടുംബത്തോടെ പണിയെടുത്തും കൃഷി ചെയ്തും താമസിച്ചിരുന്നു. മറ്റു ഗോത്രങ്ങളെ അപേക്ഷിച്ചു ഇവർ കൂടുതൽ ജനകീയവൽക്കരിക്കപ്പെട്ടവരും പരിഷ്കൃതരുമായിരുന്നതിനാൽ ഉയർന്ന ജാതി എന്ന നിലയിൽ 'പണിക്കന്മാർ' എന്നാണ് വിളിക്കപ്പെട്ടിരുന്നത്. അവരുടെ ആവാസകേന്ദ്രം മലയിലായിരുന്നതിനാൽ 'മലപണിക്കന്മാർ' എന്നാണ് പൊതുവെ അറിയപ്പെട്ടിരുന്നത്. അവരുടെ കുലദൈവമായിരുന്ന മലദൈവം ആ തിരുവർച്ചനാംകുന്നിലായിരുന്നു. ആ കുന്നിലാണ് ഇപ്പോൾ ശ്രീ ശങ്കരനാരായണ സ്വാമി ക്ഷേത്രം സ്ഥിതി ചെയ്യുന്നത്. ഈ ക്ഷേത്രത്തിനു നൂറ്റാണ്ടുകൾ പഴക്കമുണ്ട്. അതിനെ ശിവക്ഷേത്രം എന്നു പറഞ്ഞുവരുന്നു. ഇത് മലപണിക്കന്മാരുടേതല്ല. പിന്നീട് മറ്റു വിഭാഗങ്ങൾ സ്ഥാപിച്ചതാണ് എന്ന് ഇപ്പോൾ ആ പ്രദേശത്തു അവശേഷിക്കുന്ന മലപണിക്കന്മാർ പറയുകയുണ്ടായി. അതിൽപ്പെട്ട ഒരു പ്രാദേശിക നേതാവാണ് സിപിഐ എമ്മിന്റെ ഊരകം ലോക്കൽ സെക്രട്ടറി മുരളീ മോഹൻദാസ്.

ഊരകത്ത് മലയുടെ തെക്കുഭാഗത്ത് ചെരിപ്പടിയൻ മലയുടെ ചെരുവിൽ കിളിനക്കോട് എന്ന ഒരു സ്ഥലമുണ്ട്. അത് കണ്ണമംഗലം അംശത്തിൽ ചേറൂർ ദേശത്തിന്റെ ഭാഗമാണ്. അവിടെ ആലക്കാട് എന്ന പ്രദേശത്താണ് ഇപ്പോൾ ബാക്കിയുള്ള മലപണിക്കന്മാരിൽ ചിലർ താമസിച്ചുവരുന്നത്. അവരിൽ ഒരു പ്രധാനിയാണ് ചാത്തുപണിക്കർ.

ആദ്യം പറഞ്ഞ നടുവക്കാട് എന്ന സ്ഥലത്ത് തിരുവർച്ചനാംകുന്നിൽ താമസിച്ചിരുന്ന മലപണിക്കന്മാരുടെ ഗോത്രത്തിൽനിന്നു ഒരാൾ 17–ാം നൂറ്റാണ്ടിന്റെ ആദ്യഭാഗത്തിൽ ഇസ്ലാംമതം സ്വീകരിച്ചതായി അറിയപ്പെടുന്നു. അദ്ദേഹം ഗോത്രം വിട്ട് ഊരകം മലവാരത്തിന്റെ താഴ്വാരത്തിൽ ഇപ്പോൾ പുത്തംപീടിക എന്ന് പേരുള്ള സ്ഥലത്തിന്റെ വടക്ക് 'പാങ്ങാട്ടുപറമ്പ്' എന്ന സ്ഥലത്ത് വീടു വെച്ചു കുടുംബമായി താമസിച്ചു.

അയാൾക്ക് മക്കളും പേരമക്കളുമായി വലിയ കുടുംബമായി മാറി. പാങ്ങാട്ടുപറമ്പിൽ താമസിച്ചിരുന്നതിനാൽ അവരെ മൊത്തം 'പാങ്ങാട്ടു' കാർ എന്നറിയപ്പെട്ടു. അത് അവരുടെ കുടുംബനാമമായി മാറി. കൃഷിയായിരുന്നു അവരുടെ ജീവനോപാധി. സാമ്പത്തികമായി അഭിവൃദ്ധി പ്രാപിച്ച ആ കുടുംബത്തിലെ ഒരംഗം പിന്നീട് യാറംപടിക്കൽ എന്ന സ്ഥലത്തുനിന്നു വടക്കുപടിഞ്ഞാറ് മാറി 'മൊടെക്കാട്ടു' എന്ന സ്ഥലത്ത് വീട് വെച്ചു താമസമായി. അതൊരു വിശാലവും ഫലഭൂയിഷ്ഠവു

മായ പറമ്പാണ്. തൊട്ട് വിശാലമായ വയലും വൃക്ഷങ്ങളും കാടുംനിറഞ്ഞ കരയും. അവർ മണ്ണിലധ്വാനിച്ചും കൃഷിചെയ്തും അഭിവൃദ്ധി പ്രാപിച്ചു. മൊടെക്കാട്ടു വീട് കാലക്രമത്തിൽ പാങ്ങാട്ടുകാരുടെ 'തറവാടാ' യിത്തീർന്നു. ആ തറവാട്ടിൽ ഇപ്പോൾ താമസിച്ചുവരുന്നത് 80 വയസ്സു പ്രായമായ പാങ്ങാട്ടു കുഞ്ഞിതുഹാജി ആണ്. തൊട്ടടുത്ത വീട്ടിൽ 81 വയസായ പാങ്ങാട്ടു യൂസുഫ് ഹാജിയും താമസിക്കുന്നു. അദ്ദേഹം പള്ളിക്കമ്മറ്റി കാരണവരുമാണ്. ആ കുടുംബത്തിലെ പാങ്ങാട്ടു ഫൈസൽ എന്റെ ഒരു നല്ല സുഹൃത്തും സിപിഐ എമ്മിന്റെ പ്രവർത്തകനുമാണ്.

മൊടെക്കാട്ടു തറവാട്ടിൽ അംഗങ്ങൾ വർധിച്ചുവരുന്നതനുസരിച്ചു അതെ പറമ്പിൽതന്നെ, വെവ്വേറെ വീടുവച്ചു താമസിക്കാൻ തുടങ്ങി. പറമ്പിലും പാടത്തും കൃഷി ചെയ്ത് ഉപജീവനമാർഗം തേടുകയല്ലാതെ ആ കാലത്ത് വേറെ ഒരു വരുമാനമാർഗവും ഉണ്ടായിരുന്നില്ല. തറവാട് വലുതാവുകയും അംഗങ്ങൾ പെരുകുകയും ചെയ്തപ്പോൾ കൂടുതൽ ജീവിതമാർഗങ്ങൾ അന്വേഷിച്ചു പുറത്തു പോകേണ്ട സ്ഥിതി വന്നു ചേർന്നു.

അങ്ങനെ ആ തറവാട്ടിലെ ഒരംഗം കൂടുതൽ ജീവിതമാർഗം തേടി കിഴക്കോട്ടുപോയി. മണ്ണിൽ പണിയെടുക്കാനും കൃഷി ചെയ്യാനും സ്ഥലം സമ്പാദിക്കുകയല്ലാതെ വേറെ വഴിയില്ല അക്കാലത്ത്. അദ്ദേഹം എത്തിച്ചേർന്നത് വണ്ടൂർ ആയിരുന്നു. അയാളുടെ പേര് "പാങ്ങാട്ടു മമ്മിരായൻ" എന്നായിരുന്നു.

മമ്മിരായൻ തന്റെ ലക്ഷ്യംപ്രാപിക്കാൻ നടത്തിയ അന്വേഷണത്തിൽ അവസാനം എത്തിപ്പെട്ടത് 'നടവത്ത്മന'ക്കലായിരുന്നു. വണ്ടൂർ നിന്നു നിലമ്പൂർക്കുള്ള റോഡിൽ ആറ് കിലോമീറ്റർഅകലത്തിൽ സ്ഥിതിചെയ്യുന്ന വലിയ ജന്മിത്തറവാടായിരുന്നു നടുവത്ത് മനക്കൽ. അവിടത്തെ കാര്യസ്ഥൻ മുഖേന വലിയ നമ്പൂതിരിപ്പാടിനെ കണ്ടു കാര്യം ഉണർത്തിച്ചു. മമ്മിരായന്റെ സമീപനവും സ്വഭാവവും നമ്പൂതിരിപ്പാടിന് നല്ല തൃപ്തിയായി. അധ്വാനിച്ചു കൃഷിചെയ്തു മനയ്ക്കലേക്കുള്ള പാട്ടം തന്നും ബാക്കി അനുഭവിച്ചും ജീവിക്കാമെന്ന ഉദ്ദേശ്യം വെളിപ്പെടുത്തിയപ്പോൾ അത് നമ്പൂതിരിപ്പാട് സ്വീകരിക്കുകയും മമ്മിരായനെ പാട്ടക്കുടിയാനായി അംഗീകരിക്കുകയും ചെയ്തു.

അതുപ്രകാരം ഇപ്പോൾ വണ്ടൂർ ഗവൺമെന്റ് ഹൈസ്കൂൾ സ്ഥിതി ചെയ്യുന്ന സ്ഥലത്തിന്റെ തെക്കുഭാഗത്ത് സുമാർ അരകിലോമീറ്റർ അകലത്ത് ഉള്ള വിശാലമായ നെൽവയൽ – കൃഷിസ്ഥലം നമ്പൂതിരിപ്പാട് മമ്മിരായന് പാട്ടവ്യവസ്ഥയിൽ ഏൽപ്പിച്ചുകൊടുത്തു. ഈ സംഭവം 17–ാം നൂറ്റാണ്ടിന്റെ ഏതാണ്ട് മധ്യഭാഗത്തായിരിക്കണം എന്നു കരുതുന്നു.

മമ്മിരായൻ സ്ഥലം ഏറ്റുവാങ്ങി, തന്റെ കുടുംബത്തിൽ ചിലരുടെയും നാട്ടുകാരുടെയും സഹായത്തോടെ പാടം കൊത്തിക്കിളച്ച് വിശാലമാക്കിയും ഉഴുത് മറിച്ചു കൃഷി ഇറക്കിയും കഠിനമായി അധ്വാനിച്ചു അഭിവൃദ്ധിപ്പെട്ടുവന്നു. അദ്ദേഹം ആ വയലിന്റെ പടിഞ്ഞാറെ കരയിൽ ഒരു വീടുവച്ച്, ആ പ്രദേശത്തുനിന്ന് തന്നെ വിവാഹം കഴിച്ചു വീട്ടിൽ താമസമാക്കി.

മമ്മിരായൻ താമസിച്ചിരുന്ന വീടിന്റെ തെക്കുഭാഗത്ത് വയലിനോട് ചേർന്ന് സുമാർ 5 അടി വീതിയിലും 4 അടി ഉയരത്തിലും ഏതാണ്ട് നൂറ് അടി നീളത്തിലും ഉള്ള തണ്ടുപോലെ നീണ്ടുകിടക്കുന്ന ഒരു പാറയുണ്ട്. അതിനെ ആ കാലത്ത് തന്നെ ആ പ്രദേശത്തുകാർ 'തണ്ടുപാറ' എന്ന് വിളിച്ചിരുന്നു. അതിനു തൊട്ടടുത്ത് താമസിച്ചിരുന്നതുകൊണ്ട്, ' 'തണ്ടുപാറക്കൽ മമ്മിരായൻ' എന്ന് അയാൾ അറിയപ്പെട്ടു. ആ 'തണ്ടുപാറ' ഇന്നും അതേപോലെ അവിടെ കിടക്കുന്നത് കാണാം. മമ്മിരായൻ താമസിച്ച ആ വീട് കാലക്രമത്തിൽ 'തണ്ടുപാറ തറവാടാ'യി അംഗീകരിക്കപ്പെട്ടു. അതാണ് എന്റെയും തറവാട്.

ഈ തറവാട്ടിലെ താവഴികളെ സംബന്ധിച്ചും ഉൾപ്പിരിവുകളെപ്പറ്റിയും സമഗ്രമായും വ്യക്തമായും പ്രതിപാദിക്കാൻ പൂർണമായ വിവരങ്ങൾ ലഭ്യമല്ല. എന്നാൽ കിട്ടിയേടത്തോളം വിവരങ്ങൾ അടിസ്ഥാനപ്പെടുത്തി പറയാവുന്ന സംഗതികളാണ് ഞാൻ ഇതിൽ വിവരിക്കുന്നത്. തറവാടിന്റെ സ്ഥാപകനായ മമ്മിരായന് മൂന്ന് മക്കളാണുണ്ടായിരുന്നത്. ചേക്കു, കമ്മു, കുഞ്ഞാമു.

ഈ മൂന്നു മക്കൾ പിന്നീട് മൂന്നു താവഴികളായി പിരിഞ്ഞ് മൂന്നു തറവാടുകളായി മാറി. ചേക്കു വണ്ടൂർ നിന്ന് 4 കിലോമീറ്റർ അകലത്ത് കോട്ടക്കുന്നിലേക്ക് മാറിത്താമസിച്ചു. പുരാതനമായ ഒരു കോട്ട അവിടെ ഉണ്ടായിരുന്നു. അതിനാൽ ചേക്കുവിന്റെ തറവാടിന 'കോട്ടമ്മൻ തണ്ടുപാറക്കൽ' എന്നു പേരുവന്നു. അതുപോലെ തന്നെ രണ്ടാമത്തെ മകൻ കമ്മുവാണ് 'കറളിക്കാട്ടു തണ്ടുപാറക്കൽ' തറവാടിന്റെ സ്ഥാപകൻ. ഇതെല്ലാം വേറിട്ടു ഒരു പുസ്തകം എഴുതണം എന്നു കരുതുന്നു. പിന്നെ ഇവിടെ ആയിരക്കണക്കിന് അംഗങ്ങളുള്ള തണ്ടുപാറ വർഗത്തിന്റെ മുഴുവൻ വിശദാംശങ്ങളും പേരുവിവരങ്ങളും വിസ്തരിക്കാൻ ഇതിൽ ഞാൻ മുതിരുന്നില്ല. ഇനി പറയാനുള്ളത് ഈ കൂട്ടത്തിൽ ഞാൻ എവിടെ എന്നതാണ്.

തണ്ടുപാറക്കൽ തറവാട്ടിന്റെ സ്ഥാപകനായിരുന്ന മമ്മിരായന്റെ മൂന്നാമത്തെ മകൻ കുഞ്ഞാമു തറവാട്ടിൽ തന്നെയാണ് ജീവിച്ചുപോന്നത്. പിതാവിന്റെ കൃഷിയും പറമ്പും നോക്കി നടത്തിയും പരിപാലിച്ചും വന്നു. പിതാവിന്റെ മരണശേഷവും അവിടെതന്നെ തുടർന്നു. കിട്ടിയേടത്തോളം വിവരം അനുസരിച്ച് അദ്ദേഹത്തിന് രായൻകുട്ടി എന്ന് പേരായ ഒരു മകനുണ്ടായിരുന്നു. അയാളുടെ മകനായ കുഞ്ഞാമുട്ടി എന്ന ആളായിരുന്നു തറവാട്ടിലെയും ഈ താവഴിയിലെയും പ്രഗത്ഭനും പ്രശസ്തനും. സാമ്പത്തികമായ വളർച്ചയും പുരോഗതിയുമാണ് ആ കാലത്തെ മഹത്വത്തിനും പ്രശസ്തിക്കും അടിസ്ഥാനമായ ഘടകം. ധനാഢ്യനായിത്തീർന്ന കുഞ്ഞാമുട്ടിക്ക് എട്ടു മക്കളുണ്ടായിരുന്നു. ഈ താവഴിയിലാണ് എന്റെ ജനനം.

എട്ടു മക്കൾ: 1. രായൻകുട്ടിഹാജി (ചെറുകോട്) 2. വീരാൻഹാജി (മണലുമ്മൽ) 3. മോയിൻ (കൂളിക്കാട്ടുങ്ങൽ) 4. കമ്മു (കക്കുണ്ട്) 5. ഐദ്രു (തണ്ടുപാറക്കൽ) 6. കുഞ്ഞാലി (കാരപുറത്ത്) 7. മാളുഹജ്ജുമ്മ (Wo. മൂസ്സക്കുട്ടിഹാജി - വ. കറളിക്കാട്) 8. കുഞ്ഞീരുമ്മകുട്ടി (W/o. മുസ്ലിയാരകത്ത് - എടപ്പലം).

ഒന്നാമതായി പറഞ്ഞ രായൻകുട്ടിഹാജി വണ്ടൂർ നിന്നു 4 കിലോമീറ്റർ ദൂരത്ത് വണ്ടൂർ – പാണ്ടിക്കാട് റോഡിൽ ചെറുകോട് എന്ന സ്ഥലത്തായിരുന്നു തറവാട്ടിൽനിന്നും മാറി താമസിച്ചത്. അദ്ദേഹം വണ്ടൂർ, പോരൂര് കാളികാവ്, കരുവാരക്കുണ്ട് എന്നീ അംശങ്ങൾ ഉൾപ്പെട്ട പ്രദേശങ്ങളുടെ അധികാരിയായിരുന്നു. ജനങ്ങൾ കുറവായതിനാലാണ് ഒരു അധികാരിയുടെ കീഴിൽ ഇത്രയും വിശാലമായ പ്രദേശങ്ങൾ ആക്കുന്നത്. അദ്ദേഹത്തിന് മൂന്നു ഭാര്യമാരുണ്ടായിരുന്നു. ആദ്യത്തെ ഭാര്യയുടെ മരണശേഷം വിവാഹം ചെയ്തതാണ് മറ്റു രണ്ടു ഭാര്യമാർ.

ആദ്യ ഭാര്യയിൽ ജനിച്ച കുഞ്ഞാമുട്ടി ചെറുകോട് തറവാട്ടിൽനിന്നു മാറി, വണ്ടൂരിൽ നിന്ന് എട്ടു കിലോമീറ്റർ കിഴക്ക് പഴെടം ദേശത്ത് ' 'കൂരാട്'' എന്ന സ്ഥലത്ത് ഒരു വീടുവെച്ചു കുടുംബസമേതം താമസമായി.

രണ്ടാമത്തെ ഭാര്യ കരുവാരക്കുണ്ട് കുട്ടത്തി എന്ന സ്ഥലത്ത് നിന്നായിരുന്നു. അതിൽ ഉണ്ണിമൊയ്തീൻ കുട്ടി എന്ന മകനും ഒരു സഹോദരിയും ഉണ്ടായി. അവർ ചെറുകോട് തറവാട്ടിൽ തന്നെ താമസിച്ചു. മൂന്നാമത്തെ ഭാര്യ പഴെടം ദേശത്ത് വാണിയമ്പലവൻ ഐദ്യകാക്കയുടെ സഹോദരി ആയിരുന്നു. അവരുടെ തറവാടാണ് 'കക്കുണ്ട്' എന്നുപറയുന്നത്. ആ ഭാര്യക്ക് അലവിക്കുട്ടി എന്ന ഒരു മകനും മൂന്നു പെൺമക്കളുമാണുണ്ടായിരുന്നത്. ഈ മകൻ അലവിക്കുട്ടിയെ 1921 ലെ മലബാർ ലഹളയിൽ ബ്രിട്ടീഷുകാരുടെ പട്ടാളക്കോടതി വിധിപ്രകാരം തൂക്കിക്കൊല്ലുകയാണുണ്ടായത്. അദ്ദേഹം വാരിയൻ കുന്നത്ത് കുഞ്ഞ

നിലമ്പൂർ പുഴ

ഹമ്മത് ഹാജിയുടെ മന്ത്രിസഭയിൽ അംഗമായിരുന്നു എന്നാണ് ആരോപണം. അദ്ദേഹത്തിന്റെ ഉമ്മയിലുള്ള സഹോദരിമാർ ഒന്ന് എറിയാട്ടും മറ്റൊന്ന് പാണ്ടിക്കാട്ടും വിവാഹം ചെയ്തുപോയി. മൂന്നാമത്തെ ബിരിയക്കുട്ടി പഴടം പനമ്പൊയിൽ എന്ന സ്ഥലത്ത് താമസിച്ചുവന്നു.

മൂത്ത മകൻ ആദ്യം പറഞ്ഞ കൂരാട്ടു കുഞ്ഞാമുട്ടി ഹാജി അതിസമർഥനും വിവരസ്ഥനും വ്യവഹാരിയും ആയിരുന്നു. കൃഷിക്ക് പുറമെ നല്ല മരക്കച്ചവടക്കാരനും ആയിരുന്നു അദ്ദേഹം. എല്ലാ നിലയിലും ധാരാളം സമ്പത്ത് അദ്ദേഹം സമ്പാദിച്ചു. അക്കാലത്ത് പ്രധാനമായും ഭൂസ്വത്തുക്കളാണല്ലോ പിൻബലം. വയലുകൾ വാങ്ങി സ്വന്തമാക്കി പാട്ടത്തിന് കൊടുത്തും കാടും മലകളും വാങ്ങി മരം മുറിച്ചു വിറ്റും മലഞ്ചരക്കുകൾ എടുത്ത് കച്ചവടം ചെയ്തും വലിയ സമ്പാദ്യം അദ്ദേഹം ഉണ്ടാക്കിയിരുന്നു. പതിനായിരം പറ നെല്ല് പാട്ടംകിട്ടാനുണ്ടായിരുന്നു അദ്ദേഹത്തിന്. പുല്ലങ്കോട് റബർ തോട്ടത്തിന്റെ വടക്ക്കിഴക്കുള്ള കോഴിപ്രമലവാരവും അദ്ദേഹത്തിന്റേതായിരുന്നു.

അദ്ദേഹത്തിനു അഞ്ച് ആൺമക്കളും രണ്ട് പെൺമക്കളും ഉണ്ടായി. രായൻകുട്ടി ഹാജി, മുഹമ്മദ്കുട്ടി, മമ്മുട്ടി, അബ്ദുള്ളക്കുട്ടി, മൂസ്സക്കുട്ടി, മമ്മാത്തുട്ടി, ആമിനക്കുട്ടി. ഇതിൽ രണ്ടാമത് പറഞ്ഞ മുഹമ്മദ്കുട്ടിയുടെ രണ്ടാമത്തെ മകനാണ് ഞാൻ എന്ന ടി കെ ഹംസ. അവിടെ നിന്നാണ് എന്റെ ആത്മകഥ ആരംഭിക്കുന്നത്. അത് ആദ്യത്തെ അധ്യായങ്ങളിൽ ഞാൻ വിശദമായി പ്രതിപാദിച്ചിട്ടുണ്ട്.

മുമ്പ് പറഞ്ഞ കുഞ്ഞാമുട്ടിയുടെ എട്ടു മക്കളിൽ മറ്റൊരു പ്രധാനിയായിരുന്നു രണ്ടാമത് പറഞ്ഞ വീരാൻഹാജി. കൃഷിയും മരക്കച്ചവടവും ആയിരുന്നു ധനാഗമ മാർഗം. രണ്ടു വഴിയിലും ധാരാളം സമ്പാദിച്ചിരുന്നു. വണ്ടൂർ അങ്ങാടിക്കടുത്ത് തന്നെ 'മണലുമ്മൽ' ആണ് താമസിച്ചിരുന്നത്. അത് വേറെ ഒരു താവഴി ആയിത്തീർന്നു. അതിൽ പ്രഗത്ഭരും പ്രശസ്തരുമായ ധാരാളം അംഗങ്ങളുണ്ട്. കരുളായി പഞ്ചായത്ത് പ്രസിഡന്റും ഹൈസ്കൂൾ ഹെഡ്മാസ്റ്ററും ഒക്കെ ആയിരുന്ന ടി കെ അബ്ദുള്ളക്കുട്ടി ആ താവഴിയിൽ പെട്ടതാണ്.

മറ്റൊരു പ്രധാനി ആയിരുന്നു ആറാമത് പറഞ്ഞ കുഞ്ഞാലി. അദ്ദേഹം ചെറുപ്പത്തിൽ നാടുവിട്ടുപോയി പട്ടാളത്തിൽ ചേർന്നു. കഠിനാധ്വാനം കൊണ്ട് പട്ടാളത്തിൽ സുബേദാർ പദവിയിൽ വരെ എത്തി പിരിഞ്ഞു പോന്നു. അദ്ദേഹം വണ്ടൂർ പള്ളിക്കുന്നിൽ കാരപ്പുറത്ത് എന്ന സ്ഥലത്താണ് സ്ഥിരതാമസമാക്കിയത്. അദ്ദേഹം നല്ല സാമ്പത്തിക വരുമാനമുള്ള ആളായിരുന്നു. കെട്ടിടങ്ങൾ ഉണ്ടാക്കുന്നത് തന്റെ ഹോബിയായിരുന്നു. അദ്ദേഹം നിർമിച്ച ബ്രിട്ടീഷ് മോഡൽ ബംഗ്ലാവുകൾ വണ്ടൂരിൽ ഇപ്പോഴും കാണാം. ആ താവഴിയിലാണ് പ്രശസ്തനായ ഫുട്ബോൾ കളിക്കാരൻ വീരാൻകുട്ടിയും എൻജിനീയർ കുഞ്ഞാലിയും അസിസ്റ്റന്റ് പബ്ലിക്ക് പ്രോസിക്യൂട്ടർ അമീർ ഹുസൈനും ഉണ്ടായത്.

ഈ തണ്ടുപാറ വർഗത്തിൽ തറവാടുകളും താവഴികളും ഇനിയും വേറെയുണ്ട്. അതെല്ലാം ഇതിൽ വിസ്തരിക്കാൻ ഇടമില്ല. അതൊരു പ്രത്യേക പുസ്തകമായി എഴുതേണ്ടതായി വരും. വിസ്തരഭയത്താൽ കുടുംബപുരാണം ഞാൻ ഇവിടെ അവസാനിപ്പിക്കുന്നു.

www.ingramcontent.com/pod-product-compliance
Lightning Source LLC
LaVergne TN
LVHW101350051026
849519LV00005BC/1491
* 9 7 8 9 3 8 5 0 1 8 2 6 8 *